AF764527

പെണ്ണെഴുതുന്ന ജീവിതം

Pennezhuthunna Jeevitham
Study

N K Raveendran

CHINTHA PUBLISHERS
Thiruvananthapuram

First Chintha Edition
July 2017

Second Impression
December 2023

Published & Typesetting
Chintha Publishers, Thiruvananthapuram

Printed at
Repro India Ltd, Mumbai

Cover Design
Ambish

ISBN : 978-93-86637-17-8

CO - 2548 / 6797

₹ 350

Email: chinthapublishers@gmail.com
Website: www.chinthapublishers.com

A version is available at National Libraries
Kolkata, Mumbai, Chennai and Delhi

Distribution
DESHABHIMANI BOOKHOUSE
H O Thiruvananthapuram 695035

Branch
Head Office Kunnukuzhi • Statue Thiruvananthapuram
KSRTC Bus Terminal Thampanoor • Saphalyam Complex Thiruvananthapuram
KSRTC Bus Station Alappuzha • KSRTC Bus Station Ernakulam
Machingal Lane Thrissur • IG Road Kozhikode
Mavoor Road Kozhikode • NGO Union Building Kannur
Central Bus Terminal Complex Thavakkara Kannur

പെണ്ണെഴുതുന്ന ജീവിതം

സ്ത്രീവിമോചനമെന്ന സ്വപ്നവും യാഥാർത്ഥ്യവും മലയാള സാഹിത്യത്തിൽ

എൻ കെ രവീന്ദ്രൻ

ചിന്ത പബ്ലിഷേഴ്സ്
തിരുവനന്തപുരം-695 035
വില : ₹ 350

എൻ കെ രവീന്ദ്രൻ

കോഴിക്കോട് ജില്ലയിലെ മേപ്പയ്യൂരിൽ ജനനം. അച്ഛൻ സ്വാതന്ത്ര്യ സമര സേനാനിയും കമ്യൂണിസ്റ്റ് പാർട്ടി പ്രവർത്തകനും ആയിരുന്ന കോമത്ത്കണ്ടി ചെക്കൊട്ടി. അമ്മ നടുക്കണ്ടി ലീല.

കേരള സർവ്വകലാശാലയിൽനിന്ന് ഡോ. കെ എം ജോർജിന്റെ മാർഗ്ഗനിർദ്ദേശത്തിൽ പി എച്ച് ഡി ബിരുദം. അദ്ധ്യാപകൻ, പത്രപ്രവർത്തകൻ, ദൃശ്യ മാധ്യമപ്രവർത്തകൻ എന്നീ നിലകളിൽ ജോലി ചെയ്തു. ഏഷ്യാനെറ്റ് ന്യൂസിന്റെ തുടക്കക്കാരിൽ ഒരാൾ. ഫിലിപ്പീൻസിലെ സുബിക് ബേ, സിംഗപ്പൂർ എന്നിവിടങ്ങളിൽ ജോലി ചെയ്തു. ദൃശ്യ മാധ്യമരംഗത്ത് അവതാരകൻ, ന്യൂസ് പ്രൊഡ്യൂസർ, പ്രോഗ്രാം പ്രൊഡ്യൂസർ, റിപ്പോർട്ടർ, എഡിറ്റർ, മാധ്യമപരിശീലകൻ എന്നീ മേഖലകളിൽ 21 വർഷത്തെ പരിചയം. *മൗനത്തിന്റെ നാനാർത്ഥങ്ങൾ* (എഴുത്തുകാരികളുടെ കഥകൾ എഡിറ്റർ) സ്വാതന്ത്ര്യത്തിലേക്ക് എളുപ്പവഴിയില്ല *സ്വാതന്ത്ര്യത്തിനായുള്ള സാംസ്കാരിക പ്രവർത്തനം* എന്നിവ പ്രധാന കൃതികൾ.

സംസ്ഥാന ടെലിവിഷൻ അവാർഡ് (മൂന്നുതവണ), സംസ്ഥാനമാധ്യമ അവാർഡ് (2011), യു എൻ എഫ് പി എ ലാഡ്‌ലി അവാർഡ് (2009-10), ഡോ. അംബേദ്കർ മാധ്യമ അവാർഡ് (2010-11), ഉഗ്മ അവാർഡ്, സിൽവർ ലൈൻ മാഗസിൻ അവാർഡ് (2009), അക്ഷരം പുരസ്കാരം (2012), 'ഉഗ്മ' അവാർഡ് (2011), ഇൻസ്പയർ വീഡിയോ ഫിലിം അവാർഡ് (2010), കേരള സാഹിത്യ അക്കാദമി അവാർഡ്) (2012), അബുദാബി ശക്തി അവാർഡ് (2011), കേരള ഭാഷ ഇൻസ്റ്റിറ്റ്യൂട്ട് അവാർഡ് (2010) തുടങ്ങിയവ നേടിയിട്ടുണ്ട്.

ഭാര്യ : കെ ആർ ഓമനക്കുട്ടിയമ്മ
മകൾ : ഇന്ദുലേഖ
ഫോൺ : 9847030926.

പെണ്ണെഴുതുന്ന ജീവിതം

സ്ത്രീവിമോചനമെന്ന സ്വപ്നവും യാഥാർത്ഥ്യവും മലയാള സാഹിത്യത്തിൽ

എൻ കെ രവീന്ദ്രൻ

ചിന്ത പബ്ലിഷേഴ്സ്
തിരുവനന്തപുരം-695 035
വില : ₹ 350

എൻ കെ രവീന്ദ്രൻ

കോഴിക്കോട് ജില്ലയിലെ മേപ്പയ്യൂരിൽ ജനനം. അച്ഛൻ സ്വാതന്ത്ര്യ സമര സേനാനിയും കമ്യൂണിസ്റ്റ് പാർട്ടി പ്രവർത്തകനും ആയിരുന്ന കോമത്ത്കണ്ടി ചെക്കൊട്ടി. അമ്മ നടുക്കണ്ടി ലീല.

കേരള സർവ്വകലാശാലയിൽനിന്ന് ഡോ. കെ എം ജോർജിന്റെ മാർഗ്ഗനിർദ്ദേശത്തിൽ പി എച്ച് ഡി ബിരുദം. അദ്ധ്യാപകൻ, പത്രപ്രവർത്തകൻ, ദൃശ്യ മാധ്യമപ്രവർത്തകൻ എന്നീ നിലകളിൽ ജോലി ചെയ്തു. ഏഷ്യാനെറ്റ് ന്യൂസിന്റെ തുടക്കക്കാരിൽ ഒരാൾ. ഫിലിപ്പീൻസിലെ സുബിക് ബേ, സിംഗപ്പൂർ എന്നിവിടങ്ങളിൽ ജോലി ചെയ്തു. ദൃശ്യ മാധ്യമരംഗത്ത് അവതാരകൻ, ന്യൂസ് പ്രൊഡ്യൂസർ, പ്രോഗ്രാം പ്രൊഡ്യൂസർ, റിപ്പോർട്ടർ, എഡിറ്റർ, മാധ്യമപരിശീലകൻ എന്നീ മേഖലകളിൽ 21 വർഷത്തെ പരിചയം. *മൗനത്തിന്റെ നാനാർത്ഥങ്ങൾ* (എഴുത്തുകാരികളുടെ കഥകൾ എഡിറ്റർ) സ്വാതന്ത്ര്യത്തിലേക്ക് എളുപ്പവഴിയില്ല *സ്വാതന്ത്ര്യത്തിനായുള്ള സാംസ്കാരിക പ്രവർത്തനം* എന്നിവ പ്രധാന കൃതികൾ.

സംസ്ഥാന ടെലിവിഷൻ അവാർഡ് (മൂന്നുതവണ), സംസ്ഥാനമാധ്യമ അവാർഡ് (2011), യു എൻ എഫ് പി എ ലാഡ്‌ലി അവാർഡ് (2009-10), ഡോ. അംബേദ്കർ മാധ്യമ അവാർഡ് (2010-11), ഉഗ്മ അവാർഡ്, സിൽവർ ലൈൻ മാഗസിൻ അവാർഡ് (2009), അക്ഷരം പുരസ്കാരം (2012), 'ഉഗ്മ' അവാർഡ് (2011), ഇൻസ്പയർ വീഡിയോ ഫിലിം അവാർഡ് (2010), കേരള സാഹിത്യ അക്കാദമി അവാർഡ്) (2012), അബുദാബി ശക്തി അവാർഡ് (2011), കേരള ഭാഷ ഇൻസ്റ്റിറ്റ്യൂട്ട് അവാർഡ് (2010) തുടങ്ങിയവ നേടിയിട്ടുണ്ട്.

ഭാര്യ : കെ ആർ ഓമനക്കുട്ടിയമ്മ

മകൾ : ഇന്ദുലേഖ

ഫോൺ : 9847030926.

ഉള്ളടക്കം

പ്രസാധകക്കുറിപ്പ്

ഇന്ത്യൻ സമൂഹത്തിന് ഇനി മുന്നേറണമെങ്കിൽ സ്ത്രീകളുടെ ജനാധിപത്യപരമായ തുല്യത ഉറപ്പാക്കപ്പെടണം സ്വതന്ത്രമായ ആവിഷ്കാരങ്ങൾക്ക് ഇടമുണ്ടാകണം. സ്ത്രീവാദം അഥവാ ഫെമിനിസം ഏകശിലാ രൂപത്തിലുള്ള ആശയമല്ല. സ്ത്രീവിമോചനം എങ്ങനെ സാദ്ധ്യമാക്കാം എന്ന കാര്യത്തിലും വ്യത്യസ്തതകൾ നിലനില്ക്കുന്നു. ഇന്നത്തെ അവസ്ഥ മാറണം എന്ന കാര്യത്തിൽ ആർക്കും തർക്കമുണ്ടാകാനിടയില്ല. സ്ത്രീവിമോചനത്തിന്റെ ഭൂമികയിൽ നിന്നുകൊണ്ട് എൻ കെ രവീന്ദ്രൻ മലയാളികളുടെ സാമൂഹ്യ രാഷ്ട്രീയ ജീവിതത്തെയും സാഹിത്യത്തെയും പരിശോധിക്കുകയാണിവിടെ. സ്ത്രീശരീരവും പ്രണയവും ദാമ്പത്യവും മാതൃത്വവും, ഈ പരികല്പനകൾക്കു പിന്നിലെ പ്രത്യയശാസ്ത്രവും ഇതിൽ പരിശോധിക്കപ്പെടുന്നു. സാറാ ജോസഫിന്റെ അവതാരിക ഈ പുസ്തകത്തെ കൂടുതൽ മൂല്യവത്താക്കുന്നു. കേരള സാഹിത്യ അക്കാദമി അവാർഡ്, അബുദാബി ശക്തി അവാർഡ്, കേരള ഭാഷാ ഇൻസ്റ്റിറ്റ്യൂട്ട് അവാർഡ് എന്നിവ നേടിയ ഈ പുസ്തകത്തിന്റെ ചിന്ത പതിപ്പിറക്കാനായതിൽ ഞങ്ങൾക്ക് സന്തോഷമുണ്ട്.

ചിന്ത പബ്ലിഷേഴ്സ്

ആമുഖം

നമ്മുടെ വൈജ്ഞാനികമണ്ഡലത്തിൽ അഭൂതപൂർവ്വമായ പരിവർത്തനങ്ങളാണ് സ്ത്രീവിമോചനവാദം (ഫെമിനിസം) സൃഷ്ടിച്ചുകൊണ്ടിരിക്കുന്നത്. സ്ത്രീപഠനങ്ങൾ എന്ന പേരിൽ ഒരു പ്രത്യേക വിജ്ഞാനമേഖല ഇതിന്റെ ഫലമായി വികസിതമാവുകയും ലോകമെമ്പാടും സ്ത്രീകളെ സംബന്ധിച്ച ഗവേഷണസ്ഥാപനങ്ങളും പഠനകേന്ദ്രങ്ങളും പ്രവർത്തനക്ഷമമായിത്തീരുകയും ചെയ്തിട്ടുണ്ട്. സ്ത്രീവിമോചനാശയങ്ങളുടെ വെളിച്ചത്തിൽ സാഹിത്യം, കല, ചരിത്രം, ശാസ്ത്രം, ദർശനം, സാമൂഹികശാസ്ത്രം, നരവംശശാസ്ത്രം എന്നിങ്ങനെ സകല വിജ്ഞാന ശാഖകളിലും പുനർവിചിന്തനങ്ങളും പുനർനിർമ്മാണങ്ങളും നടന്നുകൊണ്ടിരിക്കുന്നു. ഈ മേഖലകളിൽ പരമ്പരാഗതമായി നിലനിന്നുപോരുന്ന പുരുഷകേന്ദ്രിതമായ പ്രവണതകളെയും വീക്ഷണങ്ങളെയും ചോദ്യം ചെയ്യുകയും നിരാകരിക്കുകയും സ്ത്രീകളുടെ സംഭാവനകൾ വിലയിരുത്തുകയും ചെയ്യുന്ന നിരവധി പുതിയ പഠനങ്ങൾ പാശ്ചാത്യലോകത്തും ഇന്ത്യയിലും ഇതിനകം പുറത്തുവന്നുകഴിഞ്ഞിട്ടുണ്ട്.

സ്ത്രീപുരുഷ സമത്വത്തിലധിഷ്ഠിതമായ സ്വാതന്ത്ര്യവും സംഘർഷരഹിതവുമായ ഒരു ജനാധിപത്യക്രമത്തെ സംബന്ധിച്ച നൂതനാവബോധത്തിലേക്ക് സമൂഹത്തെ വിളിച്ചുണർത്തി ജനാധിപത്യ പ്രക്രിയയ്ക്ക് വിശാലവും ഉദാരവും മാനുഷികവുമായ ഒരു മാനം നല്കുക എന്നതാണ് സ്ത്രീവിമോചന വാദത്തിന്റെ മുഖ്യലക്ഷ്യം. സമൂഹവും സംസ്കാരവും ചരിത്രവും സാഹിത്യവുമെല്ലാം ഒരു വിഭാഗത്തിന്റെ മാത്രം താല്പര്യങ്ങൾക്കും വീക്ഷണങ്ങൾക്കും അനുപൂരകമായാണ് ക്രമീകരിക്കപ്പെട്ടിരിക്കുന്നതെന്നും മറുപകുതിയായ സ്ത്രീകൾ അവയുടെ ഓരങ്ങളിലേക്ക്

അകറ്റിനിർത്തപ്പെടുകയോ കീഴടക്കപ്പെടുകയോ ചെയ്തിരിക്കുന്നുവെന്നും അതു തെളിയിക്കുന്നു. 'സ്വാഭാവിക യാഥാർത്ഥ്യങ്ങ'ളായി നിസ്സംശയം സ്വീകരിച്ചുപോരുന്ന സ്ഥിതവ്യവസ്ഥയോട് സംശയാലുക്കളാകുവാനും അവയെ പുനർവിചാരങ്ങൾക്കും പുനഃക്രമീകരണങ്ങൾക്കും വിധേയമാക്കുവാനും ഫെമിനിസം സമൂഹത്തെ നിർബ്ബന്ധിക്കുന്നു.

ഫെമിനിസം സമൂഹഘടനയിലെന്നപോലെ, സാഹിത്യത്തിന്റെ മണ്ഡലത്തിൽ അധീശത്വം വഹിക്കുന്ന അധികാരവ്യവസ്ഥയുടെ സൂക്ഷ്മരൂപങ്ങൾപോലും അനാവരണം ചെയ്യുകയും സാഹിത്യവ്യവഹാരങ്ങളെയും സാഹിത്യചരിത്രത്തെയും പുനഃസംഘടിപ്പിക്കുകയുമാണ് ഫെമിനിസ്റ്റ് സാഹിത്യവിമർശനം ചെയ്യുന്നത്. സാമ്പ്രദായിക വിശകലന-വ്യാഖ്യാനരീതികളെയും ഈ വിമർശനശാഖ പുനഃപരിശോധനകൾക്കും വിമർശനങ്ങൾക്കും വിധേയമാക്കി. അങ്ങനെ സാഹിത്യവിമർശനം, സംസ്കാരിക വിമർശനം കൂടിയായി പരിണമിക്കുകയും സമൂഹത്തെയും സംസ്കാരത്തെയും ചരിത്രത്തെയുമെല്ലാം, സമത്വാധിഷ്ഠിതമായി പുതുക്കിപ്പണിയേണ്ടതിന്റെ ആവശ്യകത വിളിച്ചറിയിക്കുകയും ചെയ്യുന്നു.

സാഹിത്യത്തിലെ മുഖ്യധാര പുരുഷന്മാരുടെ രചനകളാണ്. അതിനാൽ സാഹിത്യമെന്ന സങ്കല്പനം പ്രതിനിധാനം ചെയ്യുന്നത് പലപ്പോഴും പുരുഷന്മാരുടെ സാഹിത്യത്തെയായിരിക്കും. പുരാണേതിഹാസങ്ങളും ക്ലാസിക് കൃതികളുമെല്ലാമടങ്ങുന്ന അതിബൃഹത്തും സമ്പന്നവുമായ ഈ മുഖ്യധാര, പുരുഷവർഗ്ഗത്തിന്റെ അധികാരപദത്തിനു സാധൂകരണം നല്കുകയും പുരുഷാധിപത്യവ്യവസ്ഥയുടെ പ്രത്യയശാസ്ത്രങ്ങൾ പുനരുല്പാദിപ്പിക്കുകയുമാണ് ചെയ്യുന്നതെന്ന് അറുപതുകളുടെ അന്ത്യത്തിൽത്തന്നെ വിമർശകർ വിലയിരുത്തി. അധികാരമുള്ള വിഭാഗമെന്ന നിലയിൽ പുരുഷന്മാർ തങ്ങളുടെ താല്പര്യങ്ങൾക്കും വീക്ഷണങ്ങൾക്കും അനുസൃതമായി സൃഷ്ടിച്ച, ഒരേ അച്ചിൽ വാർത്തെടുത്ത പോലുള്ള സ്ത്രീബിംബങ്ങളാണ് ഈ മുഖ്യധാരയിലുള്ളതെന്നും സാഹിത്യകൃതികൾ വിശകലനം ചെയ്തുകൊണ്ട് ഫെമിനിസ്റ്റ് വിമർശകർ തെളിയിച്ചു (Kate millet, *Sexual Politics*, 1969).

സ്ത്രൈണാസ്തിത്വത്തിന്റെ ഇത്തരം പുരുഷവികലീകരണങ്ങൾ അപമാനകരമായി അനുഭവപ്പെട്ട ഈ വിമർശകർ സാഹിത്യത്തിലെ ഒരു ഉപലോക സംസ്കാരമായി വേറിട്ടു നില്ക്കുന്ന സ്ത്രീരചനകൾ പഠനവിധേയമാക്കുകയും അവയിലെ സ്ത്രീചിത്രങ്ങളുടെ വൈവിദ്ധ്യവും വ്യതിരിക്തഭാവങ്ങളുമെല്ലാം കണ്ടെത്തുകയുംചെയ്തു. ഭൗതികവും പ്രത്യയശാസ്ത്രപരവും ഭാഷാപരവുമായ നിരവധി നിരോധനങ്ങളെ അതിലംഘിച്ചും ചിലപ്പോൾ അവയ്ക്കു കീഴടങ്ങിയും സ്ത്രീരചനകളിൽ ആവിഷ്കൃതങ്ങളായ വിമോചനസ്വപ്നങ്ങളുടെയും ബദൽമൂല്യങ്ങളുടെയും സ്ത്രീയുടെ മാത്രമായ യാഥാർത്ഥ്യങ്ങളുടെയും പീഡാനുഭവങ്ങളുടെയും സ്ത്രൈണവ്യവഹാരങ്ങൾ വ്യത്യസ്തമായ പാരായണോദ്യ

മങ്ങളിലൂടെ അവർ പുറത്തു കൊണ്ടുവന്നു. അനേക കാലങ്ങളായി നില നിന്നുപോരുന്ന പുരുഷപക്ഷപാതപരമായ പാരായണ വ്യാഖ്യാന സമ്പ്ര ദായങ്ങൾ, ഇത്തരം സ്ത്രൈണ വ്യവഹാരങ്ങളും ചിഹ്നങ്ങളും കണ്ടെ ത്താൻ പര്യാപ്തങ്ങളായിരുന്നില്ല. അതുവരെ അവഗണിക്കപ്പെടുകയോ വികലമായി വ്യാഖ്യാനിക്കപ്പെടുകയോ ചെയ്തുപോന്ന സ്ത്രീരചനകൾ ഗൗരവപൂർണ്ണമായ വായനയ്ക്കു വിധേയമാവുകയും പുതിയ പാഠങ്ങൾ ഉല്പാദിപ്പിക്കുകയും ചെയ്തു. സ്ത്രീകളുടെ രചനകളിൽ കാണുന്ന തര ത്തിലുള്ള യഥാർത്ഥ സ്ത്രൈണാനുഭവ ചിത്രങ്ങൾ പുരുഷന്മാരുടെ രച നകൾക്ക് അപ്രാപ്യവും അപരിചിതവുമായിരിക്കുമെന്നും ഫെമിനിസ്റ്റ് വിമർശനം വെളിപ്പെടുത്തി (Mary Anne Ferguson, *Images of Women in Literature*, 1973).

സാഹിത്യത്തിലെ മുഖ്യധാരയും സ്ത്രീരചനകളും തമ്മിലുള്ള വൈജാത്യങ്ങളെക്കുറിച്ചും വൈരുദ്ധ്യങ്ങളെക്കുറിച്ചും നടന്ന അന്വേഷ ണങ്ങൾ സൃഷ്ടിച്ച പുതിയ ജ്ഞാനമണ്ഡലമാണ് സ്ത്രീരചനകളെ ഒരു പ്രത്യേക വിഭാഗമായി അംഗീകരിക്കുവാൻ ഈ സാഹിത്യവിമർശകരെ പ്രേരിപ്പിച്ചത്. സ്ത്രീരചനകളെയും എഴുത്തുകാരികളെയും സംബന്ധിച്ച പഠനങ്ങൾ എഴുപതുകളുടെ ഉത്തരാർദ്ധം മുതൽ പുറത്തുവന്നുതുടങ്ങി. എല്ലെൻ മോയേർസ്, സേവ്യർ ഗോത്തിയർ, ഹെലൻ സിക്സസ് തുട ങ്ങിയവരുടെ പഠനങ്ങൾ ഈ വിഭാഗത്തിൽപ്പെട്ട, എടുത്തുപറയാവുന്ന സംഭാവനകളാണ്.

സാഹിത്യലോകം പൊതുവെ എഴുത്തുകാരികളെ പുറന്തള്ളുകയോ അവരുടെ രചനകളെ തെറ്റായി വായിച്ചും തെറ്റായി മൂല്യനിർണ്ണയം ചെയ്തും പ്രാധാന്യം കുറച്ചുകാട്ടുകയോ ചെയ്യുന്നു. എഴുത്തുകാരി കൾക്ക് തങ്ങളുടേതായ ഒരു സാഹിത്യപാരമ്പര്യവും ചരിത്രവും നിഷേ ധിക്കപ്പെടുന്നുവെന്നതാണ് ഇതിന്റെ ഫലം. എഴുത്തുകാരന്മാരെപ്പോലെ തങ്ങളുടെ സാഹിത്യപാരമ്പര്യത്തെക്കുറിച്ചുള്ള സഞ്ചിതധാരണ എഴു ത്തുകാരികൾക്കില്ലാതാവുന്നു. ഈ പാരമ്പര്യ-ചരിത്ര നിഷേധത്തിലൂടെ ശൂന്യതാബോധത്തിലേക്കെടുത്തെറിയപ്പെട്ട ഓരോ തലമുറയിലെയും എഴുത്തുകാരികൾ, ആത്മനിന്ദയുടെയും അന്യവല്ക്കരണത്തിന്റെയും നിശ്ശബ്ദപീഡനങ്ങൾക്കു വശംവദരായിരുന്നുവെന്ന് വെളിപ്പെടുത്തി ക്കൊണ്ട്, വിമർശനരംഗത്തിന്റെയും സാഹിത്യചരിത്രരചനകളുടെയും നിഷ്പക്ഷതാപരിവേഷത്തിനെതിരെ ഫെമിനിസ്റ്റ് വിമർശനം വെല്ലുവി ളികളുയർത്തി. മാത്രവുമല്ല, നിഷ്കാസിതകളായ അനേകം എഴുത്തു കാരികളെയും അവരുടെ രചനകളെയും കണ്ടെത്തി സാഹിത്യചരിത്ര ത്തിന്റെ വ്യത്യസ്തവും അതുവരെ അജ്ഞാതവുമായിരുന്ന ഒരു വശം പുറത്തുകൊണ്ടുവരികയും ചെയ്തു. 1840 കൾ മുതലുള്ള ഇംഗ്ലീഷ് നോവൽസാഹിത്യത്തിലെ സ്ത്രീ പാരമ്പര്യത്തെക്കുറിച്ചന്വേഷിക്കുന്ന എലെയ്ൻ ഷോവാൾടറുടെയും ഇംഗ്ലീഷ്നോവലിന്റെ ജനയിത്രികളായി വിശേഷിപ്പിക്കപ്പെടുന്ന നിരവധി എഴുത്തുകാരികളെയും അവരുടെ കൃതി

കളെയും കണ്ടെത്തുന്ന ഡെയ്ൽ സ്പെൻഡറുടെയും പഠനങ്ങൾ ഈ വിഭാഗത്തിൽപ്പെടുന്നു. സാൻഡ്രാഗിൽബർട്ടും സൂസൻ ഗുബാറും ചേർന്നു രചിച്ച (*The Madwoman in the Attic: The Woman Writer and the Nineteenth Century Literary Imagination*, 1979) എന്ന സുപ്രസിദ്ധ ഗ്രന്ഥം പത്തൊൻപതാം ശതകത്തിലെ പ്രമുഖരായ ആംഗ്ലോ-അമേരിക്കൻ എഴുത്തുകാരികളെക്കുറിച്ച് വിശദമായി പഠിക്കുകയും വ്യതിരിക്തമായൊരു സ്ത്രീസാഹിത്യപാരമ്പര്യം ചൂണ്ടിക്കാണിക്കുകയും ചെയ്തു.

ഗിൽബർട്ടിന്റെയും ഗുബാറിന്റെയും പഠനത്തിന്റെ സവിശേഷത, പെൺസർഗ്ഗാത്മകതയെ സംബന്ധിച്ച സൂക്ഷ്മ വിശകലനങ്ങളാണ്. പെൺസർഗ്ഗാത്മകത അതിനെ ചൂഴ്ന്നു നില്ക്കുന്ന അനേകം പ്രതിബന്ധങ്ങളിൽനിന്നു പുറത്തുകടക്കാൻ വെമ്പൽകൊള്ളുന്ന സമരോത്സുകമായ ഒന്നാണെന്നും പുരുഷാധിപത്യത്തിന്റെ അധികാരവ്യവസ്ഥയുടെ നയങ്ങളെ നിരാകരിക്കാതെ, സ്ത്രൈണസത്തയുടെ സത്യസന്ധമായ ആവിഷ്കാരം അസാദ്ധ്യമായിരിക്കുമെന്നും അവർ വിശദമാക്കുന്നു.

സ്ത്രീകളെക്കുറിച്ച് പുരുഷന്മാർ തങ്ങളുടെ അഭിലാഷങ്ങൾക്കനുസൃതം സൃഷ്ടിച്ചുവെച്ച വികലബിംബങ്ങളെയും നിർവ്വചനങ്ങളെയും നിരാകരിക്കുവാനും പകരം, സ്ത്രൈണസ്വത്വത്തിലും അനുഭവങ്ങളിലും താഴ്ന്നിറങ്ങി അവയ്ക്കു പ്രകാശനം നല്കുവാനും എഴുത്തുകാരികളെ ആഹ്വാനം ചെയ്ത വിമർശകർ, സ്ത്രീയുടെ സ്വതന്ത്രമായ ആവിഷ്കാരത്തെ തടയുന്ന ഭാഷയുടെ പുരുഷാഭിമുഖ്യത്തെയും പരിമിതികളെയും വിമർശനവിധേയമാക്കി. ഭാഷയുടെ പുരുഷപക്ഷപാതത്തെക്കുറിച്ചും പെൺഭാഷയെക്കുറിച്ചും സ്ത്രീയുടെ ഭാഷാപ്രയോഗത്തിന്റെ സവിശേഷതകളെക്കുറിച്ചുമുള്ള അന്വേഷണങ്ങൾ എഴുപതുകൾ മുതൽ ആരംഭിക്കുന്നു.

സാഹിത്യവിമർശനരംഗത്ത് അധീശത്വം വഹിക്കുന്ന പുരുഷപക്ഷപാതത്തിന്റെ വീക്ഷണങ്ങൾക്കും നിയമങ്ങൾക്കുമെതിരെ അറുപതുകളുടെ അന്ത്യത്തിൽത്തന്നെ വെല്ലുവിളികൾ ഉയർന്നിട്ടുണ്ട്. നവീന വിമർശനമോ ആധുനികോത്തരവിമർശനമോ മാർക്സിസ്റ്റ് വിമർശനമോ ഇത്തരം പുരുഷാധിപത്യ പ്രവണതകളിൽനിന്നും വിമുക്തമായിരുന്നില്ലെന്ന് ഫെമിനിസ്റ്റ് പഠനങ്ങൾ വെളിപ്പെടുത്തി. മുൻവിധികളോടും ശത്രുതയോടും കൂടിയാണ് വ്യവസ്ഥാപിത വിമർശനം സ്ത്രീരചനകളെ സമീപിക്കുന്നതെന്നും ഫെമിനിസ്റ്റ് വിമർശകർ ആരോപിച്ചു. ഫെമിനിസ്റ്റ് സാഹിത്യവിമർശകയായ മേരി എൽമൻ വ്യവസ്ഥാപിത വിമർശനത്തിന്റെ സ്ത്രീവിരോധത്തെ തുറന്നുകാട്ടിക്കൊണ്ട് രൂക്ഷമായ ഒരാക്രമണംതന്നെ നടത്തുന്നുണ്ട് (*Thinking About Women*, 1968) സ്ത്രീരചനകളെ സ്ത്രീകളെയെന്നോണമാണ് വിമർശകന്മാർ കൈകാര്യം ചെയ്യുന്നതെന്നാണ് എൽമൻ ആരോപിക്കുന്നത്.

സ്ത്രീയുടെ രചനോദ്യമങ്ങൾ അഭിമുഖീകരിക്കുന്ന പ്രതിസന്ധികൾ, നിരോധനങ്ങൾ, ഭാഷാപരമായ പരിമിതികൾ, സ്ത്രീയുടെ

സാഹിത്യം ജന്മംകൊള്ളുന്ന ഭൗതികവും പ്രത്യയശാസ്ത്രപരവുമായ പ്രത്യേക സാഹചര്യങ്ങൾ, എഴുത്തുകാരികളും വായനക്കാരികളുമെന്ന നിലയിൽ സ്ത്രീകളുടെ പ്രതികരണങ്ങൾ, അനുഭവങ്ങൾ, സ്ത്രീയെയും സ്ത്രീശരീരത്തെയും അവമതിക്കുന്ന അധീശത്വസംസ്കാരത്തോടുള്ള വിമർശനങ്ങൾ എന്നിവയൊന്നും വ്യവസ്ഥാപിത വിമർശനം പരിഗണിക്കുന്നില്ല. എഴുത്തുകാരികളുടെ കൃതികൾക്ക് തീവ്രതയും അധികാര വ്യവസ്ഥയോടുള്ള പ്രതിഷേധവും നഷ്ടമായിത്തീരുമ്പോൾ മാത്രമേ അവരെ അംഗീകരിക്കാൻ വിമർശകന്മാർ പലപ്പോഴും സന്നദ്ധരാകുന്നുള്ളുവെന്നും ഫെമിനിസ്റ്റ് വിമർശകർ നിരീക്ഷിക്കുന്നു. ഈ വിധത്തിൽ വ്യവസ്ഥാപിത വിമർശനം എഴുത്തുകാരികളുടെ രചനകളോട് അനുവർത്തിക്കുന്ന മുൻവിധികളുടെയും ശത്രുതയുടെയും വിവിധ വശങ്ങളും ധാരാളം ഉദാഹരണങ്ങളും മേരി എൽമൻ, ജോന്നാ റസ്സ് എന്നീ ഫെമിനിസ്റ്റ് വിമർശകർ വ്യക്തമാക്കിയിട്ടുണ്ട്.

സാഹിത്യത്തിലെ അധീശത്വ പ്രവണതകൾക്കെതിരെ ഫെമിനിസ്റ്റ് വിമർശനം ഉന്നയിക്കുന്ന വിമർശനങ്ങൾ പലതും, മലയാളത്തിലെ ചില എഴുത്തുകാരികൾ പണ്ടുമുതൽതന്നെ മുന്നോട്ടു വെച്ചിട്ടുണ്ട്. പുരാണേതിഹാസങ്ങളെയും മഹാകാവ്യങ്ങളെയും സ്ത്രീയുടെ പക്ഷത്തുനിന്നുകൊണ്ട് സമീപിക്കുന്ന പ്രകോപനപരമായ ഒരു പാരായണരീതി സരോജിനി എന്ന എഴുത്തുകാരി മലയാളത്തിൽ അവതരിപ്പിച്ചത് 88 വർഷം മുമ്പാണ്. മലയാള സാഹിത്യത്തിന്റെ സ്ത്രീവിരോധത്തെക്കുറിച്ചും സാഹിത്യത്തിലെ അപമാനകരമായ സ്ത്രീചിത്രങ്ങളെക്കുറിച്ചും ലളിതാംബിക അന്തർജ്ജനം ഉന്നയിച്ച വിമർശനങ്ങൾ, ചങ്ങമ്പുഴയുടെ *രമണ*നിലൂടെ ശക്തവും വ്യാപകവുമായി പ്രചരിച്ച സ്ത്രീനിന്ദയെ തുറന്നു വിമർശിക്കുന്ന കെ സരസ്വതി അമ്മയുടെ *രമണി* എന്ന ചെറുകഥ എന്നിങ്ങനെയുള്ള ധാരാളം ഉദാഹരണങ്ങൾ മലയാളത്തിലുണ്ട്. കൂടാതെ, സാഹിത്യലോകവും സ്ത്രീകളും തമ്മിലുള്ള വൈരുദ്ധ്യങ്ങൾ, എഴുത്തുകാരികളോടുള്ള അവഗണന, എഴുത്തുകാരികളുടെ സ്വാതന്ത്ര്യമില്ലായ്മ തുടങ്ങിയ ഗഹനമായ പ്രമേയങ്ങളിലേക്കുപോലും മലയാളത്തിലെ എഴുത്തുകാരികൾ ശ്രദ്ധക്ഷണിച്ചിരുന്നതായി കാണുന്നു. മലയാളത്തിന്റേതായ ഒരു ഫെമിനിസ്റ്റ് സാഹിത്യവിമർശനരീതി ഇവിടെ നിലനിന്നിരുന്നുവെന്നാണല്ലോ ഈ വസ്തുതകൾ സൂചിപ്പിക്കുന്നത്. പക്ഷേ, കേരളത്തിൽത്തന്നെ പ്രബലമായിരുന്ന ഇത്തരം പ്രതിപാരായണ രീതിയെയും വീക്ഷണങ്ങളെയും മലയാളവിമർശനരംഗം പാടേ അവഗണിക്കുകയാണ് ചെയ്തത്. അറുപതുകളുടെ അന്ത്യഘട്ടംമുതൽ സുസംഘടിതവും വ്യാപകവുമായിക്കഴിഞ്ഞ ഫെമിനിസ്റ്റ് വിമർശനപദ്ധതിക്ക് വേണ്ടത്ര അംഗീകാരം നല്കുവാൻ മലയാള വിമർശനരംഗം ഇനിയും സന്നദ്ധമായിട്ടില്ല. അതേസമയം, അറുപതുകളിൽ ഫ്രാൻസിൽ പ്രചരിച്ചിരുന്ന 'സ്ട്രക്ചറലിസം' പോലുള്ള ചിന്താപദ്ധതികൾ വളരെ വൈകിയും ഗൗരവപൂർവ്വം ചർച്ചചെയ്യപ്പെടുകയും ചെയ്യുന്നു.

വീക്ഷണത്തിൽ മാത്രമല്ല ഘടനയിലും പുരുഷാധിപത്യപരമാണ് നമ്മുടെ വിമർശനരംഗം. മലയാളസാഹിത്യവിമർശനത്തിന്റെ 1800 മുതൽ 1960 വരെയുള്ള ചരിത്രത്തിൽ ഒരൊറ്റ സാഹിത്യവിമർശകയെപ്പോലും നാം പരിചയപ്പെടുന്നില്ല! മാധവി, കെ എം കുഞ്ഞിലക്ഷ്മി കെട്ടിലമ്മ, ആറന്മുള കാർത്തികതിരുനാൾ തമ്പുരാട്ടി, ബി ഭാഗീരഥി അമ്മ എന്നിവരോ ലളിതാംബിക അന്തർജ്ജനം പോലുമോ മലയാളവിമർശനരംഗത്ത് സാഹിത്യവിമർശകരായി അംഗീകരിക്കപ്പെട്ടില്ല. ഇങ്ങനെ പുരുഷന്മാർ അടക്കിവാഴുന്ന വിമർശനരംഗത്തെ സംബന്ധിച്ചിടത്തോളം സാഹിത്യം എന്നത് പ്രായേണ പുരുഷന്മാരുടെ സാഹിത്യമായിത്തീർന്നതിൽ അത്ഭുതമില്ല. അങ്ങനെ മലയാളത്തിലെ സ്ത്രീരചനകളുടെ സവിശേഷതകൾ, അവയിൽ ആവിഷ്കൃതമാവുന്ന സ്ത്രൈണസ്വപ്നങ്ങൾ, യാഥാർത്ഥ്യങ്ങൾ, വിമോചനാഭിലാഷങ്ങൾ, അധീശപ്രത്യയശാസ്ത്രവുമായുള്ള വൈരുദ്ധ്യങ്ങൾ, കലാപങ്ങൾ എന്നിങ്ങനെയുള്ള ഘടകങ്ങളെക്കുറിച്ച് അന്വേഷിക്കുവാൻ നിരൂപകന്മാർക്ക് സാധിക്കാതെ വന്നു.

എഴുത്തുകാരികളുടെ സാഹിത്യരചനകളെ സംബന്ധിച്ച് മലയാളത്തിൽ ധാരാളം പഠനങ്ങളുണ്ട്. വിമർശനരംഗത്തെ ഭരിക്കുന്ന പുരുഷവീക്ഷണങ്ങളുടെയും സൗന്ദര്യനിയമങ്ങളുടെയും മാനദണ്ഡങ്ങളുടെയും സൃഷ്ടികളാണ് ഏതാണ്ടെല്ലാ പഠനങ്ങളും. എഴുത്തുകാരികളുടെ രചനകളെ എഴുത്തുകാരന്മാരുടെ രചനകൾക്കൊപ്പം കൃത്രിമമായി സമീകരിച്ചുകൊണ്ട് ഒരേ ചട്ടക്കൂടിലൂടെ വീക്ഷിക്കുകയും സാമാന്യയുക്തിയുടെയും പതിവു സങ്കല്പങ്ങളുടെയും പിൻബലത്തോടെ വിശകലനം ചെയ്യുകയുമാണ് ഈ പഠനങ്ങൾ. വീക്ഷണത്തിന്റെയും അപഗ്രഥനോപാധികളുടെയും പക്ഷപാതിത്വവും പരിമിതിയും സ്ത്രീരചനകളെ അവയുടെ സ്വാഭാവികപരിസരങ്ങളിൽനിന്നും വേർപെടുത്താൻ വിമർശകരെ നിർബ്ബന്ധിച്ചു. ഈ രചനകളുടെ വിമോചനധർമ്മങ്ങളും അധികാരവ്യവസ്ഥയോടുള്ള നിഷേധങ്ങളും അങ്ങനെ മൂടിവെക്കപ്പെട്ടു. ചുരുക്കത്തിൽ എഴുത്തുകാരികളുടെ സാഹിത്യരചനകളിൽനിന്നും പുരുഷാധിപത്യവ്യവസ്ഥയ്ക്കെതിരായ സൂചനകളെയും ചിഹ്നങ്ങളെയുമെല്ലാം എടുത്തുമാറ്റുകയോ മായ്ച്ചുകളയുകയോ ചെയ്തുകൊണ്ട് അധികാരവ്യവസ്ഥയെ കുറ്റവിമുക്തമാക്കുന്ന രാഷ്ട്രീയധർമ്മമാണ് ആ പഠനങ്ങൾ നിർവ്വഹിച്ചത്.

എഴുത്തുകാരിയെ അമ്മയായി വിശേഷിപ്പിച്ച് ആദർശപരിവേഷം നല്കുക, പ്രത്യേക സമുദായത്തിന്റെ കാഥികയായി പ്രാധാന്യം കുറയ്ക്കുക, പുരുഷവിദ്വേഷിയായി മുദ്രകുത്തുക, ഒറ്റപ്പെട്ട പ്രതിഭാസമോ കലാപകാരിയോ ആയി വിശേഷിപ്പിച്ച് 'സ്ത്രീത്വ'ത്തിന് അപവാദമാണെന്നു വരുത്തുക, എഴുത്തുകാരികളുടെ വ്യക്തിജീവിതകാര്യങ്ങൾ രചനകളിൽനിന്നും സങ്കല്പിച്ചെടുക്കുക, എഴുത്തുകാരിയുടെ ആത്മഹത്യക്ക് കൃതികളിൽനിന്നും 'തെളിവുകൾ' കണ്ടെത്തുക എന്നിങ്ങനെയാണ് വിമർശനത്തിന്റെ രീതി. എഴുത്തുകാരിയുടെ രചനകളെ സമീപിക്കുമ്പോൾ അനുവർത്തിക്കുന്ന സ്ത്രീ പുരുഷ വിവേചനമില്ലായ്മ,

പക്ഷേ, എഴുത്തുകാരിയെന്ന വ്യക്തിയോടുള്ള സമീപനത്തിൽ കൈയൊഴിയുന്നുവെന്നാണ് ഇതിന്റെ സാരം.

മലയാളത്തിൽ, ഒരുപക്ഷേ, ആദ്യമായി, ഫെമിനിസ്റ്റ് സാഹിത്യവിമർശനശാഖയിലെ ചില നിരീക്ഷണങ്ങൾ പരോക്ഷമായെങ്കിലും, പരിചയപ്പെടുത്തിയത് ഡോ. കെ രാഘവൻപിള്ളയുടെ 'സ്ത്രൈണം, സ്വാതന്ത്ര്യം, സ്ത്രീത്വം' എന്ന ലേഖന(1982)മാണ്. എലെയ്ൻ ഷോവാൾട്ടറിന്റെ പ്രസിദ്ധമായ ഫെമിനിസ്റ്റ് സാഹിത്യവിമർശന ഗ്രന്ഥത്തിന്റെ (*A Literature of Their Own: British Novelists from Bronte to Lessing*, 1977) ആദ്യപുറങ്ങളിൽ സ്ത്രീയുടെ സാഹിത്യപാരമ്പര്യത്തെക്കുറിച്ച് നടത്തുന്ന ചില നിരീക്ഷണങ്ങളാണവ. അവ ചുരുക്കി പ്രതിപാദിച്ചശേഷം ഷോവാൾട്ടറുടെ Feminine, Feminist, Female എന്നീ സങ്കല്പങ്ങളുടെ പാശ്ചാത്തലത്തിൽ ലളിതാംബിക അന്തർജ്ജനം, സരസ്വതിയമ്മ, രാജലക്ഷ്മി, മാധവിക്കുട്ടി, പി വത്സല, സാറാതോമസ് എന്നീ എഴുത്തുകാരികളുടെ ഏതാനും നോവലുകളും ചെറുകഥകളും വിശകലനം ചെയ്യുകയാണ് ലേഖകൻ. സ്ത്രീയും പുരുഷസംസ്കാരവും തമ്മിലുള്ള വൈരുദ്ധ്യങ്ങൾ, സ്ത്രീയുടെ വ്യക്തിപ്രകാശനത്തിനുള്ള ത്വര, സ്വാതന്ത്ര്യബോധം എന്നിവ അനുഭാവപൂർവ്വം ദർശിക്കുന്ന ലേഖകന്റെ സമീപനം ശ്ലാഘനീയമാണ്. പക്ഷേ, ഈ എഴുത്തുകാരികളുടെ രചനകൾ വിശകലനം ചെയ്യുന്നതിൽ അദ്ദേഹത്തെ സ്വാധീനിച്ചിരിക്കുന്നത് ഫെമിനിസ്റ്റ് സാഹിത്യവിമർശനത്തിന്റെ വീക്ഷണമോ രീതിയോ അല്ല, പ്രത്യുത, നിർണ്ണയനവാദത്തിന്റെയും അസ്തിത്വവാദത്തിന്റെയും വീക്ഷണങ്ങളാണ്. മാത്രവുമല്ല, ഷോവാൾട്ടറുടെ ഗ്രന്ഥം വ്യക്തമായി പ്രതിനിധാനം ചെയ്യുന്നതും സ്വയം പ്രഖ്യാപിക്കുന്നതുമായ ഫെമിനിസ്റ്റ് സാഹിത്യവിമർശനരീതിയെക്കുറിച്ചും ഫെമിനിസ്റ്റ് ദർശനത്തെക്കുറിച്ചും ലേഖകൻ മൗനമവലംബിക്കുകയും ചെയ്തിരിക്കുന്നു.

ഫെമിനിസ്റ്റ് സാഹിത്യവിമർശനപദ്ധതിയുടെ പ്രാധാന്യവും സാംഗത്യവും വൈകിയാണെങ്കിലും, മലയാളത്തിലെ ചില നിരൂപകന്മാർ ഗൗരവപൂർവ്വം ഉന്നയിക്കാൻ തുടങ്ങി. സച്ചിദാനന്ദൻ, സാറാജോസഫിന്റെ *പാപത്തറ* എന്ന കഥാസമാഹാരത്തിനെഴുതിയ ആമുഖപഠന(1990) മാണ് ശ്രദ്ധേയമായ ഒരു സംഭാവന. ഫെമിനിസ്റ്റ് സാഹിത്യനിരൂപണശാഖയിലെ ചില പ്രമേയങ്ങൾ പരിചയപ്പെടുത്തുന്ന ഈ പഠനം, സ്ത്രീവിമോചനാശയങ്ങളോട് അനുഭാവം പുലർത്തുകയും ഫെമിനിസ്റ്റ് സാഹിത്യവിമർശനം മുന്നോട്ടുവെക്കുന്ന വീക്ഷണ-സങ്കല്പങ്ങളുടെയും പാരായണരീതിയുടെയും പ്രാധാന്യം ബോദ്ധ്യപ്പെടുത്തുകയും ചെയ്തു. വി രാജകൃഷ്ണന്റെ *ചുഴികൾ ചിപ്പികൾ* എന്ന ലേഖന സമാഹാര (1990) ത്തിലെ ആദ്യലേഖനത്തിൽ, ഫെമിനിസത്തിന്റെയും ഇക്കോളജിയുടെയും കടന്നുവരവിനുശേഷം സാഹിത്യകൃതികളെ സമീപിക്കുവാൻ ഉപയോഗിച്ചുപോരുന്ന ചിരപരിചിതമായ മാർഗ്ഗങ്ങൾക്ക് ഇളക്കം തട്ടിയിരിക്കുന്നുവെന്ന യാഥാർത്ഥ്യം വ്യക്തമാക്കിയിരിക്കുന്നു. ഈ വിമർശന

പദ്ധതി തുറന്നു തന്നിട്ടുള്ള വ്യാഖ്യാന സാദ്ധ്യതകൾ ചെറിയൊരള വിൽപ്പോലും സാക്ഷാൽക്കരിക്കുവാനുള്ള ശ്രമം കേരളത്തിലുണ്ടായിട്ടി ല്ലെന്നും ലേഖകൻ എഴുതുന്നു.

ഇങ്ങനെ മലയാളത്തിൽ സമഗ്രമായി അവതരിപ്പിക്കപ്പെടാത്തതെ ങ്കിലും, സാമൂഹികവും സാംസ്കാരികവുമായി നിർണ്ണായക പ്രാധാന്യം നേടിക്കഴിഞ്ഞ ഫെമിനിസ്റ്റ് സാഹിത്യ വിമർശനരീതിയുടെ വെളിച്ചത്തിൽ ലളിതാംബിക അന്തർജ്ജനം, കെ സരസ്വതിഅമ്മ, രാജലക്ഷ്മി, മാധ വിക്കുട്ടി (കമല സുരയ്യ) എന്നീ പ്രശസ്തരായ എഴുത്തുകാരികളുടെ ചെറുകഥകളിൽ ആവിഷ്കൃതമായിരിക്കുന്ന സ്ത്രീവിമോചനത്തിന്റെയും സ്ത്രൈണാനുഭവ യാഥാർത്ഥ്യങ്ങളുടെയും പ്രമേയങ്ങൾ അനാവരണം ചെയ്യുവാനാണ് ഈ പുസ്തകത്തിന്റെ പരിശ്രമം. ഇത്തരമൊരു പഠന ത്തിന് സ്ത്രീവിമോചനാശയങ്ങളുടേതല്ലാത്ത വിശകലന ഉപാധികളോട് വിമർശനാത്മകവും ആരോഗ്യകരവുമായ ഒരവിശ്വാസ്യത പുലർത്തേ ണ്ടിവരുമെന്നത് സ്വാഭാവികമാണ്. ഈ എഴുത്തുകാരികളുടെ ചെറുക ഥകളെ, സാമ്പ്രദായിക മാർഗ്ഗത്തിൽനിന്നും വ്യതിചലിച്ചുകൊണ്ട് അവ സ്വാഭാവികമായും അഭിമുഖീകരിക്കുന്ന പുരുഷാധിപത്യ വ്യവസ്ഥയുടെ പ്രത്യയശാസ്ത്രങ്ങളിൽതന്നെ നിലനിർത്തി പരിശോധിക്കുകയാണ്.

മലയാളസാഹിത്യത്തിൽ, പുരുഷാധിപത്യത്തിനും സ്ത്രീയുടെ മർദ്ദി താവസ്ഥയ്ക്കുമെതിരെ ശക്തമായ പ്രതിഷേധങ്ങൾ ഉയർന്നുവന്നത് അന്തർജ്ജനത്തിന്റെ കാലം മുതല്ക്കാണ്. അന്തർജ്ജനത്തിന്റെ കഥക ളുടെ പശ്ചാത്തലം നമ്പൂതിരിമാരുടെ സമുദായ പരിഷ്കരണ സമരങ്ങ ളാണെന്നാണ് പൊതുവെയുള്ള വിചാരം. എന്നാൽ, പ്രസ്തുതസമരങ്ങൾ, പുരുഷതാല്പര്യത്തിനുവേണ്ടി ചെയ്ത 'വഞ്ചന'യായിരുന്നുവെന്നും സ്ത്രീസ്വാതന്ത്ര്യത്തെ ഈ പ്രസ്ഥാനക്കാർ ഒരിക്കലും മാനിച്ചിരുന്നില്ലെ ന്നുമാണ് സമരനായകനായിരുന്ന വി ടി ഭട്ടതിരിപ്പാടുപോലും സാക്ഷ്യ പ്പെടുത്തുന്നത്. സമുദായ പരിഷ്കരണ സംരംഭങ്ങൾക്കുപരി പ്രാധാന്യ മുള്ള മറ്റെന്തെങ്കിലും ചരിത്രപശ്ചാത്തലം കൂടിയുണ്ടെങ്കിൽ മാത്രമേ അന്തർജ്ജനം എന്ന എഴുത്തുകാരിക്ക്, പുരുഷമൂല്യങ്ങളുമായി ഇടയു വാനും കലഹിക്കുവാനും പുരുഷാധിപത്യത്തിനെതിരെ പ്രതിഷേധിക്കു വാനും സാധിക്കുമായിരുന്നുള്ളൂ. ഈ പക്ഷത്തെ സാധൂകരി ക്കുന്നതൊന്നും കേരളത്തിന്റെ സാഹിത്യ-സാംസ്കാരിക ചരിത്രങ്ങൾ നല്കുന്നില്ല. അതിനാൽ മലയാളത്തിലെ ആദ്യകാല മാസികകളിലൂടെ, പ്രധാനമായും സ്ത്രീ മാസികകളിലൂടെ, നടത്തിയ വിപുലമായ അന്വേ ഷണങ്ങളാണ് മലയാള സാഹിത്യത്തിൽ പെൺമയുടെ ആവിഷ്കാ രങ്ങൾക്കു പശ്ചാത്തലവും പ്രഭവകേന്ദ്രവുമായ സ്ത്രീവിമോചന പാര മ്പര്യം കണ്ടെത്താൻ സഹായകമായത്. പത്തൊൻപതാം ശതകത്തിന്റെ അന്ത്യഘട്ടംമുതൽ കേരളത്തിലെ പുരുഷാധിപത്യ വ്യവസ്ഥയ്ക്കെതിരെ സ്ത്രീകൾ ഉന്നയിച്ച വിമോചന സംവാദങ്ങൾ ഈ പാരമ്പര്യത്തിന്റെ പ്രകാശനങ്ങളാണ്. പ്രസ്തുത സംവാദങ്ങളോ അവയുടെ കർത്രികളോ

കേരളത്തിന്റെ സാഹിത്യ-സാംസ്കാരിക ചരിത്രത്തിൽ ഉൾപ്പെടുന്നില്ല. വിസ്മൃതമാക്കപ്പെട്ട ആ പാരമ്പര്യത്തിലേക്കു വെളിച്ചം പകരാൻ കഴിഞ്ഞുവെന്നതാവണം ഈ പഠനത്തിന്റെ ഒരു പ്രസക്തി.

1992 ൽ കേരള സർവ്വകലാശാലയിൽ സമർപ്പിച്ച ഗവേഷണ പ്രബന്ധമാണ് ഈ പുസ്തകത്തിന് ആധാരം. ആധുനിക ഫെമിനിസ്റ്റ് സാഹിത്യവിമർശനത്തിന്റെയും മലയാള സ്ത്രീസാഹിത്യ പാരമ്പര്യത്തിന്റെയും പശ്ചാത്തലത്തിൽ പെൺകഥകളെ അപഗ്രഥനം ചെയ്യുന്ന ഈ പഠനം മലയാള സാഹിത്യഗവേഷണമേഖലയിലെ ആദ്യത്തേതാണ്.

മലയാളത്തിലെ സ്ത്രീപഠനങ്ങളെ ഇനിയും മുന്നോട്ടുകൊണ്ടുപോകാൻ ഈ പുസ്തകം കുറെയെങ്കിലും പ്രേരകമാവുമെന്ന വിശ്വാസം എനിക്കുണ്ട്. സ്ത്രീരചനകളെ അനുഭാവപൂർവ്വം സമീപിക്കുന്ന വായനക്കാർക്കു മുമ്പാകെ ഇതു സമർപ്പിക്കുന്നു.

എൻ കെ രവീന്ദ്രൻ

കുറ്റിപ്പെൻസിൽകൊണ്ടെഴുതിയ ജീവിതകഥകൾക്കൊരാമുഖം

സാറാ ജോസഫ്

ഗവേഷണം തുടങ്ങിയ കാലത്തുതന്നെ ഏറെ ശ്രദ്ധിക്കപ്പെട്ട ഒന്നായിരുന്നു എൻ കെ രവീന്ദ്രന്റെ പ്രബന്ധം. എഴുത്തും ഭാഷയും സംസ്കാരവും ചരിത്രവും അധികാരഘടനയിലെ മേല്കീഴ് ബന്ധത്തിന്റെ അടിസ്ഥാനത്തിൽ വിലയിരുത്തുകയും സ്ത്രീവാദകാഴ്ചപ്പാടിൽ പുനർവായിക്കുകയും ചെയ്യുന്ന ഈ പ്രബന്ധം, കേരളത്തിലെ സ്ത്രീവിമോചന പ്രസ്ഥാനം ഏറെ പ്രതീക്ഷയോടെ നോക്കിക്കണ്ടു. എഴുപതുകളുടെ ഒടുവിലും എൺപതുകളിലുമായി കേരളത്തിൽ സ്ത്രീവിമോചനാശയങ്ങൾക്ക് കൂടുതൽ എല്ലുറപ്പുള്ള തുടർച്ച ഉണ്ടായിത്തുടങ്ങിയിരുന്നു. ഇതുണ്ടാക്കിയ ഉണർവ്വിൽ സാഹിത്യവും ഭാഷയും സംസ്കാരവും ചരിത്രവും പുനർനിർവ്വചിക്കപ്പെടാൻ തുടങ്ങി. അധികാരഘടനയിലെ സവർണ്ണ പുരുഷാധിപത്യം വിമർശിക്കപ്പെടുകയും പുനർനിർണ്ണയിക്കപ്പെടണമെന്ന ആശയം മുന്നോട്ടുവരികയും ചെയ്തു. രവീന്ദ്രന്റെ പ്രബന്ധം ആകാംക്ഷയോടെയാണ് വായിക്കപ്പെട്ടത്.

കേരളത്തിലെ എഴുത്തുകാരികൾക്ക് അന്നോളം സാഹിത്യത്തിലും സാഹിത്യചരിത്രത്തിലും ഉണ്ടായിരുന്ന സ്ഥാനം എന്തെന്ന് ലളിതാംബിക അന്തർജ്ജനം ഇങ്ങനെ അടയാളപ്പെടുത്തുന്നുണ്ട്:

'സ്ത്രീകൾ എന്നും സാഹിത്യലോകത്തിൽ പട്ടികജാതി-പട്ടിക വർഗ്ഗക്കാരായിരുന്നു. സാഹിത്യത്തോടടുക്കുവാൻ വിലക്കുണ്ട്. തീണ്ടും തൊടീലുമുണ്ട്. അന്തസ്സും ആഭിജാത്യവുമുള്ള കുടുംബങ്ങളിൽ സ്ത്രീകളുടെ ശബ്ദം പുറത്തു കേട്ടുകൂടാ എന്നാണ് വിധി.'

തീണ്ടലും തൊടീലും വിധിക്കപ്പെട്ടിട്ടും അദമ്യമായ ആത്മാവിഷ്കാര ദാഹത്തോടെ 'എഴുതിപ്പോയ' എഴുത്തുകാരികളുടെ ഒരു വൻനിരയെയാണ് രവീന്ദ്രൻ തന്റെ പ്രബന്ധത്തിൽ പരിചയപ്പെടുത്തിയത്.

ഒരു നൂറ്റാണ്ടുമുമ്പ്, ഇന്നത്തേതിനേക്കാൾ ഇരുട്ടുനിറഞ്ഞ ആചാരാനുഷ്ഠാനങ്ങളുടെ ബന്ധനത്തിൽ കുരുങ്ങിക്കിടന്നിരുന്ന അവർ, പൊട്ടിത്തെറിച്ചു പറഞ്ഞ വാക്കുകളുടെ കരുത്തും സ്വാതന്ത്ര്യദാഹവും പിന്നീട് ചരിത്രത്തിൽ അത്ര ഊക്കോടെ അവതരിപ്പിക്കപ്പെട്ടിട്ടില്ല. പഴയകാല വനിതാമാസികകൾ അരിച്ചുപെറുക്കി സൂക്ഷ്മപരിശോധന നടത്തി രവീന്ദ്രൻ ചെയ്ത പഠനം, പിന്നീട് സ്ത്രീവിമോചനപ്രവർത്തകർക്കും സാഹിത്യവിദ്യാർത്ഥികൾക്കും സ്ത്രീവാദരാഷ്ട്രീയപ്രസ്ഥാനത്തിനും ഏറെ പ്രചോദകമായിത്തീർന്നു.

കൊല്ലവർഷം 1062 ൽ (ക്രി.വ.1887) തിരുവനന്തപുരത്തുനിന്നും ആരംഭിച്ച *കേരളീയ സുഗുണബോധിനി* എന്ന ആദ്യത്തെ സ്ത്രീ പ്രസിദ്ധീകരണം തൊട്ട്, *ശാരദ* (ക്രി.വ. 1904), *ലക്ഷ്മീഭായി* (1905) *മഹിളാരത്നം* (1916) *മഹിള* (1921), *മഹിളാമന്ദിരം* (1927), *മലയാളമാസിക* (1931) *സ്ത്രീ* (1933)... തുടങ്ങിയ ആദ്യകാലമാസികകളുടെ നടത്തിപ്പിലും ഉള്ളടക്കത്തിലും സ്ത്രീകൾക്കുണ്ടായിരുന്ന പങ്ക്, സാമൂഹ്യമാറ്റത്തിൽ വഹിച്ച പങ്കിനെപ്പറ്റി, സൂക്ഷ്മമായ വിശകലനംതന്നെയാണ് രവീന്ദ്രന്റെ ഗവേഷണം നടത്തുന്നത്.

> ഈ മാസികകൾക്ക് സുനിശ്ചിതമായ സൈദ്ധാന്തിക നിലപാടുകളുണ്ടായിരുന്നുവെന്നൊന്നും പറയാനാവില്ല. സ്ത്രീയുടെ ഗാർഹികപദവി മെച്ചപ്പെടുത്തുന്നതിനുള്ള ഉപാധിയായാണ് ഇവ സ്ത്രീവിദ്യാഭ്യാസത്തെ കണ്ടത്. സ്ത്രീകളെ വിദ്യാസമ്പന്നരായ പുരുഷന്മാരുടെ ഉത്തമ സഹധർമ്മിണികളാക്കിത്തീർക്കുകയായിരുന്നു ഇവയുടെ പ്രഖ്യാപിതലക്ഷ്യവും.
>
> (*പെണ്ണെഴുതുന്ന ജീവിതം* - എൻ കെ രവീന്ദ്രൻ)

എന്നിരുന്നാലും, അത്ര മോശപ്പെട്ട ഒരു കാലാവസ്ഥയിൽ ജീവിച്ചുകൊണ്ടും ഈ മാസികകളിൽ എഴുതിക്കൊണ്ടിരുന്ന സ്ത്രീകൾ അവരുടെ ധീരമായ ശബ്ദം തുടർച്ചയായി കേൾപ്പിച്ചുകൊണ്ടിരുന്നു. വിവാഹവും കുടുംബവും സ്ത്രീയെ അകപ്പെടുത്തിയ കെണികളാണെന്ന അവബോധം പലരുടെയും എഴുത്തിൽ നിറഞ്ഞുനില്ക്കുന്നുണ്ട്.

'...ഒരു സ്ത്രീക്ക് ഐഹികസുഖം എത്രത്തോളം സിദ്ധിക്കുന്നുണ്ട്? ജനനംമുതൽ മരണംവരെ ഒരു അടിമയെപ്പോലെ വീട്ടിനുള്ളിൽത്തന്നെ നല്ലവണ്ണം ശുദ്ധവായുകൂടി ഏല്ക്കാതെ കാലക്ഷേപം കഴിച്ച് തന്നെ സംബന്ധിച്ച കാര്യങ്ങളിൽക്കൂടി യാതൊന്നും പറയാനോ പ്രവർത്തിക്കാനോ സ്വാതന്ത്ര്യമില്ലാതെയുള്ള ഒരു സ്ഥിതിയിൽ എന്തൊരു സൗഖ്യമാണ് ഉണ്ടാവാനുള്ളത്? എന്ന ചോദ്യങ്ങൾ ആദ്യകാല ലേഖികമാർ ചോദിക്കാൻ തുടങ്ങിയപ്പോൾ അതുണ്ടാക്കിയ അലോസരങ്ങൾ ചില്ലറയൊന്നുമാവാൻ വഴിയില്ല. വള്ളത്തോളിനെയും കൊട്ടാരത്തിൽ ശങ്കുണ്ണിയെയുംപോലുള്ള പുരുഷ എഴുത്തുകാർ പലപ്പോഴും സ്ത്രീകളുടെ സ്വാതന്ത്ര്യസങ്കല്പത്തെ എതിർത്തവരായിരുന്നു. ഭർത്തൃ

സാന്നിദ്ധ്യം എന്ന പേരിൽ കൊട്ടാരത്തിൽ ശങ്കുണ്ണി എഴുതിയ ഒരു ലേഖനത്തിൽ, ജോലിക്കായും മറ്റും ദൂരെപ്പോകുന്ന ഭർത്താവിന്റെ ഒപ്പം പോയി താമസിക്കാൻ കൂട്ടാക്കാത്ത സ്ത്രീകളെ കണക്കിന് ശകാരിക്കുന്നുണ്ട്. 'ഇങ്ങനെയുള്ളവരെ മനുഷ്യവർഗ്ഗത്തിൽപ്പെടുത്താമോ?' എന്നാണ് അദ്ദേഹം ചോദിക്കുന്നത്. 'പരസ്വമത്രേ കുലകന്യകാജനം' എന്നുള്ള വാസ്തവം വിചാരിച്ച് (സ്ത്രീകളെ) ഭർത്താക്കന്മാരുടെ കൂടെ അയയ്ക്കേണ്ടതാണ് എന്ന്, '*സ്ത്രീധർമ്മം മണിപ്രവാള*'മെന്ന കൃതിയിൽ എസ് പത്മനാഭപ്പണിക്കർ. വള്ളത്തോൾ ആവട്ടെ, ശീലാവതിയുടെ ഗുണാതിരേകങ്ങൾ ചൂണ്ടിക്കാട്ടി അമ്മാതിരി സ്ത്രീകളാണ് പുരുഷന്റെ ഭാഗ്യമെന്ന് നിർദ്ദേശിക്കുന്നു. മലയാളനാട്ടുവഴക്കപ്രകാരം സ്ത്രീയുടെ ജീവിതം സ്വന്തം തറവാട്ടിൽത്തന്നെയായിരുന്നു കഴിഞ്ഞുകൂടിയിരുന്നത്. സംബന്ധവഴിയും മറ്റും പുരുഷന്മാർ അങ്ങോട്ട് ചെന്നുചേരുകയാണ് ഉണ്ടായിരുന്നത്. കന്യക പരസ്വമാണ് തുടങ്ങിയ ആശയങ്ങൾ സംസ്കൃതപാരമ്പര്യവഴിക്ക് വന്നുകൂടിയതാണ്. കൊളോണിയൽ മുതലാളിത്തത്തിന്റെയും നഗരവല്ക്കരണത്തിന്റെയും ഫലമായാണ് 'ജോലിക്കായും മറ്റും ദൂരെപ്പോകുന്ന ഭർത്താക്കന്മാർ' ഉണ്ടായിവന്നത്. ഭർത്താവിനെ അനുഗമിക്കേണ്ടവളാണ് സ്ത്രീ എന്ന കൊളോണിയൽ സദാചാരസങ്കല്പമാണ് മുതലാളിത്ത സാമ്പത്തിക ഘടനയുടെ സംസ്കാരത്തെ നിർണ്ണയിക്കുന്നത്. ഇത് സാധിക്കണമെങ്കിൽ ജന്മിനാടുവാഴിത്ത സമ്പ്രദായത്തിലെ കുടുംബഘടനയെയും സദാചാരവ്യവസ്ഥയെയും ലംഘിക്കണം. അതിനുവേണ്ടിയുള്ള ആണധികാരത്തിന്റെ ശാസനകളാണ് എവിടെ ജീവിക്കണം എന്നു തീരുമാനിക്കാനുള്ള മലയാളസ്ത്രീകളുടെ സ്വയാധികാരത്തെ ഈ രീതിയിൽ ചോദ്യം ചെയ്തത്.

പെണ്ണെഴുതുന്ന ജീവിതം എന്ന ഈ പുസ്തകത്തിന്റെ ഒന്നാമദ്ധ്യായത്തിൽ കരുത്തുറ്റ ഒരു വലിയനിര എഴുത്തുകാരികളെ എൻ കെ രവീന്ദ്രൻ കണ്ടെത്തി പരിചയപ്പെടുത്തുന്നു. സ്വന്തം പേരുവെച്ചും, തൂലികാനാമത്തിലും എഴുതിയിരുന്ന അവർ സ്ത്രീജീവിതത്തിലെ 'ഇരുട്ടുകൾ' അകറ്റാൻ ഉതകുന്ന നാനാവിഷയങ്ങളെപ്പറ്റി ലേഖനങ്ങളെഴുതി. കഥകളും കവിതകളും നാടകവുമെഴുതി. ആൺകോയ്മയുമായി സംവാദത്തിലേർപ്പെട്ട് വാദമുഖങ്ങൾ നിരത്തി. പുരാണേതിഹാസങ്ങളെ സ്ത്രീയുടെ വീക്ഷണത്തിലൂടെ വായിച്ചെടുത്തു.

'സീത രാവണാലയത്തിൽ ഒരാണ്ടുപാർത്ത സംശയം പോക്കാൻ തീയിൽ ചാടിച്ചിട്ടും ശ്രീരാമനും മാലോകർക്കും സംശയം നീങ്ങിയില്ല. ലക്ഷ്മണൻ പന്തീരാണ്ടുകാലം തന്നെപ്പിരിഞ്ഞു പാർത്തിട്ടും കള്ളു കുടിച്ചു തണ്ടാൻ തെങ്ങിൽ കേറിയ മാതിരി ശൂർപ്പണഖയുടെ മൂക്കിലും മറ്റും പാഞ്ഞിട്ടും ഊർമ്മിളയ്ക്ക് ഒരു സംശയവുമുണ്ടായില്ല.' (സരോജിനി)

എന്നിങ്ങനെ രൂക്ഷപരിഹാസങ്ങൾ ചൊരിയാൻ ഇന്നുപോലും

എഴുത്തുകാരികൾ ധൈര്യം കാട്ടുന്നില്ല. കെ പത്മാവതിയമ്മ, ഐ ദേവകിയമ്മ, കെ ലക്ഷ്മിയമ്മ, സരോജിനി, കെ എം കുഞ്ഞുലക്ഷ്മിയമ്മ, ബി പാച്ചിയമ്മ, ബി കല്യാണിയമ്മ, പി ജി പൊന്നമ്മ, പാറക്കൽ ഗൗരിയമ്മ, മിസ്സിസ് സി ജേക്കബ് തുടങ്ങി പാർവ്വതി നെന്മിനിമംഗലം വരെയുള്ള ആദ്യകാല എഴുത്തുകാരികളെ പെണ്ണെഴുതുന്ന ജീവിതത്തിൽ രവീന്ദ്രൻ പരിചയപ്പെടുത്തുമ്പോൾ, ബലവത്തായൊരു കാലഘട്ടത്തിന്റെ ചിത്രമാണ് ചരിത്രത്തിൽനിന്ന് ചുരുളഴിഞ്ഞുനിവരുന്നതെന്നു കാണാം.

സ്ത്രീവിമോചനവും മലയാളികളും, സ്ത്രീവിമോചനം സാഹിത്യത്തിൽ എന്നീ രണ്ട് അദ്ധ്യായങ്ങൾ സ്ത്രീവിമോചനത്തിന്റെ രാഷ്ട്രീയത്തെ പൊതുവേയും മലയാളത്തിൽ സവിശേഷമായും ദീർഘമായിത്തന്നെ ചർച്ചചെയ്യുന്നുണ്ട്.

'അധികാരമുള്ള വിഭാഗത്തിന്റെ പ്രത്യയശാസ്ത്രങ്ങൾക്കായിരിക്കും ഏതു സമൂഹത്തിലെയും അധീശത്വം... ഈ അധീശത്വപ്രത്യയശാസ്ത്രം സമൂഹത്തിന്റെ സർവ്വമേഖലകളെയും കീഴടക്കുകയും വിശ്വാസങ്ങളും സങ്കല്പങ്ങളും മിത്തുകളും സദാചാരമൂല്യങ്ങളും സൃഷ്ടിച്ച് സർവ്വവ്യാപിയായിത്തീരുകയും ചെയ്യുന്നു... അതുമായി ഒത്തിണങ്ങിക്കഴിയാൻ ജനതയെ അനുശീലിപ്പിക്കുകയാണ് ഈ പ്രത്യയശാസ്ത്രങ്ങൾ ചെയ്യുക. വിദ്യാഭ്യാസസ്ഥാപനങ്ങൾ, പാർട്ടികൾ, സംഘടനകൾ, മതങ്ങൾ, മാധ്യമങ്ങൾ, സാഹിത്യം തുടങ്ങിയവ ഭരണവ്യവസ്ഥയുടെ പ്രത്യയശാസ്ത്രങ്ങൾ കുടികൊള്ളുന്ന സ്ഥാപനങ്ങളാണ്.

പുരുഷാധിപത്യവ്യവസ്ഥയുടെ പ്രത്യയശാസ്ത്രങ്ങൾക്കും ഇതുപോലെ ചില സ്ഥാപനങ്ങൾ വേണം. കുടുംബം, വിവാഹം, ചാരിത്ര്യം, മാതൃത്വം, പാതിവ്രത്യം, ലൈംഗികത, പ്രേമം, വ്യഭിചാരം, പർദ്ദ തുടങ്ങിയവ പുരുഷാധിപത്യവ്യവസ്ഥയുടെ പ്രത്യയശാസ്ത്രസ്ഥാപനങ്ങളാണ്.'

(പെണ്ണെഴുതുന്ന ജീവിതം - എൻ കെ രവീന്ദ്രൻ)

ഈ രാഷ്ട്രീയനിലപാടിൽ, ജീവിതത്തെയും സാഹിത്യത്തെയും വിലയിരുത്തുകയാണ്, മുമ്പു പറഞ്ഞ രണ്ട് ദീർഘമായ അദ്ധ്യായങ്ങളിൽ രവീന്ദ്രൻ ചെയ്യുന്നത്.

പുരുഷന്മാർ കുത്തകയാക്കിവെച്ചിരുന്ന സാഹിത്യലോകത്തേക്കുള്ള സ്ത്രീയുടെ പ്രവേശനം, ഒരു വിമോചനപ്രക്രിയയായിത്തീരുന്നതെങ്ങനെ എന്ന സൂക്ഷ്മനിരീക്ഷണമാണ് *സ്ത്രീവിമോചനം സാഹിത്യത്തിൽ* എന്ന അദ്ധ്യായത്തിലുള്ളത്. 'സ്ത്രീകളെഴുതുമ്പോൾ പുരുഷന്റെ' സാഹിത്യത്തിലെ നെടുനായകത്വം ചോദ്യംചെയ്യപ്പെട്ടെന്നുവരാം. സ്ത്രീകളുടെ സാഹിത്യപ്രവേശനം നിരോധിക്കുവാൻ പുരുഷന്മാർ സദാ ജാഗരൂകരായിരുന്നു' (രവീന്ദ്രൻ). മലയാളസാഹിത്യചരിത്രത്തിൽനിന്ന് ഇത് സാധൂകരിക്കുന്ന നിരവധി ഉദാഹരണങ്ങൾ രവീന്ദ്രൻ ചൂണ്ടിക്കാണിക്കുന്നുണ്ട്. അതേസമയം സാഹിത്യത്തിൽ സ്ത്രീകളുടെ സംഭാവനകൾ

അടയാളപ്പെടുത്താതെ പോവുകയും ചെയ്യുന്നു. മലയാളത്തിലെ ആദ്യകാല കഥാകാരികൾ ഇവ്വിധത്തിൽ പ്രാന്തവല്കൃതരായി എന്ന് രവീന്ദ്രൻ നിരീക്ഷിക്കുന്നു. ടി സി കല്യാണിയമ്മ, വട്ടോളിഅമ്മുവമ്മ, കെ ജെ അമ്മ, ചമ്പത്തിൽ ചിന്നമ്മു അമ്മാൾ, തച്ചാട്ടു ദേവകിനേത്യാരമ്മ, മുളങ്ങൂർ വിശാലാക്ഷിയമ്മ, വി പാർവ്വതിയമ്മ, ടി സി ലക്ഷ്മിക്കുട്ടിയമ്മ തുടങ്ങിയ കഥാകൃത്തുക്കളോ അവരുടെ സംഭാവനകളോ സാഹിത്യപാരമ്പര്യത്തിൽ ഉൾപ്പെടുന്നില്ല. '1800 മുതൽ 1960 വരെയുള്ള ചരിത്രത്തിൽ ഒരൊറ്റ സാഹിത്യവിമർശകയെപ്പോലും നാം പരിചയപ്പെടുന്നില്ലാ എന്ന് രവീന്ദ്രൻ അത്ഭുതത്തോടെ നിരീക്ഷിക്കുന്നു. അതേസമയം മാധവി, കെ എം കുഞ്ഞുലക്ഷ്മി കെട്ടിലമ്മ, ആറന്മുള കാർത്തിക തിരുനാൾ തമ്പുരാട്ടി, ബി ഭാഗീരഥിയമ്മ തുടങ്ങി ലളിതാംബിക അന്തർജ്ജനം വരെയുള്ള സാഹിത്യവിമർശകമാരിലാരുംതന്നെ 'സാഹിത്യവിമർശകർ' ആയി അംഗീകരിക്കപ്പെട്ടില്ല - എന്ന് ചൂണ്ടിക്കാണിക്കുന്നതോടൊപ്പംതന്നെ സാഹിത്യവിമർശനവും സാഹിത്യചരിത്രനിർമ്മാണവും പുരുഷന്റെ കുത്തകയിലായതിനാലാണ് സ്ത്രീകൾ പുറന്തള്ളപ്പെട്ടത് എന്നും പുരുഷാധിപത്യമൂല്യങ്ങൾ മാത്രമാണ് പുനരുല്പാദിപ്പിച്ചുകൊണ്ടിരിക്കുന്നതെന്നും നിരവധി ഉദാഹരണങ്ങളിലൂടെ രവീന്ദ്രൻ സമർത്ഥിക്കുന്നുമുണ്ട്.

മലയാളത്തിലെ പ്രമുഖ എഴുത്തുകാരികളായ ലളിതാംബിക അന്തർജ്ജനം, കെ സരസ്വതിയമ്മ, മാധവിക്കുട്ടി, രാജലക്ഷ്മി, വത്സല എന്നീ അഞ്ച് എഴുത്തുകാരികളുടെ രചനകളിലൂടെ അതിസൂക്ഷ്മ സഞ്ചാരം നടത്തി സ്ത്രൈണതയുടെ രാഷ്ട്രീയവും സംസ്കാരവും എന്താണെന്ന് വിലയിരുത്തുന്ന രീതിയിലാണ് *പെണ്ണെഴുതുന്ന ജീവിതമെന്ന* ഈ കൃതി രചിക്കപ്പെട്ടിട്ടുള്ളത്. സ്ത്രീ, സ്ത്രീശരീരം, സ്ത്രീത്വം, സ്ത്രൈണാനുഭവങ്ങളുടെ വ്യത്യസ്തത, സ്ത്രീപദവി, പെണ്ണെഴുത്ത് തുടങ്ങി അനേകം അടരുകളിലായി ഈ പഠനം വ്യാപിക്കുന്നു.

കുടുംബം എന്ന അധികാരസ്വരൂപം, ദാമ്പത്യത്തിന്റെ അകവും പുറവും, പ്രണയാനുഭൂതിയുടെ ആന്തരവൈരുദ്ധ്യങ്ങൾ, സ്ത്രീശരീരവും ലൈംഗികതയും, മാതൃത്വം എന്ന അനുഭവവും പീഡനവും, സമത്വമെന്ന സ്വപ്നഭൂമി തുടങ്ങി സുദീർഘങ്ങളായ എട്ട് അദ്ധ്യായങ്ങളാണ് ഈ പുസ്തകത്തിലുള്ളത്. ഓരോ അദ്ധ്യായത്തിലെ വിഷയവും ആൺകോയ്മാപ്രത്യയശാസ്ത്രത്തിനെതിരെ ബോധപൂർവ്വമായോ അബോധപൂർവ്വമായോ മേല്പറഞ്ഞ എഴുത്തുകാരികളുടെ നിലപാടുകളെന്ത് എന്ന് അന്വേഷിക്കുന്നുണ്ട്. ഒപ്പം താരതമ്യപഠനം നടത്തുന്നുണ്ട്. സാമൂഹ്യമുന്നേറ്റത്തിൽ ഓരോരുത്തരുടെ രചനയും വഹിച്ച പങ്കെന്ത് എന്നു നിരീക്ഷിക്കുന്നുണ്ട്. ആത്യന്തികമായി, ഓരോ സ്ഥാപനത്തിനകത്തും എന്താണ് സ്ത്രൈണാനുഭവങ്ങളുടെ വ്യത്യസ്തത എന്ന് അടയാളപ്പെടുത്തുന്നുമുണ്ട്. അണുകുടുംബത്തിൽ പുരുഷന്റെ പരമാധികാരവും സ്ത്രീയുടെ വിധേയത്വവുമാണ് നിലനില്ക്കുന്നത്. ഏംഗൽസ്

ചുണ്ടിക്കാണിച്ചതുപോലെ കുടുംബഘടനയിൽ 'പുരുഷൻ ബൂർഷ്വയും സ്ത്രീ തൊഴിലാളിയുമാണ്.' വിധേയയും തൊഴിലാളിയും അടിമയും രണ്ടാംകിടക്കാരിയുമായ, ഈ സെക്കൻഡ് സെക്സ് - ജീവിതമെഴുതുമ്പോൾ എങ്ങനെ എന്ന ഗവേഷണം മലയാളത്തിലെ പ്രമുഖരായ അഞ്ചെഴുത്തുകാരികളുടെ കഥാപഠനങ്ങളിലൂടെ അതിസൂക്ഷ്മമായി രവീന്ദ്രൻ നടത്തുന്ന ഒരു തീർത്ഥയാത്രയായിട്ടാണ് ഞാൻ കാണുന്നത്.

'ഇത് ആശാസ്യമാണോ' എന്ന ലളിതാംബിക അന്തർജ്ജനത്തിന്റെ കഥ രവീന്ദ്രൻ ഉദാഹരിക്കുന്നു. 'കുടുംബജീവിതം അവൾക്ക് 'അതിദയനീയ'മായിരുന്നെങ്കിലും ആ 'കുടുംബം' ശാന്തപൂർണ്ണമായിരുന്നു. ഭർത്താവിന്റെ അധികാരത്തിനും മർദ്ദനങ്ങൾക്കും ലൈംഗികാവശ്യങ്ങൾക്കും വശംവദയായി പാതിവ്രത്യനിഷ്ഠയോടെ കഴിഞ്ഞുപോന്നപ്പോൾ പ്രശാന്തമായിരുന്ന കുടുംബം ഭാര്യ, ഭർത്തൃവിരുദ്ധമായൊരാശയത്തിന്റെ പ്രചാരകയായതോടെ കലുഷിതമായിത്തീരുന്നു'

(പെണ്ണെഴുതുന്ന ജീവിതം - എൻ കെ രവീന്ദ്രൻ)

കതിർക്കറ്റ ചവിട്ടിമെതിച്ച് മണിയെടുത്ത് ചണ്ടിയും വൈക്കോലുമാക്കുന്നതുപോലെ, കുടുംബമെന്ന സ്ഥാപനം എങ്ങനെയെല്ലാം ഒരു സ്ത്രീയെ ചവിട്ടിമെതിക്കുകയും ഫലമെല്ലാം ചോർത്തിയെടുക്കുകയും ചെയ്യുന്നു എന്ന് ഏറെ എഴുതിയിട്ടുള്ള എഴുത്തുകാരിയാണ് അന്തർജ്ജനം. കുടുംബിനി ഒരെഴുത്തുകാരിയുംകൂടി ആവുമ്പോഴത്തെ ആത്മ/ശാരീരികസംഘർഷങ്ങളെയും അവർ സ്വന്തം കഥകളിലും ആത്മകഥാപരമായ കുറിപ്പുകളിലും എഴുതിയിട്ടുണ്ട്. സ്ത്രീയെഴുത്തിന്റെ അനുഭവങ്ങൾക്കൊരു പൊതുആമുഖമായിത്തന്നെ അത് നിലനില്ക്കുന്നു. അന്തർജ്ജനത്തിന്റെ കഥാപാത്രങ്ങൾ പക്ഷേ, ഇത്രയും മർദ്ദകമെങ്കിലും, കുടുംബമെന്ന ബന്ധത്തിൽനിന്ന് പുറത്തുകടക്കാൻ ആഗ്രഹിക്കുന്നവരല്ല. 'അതിന്റെ ഒരിഴപോലും പൊട്ടിക്കുവാൻ തങ്ങൾക്ക് സമ്മതമല്ല. പൊട്ടിയാൽ സങ്കടവുമാണ്' (കഥയല്ല; ഒരു കത്ത്) എന്നത്രേ ആ കഥാപാത്രങ്ങളുടെ നിലപാട്.

സ്വതന്ത്രയാവുന്ന സ്ത്രീയെ രണ്ടു കൈയും നീട്ടി സ്വീകരിക്കുന്ന ഒരു സമൂഹമല്ല, ശത്രുതാപരമായ ഒരു സമൂഹമാണ് 'വീടിന്'പുറത്ത് കൊത്തിവിഴുങ്ങാൻ കാത്തുനില്ക്കുന്നത് എന്നറിയാവുന്ന സ്ത്രീക്ക് കുടുംബമെന്ന ബന്ധനം കൂടുതൽ അഭികാമ്യമായി തോന്നുന്നതാവാം കാരണം. മലയാളത്തിൽ ഇതുവരെ ഉണ്ടായിട്ടുള്ള എഴുത്തുകാരികളിൽവെച്ച് ഏറ്റവും ശക്തയായ സ്ത്രീവാദ എഴുത്ത് എന്ന നിലയിൽ വേണം കെ സരസ്വതിയമ്മയെ വിലയിരുത്താൻ. അവർ എഴുതിക്കൊണ്ടിരുന്ന കാലഘട്ടത്തിൽ, ഫെമിനിസത്തിന്റെ പേരിൽ ഏറെ മാറ്റിനിർത്തപ്പെട്ടു. ചരിത്രത്തിൽ സ്ഥാനം നിഷേധിക്കപ്പെട്ടു. എഴുപതുകളിലും എൺപതുകളിലും മലയാളസാഹിത്യത്തിൽ സ്ത്രീവാദ എഴുത്തും വായനയും സജീവമാക്കപ്പെട്ടപ്പോഴാണ് കെ സരസ്വതിയമ്മയുടെ കഥകൾ അതിശക്തമായ പുനർവിചാരങ്ങൾക്ക് വിധേയമാകുന്നത്. ഈ ഒരു

വീണ്ടെടുപ്പിന് ഏറ്റവും കൂടുതൽ പ്രേരകമായത് എൻ കെ രവീന്ദ്രന്റെ പ്രബന്ധമാണ് എന്നു പറയാം.

ലളിതാംബിക അന്തർജ്ജനത്തേക്കാൾ രൂക്ഷമായ ഭാഷയിലും പെൺപക്ഷനിലപാടിലും ഊന്നിനിന്നുകൊണ്ടാണ് സരസ്വതിയമ്മ കഥകളെഴുതിയിട്ടുള്ളത്. അവർ എഴുതിക്കൊണ്ടിരുന്ന കാലഘട്ടത്തിൽ ആലോചിക്കാൻപോലും ഭയപ്പെടുന്ന ഒരു വിഷയം അവരുടെ കഥയിലേക്ക് കടന്നുവരുന്നത് ശ്രദ്ധിക്കുക. വിവാഹരാത്രിയിൽ ഭാര്യ ഒരു കൂസലുമില്ലാതെ ഭർത്താവിനോട് പറയുന്നു:

'ചില ആണുങ്ങളുടെ എഴുത്തുകളും ഫോട്ടോകളുമാണ് ഈ കിടക്കുന്നത്. എന്റെ പാതിവ്രത്യം പകുതിയും ഈ ബന്ധങ്ങൾ വഴി പോയിട്ടുണ്ടെന്നാണെന്റെ വിചാരം. പാതി പാതിവ്രത്യമേ ഇപ്പോഴെനിക്കുള്ളൂ- ഒരു സ്യൂഡോ പതിവ്രത-'

(പാതി പാതിവ്രത്യം)

പ്രതികാരദേവത എന്ന കഥയിലെ-താത്രിയെ ലക്ഷ്യം മാർഗ്ഗത്തെ സാധൂകരിക്കുന്നില്ല. സോദരീ എന്നു പറഞ്ഞു നിഷേധിച്ച അന്തർജ്ജനത്തേക്കാൾ ഏറെ ദൂരം മുന്നോട്ടുകുതിച്ചു സരസ്വതിയമ്മ. ഈ നിലപാടുകൊണ്ടാണ്, അവർ അത്രമേൽ അതിരുവല്ക്കരിക്കപ്പെട്ടതും.

വിട്ടുപോവാൻ അവൾ കൊതിക്കുന്ന ഒരടഞ്ഞ ലോകമാണ് രാജലക്ഷ്മിയുടെ 'നീരജ'യ്ക്ക് കുടുംബം. ചെറിയ ഇടവേളകളിൽപോലും അവൾ അവിടെനിന്നും രക്ഷനേടി കഥാകാരിയുടെ അടുത്തെത്തുന്നു. അച്ഛനും മകളും തമ്മിൽ, സഹോദരിയും സഹോദരനും തമ്മിൽ, ഭാര്യയും ഭർത്താവും തമ്മിലൊക്കെയുള്ള കുടുംബബന്ധങ്ങളുടെ പിഞ്ഞിപ്പോയ നൂലിഴകൾ കണ്ടെത്തിയ എഴുത്തുകാരിയാണ് രാജലക്ഷ്മിയും. മാധവിക്കുട്ടിയുടെ കഥകളിൽ കുടുംബം എന്ത് എന്നതിനെപ്പറ്റി വിശദമായിത്തന്നെ രവീന്ദ്രൻ പ്രതിപാദിക്കുന്നുണ്ട്. 'മാധവിക്കുട്ടിയുടെ കഥകൾ ഗാർഹികാദ്ധ്വാനവും സ്ത്രീജീവിതവും തമ്മിലുള്ള പീഡനാത്മകമായ ബന്ധങ്ങളും അവ സ്ത്രീക്കേകുന്ന സംഘർഷങ്ങളും വ്യഥകളും ചിത്രീകരിച്ചുകൊണ്ട് പുരുഷാധിപത്യവ്യവസ്ഥയുടെ കുടുംബിനീബിംബത്തിനു പിന്നിലെ വൈകൃതങ്ങൾ അനാവരണം ചെയ്യുന്നു. സ്ത്രൈണാനുഭവപ്രതിബദ്ധതയും നിരീക്ഷണപാടവവും ദൃശ്യകല്പനകളും ഒത്തിണങ്ങിയ *കോലാട്*, *നെയ്പ്പായസം*, *കുറ്റിക്കാട്ടിലെ നരി*, എന്നീ കഥകൾ വീട്ടുവേലകളാൽ തകർക്കപ്പെടുന്ന സ്ത്രീജീവിതത്തെക്കുറിച്ച് മലയാളത്തിലുള്ള അപൂർവ്വരചനകളാണ്.'

(പെണ്ണെഴുതുന്ന ജീവിതം - എൻ കെ രവീന്ദ്രൻ)

എഴുത്തുകാരന്മാരിൽനിന്ന് തികച്ചും വ്യത്യസ്തമായ ഒരെഴുത്തനുഭവമാണ് എഴുത്തുകാരികൾക്കുള്ളത്. അവർക്ക് ആവിഷ്കരിക്കാനുള്ളതും വ്യത്യസ്തമായ അനുഭവങ്ങളാണ്. ഇതിനുതകുന്ന ഭാഷയ്ക്കും സൗന്ദര്യദർശനത്തിനുവേണ്ടിയുള്ള പിടച്ചിൽ അവരുടെ കൃതികളിലുടനീളം കാണാം. ഇങ്ങനെയെല്ലാം നൊന്തും ക്ലേശിച്ചും അവർ എഴു

തിക്കൂട്ടുന്നതിന്റെ മൂല്യം എന്താണ്? രവീന്ദ്രൻ വിലയിരുത്തുന്നു.

'മാനുഷികതയുടെ സ്വതന്ത്രവും ലളിതവുമായ അനുഭവങ്ങളാണ് സ്ത്രീജീവിതം അഭിലഷിക്കുന്നതെന്ന അപൂർവ്വമായ അറിവാണ് ഈ എഴുത്തുകാരിയുടെ കഥകൾ വിനിമയം ചെയ്യുന്നത്.'

അതുകൊണ്ടാണ്, യുദ്ധത്തിനും പരിസ്ഥിതിനാശത്തിനും ദാരിദ്ര്യത്തിനും അഴിമതിക്കുമൊക്കെ എതിരെ ലോകമെമ്പാടുമുള്ള എഴുത്തുകാരികൾ, ഒരു പ്രതിസംസ്കാര സൃഷ്ടിക്കായി ഏതു പ്രതികൂല സാഹചര്യത്തിലും അവിരാമമായി എഴുതിക്കൊണ്ടിരിക്കുന്നത്. അധികാരിയായ പുരുഷനെ നിശിതമായി വിമർശിക്കുന്നതോടൊപ്പം അവനെക്കൂടി ചേർത്തുപിടിച്ചുകൊണ്ട് ഒരു ബദൽ ലോകം സൃഷ്ടിക്കുക. അതാണ് സ്ത്രീയുടെ സ്വപ്നം. അതിന്റെ ഇടറിയും പതറിയും ഉറച്ചും ചലിച്ചുമുള്ള പല ചുവടുകളാണ് സ്ത്രീയെഴുത്തിന്റെ ചരിത്രത്തിൽ നാം പിന്നിട്ടുപോന്നത്.

ഒരു നൂറ്റാണ്ടിലേറെക്കാലത്തെ സ്ത്രീയെഴുത്തിന്റെ അർത്ഥവ്യാപ്തികളിലേക്ക് ഗവേഷണബുദ്ധിയോടെയും അനുഭാവത്തോടെയും സഞ്ചരിച്ച എന്റെ പ്രിയസുഹൃത്തിന്റെ ഈ പുസ്തകം ഇവിടെ ഇങ്ങനെ അവതരിപ്പിക്കാൻ കഴിഞ്ഞതിൽ ഞാൻ ഏറെ സന്തുഷ്ടയാണ്. ഗവേഷണ വിദ്യാർത്ഥികൾക്ക് പ്രയോജനകരമായിത്തീരുന്ന ഒരു പഠനഗ്രന്ഥമാണ് ഇതെന്നകാര്യത്തിൽ ഒരു സംശയവുമില്ല. അപൂർവ്വമായ ഇത്തരം ഗൗരവരചനകൾ ഏറെയൊന്നും മലയാളത്തിൽ സ്ത്രീയെഴുത്തിനെ വിലയിരുത്തിക്കൊണ്ട് ഉണ്ടായിട്ടില്ല. രവീന്ദ്രന് നന്ദി.

1

സ്ത്രീവിമോചനവും മലയാളികളും

സ്ത്രീവിമോചനം ഒരു സാമൂഹിക- ജനാധിപത്യപ്രശ്നമെന്ന നിലയിൽ കേരളീയ സമൂഹത്തിൽ പ്രത്യക്ഷമാവുന്നത്, കേരളചരിത്രത്തിലെ അതിനിർണ്ണായക കാലഘട്ടമായ പത്തൊൻപതാം ശതകത്തിന്റെ ഉത്തരാർദ്ധത്തിലാണ്. കേരളീയർ സ്വയം കണ്ടെത്തുന്ന ഈ നവോത്ഥാന കാലത്താണു നമ്മുടെ സാംസ്കാരിക മണ്ഡലവും സമ്പദ്ഘടനയും അഭൂതപൂർവ്വമായ പരിവർത്തനങ്ങൾക്കു വിധേയമാവുന്നത്. കേരളം ഒരു ജനാധിപത്യ സമൂഹമായി പരിണമിക്കുന്നതിന്റെ ആദ്യസ്പന്ദനങ്ങൾ ഇക്കാലം മുതൽ ദൃശ്യമാവുന്നു. ഈ കാലഘട്ടത്തിന്റെ ചരിത്ര പ്രാധാന്യത്തെക്കുറിച്ച് പി കെ ബാലകൃഷ്ണൻ നല്കുന്ന വിവരണം പ്രസക്തമാണ്:

> പത്തൊൻപതാം നൂറ്റാണ്ടിന്റെ ഉത്തരാർദ്ധം മുതൽ ഇരുപതാം നൂറ്റാണ്ടിന്റെ പിറവി വരെയുള്ള 50 കൊല്ലം- പ്രത്യേകിച്ചും അവസാനത്തെ ഇരുപതുകൊല്ലം അത്ഭുതകരവും അവിശ്വസനീയവുമായ പരിവർത്തനങ്ങളാണ് കേരളത്തിൽ വരുത്തിയത്. 1850 ന് അപ്പുറത്തേക്കു കടന്നാൽ പണ്ടെന്നോ പണ്ടുപണ്ടെന്നോ പറയാവുന്ന ഒരു പ്രാകൃതകാലത്തിലാണു നാം ചെന്നെത്തുക. അതുപോലെ 1900 കഴിഞ്ഞാൽ തീർത്തും ആധുനികമായ ഒരു യുഗത്തിലും നാം വന്നെത്തും. ഈ രണ്ടുഘട്ടങ്ങളും കൂട്ടിയിണക്കുന്ന പാലമാണ് 19-ാം നൂറ്റാണ്ടിന്റെ ഉത്തരാർദ്ധം. കേരളീയജീവിതം രണ്ടായിരം കൊല്ലത്തിന്റെ ചാട്ടം ചാടിയ കാലമാണ് ആ അൻപതുകൊല്ലം.[1]

സമഗ്രവും ദൂരവ്യാപകവുമായ പരിവർത്തനങ്ങൾക്കു മാർഗ്ഗമൊരു

ക്കിയ ഈ ചരിത്രഘട്ടമാണ് സ്ത്രീവിമോചനത്തിന്റെ പ്രശ്നങ്ങളും ഉയർത്തിവിട്ടതെന്ന വസ്തുത അതിനാൽ യാദൃച്ഛികമല്ല. ചരിത്രപരമായ ഒരനിവാര്യതയായിരുന്നു അത്. നമ്മുടെ സമൂഹത്തിന്റെ പ്രത്യയശാസ്ത്ര മണ്ഡലത്തിലും ആന്തരികഘടനയിലും സംഭവിച്ച ചില പരിവർത്തനങ്ങളുമായി ബന്ധപ്പെടുത്തി വേണം ഇതു പരിശോധിക്കാൻ.

പാശ്ചാത്യമിഷനറിമാരുടെ പ്രവർത്തനങ്ങളും ബ്രിട്ടീഷ് ആധിപത്യത്തോടെ സാർവ്വത്രികമായിത്തീർന്ന ഇംഗ്ലീഷ് വിദ്യാഭ്യാസവും നവോത്ഥാന ദർശനങ്ങളുമാണ് കേരളത്തിന്റെ പ്രത്യയശാസ്ത്ര മണ്ഡലത്തെ തകിടം മറിക്കുന്നത്. അതുവരെ നമുക്കജ്ഞാതമായിരുന്ന അനേകം നവീനാശയങ്ങളും ആചാരങ്ങളും വിശ്വാസങ്ങളും ആദർശങ്ങളും അവ പ്രദാനം ചെയ്തു. പുതിയൊരു ലോകവീക്ഷണവും സ്ത്രീപുരുഷ ബന്ധങ്ങളെ സംബന്ധിച്ച നവീനാദർശങ്ങളും മൂല്യവ്യവസ്ഥകളും പുതിയ സാഹിത്യരൂപങ്ങളും ദർശനങ്ങളുമെല്ലാം ഇംഗ്ലീഷ് വിദ്യാഭ്യാസത്തിലൂടെയാണു നമുക്കു ലഭിക്കുന്നത്. മനുഷ്യസ്വാതന്ത്ര്യവുമായി ഗാഢബന്ധമുള്ളവയാണല്ലോ ഈ ആശയങ്ങളെല്ലാം. ഉപരിഘടനയിലെ ഇത്തരം പരിവർത്തനങ്ങളുടെ ഫലമായി, പുത്തൻ വീക്ഷണങ്ങളും മൂല്യസംഹിതയും സ്വാതന്ത്ര്യബോധവും സ്വായത്തമാക്കിയ ഒരു പുതിയ വർഗ്ഗം കേരളത്തിൽ ഉടലെടുത്തു.

ഇംഗ്ലീഷ് വിദ്യാഭ്യാസത്തിന്റെ ആദ്യാനുകൂല്യങ്ങൾ സിദ്ധിച്ച ഈ വർഗ്ഗം പുരുഷൻമാരായിരുന്നു. അവരുടെ സ്ത്രീകളാകട്ടെ അപരിഷ്കൃതത്വത്തിലും അജ്ഞതയിലും കഴിയുകയായിരുന്നു. ഈ അവസ്ഥ, തികച്ചും അനിവാര്യമായിരുന്ന ചില പ്രതിസന്ധികളും വൈരുദ്ധ്യങ്ങളും ഈ പുതിയ വർഗ്ഗത്തിനിടയിൽ സൃഷ്ടിച്ചു. സ്വാതന്ത്ര്യത്തിന്റെ നവീനാശയങ്ങൾ പ്രത്യയശാസ്ത്രമണ്ഡലത്തെ സ്വാധീനിച്ചുകഴിഞ്ഞിരുന്നതിനാൽ സ്ത്രീകളിലും അവയുടെ സ്പന്ദനങ്ങൾ ഉണർന്നുകഴിഞ്ഞിരുന്നു. മറ്റെവിടെയുമെന്നപോലെ, പുരുഷന്മാരുടെ മാത്രം അവകാശങ്ങളായല്ല കേരളത്തിലും അവ പ്രചരിച്ചിരുന്നത്. ഇന്ത്യയിലെ സ്ത്രീവിമോചനപ്രശ്നങ്ങളുടെ ആവിർഭാവത്തെ സംബന്ധിച്ച പഠനത്തിൽ വീണാ മജുംദാർ പറയുന്നപോലെ,

'കൊളോണിയൽ വിദ്യാഭ്യാസത്തിന്റെ ആദ്യോല്പന്നങ്ങളായ അഭ്യസ്തവിദ്യരായ മദ്ധ്യവർഗ്ഗം അഭിമുഖീകരിച്ച സ്വത്വപ്രതിസന്ധിയിൽ നിന്നാണ് സ്ത്രീപ്രശ്നം ഉയർന്നുവന്നത്. കൊളോണിയൽ ഭരണാധികാരികളുടെ ജീവിതചര്യകൾ പിന്തുടരാൻ ശ്രമിച്ചിരുന്ന ഇവരിലധികം പേർക്കും തങ്ങളുടെ സ്വന്തം, സ്ത്രീകളുടെ അവസ്ഥ ഒരു പ്രതിബന്ധമായനുഭവപ്പെട്ടു.'[2]

ബ്രിട്ടീഷ് ഭരണത്തിൻകീഴിൽ വിവിധ ഔദ്യോഗികതുറകളിൽ വ്യാപരിക്കുന്നവരും ഇംഗ്ലീഷ് ജീവിതരീതികളുമായും സ്ത്രീപുരുഷ ബന്ധങ്ങളുമായും നിത്യസമ്പർക്കമുള്ളവരും ഉൽക്കർഷേച്ഛുക്കളും ആയിരുന്ന ഈ പുരുഷന്മാർ സ്വന്തം സ്ത്രീകളുടെ അപരിഷ്കൃതാവസ്ഥയിൽ അപ

മാനിതരായിത്തീർന്നതിൽ അത്ഭുതമില്ല. എന്നാൽ പുരുഷൻമാർക്ക് അഭിമുഖീകരിക്കേണ്ടിവന്ന മാനസികവൈഷമ്യങ്ങളുടെ പരിഹാരമായൊന്നുമല്ല സ്ത്രീകൾക്ക് വിദ്യാഭ്യാസാവകാശം അനുവദിക്കപ്പെട്ടത്. കുടുംബത്തിലെ ഉത്തരവാദിത്വങ്ങൾ കാര്യക്ഷമമായി നിർവ്വഹിക്കുവാനോ തങ്ങളുടെ കുഞ്ഞുങ്ങളെ ആധുനിക രീതികൾക്കനുയോജ്യരായി വളർത്തിയെടുക്കുവാനോ, അപരിഷ്കൃതകളും അന്ധവിശ്വാസികളുമായ സ്ത്രീകൾക്ക് കഴിയുമായിരുന്നില്ല. സ്ത്രീയുടെ സാമൂഹികവും സാമ്പത്തികവുമായ അഭ്യുന്നതിയൊന്നും ഈ വിദ്യാസമ്പന്നരായ പുരുഷൻമാർ ആഗ്രഹിച്ചിരുന്നില്ലെങ്കിലും കേരളത്തിൽ, ലളിതാംബിക അന്തർജ്ജനം എഴുതിയതുപോലെ,

> ..... സ്ത്രീ വിദ്യാഭ്യാസത്തിനും സ്വാതന്ത്ര്യത്തിനുംവേണ്ടി ആധുനികമായ ഒരു വിപ്ലവം ആരംഭിച്ചു. അഭ്യസ്തവിദ്യരായ യുവാക്കൾ സഹധർമ്മിണിമാരെയും പുത്രിമാരെയും നവീന വിദ്യാഭ്യാസം കൊടുത്ത് നൂതന രീതിയിൽ വളർത്തണ്ഡലത്തിൽ സംജാതമായ പരിവർത്തനങ്ങളെ ത്വരിതപ്പെടുത്തുകയും അവയ്ക്കനുകൂലമായി സംഘടിത മനുഷ്യശക്തി സമാഹരിക്കുകയുമാണ് കേരളത്തിലെ സമൂഹപരിഷ്കരണപ്രസ്ഥാനങ്ങൾ ചെയ്തത്. ഈ പ്രസ്ഥാനങ്ങളും പില്ക്കാലത്ത് സ്വാതന്ത്ര്യസമര പ്രസ്ഥാനവും സമൂഹത്തിന്റെയാകെ സ്വാതന്ത്ര്യബോധത്തെയെന്നപോലെ സ്ത്രീകളുടെ വിമോചനാഭിലാഷങ്ങളെയും തുറന്നുവിട്ടു. അയ്യൻകാളിയുടെയും നാരായണഗുരുവിന്റെയും ചട്ടമ്പിസ്വാമികളുടെയും സാധുകൊച്ചുകുഞ്ഞിന്റെയും വി ടി ഭട്ടതിരിപ്പാടിന്റെയും വാഗ്ഭടാനന്ദന്റെയും മറ്റും നേതൃത്വത്തിൽ ഉയർന്നുവന്ന പ്രസ്ഥാനങ്ങൾ ജാതിക്കും അനാചാരങ്ങൾക്കും എതിരെയും മനുഷ്യപുരോഗതിക്കുവേണ്ടിയും ഉയർത്തിയ പ്രക്ഷോഭങ്ങൾ സ്ത്രീകളുടെ പദവിയിലും പരിവർത്തനങ്ങൾ സൃഷ്ടിച്ചവയായിരുന്നു. ബഹുഭാര്യത്വം, ബഹുഭർത്തൃത്വം, സംബന്ധം, സ്ത്രീധനം, തിരണ്ടുകുളി, ബാലികാവിവാഹം, സ്ഥിരവൈധവ്യം തുടങ്ങിയ മനുഷ്യത്വഹീനങ്ങളായ അനാചാരങ്ങൾക്കെതിരെ നടന്ന സമരങ്ങൾ സ്ത്രീജീവിതവുമായി പ്രത്യക്ഷബന്ധമുള്ളവയായിരുന്നല്ലോ.

സ്വാതന്ത്ര്യപ്രസ്ഥാനം ശക്തിയാർജ്ജിച്ചതോടെ അനേകം സ്ത്രീകൾ സമരരംഗത്തേക്കു മുന്നേറുകയും സ്ത്രീകളുടെ സംഘടിതശക്തിയും ത്യാഗസന്നദ്ധതയും സമൂഹത്തെ ബോദ്ധ്യപ്പെടുത്തുകയും ചെയ്തു. സ്ത്രീശക്തിയെ അവഗണിച്ചുകൊണ്ട് ദേശീയവിമോചനം അസാദ്ധ്യമാണെന്നും ജനനിയും ജന്മഭൂമിയും ഒരുപോലെ മഹത്തരമാണെന്നും ദേശീയപ്രസ്ഥാനം ഉദ്ഘോഷിച്ചു. *യങ് ഇന്ത്യ*യിൽ ഗാന്ധിജി എഴുതിയ ലേഖനത്തിന്റെ ശീർഷകംതന്നെ 'സ്ത്രീകളെ വിമോചിപ്പിക്കുക' എന്നായിരുന്നു[4]. സ്ത്രീവിമോചനം, ദേശീയവിമോചനം തുടങ്ങിയ

പ്രശ്നങ്ങൾ ഗ്രാമാന്തരങ്ങളിൽപ്പോലും എത്തിക്കേണ്ടതിന്റെ ആവശ്യകത ആ ലേഖനത്തിൽ ഗാന്ധിജി വ്യക്തമാക്കുന്നുണ്ട്. ദേശീയപ്രസ്ഥാനമുയർത്തിയ സമത്വം, സ്വാതന്ത്ര്യം, സാഹോദര്യം എന്നീ മുദ്രാവാക്യങ്ങളും സമൂഹബോധത്തിൽ അഭൂതപൂർവ്വമായ ആവേശവും ആത്മവിശ്വാസവും സൃഷ്ടിക്കാൻ പര്യാപ്തമായിരുന്നു.

പത്തൊൻപതാം ശതകത്തിന്റെ ഉത്തരാർദ്ധത്തിൽ കേരളത്തിന്റെ സമ്പദ്വ്യവസ്ഥയിലുണ്ടായ മാറ്റങ്ങൾക്കു സമാന്തരമെന്നോണം സമൂഹത്തിന്റെ ആന്തരികഘടനയിൽ സംഭവിച്ച ചില അപൂർവ്വസവിശേഷതകളും ഉണ്ടായിരുന്നു. തിരുവിതാംകൂർ, കൊച്ചി എന്നീ നാട്ടുരാജ്യങ്ങളിലും മലബാറിലും സംഘടിതമായ വ്യവസായവല്ക്കരണ ശ്രമങ്ങൾ ആരംഭിക്കുന്നത് ഈ കാലഘട്ടത്തിലാണല്ലോ. തത്ഫലമായി കേരളത്തിൽ മുതലാളിത്തരീതിയിലുള്ള ഉല്പാദനസമ്പ്രദായങ്ങളും ഉല്പാദനബന്ധങ്ങളും വികസ്വരമായി. ആഗോളമുതലാളിത്ത ബന്ധത്തിലേക്കു കേരളം ആകർഷിക്കപ്പെടുകയായിരുന്നു. ഫ്യൂഡലിസത്തിൽ കൃഷിഭൂമിയായിരുന്നു മുഖ്യ ഉല്പാദനോപാധി. വ്യവസായ മുതലാളിത്തത്തിന്റെ വികാസം ഭൂമിയോടുള്ള ആശ്രിതത്വത്തിൽനിന്നും മനുഷ്യരെ വിമുക്തരാക്കാൻ തുടങ്ങി. പലതരം വ്യവസായങ്ങളും ബാങ്കിങ്, വാണിജ്യം, ജോയിന്റ് സ്റ്റോക്ക് കമ്പനികൾ, ഗതാഗതം എന്നിവയും രൂപംകൊണ്ടു. ഭരണസംബന്ധമായ സേവനമേഖല വികസിച്ചു.

ഈ പരിവർത്തനങ്ങളുടെയെല്ലാം ഫലമായി കേരളത്തിൽ പുതിയ തൊഴിൽമേഖലകൾ സൃഷ്ടിക്കപ്പെടുകയും ജാതിമതവർഗ്ഗഭേദമെന്യേ അസംഖ്യം ആളുകൾ അവിടങ്ങളിലേക്കാകർഷിക്കപ്പെടുകയും ചെയ്തു. അക്കാലംവരെ കേരളീയസമൂഹത്തിന് അപരിചിതമായിരുന്ന ഒരു പുതിയ സാമ്പത്തികവർഗ്ഗം ജന്മമെടുത്തു. വേതനത്തിനുവേണ്ടി പണിയെടുക്കുന്ന അഭ്യസ്തവിദ്യരും അല്ലാത്തവരുമടങ്ങിയ ഒരു വർഗ്ഗമായിരുന്നു അത്. കേസരിനായനാരുടെ ഭാഷയിൽ പറഞ്ഞാൽ 'ബൊട്ട്ളോർ', 'മേസ്ത്രി', 'മേഷ്ടര്' മുതലായ ഒരു പുതിയ വർഗ്ഗം.[5]

ജന്മി-നാടുവാഴിത്ത വ്യവസ്ഥയിൽ ഉല്പാദന-തൊഴിൽ മേഖലകൂടിയായിരുന്നു കുടുംബം. അദ്ധ്വാനവും ഉല്പാദനവും കുടുംബത്തെ കേന്ദ്രീകരിച്ചായതിനാൽ അതൊരു സാമ്പത്തിക യൂണിറ്റ് ആയിരുന്നു. കേരളം ഒരു വ്യവസായ-വാണിജ്യ സമൂഹമായി മാറാൻ തുടങ്ങിയതോടെ അതുവരെ കുടുംബജീവിതത്തിന്റെ ഭാഗമായിരുന്ന തൊഴിൽ (അദ്ധ്വാന പ്രവർത്തനം) കുടുംബത്തിൽനിന്നും വേർപെട്ടു. കുടുംബത്തിന്റെ സാമ്പത്തികപ്രാധാന്യം കുറഞ്ഞു. കുടിൽവ്യവസായങ്ങൾ തകർക്കപ്പെടുകയും അവ മിക്കവാറും ഫാക്ടറി സമ്പ്രദായത്തിന്റെ ഭാഗമായിത്തീരുകയും ചെയ്തു. അസംഖ്യം മലയാളികൾ മദിരാശി, സിലോൺ, പെനാംഗ്, റങ്കൂൺ തുടങ്ങിയ വിദൂരദേശങ്ങളിൽ തൊഴിൽ തേടിപ്പോകാൻ നിർബ്ബന്ധിതരായതും ഈ കാലഘട്ടത്തിലാണ്. വീട്-തൊഴിൽസ്ഥലം എന്ന ഘടനാപരമായ ഒരു വിഭജനം കേരളത്തിലും

സംഭവിച്ചു. തൊഴിൽസ്ഥലത്തേക്കു പുറപ്പെടാനും അവിടെനിന്നും തിരിച്ചെത്താനുമുള്ള ഒരു താവളമെന്നോണം കുടുംബം മാറുകയായിരുന്നു. അതോടൊപ്പം തറവാടുവ്യവസ്ഥ തകരാനും ചെറിയ കുടുംബങ്ങൾക്കു പ്രാധാന്യം കൈവരാനും തുടങ്ങിയിരുന്നു. ദൂരദേശങ്ങളിൽ പണിയെടുക്കുന്നവർ കൂട്ടുകുടുംബങ്ങളുപേക്ഷിക്കുകയും പ്രത്യേക കുടുംബങ്ങൾ രൂപവല്കരിക്കുകയും ചെയ്തു.[6]

ഇതെല്ലാം കേരളത്തിലെ സ്ത്രീകളുടെ ജീവിതത്തിൽ പുതിയ പ്രശ്നങ്ങൾ സൃഷ്ടിച്ചു. അഭ്യസ്തവിദ്യരെപ്പോലെ പുതിയ സാമ്പത്തിക വർഗ്ഗവും സ്വാഭാവികമായും പുരുഷന്മാരായിരുന്നു. പുരുഷന്മാർക്കു സിദ്ധിച്ച പ്രാമാണ്യം സമ്പദ്കാര്യത്തിലും രാഷ്ട്രീയ സാംസ്കാരിക മേഖലകളിലുമെല്ലാം ധാരാളം അധികാരങ്ങളും അവകാശങ്ങളും അവർക്കു നല്കി. സ്ത്രീകൾ പൂർണ്ണമായും പുരുഷന്മാരെ ആശ്രയിച്ചു കഴിയേണ്ടവരായിത്തീർന്നു. തറവാടുവ്യവസ്ഥയിലെ സ്ത്രീകൾക്ക് നിലനില്പിനുവേണ്ടി ഭർത്താക്കന്മാരെ ആശ്രയിക്കേണ്ടിയിരുന്നില്ല. പലപ്പോഴും ഒരു സ്ത്രീക്ക് ഒന്നിലധികം ഭർത്താക്കന്മാർപോലും ഉണ്ടായിരുന്നുവല്ലോ. കേരളത്തിലുടനീളം എല്ലാ ജാതിസമൂഹങ്ങളിലും ഒരു തരം 'പറ്റലൈംഗികവേഴ്ചാ സമ്പ്രദായം' നിലനിന്നിരുന്ന അക്കാലത്ത് ഇന്നു നാം കാണുന്ന തരത്തിലുള്ള കുടുംബസദാചാരമോ ലൈംഗിക സദാചാരമോ പിതൃത്വസങ്കല്പങ്ങളോ ഉണ്ടായിരുന്നില്ല.[7] എന്നാൽ പുതിയ കുടുംബങ്ങളിൽ സ്ത്രീകൾ ആശ്രിതകളായ വീട്ടമ്മമാരായിത്തീർന്നതോടെ ചാരിത്ര്യം, പാതിവ്രത്യം, മാതൃത്വം, വിധേയത്വം, ആദർശഭാര്യ എന്നിത്യാദികളെ സംബന്ധിച്ച പ്രത്യയശാസ്ത്രങ്ങളും സദാചാരനിയമങ്ങളും സൃഷ്ടിക്കപ്പെട്ടു. മറുവശത്ത് വ്യഭിചാരം സ്ഥാപനവല്ക്കരിക്കപ്പെടുകയും ചെയ്തു.

വീടും തൊഴിൽസ്ഥലവുമെന്ന വിഭജനം എല്ലാ സമൂഹങ്ങളിലും ഇത്തരം പരിവർത്തനങ്ങൾ സൃഷ്ടിക്കുന്നു. കുടുംബം സ്ത്രീയെ സംബന്ധിച്ചിടത്തോളം ഒരു വലിയ പീഡനമായി മാറുന്നുവെന്നതാണ് ഇതിന്റെ മറ്റൊരു പ്രധാനഫലം. റോബർട്ടാ ഹാമിൽട്ടൻ ഈ പ്രതിഭാസത്തെ ഇങ്ങനെ വിശദീകരിക്കുന്നു:

'തൊഴിലും വീടും തമ്മിൽ വേർപെടുത്തപ്പെട്ടതോടെ സമൂഹത്തിൽ കുടുംബത്തിന്റെ സ്ഥാനം നിഗൂഢതരമായിത്തീർന്നു. കുടുംബജീവിതം, ലൈംഗികത, സ്നേഹം എന്നിവയും സ്ത്രീകളും സമ്പദ്വ്യവസ്ഥയിൽനിന്നു പൂർണ്ണമായും വേറിട്ടു നില്ക്കുന്നവയായി കാണപ്പെട്ടു. സദാചാര- നൈതിക മൂല്യങ്ങളെല്ലാം സ്വകാര്യ ജീവിതരംഗമായ കുടുംബത്തിലേക്കു മാറ്റിവെച്ചു'.[8]

കേരളത്തിലും സംഭവിച്ചത് മറ്റൊന്നല്ല. സാമ്പത്തികം, രാഷ്ട്രീയം, സംസ്കാരം, സാഹിത്യം എന്നിവയെല്ലാമടങ്ങിയ ബാഹ്യമേഖല (public sphere) പുരുഷന്മാരുടേതും സ്വകാര്യജീവിതത്തിന്റേതായ മേഖല (private/domestic sphere) സ്ത്രീകളുടേതുമായി. സ്ത്രീകളെ കുടുംബ

ജീവിതത്തിൽ മാത്രമായി നിയന്ത്രിച്ചു നിർത്തേണ്ടത് പുരുഷാധിപത്യ വ്യവസ്ഥയുടെ മാത്രമല്ല സമ്പദ്‌വ്യവസ്ഥയുടെയും ആവശ്യമായിത്തീരുന്നു. ഇതുകൊണ്ടെല്ലാമാണ് കുടുംബത്തെ ആദർശവത്കരിക്കുന്ന അനേകം പ്രത്യയശാസ്ത്രങ്ങൾ പത്തൊൻപതാം ശതകത്തിന്റെ ഉത്തരാർദ്ധം മുതൽ കേരളത്തിൽ പ്രചരിച്ചുതുടങ്ങിയത്.[9] ചുരുക്കിപ്പറഞ്ഞാൽ,ഘടനാപരമായ പരിവർത്തനങ്ങൾ പുരുഷന്മാർക്ക് അതിവിശാലമായൊരു സ്വതന്ത്രലോകവും സ്ത്രീകൾക്ക് ഗാർഹികാടിമത്തവും പങ്കിട്ടു നല്കുകയാണു ചെയ്തത്.

കേരളത്തിലെ പ്രത്യയശാസ്ത്രമണ്ഡലത്തിൽ സ്വാതന്ത്ര്യത്തിന്റെയും ജനാധിപത്യത്തിന്റെയും ആശയങ്ങൾ മേല്ക്കോയ്മ നേടുകയും മറുവശത്ത് ആന്തരികഘടനയിലെ പരിവർത്തനങ്ങൾ സ്ത്രീകളെ വീട്ടടിമകളാക്കിത്തീർക്കുകയും ചെയ്ത സവിശേഷ സാഹചര്യങ്ങളാണ് സ്ത്രീവിമോചനത്തിന്റെ പ്രശ്നങ്ങൾ ഉയർന്നുവന്നതിനും കാരണം. ഈ പരിവർത്തനങ്ങൾ സ്ത്രീപുരുഷവർഗ്ഗങ്ങൾ തമ്മിൽ മുമ്പെങ്ങുമില്ലാത്ത വിധം ശത്രുതാപരമായ വൈരുദ്ധ്യങ്ങളും സംഘർഷങ്ങളും സൃഷ്ടിച്ചു. ഗാർഹികാടിമത്തത്തിൽ നിപതിച്ചു കഴിഞ്ഞ സമൂഹത്തിന്റെ അർദ്ധഭാഗമായ സ്ത്രീകളിൽനിന്നും വിമോചനാഭിലാഷങ്ങളും ആത്മരോഷവും നിഷേധങ്ങളും വിവിധഭാവങ്ങളിൽ പൊട്ടിപ്പുറപ്പെട്ടു.

കേരളത്തിലെ ആദ്യകാല സ്ത്രീമാസികകൾ സ്ത്രീവിമോചനവുമായി ബന്ധപ്പെട്ട പ്രശ്നങ്ങൾ പ്രചരിപ്പിക്കുകയും സംവാദങ്ങൾക്കു നേതൃത്വം നല്കുകയും സ്ത്രീകളിൽ ബോധവല്ക്കരണം നടത്തുകയും ചെയ്തു. സ്വാഭിപ്രായങ്ങളും സാമൂഹിക വിമർശനങ്ങളും നിർഭയം പ്രകടിപ്പിക്കുവാനും അവകാശങ്ങൾക്കുവേണ്ടി വാദിക്കുവാനും അവ സ്ത്രീകളെ പരിശീലിപ്പിച്ചിരുന്നു. സ്ത്രീകൾ സാമൂഹികാനീതികളെ ചോദ്യം ചെയ്യുന്നതും പുരുഷാധിപത്യവ്യവസ്ഥയ്ക്കും തങ്ങളുടെ ഗാർഹികാടിമത്തത്തിനും എതിരെ കലഹിക്കുന്നതും പുരുഷ സംസ്കാരത്തിന്റെ കാപട്യങ്ങളെ പരിഹസിക്കുന്നതും ഈ മാധ്യമങ്ങളിലൂടെ കടന്നുപോകുമ്പോൾ നാം കാണുന്നു. സ്ത്രീവിദ്യാഭ്യാസം മാത്രമായിരുന്നില്ല അവയുടെ ലക്ഷ്യം. ഉറുദു ഭാഷയിലെ സ്ത്രീമാസികകളെക്കുറിച്ചുള്ള ഒരു പഠനത്തിൽ പറയുന്നതുപോലെ, ഇന്ത്യയിലെ ആദ്യകാല സ്ത്രീമാസികകൾ സ്ത്രീവിദ്യാഭ്യാസത്തിനുവേണ്ടി വാദിക്കുകയും സ്ത്രീയെ അടിമത്താവസ്ഥയിൽ നിലനിർത്തുന്ന സാമൂഹികാചാരങ്ങളെ അപലപിക്കുകയും സ്ത്രീകളുടെ ആത്മാവിഷ്കാരത്തെ പ്രോത്സാഹിപ്പിക്കുകയും ചെയ്തിരുന്നു.[10] പത്തൊൻപതാം നൂറ്റാണ്ടിന്റെ പൂർവാർദ്ധത്തിൽ കേരളത്തിലാരംഭിച്ച ഏതാണ്ടെല്ലാ മാധ്യമങ്ങളും സ്ത്രീവിദ്യാഭ്യാസത്തെയും സ്ത്രീസ്വാതന്ത്ര്യത്തെയും സംബന്ധിച്ച ചർച്ചകൾക്കു വേദിയൊരുക്കിയെങ്കിലും കേരളത്തിലെ സ്ത്രീവിമോചനാശയങ്ങളുടെ മൂർത്തവും സത്യസന്ധവുമായ രേഖകൾ സ്ത്രീകളെ അഭിസംബോധന ചെയ്തിരുന്ന സ്ത്രീമാസികകളിൽ നിന്നാണ് പ്രധാനമായും ലഭിക്കുന്നത്.

കൊല്ലവർഷം 1062 ൽ (ക്രി.വ.1887) തിരുവനന്തപുരത്തുനിന്നും ആരംഭിച്ച *കേരളീയ സുഗുണബോധിനി*യാണ് കേരളത്തിൽ സ്ത്രീകൾക്കുവേണ്ടി പ്രസിദ്ധീകൃതമായ ആദ്യമാസിക.[11] ആധുനിക വിദ്യാഭ്യാസം നേടിയ പുരുഷന്മാരായിരുന്നു ഈ മാസികയുടെ പ്രസാധകർ[12]. പൂർണ്ണമായ അർത്ഥത്തിൽ 'സ്ത്രീകളുടെ മാസിക' എന്നു വിശേഷിപ്പിക്കാനാവില്ലെങ്കിലും 'സ്ത്രീകളുടെ ജ്ഞാനവർദ്ധനവിനും വിനോദത്തിനുംവേണ്ടി'യാണ് അതു നിലകൊണ്ടത്. കേരളവർമ്മ വലിയ കോയിത്തമ്പുരാൻ, കുഞ്ഞിക്കുട്ടൻ തമ്പുരാൻ, പരവൂർ കേശവനാശാൻ തുടങ്ങി സർവ്വാദരണീയരായ വ്യക്തികൾ മലയാളത്തിലെ ഈ ആദ്യ 'സ്ത്രീമാസിക'യെ പ്രോത്സാഹിപ്പിച്ചുവെന്നത് സ്ത്രീപ്രശ്ന (women's question)ത്തോടനുഭാവം പുലർത്താൻ സമൂഹത്തെ പ്രേരിപ്പിച്ചിരിക്കാം. എന്നാൽ *ബോധിനി*യിലൂടെ നാം കണ്ടെത്തുന്നത് ചരിത്രപ്രാധാന്യമേറിയ മറ്റൊരു വസ്തുതയാണ്. മാസികയുടെ ഒന്നാമത്തെ ലക്കത്തിൽ ആദ്യത്തെ ഇനമായി ചേർത്തിരിക്കുന്ന കേരളവർമ്മയുടെ മംഗളപദ്യത്തിൽ അതടങ്ങിയിരിക്കുന്നു. പ്രസ്തുത ഭാഗം ഇങ്ങനെയാണ്:

"സ്ത്രീകൾക്കു നല്ലറിവു നല്കുന്നതാണു നന്നു
ലോകത്തിലുത്തമ പരിഷ്കൃതികൾക്കു പാർക്കിൽ
ആകെ പ്രജാസമുദായത്തിനു സൽഗുണങ്ങ
ളേകപ്പെടുന്നതിനതിന്നലമൊന്നു തന്നെ".[13]

സ്ത്രീകളുടെ അഭ്യുന്നതി ഒരു ജനാധിപത്യവിഷയമെന്ന നിലയിൽ കേരളത്തിലാദ്യമായി ഉന്നയിക്കപ്പെടുന്നതാണ് കേരളവർമ്മ വലിയ കോയിത്തമ്പുരാന്റെ ഈ നിരീക്ഷണത്തിൽ നാം കാണുന്നത്. അതിനു മാദ്ധ്യസ്ഥ്യം വഹിക്കാൻ കഴിഞ്ഞുവെന്നതാണ് *കേരളീയ സുഗുണബോധിനി*യുടെ പ്രസക്തിയും.

ഏതാണ്ട് ഈ കാലത്തോടടുത്തുതന്നെ പുരുഷന്മാരുടെ സ്ത്രീവിരുദ്ധ പ്രചാരണങ്ങൾക്ക് ശാസ്ത്രീയയുക്തിയുടെ പിൻബലത്തോടെ മറുപടി നല്കാൻ കേരളസ്ത്രീകളുടെ വിമോചനബോധം പക്വത നേടിക്കഴിഞ്ഞതായിക്കാണുന്നു. കൊ വ 1073 ചിങ്ങത്തിലെ (ക്രി വ 1897) *വിദ്യാവിനോദിനി*യിൽ എൻ എ അമ്മ എഴുതിയ *സ്ത്രീവിദ്യാഭ്യാസദോഷനിഷേധം* എന്ന ലേഖനമാണ് (പുറം 427 - 431) ഈ വിമോചനബോധത്തിന്റെ ആദ്യപ്രകാശനം. 1072 വൃശ്ചികത്തിലെ *വിദ്യാവിനോദിനി*യിൽ 'എൻ ആർ വി' എന്ന പേരിൽ ഒരു പുരുഷൻ എഴുതിയ 'സ്ത്രീവിദ്യാഭ്യാസം' എന്ന ലേഖനത്തിന് (പുറം 73 - 77) ഏതാണ്ട് ഒരു വർഷത്തിനുശേഷം നല്കുന്ന മറുപടിയാണ് എൻ എ അമ്മയുടെ പ്രസ്തുത ലേഖനം.

'വിദ്യാഭ്യാസം സ്ത്രീപുരുഷഭേദം കൂടാതെ എല്ലാ മനുഷ്യർക്കും അത്യന്തം പ്രയോജനകരമാണെ'ന്ന് ആമുഖമായി പറഞ്ഞശേഷം സ്ത്രീകൾക്ക് 'അക്ഷരവിന്യാസരൂപമായ പഠിപ്പ്' ആവശ്യമില്ലെന്ന് കൗശലപൂർവ്വം വാദിക്കുകയാണ് 'എൻ ആർ വി' അക്ഷരാഭ്യാസം രാജ്യ

കാര്യങ്ങൾ നടത്തുന്നതിനുള്ളതാണ്; രാജ്യകാര്യങ്ങൾക്ക് സ്ത്രീകളെ നിയമിക്കുന്നതുചിതമല്ല. സ്ത്രീകൾ ജന്മനാ അബലകളാണ്. അക്ഷര ജ്ഞാനം സ്ത്രീകളെ സന്മാർഗ്ഗത്തിൽനിന്ന് വ്യതിചലിപ്പിക്കുകയും ജാര സംസർഗ്ഗം, സ്വാതന്ത്ര്യം തുടങ്ങിയ ദുഷ്പ്രവൃത്തികൾക്കു വിളനിലമാക്കിത്തീർക്കുകയും ചെയ്യും- ഇങ്ങനെ പോകുന്നു ലേഖകന്റെ വാദമുഖങ്ങൾ. അതിനാൽ വാങ്മൂലമായും കായികമായും ഉള്ള വിദ്യാഭ്യാസം മാത്രമേ സ്ത്രീകൾക്കാവശ്യമുള്ളുവെന്നാണ് അദ്ദേഹത്തിന്റെ നിഗമനം.

തന്റെ ലേഖനത്തിന്റെ ചരിത്രപ്രാധാന്യത്തെ, ബോധപൂർവ്വമല്ലെങ്കിലും, സൂചിപ്പിച്ചുകൊണ്ടാണ് എൻ എ അമ്മ ആരംഭിക്കുന്നതെന്ന കാര്യം ശ്രദ്ധേയമായിരിക്കുന്നു:

> ..... 'സ്ത്രീ വിദ്യാഭ്യാസം' എന്ന തലവാചകത്തോടുകൂടി ഒരു മഹാൻ എഴുതിയിരുന്നതിനെ *വിദ്യാവിനോദിനി* പത്രബന്ധുക്കൾ വായിച്ചിട്ടുണ്ടായിരിക്കുമല്ലോ. എന്നാൽ നമ്മുടെ കൂട്ടത്തിൽ എഴുതുവാനും വായിപ്പാനും അറിയാത്തവർ ചുരുക്കമേ ഉണ്ടാകയുള്ളു എന്നാണ് എന്റെ വിശ്വാസവും അറിവും. അതിലും വിശേഷിച്ച് പദ്യത്തിലും ഗദ്യത്തിലും നിപുണതയോടുകൂടിയ സ്ത്രീകളും പുരുഷന്മാരും ഇപ്പോഴും ധാരാളം ഉണ്ട് എന്നിരിക്കെ മേൽ എഴുതിയ ലേഖനത്തെപ്പറ്റി ആരും ഇതുവരെ എഴുതി കണ്ടില്ല. അതിൽ എനിക്ക് അത്ഭുതവും വ്യസനവും തോന്നിയതിനാൽ ഞാൻ ഇവിടെ അല്പം ഒന്ന് എഴുതുന്നു.'

അക്ഷരജ്ഞാനവും ഗദ്യപദ്യങ്ങളിൽ നിപുണതയുമുള്ള നിരവധി സ്ത്രീകൾ ഉണ്ടായിട്ടും സ്ത്രീനിന്ദാപരമായൊരു ലേഖനത്തിനു മറുപടി നല്കാൻ എന്തുകൊണ്ട് അവർക്കാർക്കും കഴിഞ്ഞില്ല, എന്നൊരു ചോദ്യം സ്വാഭാവികമായും ഇവിടെ ഉയർന്നുവരുമല്ലോ. അത്തരമൊരു കൃത്യത്തിനു കേരളത്തിലെ സ്ത്രീകളുടെ വിമോചനബോധം അതുവരെയും പ്രാപ്തമായിക്കഴിഞ്ഞിരുന്നില്ല എന്നുമാത്രമാണ് അതിനുള്ള മറുപടി. തന്റെ കാലഘട്ടത്തിന്റെ പരിമിതി തിരിച്ചറിയുകയും ആ പരിമിതിയെ അതിലംഘിക്കുകയും ചെയ്യുന്ന ചരിത്രദൗത്യമാണ് താൻ നിർവ്വഹിക്കുന്നതെന്ന് ഇന്നും അജ്ഞാതയായിക്കഴിയുന്ന ആ ലേഖിക അറിഞ്ഞിരുന്നില്ലെന്നു മാത്രം.

'എൻ ആർ വി'യുടെ സ്ത്രീദൂഷണ വാദങ്ങളെ നിശിതമായി ഖണ്ഡിക്കുകയും പരിഹസിക്കുകയും ചെയ്യുകയാണ് ലേഖിക. സ്ത്രീകൾക്ക് അക്ഷരവിദ്യ ഉപയോഗമുള്ളതല്ലെന്ന വാദത്തെ, 'വിദ്യയില്ലാത്ത മനുഷ്യൻ മൃഗങ്ങളിൽ ഒരു വകഭേദം മാത്രമാണ്' എന്ന പണ്ഡിതവചനം സൂചിപ്പിച്ചുകൊണ്ടു ലേഖിക തിരസ്കരിക്കുന്നു. എൻ ആർ വിക്കുള്ള മറ്റൊരു മറുപടി നോക്കുക:

> 'എലിസബത്ത് റാണി മുതലായ അന്നും ഇന്നും രാജ്യഭരണംകൂടി

> സ്ത്രീകൾ ചെയ്തുവരുന്ന കഥ കേൾക്കാഞ്ഞിട്ടായിരിക്കാം 'രാജ്യ കാര്യങ്ങൾ നടത്തുന്നതിനായി ഒരിക്കലും സ്ത്രീകളെ നിയമിക്കുന്നത് ഹിതമല്ലെന്ന്' ഈ മനുഷ്യൻ പറയുന്നത്. രാജ്യകാര്യങ്ങൾ നടത്തുന്നതിൽ ഇംഗ്ലണ്ടിൽ എലിസബത്തിനെയും വിക്ടോറിയാ മഹാരാജ്ഞിയെയും രണ്ടാമതാക്കത്തക്കവിധം രാജ്യഭാരം ചെയ്ത രാജാക്കന്മാരുകൂടി ഉണ്ടായിരുന്നില്ല എന്നു പ്രസിദ്ധമാണ്.'

തന്റെ വാദമുഖങ്ങളെ ചരിത്രസത്യങ്ങളുമായി ബന്ധപ്പെടുത്തിയാണു ലേഖിക ഉന്നയിക്കുന്നത്. പുരുഷന്മാരുടെ കപട സദാചാരത്തെ പരിഹസിച്ചുകൊണ്ട് നിശിതബുദ്ധിയോടെ ലേഖിക ചോദിക്കുകയാണ്: 'പഠിപ്പുകൊണ്ടു വ്യഭിചാരാദി ദോഷങ്ങൾ ഉണ്ടാകുന്നു എങ്കിൽ, ലജ്ജയില്ലാതാകുന്നതിനാൽ ദോഷം ഒന്നും ഇല്ലെന്നാലും വ്യഭിചാരാദി കുത്സിതകർമ്മങ്ങൾ പുരുഷന്മാർക്കു ഗുണപ്രദമാണോ?'

ഈ ലേഖനം പ്രതിനിധാനം ചെയ്യുന്ന സ്ത്രീ വിമോചനോന്മുഖമായ പ്രത്യയശാസ്ത്രമണ്ഡലമാണ് പിന്നീട് ഒട്ടധികം സ്ത്രീമാസികകൾ ജന്മം കൊള്ളുന്നതിന് പ്രേരണയും പശ്ചാത്തലവുമായത്.

ക്രി വ 1904 ൽ തൃപ്പൂണിത്തുറനിന്നും ആരംഭിച്ച *ശാരദ*യാണ് ഇവയിലാദ്യത്തേത്. ഈ മാസികയുടെ ഏറ്റവും ശ്രദ്ധേയമായ ഒരു സവിശേഷത, അതിന്റെ രക്ഷാധികാരികളും പ്രസാധകരും സ്ത്രീകളായിരുന്നു എന്നതാണ്. കെ നാരായണമേനോൻ ആയിരുന്നു ഉടമസ്ഥനും മാനേജരും. ഇതേ കാലത്ത് തിരുവന്തപുരത്തുനിന്നും മറ്റൊരു സ്ത്രീമാസിക തുടങ്ങാൻ പദ്ധതിയിട്ടിരുന്ന ടി ബി കല്യാണിയമ്മയെക്കൂടി ഉൾപ്പെടുത്തിയാണ് *ശാരദ* ആരംഭിക്കുന്നത്. തുടർന്ന് കേരളത്തിലുടനീളം സ്ത്രീമാസികകളുടെ ഒരു ശൃംഖല തന്നെ ഉണ്ടാവുന്നു. ഇവയിൽ *ലക്ഷ്മി ഭായി* (1905 - പ്രസാ: വെള്ളായ്ക്കൽ നാരായണമേനോൻ, നാണിക്കുട്ടി അമ്മ, കല്യാണി അമ്മ); *മഹിളാരത്നം* (1916 - കെ എം കുഞ്ഞുലക്ഷ്മി കെട്ടിലമ്മ); *മഹിള* (1921 - ബി ഭാഗീരഥി അമ്മ); *സഹോദരി* (1925 പി ആർ മന്ദാകിനി); *മഹിളാമന്ദിരം* (1927 - കെ ചിന്നമ്മ); *മലയാളമാസിക* (1931 - മനോരമാ സ്ത്രീസമാജം); *സ്ത്രീ* (1933 - പാർവ്വതി അയ്യപ്പൻ) എന്നിവ നടത്തിപ്പിലും നയരൂപീകരണത്തിലും സ്ത്രീകൾക്കു മുൻകൈയുള്ളവയായിരുന്നു. തിരുവനന്തപുരത്തുനിന്ന് സി കാർത്ത്യായനി അമ്മയുടെ പ്രസാധികത്വത്തിൽ പുറത്തിറങ്ങിയ *ശ്രീമതി* വാരികയും ഇക്കൂട്ടത്തിൽ പെടുന്നു. *ഭാഷാശാരദ* (1915); *സുമംഗല* (1916); *സംഘമിത്ര* (1921); *മുസ്ലിം മഹിള* (1926); *വനിതാരത്നം* (1927); *വനിതാ കുസുമം* (1927) എന്നിവയാണ് പുരുഷൻമാരുടെ പ്രസാധകത്വമുണ്ടായിരുന്ന മാസികകൾ. ഇവയിൽ പലതും പലഘട്ടങ്ങളിലായി പ്രസിദ്ധീകരണം നിലച്ചവയാണ്. ദീർഘകാലം നിലനിന്നത് *മഹിള*യും[14] *ലക്ഷ്മീഭായി*യുമായിരുന്നു; യഥാക്രമം ഇരുപതും മുപ്പത്തഞ്ചും വർഷം.

ഈ മാസികകൾക്ക് സുനിശ്ചിതമായ സൈദ്ധാന്തിക നിലപാടുക

ളുണ്ടായിരുന്നുവെന്നൊന്നും പറയാനാവില്ല. സ്ത്രീയുടെ ഗാർഹികപദവി മെച്ചപ്പെടുത്തുന്നതിനുള്ള ഉപാധിയായാണ് ഇവ സ്ത്രീവിദ്യാഭ്യാസത്തെ കണ്ടത്. സ്ത്രീകളെ വിദ്യാസമ്പന്നരായ പുരുഷൻമാരുടെ ഉത്തമ സഹ ധർമ്മിണികളാക്കിത്തീർക്കുകയായിരുന്നു ഇവയുടെ പ്രഖ്യാപിത ലക്ഷ്യവും. ഉദാഹരണമായി *മഹിളാരത്നം* മാസികയുടെ ആദ്യലക്ക ത്തിൽ പ്രസാധകർ എഴുതുന്നതു നോക്കുക:

> കേരളത്തിലെ സ്ത്രീജനങ്ങൾക്കു കാലോചിതമായ മാനസിക പരിഷ്കാരത്തെ നാനാമുഖമായി വർദ്ധിപ്പിച്ച് അവരുടെ ഇട യിൽനിന്ന് അജ്ഞാനരൂപമായ അന്ധകാരത്തെ ആപാദചൂഡം ബഹിഷ്കരിച്ച് അവരെ മാതൃകാ ഗൃഹിണീപദത്തിനു അർഹക ളാക്കിത്തീർക്കുക എന്നുള്ളതാകുന്നു *മഹിളാരത്ന*ത്തിന്റെ പര മോദ്ദേശ്യം.[15]

ചരിത്രപരമായ പരിമിതികൾ കാരണം സ്ത്രീകൾക്കനുവർത്തിക്കേ ണ്ടിവന്ന ഒരു തന്ത്രമായും ഈ പ്രഖ്യാപനത്തെ കാണാവുന്നതാണ്. ഈ കാലഘട്ടത്തിൽ ഇന്ത്യയിലെ മാത്രമല്ല പാശ്ചാത്യനാടുകളിലെയും ഫെമിനിസ്റ്റു പ്രസ്ഥാനങ്ങൾക്കു പരിഷ്കരണവാദങ്ങൾക്കപ്പുറം കട ക്കാൻ വേണ്ടത്ര സാധിച്ചിരുന്നില്ലല്ലോ. സ്ത്രീകൾക്കെതിരായ ദുർനിയ മങ്ങൾ പരിഷ്കരിക്കുകയായിരുന്നു ആദ്യകാല സ്ത്രീവിമോചന പ്രസ്ഥാ നത്തിന്റെ തന്ത്രമെന്നു മിറിയം ഷ്നെയറും പറയുന്നു.[16] വിദ്യാഭ്യാസ ത്തിനും സ്വാതന്ത്ര്യത്തിനുംവേണ്ടിയുള്ള അവകാശങ്ങൾ സ്ഥാപിച്ചെടു ക്കാൻ സ്ത്രീകൾക്കു മറ്റു മാർഗ്ഗങ്ങളൊന്നുമില്ലായിരുന്നു. എന്നാൽ അവർ സ്വന്തം ജീവിതത്തിന്റെ നികൃഷ്ടാവസ്ഥയിലേക്കു തിരിഞ്ഞു നോക്കാൻ ശ്രമിച്ചപ്പോഴും സ്വാതന്ത്ര്യത്തിന്റെ വിശാലഭൂമികൾ അവരെ ആവേശം കൊള്ളിച്ചപ്പോഴും ആത്മരോഷമുണർന്നപ്പോഴുമെല്ലാം ഈ 'പ്രഖ്യാപി തലക്ഷ്യം' പുറകോട്ടു തള്ളപ്പെടുകയും പരിമിതികൾ അതിലംഘിക്ക പ്പെടുകയുമാണുണ്ടായത്.

കേരളത്തിൽ സ്ത്രീവിമോചന പ്രസ്ഥാനങ്ങൾ പിൻവാങ്ങിത്തുട ങ്ങിയ മുപ്പതുകൾവരെയുള്ള ചരിത്രം നോക്കുക. അന്തർജ്ജനത്തിന്റെ സാഹിത്യ ജീവിതമാരംഭിക്കുന്ന ഘട്ടം കൂടിയാണ് മുപ്പതുകൾ. പ്രാതി നിദ്ധ്യസ്വഭാവമുള്ള ചില പ്രമേയങ്ങൾ മാത്രമേ ഇവിടെ ഉൾപ്പെടുത്തി യിട്ടുള്ളൂ. പത്രമാസികകളെല്ലാം പുരുഷൻമാരുടെ അധീനതയിലായിരുന്ന കാലത്ത് സമാന്തര മാധ്യമങ്ങളിലൂടെ സ്ത്രീകൾ നിർഭയം പ്രകടിപ്പിച്ച അഭിപ്രായങ്ങളും വിമർശനങ്ങളും എന്ന നിലയിൽ ഇവയ്ക്ക് അതീവ പ്രാധാന്യമുണ്ട്. ഈ ചരിത്രമാണ് സാഹിത്യത്തിൽ സ്ത്രീവിമോചന പ്രശ്നങ്ങളുയർത്താൻ എഴുത്തുകാരികളെ പ്രാപ്തരാക്കിയത്. അങ്ങനെ മലയാളസാഹിത്യത്തിലെ സ്ത്രീ വിമോചനാശയങ്ങൾ കേരളീയസമൂ ഹത്തിന്റെ സ്ത്രീവിമോചനപാരമ്പര്യവുമായി കണ്ണിചേർക്കപ്പെടുകയാണ്.

സ്ത്രീവിദ്യാഭ്യാസത്തിനുവേണ്ടിയുള്ള ന്യായവാദങ്ങൾ പുരുഷാധിപത്യ സംസ്കാരത്തോടുള്ള കടുത്ത അമർഷവും വിമർശനവുമായി പരിണമിക്കുന്നു, കെ പത്മാവതിയമ്മയുടെ *'മലയാളികളും സ്ത്രീവിദ്യാഭ്യാസവും'* (1905) എന്ന ലേഖനത്തിൽ.[17]

'ദൈവം സ്ത്രീകളെ സൃഷ്ടിച്ചിരിക്കുന്നതു കേവലം സന്താനോല്പാദനത്തിനുവേണ്ടി മാത്രമാണെന്നും അതിലധികമായി അവരുടെ ജീവകാലത്തിൽ സാധിക്കേണ്ടതായ യാതൊരു ഉദ്ദേശ്യവും ഇല്ലെന്നും അതിനാൽ സാധാരണ വല്ല കന്നുകാലികളെയോ അല്ലെങ്കിൽ കുറെ വാത്സല്യത്തോടെ വളർത്തുന്ന മറ്റു വല്ല മൃഗങ്ങളെയോ പോറ്റുന്നപോലെ അവരേയും നല്ല ഭക്ഷണവും മറ്റും കൊടുത്തു രക്ഷിച്ചാൽ മതിയെന്നുമാണ് നമ്മുടെ കൂട്ടരുടെ പൂർണ്ണവിശ്വാസം."

എന്നിങ്ങനെ സ്ത്രീകൾക്കു വ്യക്തിത്വം നിഷേധിക്കുന്ന സംസ്കാരത്തെ പരിഹസിച്ചുകൊണ്ടാണ് ലേഖനമാരംഭിക്കുന്നത്. ഗാർഹികാടിമത്തത്തിൽ ബന്ധിതയായി നികൃഷ്ടജീവിതം നയിക്കേണ്ടിവരുന്ന സ്ത്രീയുടെ അമർഷമാണ് ഈ വരികളിലുള്ളത്. സ്ത്രീയുടെ അവസ്ഥയെ കന്നുകാലികളുടേതുമായാണല്ലോ താരതമ്യപ്പെടുത്തിയിരിക്കുന്നത്. സ്വവർഗ്ഗത്തിന്റെ അടിമത്തത്തിനെതിരായ ആത്മരോഷത്തിൽനിന്നു മാത്രമേ ഇതുപോലൊരു സാദൃശ്യകല്പന പുറപ്പെടുകയുള്ളൂ.

മറ്റൊരു വിമർശനം വിവാഹസ്ഥാപനത്തിനെതിരെയാണ്. പെൺകുട്ടിക്ക് ഔപചാരിക വിദ്യാഭ്യാസം നല്കാതെ, കാവ്യപഠനവും രാമായണം വായനയും അഭ്യസിപ്പിച്ച് ഏതെങ്കിലുമൊരു പുരുഷന് വിവാഹം ചെയ്തുകൊടുക്കുന്നു. വിവാഹക്കാര്യത്തിൽ അവളുടെ അഭിപ്രായം ചോദിക്കുന്നേയില്ല. അവളുടെ മേലുള്ള അവകാശം മുഴുവൻ പുരുഷൻമാർക്കാണ്. 'വസ്തുവിന്റെ ചാർത്തുകാലം കഴിഞ്ഞാൽ പൊളിച്ചെഴുത്തു കഴിച്ചു വീണ്ടും ഒരു പന്ത്രണ്ടു കൊല്ലത്തേക്കു ചാർത്തി വാങ്ങുന്നതുപോലെ' യാണു സ്ത്രീകൾ കൈമാറ്റം ചെയ്യപ്പെടുന്നത്. വിവാഹശേഷമാകട്ടെ, കുഞ്ഞുങ്ങളെ പ്രസവിക്കലും ശുശ്രൂഷിക്കലുമാണ് ജോലി. ലേഖിക ചോദിക്കുന്നു:

'ഈ വിധത്തിൽ ഒരു സ്ത്രീക്ക് ഐഹികസുഖം എത്രത്തോളം സിദ്ധിക്കുന്നുണ്ട്? ജനനംമുതൽ മരണംവരെ ഒരു അടിമയെപ്പോലെ വീട്ടിനുള്ളിൽത്തന്നെ നല്ലവണ്ണം ശുദ്ധവായുകൂടി ഏല്ക്കാതെ കാലക്ഷേപം കഴിച്ച് തന്നെ സംബന്ധിച്ച കാര്യങ്ങളിൽകൂടി യാതൊന്നും പറയാനൊ പ്രവർത്തിക്കാനൊ സ്വാതന്ത്ര്യമില്ലാതെയുള്ള ഒരു സ്ഥിതിയിൽ എന്തൊരു സൗഖ്യമാണ് ഉണ്ടാവാനുള്ളത്?'

കുടുംബത്തിലെ അടിമജീവിതത്തോടും സ്വയാധികാരമില്ലായ്മയോടുമുള്ള പ്രതിഷേധം ഈ ചോദ്യങ്ങളിൽ മുഴങ്ങുന്നു. 'അടിമയെപ്പോലെ വീടിനുള്ളിൽ' കഴിയേണ്ടതില്ലാത്ത സ്വതന്ത്രജീവികളായ പുരുഷൻമാരോടുള്ള അമർഷമായും അവ പരിണമിക്കുന്നു. 'അടിമയെപ്പോലെ' എന്നത് ധാരാളം അർത്ഥതലങ്ങളുള്ളതും സ്ത്രീചരിത്രപരവുമായ ഒരു

വ്യംഗ്യപ്രയോഗമാണ്. എന്താണ് അടിമകളുടെ അവസ്ഥ? അടിമകൾക്ക് സ്വയാധികാരങ്ങളില്ല; അവർ ഉടമകളുടെ സ്വത്താണ്. വിദ്യാഭ്യാസമോ സാമ്പത്തികാധികാരങ്ങളോ പൗരാവകാശങ്ങളോ അവർക്കില്ല. സ്വന്തം കുഞ്ഞുങ്ങളിൽപോലും അവകാശങ്ങളില്ല. അവരുടേത് പ്രതിഫലമില്ലാത്ത അദ്ധ്വാനമാണ്. അവർ അക്രമങ്ങളും അപമാനങ്ങളും സഹിച്ചേ തീരൂ. പത്മാവതിയമ്മ എഴുതിയപോലെ, 'തന്നെ സംബന്ധിച്ച കാര്യങ്ങളിൽകൂടി' അവകാശമില്ല. അടിമകളും സ്ത്രീകളും തമ്മിൽ ജീവിതാവസ്ഥകളിലുള്ള ഇത്തരം സാദൃശ്യങ്ങൾ സ്ത്രീവിമോചന പ്രസ്ഥാനത്തിന്റെ ആവിർഭാവകാലത്തുതന്നെ സ്ത്രീകൾ തിരിച്ചറിഞ്ഞിരുന്നുവെന്ന വസ്തുതകൂടി അനുസ്മരിക്കുമ്പോൾ, ലേഖികയുടെ ആത്മരോഷം ചരിത്രപരമായി സാധൂകരിക്കപ്പെടുകയാണ്.

തൊഴിൽ നേടാനുള്ള ഉപാധിയാണു വിദ്യാഭ്യാസമെങ്കിലും സ്ത്രീകൾ തല്ക്കാലം അതാഗ്രഹിക്കുന്നില്ലെന്നു പറയുന്ന ലേഖിക, സ്ത്രീകൾ തൊഴിൽ ചെയ്യുന്നതിനെ എതിർക്കുന്നില്ല എന്നതും ശ്രദ്ധേയമാണ്. 'ഇരുന്നിട്ടല്ലേ കാൽനീട്ടാൻ പാടുള്ളൂ?' എന്നു പറയുമ്പോൾ തൊഴിലവകാശം താല്ക്കാലികമായി മാറ്റിവെക്കുന്നുവെന്നേയുള്ളൂ. ചെറുപ്രായത്തിൽത്തന്നെ പെൺകുട്ടികളെ 'ഏതെങ്കിലും ഒരുവനെ'ക്കൊണ്ടു വിവാഹം ചെയ്യിക്കുന്നതിനുപകരം അവർക്കു വിദ്യാഭ്യാസം നല്കുകയാണു വേണ്ടതെന്ന് ലേഖനം ആവശ്യപ്പെടുന്നു.

പെൺകുഞ്ഞുങ്ങളോടുള്ള നീരസം പുരുഷാധിപത്യവ്യവസ്ഥയുടെ മുഖമുദ്രയാണ്. പെണ്ണിന്റെ ജനനം ഒരു ശാപമോ അധികബാദ്ധ്യതയോ ആയിത്തീരുന്നു. അതിനാൽ ഭ്രൂണാവസ്ഥയിൽവെച്ചുതന്നെ അവളെ കൊന്നുകളയുകയാണ് ആധുനിക സമൂഹം. ഈ നൂറ്റാണ്ടിന്റെ ആദ്യവർഷങ്ങളിൽപോലും കേരളീയ സമൂഹത്തിൽ പെൺകുട്ടി ഒരു നികൃഷ്ടജീവിയായിരുന്നുവെന്നാണ് ഐ ദേവകിയമ്മയുടെ *ശൈശവവിവാഹം* എന്ന ലേഖനം (ലക്ഷ്മിഭായി, കൊ വ 1080 മിഥുനം) വെളിപ്പെടുത്തുന്നത്. ലേഖിക ചോദിക്കുന്നു:

'പുത്രോല്പാദനത്തിൽ സകലരും സന്തോഷിക്കുന്നു. പുത്രിയായാൽ കഥ അമാന്തംതന്നെ. അവളുടെ വിദ്യാഭ്യാസത്തെ വിസ്മരിക്കുന്നു. തന്റെ തറവാടിന്റെ ഒരംഗമല്ലെന്നുകൂടി ഖണ്ഡിച്ചു ഭൃത്യവേലയിൽ നിയമിക്കുന്നു. പോരെ കാര്യം നന്നായില്ലേ?'

സ്ത്രീകൾക്ക് ആധിപത്യമുണ്ടായിരുന്നതെന്ന് പൊതുവെ വിശ്വസിക്കപ്പെടുന്ന കേരളത്തിലെ തറവാടു വ്യവസ്ഥയിൽ പെൺകുട്ടികളുടെ യഥാർത്ഥപദവിയെന്തായിരുന്നുവെന്ന്, നൂറിലേറെ കൊല്ലം മുമ്പുതന്നെ ഒരു സ്ത്രീ പറഞ്ഞു തന്നിരുന്നു എന്നതാണ് ഈ നിരീക്ഷണത്തിന്റെ പ്രസക്തി.

വിദ്യാഭ്യാസവും സ്വാതന്ത്ര്യവും ലഭിക്കുമ്പോൾ സ്ത്രീകൾ അവരിൽ നിക്ഷിപ്തമായ ധർമ്മങ്ങളും ഉത്തരവാദിത്വങ്ങളും സദാചാരനിഷ്ഠയുമെല്ലാം പരിത്യജിച്ചേക്കുമോ എന്നൊരു ഭീതി സമൂഹത്തിനുണ്ടായി

രുന്നു. അതിനാൽ സ്ത്രീകളെ 'അവരുടെ സ്ഥാനങ്ങ'ളിൽത്തന്നെ നിയന്ത്രിച്ചുനിർത്തേണ്ടത് ആവശ്യമായിത്തീർന്നു. ഇതു സാധിച്ചെടുത്തത്, ഏതെങ്കിലും മർദ്ദകസംവിധാനങ്ങൾ ഉപയോഗിച്ചുകൊണ്ടല്ല, സ്ത്രീകളെ പരുവപ്പെടുത്തിയെടുക്കുന്നതിന് ഉപയുക്തമായ പ്രത്യയശാസ്ത്രങ്ങൾ സൃഷ്ടിച്ചുകൊണ്ടായിരുന്നു. സ്ത്രീധർമ്മം, ചാരിത്ര്യം, പാതിവ്രത്യം, മാതൃത്വം എന്നിങ്ങനെയുള്ള പ്രത്യയശാസ്ത്രരൂപങ്ങൾ ഈ നൂറ്റാണ്ടിന്റെ ആരംഭത്തോടെ കേരളത്തിൽ പ്രചരിച്ചുതുടങ്ങുന്നു. ചാരിത്ര്യശുദ്ധിയും സഹനശീലവും പതിഭക്തിയുമെല്ലാം ഒത്തിണങ്ങിയ ആദർശസ്ത്രീ ബിംബങ്ങളെ പുരാണേതിഹാസങ്ങളിൽനിന്നും വിവേചനപൂർവ്വം തിരഞ്ഞെടുത്ത് സമൂഹത്തിന്റെ ആവശ്യങ്ങൾക്കനുസൃതം പുനഃസൃഷ്ടിക്കപ്പെട്ടു.

ഇത്തരം പ്രത്യയശാസ്ത്ര പ്രചാരണങ്ങളിലെ പുരുഷാധിപത്യ താല്പര്യങ്ങൾ കേരളത്തിലെ സ്ത്രീവിമോചനബോധം അന്നേ തിരിച്ചറിയുകയും ആക്രമണങ്ങൾ തൊടുത്തുവിടുകയും ചെയ്തിരുന്നു. ആ ചരിത്രമാണ് കെ ലക്ഷ്മിയമ്മയുടെ 'പുരുഷധർമ്മം' (ശാരദ, മിഥുനം 1081), സരോജിനിയുടെ 'സ്ത്രീത്വം' (*മഹിളാരത്നം*, ധനു 1091) എന്നീ ലേഖനങ്ങൾ പുറത്തുകൊണ്ടുവരുന്നത്.

കെ ലക്ഷ്മിയമ്മയുടെ ലേഖനത്തിലെ (1905), 'ഭാര്യാധർമ്മം, സ്ത്രീധർമ്മം മുതലായ ധർമ്മങ്ങളെപ്പറ്റി അനേകം ലേഖനങ്ങൾ കാണുന്നുണ്ട്; എന്നാൽ അതുപോലെതന്നെ ഭർത്തൃധർമ്മത്തേയോ പുരുഷധർമ്മത്തേയോപറ്റി യാതൊന്നും പ്രസിദ്ധപ്പെടുത്താത്തത് എന്തുകൊണ്ടാണെന്നു ഞാൻ പലപ്പോഴും ആലോചിക്കാറുണ്ട്.' എന്ന ആദ്യ വാചകത്തിൽത്തന്നെ, കേരളത്തിൽ പുരുഷാധിപത്യ പ്രത്യയശാസ്ത്രങ്ങളുടെ ശക്തവും പക്ഷപാതപരവുമായ പ്രചാരങ്ങൾ ആരംഭിച്ചുകഴിഞ്ഞ കാര്യം സൂചിപ്പിച്ചിരിക്കുന്നു. ഇതിൽ അസന്തുഷ്ടി പുലർത്തുന്ന ലേഖിക, കുടുംബത്തിൽ സ്ത്രീക്കു ലഭിച്ചിരിക്കേണ്ട തുല്യനീതിയെ ഓർമ്മിപ്പിച്ചുകൊണ്ട് മറുപടി നല്കുന്നു:

'ഭർത്താവിനെ ശുശ്രൂഷിക്കുന്നതു ഭാര്യയുടെ ചുമതലയാണെങ്കിൽ, അതുപോലെതന്നെ അവശ്യം ഭാര്യയെ ശുശ്രൂഷിക്കുന്നതു ഭർത്താവിന്റെയും ചുമതലയാണെന്നുള്ളതിനു സംശയമില്ല.'

പുരുഷനു പുനർവിവാഹാവകാശം അനുവദിക്കുകയും സ്ത്രീക്കു നിഷേധിക്കുകയും ചെയ്യുന്ന കാപട്യത്തെയും ലേഖിക വിമർശിക്കുന്നു. 'ന: സ്ത്രീ സ്വാതന്ത്ര്യമർഹതി' എന്നു വിധിച്ചത് ഒരു പുരുഷൻതന്നെയാണെന്ന് ഓർമ്മിപ്പിക്കുന്ന ലേഖിക, ഭർത്താവിനെ പരിചരിച്ചുപോരുന്ന സ്ത്രീകളോട് പുരുഷന്മാർ നിർവ്യാജമായി വർത്തിക്കേണ്ടതുണ്ടെന്ന് ആവശ്യപ്പെടുന്നു. 'തനിക്കു സ്വാതന്ത്ര്യം വേണമെന്നു പുരുഷനു തോന്നുന്നതുപോലെ സ്ത്രീക്കും കൊടുക്കണമെന്നു പുരുഷനു തോന്നേണ്ടതല്ലേ?' എന്ന ചോദ്യം, സ്വാതന്ത്ര്യമെന്ന സങ്കല്പത്തിൽ സ്ത്രീയുടെ സ്വാതന്ത്ര്യവും ഉൾപ്പെടുന്നുണ്ടെന്നു പുരുഷന്മാരെ ഓർമ്മിപ്പിക്കുകയാണ്.

വ്യഭിചാരത്തെക്കുറിച്ചുള്ള നിയമങ്ങൾ പുരുഷൻമാർ സൃഷ്ടിച്ചവയായതിനാൽ വ്യഭിചാരാപരാധം സ്ത്രീകളിൽമാത്രം ആരോപിക്കപ്പെടുന്നു. 'പുരുഷൻമാർ വ്യഭിചാരം ചെയ്യുന്നതായി കേൾക്കുന്നതു ദുർല്ലഭമാകുന്നു' എന്നു നിരീക്ഷിക്കുന്ന ലേഖിക സ്ത്രീകൾ വ്യഭിചാരിണികളാവുന്നതിനു കുറ്റക്കാർ പുരുഷൻമാരാണെന്നും പുരുഷന്റെ 'സ്വാർത്ഥപ്രതിപത്തി'യാണതിനു കാരണമെന്നും ആരോപിക്കുന്നു. അതിനാൽ, 'സ്ത്രീധർമ്മത്തെ ഉപദേശിക്കുന്ന മഹാത്മാക്കൾ അവരവരുടെ കർത്തവ്യകർമ്മങ്ങളെ ശരിയായി നിർവ്വഹിക്കുകയാണു വേണ്ട'തെന്ന് ലക്ഷ്മിയമ്മ പുരുഷന്മാരോടാവശ്യപ്പെടുന്നു.

ലക്ഷ്മിയമ്മയുടെ ലേഖനങ്ങളേക്കാൾ രൂക്ഷവും പ്രകോപനപരവുമാണ് സരോജിനിയുടെ *സ്ത്രീത്വം* (1916). ചടുലമായ ഭാഷാപ്രയോഗവും പരിഹാസവും ആത്മരോഷവുംകൊണ്ടു തീവ്രമാണത്. *മഹിളാരത്നം* മാസികയുടെ ആ ലക്കത്തിലെ ആദ്യലേഖനമായി അതുൾപ്പെടുത്തിയിരിക്കുന്നു. ഉൽക്കടമായ സ്വാതന്ത്ര്യബോധം പുലർത്തുന്ന ഒരു സ്ത്രീക്കുമാത്രം സ്വായത്തമായ കാർക്കശ്യത്തോടെ, സംസ്കാരത്തിന്റെ സ്ത്രീവിരുദ്ധ പ്രവണതകളെയും കാപട്യങ്ങളെയും ഈ ലേഖനം തുറന്നുകാട്ടുന്നു.

'സ്ത്രീത്വ'വും 'സ്ത്രീധർമ്മ'വും പ്രചരിപ്പിക്കുന്ന പുരുഷന്മാർ, മനുഷ്യപ്രയത്നംകൊണ്ടു സാദ്ധ്യമല്ലാത്ത ഗുണങ്ങളാണു സ്ത്രീകളിൽനിന്നും ആവശ്യപ്പെടുന്നതെന്നു ലേഖിക ആരോപിക്കുന്നു. പുരുഷൻമാർക്കാകട്ടെ *'സ്ത്രീത്വ'*ത്തെക്കുറിച്ചു വ്യക്തമായ ഒരു നിലപാടുമില്ല. 'കാര്യേഷു മന്ത്രി കരണേഷു ദാസീ' എന്നു നീതിസാരക്കാരനും 'ഭക്ത്യാസേവിക്കപൂജ്യാൻ' എന്നു കണ്വമുനിയും പറയുന്നു. പുരുഷൻമാരുടെ ഈ ചാപല്യത്തെ ചൂണ്ടി ലേഖിക പരിഹസിക്കുകയാണ്:

'രൂപേഷു ലക്ഷ്മി'യായിരിക്കണമെന്നു കേൾക്കുമ്പോൾ ഒന്നു മേനിമിനുക്കിയാലോ എന്നു തോന്നും. ഉടൻ 'ഭാര്യാരൂപവതീ ശത്രു' എന്നു പ്രമാണം കാട്ടി അതിനുള്ള ഉത്സാഹത്തെ ഉരസലാക്കും. ആഭരണഭ്രാന്ത് അരുതെന്നു വിലക്കും. അതണിയാഞ്ഞാൽ 'സന്തത്യുല്പാദനം സംഭവിക്കയില്ലെ'ന്നു പ്രമാണവും എടുത്തുകാണിക്കും. ഉണ്ണുന്നതിനും ഉറങ്ങുന്നതിനുമൊക്കെ സ്ത്രീപുരുഷൻമാർക്കു പ്രമാണങ്ങൾ വേറെ വേറെ വേണം. ഭർത്താവുണ്ടേ ഭാര്യ ഉണ്ണാവൂ. വിശന്നു തളർന്നാലും 'അഗ്രാശനം പാടില്ല.' 'നേരത്തെ ഉറങ്ങുകയും കാലത്തെ ഉണരുകയും ചെയ്താൽ' കനകം പൊഴിക്കാമെന്നു ഇംഗ്ലീഷ് പഴമൊഴി തർജ്ജമ ചെയ്തു കേൾപ്പിക്കും. ഭർത്താവുറങ്ങിയിട്ടേ ഉറങ്ങാവൂ, അദ്ദേഹം ഉണരും മുമ്പേ ഉണരണം എന്നു ശ്ലോകവും ചൊല്ലി കേൾപ്പിക്കും. കുറച്ചുറങ്ങുന്നവൾ കുലധർമ്മപത്നിയെന്നു പറഞ്ഞാൽ ചുരുക്കത്തിലൊക്കെ കഴിക്കാമല്ലോ.'

പുരാണേതിഹാസങ്ങളിൽ വർണ്ണിച്ചിരിക്കുന്ന നായികമാരുടെ ശീലഗുണങ്ങളെ ഈ ലേഖനം പുച്ഛിച്ചു തള്ളുന്നു. സ്ത്രീകൾ എന്തും

സഹിച്ചു ഏതവസ്ഥയിലും ജീവിക്കാൻ സന്നദ്ധരായിരിക്കണമെന്ന 'തൽക്കഥാകർത്താക്കളു'ടെ അഭിപ്രായമാണ് അത്തരം നായികാകഥകളിലടങ്ങിയിരിക്കുന്നതെന്ന ലേഖികയുടെ നിരീക്ഷണം, അവയിൽ നിഗൂഹിതമായിരിക്കുന്ന പുരുഷാധിപത്യ താല്പര്യത്തെയാണു തുറന്നു കാട്ടുന്നത്. സീത, ചന്ദ്രമതി, സാവിത്രി, ശീലാവതി എന്നീ 'വനിതാരത്നങ്ങളെ'ക്കുറിച്ച് ഈ ലേഖനത്തിൽ കൊടുത്ത വിവരണങ്ങൾ, പുരാണേതിഹാസങ്ങളെ സ്ത്രീയുടെ വീക്ഷണത്തിലൂടെ വായിച്ചെടുക്കുന്ന വിമർശനാത്മകമായൊരു ഫെമിനിസ്റ്റ് പാരായണത്തെ അനുസ്മരിപ്പിക്കുന്നവയാണ്. അത്തരമൊരു വായനയിലൂടെ ഉല്പാദിപ്പിക്കപ്പെടുന്ന സ്ത്രീപാഠത്തിന്റെ ചില ദൃഷ്ടാന്തങ്ങൾ നോക്കാം.

ചന്ദ്രമതിയുടെ കഥ ഇങ്ങനെയാണ്:

'റാണിയായിരുന്ന ചന്ദ്രമതി ഭർത്താവിന്റെ ഒരു അർത്ഥമില്ലാത്ത വാഗ്ദാനത്തെ നിറവേറ്റാൻ തന്നെ വിറ്റു. തന്റെ മകനെ വിറ്റു. അമ്മയും മകനുംകൂടി വിടുപണി ചെയ്തു വലഞ്ഞു. തന്നെ വിലയ്ക്കു വാങ്ങിയ ബ്രാഹ്മണന്റെ ഇല്ലത്തിൽ 'നെല്ലുകുത്തി കൈകൾ പൊട്ടി ഉതിരം ചിന്തി; എന്നിട്ടും കാട്ടിൽവെച്ചു മൂർഖൻ കൊത്തിയ മകനെ ഒരു നോക്കു കാണാൻ പാതിരായ്ക്കേ ചന്ദ്രമതിക്ക് അനുവാദം കൊടുത്തുള്ളു.'

'പതിവ്രതയായ' ശീലാവതി, '...ഓരോ കൈവിരലറ്റു വീണു കൃമിയും ചാടും ചലക്കട്ടയും' നോക്കാൻ മറ്റുള്ളവർക്കറയ്ക്കും. എങ്കിലും അദ്ദേഹം ഉണ്ട ചോറിന്റെ ഉച്ഛിഷ്ടം അതിൽ അറ്റുവീണു കിടന്നിരുന്ന വിരലിനെ ആദരപൂർവ്വം മാറ്റിവെച്ച്, പതിവ്രത പഞ്ചാമൃതംപോലെ ഭക്ഷിച്ചു... വേശ്യാഗൃഹത്തിൽ പോകണമെന്നു ആവശ്യപ്പെട്ട കുഷ്ഠക്കാരനെ ശീലാവതി തോളിൽ ചുമന്നാണു കൊണ്ടുപോയത്. വഴിക്കുവെച്ചു മരിച്ചുപോയ ആ മഹാമൂർഖനെ തിര്യെ കൊടുത്തല്ലാതെ സൂര്യൻ ഉദിച്ചുകൂടെന്നു ശീലാവതി തറ്റുടുത്തുനിന്നുകൊണ്ടാണു തപസ്സുചെയ്തത്.'

ഇത്രയേറെ നിശിതമായ ഭാഷയിൽ പുരാണേതിഹാസങ്ങൾക്കെതിരെ വിമർശനങ്ങളുന്നയിക്കുവാനോ ആത്മരോഷം പ്രകടിപ്പിക്കുവാനോ ഇക്കാലത്തുപോലും സ്ത്രീകൾ ധൈര്യപ്പെടാറില്ലെന്നറിയുമ്പോഴാണ് ഈ ലേഖനത്തിനു പശ്ചാത്തലമായി വർത്തിച്ച വിമോചനബോധത്തിന്റെ തീവ്രത വെളിപ്പെടുന്നത്. ഭാര്യമാരിൽ സംശയാലുക്കളാകുന്ന പുരുഷൻമാരെ അനുസ്മരിച്ചുകൊണ്ടു *സരോജിനി* പറയുന്നു:

'സീത രാവണാലയത്തിൽ ഒരാണ്ടു പാർത്ത സംശയം പോക്കാൻ തീയിൽ ചാടിച്ചിട്ടും ശ്രീരാമനും മാലോകർക്കും സംശയം നീങ്ങിയില്ല. ലക്ഷ്മണൻ പന്തീരാണ്ടുകാലം തന്നെപ്പിരിഞ്ഞു പാർത്തിട്ടും കള്ളുകുടിച്ചു തണ്ടാൻ തെങ്ങിൽ കേറിയമാതിരി ശൂർപ്പണഖയുടെ മൂക്കിലും മറ്റും പാഞ്ഞിട്ടും ഊർമ്മിളയ്ക്കു ഒരു സംശയവുമുണ്ടായില്ല.'

സീതയുടെയും ഊർമ്മിളയുടെയും ശൂർപ്പണഖയുടെയും പക്ഷത്തുനിന്നും *രാമായണം* വായിക്കുമ്പോഴുണ്ടാകുന്ന അർത്ഥഭേദങ്ങളെയല്ലേ ഇതോർമ്മിപ്പിക്കുന്നത്?

പുരുഷന്മാർ സിദ്ധാന്തിക്കുന്ന സ്ത്രീത്വം, 'അവർ ഉണ്ടാക്കിവെച്ച ചട്ടങ്ങളെ' അനുസരിക്കലും അവരെ ദൈവമെന്നോണം വണങ്ങലുമാണെന്ന് ലേഖിക വ്യക്തമാക്കുന്നു. മഹാകവികൾ വർണ്ണിക്കുന്ന സ്ത്രീത്വം, സ്ത്രീയെ ഒരു കൂട്ടം അവയവങ്ങളും പുരുഷന്റെ ഭോഗോപകരണവുമായി അവമതിക്കുന്ന ഒന്നാണെന്ന് ലേഖിക തിരിച്ചറിയുന്നുണ്ട്. അന്നത്തെ മലയാളസാഹിത്യത്തിൽ സർവ്വാംഗീകാരം നേടിയിരുന്ന മഹാകാവ്യങ്ങൾക്കും അവയിലടങ്ങിയ സ്ത്രീവിരുദ്ധ പ്രത്യയശാസ്ത്രങ്ങൾക്കും എതിരെ ഒരു മലയാള എഴുത്തുകാരിയിൽനിന്നും ഉയർന്ന വിമർശനമെന്ന നിലയിലും വായിക്കപ്പെടേണ്ടതാണ് താഴെ കൊടുക്കുന്ന ഭാഗം:

> കണ്ടാൽ സുന്ദരിയായിരിക്കണം. കേശത്തിനു കുറുപ്പും ഞെറിവും ഒടിവും ധാരാളം നീളവും ഉണ്ടായിരിക്കണം. കാറ്റില്ലെങ്കിലും അളകങ്ങൾ ഇളകിക്കൊണ്ടിരിക്കണം. കണ്ണുകൾ വെള്ളത്താമരയിൽ കാർവണ്ടുരുളുംപോലെ എപ്പോഴും വിരണ്ടുകൊണ്ടിരിക്കണം. ശരീരം അപ്പാടെ വെയിലേറ്റാൽ വാടിപ്പോകാൻതക്കവണ്ണം കൊത്തറ്റ തളിരുപോലെ കോമളമായിരിക്കണം. നിറം ചെമ്പരുത്തിപ്പൂ പോലെയോ ചെറുനാരങ്ങാപ്പഴം പോലെയോ ഇരിക്കണം. നിവർന്നു നിന്നാൽ ഒടിഞ്ഞുവീഴാൻ തക്കവണ്ണം മദ്ധ്യം സന്ദേഹഗോചരമായിരിക്കണം. വെൺമണലിൽ നടന്നാൽ ഉപ്പൂറ്റി തറഞ്ഞിരിക്കാൻ തക്കവണ്ണം പിൻഭാഗത്തിനു തൂക്കം ജാസ്തിയായിരിക്കണം.'

നോവലെഴുത്തുകാരെയും ലേഖിക വെറുതെ വിടുന്നില്ല. ബി എ പരീക്ഷയും ജാക്കറ്റും ദാവണിയും കൂടിയുണ്ടെങ്കിലാണ് അവർക്കു തൃപ്തിയാവുക. സ്ത്രീശരീരത്തെ വസ്തുവല്ക്കരിക്കുന്ന സാഹിത്യസംസ്കാരം ആദ്യമായി ഒരു സ്ത്രീയുടെ ആത്മബോധത്താൽ ആക്രമിക്കപ്പെടുന്നതിന്റെ ചരിത്രരേഖയായും ഈ ലേഖനം പ്രാധാന്യമർഹിക്കുന്നു.

സ്ത്രീകളെ ആക്ഷേപിക്കുന്ന 'വനിതാ ദൂഷണപരൻമാർ'ക്കുള്ള മറുപടിയാണ് മാധവിയുടെ, വനിതാവൈഭവം (*ശാരദ*, ഏപ്രിൽ 1908). സാഹിത്യവും സ്ത്രീയുടെ ജീവിതാവസ്ഥയും തമ്മിൽ നിലനില്ക്കുന്ന വൈരുദ്ധ്യങ്ങളെ അപഗ്രഥിക്കാനുദ്യമിക്കുന്ന, മലയാളത്തിലെ ആദ്യലേഖനമാണിത്. സ്ത്രീകളെ അടിമത്തത്തിൽ ബന്ധിച്ചശേഷം, അവർ സാഹിത്യത്തിലും ശാസ്ത്രത്തിലുമൊന്നും കീർത്തിനേടിയിട്ടില്ലെന്നാക്ഷേപിക്കുന്ന സംസ്കാരത്തിന്റെ കാപട്യത്തെ, സ്ത്രീയുടെ ജീവിതയാഥാർത്ഥ്യങ്ങളെക്കുറിച്ചോർമ്മിപ്പിച്ചുകൊണ്ട് ഈ ലേഖനം ചോദ്യം ചെയ്തു. സാഫോ, ഹൈപ്പേഷ്യ, അസ്പേഷ്യാ തുടങ്ങിയ എഴുത്തുകാരികൾ പണ്ടുതന്നെ ഉണ്ടായിരുന്നിട്ടും അവരെ അപവാദങ്ങളായെണ്ണി

അവഗണിക്കുകയാണ് പുരുഷന്മാർ ചെയ്തതെന്ന് ലേഖിക സൂക്ഷ്മമായി തിരിച്ചറിയുന്നു. ഈ എഴുത്തുകാരികൾ അപവാദങ്ങളാണെങ്കിൽ ഷേക്സ്പിയർ മുതലായ എഴുത്തുകാരന്മാരും അപവാദങ്ങൾതന്നെയാണെന്ന് ലേഖിക സമർത്ഥിക്കുന്നു.

സ്ത്രീയുടെ അടിമത്താവസ്ഥയാണ് സാഹിത്യത്തിൽ സ്ഥാനമുറപ്പിക്കുന്നതിൽനിന്നും അവളെ തടഞ്ഞതെന്ന് വിർജീനിയ വൂൾഫ്, സിമോൻ ദി ബുവ്വ എന്നീ പാശ്ചാത്യരായ എഴുത്തുകാരികൾ അഭിപ്രായപ്പെടുന്നതിനും എത്രയോ മുമ്പുതന്നെ മലയാളത്തിലെ 'അജ്ഞാതയായ' ഒരെഴുത്തുകാരി ആ വസ്തുത കണ്ടെത്തിയിരുന്നുവെന്ന് ഈ ലേഖനം തെളിയിക്കുന്നു. എഴുത്തുകാരികളെയും അവരുടെ കൃതികളെയും സാഹിത്യചരിത്രത്തിൽനിന്നും പുറന്തള്ളുകയും സാഹിത്യരംഗത്തെ സ്ത്രീകളുടെ പങ്കാളിത്തം തടയുകയുമാണ് പുരുഷന്മാർ ചെയ്തതെന്ന് ആധുനിക ഫെമിനിസ്റ്റ് നിരൂപകർ ആരോപിക്കുന്നത് അടുത്ത കാലത്താണ്. ഇനി ലേഖികയുടെ ഏതാണ്ട് നൂറു വർഷം മുൻപ് ഉന്നയിച്ച ചോദ്യങ്ങൾ നോക്കുക:

> അന്തഃപുര ജീവിതം നയിച്ചവർക്കു സാഹിത്യ പരിശീലനത്തിനു സൗകര്യമുണ്ടായിരുന്നുപോലും! ആ സ്ത്രീകൾക്ക് വല്ല സ്വാതന്ത്ര്യവും നല്കിയിരുന്നുവോ? അവർ പുരുഷന്റെ അടിമകളെപ്പോലെയല്ലേ ഗണിക്കപ്പെട്ടിരുന്നത്? അവിടെ സ്ത്രീയുടെ സ്ഥിതി എന്തായിരുന്നു? പുരുഷന്റെ അധീനതയിൽ, അവന്റെ വിഷയവാസനയെ തൃപ്തിപ്പെടുത്തുന്നതിനായിട്ടല്ലേ ബന്ധിക്കപ്പെട്ടിരുന്നത്? അവൾക്ക് മാനസിക പരിഷ്കാരമോ ചിത്രകലകളിൽ താല്പര്യമോ വളർത്തുവാൻ സാധിച്ചിരുന്നുവോ?

'വിവേകമില്ലായ്മ' എന്നത് -പെൺബുദ്ധി പിൻബുദ്ധി- സ്ത്രീകൾക്കു നേരെയുള്ള സാർവ്വത്രികമായ ഒരാരോപണമാണ്. ലേഖിക ഇതിനു മറുപടി നല്കുന്നു:

'വിവേകം എന്നത് പുരുഷൻതന്നെ സൃഷ്ടിച്ച ഒരു മിഥ്യാകഥ മാത്രമാകുന്നു. പുരുഷൻമാർക്കു വിവേകമുണ്ടെങ്കിൽ, സ്ത്രീകൾക്കുമുണ്ട്. സ്ത്രീകൾക്കു വിവേകമില്ലെങ്കിൽ, പുരുഷന്മാർക്കുമില്ല. സ്ത്രീകൾക്കു വിവേകമില്ലാ എന്നു പറയുന്ന പുരുഷൻതന്നെ ഇതിന് ഉദാഹരണമാകുന്നു.'

കുഞ്ഞുങ്ങളെ ഭാവിപൗരൻമാരായി വളർത്തിയെടുക്കുന്ന സ്ത്രീകളുടെ കർമ്മം, നിപുണതയും കുശലതയും ആവശ്യമായ ഒരു കലാവിദ്യയാണെന്നും ലേഖിക അഭിപ്രായപ്പെടുന്നു.

സാഹിത്യവും സ്വാതന്ത്ര്യവും തമ്മിലുള്ള ബന്ധം മുകളിൽ കണ്ട മാധവിയുടെ ലേഖനത്തിൽ പരാമർശിക്കപ്പെട്ടിട്ടുണ്ടെങ്കിലും ഈ ആശയത്തെ കൂറെക്കൂടി വിശദീകരിക്കാനുള്ള ശ്രമമാണ് കെ എം

കുഞ്ഞുലക്ഷ്മിയുടെ സാഹിത്യവും സ്ത്രീസമുദായവും (*മഹിളാരത്നം*, തുലാം 1091) എന്ന ലേഖനത്തിൽ.

പുരുഷന്മാർക്ക് പരിഷ്കൃതലോകത്തിൽ പ്രാഥമ്യം വരാൻ കാരണം അവരുടെ സർവ്വതോമുഖമായ സ്വാതന്ത്ര്യമാണ്. പുരുഷൻമാരുടെ ഈ സ്വാതന്ത്ര്യം, 'അവരുടെ വൃത്തികൾക്കെല്ലാം ദൃഢതയെ കൊടുക്കുന്നു'. അതിനാൽ സ്ത്രീകൾക്ക് സാമുദായിക സ്വാതന്ത്ര്യം കുറെക്കൂടി അനുവദിക്കണമെന്ന് ലേഖിക ആവശ്യപ്പെടുന്നു. 'സമാവസ്ഥകളുടെ ശൂന്യത സ്ത്രീപുരുഷൻമാരെ ഇരുപാതകളിലായി വേർതിരിക്കുകയാണു ചെയ്തത്' എന്നു പറയുന്ന ലേഖിക, ബുദ്ധിശക്തിയിൽ സ്ത്രീയും പുരുഷനും തമ്മിലുള്ള വ്യത്യാസങ്ങൾ, സാമൂഹികമായി സൃഷ്ടിക്കപ്പെട്ടതാണെന്ന് സൂക്ഷ്മമായി ദർശിക്കുന്നുണ്ട്.

ആൺകുട്ടിയെയും പെൺകുട്ടിയെയും രണ്ടുതരത്തിൽ വളർത്തിയെടുക്കുന്നതിനെക്കുറിച്ചും, രണ്ടാം തരക്കാരായി മാറ്റപ്പെടുന്ന പെൺകുട്ടിയുടെ മനോഘടനയുടെ രൂപവല്ക്കരണം വികലമായിത്തീരുന്നതിനെക്കുറിച്ചും മിസ്സിസ്. സി ജേക്കബ്ബ് സ്ത്രീകളുടെ അഭ്യുന്നതി (*മഹിളാരത്നം*, വൃശ്ചികം 1091) എന്ന ലേഖനത്തിൽ വ്യക്തമാക്കുന്നു.

സാധാരണയായി മാതാപിതാക്കൾ തങ്ങളുടെ പുത്രസന്താനങ്ങളെമാത്രം ബാല്യത്തിൽ അവരുടെ മനസ്സിനെ ശക്തിപ്പെടുത്തുന്നതായ പല ശ്രമങ്ങളിലേക്കും ഉദ്യമിപ്പിക്കുന്നു. ഇതിന്റെ ഉദ്ദേശ്യം എന്തുതന്നെ ആയാലും, ഇതുമൂലം സമുദായത്തിന്റെ ഒരു പ്രധാന അംഗമായ സ്ത്രീ, തന്റെ സഹോദരന്റേയോ പിതാവിന്റേയോ ഭർത്താവിന്റേയോ പുത്രന്റേയോ കൂടെ സഹകരിക്കുന്നതിനു കഴിവില്ലാതെ പിന്നാക്കം നില്ക്കയും, അതു സമുദായത്തിന്റെ മേൽഗതിക്കു തടസ്സമായി വരികയും ചെയ്യുന്നു. കൂടുതലായി വിശദീകരിക്കുന്നില്ലെങ്കിലും സ്ത്രീയുടെ പിന്നാക്കാവസ്ഥയും 'കഴിവില്ലായ്മ'യും സമുദായത്തിന്റെ സൃഷ്ടിയാണെന്നു തിരിച്ചറിയാൻ ഈ ലേഖനത്തിനുകഴിഞ്ഞിട്ടുണ്ട്.

ഇന്നും ഗൗരവപൂർണ്ണമായ സംവാദങ്ങൾക്കു നമ്മുടെ നാട്ടിൽ വിഷയമാകാത്ത ഒന്നാണ് അടുക്കള. 'അടുക്കളക്കാര്യം' പൊതുവെ നികൃഷ്ടമായി കരുതപ്പെടുന്നു. സ്വകാര്യജീവിതത്തിന്റെ ഭാഗമായി സമൂഹം അടുക്കളയെ മാറ്റിവെച്ചിരിക്കുന്നു. എന്നാൽ അടുക്കളയെ അതിന്റെ 'സ്വകാര്യത'യിൽനിന്നും പുറത്തേക്കാനയിക്കാനും സ്ത്രീയുടെ അടിമത്തത്തിന്റെ കേന്ദ്രമെന്ന നിലയിൽ പൊതുസംവാദത്തിനു വിഷയമാക്കാനും എൺപത്തിയൊൻപത് വർഷംമുമ്പു കേരളത്തിലെ സ്ത്രീകൾക്കു കഴിഞ്ഞിരുന്നുവെന്നതിന്റെ ഉത്തമ ദൃഷ്ടാന്തമാണു ബി പാച്ചിയമ്മയുടെ 'സ്ത്രീകളും സ്വാതന്ത്ര്യവും' (*മഹിള*, മാർച്ച് 1921)എന്ന ഉജ്ജ്വല പഠനം.

'സ്ത്രീകളും സ്വാതന്ത്ര്യവും' എന്നു കാണുമ്പോൾതന്നെ 'കണ്ണുചുവപ്പിക്കുകയും മുഖം ചുളിക്കുകയും' ചെയ്യുന്ന ആളുകളോട്, ലേഖനം മുഴുവൻ വായിക്കണമെന്നപേക്ഷിച്ചുകൊണ്ടാണു പാച്ചിയമ്മ തുടങ്ങു

ന്നത്. ലേഖികയുടെ ഉന്നം പുരുഷന്മാർതന്നെ... 'സ്ത്രീകളെ സൃഷ്ടിച്ചിട്ടുള്ളത് അടുക്കളവേലയ്ക്കും സന്തത്യുല്പാദനത്തിനും മാത്രമാണെന്നു ശഠിക്കുകയും, തദനുസരണം വർത്തിക്കുകയും ചെയ്തുവരുന്നവരാണു നൂറ്റിനു തൊണ്ണൂറ്റഞ്ചും അതിലധികവും' എന്ന് സമകാലിക സമൂഹത്തിന്റെ സ്ത്രീവിരുദ്ധപ്രവണതയെ വിമർശിച്ചുകൊണ്ട്, അത്തരമൊരവസ്ഥയിൽ കേരളത്തിലെ സ്ത്രീകൾ 'സ്വാതന്ത്ര്യാവകാശവാദം' മുഴക്കുന്നുവെങ്കിൽ അത്ഭുതപ്പെടുകയോ അസൂയപ്പെടുകയോ കോപിക്കുകയോ ചെയ്യേണ്ടതില്ലെന്ന് ലേഖിക സമൂഹത്തെ ഓർമ്മിപ്പിക്കുന്നു. സ്ത്രീയും പുരുഷനും ചേർന്നെങ്കിലേ സമുദായമാകൂ; സമുദായാഭിവൃദ്ധിയെന്നാൽ ഇരുകൂട്ടർക്കും ഒരുപോലുള്ള അഭിവൃദ്ധിയാണ്. എന്നാൽ,

'പുരുഷൻമാർ മാത്രം വിദ്യാഭ്യാസവും മനഃപരിഷ്കാരവും സമ്പാദിക്കുകയും സ്ത്രീകൾ അടുപ്പിനുഴിഞ്ഞുവിട്ട കോഴികളെപ്പോലെ, അഥവാ, ഹോമകുണ്ഡത്തിനരികെയിരുന്നു യാഗം ദീക്ഷിക്കുന്ന യോഗികളെപ്പോലെ, അടുക്കളപ്പൂച്ചകളായി കഴിഞ്ഞുകൂടുകയും ചെയ്താൽ എങ്ങനെ സമുദായം അഭിവൃദ്ധിയെ പ്രാപിക്കും'?

'അടുപ്പിനുഴിഞ്ഞുവിട്ട കോഴികൾ', 'ഹോമകുണ്ഡത്തിനരികെയിരുന്നു...', 'അടുക്കളപ്പൂച്ചകൾ' എന്നിവ സ്ത്രീക്ക് ആത്മനിന്ദ മാത്രം സമ്മാനിക്കുന്ന അടുക്കളജീവിതത്തോടുള്ള അമർഷത്തിന്റെ ചിഹ്നങ്ങൾതന്നെ. സ്ത്രീകളുടെ ഭീരുത്വത്തിനും 'കൊള്ളരുതാഴിക'യ്ക്കുമെല്ലാം ഉത്തരവാദികൾ പുരുഷന്മാരാണെന്നും സ്ത്രീകളെ 'അടുക്കളയിലിട്ടു പൂട്ടി'യതുകൊണ്ടാണ് അതു സംഭവിച്ചതെന്നുമുള്ള നിരീക്ഷണവും പ്രാധാനപ്പെട്ടതാണ്. കുടുംബം സ്ത്രീയുടെ വ്യക്തിത്വത്തെ വികലമാക്കുന്നതു സംബന്ധിച്ചു ആധുനിക ഫെമിനിസ്റ്റു ചിന്തകയായ ജൂലിയറ്റ് മിച്ചൽ നടത്തുന്ന അപഗ്രഥനത്തിന്, (ഡേവിഡ് ബോഷ്യറുടെ *The Feminist Challenge*, 1983, പുറം 70.) പാച്ചിയമ്മയുടെ നിരീക്ഷണവുമായുള്ള സാദൃശ്യം ശ്രദ്ധേയമായിരിക്കുന്നു.

'സ്ത്രീകൾ സ്വാതന്ത്ര്യപദത്തെ ദുർവ്യാഖ്യാനം ചെയ്ത് തൻലാഭത്തിനായുപയോഗിക്കുകയാണെ'ന്ന വടക്കുംകൂർ രാജരാജവർമ്മയുടെ ആരോപണത്തിനു മറുപടി പറഞ്ഞുകൊണ്ട് പ്രത്യേക പരാമർശമർഹിക്കുന്ന മറ്റൊരു നിരീക്ഷണം പാച്ചിയമ്മ അവതരിപ്പിക്കുന്നുണ്ട്. ആധുനിക ഫെമിനിസ്റ്റ് സൈദ്ധാന്തികർ വീട്ടുവേലയുടെ രാഷ്ട്രീയ ധനശാസ്ത്ര(Political economy of domestic labour)ത്തെ സംബന്ധിച്ച് ചർച്ചകളാരംഭിക്കുന്നത് 1970 കളിൽ മാത്രമാണ്. സ്ത്രീയുടെ വീട്ടുവേലയുടെ സാമ്പത്തിക പ്രാധാന്യം തെളിയിക്കാൻ ഈ ചർച്ചകൾക്കു സാധിച്ചു. ലോകത്തെങ്ങും സ്ത്രീയുടെ വീട്ടുപണി ഒരു തൊഴിലായി അംഗീകരിക്കപ്പെട്ടിട്ടില്ലെന്നും അതിനു വേതനമില്ലെന്നും ജോലിസമയമോ അദ്ധ്വാനഭാരമോ നിജപ്പെടുത്തിയിട്ടില്ലെന്നും വ്യക്തമായി. ഈ പ്രമേയത്തെ സ്പർശിക്കുന്നതാണ് പാച്ചിയമ്മയുടെ ഹ്രസ്വമായ നിരീക്ഷണം.

'...അവർ (സ്ത്രീകൾ) ഇപ്പോൾ കൂലിവേലകൾക്ക് അടിമകളാണ്;

പക്ഷേ, സാധാരണ കൂലിവേലകളെ സംബന്ധിച്ചിടത്തോളം കൂലിക്കു വ്യവസ്ഥയുണ്ട്. ഇവിടെ അതില്ലെന്നേയുള്ളൂ. നമ്മുടെ സഹോദരികളുടെ ജോലി പ്രധാനമായി അടുക്കളപ്പണിയാണ്. കൂലി ഭർത്താവിന്റെ ധന സ്ഥിതിയെ, അല്ല മനഃസ്ഥിതിയെ ആശ്രയിച്ചായിരിക്കും.'

കൂലിവേലയും വീട്ടുവേലയും തമ്മിലുള്ള താരതമ്യം, അടുക്കളപ്പ ണിയുടെ ഉപഭോക്താവ് ഭർത്താവാണെന്ന നിരീക്ഷണം എന്നിവ ഈ എഴുത്തുകാരിയുടെ നിശിതമായ അപഗ്രഥനപാടവത്തെ വ്യക്തമാക്കുന്നു.

സ്ത്രീപുരുഷവർഗ്ഗങ്ങൾ തമ്മിൽ പരിപൂർണ്ണ യോജിപ്പോടുകൂടിയ സ്വാതന്ത്ര്യത്തിനുവേണ്ടി അഭിലഷിക്കുകയും അതിനു തടസ്സമായി നില്ക്കുന്ന പുരുഷൻമാരെ വിമർശിക്കുകയുമാണ് പി ജി പൊന്നമ്മയുടെ 'സ്ത്രീകളോട്' എന്ന ലേഖനം (*സഹോദരി*, മിഥുനം 1104). സമൂഹത്തിന്റെ ഉന്നതിക്കുവേണ്ടി സ്ത്രീയും പുരുഷനും ഒന്നിച്ചു പ്രവർത്തിക്കണമെന്ന തത്ത്വത്തെ മിക്ക പുരുഷന്മാരും വിസ്മരിക്കുകയാണ്. സ്ത്രീകളെ 'അടുക്കള യന്ത്രങ്ങളും' പുരുഷലോകത്തിന്റെ 'കളിപ്പാട്ട' ങ്ങളും മാത്രമായിട്ടാണ് പരിഗണിക്കുന്നത്. അതിനാൽ 'ഈ നികൃഷ്ടാവസ്ഥയിൽനിന്നു സ്ത്രീക്കു മോചനം സിദ്ധിക്കേണ്ട കാലം അതിക്രമിച്ചിരിക്കുന്നു'വെന്നു ലേഖിക ഓർമ്മിപ്പിക്കുന്നു.

സ്ത്രീപുരുഷൻമാരുടെ കർത്തവ്യങ്ങൾ വ്യത്യസ്തങ്ങളായതിനു കാരണം അവരുടെ ശാരീരികവ്യത്യാസങ്ങളാണെന്ന ജീവശാസ്ത്രപരമായ നിർണ്ണയനവാദത്തെ നിരാകരിക്കുന്നുവെന്നതാണ് ഈ ലേഖനത്തിന്റെ പ്രാധാന്യം. പക്ഷിമൃഗാദികൾക്കിടയിലും ശാരീരിക വ്യത്യാസങ്ങളുണ്ടെന്നും അവയ്ക്കിടയിലും പ്രസവം, ശിശുസംരക്ഷണം എന്നിവ നിറവേറ്റുന്നത് പെൺവർഗ്ഗമാണെന്നും അംഗീകരിച്ചുകൊണ്ടുതന്നെ, ഇത്തരം കാര്യങ്ങൾ അവയുടെ സ്വാതന്ത്ര്യത്തെ ഹനിക്കുന്നില്ലെന്ന വസ്തുത ലേഖിക ഓർമ്മിപ്പിക്കുന്നു. 'വിവേകബുദ്ധിയില്ലാത്ത പക്ഷിമൃഗാദിയിൽ'നിന്നും ഉദാഹരണങ്ങൾ സ്വീകരിക്കുകയാണെങ്കിൽപ്പോലും, സ്വാതന്ത്ര്യവും പൊതുകാര്യങ്ങളിൽ ഇടപെടുന്നതിനുള്ള സൗകര്യങ്ങളും സ്ത്രീകൾക്കുണ്ടായിരിക്കണമെന്ന് ലേഖിക സ്പഷ്ടമാക്കുന്നു. വിവേകികളായ മനുഷ്യർക്കിടയിലെ അസമത്വങ്ങൾ നീതിമത്കരിക്കുന്നതിന് വിവേകബുദ്ധിയില്ലാത്ത പക്ഷിമൃഗാദികളിൽനിന്നും തെളിവുകൾ കണ്ടെത്തുന്ന അശാസ്ത്രീയ യുക്തിയെക്കുറിച്ച് ലേഖിക ബോധവതിയായിരുന്നുവെന്നാണ് ഇതു സൂചിപ്പിക്കുന്നത്. ലേഖികയുടെ അഭിപ്രായത്തിൽ സ്ത്രീകളെ അഭിവൃദ്ധിയിലേക്കു നയിക്കുവാൻ പുരുഷന്മാർ പ്രോത്സാഹിപ്പിക്കുകയാണു വേണ്ടത്. സ്ത്രീകൾ മുന്നിട്ടിറങ്ങുകയും വേണം. അതായത് 'അബല' എന്ന സംജ്ഞാസമ്പാദനത്തോടുകൂടി അടുക്കളവേലയ്ക്കായി ഉഴിഞ്ഞിട്ടിരിക്കുന്ന 'സ്ത്രീവർഗ്ഗം' പുരുഷന്മാർക്കൊപ്പം ലോകകാര്യങ്ങളിൽ ഏർപ്പെടുക: സ്ത്രീ-പുരുഷസമത്വത്തെക്കുറിച്ചുള്ള ഫെമിനിസ്റ്റു വീക്ഷണം തന്നെയാണിത്. അതുകൊ

ണ്ടാണ് സ്ത്രീകളുടെ ഉന്നമനത്തിനും ഐക്യത്തിനുംവേണ്ടി, വേണ്ടുവോളം 'സ്ത്രീസമാജങ്ങൾ' സ്ഥാപിക്കുവാൻ ലേഖിക ആവശ്യപ്പെടുന്നതും.

'സ്ത്രീത്വ'മെന്ന പ്രത്യയശാസ്ത്രരൂപത്തോടുള്ള രൂക്ഷമായ വിമർശനങ്ങളാണ് പാർവ്വതി നെൻമിനിമംഗലത്തിന്റെ 'സ്ത്രീത്വം' എന്ന ലേഖന (സ്ത്രീ, ലക്കം 1, ഇടവം 1108) ത്തിൽ കാണുന്നത്. സ്ത്രീയുടെ സ്വാതന്ത്ര്യത്തെ തടയുന്നതും അതുകൊണ്ടുതന്നെ തകർക്കപ്പെടേണ്ടതുമായ ഒന്നായി ഈ ലേഖനം 'സ്ത്രീത്വ'ത്തെ കാണുന്നു. 'സ്ത്രീത്വ'ത്തിന്റെ യഥാർത്ഥ അർത്ഥങ്ങളെന്തൊക്കെയാണെന്നു വെളിപ്പെടുത്തിക്കൊണ്ടാണ് ലേഖനമാരംഭിക്കുന്നത്:

'മഹാകവികൾക്കു വർണ്ണിക്കുവാൻ ഉണ്ടാക്കിവെച്ച ഒരേർപ്പാട്. പുരുഷന്മാർക്ക് കൺകുളിർപ്പിക്കാൻ ഉണ്ടാക്കിത്തീർത്ത ഒരാകൃതി-വെറും കൃത്രിമം. എന്നാൽ നമ്മൾ ആരാധിക്കുന്ന ഒരു സുന്ദര സമ്പ്രദായം-അതേ, 'സ്ത്രീത്വം' എന്നാൽ അസ്വാതന്ത്ര്യത്തെ ആത്മാഭിമാനത്തോടുകൂടി ആരാധിക്കുന്ന ഒരു സത്വം.'

ഇത്തരം സ്ത്രീത്വ സങ്കല്പങ്ങൾ അതേപടി സ്വാംശീകരിക്കുകയും അവയ്ക്കനുസൃതമായി ജീവിക്കുകയും ചെയ്യുന്ന സ്ത്രീകളെയും ലേഖിക വെറുതെ വിടുന്നില്ല. സ്ത്രീകളുടെ കൃത്രിമത്വം നിറഞ്ഞ വേഷഭൂഷാദികളും ആഡംബരങ്ങളുമെല്ലാം അസ്വാതന്ത്ര്യത്തെ ആത്മാഭിമാനത്തോടുകൂടി ആരാധിക്കുന്നതിന്റെ പ്രകടനങ്ങളായി നെൻമിനിമംഗലം വിശേഷിപ്പിക്കുന്നു. സ്ത്രീവേഷ സമ്പ്രദായം ഒരു സ്വാഭാവിക രീതിയായി കരുതുന്ന നമ്മുടെ സമൂഹത്തെ, ഒരുപക്ഷേ, ഇന്നും പ്രകോപിപ്പിച്ചേക്കാവുന്നതാണ് ലേഖികയുടെ വിമർശനങ്ങൾ:

'നാം തലമുടി വളർത്തുന്നതിന്റെ ആവശ്യമെന്ത്? വേറിടുക്കാനും ചീന്തിമിനുക്കുവാനുമായി ദിവസത്തിൽ മൂന്നു മണിക്കൂർ ദുർവ്യയം ചെയ്യാൻ മാത്രം. പന്തം ചുറ്റുന്നപോലെ ഇത്രയധികം തുണികൾ വെച്ചു കെട്ടുന്നതെന്തിന്?... കഴുത്തുനിറയെ ആഭരണങ്ങൾ അണിയുന്നത് പണത്തിന്റെ പലിശ മുടക്കുവാനും ആഭരണവ്യാപാരികൾക്കു പണം സമ്പാദിക്കാനും. കാതുകുത്തുന്നതും മൂക്കു കുത്തുന്നതും രത്നഖചിതങ്ങളായ ആണികൾ ഇട്ടടയ്ക്കുവാൻവേണ്ടി മാത്രം.'

ഇവയെല്ലാം നശിപ്പിച്ചെങ്കിൽ മാത്രമേ സ്ത്രീകൾക്കു സ്വാതന്ത്ര്യം കരഗതമാകയുള്ളുവെന്ന് ലേഖിക ഓർമ്മപ്പെടുത്തുകയാണ്. സ്ത്രീകളുടെ വേഷം, ശരീരാലങ്കാരങ്ങൾ എന്നിവയ്ക്ക് അവരുടെ അടിമത്താവസ്ഥയുമായുള്ള അദൃശ്യബന്ധത്തെ അനാവരണം ചെയ്യുന്ന ഇതുപോലൊരു വിമർശനം പിന്നീടുണ്ടായിട്ടില്ല.[18] ഇന്നും പലരെയും അമ്പരപ്പിക്കുകയോ പ്രകോപിപ്പിക്കുകയോ ചെയ്യാനിടയുള്ളതാണ് 'സ്ത്രീക്കും പുരുഷനും വസ്ത്രധാരണത്തിൽ വ്യത്യാസം ആവശ്യമേയില്ല' എന്ന നെൻമിനി മംഗലത്തിന്റെ അഭിപ്രായം. അത് കൃത്രിമമായ വേർതിരിക്കലാണെന്ന് ലേഖിക വിശ്വസിക്കുന്നു.

കേരളീയ സ്ത്രീവിമോചന പാരമ്പര്യത്തിന്റെ ഒരവലോകനമാണ് ഇതുവരെ കണ്ടത്. കേരളത്തിന്റെ പ്രത്യയശാസ്ത്രമണ്ഡലത്തിന് സ്ത്രീവിമോചനോന്മുഖമായ ഉള്ളടക്കം നല്കാൻ പ്രേരകങ്ങളായത് ഇത്തരം സംവാദങ്ങളായിരുന്നു. ഈ എഴുത്തുകാരികൾ അപ്രശസ്തരോ അപ്രധാന വ്യക്തികളോ ആവാം. പക്ഷേ, ഒരു കാലഘട്ടത്തിലെ വിമോചനേച്ഛുക്കളായ സ്ത്രീസമൂഹത്തിന്റെ ചിന്തകളും വിമർശനങ്ങളും സ്വപ്നങ്ങളുമാണ് ഈ സംവാദങ്ങളെന്ന വസ്തുത വിസ്മരിച്ചുകൂടാ. കേരളത്തിലുടനീളം, ഗ്രാമാന്തരങ്ങളിൽപ്പോലും, സ്ത്രീകളുടെ സംഘടിതശക്തിയുടെ പ്രതീകങ്ങളായ അനേകം സ്ത്രീസമാജങ്ങൾ ഉയർന്നു വന്നതിനു കാരണം ഈ വിമോചനബോധമായിരുന്നു. ഈ സ്ത്രീസമാജങ്ങൾ വിമോചനാശയങ്ങൾക്കു പ്രചാരം നല്കുകയും പുതിയ ആശയങ്ങളും വിമർശനങ്ങളും സൃഷ്ടിക്കുകയും അവയ്ക്കു സ്ത്രീകളുടെ സമ്മതി നേടിയെടുക്കുകയും ചെയ്തു.

സ്വാതന്ത്ര്യപൂർവ്വ കേരളത്തിലെ ഇതര മനുഷ്യാവകാശ പ്രസ്ഥാനങ്ങൾക്കൊപ്പം പ്രാധാന്യമർഹിക്കുന്നുവെങ്കിലും സ്ത്രീപ്രസ്ഥാനങ്ങളുടെ ചരിത്രം ഇനിയും എഴുതപ്പെട്ടിട്ടില്ല: 1910 ൽ 'ഭാരത് സ്ത്രീ മഹാമണ്ഡൽ' രൂപവല്ക്കരിക്കപ്പെടുന്നതിനു മുമ്പുതന്നെ കേരളത്തിൽ സ്ത്രീസമാജങ്ങൾ പ്രവർത്തിച്ചു തുടങ്ങിയതായി കണ്ടെത്താൻ കഴിഞ്ഞിട്ടുണ്ട്. ലഭ്യമായ തെളിവുകൾ പ്രകാരം 'കോഴിക്കോടു സ്ത്രീസമാജ'മാണ് കേരളത്തിലെ ആദ്യസംഘടന. 1905 ലോ അതിനുമുമ്പോ പ്രസ്തുത സംഘടന സ്ഥാപിതമായിക്കഴിഞ്ഞിരുന്നുവെന്നതിനു തെളിവുണ്ടെങ്കിലും[19] സ്ഥാപിതവർഷം കൃത്യമായറിവായിട്ടില്ല. എന്നാൽ തിരുവിതാംകൂറിലെ ആദ്യസംഘടന, കൊ വ 1083 മീനം ഒൻപതിനു (1908) സ്ഥാപിതമായ 'തിരുവനന്തപുരം സ്ത്രീസമാജ'മാണെന്ന് നിസ്സംശയം പറയാം.[20] ആരംഭത്തിൽ മുപ്പത് അംഗങ്ങൾ ഉണ്ടായിരുന്ന സംഘടനയുടെ അംഗബലം ഒരുവർഷത്തിനകം മൂന്നിരട്ടിയായി വർദ്ധിച്ചുവെന്ന് അതിന്റെ വാർഷികറിപ്പോർട്ടിൽ കാണുന്നു.[21] ഉപന്യാസങ്ങൾ, സംഭാഷണങ്ങൾ, സംഗീതം എന്നിവയായിരുന്നു സമാജത്തിന്റെ സാധാരണ യോഗങ്ങളിലെ പരിപാടികൾ.

ശാരദ, *ലക്ഷ്മിഭായി* തുടങ്ങിയ മാസികകളിൽ സ്ത്രീസംഘടനകളെ സംബന്ധിച്ച ധാരാളം വാർത്തകളും പ്രവർത്തനറിപ്പോർട്ടുകളും കാണാം. ഈ മാസികകളും സ്ത്രീസമാജങ്ങളും തമ്മിൽ ഉറ്റ സഹവർത്തിത്വമാണുണ്ടായിരുന്നത്. സ്ത്രീകളിൽ സ്വാതന്ത്ര്യബോധവും സംഘശക്തിയും ലോകപരിജ്ഞാനവും വിനിമയ പാടവവും വളർത്താൻ ഈ സംഘടനകളുടെ പതിവുയോഗങ്ങൾ സ്ത്രീകളെ സഹായിച്ചിരിക്കുമെന്നതിൽ സംശയമില്ല. പുരുഷൻമാരുടെ സാന്നിദ്ധ്യമില്ലാത്ത അത്തരം യോഗങ്ങൾ സ്വാഭിപ്രായങ്ങളും വിമർശനങ്ങളും നിസ്സങ്കോചം പ്രകടിപ്പിക്കാൻ സ്ത്രീകളെ പരിശീലിപ്പിച്ചിരിക്കും. അതിന്റെ ഫലങ്ങൾ കൂടിയാണ് ഇതുവരെ കണ്ട സംവാദങ്ങൾ. ഈ പ്രസ്ഥാനം സാധാരണ

സ്ത്രീകളിൽപോലും ഉണർത്തിയ പ്രതീക്ഷയും അഭിമാനബോധവും ആത്മവിശ്വാസവുമെല്ലാമാണ് പുത്തൻപറമ്പത്തു താലമിസ്ട്രസിന്റെ, 'സ്ത്രീസമാജം മംഗളപദ്യങ്ങളി'ൽ (*മിതവാദി*, ജൂലായ് 1914) പ്രതിഫലിക്കുന്നത്.[22]

കേരളത്തിലെ സ്ത്രീകൾ അടിമാവസ്ഥയെക്കുറിച്ച് ബോധവതികളാവുകയും പുരുഷാധിപത്യവ്യവസ്ഥയ്ക്കെതിരെ വിമർശനങ്ങളുന്നയിക്കുകയും ചെയ്തിരുന്നുവെങ്കിലും, വ്യക്തമായ ദിശാബോധത്തോടെ സാമൂഹികവൈരുദ്ധ്യങ്ങൾ തിരിച്ചറിയുകയോ അവ പരിഹരിക്കുന്നതിനുള്ള കർമ്മപദ്ധതികൾ ആവിഷ്കരിക്കുകയോ ചെയ്യുന്നതിൽ അവർ പരാജയപ്പെട്ടു. നാടുനീളെ ചിന്നിച്ചിതറിക്കിടക്കുകയായിരുന്ന സ്ത്രീസമാജങ്ങളെ ഏകോപിപ്പിക്കാനും കഴിഞ്ഞില്ല. മുപ്പതുകളുടെ ആരംഭത്തോടെ, കേരളത്തിൽ സ്ത്രീവിമോചനത്തിന്റെ പ്രശ്നങ്ങൾ പിൻവാങ്ങിത്തുടങ്ങി.

ഈ ഘട്ടത്തിൽ സ്വാതന്ത്ര്യസമരം അത്യധികം തീവ്രതരവും നിർണ്ണായകവുമായിക്കഴിഞ്ഞിരുന്നു. ഇന്ത്യൻ നാഷണൽ കോൺഗ്രസിന്റെ 1929 ലെ പൂർണ്ണസ്വരാജ് പ്രഖ്യാപനം, 1930 ലെ ഉപ്പുസത്യഗ്രഹം, 1931 ലെ ഗാന്ധി-ഇർവിൻ സന്ധിയോടനുബന്ധിച്ചു നടന്ന പ്രചാരണങ്ങൾ, 1932–33 കാലത്തെ സിവിൽ നിയമലംഘനം എന്നീ സമരങ്ങളും അവയെത്തുടർന്ന് നാടുനീളെ നടന്ന അടിച്ചമർത്തലുകളും സമൂഹത്തെ പ്രക്ഷുബ്ധമാക്കി. അതോടെ സ്ത്രീ വിമോചനം അടക്കമുള്ള സാമൂഹിക പ്രശ്നങ്ങൾ പിന്തള്ളപ്പെടുകയും ദേശീയ വിമോചനം ഏകലക്ഷ്യമാവുകയും ചെയ്തു[23]. ദേശീയ വിമോചനസമരത്തോടൊപ്പം സ്ത്രീവിമോചനസമരങ്ങളും മുന്നോട്ടു നയിക്കാൻ കേരളത്തിലെ സ്ത്രീവിമോചന പ്രസ്ഥാനം പ്രാപ്തമായിരുന്നില്ല. ഇംഗ്ലണ്ടിലെയും മറ്റും പ്രസ്ഥാനങ്ങൾ പിന്മാറിക്കഴിഞ്ഞതും മറ്റൊരു കാരണമായെടുക്കാം. സ്ത്രീമാസികകളും ഓരോന്നായി തിരോധാനം ചെയ്തു. *ലക്ഷ്മിഭായി*യും *മഹിള*യും 1940–41 വരെ നിലനിന്നുവെങ്കിലും, മുപ്പതുകളുടെ ഉത്തരാർദ്ധം മുതൽ അവയുടെ ഉള്ളടക്കത്തിൽ ഫെമിനിസ്റ്റു സംവാദങ്ങൾ ആനുപാതികമായി കുറയുകയും വാദമുഖങ്ങൾക്കു തീക്ഷ്ണത നഷ്ടപ്പെടുകയും ചെയ്യുന്നത് കാണാൻ പ്രയാസമില്ല.

ഇന്ന് ഇന്ത്യയിലെ മറ്റു സംസ്ഥാനങ്ങളെ അപേക്ഷിച്ച് സാക്ഷരത, വിദ്യാഭ്യാസം, ആരോഗ്യം, സ്ത്രീപുരുഷാനുപാതം എന്നിവയിൽ കേരളം മുന്നിട്ടു നില്ക്കുന്നു. വികസിത രാജ്യങ്ങൾക്കൊപ്പം നില്ക്കുന്നതാണ് മേല്പറഞ്ഞ രംഗങ്ങളിൽ കേരളത്തിന്റെ പുരോഗതിയെങ്കിലും സാമ്പത്തിക രാഷ്ട്രീയ സാംസ്കാരിക രംഗങ്ങളിലെ സ്ത്രീപങ്കാളിത്തം അല്പംപോലും ആശാവഹമല്ല. വിദ്യാഭ്യാസത്തിലും സാക്ഷരതയിലുമെല്ലാം വളരെ പുറകിൽ നില്ക്കുന്ന സംസ്ഥാനങ്ങളുമായിട്ടുപോലും താരതമ്യം ചെയ്യുമ്പോൾ ചില പ്രധാന ഘടകങ്ങളിൽ കേരളത്തിലെ സ്ത്രീകൾ പിന്നിലാണ്. ഉദാഹരണമായി പ്രധാന തൊഴിൽരംഗങ്ങളിൽ

കേരളത്തിലെ സ്ത്രീകളുടെ സ്ഥാനം അയൽസംസ്ഥാനങ്ങളേക്കാൾ കുറവാണ്. കുടുംബത്തിലെ സാമ്പത്തികകാര്യങ്ങളിലും കേരള സ്ത്രീക്കു തുച്ഛമായ അധികാരങ്ങളേയുള്ളൂ. കുടുംബത്തിനാവശ്യമായ ഉപഭോഗ വസ്തുക്കൾ വാങ്ങുന്നതിൽപ്പോലും പൂർണ്ണമായ അവകാശമുള്ള സ്ത്രീകൾ ഇവിടെ കുറവാണ്. അധികാരഘടനയിൽ പരിവർത്തനങ്ങൾ ഉണ്ടാകാത്തിടത്തോളം, സ്ത്രീയുടെ ഏതു മെച്ചപ്പെട്ട പദവിയും പുരുഷാധിപത്യവ്യവസ്ഥയ്ക്കുവേണ്ടിയുള്ള സേവനങ്ങളായി പരിണമിക്കുന്നുവെന്നാണ് ഇതു സൂചിപ്പിക്കുന്നത്.

നാഗരികതയുടെയും ചരിത്രത്തിന്റെയും ആവിർഭാവത്തിനു മുമ്പ് ഇന്നത്തേതിനേക്കാൾ മെച്ചപ്പെട്ട പദവിയും സ്വാതന്ത്ര്യവുമെല്ലാം സ്ത്രീകൾക്കുണ്ടായിരുന്നുവെന്നല്ലാതെ, അവർ പുരുഷൻമാർക്കുമേൽ ആധിപത്യം പുലർത്തിയിരുന്ന ഒരു വ്യവസ്ഥയോ കാലഘട്ടമോ മനുഷ്യചരിത്രത്തിലില്ല. ചരിത്രാതീതകാലത്തെ മാതൃദായക്രമ (Matrilineality) ത്തെ, സ്ത്രീകൾക്ക് ആധിപത്യമുള്ള വ്യവസ്ഥ (Matriarchy) യായി ധരിക്കുകയായിരുന്നു മിക്ക ചരിത്രകാരൻമാരും. മാതൃദായക്രമത്തിലധിഷ്ഠിതമായ പിൻതുടർച്ചാവകാശങ്ങളെയും മറ്റും സൂചിപ്പിക്കുന്ന ചില അവശിഷ്ടരൂപങ്ങളെ, പ്രത്യേകിച്ചു തെളിവുകളൊന്നുമില്ലാതെ സ്ത്രീക്ക് പരമാധികാരമുള്ള, ഒരു വ്യവസ്ഥയായി അവർ വ്യാഖ്യാനിച്ചു. കേരളത്തിന്റെ സാമൂഹികചരിത്രം അപഗ്രഥിക്കുന്ന എൽ എ കൃഷ്ണയ്യർ, കേരളത്തിൽ 'മാട്രിയാർക്കി'യാണുണ്ടായിരുന്നതെന്നു പറയുന്നു. പക്ഷേ, അദ്ദേഹം പ്രസ്തുത പദത്തിനു നല്കുന്ന നിർവ്വചനം, 'പെണ്ണുങ്ങൾ വഴിയുള്ള ദായക്രമം' എന്നാണ്.[24] പലപ്പോഴും സന്ദിഗ്ദ്ധാർത്ഥത്തിലാണ് ഈ പദം പ്രയോഗിക്കപ്പെട്ടതും. ഏതായാലും പ്രസ്തുത വ്യവസ്ഥയിലും സാമ്പത്തിക- രാഷ്ട്രീയാധികാരങ്ങൾ പുരുഷന്മാർക്കായിരുന്നു. ചുരുക്കത്തിൽ, സിമോൻ ദി ബുവ്വ എഴുതിയപോലെ (*ദ സെക്കന്റ് സെക്സ്*), 'സ്ത്രീകളുടെ ആ പഴയ സുവർണ്ണകാലമെന്നത് ഒരു മിത്തു മാത്രമാണെ'ന്നു പറയേണ്ടി വരുന്നു.

പുരുഷാധിപത്യവ്യവസ്ഥ (Patriarchy)യ്ക്ക് സുദീർഘമായൊരു ചരിത്രമാണുള്ളത്. മനുഷ്യരുടെ ലിഖിത ചരിത്രമാകെയും പുരുഷാധിപത്യത്തിന്റെ ചരിത്രം കൂടിയായതുകൊണ്ടാണ് പാട്രിയാർക്കിയും ചരിത്രവും 'ഇരട്ടകളാ'ണെന്നു ജൂലിയറ്റ് മിച്ചൽ പറയുന്നത്[25]. സമ്പത്തും അധികാരവുമെല്ലാം പുരുഷൻമാരിൽ കേന്ദ്രീകരിച്ചിരിക്കുന്ന വ്യവസ്ഥയാണത്. കെയ്റ്റ് മില്ലറ്റിന്റെ പ്രശസ്തമായ ഗ്രന്ഥത്തിൽ (*Sexual Politics*) വിവരിച്ചതുപോലെ സൈന്യം, വ്യവസായം, സാങ്കേതിക, സർവ്വകലാശാലകൾ, ശാസ്ത്രം, രാഷ്ട്രീയനേതൃത്വം, സാമ്പത്തികരംഗം, പൊലീസ് എന്നുവേണ്ട സമൂഹത്തിലെ സമസ്ത അധികാരമേഖലകളും പുരുഷൻമാരുടെ നിയന്ത്രണത്തിലാണെന്ന കാര്യം സ്മരിക്കുമ്പോൾ ഈ വസ്തുത കൂടുതൽ വ്യക്തമായി നമുക്കു ബോദ്ധ്യപ്പെടുന്നു.

ഈ അധികാരം സംരക്ഷിക്കുന്നതിനുവേണ്ടി പുരുഷന്മാർ തമ്മിൽ

സാർവ്വത്രികമായ ഒരു ഐക്യം നിലനില്ക്കുന്നു. അതിനാൽ പുരുഷാധിപത്യവ്യവസ്ഥയുടെ അന്തസ്സത്ത, സ്ത്രീകളും പുരുഷൻമാരും തമ്മിലുള്ള ബന്ധമെന്നതിലുപരി, പുരുഷൻമാർ തമ്മിലുള്ള സുദൃഢമായ ഐക്യമാണെന്നു പറയാം. പുരുഷാധിപത്യ വ്യവസ്ഥയെ അപഗ്രഥിച്ചുകൊണ്ട് ഹെയ്ദി ഹാർട്ട്മാൻ നല്കുന്ന നിർവ്വചന പ്രകാരം, സ്ത്രീകൾക്കുമേൽ അധികാരം സ്ഥാപിക്കുവാൻ പുരുഷന്മാരെ സഹായിക്കുന്ന ഒരു കൂട്ടം സാമൂഹിക ബന്ധങ്ങളാണ് പാട്രിയാർക്കി. സ്ത്രീകളുടെ അദ്ധ്വാനത്തിൽ പുരുഷൻമാർക്കുള്ള അധികാരമാണ് അതിന്റെ ഭൗതികാടിത്തറ. ഉല്പാദന-വരുമാന വിഭവങ്ങളിൽനിന്നും സ്ത്രീകളെ അകറ്റി നിർത്തിയും അവരുടെ ലൈംഗികതയെ കീഴടക്കിയുമാണ് പുരുഷൻമാർ ഈ അധികാരം സംരക്ഷിക്കുന്നത്.[26] പുരുഷൻമാർ തമ്മിൽ ജാതിമതവർഗ്ഗവ്യത്യാസങ്ങളും ഉച്ചനീചത്വങ്ങളും സാമൂഹികമോ ഔദ്യോഗികമോ ആയ പദവികളിലെ അന്തരങ്ങളുമെല്ലാമുണ്ടെങ്കിലും, സ്ത്രീകൾക്കുമേൽ അധികാരം നിലനിർത്തുന്നതിൽ അവരെല്ലാം സമാനരാണ്. ലോകമൊട്ടാകെ സ്ത്രീകളുടെ ഭൗതികാസ്തിത്വംപോലും പുരുഷൻമാരെ ആശ്രയിച്ചാണെന്നും ലോകത്തിന്റെ സമ്പത്തും സ്ത്രീകളുടെ അദ്ധ്വാനവും പുരുഷൻമാരുടെ അധീനതയിലാണെന്നും 1980 ലെ ഐക്യരാഷ്ട്രസഭയുടെ റിപ്പോർട്ട് തെളിയിക്കുന്നു.

ഏതൊരു അധികാരവ്യവസ്ഥയും നിലനിന്നുപോരണമെങ്കിൽ അതിനുതകുന്ന തരത്തിൽ വ്യക്തികളെ രൂപപ്പെടുത്തിക്കൊണ്ടേയിരിക്കണം. മനുഷ്യരുടെ ജൈവപരമായ സവിശേഷതകളും ധർമ്മങ്ങളും സാമൂഹിക ക്രമീകരണങ്ങൾക്കു വിധേയമാണ്. എല്ലാ സമൂഹങ്ങളിലുമുള്ള ഇത്തരം ക്രമീകരണങ്ങളെ ഗെയ്ൽ റൂബിൻ 'സെക്സ്-ജൻഡർ വ്യവസ്ഥ' എന്നു വിളിക്കുന്നു[27]. ജൈവപരമായ വ്യത്യാസത്തെ (Biological sex difference) സാമൂഹികമായ വ്യത്യാസമായി പരിവർത്തിപ്പിക്കുന്നത് ഈ വ്യവസ്ഥയാണ്. അതായത്, ജന്തുജാതികൾക്കിടയിലെന്നപോലെ മനുഷ്യജീവികളും പെണ്ണോ ആണോ (Sex) ആയി ജനിക്കുന്നു. ഇതാണ് ജൈവപരമായ വ്യത്യാസം. യാഥാർത്ഥവ്യത്യാസവും ഇതു മാത്രമാണ്. ഈ വ്യത്യാസത്തെ അടിസ്ഥാനമാക്കി മനുഷ്യർക്കിടയിൽ മാത്രം സൃഷ്ടിക്കപ്പെട്ട രണ്ടു വിഭാഗമാണ് സ്ത്രീയും പുരുഷനും (Gender). ജന്തുക്കൾക്കിടയിൽ ജൻഡറുകളില്ല. അതായത് സ്ത്രീപുരുഷപദവിയില്ല; ആണും പെണ്ണുമേയുള്ളു. ഈ ജൻഡറുകൾ പരസ്പരം തുല്യരാകാവുന്നതേയുള്ളുവെങ്കിലും ചരിത്രപരമായ കാരണങ്ങളാൽ മനുഷ്യർക്കിടയിൽ ആണിനാണ് മേല്ക്കോയ്മ.

പുരുഷാധിപത്യവ്യവസ്ഥ പെണ്ണിനെയും ആണിനെയും രണ്ടു വ്യത്യസ്ത ചേരികളിലായി വേർതിരിക്കുകയും ഇവർക്കിടയിൽ തൊഴിൽ വിഭജനവും പ്രത്യേകം പദവികളും നിയമങ്ങളുമെല്ലാം സൃഷ്ടിക്കുകയും ചെയ്തിരിക്കുന്നു. ഈ വിഭജനപ്രകാരം പെണ്ണിനുവേണ്ടി നീക്കിവെച്ചിരിക്കുന്നത് രണ്ടാംകിട പദവിയാണ്. സ്ത്രീക്കുണ്ടായിരിക്കേണ്ട ഗുണ

ങ്ങൾ ഓരോ സമൂഹവും നിർവ്വചിച്ചുവെച്ചിട്ടുണ്ട്. അവയ്ക്കനുസൃതമായി പെണ്ണിനെ സ്ത്രീയാക്കി മാറ്റുന്നു. സമൂഹത്തിലെ എല്ലാ മേഖലകളിലും ഈ വിഭജനം കാത്തുസൂക്ഷിക്കുകയും ചെയ്യുന്നു. സ്ത്രീയായി ജനിക്കുകയല്ല, അങ്ങനെ ആയിത്തീരുകയാണെന്നും, സംസ്കാരമാണ് സ്ത്രീയെ സൃഷ്ടിക്കുന്നതെന്നും സിമോൻ ദി ബുവ്വ പണ്ടുതന്നെ അഭിപ്രായപ്പെട്ടിട്ടുണ്ട്. പുത്രിമാരെ മാത്രം 'ഭൃത്യവേലയിൽ നിയമിക്കുന്നു'വെന്ന് ഐ ദേവകിയമ്മയും 'പുത്രസന്താനങ്ങളെ മാത്രം.... മനസ്സിനെ ശക്തിപ്പെടുത്തുന്നതായ പല ശ്രമങ്ങളിലേക്കും ഉദ്യമിപ്പിക്കുന്നു'വെന്ന് മിസ്സിസ് സി ജേക്കബ്ബും എഴുതിയതും ഇതേ അർത്ഥത്തിൽതന്നെ. രണ്ടോ മൂന്നോ വയസ്സു പ്രായമാവുമ്പോഴേക്കും ഒരു പെൺകുട്ടി, തന്റെ പദവി ആൺകുട്ടിയെക്കാൾ താഴെയാണന്നു പഠിച്ചുതുടങ്ങുന്നു. ഇങ്ങനെ വ്യക്തികൾ വ്യവസ്ഥയുടെ പ്രത്യയശാസ്ത്രങ്ങൾക്കനുസൃതമായി രൂപപ്പെടുകയും അവരിലൂടെ ഇതേ പ്രക്രിയ ആവർത്തിക്കപ്പെടുകയും ചെയ്യുന്നു.

സമൂഹത്തിലെ തൊഴിൽവിഭജനപ്രകാരം സ്ത്രീകളുടെ ചുമതലകൾ പ്രധാനമായും കുടുംബത്തിലും പുരുഷൻമാരുടേത് കുടുംബത്തിനു പുറത്തുള്ള വിവിധ മേഖലകളിലുമാണ്. അതേസമയം, കുടുംബത്തിലും സ്ത്രീകളിലും പുരുഷന് അധികാരങ്ങളുണ്ട്. കുഞ്ഞുങ്ങളുടെ സംരക്ഷണം, വീട്ടുവേലകൾ തുടങ്ങിയവ സ്ത്രീകൾ നിർവ്വഹിച്ചിരിക്കണം. ധീരത, ബുദ്ധിപ്രഭാവം, അധികാരഭാവം, അവകാശബോധം, താൻപോരിമ, സ്ഥൈര്യം, പ്രത്യുല്പന്നമതിത്വം, ആക്രമണവാസന തുടങ്ങിയവ പുരുഷന്മാർക്കുള്ള ഗുണങ്ങളാണ്. മറുവശത്ത് സ്ത്രീകൾക്കുവേണ്ടിയുള്ള ഗുണങ്ങൾ വിധേയത്വം, ക്ഷമാശീലം, വിനയം, ലജ്ജ, സഹനക്ഷമത, കുടുംബാഭിമുഖ്യം, പാതിവ്രത്യം, സദാചാരനിഷ്ഠ തുടങ്ങിയവയും.

പുരുഷാധിപത്യവ്യവസ്ഥയ്ക്കനുസൃതമായി വ്യക്തികൾ രൂപപ്പെടുന്നത് പ്രത്യയശാസ്ത്രങ്ങളിലൂടെയാണ്. മനുഷ്യർ പിറന്നുവീഴുന്നത് ഭൗതികലോകത്തെന്നപോലെ, പ്രത്യയശാസ്ത്രങ്ങളുടെ ഒരു ലോകത്തുകൂടിയാണ്. ആചാരങ്ങൾ, വിശ്വാസങ്ങൾ, സങ്കല്പങ്ങൾ, ദർശനങ്ങൾ, മിത്തുകൾ, രാഷ്ട്രീയം, മതം, ശാസ്ത്രം, സാഹിത്യം എന്നിവയെല്ലാമടങ്ങിയ ഒരു ലോകമാണത്. നാം ജനിക്കുന്നതിനുമുമ്പെ നിലനില്ക്കുന്ന ഇത്തരം പ്രത്യയശാസ്ത്രങ്ങളിലൂടെ മാത്രമേ മനുഷ്യബന്ധങ്ങളെയും യഥാർത്ഥലോകവുമായുള്ള ബന്ധങ്ങളെയുമെല്ലാം നമുക്കു ദർശിക്കാനാവൂ. പ്രത്യയശാസ്ത്രത്തിൽനിന്നും വിമുക്തരായി ആരുമില്ല.

വാസ്തവത്തിൽ, മനുഷ്യർ ജീവിക്കുന്ന സാഹചര്യങ്ങളുമായി അവർക്കുള്ള യഥാർത്ഥബന്ധങ്ങളുടെ ശരിപ്പകർപ്പല്ല പ്രത്യയശാസ്ത്രം. മറിച്ച് ആ യഥാർത്ഥ ബന്ധങ്ങളെക്കുറിച്ച് മനുഷ്യർ സ്വരൂപിക്കുന്ന സാങ്കല്പിക ബന്ധങ്ങളാണ്. പക്ഷേ, ഓരോരുത്തരും അവ യഥാർത്ഥവും സ്വാഭാവികവുമാണെന്നു കരുതി പ്രത്യയശാസ്ത്രത്തിൽ ജീവിക്കുന്നു.

അഥവാ പ്രത്യയശാസ്ത്രം വ്യക്തിയെ രൂപപ്പെടുത്തുന്നു. വ്യക്തി എന്നത് പ്രത്യയശാസ്ത്രത്തിന്റെ ആൾരൂപമാണെന്നും പറയാം. ഗ്രിസൽഡാ പൊളൊക്ക് എഴുതുന്നു:

'പ്രത്യയശാസ്ത്രമാണ് നമുക്കുവേണ്ടി സംസാരിക്കുന്നത്. പ്രത്യയശാസ്ത്രം നമ്മെക്കുറിച്ച് സംസാരിക്കുകപോലും ചെയ്യുന്നു. വംശീയ-ലൈംഗിക വിവേചനങ്ങളും അസമത്വങ്ങളും നിറഞ്ഞ സാമൂഹികവ്യവസ്ഥയെ ശാശ്വതമായി നിലനിർത്തുന്നതിന് അനുയോജ്യമായ പ്രതിരൂപങ്ങളായി അതു നമ്മെ രൂപപ്പെടുത്തുന്നു.' [28]

പ്രത്യയശാസ്ത്രം ഒരു ഭൗതികശക്തികൂടിയാണെന്ന് ഇതു തെളിയിക്കുന്നു. പ്രത്യയശാസ്ത്രം സ്ഥാപനങ്ങളിലൂടെയും അവയുടെ പ്രയോഗങ്ങളിലൂടെയുമാണ് നിലനില്ക്കുന്നതെന്നും അതിന്റെ അസ്തിത്വം ഭൗതികമാണെന്നും അൽത്തൂസർ വിശദീകരിക്കുന്നുണ്ട്.[29]

അധികാരമുള്ള വിഭാഗത്തിന്റെ പ്രത്യയശാസ്ത്രങ്ങൾക്കായിരിക്കും ഏതു സമൂഹത്തിലെയും അധീശത്വം. അതിനാൽ ഭൗതികസമ്പത്തിലും സ്ത്രീകളുടെ അദ്ധ്വാനത്തിലും ഉല്പാദനമേഖലയിലും കുടുംബത്തിലുമെല്ലാം അധീശത്വം വഹിക്കുന്ന പുരുഷൻമാരുടെ പ്രത്യയശാസ്ത്രങ്ങൾക്ക് സമൂഹത്തിൽ മേല്ക്കോയ്മയുണ്ടാവുന്നതിൽ അത്ഭുതമില്ല. ഈ അധീശത്വ പ്രത്യയശാസ്ത്രം സമൂഹത്തിന്റെ സർവ്വമേഖലകളെയും കീഴടക്കുകയും വിശ്വാസങ്ങളും സങ്കല്പങ്ങളും മിത്തുകളും സദാചാരമൂല്യങ്ങളും സൃഷ്ടിച്ചു സർവ്വവ്യാപിയായിത്തീരുകയും ചെയ്യുന്നു.

എല്ലാ അധികാരവ്യവസ്ഥകളും നിലനില്ക്കുന്നത് പ്രധാനമായും രണ്ടുപാധികളെ ആശ്രയിച്ചാണ്: മർദ്ദനോപകരണങ്ങളെയും പ്രത്യയശാസ്ത്രസ്ഥാനങ്ങളെയും. മർദ്ദനോപാധികളുടെ അനുസ്യൂതമായ പ്രയോഗം സമൂഹത്തെ സംഘർഷകലുഷിതമാക്കിത്തീർക്കും. അതിനാൽ അവയുടെ ആശ്രയമില്ലാതെത്തന്നെ ഭരണീയരെ വ്യവസ്ഥയ്ക്കനുകൂലമായി പാകപ്പെടുത്തിയെടുക്കുകയാവും കൂടുതൽ അഭികാമ്യം. ബലപ്രയോഗത്തിനു പകരം പ്രത്യയശാസ്ത്രപ്രയോഗത്തിലൂടെയുള്ള കീഴ്പ്പെടുത്തലാണത്. സ്ഥിതവ്യവസ്ഥ തീർത്തും സ്വാഭാവികവും അനിവാര്യവുമാണെന്നു വരുത്തുകയും അതുമായി ഒത്തിണങ്ങിക്കഴിയാൻ ജനതയെ അനുശീലിപ്പിക്കുകയുമാണ് ഈ പ്രത്യയശാസ്ത്രങ്ങൾ ചെയ്യുക. വിദ്യാഭ്യാസസ്ഥാപനങ്ങൾ, പാർട്ടികൾ, സംഘടനകൾ, മതങ്ങൾ, മാധ്യമങ്ങൾ, സാഹിത്യം തുടങ്ങിയവ ഭരണവ്യവസ്ഥയുടെ പ്രത്യയശാസ്ത്രങ്ങൾ കുടികൊള്ളുന്ന സ്ഥാപനങ്ങളാണ്.

പുരുഷാധിപത്യവ്യവസ്ഥയുടെ പ്രത്യയശാസ്ത്രങ്ങൾക്കും ഇതുപോലെ ചില സ്ഥാപനങ്ങൾ വേണം. കുടുംബം, വിവാഹം, ചാരിത്ര്യം, മാതൃത്വം, പാതിവ്രത്യം, ലൈംഗികത, പ്രേമം, വ്യഭിചാരം, പർദ്ദ തുടങ്ങിയവ പുരുഷാധിപത്യവ്യവസ്ഥയുടെ പ്രത്യയശാസ്ത്രസ്ഥാപനങ്ങളാണ്. എല്ലാ സമ്പദ്വ്യവസ്ഥകളും ഭരണകൂടങ്ങളും പുരുഷാധിപത്യവ്യവസ്ഥയെ സംരക്ഷിക്കുന്നവയായതിനാൽ, അവയുടെ പ്രത്യയശാ

സ്ത്രസ്ഥാപനങ്ങൾ പുരുഷാധിപ്യത്തിന്റേതുകൂടിയായിത്തീരുന്നുമുണ്ട്.

പുരുഷന്റെ അധീശത്വവും സ്ത്രീയുടെ വിധേയത്വവും നില നിർത്തുന്ന പുരുഷാധിപത്യവ്യവസ്ഥയുടെ പ്രത്യയശാസ്ത്രങ്ങൾ സ്ഥാപനങ്ങളിലൂടെയാണു സംരക്ഷിക്കപ്പെടുന്നെന്ന് ജൂലിയറ്റ് മിച്ചലും,[30] അടിസ്ഥാനപരമായിത്തന്നെ പ്രകൃതിവിരുദ്ധമായ ഒന്നായതിനാൽ സ്ഥാപനവല്ക്കരണത്തിലൂടെയല്ലാതെ പുരുഷാധിപത്യവ്യവസ്ഥയ്ക്ക് അതിജീവിക്കാനാവില്ലെന്ന് മെറിലിൻ ഫ്രെഞ്ചും[31] അഭിപ്രായപ്പെടുന്നു. സ്ത്രീയുടെ അടിമത്തത്തിനു സുസ്ഥിരത നല്കുന്ന പ്രത്യയശാസ്ത്ര സ്ഥാപനങ്ങളെക്കുറിച്ചുള്ള അന്വേഷണങ്ങളും വിശകലനങ്ങളും സാമൂഹികാപഗ്രഥനത്തിൽ ഫെമിനിസം നല്കിയ സംഭാവനകളാണ്.

പുരുഷാധിപത്യവ്യവസ്ഥയെ സാധൂകരിക്കുന്നതും സംരക്ഷിക്കുന്നതുമായ പ്രത്യയശാസ്ത്രങ്ങൾ ഉല്പാദിപ്പിക്കുകയും അവയ്ക്കു സ്ത്രീകളുടെ സമ്മതം നേടിക്കൊടുക്കുകയുമാണ് പ്രത്യയശാസ്ത്രസ്ഥാപനങ്ങൾ ചെയ്യുക. പുരുഷാധിപത്യത്തിൽ സംശയാലുക്കളാകാനോ ചോദ്യങ്ങൾ ഉന്നയിക്കാനോ ആകാത്തവിധം സ്ത്രീയുടെ മനോഘടനയെ പരുവപ്പെടുത്താനും അവ പര്യാപ്തങ്ങളാണ്. തങ്ങളുടെ പീഡിതജീവിതം സ്വാഭാവികമോ വിധികല്പിതമോ സ്വയംകൃതമോ ആയി ധരിക്കാൻ അവ സ്ത്രീകളെ അനുശീലിപ്പിക്കുന്നു. അതുകൊണ്ടാണ് ലൈംഗികാക്രമണത്തെ സ്വയം വരുത്തിവെച്ച വിനയായും മാതൃത്വഭാരത്തെ കടമയായും സ്ത്രീക്ക് സ്വീകരിക്കേണ്ടിവരുന്നത്. തങ്ങളുടേത് ഒരു നികൃഷ്ട ജീവിതമല്ലെന്നു സ്വയം വിശ്വസിക്കാനും സ്ത്രീകൾ പഠിപ്പിക്കപ്പെടുന്നു. കോളനിരാജ്യങ്ങളിലെ ജനത, സ്വബുദ്ധിയുപയോഗിച്ചു യാതൊന്നും കണ്ടെത്താനോ ഉല്പാദിപ്പിക്കാനോ ആവാത്തവരാണെന്ന്, അവരെ കീഴടക്കിനിർത്തുന്ന കൊളോണിയൽ മോധാവികൾ പറയാറുണ്ട്. അതുപോലെ സ്ത്രീകളുടെ അടിമത്തത്തിന് കാരണക്കാർ അവർ തന്നെയാണെന്നു വരുത്താനും ഈ സ്ഥാപനങ്ങൾക്കു കഴിയും. അടിമകൾ ഉടമകളുടെ പ്രത്യയശാസ്ത്രത്തെ യാഥാർത്ഥ്യമെന്നോണം സ്വീകരിക്കുമ്പോഴാണ് അടിമവ്യവസ്ഥയുടെ വിജയം. ഈ വിജയം, ബോണി ക്രിപ്സ് അഭിപ്രായപ്പെടുംപോലെ, അടിമകളായിക്കഴിയാനല്ലാതെ തങ്ങൾ മറ്റൊന്നിനും കൊള്ളുന്നവരല്ലെന്നും അടിമകളായിരിക്കുന്നത് അത്ര മോശപ്പെട്ട കാര്യമല്ലെന്നും അവരെ ബോദ്ധ്യപ്പെടുത്താൻ ഉടമകൾക്കു കഴിഞ്ഞു എന്നിടത്താണ്.[32]

ഇവയെ സ്ഥാപനങ്ങളെന്ന നിലയിലല്ല, പ്രകൃതിസിദ്ധമെന്നോണം തീർത്തും സ്വാഭാവികമായ യാഥാർത്ഥ്യങ്ങളായാണു പുരുഷാധിപത്യവ്യവസ്ഥ പരിപാലിക്കുന്നതെന്ന വസ്തുത കൂടിയുണ്ട്. സ്ത്രീയെപ്പോലും പ്രകൃതിയായവതരിപ്പിക്കുന്നുണ്ടല്ലോ ഈ വ്യവസ്ഥ. സ്ത്രീയുടെ ലൈംഗികത, പ്രത്യുല്പാദനം, ശിശുപരിചരണം എന്നിവ പുരുഷാധിപത്യ പ്രത്യയശാസ്ത്രപ്രകാരം പ്രകൃതിയുമായി അഭേദ്യബന്ധമുള്ള 'സ്വാഭാവിക' പ്രവർത്തനങ്ങളായിരിക്കുന്നുവെന്ന് ജൽനാ

ഹാൻമർ പറയുന്നു.[33] സ്ത്രീയെ പ്രകൃതിയുമായി ബന്ധപ്പെടുത്തുന്ന ഇത്തരം നിർണ്ണയനവാദപരമായ നിർവ്വചനങ്ങൾ സ്ത്രീയുടെ അവസ്ഥ പരിവർത്തനവിധേയമല്ലെന്നു വിശ്വസിപ്പിക്കുകയാണു ചെയ്യുക. എന്നാൽ പുരുഷാധിപത്യത്തെ സംരക്ഷിക്കുക, പുരുഷാധികാരത്തിനു പൊതു സമ്മതി നേടിയെടുക്കുക, സ്ത്രീകളെ വ്യവസ്ഥയുമായി കൂട്ടിയിണക്കുക എന്നിവയാണു പ്രസ്തുത സ്ഥാപനങ്ങളുടെ ധർമ്മങ്ങൾ. അവയുടെ നിയമങ്ങളോ അവ പ്രതിനിധാനം ചെയ്യുന്ന മൂല്യങ്ങളോ പുരുഷാധികാരത്തെ അല്പംപോലും നിഷേധിക്കുന്നില്ല. ആ അധികാരത്തിനനുകൂലമായി വ്യക്തികളെ രൂപപ്പെടുത്തിയെടുക്കുകയാണ് ഈ സ്ഥാപനങ്ങൾ ചെയ്യുന്നത്.

ഇവയോരോന്നും സ്വതന്ത്രാസ്തിത്വമുള്ളവയെങ്കിലും പരസ്പരം ഗാഢമായി ബന്ധപ്പെട്ടിരിക്കുന്നുവെന്നതും ശ്രദ്ധേയമാണ്. ഉദാഹരണമായി ലൈംഗികത പ്രേമമായും പ്രേമം വിവാഹമായും വിവാഹം കുടുംബമായും പരിണമിക്കുന്ന ഒരു നൈരന്തര്യംപോലും സങ്കല്പിക്കാനാവും. ലൈംഗികതയ്ക്കും മാതൃത്വത്തിനും കുടുംബവുമായുള്ള ബന്ധം വളരെ അഗാധമാണ്. എങ്കിലും ഇവയോരോന്നും സ്വന്തമായ നിയമങ്ങളും മൂല്യങ്ങളും ക്രമീകരണങ്ങളും നിലനിർത്തിയിട്ടുണ്ട്. 'പ്രേമ'ത്തിന്റെ വ്യവസ്ഥകളിൽ സ്ത്രീക്ക് ചില സ്വാതന്ത്ര്യങ്ങളുണ്ടാവാം. അതേ സ്വാതന്ത്ര്യം വിവാഹത്തിലോ കുടുംബത്തിലോ അനുവദിക്കപ്പെട്ടിട്ടില്ല. അതാതു സമൂഹങ്ങളിൽ ഈ സ്ഥാപനങ്ങളുടെ വ്യവസ്ഥകൾക്ക് വകഭേദങ്ങളുണ്ടാവാമെങ്കിലും, അവ അടിസ്ഥാനപരമായി പുരുഷാധികാരത്തെ സംരക്ഷിക്കുന്നവയായിരിക്കും.

പുരുഷാധിപത്യസ്ഥാപനങ്ങൾക്ക് മറ്റു പ്രത്യയശാസ്ത്രസ്ഥാപനങ്ങളിൽനിന്നുള്ള മറ്റൊരു സവിശേഷത, ഇവയുടെ വൈകാരികസത്തയും പരിവേഷവുമാണ്. കുടുംബത്തെ എടുക്കുക. പുറംലോകത്തെ ചൂഷണങ്ങളിൽനിന്നും കടുത്ത മാത്സര്യങ്ങളിൽനിന്നും പീഡനങ്ങളിൽനിന്നും മനുഷ്യർക്ക് പ്രത്യേകിച്ച് പുരുഷൻമാർക്ക്, സാന്ത്വനമരുളുന്ന ഏകാശ്രയമാണത്. അതിനാൽ ഈ സ്ഥാപനങ്ങൾക്കു നേരെയുള്ള ഏതു വിമർശനവും ആളുകളെ വൈകാരികപ്രതികരണങ്ങൾക്കു വശംവദരാക്കുന്നു. സാമൂഹികജീവിതവും കുടുംബജീവിതവും സ്ത്രീപുരുഷ ബന്ധങ്ങളുമെല്ലാം മറ്റേതെങ്കിലും രീതിയിൽ പുനഃസംഘടിപ്പിക്കാനാവില്ലേ എന്നു വിഭാവനം ചെയ്യാൻപോലും ഇക്കാരണത്താൽ അധികമാളുകൾക്കും കഴിയാതെയാവുന്നു. അതാണ് വ്യവസ്ഥയുടെ വിജയവും.

കുറിപ്പുകൾ

1. പി കെ ബാലകൃഷ്ണൻ, *ചന്തുമേനോൻ ഒരു പഠനം* (കോട്ടയം: സാഹിത്യ പ്രവർത്തക സഹകരണസംഘം, 1980) പുറം.62-63.
2. Vina Majunmdar, *Emergence of Women's Question in India and Role of Women's Development Studies.* Occasional Paper No.7.

(New Delhi: Centre for Women's Development Studies 1985, p.1)

3. ലളിതാംബിക അന്തർജ്ജനം, *ഭാരതീയ സ്ത്രീകളുടെ പദവി- യുഗങ്ങളിലൂടെ* (*സ്ത്രീ*, കോട്ടയം: സാഹിത്യപ്രവർത്തക സഹകരണ സംഘം, 1975) പുറം.
4. M K Gandhi, *Women and Social Injustice* (Ahamedabad: Navajivan Publishing House, 4th edn. 1998) p.10
5. കേസരി നായനാരുടെ കൃതികൾ, സമ്പാ: പ്രൊ. കെ ഗോപാലകൃഷ്ണൻ (കോഴിക്കോട്: *മാതൃഭൂമി പ്രിന്റിങ് ആന്റ് പബ്ലിഷിങ് കമ്പനി*, 1987) പുറം 84.
6. മലയാളികൾക്ക് ഇത്തരത്തിൽ സ്വന്തം തറവാടുകൾ ഉപേക്ഷിച്ചു പോകേണ്ടിവരുന്നതിന്റെ പ്രത്യയശാസ്ത്രപരമായ നീതിവല്ക്കരണമാണ് *ഇന്ദുലേഖ*യിൽ നാം കാണുക. 'ഇന്ദുലേഖയും മാധവനും മാധവന്റെ അച്ഛനമ്മമാരോടുകൂടി മദിരാശിക്കു പോയി സുഖമായി ഇരുന്നു' എന്ന കഥാന്ത്യത്തിലെ ശുഭവാചകം ഇതിന്റെ തെളിവാണ്. മാധവന്റെ സിവിൽ സർവ്വീസ് നിയമനം ദൂരസ്ഥലത്താവുന്നത് യാദൃച്ഛികമല്ല. ചന്തുമേനോന് മാധവനെ തലശ്ശേരിയിൽ നിയമിക്കാവുന്നതേയുള്ളൂ.
7. ഈ നൂറ്റാണ്ടിന്റെ പ്രാരംഭ ദശകത്തിൽപോലും കേരളത്തിൽ നിലനിന്നിരുന്ന 'പറ്റലൈംഗികവേഴ്ച'യെക്കുറിച്ച് *ജാതിവ്യവസ്ഥിതിയും കേരള ചരിത്ര*വും (1983) എന്ന ഗ്രന്ഥത്തിൽ പി കെ ബാലകൃഷ്ണൻ വിശദമായി പ്രതിപാദിച്ചിട്ടുണ്ട്. ('പറ്റലൈംഗികവേഴ്ചയിൽനിന്ന് കുടുംബക്രമത്തിലേക്ക്' എന്ന അദ്ധ്യായം. പുറം 274-283)
8. Roberta Hamilton, *The Liberation of Women: A Study of Patriarchy and Capitalism* (London: George Allen & Unwin, 1978) p.103.
9. പാശ്ചാത്യ മിഷനറിമാരിലൂടെയും ഇംഗ്ലീഷ് വിദ്യാഭ്യാസത്തിലൂടെയും ഇന്നാട്ടിൽ പ്രചരിപ്പിച്ചത് ഏകദാമ്പത്യ കുടുംബത്തിന്റെയും വിക്ടോറിയൻ സദാചാര മൂല്യങ്ങളുടെയും പ്രത്യയശാസ്ത്രങ്ങളായിരുന്നു. കുടുംബ മഹത്ത്വവും സുരക്ഷിതത്വവും പ്രകീർത്തിക്കപ്പെട്ടു. കുടുംബ നന്മയ്ക്കുവേണ്ടി അപേക്ഷിക്കുന്ന പ്രാർത്ഥനാസ്തോത്രങ്ങളും ഇക്കാലത്തു രൂപം കൊണ്ടു. കൂടാതെ, 'Bless Our Home', 'God is the Master of this House', 'Home is the Nest where all is Best' തുടങ്ങിയ വചനങ്ങളും ഇതേ കാലഘട്ടത്തിൽ പ്രചരിച്ചു തുടങ്ങുന്നു.
10. Gail Minault, *Urdu Women's Magazines in the Early Twentieth Century*, Manushi, No.48 (Sept-Oct. 1988) pp. 2-9
11. ഈ കാലത്തുതന്നെ തെലുങ്കിൽ *സതിഹിതബോധിനി* (1883)യും തമിഴിൽ *പെൺമതിബോധിനി*(1891)യും പുറത്തുവന്നു.

പത്തൊൻപതാം ശതകത്തിന്റെ അന്ത്യഘട്ടംമുതൽ ഇന്ത്യയിലെ മിക്ക ഭാഷകളിലും സ്ത്രീമാസികകൾ പ്രചരിച്ചു തുടങ്ങിയതായി കാണാം. *ഭാരതി* (ബംഗാളി,1884-1912); *ഇന്ത്യൻ ലേഡീസ് മാഗസിൻ*; (ഇംഗ്ലീഷ്,1901-1938); *സ്ത്രീദർപ്പൺ* (ഹിന്ദി,1909); *കർണ്ണാടക നന്ദിനി* (കന്നട, 1917-1922); *സാവിത്രി* (തെലുങ്ക്, 1904); *അനസൂയ* (തെലുങ്ക്, 1914); *ശാരദ* (മലയാളം, 1904) *ഹിതകാരിണി* (തമിഴ് 1909); *കൽവി* (തമിഴ്, 1912) തുടങ്ങിയവ സ്ത്രീകൾ പ്രസാധികമാരായ മാസികകളായിരുന്നു. *ഹിന്ദു സുന്ദരി* (തെലുങ്ക്), *സ്ത്രീ ബോധ്, സുന്ദരി സുബോധ്* (ഗുജറാത്തി), *ഭാമബോധിനി പത്രിക* (ബംഗാളി) *ഇസ്മത്, തെഹസിബ് നിസാൻ* (ഉറുദു) തുടങ്ങിയവയാണ് സ്ത്രീകളുടെ പൂർണ്ണ പങ്കാളിത്തമുണ്ടായിരുന്ന മറ്റു ചില പ്രധാന മാസികകൾ.

12. ഇതിൽ അസാധാരണമായൊന്നുമില്ല. ഇംഗ്ലണ്ടിൽപോലും ആദ്യകാല സ്ത്രീ മാസികകളെല്ലാം പുരുഷന്മാരുടേതായിരുന്നു. അന്നാട്ടിലെ ആദ്യ സ്ത്രീ മാസികയായ, *The Ladies Mercury* (1693): *The Lady's Magazine, The Lady's Monthly Museum* (18th century), *La belle assemblee* (1806), *The English Women's Domestic Magazine* (1852) *The Quee* (1861) എന്നിവ ഉദാഹരണങ്ങൾ.
13. ജി പ്രിയദർശൻ, *മാസികാ പഠനങ്ങൾ* (കോട്ടയം: സാഹിത്യ പ്രവർത്തക സഹകരണ സംഘം, 1974) പുറം 17.
14. 1921-ൽ *മഹിള*യുടെ മതിപ്പു പ്രചാരം പ്രതിമാസം എഴുന്നൂറ്റൻപതു കോപ്പിയായിരുന്നു. അവലംബം: Statistics of Travancore, 1096 M.E. Travancore: Dept.of Statitics,pp.289-297.
15. 'പ്രസ്താവന' *മഹിളാരത്നം* 1,1, (ചിങ്ങം 1091) പുറം 1-3.
16. Miriam Schneir, *Introduction* op.cit.p.xvi
17. *ശാരദ*, 1, 7, (എടവം 1905) പുറം 5-9.
    Patel, *Amniocentesis and Female Foeticid.Misuse of Medical Technology*, Socialist Health Review, 1,2 (2. sept. 1984) pp. 69-71
18. സ്ത്രീ വേഷം സൃഷ്ടിക്കുന്ന അസ്വാതന്ത്ര്യത്തെക്കുറിച്ച് കെ സരസ്വതിയമ്മ ഇങ്ങനെ എഴുതി:
    'മഴയത്ത് റോഡിലെ വെള്ളത്തിൽ കിടന്നിഴഞ്ഞു ഘനം തൂങ്ങുന്ന സാരിയുമായി വലിഞ്ഞു നീങ്ങുന്നതിന്റെ വിഷമം അനുഭവിച്ചവർക്കല്ലേ അറിയാവൂ? അതിനുപകരം മുണ്ടും മടക്കിക്കുത്തി മൂളിപ്പാട്ടും പാടി അല്ലലറിയാതെ നടക്കാൻ സാധിക്കുന്നതുതന്നെ എന്തൊരു ഭാഗ്യമാണ്! പല കാരണങ്ങളാലും ഘനം തൂങ്ങുന്ന മുടിക്കെട്ടു വേണ്ടെന്നു വെച്ചാൽ തലയുടെ ഘനം വിട്ടുകിട്ടും; എന്നാൽപ്പിന്നെ തലച്ചോറും നേരെ പ്രവർത്തിച്ചേനെ.'
    കെ സരസ്വതിയമ്മ, *പുരുഷൻമാരില്ലാത്ത ലോകം* (കോട്ടയം: സാഹി

ത്യപ്രവർത്തക സഹകരണസംഘം, 2-ാംപ.1961.)പുറം 15.

19. കോഴിക്കോടു സ്ത്രീസമാജത്തിന്റെ ഒരു യോഗത്തിൽ മിസിസ് സ്റ്റോക്ക്സ് 'സൂചിയും അതിന്റെ പ്രവൃത്തിയും' എന്ന പ്രബന്ധമവതരിപ്പിക്കുകയും മിസിസ് എം ജി സക്കറിയാ അതു പരിഭാഷപ്പെടുത്തി വായിക്കുകയും ചെയ്തതായി *ലക്ഷ്മിഭായി* മാസികയിൽ കാണുന്നു. പ്രസ്തുത പ്രബന്ധവും *ലക്ഷ്മിഭായി* പ്രസിദ്ധീകരിച്ചിട്ടുണ്ട്. 'സൂചിയും അതിന്റെ പ്രവൃത്തിയും' *ലക്ഷ്മിഭായി* 1.8. (1081 വൃശ്ചികം) പുറം 282.
20. 'തിരുവനന്തപുരം സ്ത്രീ സമാജം' *ശാരദ* 3,2 (മാർച്ച് 1908) പുറം 47- 48.
21. തിരുവനന്തപുരം സ്ത്രീ സമാജം-വാർഷികോത്സവം, *ശാരദ* 4,1 (മാർച്ച് 1909) പുറം 71-76
22. *മിതവാദി*, (ജൂലായ് 1914) പുറം 16.

"പാർത്താൽ ബുദ്ധിബലം മഹാബല,-മതൊ
ട്ടില്ലായ്കയാൽ തന്നെയാം
കീർത്തിക്കുന്നിതു, നാരിമാ,രബലമാ,-രേന്നിയപ
ഖ്യാതിയെ!
തീർത്തീടും വിധമൊട്ടനേക വിഷയജ്ഞാനം
വരുത്താൻ, ചിരം
വർത്തിച്ചീടണ, മിസ്സമാജ, മഗജെ!
സർവാർത്ഥ സന്ദായിനി!!

23. 'ഓൾ ഇന്ത്യ വിമൻസ് കോൺഫറൻസ് പോലുള്ള സംഘടനകൾ അതിജീവിച്ചുപോന്നെങ്കിലും അവയ്ക്കു കാര്യമായ ചലനങ്ങളൊന്നും സ്ത്രീകൾക്കിടയിൽ സൃഷ്ടിക്കാൻ കഴിഞ്ഞിരുന്നില്ല. ന്യൂനപക്ഷം മാത്രമായ സമ്പന്നസ്ത്രീകളുടെ വേദിയായി 'എ ഐ ഡബ്ല്യു സി' മാറിക്കഴിഞ്ഞിരുന്നു. 1936 ൽ തിരുവനന്തപുരത്തുവെച്ചു നടന്ന പ്രസ്തുത സംഘടനയുടെ വാർഷിക സമ്മേളനം ഈ വസ്തുത വിളിച്ചുപറയുന്നുണ്ട്. പ്രസ്തുത സമ്മേളനം റിപ്പോർട്ടു ചെയ്ത കോന്നിയൂർ കെ മീനാക്ഷിയമ്മയുടെ ഭാഷയിൽ, 'പഞ്ചവർണ്ണങ്ങളിൽ കണ്ണഞ്ചിക്കുന്ന സാരികൾ' ഉടുത്ത, 'കനകവലയങ്ങളും കാഞ്ചനഹാരങ്ങളും' ധരിച്ച, 'പരിഷ്കാരത്തിന്റെയും ഫാഷന്റെയും മൂർത്തികളും', 'വിവിധ വർണ്ണത്തിലുള്ള ചേലകൾ ഉടുത്ത് അമിതമായി ആഭരണങ്ങളും അണിഞ്ഞ്' നടക്കുന്നവരും ആയ ഉന്നതവർഗ്ഗസ്ത്രീകളുടെ മേളനമായിരുന്നു അത്.
അഖിലഭാരത വനിതാ സമ്മേളനം - ചില രംഗങ്ങൾ *എം എൻ നായർ മാസിക* 1,4, (വൃശ്ചികം 1111) പുറം 292-286.
24. L A Krishna Iyer, *Social History of Kerala* Vol.I (Madras: Book Centre Publications, 1968) p.111.

25. Juliet Mitchell, *Psychoanalysis and Feminism,* (Harmondsworth: Penguin 1986) P.365.
26. Heidi Hartmann. *The Unhappy Marriage of Marxism and Feminism:* Toward a more progressive union in Lydia Sargent(ed) Women and Revolution: The Unhappy Marriage of Marxism and Feminism. (London: Pluto Press, 1981) pp.14-15.
27. Gayle Rubin, *The Traffic in Women: Notes on the Political Economy of Sex.* In Rayna R. Rieter (ed.) Toward an Anthropology of Women (New York: Monthly Review Press,1975) p.159
28. Griselda Pollock *Feminism and Modernism* in Rozsika Parker and Griselda Pollock (ed) Framing Feminism: Art and the Women's Movement 1970-1985, (London: Pandora Press, 1987) pp.79-80.
29. Louis Althusser, *Essays On Ideology* (New York & London: Verso, 1984) p.40
30. Juliet Mitchell, *Womens's Estate* (Harmonsworth: Penguin, 1971) p.65.
31. Marilyn French, *Beyond Power On Women, Men and Morals* (London: Jonathan cape, 1985) p.97
32. Bonnie Krips, *Radical Feminism* in Anne Koedt.et al. (eds.) Radical Feminism (New York: Quadrangle Books 1973) pp.237-238.
33. Jalna Hanmer,*Transforming Consciousness: Women and the new reproductive technologies* in *The Explorations in Feminisms Collective* (ed) Man-made Women. (London: Hutchinson, 1985) p.69.

2

സ്ത്രീവിമോചനം സാഹിത്യത്തിൽ

സമൂഹത്തിൽ നിലനിന്നുപോരുന്ന പുരുഷാധിപത്യം, സ്ത്രീയുടെ അടിമത്തം, സ്ത്രീപുരുഷവൈരുദ്ധ്യങ്ങൾ തുടങ്ങിയവ സാഹിത്യത്തിന്റെ മണ്ഡലത്തിലും പ്രവർത്തനക്ഷമമായിരിക്കുമെന്നത് സ്വാഭാവികമാണ്. പുരുഷന്മാരുടെ രചനകളാണ് സാഹിത്യത്തിലെ മുഖ്യധാര. ഈ മുഖ്യ ധാരയിൽനിന്നും വേറിട്ടു നില്ക്കുന്ന സ്ത്രീകളുടെ സാഹിത്യത്തിലാണ് സ്ത്രീവിമോചനത്തിന്റെയും സ്ത്രൈണാനുഭവങ്ങളുടെയും സൂക്ഷ്മവും യാഥാർത്ഥ്യവുമായ ആവിഷ്കാരങ്ങൾ കണ്ടെത്താനാവുക. അതിനാൽ, സാഹിത്യത്തിലെ സ്ത്രീവിമോചനത്തിന്റെ ദർശനങ്ങൾ പ്രധാനമായും അന്വേഷിക്കേണ്ടത് സ്ത്രീകളുടെ രചനകളിലായിരിക്കും.

സ്ത്രീയുടെ ജീവിതത്തെയെന്നപോലെ സാഹിത്യത്തെയും പ്രധാ നമായും നിർണ്ണയിക്കുന്നത് പുരുഷാധിപത്യവ്യവസ്ഥയാണ്. സ്ത്രീരചന കൾ പ്രാഥമികമായി അഭിമുഖീകരിക്കുന്നതും പുരുഷാധിപത്യവ്യവസ്ഥ യെത്തന്നെ. പുരുഷാധിപത്യവ്യവസ്ഥയുടെ നിരവധി നിരോധനങ്ങളും എഴുത്തുകാരൻമാർക്കില്ലാത്തതരം പ്രതിസന്ധികളും സ്ത്രീകളുടെ സാഹിത്യം അതിജീവിക്കേണ്ടതുണ്ട്. അതിനാൽ മുഖ്യധാരയിൽനിന്നും വേറിട്ടുനില്ക്കുന്നതെങ്കിലും ശക്തവും തീവ്രവുമായ അടിയൊഴുക്കുക ളുള്ള ഒന്നാണത്. സാഹിത്യത്തിലെ സ്ത്രീവിമോചനത്തിന്റെ പ്രശ്ന ങ്ങൾ സമഗ്രമായുൾക്കൊള്ളുന്നതിന് സ്ത്രീകളുടെ സാഹിത്യത്തിന്റെ സവിശേഷതകൾ അഥവാ എഴുത്തുകാരികൾക്കു മാത്രമായുള്ള പ്രതി സന്ധികൾ, എന്തെല്ലാമാണെന്നു ചിന്തിക്കേണ്ടിയിരിക്കുന്നു.

സാഹിത്യം പൂർണ്ണമായും പൗരുഷത്തിന്റെ അധീനതയിലായിരുന്നു എവിടെയും ഏതുകാലത്തും. സൗന്ദര്യശാസ്ത്ര സിദ്ധാന്തങ്ങൾ, സാഹി ത്യമീമാംസ, കവി-കാവ്യനിർവ്വചനങ്ങൾ, സാഹിത്യചരിത്രം, വിമർശനം, വ്യാകരണം, ഭാഷ എന്നിങ്ങനെ സാഹിത്യസംബന്ധിയായ സർവ്വ വ്യവ

ഹാരങ്ങളും ഈ സത്യത്തിനു സാക്ഷ്യം വഹിക്കുന്നു. അധീശവർഗ്ഗമെന്ന നിലയിലുള്ള അധികാരപദങ്ങൾ തന്നെയാണ് സാഹിത്യത്തിലെ അധീശത്വത്തിനും പുരുഷന്മാരെ തുണയ്ക്കുന്നത്. ഇതു സാഹിത്യത്തിന്റെമാത്രം കഥയല്ല. മനുഷ്യവംശമാർജ്ജിച്ച വിജ്ഞാനസമ്പത്താകെയും സ്വന്തം വർഗ്ഗത്തിന്റേതാക്കി മാറ്റാൻ അധീശത്വത്തിലൂടെ അവർക്കു സാധിച്ചു. പുരുഷൻമാർ സ്വന്തം വീക്ഷണങ്ങൾക്കനുസൃതമായി ലോകത്തെയും സാഹിത്യത്തെയുമെല്ലാം നിർവ്വചിച്ചു.

പുരുഷൻ തങ്ങളുടേതാക്കി കൈയടക്കി വെച്ചിരിക്കുന്ന സാഹിത്യത്തിന്റെ മേഖലയിലേക്കുള്ള സ്ത്രീകളുടെ കടന്നുകയറ്റം ആ അർത്ഥത്തിൽത്തന്നെ ഒരു വിമോചനപ്രക്രിയയും വെല്ലുവിളിയുമായിരുന്നു. നൂറ്റാണ്ടുകളായി നിശ്ശബ്ദരാക്കപ്പെട്ട സ്ത്രീകൾക്ക് എഴുതുക എന്ന ക്രിയപോലും സ്വന്തം അവസ്ഥയിൽനിന്നുള്ള മോചനമായിരുന്നു. ഇംഗ്ലീഷ് സാഹിത്യചരിത്രം പുറന്തള്ളിയ അജ്ഞാതരായ അനേകം എഴുത്തുകാരികളെയും അവർ രചിച്ച നോവലുകളെയും കണ്ടെത്തുന്ന പ്രസിദ്ധമായ ഗവേഷണഗ്രന്ഥത്തിൽ (*Mothers of the Novel*-1986) ഡെയ്ൽ സ്പെൻഡർ ഈ ദിശയിൽ ചില നിരീക്ഷണങ്ങൾ നല്കിയിട്ടുണ്ട്. അജ്ഞാതരാക്കപ്പെട്ട ആ ആദ്യകാല എഴുത്തുകാരികൾക്ക് എഴുതേണ്ടി വന്നതെന്തുകൊണ്ടാവാമെന്നു വിശദീകരിച്ചുകൊണ്ട് സ്പെൻഡർ പറയുന്നു:

'വ്യക്തിയെന്ന നിലയ്ക്കുള്ള അസ്തിത്വമോ അവകാശങ്ങളോ ഇല്ലാത്ത സ്ത്രീകളെ സംബന്ധിച്ചിടത്തോളം രചനാപ്രവർത്തനമെന്നത്- പ്രത്യേകിച്ചും ഒരു പൊതുസദസ്സിനു വേണ്ടിയുള്ളത്- അതിന്റെ സത്തയിൽ വ്യക്തിത്വത്തിന്റെയും സ്വയാധികാരത്തിന്റെയും പ്രഖ്യാപനമായിരുന്നു. പലപ്പോഴും അതൊരു വെല്ലുവിളിയുമായിരുന്നു. എഴുതുക എന്നാൽ അസ്തിത്വമുണ്ടാവുക, സൃഷ്ടിക്കുക, നിലനില്ക്കുക എന്നെല്ലാമായിരുന്നു അവർക്ക്. 'യജമാനന്മാരു'ടെ ഇടപെടലുകളില്ലാത്ത സ്വതന്ത്രമായൊരു ലോകവീക്ഷണം സ്വയം സ്വരൂപിക്കുകയും അതിനെ സ്വന്തം വരുതിയിൽ നിർത്തുകയും ചെയ്യുക എന്നതായിരുന്നു അത്.'[1]

ലോകം സ്ത്രീയുടെ വീക്ഷണങ്ങളിലൂടെ നിർവ്വചിക്കപ്പെടുമ്പോൾ പുരുഷന്മാർ നിർമ്മിച്ചുവെച്ചവയെല്ലാം അപ്രസക്തങ്ങളായേക്കും; അവരുടെ അപ്രമാദിത്വം പരിഹാസ്യമായിത്തീരാം. സാഹിത്യത്തിലെ നെടുനായകത്വം ചോദ്യംചെയ്യപ്പെട്ടെന്നും വരാം. ഇതുകൊണ്ടൊക്കെയാവണം, സ്ത്രീകളുടെ സാഹിത്യപ്രവേശനം നിരോധിക്കുവാൻ പുരുഷന്മാർ സദാ ജാഗരൂകരായിരുന്നു. നിരവധി ഉദാഹരണങ്ങൾ മലയാളത്തിൽ തന്നെയുണ്ട്. നമ്മുടെ സാഹിത്യചരിത്രത്തിൽ കാണുന്ന ആദ്യസംഭവം, അമ്പാടി കുഞ്ഞുകൃഷ്ണപൊതുവാൾ (കൊ വ 987-1056) എന്ന കവി, ഒരു ശ്ലോകമെഴുതി അദ്ദേഹത്തെ കാണിച്ച ഏതോ എഴുത്തുകാരിയെ അവഹേളിച്ചുവിട്ടതാണ്. ആ എഴുത്തുകാരിയാരെന്നോ അവർ രചിച്ച ശ്ലോകമേതെന്നോ നമുക്കറിയില്ലെങ്കിലും പൊതുവാൾ നല്കിയ ഹീന

മായ മറുപടിമാത്രം ചരിത്രരേഖയായി നമ്മുടെ മുമ്പിലുണ്ട്. ആ ശ്ലോകം ഇങ്ങനെയാണ്:

'തരുണീമണി മേലിലിത്തരം കൊ-
ള്ളരുതാതുള്ളവ തീർത്തുകൊണ്ടിരുന്നാൽ
മുറിമുണ്ടുകളല്ല, നല്ല വേലി-
ത്തറികൊണ്ടൊന്നു തരും തരം വരുമ്പോൾ'

പൊതുവാൾ, 'ആ പാവത്തെ ക്ഷീണസത്വയാക്കി മടക്കി അയച്ചു' എന്നാണ് ഉള്ളൂർ എസ് പരമേശ്വര അയ്യർ ഈ സംഭവത്തെക്കുറിച്ചു പറയുന്നത്.[2]

മലയാളത്തിലെ ആദ്യകാല എഴുത്തുകാരികളാരുംതന്നെ സാഹിത്യത്തിലെ പുരുഷമേല്ക്കോയ്മയ്ക്കോ നിയമങ്ങൾക്കോ എതിര് നിന്നിരുന്നില്ല. സംസ്കൃതകൃതികളുടെ പുനരാഖ്യാനങ്ങൾ, തിരുവാതിരപ്പാട്ടുകൾ, കൈകൊട്ടിപ്പാട്ടുകൾ, കുറത്തിപ്പാട്ടുകൾ, ഏകാദശീമാഹാത്മ്യങ്ങൾ, സ്തോത്രങ്ങൾ, ഓട്ടൻതുള്ളൽ എന്നിങ്ങനെ നിരുപദ്രവങ്ങളായിരുന്നു അവരുടെ രചനകൾ. ആ എഴുത്തുകാരികളത്രയും ഉന്നതകുലങ്ങളിൽപ്പെട്ടവരോ അക്കാലത്തെ സാഹിത്യനായകൻമാരുമായി എന്തെങ്കിലും തരത്തിൽ ബന്ധമുള്ളവരോ ആയിരുന്നുതാനും. എന്നിട്ടും ഏറെ ഭീതിയോടും സംശയാലുതയോടും കൂടിയാണ് അവർ സാഹിത്യപ്രവേശത്തിനു മുതിർന്നത്. തോട്ടയ്ക്കാട്ട് ഇക്കാവമ്മയ്ക്ക്, 'മല്ലാരിപ്രിയയായ ഭാമ സമരം ചെയ്തീലയോ?...' എന്നിങ്ങനെ 'സുഭദ്രാർജ്ജുനം' ഭാഷാ നാടകത്തിൽ കുറിച്ചിടേണ്ടിവന്നത്, സാഹിത്യമെന്ന പുരുഷപ്രവിശ്യയിൽ അതിക്രമിച്ചു കടന്നതിനുള്ള ക്ഷമായാചനമെന്ന നിലയിൽ മാത്രമാണ്. അത് 'അക്കാലത്തെ ജനങ്ങളെ സമാധാനപ്പെടുത്താൻ പറഞ്ഞ സമാധാനമാണ്' എന്നു സി എസ് സുബ്രഹ്മണ്യൻ പോറ്റി പണ്ടേ പറഞ്ഞുവെച്ചതും ഇതേ അർത്ഥത്തിൽത്തന്നെ.[3]

മലയാളസാഹിത്യലോകത്തിന്റെ സ്ത്രീവിരോധത്തെക്കുറിച്ചു ലളിതാംബിക അന്തർജ്ജനം എഴുതുകയാണ്:

'...ഇവിടെയും അവർ (സ്ത്രീകൾ) എന്നും സാഹിത്യലോകത്തിൽ പട്ടികജാതി-പട്ടികവർഗ്ഗക്കാരായിരുന്നു. സാഹിത്യത്തോടടുക്കുവാൻ വിലക്കുണ്ട്. തീണ്ടും തൊടീലുമുണ്ട്. അന്തസ്സും ആഭിജാത്യവുമുള്ള കുടുംബങ്ങളിൽ സ്ത്രീകളുടെ ശബ്ദം പുറത്ത് കേട്ടുകൂടാ എന്നാണു വിധി.'[4]

എഴുത്തുകാരികളും സാഹിത്യത്തിലെ പുരുഷാധീശത്വവും തമ്മിൽ സംഘർഷഭരിതമായ ബന്ധങ്ങളാണ് എവിടെയും നിലനിന്നിരുന്നതെന്ന് ഇതെല്ലാം വ്യക്തമാക്കുന്നു. തങ്ങൾക്കു സ്വാഗതമരുളാത്ത ഒരു മേഖലയിലേക്കാണ് അവർ അതിക്രമിച്ചു കയറിയത്. പലരും തകർന്നുപോവുകയോ, സ്വയം തകർക്കുകയോ ചെയ്തു. ഒരിക്കലും സുഗമമോ സുലളിതമോ ആയിരുന്നില്ല സ്ത്രീകളുടെ ആവിഷ്കാരോദ്യമങ്ങൾ. സംസ്കാരം ഉയർത്തിയ ഇത്തരം പ്രതിരോധങ്ങൾ സ്ത്രീരചനകളുടെ രൂപ-ഭാവ ശില്പങ്ങളെയും ആഖ്യാനഘടനയെയുമെല്ലാം വികലമോ ദുർബ്ബലമോ ആക്കിയിട്ടുണ്ടാവണം.

സാഹിത്യരചനയെന്ന 'ഉല്പാദനപ്രവർത്തന'ത്തെ നിർണ്ണയിക്കുന്ന ഭൗതികജീവിതസാഹചര്യങ്ങൾ സ്ത്രീക്കും പുരുഷനും സമാനമല്ലെന്ന വസ്തുത ആർക്കും പെട്ടെന്നു ബോദ്ധ്യപ്പെടുന്ന ഒന്നാണ്. ഒരു നൂറ്റാണ്ട് മുമ്പ് മലയാളത്തിലെ അജ്ഞാതയായ ഒരെഴുത്തുകാരി (മാധവി) ശക്തമായ ഭാഷയിൽ ഇത് ഉന്നയിച്ചിട്ടുണ്ട്. (*ശാരദ* 3,3. ഏപ്രിൽ 1908 പുറം 67–68) എന്നാൽ സ്ത്രീരചനകളോടുള്ള സമീപനത്തിൽ ആരുംതന്നെ, നമ്മുടെ വിമർശനരംഗംപോലും, ഈ വസ്തുത പരിഗണിക്കാറില്ല. സകലരംഗങ്ങളിലും സ്ത്രീയെയും പുരുഷനെയും ഭിന്നിപ്പിച്ചു നിർത്തുന്നതിൽ നിഷ്ഠ പുലർത്തുന്ന സമൂഹം ഈയൊരു യാഥാർത്ഥ്യത്തിനു നേരെ കണ്ണടയ്ക്കുന്നത് വിസ്മയകരമായി തോന്നും.

എല്ലാ സമൂഹങ്ങളിലും സ്ത്രീകളുടെ ഉത്തരവാദിത്വങ്ങൾ 'സ്വകാര്യ ജീവിത'വുമായി ബന്ധപ്പെട്ടവയാണ്. ഈ ചുമതലകളുടെ നിർവിഘ്ന നിർവ്വഹണവും സർഗ്ഗാത്മകജീവിതവും തമ്മിൽ സമന്വയിപ്പിച്ചുവേണം ഒരെഴുത്തുകാരിക്ക് സാഹിത്യത്തിൽ തന്റേതായ ഒരു സ്ഥാനം കണ്ടെത്തുക. അത്യന്തം ക്ലേശകരമായ ഒരു സാഹസമാണിതെന്ന് പല എഴുത്തുകാരികളും ആവർത്തിച്ചു വ്യക്തമാക്കിയിട്ടുണ്ട്. ലളിതാംബിക അന്തർജ്ജനം തന്റെ ഭൂതകാലാനുഭവങ്ങളിലേക്കു തിരിഞ്ഞുനോക്കിക്കൊണ്ട് അനുസ്മരിക്കുന്ന താഴെ കൊടുത്ത ഭാഗം ഹൃദയസ്പർശിയാണ്. സർഗ്ഗവൃത്തിയിലേർപ്പെടുന്ന പുരുഷൻമാർക്ക് തീർത്തും അന്യവും അചിന്ത്യവുമാണ് ഇത്തരം ദീനാനുഭവങ്ങൾ. അന്തർജ്ജനം എഴുതുന്നു:

'ഗാർഹികവും സാമൂഹ്യവും സാഹിത്യപരവുമായ കർത്തവ്യങ്ങളെ ഒരേ സമയത്തു ചെയ്തുതീർക്കണമെന്ന് അവൾ വാശിപിടിച്ചു. എല്ലാം അവളുടെ ജീവിതത്തിന്റെ ഭാഗങ്ങളായിരുന്നു. ഒന്നിനെയും നിരസിക്കവയ്യ. ഫലം എല്ലാം അപൂർണ്ണമായ നിലയിൽ നിർത്തുക എന്നതായിരിക്കുമെന്നും അവളോർത്തില്ല. ഇങ്ങനെ ആണ്ടോടാണ്ട് കുഞ്ഞുങ്ങളെ പ്രസവിക്കുകയും വളർത്തുകയും അതേസമയത്ത് എഴുതുകയും വായിക്കുകയും പ്രസംഗിക്കുകയും ചെയ്തുകൊണ്ടിരുന്നു അവൾ. ചെറുകുട്ടികളെ തൊട്ടിലാട്ടിക്കൊണ്ട് താഴെ കുനിഞ്ഞിരുന്നെഴുതുന്ന അമ്മയെ ഞാൻ കാണുന്നു.'[5]

കുടുംബത്തിൽ സ്ത്രീയുടെ ഉദ്യോഗം, തീരാത്ത വീട്ടുവേലയും കുടുംബാംഗങ്ങളുടെ പരിചരണങ്ങളുമാണ്. അവൾക്ക് അവളുടേതായ വേളകളില്ല. കുടുംബത്തിൽ ഏറ്റവുമാദ്യം ഉണരുന്നവളും ഒടുവിൽ മാത്രം ഉറങ്ങുന്നവളുമാണ് കുടുംബിനി. അതിനാൽ, സർഗ്ഗരചനയ്ക്ക് ഏകാന്തധ്യാനവും മനനവുമെല്ലാം അപരിത്യാജ്യമാണെന്ന് കവികളും എഴുത്തുകാരന്മാരും മറ്റും ഉന്നയിക്കുന്ന അവകാശവാദങ്ങൾ കേവലം നിരർത്ഥകങ്ങളോ പൊള്ളയായ മേനിപറച്ചിലുകളോ ആയി മാത്രമേ എഴുത്തുകാരികൾക്കു മനസ്സിലാക്കാനാവൂ.

അന്തർജ്ജനം വിവരിച്ചതുപോലുള്ള അനുഭവങ്ങൾ ലോകത്തെങ്ങു

മുള്ള എഴുത്തുകാരികൾക്ക് അഭിമുഖീകരിക്കേണ്ടിവന്നിട്ടുണ്ട്. കാലദേശഭിന്നതകൾക്കതീതമായി സ്ത്രീകൾക്കു മാത്രമുള്ള ജീവിതയാഥാർത്ഥ്യങ്ങളാണവ. കുടുംബാംഗങ്ങളെല്ലാം സുഖസുഷുപ്തിയിൽ കഴിയുമ്പോഴോ വീട്ടുവേലകൾക്കിടയിലോ ആയിരുന്നു അവരെഴുതിയത്. ആഹാരം പാകം ചെയ്യുന്നതിനിടയിലാണ് എമിലി ബ്രോൺടി സമയം കണ്ടെത്തിയിരുന്നത്. വിക്ടോറിയൻ നോവലിസ്റ്റായ ആന്റണി ട്രോലോപ്പിന്റെ മാതാവ് ഫ്രാൻസസ് ട്രോലോപ്, കുഞ്ഞുണരും മുമ്പ് പുലർച്ചെ നാലുമണിക്കെഴുന്നേറ്റ് ഒരോ അദ്ധ്യായവും എഴുതിത്തീർക്കുകയായിരുന്നു.[6]

എങ്ങും നിറഞ്ഞുനില്ക്കുന്ന ശൂന്യതയെക്കുറിച്ച് ഏതാനും വരികൾ കുറിച്ചശേഷം,

'ഇന്നു രാവിലെ തൈർ കടയുന്നതിനും ഇസ്തിരിയിടുന്നതിനുമിടയിൽ അവൾക്കു മൂന്നു മിനിട്ട് മിച്ചം കിട്ടി. അതുകൊണ്ട് ഭക്ഷണമേശയ്ക്കരികിൽ ഇരുന്നുകൊണ്ട് അവൾ എഴുതിത്തീർത്തതാണ് മുകളിൽ കാണുന്ന കവിതാശകലം. എലിക്കുഞ്ഞിനെ പ്രസവിച്ച പൂച്ചയെപ്പോലെ അവൾ ആ പത്തുവരികൾ വീണ്ടും വീണ്ടും നോക്കിക്കണ്ടു. തന്റെ കവിതയുടെ പുതിയ ദൗർബല്യങ്ങൾ അവളെ ലജ്ജിപ്പിക്കുന്നു.'[7]

എന്നു പരിതപിക്കുന്ന മാധവിക്കുട്ടിയും ഗാർഹികാദ്ധ്വാനം സ്ത്രീയുടെ സർഗ്ഗാത്മകതയെ എത്രമാത്രം വികലമാക്കിത്തീർക്കുന്നുവെന്ന യാഥാർത്ഥ്യമാണറിയിക്കുന്നത്.

'പ്രശാന്തതയിൽ അനുസ്മരിക്കപ്പെടുന്ന വികാരമാണ് കവിത'യെന്ന വേർഡ്സ്വർത്തിന്റെ കാവ്യനിർവ്വചനം സർവ്വാദരണീയമാണ്. കവി തന്റെ വിപുലമായ ജീവിതാനുഭവങ്ങളും വികാരങ്ങളും ഗാഢചിന്തകളും നിരീക്ഷണങ്ങളുമെല്ലാം പ്രശാന്തതയിൽ അയവിറക്കുകയും പുനരാവിഷ്കരിക്കുകയും ചെയ്യുന്ന പ്രക്രിയയാണല്ലോ അത്. ഗാർഹികജീവിതത്തിന്റെ കടുത്ത വൈരസ്യത്തിലും ദുർവ്വഹമായ ജോലിഭാരത്തിലും സദാ വീർപ്പുമുട്ടിക്കഴിയുന്ന സ്ത്രീജീവിതവും സ്വസ്ഥജീവിതത്തിന്റേതായ ഈ കാവ്യനിർവ്വചനവും തമ്മിൽ പൊരുത്തപ്പെടുന്നതെങ്ങനെ? സ്ത്രീയുടെ സാഹിത്യം, പുരുഷൻമാരുടെ സാഹിത്യനിർവ്വചനങ്ങൾക്കു പുറത്താണ് നിലനില്ക്കുന്നതെന്നു തെളിയിക്കാൻ ഈയൊരു നിർവ്വചനംതന്നെ മതിയാകും. ഏകാന്തധ്യാനവും പ്രശാന്തതയും സ്ത്രീയുടെ സാഹിത്യരചനയ്ക്ക് പശ്ചാത്തലമൊരുക്കുന്ന ആനുകൂല്യങ്ങളല്ല. അവളുടെ ജീവിതയാഥാർത്ഥ്യങ്ങൾ അതനുവദിക്കുകയില്ല. സ്ത്രീയുടെ അനുഭവങ്ങൾക്കുനേരെയുള്ള വിലക്കുകളും സ്ത്രൈണവികാരങ്ങളോടുള്ള നീരസവും പരിഗണിക്കുമ്പോൾ സ്ത്രീക്കു സ്വായത്തമാക്കുവാൻ പ്രയാസമുള്ള ഒന്നാണ് വേർഡ്സ്വർത്തിന്റെ കാല്പനിക കാവ്യനിർവ്വചനമെന്ന് കോറാ കാപ്ളൻ അഭിപ്രായപ്പെടുന്നു.[8]

മെച്ചപ്പെട്ട രീതിയിൽ എഴുതുകയോ ചിന്തിക്കുകയോ ചെയ്യാൻ കഴിയണമെങ്കിൽ മറ്റാളുകൾക്ക് അപ്രാപ്യരായി കഴിഞ്ഞേ തീരു എന്ന വാദം

പുരുഷകലാകാരന്മാരും ചിന്തകന്മാരും ചേർന്നു സൃഷ്ടിച്ച ഒരു മിത്തു മാത്രമാണെന്നും തനിക്കത് സ്വീകാര്യമല്ലെന്നും കവയിത്രി ഏഡ്രിയൻ റിച്ച് അഭിപ്രായപ്പെടുന്നു. അതേ സമയം, സ്ത്രീകൾ തങ്ങളുടെ പരമ്പരാഗതമായ ചുമതലകൾ പരമ്പരാഗതമായ രീതിയിൽത്തന്നെ നിറവേറ്റാൻ ശ്രമിച്ചുകൊണ്ട് സർഗ്ഗവൃത്തിയിലേർപ്പെടുമ്പോൾ, ഭാവനയുടെ വിധ്വംസാത്മകതയുമായി നേരിട്ടുള്ള സംഘർഷങ്ങൾക്ക് അതു വഴിയൊരുക്കുമെന്നും റിച്ച് ഓർമ്മിപ്പിക്കുന്നുണ്ട്. കുഞ്ഞുങ്ങൾ ഉറക്കമാവുമ്പോഴും ഉണർന്നുകഴിഞ്ഞ കുഞ്ഞിനൊടൊപ്പം പുലർകാലത്ത് എഴുന്നേറ്റിരിക്കുമ്പോഴുമെല്ലാമാണ് താൻ കവിതാശകലങ്ങൾ കുറിച്ചുവെച്ചിരുന്നതെന്നും റിച്ച് അനുസ്മരിക്കുന്നു[9].

സർഗ്ഗാത്മക ഭാവന എല്ലാറ്റിനെയും തകിടം മറിക്കുമ്പോൾ മറുവശത്ത് നികൃഷ്ടമായൊരു ജീവിതാവസ്ഥയുമായി എഴുത്തുകാരിക്ക് അനുരഞ്ജനത്തിൽ കഴിയേണ്ടിവരുന്നു. സ്ത്രീയിൽ നിക്ഷിപ്തമായ പരമ്പരാഗത ധർമ്മങ്ങളും സർഗ്ഗാത്മകജീവിതവും തമ്മിൽ സമന്വയിപ്പിക്കുവാൻ ശ്രമിച്ച അന്തർജ്ജനത്തിന്റെ അനുഭവം, റിച്ചിന്റെ മേല്പറഞ്ഞ അഭിപ്രായത്തെ സാധൂകരിക്കുന്നതു കാണുക:

"കുടുംബത്തിന്റെ സങ്കുചിതമായ ചുറ്റുപാടുകളിൽ ഒതുങ്ങിനിന്നു തന്നെയാണ് ഞാൻ എഴുതിത്തുടങ്ങിയത്. കഴിവുള്ളിടത്തോളം രണ്ടു രംഗങ്ങളും സമരസപ്പെടുത്തി കൊണ്ടുപോവാൻ പരിശ്രമിച്ചു. വെച്ചു വിളമ്പി. മുലയൂട്ടി. ഭർത്താവിനോടും കുട്ടികളോടുമുള്ള കർത്തവ്യങ്ങൾ എല്ലാം ചെയ്തു. പക്ഷേ, ഇതുകൊണ്ടു കലയുടെ ഭാഗത്തുള്ള കർമ്മങ്ങളിൽ ഈടുവെയ്പ് കുറയുകയും ചെയ്തിരിക്കാം."[10]

അന്തർജ്ജനവും റിച്ചും തമ്മിലുള്ള ഈ സാദൃശ്യം സ്ത്രൈണാനുഭവങ്ങൾക്കു സാർവ്വത്രികമായുള്ള ഏകഭാവത്തെ വ്യക്തമാക്കുന്ന നല്ലൊരു മാതൃകയാണെന്നുകൂടി പറയാം. ഇത്തരം ജീവിതസാഹചര്യങ്ങൾ എഴുത്തുകാരിയുടെ ലോകവീക്ഷണത്തെയും സാമൂഹികബോധത്തെയും പ്രതിബദ്ധതയെയും നിർണ്ണയിക്കുന്ന ഘടകങ്ങളാണ്. മാത്രവുമല്ല, എഴുത്തുകാരി തെരഞ്ഞെടുക്കുന്ന സാഹിത്യരൂപം, ആഖ്യാനരീതി, ഭാവശില്പം, സ്വഭാവചിത്രീകരണം എന്നിവപോലും ഈ സാഹചര്യങ്ങളുടെ സ്വാധീനതയിൽനിന്നും വിമുക്തമല്ല.

എഴുത്തുകാരിയുടെ ജീവിതവും അനുഭവങ്ങളും അനേകം 'ലക്ഷ്മണരേഖ'കളാൽ നിയന്ത്രിക്കപ്പെട്ടിരിക്കുന്നു. സർഗ്ഗവൈഭവം സമ്പുഷ്ടമാക്കുന്നതിന് പുരുഷന്മാർക്കുള്ള ആനുകൂല്യങ്ങളൊന്നും സമൂഹം സ്ത്രീക്കനുവദിക്കുന്നില്ല. സാഹിത്യസംഘങ്ങൾ, സെമിനാറുകൾ, ചർച്ചകൾ, സാമ്പത്തികസ്ഥിതി, അനുഭവങ്ങൾ തേടിയുള്ള യാത്രകൾ, പ്രസാധക-നിരൂപകബന്ധങ്ങൾ എന്നിവയെല്ലാമുള്ളവരാണ് എഴുത്തുകാരന്മാർ. എഴുത്തുകാരികൾ ഇത്തരം ആവശ്യങ്ങൾക്കു മുൻഗണന നല്കുമ്പോൾ അതു 'സ്ത്രീത്വ'ത്തിന്റെ നിഷേധമായിത്തീരും. അവർ സമൂഹത്തിന്റെ നീരസത്തിനു പാത്രങ്ങളാവുകയും ചെയ്യും. ധൈഷണിക വ്യാപാര

ങ്ങളോ സർഗ്ഗാത്മക പ്രവർത്തനങ്ങളോ അല്ല സ്ത്രീയിൽനിന്നും സമൂഹം പ്രതീക്ഷിക്കുന്നത്. വിജിഗീഷുവായ സ്ത്രീ കുടുംബത്തിനും ബന്ധുക്കൾക്കും അവമതി വരുത്തും. കാരണം അവൾ സ്വയാധികാരങ്ങളുള്ള സ്വതന്ത്രവ്യക്തിയല്ല; കുടുംബത്തിനും ബന്ധുക്കൾക്കും കീഴ്പ്പെടേണ്ടവളാണ്.[11] 1966 ൽ ജപ്പാനിൽ ചെയ്ത ഒരു പ്രസംഗത്തിൽ സിമോൻ ദി ബുവ്വ പറഞ്ഞു:

"പരമ്പരാഗതമായിത്തന്നെ സ്ത്രീകൾ സ്വതന്ത്രവ്യക്തികളല്ല. അവർ ഭർത്താക്കന്മാരുടെയോ കുഞ്ഞുങ്ങളുടെയോ സ്വത്താണ്. ഭർത്താക്കന്മാർക്കും കുട്ടികൾക്കും ഏതു നേരവും അവരുടെ സേവനമോ സഹായമോ ആവശ്യപ്പെടാം; വിശദീകരണങ്ങൾ തേടാം. അതനുസരിക്കാൻ അവർ ബാദ്ധ്യസ്ഥരാണ്. കുടുംബത്തിനോ ഗ്രൂപ്പിനോ അവകാശപ്പെട്ടവരാണവർ. അവർ അവരവർക്കുവേണ്ടിയുള്ളവരല്ല."[12]

അതിനാൽ തങ്ങളുടെ അതിർത്തികൾക്കുള്ളിൽത്തന്നെ ബന്ധിതരായിക്കഴിയാൻ എഴുത്തുകാരികൾ നിർബ്ബന്ധിതരാണ്. മേൽ സൂചിപ്പിച്ച തരത്തിൽ എഴുത്തുകാരന്മാർക്കുള്ള ആനുകൂല്യങ്ങളെല്ലാം എഴുത്തുകാരികൾക്ക് നിഷിദ്ധമാകുന്നു എന്നതാണ് അതിന്റെ ഫലം. ഇത്തരം യാഥാർത്ഥ്യങ്ങളുടെ പശ്ചാത്തലത്തിലാണ് ഒരു ഷേയ്ക്ക്സ്പിയറോ, വാൻഗോഗോ കാഫ്കയോ ആയിത്തീരാൻ സ്ത്രീകൾക്കാവില്ലെന്ന് വിർജിനിയ വൂൾഫും സിമോൻ ദി ബുവ്വയും വിശദീകരിക്കുന്നത്. ഈ ലോകപ്രശസ്ത കലാകാരൻമാരുടെ സ്ഥാനത്ത് പെൺകുഞ്ഞുങ്ങളാണ് ജനിച്ചിരുന്നതെങ്കിൽ, ഈ കലാകാരന്മാർക്കുണ്ടായിരുന്ന സൗകര്യങ്ങളൊന്നുംതന്നെ സമൂഹം ആ പെൺകുട്ടികൾക്കു നല്കുമായിരുന്നില്ല. വെച്ചും വിളമ്പിയും കുഞ്ഞുങ്ങളെ വളർത്തിയും ജീവിക്കാൻ മാത്രമേ അവർക്കു കഴിയുമായിരുന്നുള്ളൂ.

സർഗ്ഗക്രിയയിൽ വ്യാപൃതരാവാൻ സ്ത്രീക്കു കഴിയണമെങ്കിൽ ഭൗതികസാഹചര്യങ്ങളുടെ ആനുകൂല്യം അത്യന്താപേക്ഷിതമാണെന്ന് പല എഴുത്തുകാരികളും അഭിപ്രായപ്പെട്ടിട്ടുണ്ട്. അതിനാൽ എഴുത്തുകാരിക്ക് സ്വന്തമായൊരു മുറിയും സാമ്പത്തിക സൗകര്യവും കൂടിയേ തീരു എന്ന് വിർജിനിയാ വൂൾഫ് അടിവരയിട്ടു പറയുന്നു.[13] ഇത്തരം സൗകര്യങ്ങളെല്ലാം ഉണ്ടായാൽപ്പോലും പുരുഷാധിപത്യത്തിന്റെ ഇതര നിരോധനങ്ങളെ ജയിക്കുക എഴുത്തുകാരികൾക്ക് എളുപ്പമല്ല. പുരുഷൻമാരുടെ നാനാവിധത്തിലുള്ള മർദ്ദകസാന്നിദ്ധ്യങ്ങൾ തങ്ങളുടെ സാഹിത്യരചനയെ പ്രതികൂലമായി ബാധിക്കുന്നുവെന്നും എഴുത്തുകാരികൾ വ്യക്തമാക്കിയിട്ടുണ്ട്. നിർദ്ദയരായ പുരുഷ വായനക്കാരെക്കുറിച്ച് കെ സരസ്വതിയമ്മയും വിർജിനിയാ വൂൾഫും മറ്റും പ്രകടിപ്പിക്കുന്ന നീരസവും, 'ഛർദ്ദിയുണ്ടാക്കുന്ന ശൃംഗാരനോട്ടങ്ങ'ളയയ്ക്കുന്ന വായനക്കാരോടുള്ള മാധവിക്കുട്ടിയുടെ അവജ്ഞയും പുരുഷകവികളുടെ സമൂഹത്തെ പിന്തുടരേണ്ടിവരുന്നതിൽ ഏഡ്രിയൻ റിച്ച് പ്രകടിപ്പിക്കുന്ന വിമുഖതയുമെല്ലാം ഇതിനുദാഹരണങ്ങളാണ്. സ്ത്രീയുടെ ആവിഷ്കാരസ്വാ

തന്ത്ര്യത്തെ പരിമിതപ്പെടുത്താൻ ഇത്തരം പുരുഷസാന്നിദ്ധ്യങ്ങൾക്കു കഴിയും. മറ്റൊരു സാന്നിദ്ധ്യം പുരുഷവിമർശകരുടേതാണ്. ഇവരുടെ വിമർശനത്തെ 'Phallic criticisms' എന്നു വിളിക്കുന്ന മേരി എൽമൻ പറയുന്നത്, സ്ത്രീരചനകളെ സ്ത്രീകളെയെന്നോണമാണ് അതു കൈകാര്യം ചെയ്യുന്നതെന്നാണ്.[14]

മറുവശത്ത് എഴുത്തുകാരന്മാർക്കാകട്ടെ, തങ്ങളുടെ സാഹിത്യ കർമ്മങ്ങളിൽ സ്ത്രീയുടെ സാന്നിദ്ധ്യം അനുഗ്രഹമായിത്തീരുന്നു. ഭൗതിക സൗകര്യങ്ങളും പരിചരണങ്ങളും ഒരുക്കുകയും സർഗ്ഗാത്മക പ്രവർത്തനങ്ങൾക്ക് ഊർജ്ജം പകരുകയും ചെയ്യുന്ന ഒരു സ്ത്രീയുടെ സേവനം എഴുത്തുകാരന് ഒഴിച്ചുകൂടാത്തതാണ്. ആ സ്ത്രീ അയാളുടെ ഭാര്യയോ മകളോ സഹോദരിയോ മാതാവോ കാമുകിയോ ആകാം. എന്നാൽ എഴുത്തുകാരിക്ക് തന്റെ ഭർത്താവിൽനിന്നോ പുത്രനിൽനിന്നോ പിതാവിൽനിന്നോ ഇത്തരം സേവനങ്ങളൊന്നും പ്രതീക്ഷിക്കാനാവില്ല.

മുഴുവൻ സമയവും സർഗ്ഗാത്മക പ്രവർത്തനങ്ങൾക്കുവേണ്ടി മാറ്റി വെക്കാനോ സാഹിത്യത്തെ ഉപജീവനോപാധിയായി സ്വീകരിക്കാനോ എഴുത്തുകാരികൾക്കു കഴിയുന്നില്ല. ലോകവരുമാനത്തിന്റെ പത്തിലൊ രംശവും സ്വത്തിന്റെ ഒരു ശതമാനത്തിൽ താഴെയുംമാത്രം സ്വന്തമായുള്ള സ്ത്രീകൾക്ക്, പുരുഷാശ്രയമല്ലാതെ ഗത്യന്തരമില്ല. പത്തൊൻപതാം ശത കത്തിലെ ഇംഗ്ലീഷ് എഴുത്തുകാരികളിൽ പലരും സാഹിത്യരചനയോ ടൊപ്പം വേശ്യാവൃത്തികൂടി സ്വീകരിച്ചാണ് ഉപജീവനം തേടിയതെന്ന് ഡെയ്ൽ സ്പെൻഡർ തെളിയിച്ചിട്ടുണ്ട്.

സ്ത്രീസാഹിത്യത്തിന്റെ മറ്റൊരു സവിശേഷത, അതൊരു സാഹിത്യപാരമ്പര്യത്തിൽ അധിഷ്ഠിതമല്ലെന്നതാണ്. അതായത് സാഹി ത്യത്തിൽ സ്ത്രീകളുടേതായ ഒരു പാരമ്പര്യം എഴുത്തുകാരികൾക്കവ കാശപ്പെടാനില്ല. അഥവാ, അവരുടെ പാരമ്പര്യം അവർക്കു നിഷേധിക്ക പ്പെട്ടിരിക്കുന്നു. പുരുഷൻമാർക്ക് അകംകൈയിലെന്നോണം എടുത്തുകാ ണിക്കാനാവുംവിധം സ്വവർഗ്ഗത്തിന്റേതായ ഒരു 'സാഹിത്യപൈതൃകം' മുറുകെപ്പിടിക്കാനുണ്ട്. പുരുഷനിർമ്മിതമായ രചനകളും സാഹിത്യ സിദ്ധാന്തങ്ങളും സൗന്ദര്യശാസ്ത്രപരികല്പനകളുമെല്ലാമാണല്ലോ സാഹിത്യത്തിലെ ഈടുവയ്പുകൾ. കാവ്യമീമാംസകരും സാഹിത്യ ചിന്തകരും കവികളും വൈയാകരണരും ഭാഷാപണ്ഡിതരുമെല്ലാം പുരു ഷന്മാരായിരുന്നതിനാൽ, അവർ സ്വന്തം വർഗ്ഗത്തിന്റെ കണ്ണുകളിലൂടെ യാണ് സാഹിത്യത്തെ വീക്ഷിച്ചതും വ്യാഖ്യാനിച്ചതും. അതുകൊണ്ടു തന്നെ എഴുത്തുകാരൻമാർക്ക് തങ്ങളുടെ'സാഹിത്യപൈതൃക'ത്തിൽ ആവേശം കൊള്ളാനും വർത്തമാനകാലത്തെ വല്ല പ്രശ്നങ്ങളുടെയും നിർദ്ധാരണത്തിനോ വിശദീകരണത്തിനോ സംശയനിവാരണത്തിനോ സ്ഥിരീകരണത്തിനോ ആ പൈതൃകത്തെ നിസ്സംശയം ആശ്രയിക്കാനും പ്രയാസമില്ല. സ്ത്രീകൾക്കാവട്ടെ, തികഞ്ഞ സംശയാലുതയോടെ മാത്രമേ അതിനു കഴിയൂ.

സാഹിത്യത്തിൽ സ്ത്രീകളുടെ സംഭാവനകൾ നിരവധിയുണ്ടെങ്കിലും അവയെല്ലാം സാഹിത്യപാരമ്പര്യത്തിൽനിന്നും പുറന്തള്ളപ്പെട്ടിരിക്കുന്നു. നേരത്തേ പരിചയപ്പെട്ട മലയാളത്തിലെ ആദ്യകാല എഴുത്തുകാരികളും ടി സി കല്യാണി അമ്മ, വട്ടോളി അമ്മു അമ്മ, കെ ജെ അമ്മ, ചമ്പത്തിൽ ചിന്നമ്മു അമ്മാൾ, തച്ചാട്ടു ദേവകി നേത്യാരമ്മ, മുളങ്ങൂർ വിശാലാക്ഷിയമ്മ, വി പാർവ്വതിയമ്മ, ടി സി ലക്ഷ്മിക്കുട്ടിയമ്മ എന്നിങ്ങനെ നിരവധി ആദ്യകാല കഥാകാരികളും അവരുടെ സംഭാവനകളും നമ്മുടെ സാഹിത്യ പാരമ്പര്യത്തിൽ ഉൾപ്പെടുന്നില്ല![15] പുരുഷന്മാരുടെ വീക്ഷണങ്ങൾക്കും അവരുല്പാദിപ്പിച്ച വിജ്ഞാനങ്ങൾക്കും വിരുദ്ധമായവ തീർത്തും നിഷ്കാസിതമായി. ലോകത്തെ പുരുഷന്റെ കണ്ണുകളിലൂടെ നോക്കിക്കാണാൻ വിസമ്മതിക്കുന്ന എഴുത്തുകാരികൾക്ക് ആത്മോത്കർഷമോ ആത്മവിശ്വാസമോ നല്കുന്നതല്ല ഈ പാരമ്പര്യം.

സ്ത്രീയെ രണ്ടാംതരക്കാരിയും ഭോഗസാധനവും മാത്രമായി ദർശിക്കുകയും നിർവ്വചിക്കുകയും ചെയ്യുന്നതാണ് പുരുഷസാഹിത്യപാരമ്പര്യമെന്നു കാണാൻ പ്രയാസമില്ല. ഈ പാരമ്പര്യത്തെ സ്വന്തമെന്നെണ്ണി സർവ്വാത്മനാ സ്വീകരിക്കാൻ എഴുത്തുകാരികൾക്കാവുമോ? 'കാവ്യദേവതയെ സ്ത്രീരൂപത്തിൽ ആരാധിക്കുന്ന ഈ നാട്ടിൽ എന്തുകൊണ്ടാണ് ഒരു കവയിത്രിപോലും ഉണ്ടാകാതിരുന്നിട്ടുള്ളത്?' എന്ന് ഒരു പൊതു സദസ്സിൽവെച്ചു ചോദിച്ച 'മലയാളഭാഷയുടെ ആരോമലായ ഒരു യുവകവി'ക്കു മറുപടി പറഞ്ഞുകൊണ്ട് നമ്മുടെ സാഹിത്യപാരമ്പര്യത്തിന്റെ സഹജഭാവമായ സ്ത്രീവിരുദ്ധ പ്രവണതയെയാണ് അന്തർജ്ജനം വിമർശിച്ചത്:

> ചിരപുരാതനകാലം മുതൽതന്നെ സ്ത്രീയെ അബല എന്നും ചപല എന്നും ഭീരു എന്നും ഒക്കെയാണല്ലോ കവികൾ വാത്സല്യപൂർവ്വം വിളിക്കാറുള്ളതും. ഇതു കേട്ടുകേട്ടു തങ്ങൾ അങ്ങനെയാണെന്നും അവർ ധരിച്ചുവശായിരിക്കുന്നു. കണ്ണുകൾ കരിംകൂവളം, കവിൾ റോസാപ്പൂ, നെറ്റി ചന്ദ്രക്കല, അധരം തൊണ്ടിപ്പഴംതന്നെ. ചുവന്ന തൊണ്ടിപ്പഴം–പക്ഷേ, ഇവയ്ക്കടിയിൽ മാറിനകത്തു ത്രസിക്കുന്ന ഹൃദയവും അതിലുള്ള ചൂടും ചൈതന്യവും കണ്ണീരും നെടുവീർപ്പും ഒന്നും ആരും കണ്ടില്ല. സ്ത്രീ എന്നും സാഹിത്യധാരണയിൽ ഭോഗത്തിനുള്ള ഉപകരണം മാത്രമായിരുന്നു.'[16]

സാഹിത്യ പാരമ്പര്യത്തിലേക്കു പിന്തിരിഞ്ഞുനോക്കുമ്പോൾ സ്ത്രീകൾ കാണുന്നത്, തങ്ങളെക്കുറിച്ചു പുരുഷൻമാർ അവരുടെ ആവശ്യങ്ങൾക്കനുസൃതം സൃഷ്ടിച്ച സ്ത്രീബിംബങ്ങൾ മാത്രമാണെന്ന് അന്തർജ്ജനത്തിന്റെ വരികൾ സൂചിപ്പിക്കുന്നുണ്ട്. സാഹിത്യത്തിൽ ഒരു സ്ത്രൈണ പാരമ്പര്യത്തെ ആശ്രയിക്കാനില്ലാത്ത അവർക്ക്, സ്ത്രീയെക്കുറിച്ച് പുരുഷൻ സൃഷ്ടിച്ച പ്രത്യയശാസ്ത്രങ്ങൾ 'ധരിച്ചു വശായി'

കഴിയേണ്ടിവരുന്നു. 'ഭോഗാത്മകശൃംഗാരരസികൻമാരാ'യിരുന്ന[17] മലയാളത്തിലെ പ്രാചീന സാഹിത്യനായകൻമാരുടെ സംഭാവനകളായി ഇത്തരം അനേകം സ്ത്രീബിംബങ്ങൾ നമ്മുടെ പാരമ്പര്യത്തിലുണ്ട്. *ഋഗ്വേദ*ത്തിലെ പ്രഭാതവർണ്ണനയിൽ മാറിടം കാട്ടി ഇരുട്ടകറ്റുന്ന തരുണിയും[18] വാക്കിനെക്കുറിച്ചുള്ള പ്രസിദ്ധമായ ശ്ലോകത്തിലെ ഭർത്തൃസവിധത്തിൽ വിവസ്ത്രയാകുന്ന ഭാര്യയും[19] മുതൽ ഭാരതീയപാരമ്പര്യത്തിലും അസംഖ്യം സ്ത്രീശരീരദൃശ്യങ്ങൾ കാണാവുന്നതാണ്.

സാംസ്കാരികപാരമ്പര്യത്തിൽ രൂഢമൂലമായിരിക്കുന്ന ഇത്തരം സവിശേഷതകൾ കാരണം, തങ്ങൾ ദർശിക്കുന്നത് യാഥാർത്ഥ സ്ത്രീരൂപങ്ങൾ തന്നെയാണെന്നു വിശ്വസിക്കുവാൻ സ്ത്രീകൾ നിർബ്ബന്ധിതരാവുന്നു.

> സ്ത്രീകളുടെ സവിശേഷതകൾ, പെരുമാറ്റ രീതികൾ മുതലായവ നിർവ്വചിക്കപ്പെടുന്നത് എപ്പോഴും പുരുഷമാനദണ്ഡങ്ങൾക്കനുസൃതമായാണ്. തങ്ങൾ രണ്ടാംകിടക്കാരും അവിശ്വസനീയരും അപൂർണ്ണരുമാണെന്നാണ് പുരുഷവ്യവസ്ഥയിൽ സ്ത്രീകൾ പഠിക്കേണ്ടിവരുന്നത്. സ്ത്രീകൾകൂടി ഉൾപ്പെട്ടിരിക്കുന്നുവെങ്കിലും സംസ്കാരത്തെ ഭരിക്കുന്നത് പുരുഷന്മാരായതിനാൽ, തങ്ങളെ കീഴടക്കിനിർത്തുന്ന അതേ സംസ്കാരത്തിന്റെ രീതികൾതന്നെ അവർക്കു പിന്തുടരേണ്ടിവരുന്നു. സംസ്കാരത്തിൽ സ്ത്രീകളെ ഉൾപ്പെടുത്തുകയും പുറന്തള്ളുകയും ചെയ്തിരിക്കുന്നുവെന്നാണ് ഇതിന്റെയർത്ഥം. താൻ എപ്രകാരം ചിത്രീകരിക്കപ്പെട്ടിരിക്കുന്നുവെന്നതാണ് അവൾ കാണുന്നത്. അവൾ പുരുഷന്റെ കണ്ണടയിലൂടെ ലോകത്തെ കാണുന്നു... സ്ത്രീരൂപത്തെ വികൃതമാക്കിക്കാട്ടുന്ന പുരുഷാധിപത്യത്തിന്റെ കണ്ണാടിയിലാണ് അവൾ സ്വന്തം രൂപം ദർശിക്കുന്നത്. അവൾക്കു തന്റെ യഥാർത്ഥ പ്രതിരൂപമെന്തെന്നു കാണാൻ കഴിയണമെങ്കിൽ, പുരുഷൻമാർ രചിച്ച സ്ത്രീചിത്രങ്ങളിൽനിന്നും ആ കണ്ണാടിയെ എടുത്തുമാറ്റുകയാണു വേണ്ടത്.[20]

പുരുഷാധിപത്യസംസ്കാരം സൃഷ്ടിച്ചുവെച്ച ഇത്തരം മാതൃകകൾ അംഗീകരിക്കാൻ വിസമ്മതിക്കുന്ന എഴുത്തുകാരികൾക്ക് വ്യവസ്ഥയോട് എതിരിട്ടേ തീരൂ. അവർ സ്വജീവിതാനുഭവങ്ങളിലേക്കും സ്ത്രൈണ യാഥാർത്ഥ്യങ്ങളിലേക്കും ആഴ്ന്നിറങ്ങാൻ നിർബ്ബന്ധിതരാവുന്നു. അതുകൊണ്ടാണ് 'സ്ത്രീയുടെ സാഹിത്യം ഒരു കിണർ കുഴിക്കുന്നതുപോലെയാണ്' എന്ന് മാധവിക്കുട്ടി പറയുന്നത്.[21] സാഹിത്യപാരമ്പര്യമേകുന്ന ആവേശമോ പ്രചോദനങ്ങളോ അല്ല, അടങ്ങാത്ത ആത്മവത്തയും സ്ത്രൈണാനുഭവ വിനിമയത്തിനായുള്ള തീവ്രാഭിലാഷങ്ങളുമാണ് എഴുത്തുകാരികളെ നയിക്കുന്നത്. ഈവാഫിഗെസ് പറയുന്നതുപോലെ,

ഏറ്റവും അടുത്തറിയാവുന്നവയും നേരിട്ടനുഭവിച്ചതുമായ പ്രമേയങ്ങളിൽ ഒതുങ്ങിനില്ക്കാനാണ് സ്ത്രീകൾ നിർബ്ബന്ധിതരായത്. അവരുടെ ജീവിതം പരിമിതമായൊരു മേഖലയ്ക്കുള്ളിൽ നിയന്ത്രിക്കപ്പെട്ടതുകൊണ്ടാണത്. ആ പരിധി ഇടുങ്ങിയതാവാം, പക്ഷേ, നേരിട്ടുള്ള അനുഭവങ്ങളുടേതായ തീവ്രത അവയുടെ പരിചരണത്തിനുണ്ടായിരുന്നു.[22]

സമ്പന്നമായൊരു സാഹിത്യപാരമ്പര്യം, ദാർശനികപശ്ചാത്തലം, സ്വവർഗ്ഗത്തിന്റേതെന്ന നിലയിൽ അഭിമാനപൂർവ്വം കൈനീട്ടി സ്വീകരിക്കാവുന്ന വിജ്ഞാനസമ്പത്ത് എന്നിവയെല്ലാം പുരുഷന്മാരുടെ സർഗ്ഗാത്മകപ്രവർത്തനങ്ങൾക്ക് ശക്തിപകരുമ്പോൾ സ്ത്രീകൾക്കുപിന്നിൽ ഇരുണ്ട ശൂന്യതമാത്രമാണെന്നു വരുന്നു. അനുകരണത്തിനോ ചോരണത്തിനോപോലും ഉതകുന്ന യാതൊരു മാതൃകകളും അവർക്കില്ല. അവർ ശൂന്യതയിൽനിന്നും ആരംഭിക്കുന്നു. ഈ അർത്ഥത്തിലാണ്, സ്ത്രൈണ സാഹിത്യം ഇരുട്ടിൽനിന്നും വിവർത്തനം ചെയ്യപ്പെട്ട ജൈവസ്വഭാവമുള്ള ഒന്നാണെന്ന് മാർഗറീത്താ ദ്യൂറാസ് വിശേഷിപ്പിക്കുന്നത്.

"നൂറ്റാണ്ടുകളായി സ്ത്രീകൾ ഇരുട്ടിലാണ് കഴിയുന്നത്; അവർ പരസ്പരം അറിയുന്നില്ല. അതിനാൽ സ്ത്രീകൾ എഴുതുമ്പോൾ അവർ ആ ഇരുട്ടിനെ വിവർത്തനം ചെയ്യുകയാണ്."[23]

പുരുഷ വികലീകരണങ്ങളിൽനിന്നും വിമുക്തമായ യാഥാർത്ഥ സ്ത്രൈണാനുഭവങ്ങളുടെ ആവിഷ്കാരമായിരിക്കുമത്. ഫലത്തിൽ അതു ലോകത്തെയും തങ്ങളെത്തന്നെയും അറിയുന്നതിനുവേണ്ടി പുരുഷൻമാരുടേതിൽനിന്നും വ്യത്യസ്തമായൊരു ചട്ടക്കൂടും സ്ത്രൈണപാരമ്പര്യവും രൂപപ്പെടുത്താനുള്ള ഉദ്യമമായിത്തീരുന്നു.

ഈ ഉദ്യമം സഫലമായിത്തീരണമെങ്കിൽ, എലെയ്ൻ ഷോവാൾട്ടർ അഭിപ്രായപ്പെടുന്നതുപോലെ, കലാകാരികൾ തങ്ങളിലേക്കുതന്നെ തിരിഞ്ഞുനോക്കുകയും ഓരോരുത്തരുടെയും സ്ത്രൈണാനുഭവങ്ങളുടെ സമൃദ്ധിയെ സൂക്ഷ്മനിരീക്ഷണങ്ങളിലൂടെ കണ്ടെത്തുകയും വേണം. എങ്കിൽ മാത്രമേ തങ്ങളുടേതല്ലാത്ത ഒരു സംസ്കാരത്തിൽനിന്നും വിടുതി നേടാനും തങ്ങളുടെ അപൂർവ്വസ്വത്വമെന്തെന്നു കണ്ടെത്തുവാനും കഴിയുകയുള്ളൂ.[24]

സ്ത്രീകളെക്കുറിച്ച് സാംസ്കാരിക പാരമ്പര്യം സൃഷ്ടിച്ചുവെച്ച വികലബിംബങ്ങൾ അതോടെ തകർന്നു തുടങ്ങുന്നു. മാത്രമല്ല, സ്ത്രീയുടെ കണ്ണുകളിലൂടെ ലോകം പുനർവ്യാഖ്യാനത്തിനു വിധേയമാവുകയും ചെയ്യുന്നു. സ്വാനുഭവങ്ങളിൽ കേന്ദ്രീകരിക്കുന്നത് ബലഹീനതയല്ലെന്നും മറിച്ച് ശക്തിയുടെ പ്രഖ്യാപനമാണെന്നും എഴുത്തുകാരികളെ ഓർമ്മിപ്പിക്കുവാനും അവർക്കു ധൈര്യമേകാനും ഇത്തരമൊരു വീക്ഷണം സഹായകമാകാം. സ്ത്രീകളുടെ സാഹിത്യം പരിമിതവൃത്തങ്ങൾക്കുള്ളിൽ ഒതുങ്ങിനില്ക്കുന്നുവെന്നും മറ്റുമുള്ള ആക്ഷേപങ്ങൾക്ക് നല്ലൊരു മറുപടികൂടിയായിരിക്കുമത്. അതുകൊണ്ടാണ്,

> തന്റെ സ്വത്വത്തെക്കുറിച്ചുതന്നെയാണ് സ്ത്രീ എഴുതേണ്ടത്; സ്ത്രീകളെക്കുറിച്ചെഴുതുകയും സ്ത്രീകളെ എഴുത്തുകാരികളാക്കി മാറ്റുകയും ചെയ്യണം. സ്വശരീരങ്ങളിൽ നിന്നെന്നപോലെ സർഗ്ഗാത്മകതയിൽനിന്നും ആട്ടിയോടിക്കപ്പെട്ടവരാണ് സ്ത്രീകൾ. രണ്ടിനും ഒരേതരം കാരണങ്ങളും ഒരേ നിയമവും ഒരേ കുടിലലക്ഷ്യവും ആയിരുന്നു. തന്റേതായ മുന്നേറ്റങ്ങളിലൂടെ തന്റെ കൃതികളിലെന്നപോലെ ഈ ലോകത്തിലും ചരിത്രത്തിലും സ്ത്രീ സ്ഥാനമുറപ്പിക്കണം.

എന്ന് ഹെലൻ സിസൂവിന്റെ പ്രശസ്തമായ പഠനം (*The Laugh of the Medusa*) ആവശ്യപ്പെടുന്നത്.[25]

പെൺമയുടെ യാഥാർത്ഥ്യങ്ങളെ സാഹിത്യത്തിലേക്കു പുനരാനയിക്കുവാനുള്ള എഴുത്തുകാരികളുടെ ഉദ്യമം അത്ര സുഖകരമായ ഒന്നല്ല; കടുത്ത പരീക്ഷണങ്ങളും സങ്കീർണ്ണതകളും നിറഞ്ഞ ഒരു വെല്ലുവിളിയാണ്. സമൂഹം അവർക്കൊരു ഭീഷണിയായിത്തീരുന്നു. കാരണം സ്ത്രീയുടെ അസ്തിത്വത്തെ സംബന്ധിച്ച പല മൗലികപ്രശ്നങ്ങളും അതുന്നയിക്കുമല്ലോ. അതുയർത്തുന്ന പുതിയ മൂല്യങ്ങളും അർത്ഥങ്ങളും സമൂഹത്തിന്റെ മൊത്തത്തിലുള്ള മൂല്യങ്ങളും അർത്ഥങ്ങളുമായി ഇടയുന്നു, ആർജ്ജിത വിജ്ഞാനങ്ങൾ പലതും അപ്രസക്തങ്ങളോ സംശയാസ്പദങ്ങളോ ആയെന്നു വരാം. പുതിയ ചട്ടക്കൂട്ടിലൂടെ അവർ കാണുന്നതും ആവിഷ്കരിക്കുന്നതും വ്യത്യസ്തമായൊരു ലോകമായതുകൊണ്ടുതന്നെ അതംഗീകരിക്കാൻ സമൂഹത്തിനാവില്ല. പുരുഷൻമാരുടെ സാഹിത്യത്തിലെ 'വിഗ്രഹഭഞ്ജകത്വം' സഹർഷം സ്വാഗതം ചെയ്യുന്ന സമൂഹം സ്ത്രീയുടെ ആത്മബോധത്തെ ഹീനമായി നിന്ദിക്കുന്നു! ലോകമെന്തെന്നു വിശദീകരിക്കാൻ സമൂലം വ്യത്യസ്തമായൊരു ചട്ടക്കൂട് മുന്നോട്ടുവെക്കുക എന്നാൽ, അജ്ഞാതവും അദൃശ്യവും വിഭ്രാന്തവുമായ ഒരു ലോകത്തേക്കു പ്രവേശിക്കുക എന്നാണർത്ഥമെന്ന് ഡെയ്ൽ സ്പെൻഡർ പറയുന്നു. അടിച്ചമർത്തുന്നവരുടെ കണ്ണുകളിലൂടെ ലോകത്തെക്കാണുന്നതിനുപകരം മർദ്ദിതരുടെ കണ്ണുകളിലൂടെ കാണുന്നത് ആസകലം വ്യത്യസ്തമായ ഒരു കാര്യമാണ്. അങ്ങനെ ചെയ്യുമ്പോൾ ഗൗരവപൂർവ്വമായ പരിഗണനയല്ല, പരിഹാസവും ഭർത്സനവുമാണ് ക്ഷണിച്ചുവരുത്തുകയെന്നും സ്പെൻഡർ അഭിപ്രായപ്പെടുന്നു.[26]

മേൽവിവരിച്ച പ്രമേയങ്ങളെ സാധൂകരിക്കുന്ന മലയാളത്തിലെ ഒരു നല്ല മാതൃകയാണ് അന്തർജ്ജനത്തിന്റെ 'പ്രതികാരദേവത' (*തിരഞ്ഞെടുത്ത കഥകൾ*) എന്ന കഥ. കുറിയേടത്തു താത്രിയെ ഒരു ദേവതയായിക്കാണാൻ കഥാകാരിക്കു കഴിയുന്നത്, സ്ത്രീയുടെ യാതനകളെ സ്ത്രീയുടേതായ ഒരു ചട്ടക്കൂടിലൂടെ സമീപിക്കുന്നതുകൊണ്ടു മാത്രമാണ്. സമൂഹത്തിന്റെ നിയമങ്ങളും മൂല്യങ്ങളുമനുസരിച്ച്, പേരുച്ചരിക്കുന്നതുപോലും വിലക്കപ്പെട്ട പതിതയാണവൾ. 'പതിതയായ

ഒരന്തർജ്ജനത്തെ ദേവതയായി ചിത്രീകരിക്കയോ... പ്രതികാരപ്പിശാച് എന്നു പേരിടാത്തതെന്ത്?'[27] എന്നു ചോദിച്ച നിരൂപകനും കഥാകാരിക്ക് ഊമക്കത്തുകളയച്ചവരും സമൂഹത്തിലെ അധീശത്വമൂല്യങ്ങളുടെയും നിയമങ്ങളുടെയും പ്രതിനിധികളാണ്. സമൂഹത്തിന്റെ അർത്ഥമല്ല സ്ത്രീ സ്ത്രീക്കു കല്പിക്കുന്നതെന്ന് ഈ കഥ വിളിച്ചുപറയുന്നതിനാൽ, സമൂഹം അതിന്റെ അസഹിഷ്ണുതയും നീരസവും ഈയാളുകളിലൂടെ പ്രകടിപ്പിച്ചുവെന്നേയുള്ളൂ.

അർദ്ധരാത്രിയോടടുത്ത വേളയിൽ തളർന്ന മനഃകായങ്ങളുമായി കഥാരചനയ്ക്കു മുതിരുന്ന കഥാകാരിയുടെ ദൃശ്യത്തോടെയാണ് 'പ്രതികാരദേവത'യുടെ ആരംഭം. എഴുത്തുകാരികളോടു സമൂഹം പുലർത്തുന്ന ശത്രുതയെക്കുറിച്ചുള്ള ഭീഷണമായ ഓർമ്മകൾ കഥാകാരിയെ നിരുത്സാഹയാക്കുന്നു. കസേരയിലേക്കു ചാഞ്ഞ് കണ്ണടച്ചുകിടക്കുന്ന കഥാകാരിയുടെ മുന്നിൽ സ്വപ്നദൃശ്യമായൊരു ലോകം തുറക്കപ്പെടുകയും അവിടെ പ്രത്യക്ഷയാവുന്ന താത്രിക്കുട്ടി തന്റെ കഥ പറയുകയുമാണ്. ഡെയ്ൽ സ്പെൻഡർ സൂചിപ്പിച്ചതുപോലുള്ള വിഭ്രാന്തമായൊരു ലോകം തന്നെയാണത്. സ്ത്രൈണാവസ്ഥയോടുള്ള ഗാഢമായ പ്രതിബദ്ധതയും സ്ത്രീയുടേതായ വീക്ഷണവുമാണ് അത്തരമൊരു ലോകത്തെ കഥാകാരിക്കു മുമ്പിൽ തുറന്നു നല്കുന്നതെന്ന് ഈ കഥ തെളിയിക്കുന്നു.

സ്ത്രീജീവിതവും അനുഭവങ്ങളും സ്ത്രീതന്നെ ആവിഷ്കരിക്കുമ്പോൾ, വ്യക്തിജീവിതത്തിന്റെ സ്വകാര്യതകളായി സമൂഹം സൂക്ഷിച്ചുപോരുന്ന പ്രമേയങ്ങൾ സ്ത്രീയുടേതായ അർത്ഥങ്ങളിൽ പരസ്യപ്പെടുകതന്നെ ചെയ്യും. സ്ത്രീജീവിതം സ്വകാര്യമേഖലയിൽ ബന്ധിതമായതിനാൽ ഇങ്ങനെ പരസ്യപ്പെടുന്നത് പലപ്പോഴും പുരുഷാധിപത്യവ്യവസ്ഥയുടെ വൈകാരികപരിവേഷമുള്ള പ്രത്യയശാസ്ത്രസ്ഥാപനങ്ങൾക്കു പിന്നിലെ അജ്ഞാതവും അദൃശ്യവുമായ ഇരുണ്ട ലോകങ്ങളായെന്നും വരാം. സമൂഹം സ്ത്രീക്കു നല്കിയിരിക്കുന്ന പദവിക്കും കടമകൾക്കും നിരക്കുന്നതല്ല ഈ കൃത്യം. അതിനാൽ തങ്ങൾ സമൂഹത്തിന്റെ മൂല്യങ്ങളെയും അനുശാസനങ്ങളെയും നിരാകരിക്കുകയോ അവമതിക്കുകയോ ചെയ്യുന്നുവെന്ന ഭീതി എഴുത്തുകാരികളെ ചൂഴ്ന്നു നില്ക്കുന്നു.

പുരുഷാധിപത്യ മൂല്യങ്ങളോടുള്ള ഭീതി ഒരെഴുത്തുകാരി എങ്ങനെ അനുഭവിക്കുന്നുവെന്നതിന്റെ ഹൃദയസ്പർശിയായൊരു ചിത്രമാണ് അന്തർജ്ജനത്തിന്റെ താഴെക്കൊടുത്ത വരികൾ നല്കുന്നത്.

> എന്നെപ്പോലെയുള്ള ഒരു സ്ത്രീക്ക് ഒരു കലാകാരിയെന്ന ബിരുദം കിട്ടുക അത്ര എളുപ്പമൊന്നുമല്ല. കിട്ടിയാൽത്തന്നെ അതു വെച്ചു പുലർത്തുക അത്രയുംകൂടി എളുപ്പമല്ല- സുഖകരവുമല്ല. ഒരു കലാജീവിതത്തെ ചൂഴുന്ന നിരവധി സംശയങ്ങൾ- അസ്വാതന്ത്ര്യങ്ങൾ-പേടികൾ-പുരുഷനാണെങ്കിൽ നിസ്സംശയം ചവിട്ടിമെതിക്കാവുന്ന ആ മുൾപ്പടർപ്പുകളിലൂടെ -ഞങ്ങൾ-സ്ത്രീകൾ-എത്ര കരു

> തലോടെ-ഭയാശങ്കകളോടെ -നൂഴ്ന്നു നൂഴ്ന്നു കയറിപ്പോകണം. ഒരു കലാഹൃദയത്തിന്റെ സ്വച്ഛന്ദമായ വികസനത്തിന് ഏറ്റവും വലിയ ശത്രുവാണീ ഭയം-എങ്കിലും ഞങ്ങൾക്കു പേടിക്കാതെ കഴിയില്ല (ആത്മകഥയ്ക്ക് ഒരാമുഖം).

സാറാജോസഫിന്റെ വിമർശനം ഇങ്ങനെ:

> മലയാളത്തിലെ എഴുത്തുകാരികൾ വെല്ലുവിളിക്കപ്പെട്ടതും അവഹേളിക്കപ്പെട്ടതും അധീശവർഗ്ഗമൂല്യങ്ങളെ ചോദ്യം ചെയ്തപ്പോഴാണ്. അവർ ഭജനപ്പാട്ടും കുമ്മിയും തിരുവാതിരയും പരിദേവനങ്ങളും മൃദുലപ്രേമവുമായി നടന്നപ്പോഴൊന്നും ആരും ഒന്നും പറഞ്ഞില്ല. എന്നാൽ സ്വന്തം ലൈംഗികതപോലും അധീശവർഗ്ഗതാല്പര്യത്താൽ നിർണ്ണയിക്കപ്പെടുന്നതുകണ്ട് കലാപത്തിനൊരുങ്ങിയപ്പോൾ സരസ്വതിയമ്മയും രാജലക്ഷ്മിയും മാധവിക്കുട്ടിയും കല്ലേറേറ്റ് പിടഞ്ഞു. (ആമുഖം-*പാപത്തറ*).

അധീശവർഗ്ഗമൂല്യങ്ങളെ നിഷേധിക്കുന്ന എഴുത്തുകാരികളെയും അവരുടെ കൃതികളെയും അപ്രധാനീകരിക്കുക, സാഹിത്യചരിത്രത്തിൽനിന്നും മൂല്യനിർണ്ണയനത്തിൽനിന്നും ഒഴിവാക്കുക, നികൃഷ്ടമെന്നോ ക്ഷുദ്രമെന്നോ മുദ്രകുത്തി അവമതിക്കുക, കൃതികളുടെ കേന്ദ്രപ്രമേയങ്ങൾ അവഗണിച്ചുകൊണ്ട് മൂല്യനിർണ്ണയം ചെയ്യുക, എഴുത്തുകാരികളെ വ്യക്തിപരമായി ആക്ഷേപിക്കുക എന്നിങ്ങനെയുള്ള മാർഗ്ഗങ്ങളാണ് വിമർശനസ്ഥാപനം പൊതുവെ അനുവർത്തിക്കുന്നത്. പുരുഷാധിപത്യമൂല്യങ്ങൾ സംരക്ഷിക്കുന്നതിൽ വിമർശനരംഗവും ജാഗരൂകമാണെന്ന് ഇതു വ്യക്തമാക്കുന്നു. മലയാളിയായ ഇന്തോ-ആംഗ്ളിയൻ കവയിത്രി മീനാ അലക്സാണ്ടറുടെ വാക്കുകളിൽ,

'നമ്മുടെ സംസ്കാരം സ്ത്രീകളുടെ മൗനമാണാവശ്യപ്പെടുന്നത്. സ്ത്രീകളുടെ ശബ്ദത്തെ അതു ഭയപ്പെടുന്നു. സ്ത്രീകളുടെ ശബ്ദത്തിനുനേരെ അക്രമാസക്തമാവുകയും ചെയ്യുന്നു.[28]'

പുരുഷാധിപത്യമൂല്യങ്ങളോടുള്ള ഭയാശങ്കകൾ എഴുത്തുകാരിയുടെ വ്യക്ത്യനുഭവം മാത്രമായി അവസാനിക്കുന്നില്ല. അവ കൃതികളിലേക്കുകൂടി പടർന്നുകയറുന്നു. പ്രമേയം, പാത്രസൃഷ്ടി, കഥാപരിണാമം, ആഖ്യാനഘടന തുടങ്ങിയവയെ നിർണ്ണയിക്കുകയോ നിയന്ത്രിക്കുകയോ ചെയ്യുന്ന ഭൗതികശക്തിയായി ഈ ഭീതി പ്രവർത്തിക്കുന്നു. തൽഫലമായി പുരുഷാധിപത്യ പ്രത്യയശാസ്ത്രങ്ങളുടെ സമ്മർദ്ദങ്ങൾക്കു വഴങ്ങാൻ എഴുത്തുകാരികൾ നിർബ്ബന്ധിതരാവുന്നു. പത്തൊൻപതാം ശതകത്തിന്റെ പൂർവ്വാർദ്ധത്തിൽ പാശ്ചാത്യസാഹിത്യത്തിലെ ചില സ്ത്രീനോവലിസ്റ്റുകൾ, 'പുരുഷവർഗ്ഗത്തെ ഭയന്ന് അന്ന് അവർ തങ്ങളുടെ വർഗ്ഗത്തിന്റെ ആവശ്യങ്ങളെയും യഥാർത്ഥ അഭിപ്രായങ്ങളെയും ആ കൃതികളിൽ തുറന്നു പ്രസ്താവിച്ചിരുന്നില്ല' എന്ന് കേസരി ബാലകൃ

ഷ്ണപിള്ള വർഷങ്ങൾക്കു മുമ്പേ പറഞ്ഞുവെച്ചിരുന്നു[29]. മർമ്മ പ്രധാനങ്ങളായ പല പ്രമേയങ്ങളും നിഗമനങ്ങളും അനുഭവങ്ങളും വിമർശനങ്ങളും കൃതികളിൽനിന്ന് ഒഴിവാക്കുവാനോ ഹ്രസ്വപരാമർശങ്ങൾ മാത്രമായവസാനിപ്പിക്കുവാനോ എഴുത്തുകാരികൾ നിർബ്ബന്ധിതരായിത്തീരുന്നത് ഈ പശ്ചാത്തലത്തിലാണ്. സ്വതന്ത്രവും സമഗ്രവുമായ ആവിഷ്കാരം എഴുത്തുകാരികൾക്കു നിഷേധിക്കപ്പെട്ടിരിക്കുന്നുവെന്നതാണല്ലോ ഇതിനർത്ഥം.

എല്ലാ ഭാഷകളിലെയും ആദ്യകാല എഴുത്തുകാരികൾക്ക് വ്യാജമായ ആൺനാമങ്ങൾ ഉപയോഗിച്ച് സാഹിത്യരചനയിലേർപ്പെടേണ്ടിവന്നതും പുരുഷാധിപത്യമൂല്യങ്ങളോടുള്ള ഭയം നിമിത്തമായിരുന്നു. ആധുനിക കാലത്തും ഇതിനു ധാരാളം ഉദാഹരണങ്ങളുണ്ട്. ബ്രോൺടി സഹോദരിമാരും മേരി ആനി ഇവാൻസും ലളിതാംബിക അന്തർജ്ജനവും, രാജലക്ഷ്മിയുമെല്ലാം വ്യാജനാമങ്ങൾ ഉപയോഗിച്ചവരാണ്.

തകഴി ശിവശങ്കരപ്പിള്ള, ഇ വി കൃഷ്ണപ്പിള്ള തുടങ്ങിയ മഹാൻമാരായ എഴുത്തുകാരിൽനിന്നുപോലും നേരിടേണ്ടിവന്ന ഹീനമായ ആക്രമണങ്ങളെക്കുറിച്ചും തനിക്കു ലഭിച്ച ഊമക്കത്തുകളെക്കുറിച്ചും ലളിതാംബിക അന്തർജ്ജനം വേദനയോടെ അനുസ്മരിച്ചിട്ടുണ്ട്.[30] തകഴിയുടെ *ആദർശാത്മകത്വം* എന്ന കഥയിൽ ലൈംഗികാസംതൃപ്തിയുടെ ഫലമായി കഥാരചനയിലേർപ്പെടുന്ന ഒരന്തർജ്ജനമായാണ് കഥാകാരി ചിത്രീകരിക്കപ്പെട്ടത്. 'നിർദ്ദയമായ ഒരാക്രമണം' എന്നു മാത്രമേ, അത്യന്തം അപമാനകരമായ ഈ തേജോവധത്തെ അന്തർജ്ജനം വിശേഷിപ്പിച്ചിട്ടുള്ളൂ.[31]

'പുരുഷവിദ്വേഷി'യും 'ഒറ്റപ്പെട്ട പ്രതിഭാസ'വുമായി അകറ്റി നിർത്തപ്പെടുകയും ഗൗരവപൂർണ്ണമായ പഠനങ്ങളിൽനിന്നും ഒഴിവാക്കപ്പെടുകയും ചെയ്ത കഥാകാരിയാണ് കെ സരസ്വതിയമ്മ. എസ് ഗുപ്തൻനായർക്കയച്ച ഒരു കത്തിൽ വേദനയും അമർഷവും കലർന്ന സ്വരത്തിൽ കഥാകാരി എഴുതി:

എന്റെ വായനക്കാർ വിചാരിക്കുന്നത് ഈ കഥയെഴുതുന്ന സ്ത്രീ ഒരു Flirt ആണെന്നാണ്.... അത്രമാത്രം പ്രയാസങ്ങൾ എനിക്കനുഭവിക്കേണ്ടിവന്നിട്ടുണ്ട്. വിഡ്ഢികൾ! കൊല നിയമപരമായ ഒരു കുറ്റമല്ലായിരുന്നെങ്കിൽ ഇവരെ ഞാൻ വെടിവെച്ചേനെ.[32]

കെ സുരേന്ദ്രന്റെ *പ്രേമത്തെക്കുറിച്ച് ഒരു പുസ്തകം* എന്ന കൃതിയിൽ പ്രേമവിരോധത്തിന്റെ പ്രതിനിധിയായ കഥാപാത്രമായി സരസ്വതിയമ്മ ചിത്രീകരിക്കപ്പെട്ടത് പ്രേമത്തെ നിഷേധിക്കുന്ന കഥകളെഴുതിയതുകൊണ്ടാണ്. കൂടാതെ എഴുത്തുകളിലൂടെയും അല്ലാതെയും നിരവധി ഭീഷണികളും സരസ്വതിയമ്മയ്ക്ക് അഭിമുഖീകരിക്കേണ്ടിവന്നിരുന്നു.[33]

രൂക്ഷമായ എതിർപ്പുകൾക്കും ഭീഷണികൾക്കും മുന്നിൽ നിശ്ശബ്ദയാക്കപ്പെടുകയും സഹനത്തിന്റെ പാരമ്യത്തിൽ,

"കഥയെഴുതാതെ ഞാൻ രണ്ടുകൊല്ലം ഇരുന്നുനോക്കി. അതും എന്നെക്കൊണ്ടു സാധിക്കില്ല. വല്ല പേപ്പട്ടിയെയുംപോലെ ഞാൻ തൊടുന്നതൊക്കെ വിഷമാവുകയാണെങ്കിൽ- ഞാൻ ഇരുന്നാൽ ഇനിയും കഥയെഴുതും... ഞാൻ പോട്ടെ." [34]

എന്നെഴുതിവെച്ച് ആത്മഹത്യയിലൂടെ സമൂഹത്തോടു പ്രതികാരം ചെയ്ത കഥാകാരിയാണ് രാജലക്ഷ്മി. സ്ത്രീയുടെ രചനാസ്വാതന്ത്ര്യത്തിനുവേണ്ടി രക്തസാക്ഷിത്വം വഹിച്ച മലയാളത്തിലെ ഏക എഴുത്തുകാരി!

മാധവിക്കുട്ടിക്ക് കഥാരചനയുടെ പേരിൽ ഭർത്സനങ്ങളും ഭീഷണികളും മാത്രമല്ല, ശാരീരികമായ അതിക്രമങ്ങൾപോലും നേരിടേണ്ടി വന്നു.

"പക്ഷേ, വ്യഭിചാരത്തെപ്പറ്റിയും മറ്റും ചെറുകഥകളെഴുതുന്നവളായതുകൊണ്ട് ഞാനും വ്യഭിചാരിണിയായിരിക്കുമെന്നു കരുതി എന്റെ കൈ പിടിക്കുവാനും എന്റെ നേർക്ക് ഛർദ്ദിയുണ്ടാക്കുന്ന ശൃംഗാരനോട്ടങ്ങൾ അയയ്ക്കുവാനും മറ്റും തയ്യാറെടുക്കുന്നവർ എന്നെ കഠിനമായി വ്യസനിപ്പിക്കുന്നു."

എന്നു കഥാകാരിതന്നെ എഴുതിയിട്ടുണ്ട്.[35] സ്ത്രൈണ യാഥാർത്ഥ്യങ്ങളുടെ ആവിഷ്കാരത്തിനെതിരെ നമ്മുടെ സമൂഹം പുലർത്തുന്ന അസഹിഷ്ണുതയും ക്രൂരമായ മർദ്ദകഭാവവും ഉദാഹരിക്കുന്ന ചില മാതൃകകളാണിവ.

എഴുത്തുകാരികൾ അഭിമുഖീകരിക്കുന്ന മറ്റൊരു പ്രതിസന്ധി ഭാഷയുടേതാണ്. സാഹിത്യപാരമ്പര്യമെന്നപോലെ ഭാഷയും സ്ത്രീകളെ അന്യവല്ക്കരിക്കുന്നു. പദസംഹിത, ചിഹ്നവ്യവസ്ഥ, വാഗർത്ഥങ്ങൾ, ശൈലികൾ, പ്രയോഗങ്ങൾ, വ്യാകരണനിയമങ്ങൾ എന്നിങ്ങനെ സമസ്തഘടകങ്ങളും പുരുഷപക്ഷപാതം പുലർത്തുന്നവയാണ്. അഥവാ ഇവയെല്ലാം പുരുഷനെ കേന്ദ്രീകരിച്ചാണ് നിലനില്ക്കുന്നത്. പൗരുഷമായവയെ മാതൃകാരൂപ (Norm) മായെടുക്കുകയും, സ്ത്രീരൂപങ്ങളെ അവയുടെ അനുബന്ധങ്ങളോ വ്യതിയാനങ്ങളോ ആയി മാത്രം പരിഗണിക്കുകയും ചെയ്യുക എന്നതാണ് ഭാഷയുടെ രീതി.[36] ഭാഷയിലൂടെയുള്ള ആശയനിവേദനവും അതിലൂടെ കൈവരുന്ന സ്വാതന്ത്ര്യവും സംതൃപ്തിയും ശക്തിയുമെല്ലാം സ്ത്രീകൾക്കുമാത്രം നിഷേധിക്കപ്പെടുന്നുവെന്നതാണ് ഇതിന്റെ ഫലം. ലൈംഗികമായ പക്ഷപാതമുള്ള ഒരു ലോകത്ത്, ചിഹ്നവ്യവസ്ഥകളും സങ്കല്പനോപാധികളും പുരുഷന്മാരുടെ സൃഷ്ടികളായിരിക്കും. ഇവയൊന്നും സ്ത്രീകളുടെ അനുഭവങ്ങളെ പ്രകാശിപ്പിക്കുന്നില്ലെന്നു മാത്രമല്ല, അവയെ വികലമാക്കുകകൂടി ചെയ്യുന്നു. നാമകരണം ചെയ്യാനുള്ള അവകാശം അവർക്കില്ല. തങ്ങളെ തന്നെയോ, ലോകത്തെയോ ദൈവത്തെപ്പോലുമോ നാമകരണം ചെയ്യാനുള്ള സ്വാതന്ത്ര്യം സ്ത്രീകൾക്കുണ്ടായിരുന്നില്ലെന്ന് മേരി ഡാലി പറയുന്നു.[37]

പുരുഷന്മാരുടെ അധികാരവും പദവിയും മഹനീയതയുമെല്ലാം

ഭാഷാപ്രയോഗങ്ങളിൽ സംരക്ഷിക്കപ്പെടുന്നു. അതുകൊണ്ടാണ്, ആലോചനാലേശമില്ലാതെ സ്വതന്ത്രവും സമഗ്രവുമായ ഭാഷാവിനിമയം പുരുഷൻമാർക്കു സാദ്ധ്യമാകുന്നത്. പുരുഷന്മാർക്ക് അപകീർത്തികരങ്ങളായതൊന്നും ഭാഷയുടെ മുഖ്യധാരയിലില്ല. കണ്ഠാധര ജിഹ്വ താലുക്കളെയെല്ലാം വിഷലിപ്തമാക്കുന്ന ഒരു ഭാഷയാണ് സ്ത്രീകൾക്കുപയോഗിക്കേണ്ടിവരുന്നതെന്നത്രേ മൊനീക്ക് വിറ്റിഗിന്റെ വിമർശനം. സ്ത്രീകളെ കൊന്നുകളയുന്ന വാക്കുകളെക്കൊണ്ടും പുരുഷൻമാരുടെ നേട്ടങ്ങൾ സൂചിപ്പിക്കുന്ന ചിഹ്നങ്ങളെക്കൊണ്ടും നിർമ്മിക്കപ്പെട്ടതാണ് ആ ഭാഷയെന്നും വിറ്റിഗ് അഭിപ്രായപ്പെട്ടിരിക്കുന്നു.[38]

സ്ത്രീകളുടെ മാത്രമായ അനുഭവങ്ങളും ജൈവധർമ്മങ്ങളും (ഉദാ: ഗർഭകാല സംഘർഷങ്ങൾ, ആർത്തവകാലാനുഭവങ്ങൾ, ആർത്തവ വിരാമകാല ഉൽക്കണ്ഠകൾ, പ്രസവം, മുലയൂട്ടൽ മൂർത്തമായി പ്രകാശിപ്പിക്കുവാൻ ഭാഷ പര്യാപ്തമല്ല. പുരുഷൻമാർ സ്വാനുഭവവിവരണത്തിനായി നിസ്സംശയം എടുത്തുപയോഗിക്കുന്ന പദങ്ങളും പ്രയോഗങ്ങളുംതന്നെ വേണം സ്ത്രീക്ക് അവളുടേതായ സവിശേഷാനുഭവങ്ങളുടെ വിനിമയത്തിനും ആശ്രയിക്കുവാൻ! ഈ അനുഭവങ്ങളാവിഷ്കരിക്കുവാനുദ്യമിക്കുന്ന എഴുത്തുകാരിക്ക് അതൊരു കഠിനസാഹസം തന്നെയായിരിക്കും. 'വയൽവക്കിൽ' എന്ന കഥയിൽ ലളിതാംബിക അന്തർജ്ജനം ഇതുപോലൊരു സാഹസത്തിനു മുതിരുന്നതു കാണാം.

ശിശുജനനത്തിന്റെ ശാരീരികവും വൈകാരികവുമായ അനുഭൂതികൾ വർണ്ണിക്കുവാൻ ഭാഷയ്ക്കാവില്ലെന്നു തീർത്തു പറയുന്നത് സ്ത്രീലൈംഗികതാ ഗവേഷകയായ ഷെയ്‌ലാ കിറ്റ്സിഞ്ജറാണ്. ഇത്തരം സന്ദർഭങ്ങളിൽ വൈദ്യശാസ്ത്രപദാവലിയെ ആശ്രയിക്കേണ്ടി വരുമെന്നും. ഇതിനായി വൈദ്യഭാഷ മാത്രമേ നമുക്കുള്ളുവെന്നും കിറ്റ്സിഞ്ജർ അഭിപ്രായപ്പെടുന്നു.[39]

സ്ത്രീയുടെ വികാരങ്ങൾ, ചിന്തകൾ, അനുഭൂതികൾ തുടങ്ങിയവയുടെ യഥാർത്ഥവും സമഗ്രവുമായ വിനിമയം അസാദ്ധ്യമായിരിക്കുന്നുവെന്നാണ് ഇതു തെളിയിക്കുന്നത്. വാക്കുകൾ ഉള്ളിലുറഞ്ഞുപോയ അവൾക്ക് തന്റെ യഥാർത്ഥ ശബ്ദാർത്ഥങ്ങൾ ലോകത്തെ കേൾപ്പിക്കാനാവുന്നില്ല. അതിനാൽ സംശയാലുതയോടും തികഞ്ഞ ജാഗ്രതയോടുംകൂടി മാത്രമേ എഴുത്തുകാരിക്ക് ഭാഷയെ സ്വീകരിക്കാനാവൂ.

ഭാഷയും എഴുത്തുകാരിയും തമ്മിൽ കൃത്രിമമായൊരു ബന്ധം സ്ഥാപിക്കപ്പെടുന്നുവെന്നതാണ് ഇതിന്റെ ഫലം. ഉപയോഗിക്കുന്ന ഭാഷയിൽ നിയന്ത്രണാവകാശമോ സ്ത്രൈണാനുഭവസാന്നിദ്ധ്യമോ ഇല്ലാത്തതിനാൽ അതേ ഭാഷ എഴുത്തുകാരികളെതന്നെ തിരികെ ഉപയോഗിക്കുകയോ അവർക്കുമേൽ ആധിപത്യം നേടുകയോ വിപരീതധ്വനികൾ സൃഷ്ടിക്കുകയോ ചെയ്യാം. കെ സരസ്വതിയമ്മയുടെ 'വിവാഹ വ്യവസായം', മാധവിക്കുട്ടിയുടെ 'മെറിൻഡ്രൈവ്' എന്നീ കഥകളിൽ നിന്നും ചില മാതൃകകളെടുത്ത് ഈ വസ്തുത പരിശോധിച്ചു നോക്കാം.

സരസ്വതിയമ്മയുടെ കഥയിലെ വാസുദേവൻനായർ എന്ന കഥാപാത്രം ഒരു ധനസമ്പാദനമാർഗ്ഗമെന്നനിലയിൽ സ്ത്രീകളെ മാറി മാറി വിവാഹം ചെയ്യുന്ന നീചനാണ്. സ്ത്രീകളുടെ ജീവിതം തകർക്കുന്ന അയാളുടെ നീചത്വത്തെ ഭർത്സിക്കുന്നതിനും അവജ്ഞ പ്രകടിപ്പിക്കുന്നതിനുംവേണ്ടിയാണ് അയാളുടെ ജനനംപോലും നീചമായിരുന്നുവെന്ന് കഥാരംഭത്തിൽ സൂചിപ്പിക്കുന്നത്. 'അച്ഛനില്ലാത്ത ഒരു ചെറുക്കനായി' ജനിച്ചതാണയാൾ. സ്ത്രീയോടുള്ള പ്രതിബദ്ധതയുടെ പേരിൽ ഉപയോഗിച്ച ഈ പ്രയോഗം സ്ത്രീക്കുതന്നെ എതിരായി പ്രവർത്തിക്കുന്നതു നോക്കുക. അയാളുടെ തന്തയില്ലായ്മയുടെ ഉത്തരവാദി അയാളുടെ അമ്മയായ സ്ത്രീയാണെന്നും അവൾ ഒരു പിഴച്ചവളാണെന്നുമാണല്ലോ ഈ പ്രയോഗത്തിന്റെ അർത്ഥം. 'പിതാവ്' ഏതോ അജ്ഞാതനാണ്. അത്തരമൊരു പിതാവിനെ സൂചിപ്പിക്കാൻ പ്രയോഗങ്ങളുമില്ല. അയാളുടെ അമ്മയെക്കുറിച്ചു മാത്രമേ നിശ്ചയമുള്ളു. അങ്ങനെ ഈ പ്രയോഗത്തിലൂടെ മറ്റൊരു സ്ത്രീ അപമാനിതയായിത്തീരുന്നു! സ്ത്രീക്ക് പുരുഷനെ നിന്ദിക്കാൻ ഭാഷയില്ല. ഉള്ളവ അവളെത്തന്നെ തിരികെ നിന്ദിക്കുന്നു. ഇവിടെ ഭാഷ എഴുത്തുകാരിയെ ഉപയോഗിക്കുന്നു.

ഒറ്റ നോട്ടത്തിൽ വളരെ ആകർഷകമായനുഭവപ്പെടുന്ന ഒന്നാണ് മാധവിക്കുട്ടിയുടെ 'മെറിൻ ഡ്രൈവി'ലെ ആദ്യഖണ്ഡിക. വായനക്കാരെ കഥാഘടനയുമായി പെട്ടെന്നു കണ്ണിചേർക്കുന്ന ഒരു 'ടെക്നിക്' അതിലുണ്ട്. കഥാപാത്രങ്ങൾ തമ്മിലുള്ള ബന്ധത്തിന്റെ സ്വഭാവമാണ് അതിൽ സംഗ്രഹിച്ചു കാണിക്കുന്നത്. ഹിംസാത്മകമായ പുരുഷാധികാരത്തിന്റെ പ്രതീകമായ വനമഹിഷവും, ആ ഹിംസാത്മകതയ്ക്കിരയാവുന്ന സ്ത്രീയുടെ പ്രതീകമായ അനസൂയയും തമ്മിലുള്ള ലൈംഗികാധിഷ്ഠിത ബന്ധങ്ങളും അതിന്റെ ക്രൂരമായ പരിണാമവുമാണ് കഥയുടെ പ്രമേയം. എന്നാൽ അത്യപൂർവ്വവും സങ്കീർണ്ണവുമായ ഈ ബന്ധത്തെ ആവിഷ്കരിക്കാൻ 'പ്രിയതമൻ', 'സ്നേഹം', 'സ്നേഹബന്ധം' എന്നിങ്ങനെ സാധാരണ വ്യവഹാരത്തിലുള്ള പദങ്ങൾ മാത്രമേ കഥാകാരിയുടെ മുന്നിലുള്ളൂ. കഥാകാരി അറിയാതെ ഭാഷ അതിന്റെ വിപരീത ദൗത്യം നിർവ്വഹിക്കുകയാണ്. അതേ ഖണ്ഡികയിൽ തന്നെയുള്ള 'കൊലയാളിയും കൊല്ലപ്പെടുവാൻ പോകുന്നവനും' എന്ന രൂപത്തിലെ പുല്ലിംഗപ്രയോഗവും ഭാഷയുടെ അപര്യാപ്തതയുടെ സൂചകമാണ്. കഥാകാരിയുടെ അശ്രദ്ധയുടെ ഫലവുമല്ല ആ പ്രയോഗം. ഇത്തരം സാമാന്യതത്ത്വപ്രസ്താവങ്ങളിൽ പുല്ലിംഗരൂപങ്ങൾ മാത്രമേ ഭാഷ അനുവദിക്കുന്നുള്ളൂ. (ഉദാ: 'മനുഷ്യൻ അജയ്യനാണ്') ഇവിടെ കൊല്ലപ്പെടുന്നതു സ്ത്രീയായിട്ടും പുല്ലിംഗനാമം ഉപയോഗിക്കേണ്ടിവരുമ്പോൾ ഭാഷ എഴുത്തുകാരിയിൽ ആധിപത്യം നേടുകയാണ്.

സ്ത്രീക്കു സ്വശരീരത്തെയും ലൈംഗികതയെയും ഭാഷയിലൂടെ ആവിഷ്കരിക്കുക സുഖകരമല്ല. സ്ത്രീശരീരം, ശാരീരികസവിശേഷതകൾ, ലൈംഗികത എന്നിവയ്ക്ക് ഭാഷയിലുള്ള സങ്കല്പനങ്ങൾ ഭോഗ

ലൈംഗികതയും നിന്ദയും അശ്ലീലതയുമെല്ലാം പ്രകാശിപ്പിക്കുന്നവയാണ്. ഇത്തരം പദങ്ങളും പ്രയോഗങ്ങളും സ്വന്തം ശരീരവുമായി സ്ത്രീക്കുള്ള അഭിമാനകരവും ഗാഢവും പ്രസന്നവുമായ ബന്ധങ്ങളെ സംവേദനം ചെയ്യുന്നവയാവില്ലല്ലോ. അതിനാൽ സ്ത്രൈണലൈംഗികതയ്ക്ക് ഭാഷയില്ലെന്നുപോലും പറയേണ്ടിവരും. ഈ ഭാഷാരാഹിത്യം കാരണം പുരുഷൻമാർ സ്ത്രൈണലൈംഗികതയെക്കുറിച്ചു സൃഷ്ടിച്ചു വെച്ചിരിക്കുന്ന മിഥ്യകളെ വെല്ലുവിളിക്കാൻ എഴുത്തുകാരികൾക്കു കഴിയാതെയാവുന്നു. ലൈംഗികതയുടെ സദാചാരനിയമങ്ങളോടെതിരിടുന്ന മാധവിക്കുട്ടിയുടെ കഥകൾ, ഭാഷ സൃഷ്ടിക്കുന്ന ആവിഷ്കാരപ്രതിസന്ധിയെ ഉദാഹരിക്കുന്നവയാണ്. പ്രസ്തുത കഥകൾക്ക് ലൈംഗികാനുഭവസങ്കീർണ്ണതകളെ സ്നേഹം, താണതരം സ്നേഹം, പ്രേമം, അനുരാഗം, ഏകാന്തത തുടങ്ങിയ സാധാരണ സങ്കല്പനങ്ങളിലൂടെ ആവിഷ്കരിക്കേണ്ടിവരുന്നു. സ്ത്രൈണ ലൈംഗികതയും ഭാഷയും തമ്മിലുള്ള ഇത്തരം വൈരുദ്ധ്യങ്ങളെ കാണാനാവാത്തതുകൊണ്ടാണ് മാധവിക്കുട്ടിയുടെ കഥകളെ സ്നേഹദാഹവും പ്രേമാന്വേഷണവും മറ്റുമായി വിശേഷിപ്പിക്കാൻ പല നിരൂപകന്മാരും നിർബ്ബന്ധിതരാവുന്നത്.

എഴുത്തുകാരിയുടെ വികാരങ്ങൾ, ചിന്തകൾ, അനുഭവങ്ങൾ എന്നിവയുടെ മൂർത്താവിഷ്കാരത്തെ അടിച്ചമർത്തുന്ന ശക്തിയായാണ് ഇത്തരം സന്ദർഭങ്ങളിൽ ഭാഷ പ്രവർത്തിക്കുന്നതെന്നു നാം കാണുന്നു. പുരുഷന്മാരെപ്പോലെ വികാരങ്ങളിലും അനുഭവങ്ങളിലും ആസകലം ആമഗ്നരായി അവ വിനിമയം ചെയ്യാൻ എഴുത്തുകാരികൾക്കാവുന്നില്ല. പകരം അല്പം അകന്നുനിന്ന് അവയെ ആവിഷ്കരിക്കുകയാണവർ. അന്യവല്കൃതമായ ഒരു ഭാഷയിലൂടെ മൗലികമായ യാതൊരു ചിന്തയും സാദ്ധ്യമല്ല. അതിനാൽ എഴുത്തുകാരികൾക്ക് ഭാഷയെ അവിശ്വസിക്കേണ്ടിവരുന്നു. തങ്ങളുടേതല്ലാത്ത വാക്കുകൾ ഉപയോഗിക്കേണ്ടിവരുന്ന എഴുത്തുകാരികൾക്ക് തങ്ങളെ ആത്മഗൗരവമുള്ളവരായി സ്വയം അംഗീകരിക്കാൻപോലും കഴിഞ്ഞില്ലെന്നു വരാം.

എഴുത്തുകാരികൾക്കു മാത്രമായുള്ള പ്രതിസന്ധികളാണിവയെല്ലാം. ഇത്തരം പ്രതിസന്ധികളാണ് 'പെൺഭാഷ' (Female langauge) എന്ന സങ്കല്പത്തിനു പ്രേരകമായതും.[40] എന്നാൽ സ്ത്രീപുരുഷ സമത്വം പുലരുന്ന ഒരു സമൂഹം ഉദയംകൊള്ളുന്നതുവരെ ഈ പ്രതിസന്ധികളും തുടരും. ഈ അനിവാര്യതയെ അംഗീകരിക്കുന്നതുകൊണ്ടാണ്, 'മർദ്ദകന്റെ ഭാഷയാണിത്, എങ്കിലും നിങ്ങളോടു സംസാരിക്കാൻ എനിക്കിതു കൂടിയേ തീരൂ' എന്നു ഏഡ്രിയൻ റിച്ചിനു പറയേണ്ടിവന്നത്.[41] അതിനാൽ ഭാഷയിലെ പുരുഷാധിപത്യ പ്രവണതകളെ നിരാകരിച്ചും സ്ത്രീനിന്ദാസൂചകങ്ങളെ പുറന്തള്ളിയും സ്ത്രൈണാനുഭവപ്രകാശത്തിനുതകുന്ന പുതിയ പദാവലിയും പ്രയോഗങ്ങളും രൂപങ്ങളും ബിംബങ്ങളുമെല്ലാം സൃഷ്ടിച്ചും[42] ഭാഷയെ സമത്വപൂർണ്ണമായി പുനഃക്രമീകരിക്കുന്നതിനുവേണ്ടി ഉദ്യമിക്കുകയേ നിർവ്വാഹമുള്ളൂ.

സ്ത്രീസാഹിത്യം ഭൗതികവും പ്രത്യയശാസ്ത്രപരവുമായ വിവിധ കാരണങ്ങളാൽ പുരുഷൻമാരുടേതിൽനിന്നും വ്യക്തമായൊരു വിച്ഛേദം പുലർത്തുന്നുവെന്നാണ് ഈ ചർച്ചയിൽനിന്നും തെളിയുന്നത്. വ്യത്യസ്തമായ സാഹിത്യമായതുകൊണ്ടുതന്നെ വ്യത്യസ്തമായൊരു സമീപനം അതാവശ്യപ്പെടുന്നുവെന്നതാണ് നാം ചെന്നെത്തുന്ന യുക്തിസഹമായ നിഗമനം.

വ്യക്തിപരവും സാമൂഹികവുമായ നിരവധി പരാധീനതകളിൽ പീഡിതരായിക്കഴിയുന്ന സ്ത്രീകൾക്ക് പുരുഷാധിപത്യവ്യവസ്ഥയുടെ അധൃഷ്യത, സ്ത്രീജീവിതവുമായി കെട്ടുപിണഞ്ഞു നില്ക്കുന്ന പ്രത്യയശാസ്ത്രസ്ഥാപനങ്ങളുടെ അതിവൈകാരികഭാവം തുടങ്ങിയ കാരണങ്ങളാൽ പല നിർണ്ണായക വിമർശനങ്ങൾക്കും പ്രമേയങ്ങൾക്കും സ്വയം വിലക്കു കല്പിക്കേണ്ടിവരുമല്ലോ. അനുഭവങ്ങളും വികാരങ്ങളും സ്വതന്ത്രമായി ആവിഷ്കരിക്കാനാകാതെ മാറ്റിവെക്കുകയോ കേവലപരാമർശങ്ങളിലൂടെ അപ്രധാനീകരിക്കുകയോ ചെയ്തിരിക്കാം. പലതും പ്രച്ഛന്നരൂപമണിഞ്ഞിരിക്കാം. വ്യവസ്ഥയുടെ പ്രത്യയശാസ്ത്രങ്ങളെ രൂക്ഷമായി വിമർശിക്കുന്ന കൃതി അതേ വ്യവസ്ഥയുമായുള്ള അനുരഞ്ജനത്തിൽ അവസാനിച്ചേക്കാം; അഥവാ ശുഭസൂചകമായി പരിണമിച്ചേക്കാം. സാഹിത്യത്തിലൊരിടം കണ്ടെത്തുന്നതിനുവേണ്ടി അധീശമൂല്യങ്ങൾക്കു സ്തുതി പാടിയിരിക്കാം. കൃതികളിലെ ലൈംഗികതാസ്പർശമുള്ള ചെറുപരാമർശങ്ങൾപോലും എഴുത്തുകാരിയുടെ വ്യക്ത്യനുഭവങ്ങളായി ദർശിക്കുന്ന സംസ്കാരം ഭയാശങ്കകളുണർത്തും. അതിനാൽ മൃഗങ്ങളെയോ ദൈവങ്ങളെയോ കഥാപാത്രങ്ങളാക്കുന്ന സാഹിത്യതന്ത്രങ്ങൾ അവർ അവലംബിച്ചെന്നു വരാം. ഈ വിധത്തിലുള്ള സവിശേഷതകൾക്കു അടിവരയിട്ടുകൊണ്ടുള്ള ഒരു സമീപനമാണ് സ്ത്രീസാഹിത്യം ആവശ്യപ്പെടുന്നത്.

അപ്പോൾ, കൃതി എന്തുപറഞ്ഞു എന്നതിനേക്കാൾ പ്രധാനം എന്തു പറഞ്ഞില്ല എന്നതായിത്തീരാം. വരികൾക്കിടയിലും കൃതിയുടെ മൗനങ്ങളിലും കൃതിയുടെ പുറത്തും സഞ്ചരിക്കുന്ന ഒരു പാരായണരീതിയുടെ ആവശ്യകതയെയാണ് ഇതു സൂചിപ്പിക്കുന്നത്. ആലങ്കാരികത ചേർത്തു പറഞ്ഞാൽ കൃതി അവസാനിച്ച ശേഷവും അനുവാചകർ വായന തുടരുന്നു എന്നുതന്നെ. 'കൃതിയുടെ പ്രാധാന്യം കൃതിക്കുള്ളിലല്ല, അതിന്റെ സമീപത്തും മാർജിനുകളിലുമാണ് കണ്ടെത്തേണ്ടതെന്ന' ടെറി ഈഗിൾടന്റെ നിരീക്ഷണം[43] സ്ത്രീസാഹിത്യത്തെ സംബന്ധിച്ചിടത്തോളം വളരെയേറെ പ്രസക്തമാണ്.

സ്ത്രീരചനകളും പുരുഷാധിപത്യത്തിന്റെ പ്രത്യയശാസ്ത്രവ്യവസ്ഥകളും തമ്മിലുള്ള ബന്ധം വൈരുദ്ധ്യസമ്മിശ്രവും ഏറെ ഗാഢവും അത്രതന്നെ സങ്കീർണ്ണസ്വഭാവങ്ങളുള്ളതുമാണ്. അതിനാൽ സ്ത്രീകളുടെ കൃതികളിൽനിന്നും അവ സ്വയം ഒളിപ്പിച്ചുവെച്ചിരിക്കുന്ന വല്ലതും കണ്ടെത്തുന്നതിനേക്കാൾ പ്രധാനം, പ്രസ്തുത കൃതികളും ആ വ്യവ

സ്ഥയും തമ്മിലുള്ള ബന്ധങ്ങൾ അനാവരണം ചെയ്യുകയാണ്; അഥവാ, മേൽവിവരിച്ച വിധത്തിലുള്ള പാരായണത്തിലൂടെ ആ ബന്ധങ്ങളെ സംബന്ധിച്ച അറിവുകൾ ഉല്പാദിപ്പിക്കുകയാണ്.

പത്തൊൻപതാംശതകം മുതൽ പുതിയ രൂപഭാവങ്ങൾ സ്വീകരിക്കുകയും ശക്തിയാർജ്ജിക്കുകയും ചെയ്ത കേരളത്തിലെ പുരുഷാധിപത്യവ്യവസ്ഥയ്ക്കു പരിപോഷണം നല്കുകയും സ്ത്രീയുടെ രണ്ടാംകിട പദവിയെ സുസ്ഥിരമാക്കുകയും ചെയ്യുന്ന പ്രത്യയശാസ്ത്രദൗത്യമാണ് മലയാളത്തിലെ പുരുഷരചനകൾ നിർവ്വഹിച്ചത്. കേരളത്തിലെ സമൂഹപരിഷ്കരണ പ്രസ്ഥാനങ്ങളോ സ്വാതന്ത്ര്യസമരപ്രസ്ഥാനമോ കമ്യൂണിസ്റ്റ് പ്രസ്ഥാനം പോലുമോ അടിസ്ഥാനപരമായി പുരുഷാധിപത്യത്തിന്റെ അധികാരഘടനയെ നിഷേധിച്ചിരുന്നില്ല. അതിനാൽ ഈ പ്രസ്ഥാനങ്ങൾ സൃഷ്ടിച്ച പരിവർത്തനങ്ങൾ സാഹിത്യത്തിലെയോ സമൂഹത്തിലെയോ പുരുഷാധിപത്യത്തെ ബാധിച്ചില്ല. പുരുഷന്മാരുടെ സാഹിത്യം പുരുഷാധിപത്യപരവും സ്ത്രീവിമോചനവിരുദ്ധവുമായി തുടർന്നുപോന്നതിന്റെ ഒരു പ്രധാന കാരണവും ഇതുതന്നെയാണ്. *ഇന്ദുലേഖ* (1889) യെപ്പോലെ താരതമ്യേന വ്യക്തിത്വമുള്ള ചില സ്ത്രീകഥാപാത്രങ്ങൾക്കു ജന്മം നല്കാൻ ഈ സാഹിത്യത്തിനു കഴിഞ്ഞിട്ടുണ്ട്. പക്ഷേ, ഇത്തരം കഥാപാത്രങ്ങൾപോലും പുരുഷവ്യവസ്ഥയുടെ മൂല്യങ്ങൾക്കും നിയമങ്ങൾക്കും വിധേയരായിക്കഴിയുന്ന ആശ്രിതർ മാത്രമായിരുന്നു. പുരുഷനെപ്പോലെതന്നെ മനുഷ്യാവകാശങ്ങളും സ്വയാധികാരങ്ങളുമുള്ള സ്വതന്ത്രവ്യക്തിയായി സ്ത്രീയെ ദർശിക്കാൻ ഈ സാഹിത്യം വിസമ്മതിച്ചു.

പാശ്ചാത്യസാഹിത്യത്തിലെ (പുരുഷ) കാല്പനിക കഥകളെയും അപസർപ്പകകഥകളെയും അനുകരിച്ചുകൊണ്ടു ജന്മമെടുത്ത മലയാള ചെറുകഥാസാഹിത്യമാകട്ടെ, അതിന്റെ ഈറ്റില്ലത്തിൽ വെച്ചുതന്നെ സ്ത്രീവിരുദ്ധവും പുരുഷമഹത്ത്വത്തിന്റെ കേളീരംഗവുമായിരുന്നുവെന്നു കാണാൻ ഒരു പ്രയാസവുമില്ല. പുരുഷാധികാരത്തിനു വിരുദ്ധമായ യാതൊന്നും, കേസരി നായനാർ മുതല്ക്കുള്ളവരുടെ പുരുഷകഥാപാരമ്പര്യത്തിലില്ല. വിനീതവിധേയകളായ ആദർശ ഭാര്യമാർ, പതിവ്രതാരത്നങ്ങൾ, പ്രണയലോലകൾ, കാമചാരിണികൾ, വിശുദ്ധമാതാക്കൾ, ധിക്കാരികളായ അവിവാഹിതകൾ, ദുഃഖിതരായ അവിവാഹിതകൾ, മത്സരികൾ, വഞ്ചകികൾ, പുരുഷനെ ആരാധിക്കുന്നവർ, പുരുഷനു പ്രചോദനമരുളുന്നവർ, അടിമത്തം ഭൂഷണമായി കരുതുന്നവർ, അനർത്ഥകാരിണികൾ, പുരുഷവിദ്വേഷികൾ എന്നിങ്ങനെ മലയാളത്തിലെ പുരുഷരചനകളിൽ ചിത്രീകരിക്കപ്പെട്ടിരിക്കുന്ന സ്ത്രീകളെ നിർവ്വചിക്കാവുന്നതാണ്. കേരളീയ സമൂഹത്തിന്റെ പുരുഷാധിപത്യപരവും സ്ത്രീവിരുദ്ധവുമായ പാരമ്പര്യത്തെയാണ് പുരുഷസാഹിത്യം സ്വീകരിച്ചതും സംരക്ഷിക്കുന്നതും.

മലയാള സ്ത്രീസാഹിത്യ പാരമ്പര്യം

മലയാളകഥാസാഹിത്യത്തിൽ ഒരു സ്ത്രീപാരമ്പര്യം കണ്ടുതുടങ്ങുന്നത് ഇരുപതാം നൂറ്റാണ്ടിന്റെ ആരംഭത്തിലാണ്. പക്ഷേ, നമ്മുടെ സാഹിത്യചരിത്രങ്ങൾ ആദ്യകാല കഥാകാരികളെയാകമാനം അവഗണിച്ചിരിക്കുന്നു! അതിനാൽ ഈ പൂർവ്വഗാമിനിമാരിൽ ആരാണ് മലയാളത്തിലെ ആദ്യകഥാകാരിയെന്ന് ഖണ്ഡിതമായിപ്പറയുക അത്ര എളുപ്പമല്ല.[44] 1905 ജൂൺമാസത്തിലെ *രസികരഞ്ജിനി*യിൽ, 'ബോധം വന്ന ഭൂതം' എന്ന കഥയെഴുതിയ 'എം രത്നം. ബി എ'യാണ് ആദ്യകഥാകാരിയെന്ന് ടി ആർ അഭിപ്രായപ്പെടുന്നു.[45] എന്നാൽ, മലയാളത്തിലെ ആദ്യകാല കഥാകാരികളെക്കുറിച്ചുള്ള ശ്രദ്ധേയമായൊരു പഠനത്തിൽ എം എം ബഷീർ പ്രസ്തുത അഭിപ്രായത്തെ തള്ളിക്കളഞ്ഞിരിക്കുന്നു. 'എം രത്നം ബി എ' എന്നത്, അമ്പാടി നാരായണപൊതുവാളിന്റെ തൂലികാനാമമായിരുന്നുവെന്നാണ് ലേഖകൻ വാദിക്കുന്നത്. ഒരു യഥാർത്ഥ സ്ത്രീയുടെ പേരിൽ കാണാൻ കഴിഞ്ഞ ആദ്യകഥ, 1904 ൽ ബി കല്യാണിയമ്മ (തിരുവനന്തപുരം), *രസികരഞ്ജിനി*യിൽ എഴുതിയ 'ലളിത' ആണ് എന്ന് എം എം ബഷീർ പറയുന്നു. ഒരു സ്ത്രീതന്നെ എഴുതിയ മലയാളത്തിലെ ആദ്യത്തെ സ്വതന്ത്രകഥ 1911 ൽ *ഭാഷാപോഷിണി*യിൽ എം സരസ്വതിഭായി എഴുതിയ 'തലച്ചോറില്ലാത്ത സ്ത്രീകൾ.'[46]

എന്നാൽ 1904 നു മുമ്പുതന്നെ സ്ത്രീയുടെ കഥ പ്രസിദ്ധപ്പെടുത്തിയതായി കാണുന്നു. ലഭ്യമായേടത്തോളം തെളിവുകൾ വെച്ചുനോക്കുമ്പോൾ, 1901 നവംബർ മാസത്തിലെ *വിദ്യാവിനോദിനി*യിൽ രാജപങ്കജം എന്ന കഥയെഴുതിയ ടി സി കല്യാണിയമ്മയാണ് മലയാളത്തിലെ ആദ്യ എഴുത്തുകാരി. ഈ കഥ ഒരു പരിഭാഷയാവാമെന്നും സംശയിക്കേണ്ടതില്ല. 'ഇതിലെ ശ്ലോകങ്ങൾ ഒന്നും എന്റേതല്ലെന്നു പ്രത്യേകം പറയുന്നു.' എന്ന് കഥാന്ത്യത്തിൽ കഥാകാരിയുടെ വകയായി ചേർത്ത കുറിപ്പ് ഇതൊരു സ്വതന്ത്രരചനയാണെന്നതിനുള്ള വസ്തുനിഷ്ഠമായ തെളിവാണ്. എം സരസ്വതീഭായിയുടേതായി മുകളിൽ പറഞ്ഞ കഥയ്ക്കു മുമ്പുതന്നെ ടി സി കല്യാണിയമ്മ മറ്റൊരു സ്വതന്ത്രകഥകൂടി രചിച്ചതായി കാണുന്നു. *ശാരദ*മാസികയുടെ ആദ്യലക്കത്തിൽ (1904 നവംബർ) പ്രസിദ്ധപ്പെടുത്തിയ 'ഒരു കഴുതയുടെ കഥ'യാണത്.

മലയാള സ്ത്രീകഥാപാരമ്പര്യത്തിലെ ഈ അഗ്രദൂതികളുടെയെല്ലാം രചനകൾ സ്ത്രീ വിമോചനപരമായിരുന്നു എന്നു പറയാനാവില്ല. അവ പുരുഷരചനകളുടെ അനുകരണങ്ങളും പുരുഷാധിപത്യമൂല്യങ്ങളുടെ ആവർത്തനങ്ങളുമായിരുന്നു. എം എം ബഷീർ ഈ വസ്തുത സൂചിപ്പിച്ചിട്ടുണ്ട്:

"സാമൂഹ്യ ജീവിതത്തെക്കാൾ ചരിത്രപരവും കാല്പനികവും അപസർപ്പകവുമായ പ്രമേയങ്ങളും ഇതിവൃത്തങ്ങളും സ്വീകരിക്കുവാനാണ് അധികം കഥാകാരികളും താല്പര്യം പ്രകടിപ്പിച്ചു കാണുന്നത്.

പരിചിതമായ ജീവിതത്തിന്റെ പരിച്ഛേദങ്ങൾ അവതരിപ്പിച്ചാൽ സമൂഹത്തിന്റെ എതിർപ്പ് നേരിടേണ്ടിവരുമെന്ന് പൊതുവെ അവർ ഭയപ്പെട്ടിട്ടുണ്ടാവാം."

കഥാസാഹിത്യത്തിൽ ഒരു സ്ത്രീപാരമ്പര്യമോ സ്ത്രീരചനാമാതൃകകളോ അവകാശപ്പെടാനില്ലാതിരുന്ന ഈ എഴുത്തുകാരികൾക്ക് പുരുഷകൃതികളെ ആശ്രയിക്കാതെ പറ്റുമായിരുന്നില്ല. പുരുഷാധിപത്യത്തെ ധിക്കരിച്ചുകൊണ്ട് സാഹിത്യരംഗത്തു പ്രവേശിക്കുവാനോ അവിടെ സ്ഥാനമുറപ്പിക്കാനോ അവർക്കു കഴിയുമായിരുന്നില്ലെന്ന വസ്തുതയും ഓർക്കേണ്ടതുണ്ട്. പുരുഷസാഹിത്യത്തെ പിന്തുടരുന്ന ഈ ആദ്യഘട്ടത്തെ 'അനുകരണകാലം' എന്നു വിശേഷിപ്പിക്കാവുന്നതാണ്. മൂന്നു ദശകം നീണ്ടുനിന്ന ഈ കാലഘട്ടത്തിന്റെ ഉത്തരാർദ്ധത്തിൽ ശ്രദ്ധേയമായ ചില രചനകൾ പ്രത്യക്ഷപ്പെട്ടിട്ടുണ്ടെന്ന കാര്യം വിസ്മരിക്കുന്നില്ല. തച്ചാട്ടു ദേവകിനേത്യാരമ്മയുടെ 'ഒരു യാഥാർത്ഥ ഭാര്യ' (*ലക്ഷ്മീഭായി*-1919) ഇക്കൂട്ടത്തിൽ പ്രത്യേക പരാമർശമർഹിക്കുന്ന കഥയാണ്.[47]

1930 നു ശേഷമാണ് സ്ത്രീ സാഹിത്യം വിമോചനോൻമുഖമായി മാറുന്നത്. കേരളീയ സമൂഹത്തിന്റെ സ്ത്രീവിമോചനപാരമ്പര്യത്തെ ആവാഹിക്കുവാനും സ്ത്രീയുടെ വിമോചനസ്വപ്നങ്ങളും മോഹഭംഗങ്ങളും ജീവിതയാഥാർത്ഥ്യങ്ങളും ആവിഷ്കരിച്ചുകൊണ്ട് പുരുഷാധിപത്യത്തിനെതിരെ പ്രതിഷേധമുയർത്താനും സ്ത്രീസാഹിത്യം സജ്ജമാകുന്നത് മുപ്പതുകളിലാണ്. വിവിധ കാരണങ്ങളാൽ പിന്തള്ളപ്പെട്ടു കൊണ്ടിരുന്ന സ്ത്രീവിമോചനത്തിന്റെ പ്രശ്നങ്ങൾ സാഹിത്യത്തിലൂടെ പുനർജ്ജനിക്കുകയും അതിജീവിക്കുകയും ചെയ്തു. ഈ ചരിത്രദൗത്യം ഏറ്റെടുക്കുന്ന എഴുത്തുകാരിയാണ് ലളിതാംബിക അന്തർജ്ജനം. പുരുഷാധിപത്യത്തിനെതിരെ പ്രതിഷേധമുയരുന്ന ഈ കാലഘട്ടത്തെ 'പ്രതിഷേധകാലം' എന്നു വിളിക്കാം.

പുരുഷാധിപത്യത്തിനെതിരായ തുറന്ന പ്രതിഷേധം 1950 നു ശേഷം സ്ത്രീയുടെ സ്വത്വാന്വേഷണങ്ങളിലേക്കും ആന്തരിക സംഘർഷങ്ങളിലേക്കും വ്യതിചലിക്കുന്നു. പുരുഷാധിപത്യത്താൽ തകർക്കപ്പെടുന്ന സ്ത്രൈണവ്യക്തിത്വത്തിന്റെ സങ്കീർണ്ണവും സൂക്ഷ്മവുമായ ഭാവങ്ങളാണ് ഈ കാലഘട്ടം മുതൽ സ്ത്രീസാഹിത്യത്തിൽ കണ്ടുതുടങ്ങുന്നത്. ഭാവശില്പത്തിലെന്നപോലെ പ്രതിപാദനത്തിലും പരിവർത്തനങ്ങൾക്കു തുടക്കം കുറിച്ച ഈ കാലഘട്ടം മാധവിക്കുട്ടിയിൽ ആരംഭിക്കുന്നു. 1950 മുതല്ക്കുള്ള ഈ കാലഘട്ടമാണ് സ്വത്വാന്വേഷണകാലം.

ഇവിടെ വിശകലനം ചെയ്യുന്ന എഴുത്തുകാരികളുടെ ചെറുകഥകളിൽ സ്ത്രീ വിമോചനത്തിന്റെ പ്രശ്നങ്ങൾ ആവിഷ്കരിച്ചിരിക്കുന്നത് കുടുംബം, വിവാഹം, പ്രേമം, ലൈംഗികത, മാതൃത്വം എന്നീ സ്ഥാപനങ്ങളുമായി ബന്ധപ്പെട്ടാണ്. ഈ അഞ്ചു സ്ഥാപനങ്ങളോടുള്ള പ്രതികരണങ്ങളാണ് ഈ ചെറുകഥകളുടെ മുഖമുദ്ര. പ്രസ്തുത സ്ഥാപനങ്ങളുമായി അവയ്ക്കുള്ള ബന്ധം അത്രയേറെ സ്വാഭാവികവും ഗാഢവുമാണ്. അതിനാൽ ഈ എഴുത്തുകാരികളുടെ രചനകളെ മേല്പറഞ്ഞ സ്ഥാപന

ങ്ങളുമായി കൃത്രിമമായി ബന്ധപ്പെടുത്തുകയല്ല ചെയ്തത്. മറിച്ച് അവയ്ക്ക് ഈ സ്ഥാപനങ്ങളുമായുള്ള സ്വാഭാവിക ബന്ധങ്ങളെക്കുറിച്ച് അന്വേഷിക്കുകയാണ്.

പ്രസ്തുത സ്ഥാപനങ്ങളെയാകമാനം നിരാകരിക്കുന്നവയാണ് ഈ എഴുത്തുകാരികളുടെ കഥകളെന്ന് പറയാനാവില്ല. ഇവയിൽനിന്നുള്ള വിമോചനത്തിനു പുറമെ, ഇവയോടുള്ള അനുരഞ്ജനവും കലാപവും തിരസ്കാരവും കീഴടങ്ങലുമെല്ലാം ഈ കഥകളിലുണ്ട്. പ്രസ്തുത സ്ഥാപനങ്ങളും സ്ത്രീജീവിതവും തമ്മിൽ ഏതെല്ലാം വിധത്തിൽ കൂടിക്കുഴഞ്ഞു കിടക്കുന്നുവെന്നും അവയേല്പിക്കുന്ന ആഘാതങ്ങളും വൈരൂപ്യങ്ങളും മുറിവുകളും എന്തെല്ലാമെന്നും കാണിച്ചുതരികയാണ് ഈ കഥകൾ. പ്രസ്തുത സ്ഥാപനങ്ങളുടെ മർദ്ദക സാന്നിദ്ധ്യവും പീഡനങ്ങളും അനുഭവിക്കുന്നവരെന്ന നിലയിൽ അവയെ സ്ത്രീകളുടെ പക്ഷത്തുനിന്നും വീക്ഷിക്കുകയും സമസ്ത സങ്കീർണ്ണതകളോടും അവ്യക്തതകളോടുംകൂടി ആവിഷ്കരിക്കുകയുമാണ് ഈ എഴുത്തുകാരികൾ ചെയ്യുന്നത്. സംസ്കാരം മനുഷ്യരുടെ സ്വകാര്യതകളായി മാറ്റിവെച്ച വിഷയങ്ങൾ യാഥാർത്ഥത്തിൽ സമൂഹത്തിന്റെ അർദ്ധഭാഗത്തിന്റെ സ്വാതന്ത്ര്യവും മനുഷ്യാവകാശങ്ങളും നിഷേധിക്കുന്ന, അവരെ അപകർഷാവസ്ഥയിൽ തള്ളുന്ന നിർണ്ണായക വിഷയങ്ങളായതിനാൽ അവ സ്ത്രീവിമോചനവുമായി ബന്ധപ്പെട്ട പ്രശ്നങ്ങളാണെന്ന് ഈ കഥകൾ തെളിയിക്കുന്നു. അധീശത്വസംസ്കാരത്തിനും മൂല്യങ്ങൾക്കുമെതിരെ സ്ത്രീയുടെ ബദൽമൂല്യങ്ങളും വിമോചനസ്വപ്നങ്ങളും ഈ കഥകളിൽ പ്രതിഫലിക്കുന്നു. അതിനാൽ പ്രത്യധീശത്വപരവും വിമോചനോൻമുഖവുമാണ് ഈ എഴുത്തുകാരികളുടെ സർഗ്ഗാത്മകത. പ്രസ്തുത സ്ഥാപനങ്ങളുമായി നാനാവിധത്തിൽ എതിരിടുകയും ഒരുമിച്ചു ചേരുകയും അവയോടു മല്ലിട്ടുജയിക്കുകയും പരാജയമടയുകയുമെല്ലാം ചെയ്യുന്ന ഈ കഥകൾ സ്ഥിതവ്യവസ്ഥയെ പരിപാലിക്കുകയല്ല പകരം ആ വ്യവസ്ഥയെ അഴിച്ചുപണിയാൻ അഭിലഷിക്കുകയാണ്.

കുറിപ്പുകൾ

1. Dale Spender, *Introduction. Mothers of the Novel.* (London: Pandora Press, 1986)P.3
2. ഉള്ളൂർ എസ് പരമേശ്വയ്യർ, *കേരളസാഹിത്യചരിത്രം*, വാല്യം നാല്, (തിരുവനന്തപുരം: കേരള സർവ്വകലാശാലാ പ്രസിദ്ധീകരണവകുപ്പ്, 1974) പുറം 95-98.
3. ബ്രഹ്മശ്രീ സി എസ് സുബ്രഹ്മണ്യൻ പോറ്റി. *ഇപ്പോഴത്തെ സ്ത്രീകൾ*, സുമംഗലാ 1, 9 & 10 (മേടം, ഇടവം 1091) പുറം 265-267.
4. ലളിതാംബിക അന്തർജ്ജനം, *ആത്മകഥയ്ക്ക് ഒരാമുഖം.* (കോട്ടയം: സാഹിത്യപ്രവർത്തക സഹകരണ സംഘം, 1979) പുറം.92.

5. ലളിതാംബിക അന്തർജ്ജനം, ടി. പുറം. 24.
6. Elaine Showalter, *'Women Writers and Female Experience in Anne Koedt et.al.* (eds) Radical Feminism (New York: Quadrangle 1973) p.391.
7. മാധവിക്കുട്ടി, *ഭയം എന്റെ നിശാവസ്ത്രം* (കോഴിക്കോട്: *മാതൃഭൂമി* 1986) പുറം 72.
8. Cora Kaplan, *Speaking/Writing/Feminism* in Michelene Wandor (ed) 'On Gender and Writing (London: Pandora Press, 1983) p58.
9. Adrienne Rich, *When we Dead Awaken: Writing as Re-vision* in Mary Eagleton (ed) Feminist Literary Theory. A Reader (Oxford: Basil Blackwell, 1987)pp.60.61.
10. ലളിതാംബിക അന്തർജ്ജനം, മുൻ. പുറം. 95.
11. ഒരെഴുത്തുകാരിയുടെ ഇത്തരം പ്രതിസന്ധികളും ഉൽക്കണ്ഠകളും അനുഭവപ്പെടുത്തുന്ന കഥയാണ് സാറാജോസഫിന്റെ 'ഓരോ എഴുത്തുകാരിയുടെ ഉള്ളിലും'. *പാപത്തറ.* (തൃശൂർ: കറന്റ് ബുക്സ്, 1990) പുറം 45-51.
12. Simone de Beauvoir, *Women and Creativity,* in Toril Moi (ed) French Feminist Thought. A Reader. (Oxford: Basil Blackwell, 1987) p.18
13. Virginia Woolf, *A Room of One's Own*. (London: The Hogarth Pess, 15th Edn. 1974) p.6
14. Mary Ellmann, *Thinking About Women* (NewYork: Harcourt 1968) p.29
15. ഇതുപോലെ ഇംഗ്ലീഷ് സാഹിത്യചരിത്രം പുറന്തള്ളിയ പതിനെട്ടാം നൂറ്റാണ്ടിലെ 106 സ്ത്രീനോവലിസ്റ്റുകളെയും അവരുടെ 508 കൃതികളെയും ഡെയ്ൽ സ്പെൻഡർ കണ്ടെത്തിയിട്ടുണ്ട്. ഇംഗ്ലീഷ് നോവലിന്റെ ജനനം സ്ത്രീകളിലൂടെയാണെന്നും പ്രസ്തുത എഴുത്തുകാരികൾ നോവലിന്റെ മാതാക്കളാണെന്നും സ്പെൻഡർ എഴുതുന്നു. അജ്ഞാതരാക്കപ്പെട്ട ഈ എഴുത്തുകാരികളുടെയും അവരുടെ കൃതികളുടെയും വിശദമായ ഒരു പട്ടിക സ്പെൻഡറുടെ കൃതിയിൽ കാണാം.
   Dale Spender.*Mothers of the Novel*(1986) op.cit.pp.119-137.
16. ലളിതാംബിക അന്തർജ്ജനം, മുൻ, പുറം 93.
17. ഈ പ്രയോഗത്തിന് ഡോ. എം ലീലാവതിയോട് കടപ്പാട്.
   മലയാളകവിതാസാഹിത്യചരിത്രം. (തൃശൂർ: കേരള സാഹിത്യ അക്കാദമി 1980) പുറം 45.
18. അധിപേശാംസിവ പതേ നൃതൂരിവാ
   പോർണു തേ വക്ഷ ഉസ്രേവ ബർജ്ജഹം
   ജ്യോതിർവിശ്വസ്മൈ ഭുവനായ കൃണ്വതീ
   ഗാമോനവ്രജം വ്യു *f*ഷാ ആവർത്തമ: (192.4)

19. ഉതത്വഃപശ്യൻ ന ദദർശ വാച
ഉതത്വ: ശൃണ്വൻ ന ശൃണോത്യേനാം
ഉതോ ത്വസ്മൈ തന്വം വിസസ്രേ
ജായേവ പത്യ ഉശതീ സുവാസാ: (10.7)
20. Sigrid Weigel *Double Focus: On the History of Women's Writing, in Gisela Ecker* (ed) Feminist Aesthetics (London: The Women's Press, 1985) p.61.
21. *മറുപടി*, വൈദ്യശസ്ത്രം, 1,3 (ഡിസംബർ 1988) പുറം 11.
22. Eva Figes, *Sex and Subterfuge* (London: Macmillan, 1982) p. 166.
23. Marguerite Duras, *From an interview,* in Elaine Marks& Ilabella de Courtivron (eds), New French Feminisms (Sussex: The Harvester Press, 1981) p. 174.
24. Elaine Showalter, op.cit, p.403.
25. Helene Cixous, *The Laugh of the Medusa,* in Elaine marks & Isabella de Courtivron (eds) opp. cit.p.245.
26. Dale Spender, *Women of Ideas,* London: ARK Publications, 1983 (reprint) p.7.
27. ആമുഖം. *ഇരുപതുവർഷത്തിനുശേഷം*, (കോട്ടയം: സാഹിത്യ പ്രവർത്തക സഹകരണസംഘം, 1956) പുറം. 7
28. ഇംഗ്ലണ്ടിലെ Grasmere-Wordsworth Archives-ൽ സൂക്ഷിച്ചിരിക്കുന്ന ഡൊറൊത്തി വെർഡ്സ്വർത്തിന്റെ കൃതികളുടെ കൈയെഴുത്തു പ്രതികളിൽനിന്ന് ഒട്ടേറെ പുറങ്ങൾ മുറിച്ചുമാറ്റിയിരിക്കുന്നുവെന്നും, ഡൊറൊത്തിയുടെ വാക്കുകൾ വേഡ്സ്വർത്ത് കുടുംബത്തിനു മാനഹാനിവരുത്തുമെന്ന ഭീതിയാണ് ഇതിനു കാരണമെന്നും അവിടം സന്ദർശിച്ചിട്ടുള്ള മീനാഅലക്സാണ്ടർ പ്രസ്താവിച്ചിട്ടുണ്ട്. കാണുക: എൻ കെ രവീന്ദ്രൻ, 'ഫെമിനിസം, ഭാഷ, സാഹിത്യം,' കലാകൗമുദി 633, നവംബർ 1, 1987) പുറം 12-14.
29. കേസരിയുടെ സാഹിത്യവിമർശനങ്ങൾ, (കോട്ടയം: സാഹിത്യ പ്രവർത്തക സഹകരണസംഘം, 1984) പുറം 178.
30. *ആത്മകഥയ്ക്ക് ഒരാമുഖം, ഇരുപതുവർഷത്തിനുശേഷം* എന്ന കഥാസമാഹാരത്തിന്റെ ആമുഖം എന്നിവ കാണുക.
31. പ്രസ്തുത കഥയെഴുതിയതിൽ തകഴി പിന്നീട് പശ്ചാത്തപിച്ചിട്ടുണ്ട്. കാണുക: കലാകൗമുദി 598 (1 മാർച്ച്, 1987) പുറം.11.
32. പ്രൊഫ. എസ് ഗുപ്തൻനായർ, 'കാറ്റിൽ പറക്കാത്ത കത്തുകൾ' (കോട്ടയം: ഡി സി ബുക്സ്, 1991) പുറം 156-157.
33. കെ സുരേന്ദ്രൻ, *പ്രേമത്തെക്കുറിച്ച് ഒരു പുസ്തകം*, (കോട്ടയം: നാഷനൽ ബുക്സ്റ്റാൾ, 2-ാം പ. 1961).
34. ടി എ സരസ്വതിയമ്മയുടെ കത്ത്, *മാതൃഭൂമി*, (ജനവരി 23, 1965) പുറം.4.

35. *പരിചയം മാതൃഭൂമി ആഴ്ചപ്പതിപ്പ്* (ജൂലായ് 31, 1963)
36. മലയാളഭാഷയിലെ ഇത്തരം പ്രവണതകളെ സംബന്ധിച്ച പഠനത്തിന്, കാണുക; എൻ കെ രവീന്ദ്രൻ, *മലയാളഭാഷയിലെ പുരുഷാധിപത്യം* ഭാഷാപോഷിണി 14,6 (മെയ്-ജൂൺ 1991) പുറം 26-33.
37. Mary Daly, *Beyond God the Father: Towards a Philosophy of Women's Liberation.*
38. Quoted in Xavie're Gauthier, Is there such a Thing As Women's Writing' in Elaine Marks & Isabelle de Courtivron (ed) New French Feminisms Op.cit. P.163.
39. Sheila Kitzinger, *Women's Experience of Sex* (New York: G.P. Puthnam's Sons, 1983) pp.3839.
40. സ്ത്രീകളുടെ ഭാഷാപ്രയോഗസവിശേഷതകളെക്കുറിച്ച് അമേരിക്കൻ ഭാഷാശാസ്ത്രജ്ഞയായ റോബിൻ ലക്കോഫ് പ്രസിദ്ധപ്പെടുത്തിയ പഠനം (*Language and women's place in Language in socitey* Vol. II, 1973, pp.45-79) ഭാഷാശാസ്ത്രത്തിൽ പെൺഭാഷയെ സംബന്ധിച്ച സംവാദങ്ങൾക്കു തുടക്കം കുറിച്ചു. പെൺഭാഷയ്ക്കുവേണ്ടിയുള്ള ധൈഷണികാവേശം ശക്തമായി ഉയർന്നുവന്നത് ഫ്രാൻസിലായിരുന്നു. സ്ത്രൈണബോധത്തിന്റെയും ആവിഷ്കാരത്തിന്റെയും സവിശേഷതകളെക്കുറിച്ച് ധാരാളം പഠനങ്ങൾ പിന്നീടു പുറത്തുവന്നു.
41. Quoted in Shirin Kudchedkar, *Women's Writing: The Quest for New Forms and a New Language* in K Radha (ed) Feminism and Literature (Trivandrum: Institute of English, 1987).
42. ഒരു സ്ത്രീക്കുമാത്രം സാധിക്കുന്ന ബിംബകല്പനകളിലൂടെ സ്ത്രൈണയാഥാർത്ഥ്യങ്ങൾക്കു വാങ്മയം നല്കാനുള്ള ഉദ്യമങ്ങൾ അന്തർജ്ജനത്തിന്റെ കഥകളിൽ കാണാൻ കഴിയും. സ്ത്രീയുടെ അനുഭവങ്ങളെ സ്ത്രീയുടെ ചട്ടക്കൂട്ടിലൂടെ വീക്ഷിക്കുകയും വിനിമയം ചെയ്യുകയും ചെയ്യുന്ന ഇത്തരം ദൃശ്യകല്പനകൾ പുരുഷനിർമ്മിതമായ സൗന്ദര്യശാസ്ത്ര നിയമങ്ങളുപയോഗിച്ച് വ്യാഖ്യാനിക്കുക എളുപ്പമല്ല. ചില ദൃഷ്ടാന്തങ്ങൾ കാണുക.

* "... തന്റെ മക്കളെപ്പറ്റി ഓർക്കുമ്പോൾ കടിഞ്ഞൂൽ പെറ്റ പെണ്ണിനെപ്പോലെ കരുത്താണവർക്ക്" (മുലപ്പാലിന്റെ മണം)
* 'വിവാഹം കഴിഞ്ഞ് ഭർത്തൃഗൃഹത്തിലേക്കു പോയ മകൾ ആദ്യമായി വരുമ്പോൾ ഒരമ്മ നോക്കുംപോലെ... ഡോക്ടർ പൊന്നമ്മ ആ യുവതിയെ ആകെയൊന്നു കടാക്ഷിച്ചു" (*ഏകാന്തതാരം*)
* "അകലെനിന്ന് അഭിമാനഘോഷങ്ങളോടെ വരുന്ന പുലർകാലവധുവിനെ എതിരേല്ക്കുവാൻ വിറയ്ക്കുന്ന കാലുകളോടെ നിശാമുത്തശ്ശി പടിയിറങ്ങുന്നു" (*പാതയുടെ അവസാനം*)
* "ആ കയ്യ് കടിച്ചുവിടുവിക്കണം ചേച്ചി!" (*ഉദയത്തിനു നേരെ*)

* "ആകപ്പാടെ കുടുംബഭാരങ്ങളിൽപ്പെട്ടു നട്ടംതിരിയുന്ന ഒരിരുത്തംവന്ന ഗൃഹിണിയുടെ മട്ടാണവൾക്കിപ്പോൾ" (*ഉദയത്തിനു നേരെ*)
* "ഒരു ഇടവപ്പാതിയുടെ കടുത്ത കോളിളക്കത്തിലാണ് അവളെ ആ അടുക്കളത്തളത്തിൽ കുടിവെച്ചത്" (*മൂടുപടത്തിൽ*)
* "ഒരു കൈയിൽ തൊട്ടിൽക്കയറും മറുകൈയിൽ പേനയുമായി ഉണർന്നിരുന്നെഴുതുന്ന ആ സ്ത്രീയെപ്പറ്റിയൊന്നോർത്തുനോക്കൂ" (*കഥയല്ല, ഒരു കത്ത്*)
* "ആ കടലാസ് (ആദ്യമായെഴുതിയ കവിത) കുറച്ചുനാൾ കടുകു പെട്ടിയിൽ കിടന്നു. പിന്നെ കാപ്പിതിളപ്പിക്കാനോ ഉമിക്കരിപൊതിയാനോ ഉപയോഗിച്ചു എന്നാണു തോന്നുന്നത്' (*കഥാകർത്രിയുടെ കത്ത്*).

മാധവിക്കുട്ടിയുടെ കഥകളിൽനിന്നും രണ്ടു മാതൃകകൾ:

* "ഇടവിടാതെ വീട്ടുജോലികൾ എടുക്കേണ്ടിവരുന്ന സ്ത്രീകൾക്ക് സ്വാഭാവികമായി വന്നെത്തുന്ന കനത്ത മുഖഭാവത്തോടെ..." (*സ്നേഹിക്കപ്പെട്ട സ്ത്രീ*)
* "ദോശത്തട്ടിൽ പാകപ്പെടുത്തിയ കോഴിമുട്ടകളെ അനുസ്മരിപ്പിക്കുന്ന, വക്കുകൾ പരന്നുകൊണ്ടിരിക്കുന്ന ആ കൃഷ്ണമണികളെ നോക്കിക്കാണാൻ അവൾ ഭയന്നു" (*സ്വാതന്ത്ര്യസേനാനിയുടെ മകൾ*)

43. Terry Eagleton, *Against the Grain*, (London: Verso, 1986)
44. ടി സി കല്യാണിയമ്മ, ബി കല്യാണിയമ്മ, എം സരസ്വതിഭായി, വി മാധവിയമ്മ, കെ ജെ അമ്മ, വട്ടോളി അമ്മുഅമ്മ, ചമ്പത്തിൽ ചിന്നമ്മു അമ്മാൾ, ടി സി ലക്ഷ്മിക്കുട്ടിയമ്മ, ടി എ ലക്ഷ്മിക്കുട്ടി വാരസ്യാർ, എം. ഭാഗീരഥി അമ്മ തമ്പുരാൻ, അമ്പാടി കാർത്ത്യായനി അമ്മ, മുളങ്ങൂർ വിശാലാക്ഷി അമ്മ എന്നിവർ ഈ മുൻഗാമിനിമാരിൽ ചിലരാണ്.
45. *മലയാളത്തിലെ ആദ്യകഥാകാരി* കാലാകൗമുദി 407 (26 ജൂൺ 1983)
46. ഡോ. എം എം ബഷീർ. *ആദ്യകാല സ്ത്രീകഥകൾ* (കോഴിക്കോട്: ലിപി പബ്ലിക്കേഷൻസ്, 2004) പുറം 12-13.
47. പുരുഷനെതിരെ ശബ്ദിക്കുന്ന ആദ്യകഥ ഒരു പക്ഷേ, യഥാർത്ഥ ഭാര്യ ആവാം. മർദ്ദകനും നീചനുമായ രാഘവക്കൈമൾക്കൊപ്പമുള്ള ജീവിതം ദുസ്സഹമായിത്തീർന്നപ്പോൾ, തന്നെ സ്നേഹിച്ചിരുന്ന ബാലകൃഷ്ണമേനോനോടൊപ്പം മദിരാശിയിലേക്കു നാടുവിട്ടുപോവുകയാണ് ജാനകിയമ്മ. മാർഗ്ഗമദ്ധ്യേ അവർ കാണുന്നത് ഏതോ അപടകത്തിൽപ്പെട്ട് രക്തത്തിൽക്കുളിച്ചു കിടക്കുന്ന അവശനായ കൈമളെയാണ്. ഭർത്താവിനെ ശുശ്രൂഷിക്കേണ്ടത് തന്റെ ഭാര്യാധർമ്മമാണെന്ന് ജാനകിയമ്മ മേനോനോടു പറയുന്നു. അതുകേട്ട് സന്തുഷ്ടനായ മേനോന്റെ മറുപടി: 'ഇപ്പോൾ എനിക്കു ഭവതിയുടെ

മേൽ തോന്നുന്നപോലെ പ്രേമബഹുമാനങ്ങൾ ഒരുകാലത്തും തോന്നിയിട്ടില്ല.'. കഥയിലുടനീളം ക്രൂരനായ ഭർത്താവിനെതിരെയുള്ള നിന്ദയും ഭർത്സനങ്ങളും കാണാം. ഭർത്താവ് മരണമടയുകയും ജാനകിയമ്മ മേനോനോടൊപ്പം ജീവിക്കുകയും ചെയ്യുമെന്നാണ് കഥ നല്കുന്ന സൂചന. നീചനായ ഭർത്താവിനെ വകവരുത്തുകയാണ് കഥ ചെയ്തത്. മറ്റൊരു പരുഷന്റെ ആശ്രിതയായെങ്കിലും മർദ്ദിതമായ ഒരു ജീവിതത്തിൽനിന്നും ഈ കഥയിലെ സ്ത്രീ മോചിപ്പിക്കപ്പെടുന്നു.

3

കുടുംബം എന്ന അധികാരസ്വരൂപം

കുടുംബം എന്ന സങ്കല്പനത്തിന് രണ്ടു നൂറ്റാണ്ടിന്റെ പഴക്കമേയുള്ളു. മുതലാളിത്തത്തോടൊപ്പം ഉയർന്നുവന്ന ബൂർഷ്വാവർഗ്ഗത്തിനിടയിൽ മാത്രമേ ഇന്നു നാം കല്പിക്കുന്ന അർത്ഥത്തിലുള്ള കുടുംബജീവിതം നിലനിന്നിരുന്നുള്ളൂ[1]. ഫാമിലിയ (familia) എന്ന റോമൻ പദം ആദ്യമായുപയോഗിച്ചിരുന്നത് ഒരു ഉടമയുടെ കീഴിലുള്ള അടിമക്കൂട്ടത്തെ സൂചിപ്പിക്കുന്നതിനുവേണ്ടിയായിരുന്നു. കൊല്ലിനും കൊലയ്ക്കും അധികാരമുള്ള ഒരു സംഘത്തലവനും അയാളുടെ ഭാര്യയും കുഞ്ഞുങ്ങളും അടിമകളും അടങ്ങുന്ന കൂട്ടത്തെ സൂചിപ്പിക്കുന്നതിനുവേണ്ടി പ്രസ്തുത പദത്തെ റോമാക്കാർ പിന്നീടു സ്വീകരിച്ചു. ഇന്നു നാം ധരിച്ചുവെച്ചിരിക്കുന്ന വികാരനിർഭരമായ അർത്ഥങ്ങളൊന്നും ആദ്യകാലത്ത് പ്രസ്തുത പദത്തിനുണ്ടായിരുന്നില്ല.[2] മലയാളത്തിൽ 'കുടി' എന്ന ധാതുവിൽനിന്നും നിഷ്പന്നമാകുന്ന കുടുംബം എന്ന പദത്തിന്റെയും ആദ്യകാല വിവക്ഷകൾ ഇന്നത്തേതിൽനിന്നും വ്യത്യസ്തമാകാതെ വയ്യ. കുടുംബ സങ്കല്പം സ്ഥായിയായ ഒന്നല്ലെന്നും ഇന്നുള്ള സങ്കല്പംപോലും പരിവർത്തനങ്ങൾക്കു വിധേയമാണെന്നുമാണ് ഈ ചരിത്രം നല്കുന്ന സൂചന.

മുതലാളിത്ത വികാസത്തോടൊപ്പം രൂപംകൊണ്ടതെങ്കിലും, പത്തൊൻപതാം ശതകത്തിന്റെ ഉത്തരാർദ്ധത്തിൽമാത്രം കേരളത്തിൽ രൂപപ്പെട്ടു തുടങ്ങിയ അണുകുടുംബമാണ് കുടുംബത്തെ സംബന്ധിച്ച നമ്മുടെ ഇന്നത്തെ ആദർശമാതൃക. പുരുഷന്റെ പരമാധികാരവും സ്ത്രീയുടെ വിധേയത്വവുമാണ് ഈ കുടുംബഘടനയുടെ അന്തഃസത്ത. അതുകൊണ്ടാണ് ഈ ഘടനയിൽ, "പുരുഷൻ ബൂർഷ്വായും സ്ത്രീ, തൊഴിലാളിയുമാണ്" എന്ന് എംഗൽസ് വിശേഷിപ്പിച്ചത്.[3] പുരുഷനും

സ്ത്രീയും തമ്മിലുള്ള അനുരഞ്ജനമെന്ന നിലയിലല്ല ഈ കുടുംബ രൂപം ചരിത്രത്തിൽ പ്രത്യക്ഷമായതെന്നും, ഒരു ലിംഗവിഭാഗം മറ്റേതിനെ കീഴടക്കുന്നതാണ് അതിൽ കാണുന്നതെന്നും എംഗൽസ് ചൂണ്ടിക്കാണിക്കുന്നുണ്ട്.

പുരുഷന്റെ അധികാരവും സ്ത്രീയുടെ വിധേയത്വവും സ്വാഭാവികമെന്നോണം നിലനിർത്തി പുരുഷാധിപത്യവ്യവസ്ഥയെ അഭംഗുരം സംരക്ഷിക്കുക എന്നതാണ് ഒരു പ്രത്യയശാസ്ത്രസ്ഥാപനമെന്ന നിലയിൽ കുടുംബത്തിന്റെ പ്രവർത്തനം. എന്നാൽ, കുടുംബത്തെ ചൂഴ്ന്നു നില്ക്കുന്ന വൈകാരികതയുടെയും സംതൃപ്തിയുടെയും സുരക്ഷിതത്ത്വത്തിന്റെയും രക്തബന്ധങ്ങളുടെയും മറ്റും അനുശാസനങ്ങൾ അതിന്റെ പുരുഷാധിപത്യപരമായ ധർമ്മങ്ങൾ നിഗൂഹനം ചെയ്യുന്നു.

കുടുംബത്തിൽ പുരുഷനുള്ള പരമാധികാരം, സ്ത്രീയുടെ അദ്ധ്വാനവും ലൈംഗികതയും പ്രത്യുല്പാദനശേഷിയും കീഴടക്കാൻ അയാളെ പ്രാപ്തനാക്കുകയും പലവിധ ജീവിതസൗഭാഗ്യങ്ങൾക്ക്-സ്വാദിഷ്ഠമായ ആഹാരം, പരിചരണം, വിശ്രമവേളകൾ, ലൈംഗികസംതൃപ്തി, നേരായ പിന്തുടർച്ചാവകാശികൾ-ഉടമയാക്കിത്തീർക്കുകയും ചെയ്യുന്നു. പുരുഷന്റെ ഈ അധികാരമാണ് പുരുഷാധിപത്യവ്യവസ്ഥയുടെ ഭൗതികമായ അടിത്തറ. അതിനാൽ സ്ത്രീയെ നിതാന്തമായ ഗാർഹികാടിമത്തത്തിൽ തളച്ചിടേണ്ടതുണ്ട്. ഇത് പുരുഷൻമാരുടെയാകെ വർഗ്ഗതാല്പര്യമായിത്തീരുന്നു.

മറുവശത്ത് സമ്പദ്‌വ്യവസ്ഥയും സ്ത്രീയുടെ ഗാർഹികാടിമത്തം ആവശ്യപ്പെടുന്നു. പുരുഷൻമാരുടെ അദ്ധ്വാനശേഷിയുടെ ദൈനംദിന നവീകരണം, പുതിയ അദ്ധ്വാനശക്തികളുടെ പ്രത്യുല്പാദനം, സംരക്ഷണം എന്നിവ സ്ത്രീയിലൂടെ സൗജന്യമായി സമ്പദ്ഘടനയ്ക്കു ലഭിക്കുന്നു. അതിനാൽ പുരുഷാധിപത്യവ്യവസ്ഥയും സമ്പദ്ഘടനയും ഒരുപോലെ, സ്ത്രീയെ കുടുംബത്തിൽ തളച്ചിടാൻ മത്സരിക്കുന്നു.

പുരുഷാധിപത്യവ്യവസ്ഥയ്ക്കു ചേരുന്നവിധം വ്യക്തികളെ പാകപ്പെടുത്തിയെടുക്കുന്നുവെന്നതാണ് കുടുംബത്തിന്റെ മറ്റൊരു പ്രധാന ധർമ്മം. പുരുഷന്റെ അധികാരപദവും സ്ത്രീയുടെ അപകർഷതയും സ്വാഭാവിക യാഥാർത്ഥ്യങ്ങളായി വിശ്വസിക്കുന്ന വ്യക്തികളെ അനുസ്യൂതം രൂപപ്പെടുത്താനും അവരിലൂടെ അതേ പ്രത്യയശാസ്ത്രങ്ങൾ പുനരുല്പാദിപ്പിച്ചുകൊണ്ടിരിക്കാനും സഹായിക്കുന്നതു കുടുംബമാണ്.

സ്ത്രീയെ കുടുംബത്തിന്റെ സ്വകാര്യലോകത്ത് ബന്ധിതയാക്കുന്നതിലൂടെ സാമൂഹ്യവ്യാപാരങ്ങളിൽനിന്നും പുറത്തുനില്ക്കുന്ന വികലവ്യക്തിത്വമായി അവളെ മാറ്റിയെടുക്കാൻ പുരുഷൻമാർക്കു കഴിയുന്നു. പുരുഷൻമാർ സ്ത്രീകളെ 'അടുക്കളയിലിട്ടു പൂട്ടി'യതാണ് അവരുടെ ഭീരുത്വത്തിനും കൊള്ളരുതായ്കയ്ക്കുമെല്ലാം കാരണമെന്ന് ബി പാച്ചിയമ്മയും യാതൊരുവിധ അധികാരങ്ങളുമില്ലാതെ കുടുംബപീഡനങ്ങളിൽ കഴിയേണ്ടിവരുന്നതുകൊണ്ടാണ് സ്ത്രീകൾ ഇടുങ്ങിയ ചിന്താഗതി,

ക്ഷുദ്രമായ അസൂയ, യുക്തിഭദ്രമല്ലാത്ത വൈകാരികത, വീണ്ടുവിചാര മില്ലാത്ത അക്രമവാസന, ആശ്രിതത്വം, മത്സരബുദ്ധി, സ്വാർത്ഥത, ഉൾക്കാഴ്ചയില്ലായ്മ, യാഥാസ്ഥിതികത്വം തുടങ്ങിയ മനോഭാവങ്ങൾക്കു വശംവദരാകുന്നതെന്ന് ജൂലിയറ്റ് മിച്ചലും[4] വിലയിരുത്തിയിട്ടുണ്ട്.

കുടുംബത്തിനു പ്രാധാന്യമേറുന്തോറും സ്ത്രീയുടെ അടിമത്തവും ശക്തിപ്പെടുന്നുവെന്നാണ് ഇതെല്ലാം സൂചിപ്പിക്കുന്നത്. പ്രേമവും വിവാഹവും മാതൃത്വവും സ്വകാര്യജീവിതമേഖലയുടെ ഭാഗമായി മാറ്റിനിർത്തുന്നതിനാൽ സ്ത്രീയുടെ ഗൃഹാദ്ധ്വാനവും പീഡനങ്ങളും കുടുംബത്തിൽ അവൾ നേരിടുന്ന ആക്രമണങ്ങളും ചൂഷണങ്ങളും സ്വകാര്യവിഷയങ്ങളായി ഒറ്റപ്പെടുന്നു. സ്വകാര്യവിഷയങ്ങളായതിനാൽ സമൂഹം അവയെ അവഗണിക്കുകയും ചെയ്യുന്നു. സ്ത്രീക്ക് സ്വജീവിതത്തിലോ സ്വശരീരത്തിൽപോലുമോ അവകാശങ്ങളില്ലാതാവുന്നു. പക്ഷേ, ഇത്തരം അസുഖകരമായ യാഥാർത്ഥ്യങ്ങളെ നിഗൂഹനം ചെയ്തുകൊണ്ട് സ്ത്രീയുടെ അടിമത്താവസ്ഥയ്ക്ക് ആദർശപരിവേഷം നല്കാൻ സമൂഹം അതീവ ജാഗ്രത പുലർത്തുന്നു. 'ഗൃഹലക്ഷ്മി', 'ഗൃഹദേവത', 'ഗൃഹദീപം', 'പതിവ്രത', 'ചാരിത്ര്യരത്നം' തുടങ്ങിയ പ്രത്യയശാസ്ത്രരൂപങ്ങൾ ഈ ദൗത്യമാണ് നിർവ്വഹിക്കുന്നത്.

ഈ വിധത്തിൽ കുടുംബിനിയും ആദർശഭാര്യയും ഗൃഹലക്ഷ്മിയുമെല്ലാമായി സ്ത്രീയുടെ ജീവിതം കുടുംബത്തിൽ ബന്ധിതമായിരിക്കുന്നു. അതുകൊണ്ടാണ് സ്ത്രീയെക്കുറിച്ച് നാം നല്കുന്ന നിർവ്വചനങ്ങളെല്ലാം അന്തിമ വിശകലനത്തിൽ ഒരു കുടുംബിനിയുടേതായിത്തീരുന്നത്. എല്ലാ മതങ്ങളും ഇതാവർത്തിച്ചുറപ്പിക്കുന്നുണ്ട്. ഹൈന്ദവ പാരമ്പര്യത്തിൽ വേദങ്ങളും പുരാണങ്ങളും ഉപനിഷത്തുകളും സ്മൃതികളുമൊന്നും സ്വതന്ത്രമായൊരസ്തിത്വം സ്ത്രീക്കു നല്കിയിട്ടില്ല. പ്രഭാതി മുഖർജി എഴുതുന്നു: "വിധേയത്വവും ധർമ്മനിഷ്ഠയും ചാരിത്ര്യനിഷ്ഠയും പുലർത്തി പൂർണ്ണമായും ഭർത്താവിനെ ആശ്രയിച്ചു കഴിയുന്ന ഭാര്യയാണ് മാതൃകാസ്ത്രീയെന്ന് നൂറ്റാണ്ടുകളായി നാം കാണുന്നു, മാതൃകാസ്ത്രീ എന്നാൽ മാതൃകാഭാര്യഎന്നാണർത്ഥം."[5]

ഭരിക്കപ്പെടേണ്ടവളാണ് 'ഭാര്യ'. കുടുംബത്തിലെ അധികാരകേന്ദ്രമായ ഭർത്താവിനെ നിഷേധിക്കുവാൻ അവൾക്കവകാശമില്ല. ഭർത്താവ് പരനാരീരക്തനോ ഗുണരഹിതനോ ആയാൽപോലും ഭാര്യ പതിവ്രതയായിരിക്കുകയും അയാളെ ദൈവത്തെപ്പോലെ പൂജിക്കുകയും വേണമെന്ന് മനുസ്മൃതികാരൻ അനുശാസിക്കുന്നുണ്ട്. ഭർത്തൃശുശ്രൂഷമാത്രം മതി അവൾ സ്വർഗ്ഗത്തിൽ പൂജനീയയായിത്തീരാൻ. ധനം സൂക്ഷിക്കൽ, ചെലവാക്കൽ, വീടുവൃത്തിയാക്കൽ, തേവാരം, അരിവെപ്പ്, തുടങ്ങിയവയാണ് അവളുടെ ജോലി (മനുസ്മൃതി). അപ്പോൾ ഒരു മാതൃകാസ്ത്രീയുടെ നിർവ്വചനങ്ങൾ ഫലത്തിൽ ഭർത്താവിന്റെ അധികാരത്തെ സുസ്ഥിരമാക്കുന്നതിനുവേണ്ടിയുള്ള ക്രമീകരണവ്യവസ്ഥകളാണെന്നു വ്യക്തമാണല്ലോ. ഈ അധികാരത്തെ നിഷേധിക്കുന്നതാവട്ടെ, കുടുംബശൈഥി

ല്യത്തിലേക്കു നയിക്കുകയും ചെയ്യും. മരണം, കലാപം, അനുരഞ്ജനം- ഇവയിലേതെങ്കിലും സ്വീകരിക്കാൻ മാത്രമേ അപ്പോൾ സ്ത്രീക്കു കഴിയൂ.

ആദർശഭാര്യാത്വവും ഭർത്താവിന്റെ അധികാരപ്രമത്തതയും തമ്മിൽ സംജാതമാവുന്ന വൈരുദ്ധ്യങ്ങളും മേൽ സൂചിപ്പിച്ച തരത്തിൽ മരണത്തിന്റെയും കലാപത്തിന്റെയും അനുരഞ്ജനത്തിന്റെയും മാർഗ്ഗങ്ങളാരായുന്ന സ്ത്രീജീവിതത്തിന്റെ ദൈന്യതയും ചിത്രീകരിക്കുകയാണ് ലളിതാംബിക അന്തർജ്ജനത്തിന്റെ പ്രതിദ്ധ്വനി, ഇതു ആശാസ്യമാണോ? എന്നീ കഥകൾ. കഥാപാത്രങ്ങൾ അന്തർജ്ജനങ്ങളാണെന്നതുകൊണ്ടു മാത്രം ഇവ ഒരു ചെറുന്യൂനപക്ഷത്തിന്റെ മാത്രം കഥകളായി പരിമിതപ്പെടുന്നില്ല. ഏതുവിഭാഗത്തിൽപ്പെട്ട സ്ത്രീകളും നേരിടേണ്ടിവരുന്ന അനുഭവങ്ങളെന്ന നിലയിൽ ഈ കഥകൾക്ക് വിപുലമാനങ്ങളുണ്ട്.

'പ്രതിദ്ധ്വനി'യിലെ മരണാസന്നയായിക്കഴിയുന്ന അമ്മാത്തലിന്റെ ഒരേയൊരാഗ്രഹം, കണ്ണടയുംമുമ്പ് ഭർത്താവിനെ അവസാനമായൊന്നു കാണുകയെന്നാണ്. കുടുംബജീവിതവും ഭർത്തൃസാമീപ്യവും കൊതിച്ചിരുന്ന ആ പാവത്തിനു അന്ധമായ പാതിവ്രത്യവും സഹനവും മാത്രമാണ് ജീവിതത്തിന്റെ ബാക്കിപത്രം. ഭർത്തൃസഹോദരിയായ അമ്മു എന്ന പെൺകുട്ടി മാത്രമാണ് അവൾക്കു തുണ. കുടുംബത്തിൽ ഭർത്തൃസാന്നിദ്ധ്യമേയില്ല. ഭാര്യയെ കുടുംബത്തിൽ ബന്ധിച്ചശേഷം അന്യഭാര്യാപരിഗ്രഹവും ഇതര സൗഖ്യങ്ങളുമായി അയാൾ വിനോദിച്ചു കഴിയുന്നു. വിവാഹശേഷം തന്നെ അവഗണിച്ച ഭർത്താവിന്റെ സ്നേഹം സമ്പാദിക്കാൻവേണ്ടി താൻ ചെയ്ത പാഴ്ശ്രമങ്ങളും അവയ്ക്കു പ്രതിഫലമായി ലഭിച്ച ശാസനങ്ങളും മർദ്ദനങ്ങളും ആ രോഗിണി വേദനയോടെ അനുസ്മരിച്ചുപോകുന്നു. വീട്ടിൽ വല്ലപ്പോഴുംമാത്രം എത്തുമായിരുന്ന അയാളെ പരിചരിക്കുവാൻവേണ്ടി ക്ഷമയോടെ അടുത്തുചെന്നതും അപമാനിതയായി തിരിച്ചുപോന്നതും അവളോർത്തു. അത്രയുമായിരുന്നു അവളുടെ കുടുംബജീവിതം.

ഭർത്തൃദർശനത്തിനുവേണ്ടിയുള്ള ആ പതിവ്രതയുടെ ശ്രമങ്ങളെല്ലാം വെറുതെയായതോടെ അവളുടെ 'അന്ധമായ ഭർത്തൃഭക്തി' അകന്നു തുടങ്ങി. അതൊരു നിഷേധവും ആത്മരോഷവുമായി വളരുകയായിരുന്നു. ഒടുവിൽ ഭർത്താവിനെതിരെ ശാപവചനങ്ങളുരുവിട്ടുകൊണ്ട് നരകതുല്യമായ ആ ജീവിതം എരിഞ്ഞടങ്ങി. കഥയിവിടെ അവസാനിക്കുന്നില്ല. ഏട്ടത്തിയുടെ പ്രതികാരദാഹം അമ്മുവിലൂടെ, ഒരു കലാപമായി ഉയരുന്നു. ആ ഭർത്താവ് ആനന്ദാനുഭൂതികളിൽ മതിമറന്നിരിക്കുന്ന നൃത്തസദസ്സിനെ, ഒരു പ്രതികാരദേവതയായി ഇളകിയാടിയ അമ്മു കടന്നാക്രമിക്കുന്നു. അന്ത്യവേളയിൽമാത്രം പാതിവ്രത്യത്തിന്റെ അർത്ഥശൂന്യത തിരിച്ചറിയാൻ കഴിഞ്ഞ നിരാലംബയായ സ്ത്രീക്കു നിറവേറ്റാൻ കഴിയാതെപോയ പ്രതികാരം പുതിയ തലമുറയിലെ മറ്റൊരു സ്ത്രീയിലൂടെ നിർവ്വഹിക്കപ്പെടുകയായിരുന്നു.

അമ്മുവിന്റെ കലാപത്തെ ഭ്രാന്തെന്നു വിളിച്ചേക്കാം. ആ ഭ്രാന്ത്

ഇവിടെ സ്ത്രീയുടെ ഒരു സമരരൂപമാണ്. സ്ത്രീയെ കുടുംബത്തിൽ ബന്ധിതയാക്കുകയും പുതിയ മേച്ചിൽപ്പുറങ്ങളന്വേഷിച്ചുപോവുകയും ചെയ്യാൻ പുരുഷനെ അനുവദിക്കുന്ന നിയമങ്ങൾക്കെതിരാണ് ആ സമരം. ആ നിയമങ്ങൾ പക്ഷേ, കുടുംബത്തിന്റേതാണ്. കുടുംബമാണല്ലോ അയാളെ അതിനനുവദിച്ചത്. 'ശാസനങ്ങളും താഡനങ്ങളും' നിശ്ശബ്ദം ഏറ്റുവാങ്ങേണ്ടിവന്നതും അതേ കുടുംബത്തിൽത്തന്നെ. പതിവ്രതയായിരുന്നിട്ടും വ്യക്തിയെന്ന നിലയ്ക്കുള്ള യാതൊരംഗീകാരവും അവൾക്കുണ്ടായിരുന്നില്ല. അത്തരമൊരു കുടുംബം അമ്മുവിനു നല്കാൻ കഥ ഒരുക്കമല്ല. അതുകൊണ്ടാണ്, അവൾ ജനക്കൂട്ടത്തെ തള്ളിമറിച്ചിട്ട് എവിടേക്കോ ഓടിമറഞ്ഞതും.

'ഇതു ആശാസ്യമോ?' എന്ന കഥ, അന്തർജ്ജനങ്ങളുടെ പേരുവച്ചു എഴുതുന്നതെല്ലാം പുരുഷന്മാരാണെന്ന ആധിപത്യസംസ്കാരത്തിന്റെ ആരോപണത്തിനു മറുപടിയായി രചിക്കപ്പെട്ടതാണ്. ഈ രചനാലക്ഷ്യം വിസ്മരിച്ചുകൊണ്ട് കഥയെ സമീപിക്കുമ്പോൾ, വളരെ പ്രസക്തമായ ചില സമാന്തര ചോദ്യങ്ങളും അതുന്നയിക്കുന്നതു കാണാം. ഒരു ഭാര്യയെ, അവൾ പതിവ്രതയായിരുന്നാലും, ഭർത്തൃവിരുദ്ധമായ ഒരാദർശം- അതു കുടുംബവുമായി ബന്ധമുള്ളതല്ലെങ്കിലും- വെച്ചുപുലർത്താൻ കുടുംബം അനുവദിക്കുന്നുണ്ടോ? ഇത് ആശാസ്യമാണോ? ഇതു പാതിവ്രത്യഭംഗമാവില്ലേ? ഇന്നും പ്രസക്തമാണ് ഈ ചോദ്യങ്ങൾ. സ്ത്രീയുടെ അഭിപ്രായസ്വാതന്ത്ര്യംപോലും ഭർത്താവിന്റെ ഔദാര്യമാവുന്നതും കുടുംബം അവൾക്കു നല്കുന്ന പീഡനങ്ങളും ഈ കഥ വ്യക്തമാക്കുന്നു.

കഥയിലെ ഭർത്താവായ 'എൻ വി' സമുദായ പരിഷ്കരണപ്രസ്ഥാനങ്ങൾ ചൂടുപിടിച്ചു നിന്നിരുന്ന കാലത്ത് ഒരു ഉല്പതിഷ്ണുവായിരുന്നു. അന്ന് തന്റെ ഭാര്യയെയും അയാൾ പരിഷ്കൃതവേഷധാരിണിയായി പത്രപംക്തികളിലും പ്രസംഗവേദികളിലും പ്രവേശിപ്പിച്ചിരുന്നു. പ്രസ്ഥാനങ്ങൾ ക്ഷയോന്മുഖങ്ങളായപ്പോൾ അയാളും പിൻവലിഞ്ഞു. അതിന്റെ ഫലം, പാപ്പി വീണ്ടും അന്തഃപുര(അടുക്കള)വാസിനിയായിത്തീർന്നു എന്നതായിരുന്നു. അയാളാകട്ടെ, മർദ്ദകനായ ഭർത്താവുമായി.

ഉച്ചയുറക്കത്തിന്റെ ആലസ്യവുമായി കടന്നുവന്ന് കാപ്പിയാവശ്യപ്പെടുന്ന ഭർത്താവിനെ അവതരിപ്പിച്ചുകൊണ്ടാണ് കഥയുടെ തുടക്കം. കാപ്പി തയ്യാറായില്ലെന്നുകണ്ട് അയാൾ കോപംകൊണ്ടു ജ്വലിക്കുന്നു. പുരോഗമനവാദിയായ താൻ അവൾക്കു സ്വാതന്ത്ര്യമനുവദിച്ചുകൊടുത്തതിന്റെ തിക്തഫലമായാണ് ഭാര്യയുടെ 'കൃത്യവിലോപ'ത്തെ അയാൾ ദർശിക്കുന്നത്. വാക്തർക്കത്തിനിടയിൽ അയാൾ അവളെ മർദ്ദിച്ചുവെങ്കിലും അവൾ ഒഴിഞ്ഞുമാറിക്കളഞ്ഞു. അടുക്കളയിലേക്കു മടങ്ങുമ്പോൾ, മന്ദസ്വരത്തിലെങ്കിലും അവളിൽനിന്നും പ്രതിഷേധമുയർന്നു.

പത്രവായനയ്ക്കുപോലും സമയമനുവദിക്കാത്തവിധം ദുർവ്വഹമായിരുന്നു അവളുടെ അദ്ധ്വാനഭാരം.

'അടുക്കളയിലെ സർവ്വാദ്ധ്യക്ഷവും ആണ്ടോടാണ്ടു ജനിച്ച അഞ്ചാറു കുട്ടികളെയും അവൾക്കു ഭരിക്കേണ്ടിയിരുന്നു. അലസനും അതിസുഖിയനുമായ ഭർത്താവിന്റെ അഭിലാഷങ്ങൾക്കു വശംവദയാകേണ്ടിയിരുന്നു. സർവ്വോപരി ആ കൂട്ടുകുടുംബത്തിലെ സകല വ്യക്തികളുടെയും വിവിധങ്ങളായ ഇഷ്ടാനിഷ്ടങ്ങളും സുഖദുഃഖങ്ങളും അന്വേഷിക്കുകയും അവരുടെ മൂർച്ചയേറിയ വാക്കുകളും നോക്കുകളും സഹിക്കുകയും ചെയ്യേണ്ടിയിരുന്നു.'

ഇതാണ് പാപ്പിയും കുടുംബവും തമ്മിലെ ബന്ധം. തന്റെ പരിഷ്കാര വാഞ്ഛകളെയെല്ലാം അവൾക്കു പിന്തള്ളേണ്ടിവന്നു. കുടുംബിനിക്ക് അവ അനാവശ്യങ്ങളാണ്. കുടുംബത്താൽ നിരുപയോഗമാക്കപ്പെട്ട അവളുടെ അവശേഷിച്ച സ്വാതന്ത്ര്യത്തെയും അടിച്ചമർത്താൻ ആ ഭർത്താവു മടിച്ചില്ല.

'അതിദയനീയമായ ഈ കുടുംബജീവിതത്തിലും പാപ്പി തന്റെ ഉല്പതിഷ്ണുത്വം മുറുകെപ്പിടിക്കാൻ ശ്രമിച്ചു. അപ്പോഴൊക്കെ ഭർത്തൃമർദ്ദനവും അവൾക്കു കിട്ടിക്കൊണ്ടിരുന്നു.'

കുടുംബജീവിതം അവൾക്ക് 'അതിദയനീയ'മായിരുന്നെങ്കിലും ആ 'കുടുംബം' ശാന്തപൂർണ്ണമായിരുന്നു. ഭർത്താവിന്റെ അധികാരത്തിനും മർദ്ദനങ്ങൾക്കും ലൈംഗികാവശ്യങ്ങൾക്കും വശംവദയായി പാതിവ്രത്യനിഷ്ഠയോടെ കഴിഞ്ഞുപോന്നപ്പോൾ പ്രശാന്തമായിരുന്ന കുടുംബം, ഭാര്യ, ഭർത്തൃവിരുദ്ധമായൊരാശയത്തിന്റെ പ്രചാരകയായതോടെ കലുഷിതമായിത്തീരുന്നു. അന്തർജ്ജനങ്ങളെ (സ്ത്രീകളെ) അടച്ചാക്ഷേപിക്കുന്ന 'അയാളുടെ' ലേഖനം (യഥാർത്ഥത്തിൽ മറ്റാരെക്കൊണ്ടോ എഴുതിച്ചത്) അവളെ പ്രകോപിപ്പിക്കുന്നതിനു കാരണം സ്വാതന്ത്ര്യബോധംതന്നെ. ഭർത്താവുമായുള്ള തുറന്ന ആശയസംഘട്ടനമായിരുന്നു ഫലം. മർദ്ദകനായ അയാളോട് നേരത്തെതന്നെ മനസ്സിൽ എരിഞ്ഞുനിന്നിരുന്ന അമർഷവും ഒരു കാരണമായിരിക്കാം.

ഭർത്താവിന്റെ അധികാരപദത്തിനെതിരായ ഇത്തരമൊരു സംഘട്ടനം കുടുംബത്തിന് ഉൾക്കൊള്ളാവുന്നതോ അംഗീകരിക്കാവുന്നതോ അല്ല. കുടുംബത്തിന്റെയും ഭാര്യാധർമ്മത്തിന്റെയും പ്രത്യയശാസ്ത്രങ്ങളെ നിഷേധിച്ചുകൊണ്ട് ഒരു സ്ത്രീക്ക് കുടുംബിനീപദത്തിൽ തുടരാനാവുന്നതെങ്ങനെ? പാപ്പി രഹസ്യമായെഴുതിയ പ്രതിലേഖനത്തിനു മറുപടി നല്കാനാവാതെ ആ അല്പജ്ഞൻ നിസ്സഹായനായി. സ്ത്രീയോടുള്ള പുരുഷന്റെ രഹസ്യഭീതിയുടെ അബോധപ്രകാശനമെന്നോണം, ഏതോ ഭയങ്കരിയായ സ്ത്രീ തന്നെ ഞെരിച്ചുകൊല്ലുന്നതായി ദുഃസ്വപ്നം കണ്ട് അയാൾ ഞെട്ടിയുണരുന്നു. ഭാര്യയുടെ ധർമ്മലംഘനമാണല്ലോ ഇതിനൊക്കെ കാരണം! ഈ അപരാധബോധമാണ്, ഭർത്തൃലേഖനത്തെ നിശിതമായാക്രമിച്ച പാപ്പിയെക്കൊണ്ട് സ്വന്തം ലേഖനത്തിനു പ്രത്യാഖ്യാനമെഴുതിക്കുന്നത്. 'അപ്പോൾ എന്നെ ഇത്രയും നാൾ എതിർത്തതു നിങ്ങളായിരുന്നോ?... സ്വന്തം ഭാര്യ ഭർത്താവിനോ

ടെതിരിടുന്നു...' എന്നത്ഭുതപ്പെടുന്ന ഭർത്താവും ഭാര്യാധർമ്മലംഘന മെന്ന മഹാപാപത്തെയാണ് ഓർമ്മിപ്പിക്കുന്നത്. 'അയ്യോ, ഇങ്ങനെ പറ യാതിരിക്കണേ!' എന്നു പറഞ്ഞ് പാപ്പി അയാളെ വിലക്കുന്നതും ആ മഹാപരാധത്തെ ഓർത്തുകൊണ്ടുതന്നെ.

ഭർത്താവിനെതിരെ ലേഖനമെഴുതിയത് അന്തർജ്ജനങ്ങളുടെ അഭി മാനബോധവും ഭർത്താവിനുവേണ്ടിയെഴുതിയത് പാപ്പിയെന്ന വ്യക്തി യുമാണെന്നു പറഞ്ഞ് ക്ഷമാപണം ചെയ്യുന്ന ആ കുടുംബിനി, കുടും ബത്തിനുവേണ്ടി കീഴടങ്ങുകയാണ്. അങ്ങനെ അവൾ കീഴടങ്ങിയതു കൊണ്ടാണ്, അതറിയുന്നതുകൊണ്ടാണ് 'ഇതിനു മറുപടി വേണ്ടാ, നിങ്ങൾ എന്നെ ജയിച്ചുകൊള്ളുക. അതാണ് എന്റെയും വിജയം' എന്ന് ഒരു സൗജന്യമെന്നോണം പറയാൻ അയാൾക്കാവുന്നത്. യഥാർത്ഥ വിജയം അയാളുടേതു തന്നെയാണ്. കാരണം അയാളുടെ അധികാര പദം സംരക്ഷിക്കപ്പെട്ടിരിക്കുന്നു. ഈ അധികാരവുമായി അനുരഞ്ജന ത്തിൽ കഴിയുക മാത്രമേ പാപ്പിക്കു പോംവഴിയുള്ളൂ.

അന്തർജ്ജനത്തിന്റെ ആദ്യകാല രചനകളിലുൾപ്പെടുന്ന കഥയാണ് 'ഏഴാമിടം'. അതിനാടകീയതയും അസംഭവ്യതയുമുണ്ടെങ്കിലും ഈ കഥ കുടുംബത്തിൽ അഭിമാനകരമായ ഒരു പദവിക്കുവേണ്ടിയുള്ള സ്ത്രീ യുടെ അഭിലാഷത്തെ പ്രകാശിപ്പിക്കുന്നു. കൂടാതെ, ഭാര്യയെ വെറുമൊരു വീട്ടമ്മയാക്കുന്ന പുരുഷൻ പരിഹസിക്കപ്പെടുകയും ചെയ്യുന്നു. ഭർത്താവ് പരിഷ്കൃത ജീവിതരീതികളിലും ഭാര്യ യാഥാസ്ഥിതികത്വത്തിലും കഴി യുമ്പോൾ സൃഷ്ടിക്കപ്പെടുന്ന വൈരുദ്ധ്യങ്ങളും അവയുടെ രമ്യമായ പരി ഹാരവുമാണ് കഥയുടെ പ്രമേയം. ഈ കഥയിലെ ഭാര്യ, നാടകീയമായ ഒരാൾമാറാട്ടത്തിലൂടെ 'സ്ത്രീപുരുഷൻമാരുടെ ആദർശങ്ങൾക്ക് ഐക രൂപ്യമില്ലാഞ്ഞാലുള്ള ആപത്ത്' ഭർത്താവിനെ ബോദ്ധ്യപ്പെടുത്തി കുടും ബജീവിതം ആഹ്ലാദകരമാക്കാനാണ് ഉദ്യമിക്കുന്നത്.

കുടുംബം ഒരദൃശ്യസാന്നിദ്ധ്യമാണ് അന്തർജ്ജനത്തിന്റെ 'യുഗ സന്ധി'യിൽ. ദേവകിയമ്മ ടീച്ചറുടെ അനുഭവങ്ങളും അവരെ തേടിയെ ത്തുന്ന ഓർമ്മകളും തകർക്കപ്പെട്ട കുറെ ജീവിതങ്ങളുടേതാണ്. ഭൂമിയെ പ്പോലെ ക്ഷമയുള്ളവളായി ജീവിച്ച ടീച്ചർക്കും ജീവിതം സുഖകരമായ ഒരനുഭവമല്ല. 'പതുക്കയേ നടന്നിട്ടുള്ളൂ. ഒതുങ്ങിയേ ജീവിച്ചിട്ടുള്ളൂ. പക്ഷേ, അതുകൊണ്ട് എന്തുനേടി?' നിരാശയോടെ അവർ ഓർത്തുപോ കുന്നു. 'ചവിട്ടിത്തിമർത്തു നടക്കണം. ചരൽക്കല്ലുകൾ തട്ടിത്തെറിപ്പി ക്കണം.' എന്നെല്ലാം വിശ്വസിച്ചിരുന്ന ടീച്ചറുടെ മകൾ വിജയമ്മയ്ക്കും കുടുംബജീവിതം സംഘർഷഭരിതമാണ്. മക്കൾ ഉത്തരവാദിത്വമില്ലാത്ത വരായി. ഭർത്താവ് ഭാര്യയെയും ഭാര്യ ഭർത്താവിനെയും പഴിപറഞ്ഞ് ദിവസങ്ങൾ തള്ളിനീക്കുന്ന കുടുംബജീവിതമാണവളുടേത്. 'കാലം മാറു കയാണല്ലോ. ആചാരങ്ങളും മാറുന്നു. കുടുംബബന്ധങ്ങൾതന്നെ തക രാറിലാവുകയാണ്' എന്ന യാഥാർത്ഥ്യം ടീച്ചർ കാണുന്നു.

സാന്ത്വനം തേടി കയറി വരുന്ന സരോജിനിയും മറ്റൊരു കുടുംബ

ശൈഥില്യത്തിന്റെ കഥയാണ് പറയുന്നത്. അരലക്ഷം രൂപയും അൻപതു പവന്റെ ആഭരണങ്ങളും നല്കി വിവാഹം ചെയ്തയച്ച അവളുടെ മകൾ, ഭർത്താവിനാൽ വ്യഭിചാരിണിയാക്കപ്പെട്ടിരിക്കുന്നു! മകളെ കുടുംബ ബന്ധനത്തിൽനിന്നും മോചിപ്പിച്ച് തിരികെ കൊണ്ടുവന്നിരിക്കയാണ് ആ മാതാവ്. ടീച്ചറുടെ, വിദേശത്തായിരുന്ന പേരമകൻ വേണു, നീലക്കണ്ണുകളും ചുരുണ്ട മുടിയുമുള്ള ഒരു കൊച്ചുകുഞ്ഞുമായെത്തുന്നതും കുടുംബത്തകർച്ചയ്ക്കുശേഷമാണ്. ഭാര്യ ഉപേക്ഷിച്ചുപോയതോടെ തകർന്നതാണ് അയാളുടെ കുടുംബം.

മക്കളെയെല്ലാം സ്വന്തം നിയന്ത്രണത്തിൽ നിർത്തി വളർത്തിയെടുത്ത 'വര'ത്തിലെ മീനാമാമിക്കും കുടുംബത്തകർച്ചയെ അതിജീവിക്കാനായില്ല. അവരോരുത്തരും അമ്മയെ നിഷേധിച്ച് അവരവരുടേതായ മാർഗ്ഗങ്ങൾ സ്വീകരിച്ചു. മീനാമാമിക്ക് സന്ന്യാസിനീജീവിതമായിരുന്നു അന്ത്യാശ്രയം. 'കണ്ണീരിന്റെ പുഞ്ചിരി'യിലെ നിഷ്കളങ്കയായ മിനി യാതൊരപരാധവും ചെയ്തവളല്ല. പൊലീസുകാരനായ ഭർത്താവിന്റെ വെടിയേറ്റ് അവളുടെ പ്രിയങ്കരനായ സഹോദരൻ മരണമടയുന്നു! ചാരിത്ര്യത്തിൽ സംശയാലുവായ ഭർത്താവ് അവളെ മർദ്ദിക്കുകയും തടവിലിടുകയും ചെയ്യുന്നു. ഒടുവിൽ പാതിവ്രത്യത്തോടുള്ള പരിഹാസമെന്നോണം, 'പരമപതിവ്രതയായ ഒരു പത്നിയെപ്പോലെ നാവനക്കാതെ അവൾ മരിച്ചു. ഹൃദയം മൂടിക്കെട്ടി മരിച്ചു.' ശ്രദ്ധിച്ചല്ലോ: "നാവനക്കാതെ മരിക്കുക," "ഹൃദയം മൂടിക്കെട്ടി മരിക്കുക"!

ഒരു കുടുംബിനിയിൽനിന്നും പ്രതീക്ഷിക്കുന്നതോ ആവശ്യപ്പെടുന്നതോ അല്ല സാഹിത്യജീവിതം. തന്റെ സ്വപ്നങ്ങൾക്കും യാതനകൾക്കും സർഗ്ഗപ്രകാശനം നല്കാൻ ഉൽക്കടമായഭിലഷിക്കുന്ന കുടുംബിനിക്ക്, കുടുംബവുമായി മല്ലിട്ടുകൊണ്ടു മാത്രമേ അതു സാദ്ധ്യമാകൂ. അവളെ സംബന്ധിച്ചിടത്തോളം സർഗ്ഗാത്മകതയെ തകർത്തെറിയുന്ന തടവറയാണ് കുടുംബം. കുടുംബബന്ധനങ്ങളും സാഹിത്യജീവിതവും തമ്മിലുള്ള സംഘർഷങ്ങളും സ്ത്രീയുടെ രചനാനുഭവങ്ങളും ചിത്രീകരിക്കുന്ന മലയാളത്തിലെ അപൂർവ്വരചനകളാണ് അന്തർജ്ജനത്തിന്റെ 'കഥയല്ല; ഒരു കത്ത്', 'കഥാകർത്രിയുടെ കത്ത്', 'കഥയെങ്കിൽ കഥ' എന്നിവ. കത്തിന്റെ രൂപത്തിൽ രചിച്ച ആത്മകഥാസ്പർശിയായ ഈ കഥകൾ, ഒരേ സമയം കുടുംബബാദ്ധ്യതകളോടും സർഗ്ഗാത്മകമായ ജീവിതത്തോടും നീതിപുലർത്താൻ ശ്രമിക്കുന്ന സ്ത്രീയുടെ ദീനാനുഭവങ്ങൾ വിവരിക്കുന്നു.

'കൊച്ചുകൊച്ചു കഥകളും കവിതകളുമെഴുതി മൊട്ടിട്ടു മൊട്ടിട്ടു വികസിക്കുന്ന ഭാവനാലതികകൾ ഗൃഹജീവിതത്തിന്റെ ഇടുങ്ങിയ ചുമരുകൾക്കുള്ളിൽ കയറിമറയുന്നത് നാമെന്നും കാണാറില്ലേ? അവ വാടുകയാണോ? മുരടിക്കുകയാണോ? (കഥയല്ല, ഒരു കത്ത്). ഒരിക്കലും ചെയ്തുതീരാത്ത വീട്ടുവേലകൾക്കിടയിലും ഭാര്യാധർമ്മങ്ങൾക്കിടയിലും അവൾ രചനാവേളകൾ തിരയുന്നു. കുടുംബത്തിന്റെ 'താമരനൂലുപോലെ

സൂക്ഷ്മമൃദുലമായ ആ ഇരുമ്പുവലകൾ' അവളെ ചുറ്റിപ്പിണഞ്ഞിരിക്കുന്നു.

'കഥാകർത്രിയുടെ കത്തി'ൽ അടുക്കളവേലയും ലേഖനവൃത്തിയും തമ്മിൽ കോർത്തിണക്കുന്നതിന്റെ ഹൃദയസ്പർശിയായ വിവരണമുണ്ട്:

'അരികഴുകുമ്പോഴും കൂട്ടാനിളക്കുമ്പോഴും തൊട്ടിലാട്ടുമ്പോഴും എല്ലാം ഒരേ ചിന്ത. എനിക്ക് എഴുതണം, എഴുതണം, എഴുതിയേ തീരു! അങ്ങനെ അടുക്കള അലമാരിയിലെ പലവ്യഞ്ജനപ്പെട്ടിയുടെ ഇടയിൽ ഉപ്പിന്റെയും മുളകിന്റെയും മഞ്ഞൾപ്പൊടിയുടെയും കൂട്ടത്തിൽ ഒരു കടലാസുപെൻസിലും കൂടി സ്ഥലം പിടിച്ചു.'

അടുക്കള എഴുത്തുമുറിയാവുന്ന ഈയനുഭവം ഒരു കുടുംബിനിയുടേതു മാത്രമാണ്.

പ്രതികാരദേവത ആരംഭിക്കുന്നത് വീട്ടമ്മയായ കഥാകാരി പകലത്തെ കഠിനമായ വീട്ടുജോലികളാൽ അവശമായ ശരീരവും മനസ്സുമായി നിദ്രാലസ്യത്തോടെ കഥാരചനയ്ക്കൊരുങ്ങുന്ന ദൃശ്യത്തോടെയാണ്. വിരസതയോടെ ആവർത്തിച്ചുകൊണ്ടിരിക്കുന്ന ഒന്നാണാ ജീവിതം. അതുകൊണ്ടാണ് അവശയെങ്കിലും കഥാരചന പിറ്റേദിവസത്തേക്കു മാറ്റിവെക്കാനാവാത്തത്. 'അപ്പോഴും ഇതേ അവശതകൾ തന്നെയല്ലേ ഉണ്ടായിരിക്കുക?' രാത്രിയുടെ ചലനങ്ങൾ കഥാകാരിയിൽ ഭയമുണർത്തുന്നു. ജനലടച്ച് കുഞ്ഞുങ്ങൾ ഉണർന്നുകരയുന്നുവോ എന്നു ശ്രദ്ധിച്ച് വീണ്ടും യഥാസ്ഥാനത്തു വന്നിരുന്നിട്ടും ഒന്നുമെഴുതാനായില്ല. തന്നെപ്പോലുള്ള ഒരു കുടുംബിനിക്ക് കഥയെഴുത്ത് സുഖകരമായ യത്നമല്ലെന്ന് അവളോർത്തു. സ്ത്രീയുടെ സർഗ്ഗാത്മകതയിൽ നീരസം പുലർത്തുന്ന സമൂഹത്തിന്റെ ദുഷിച്ചരീതികൾകൂടി ഓർമ്മയിലെത്തിയപ്പോൾ ആ കഥാകാരി തൂലിക വലിച്ചെറിഞ്ഞ്, നിഷ്ക്രിയയായി, മിഴികളടച്ച്, ചാരിക്കിടക്കുകയാണ്.

സ്ത്രീയെ പരാജയപ്പെടുത്തുന്ന, അവളുടെ ജീവിതത്തെ തകർച്ചയിലേക്കു നയിക്കുന്ന സ്ഥാപനമായി കുടുംബത്തെ ദർശിക്കുന്നുവെങ്കിലും അന്തർജ്ജനത്തിന്റെ കഥകൾ പൊതുവെ കുടുംബവുമായി സാത്മ്യം പ്രാപിക്കാനാണ് ആശിക്കുന്നത്. കുടുംബം അതിന്റെ ഇരുമ്പുവലകൾകൊണ്ട് സ്ത്രീയെ ബന്ധനസ്ഥയാക്കിയിരിക്കുന്നുവെന്ന് അറിയാമെങ്കിലും, ആ ബന്ധനത്തിൽനിന്നും പുറത്തുകടക്കാൻ പാപ്പിക്കോ, അമ്മാത്തലിനോ, രത്നത്തിനോ കഴിയുന്നില്ല. 'അതിന്റെ ഒരിഴപോലും പൊട്ടിക്കുവാൻ തങ്ങൾക്കു സമ്മതമല്ല; പൊട്ടിയാൽ സങ്കടവുമാണ്.' (കഥയല്ല, ഒരു കത്ത്)- ഇതാണ് ഈ കഥകളുടെ അടിസ്ഥാന ദർശനം. മർദ്ദകനായ ഭർത്താവിനോടുപോലും പരുഷമായി പെരുമാറാൻ കഥാകാരിയുടെ തൂലിക വിമുഖത കാട്ടുന്നു. പുരുഷാധികാരത്തോടുള്ള അമർഷം കുടുംബിനിമാർ സ്വയം അടക്കിപ്പിടിക്കുകയാണ്. ഈ സൗമ്യതയുടെ നിഷേധമാണ് കെ സരസ്വതിയമ്മയുടെ കഥകളിൽ കാണുക.

കുടുംബത്തിലെ സഹനങ്ങൾക്കു പ്രതിഫലമായി സ്ത്രീക്കു

'സ്നേഹം' ലഭിക്കുന്നു. ആ സ്നേഹത്തിനുവേണ്ടി ഏതു ത്യാഗത്തിനും അവൾ സന്നദ്ധയായിരിക്കുന്നു. സ്നേഹത്താൽ ബന്ധിതയാണവൾ. എന്നാൽ ഒരു ആധിപത്യവ്യവസ്ഥയിൽ അഥവാ അടിമയും ഉടമയും തമ്മിൽ സ്നേഹത്തിന്റെ പ്രസക്തിയെന്താണ്? എങ്ങും അനുഭവവേദ്യമല്ലാത്ത ഈ സ്നേഹം പക്ഷേ, സ്ത്രീയെ ബന്ധനത്തിൽ നിർത്തുവാനും കുടുംബത്തിലെ പുരുഷാധികാരത്തെ അദൃശ്യമാക്കുവാനും പര്യാപ്തമായ ഒരായുധമാണ്. സ്വന്തം അവസ്ഥ നികൃഷ്ടമാണെന്നു കാണാൻ ആ 'സ്നേഹം' അവളെ അനുവദിക്കുന്നില്ല. കുടുംബത്തിൽ ഭർത്താക്കന്മാരിലൂടെ പ്രവർത്തനക്ഷമമാകുന്ന ഈ പ്രത്യയശാസ്ത്രത്തെ അപഗ്രഥനം ചെയ്യുന്ന ഭാവോജ്ജ്വലകഥകളാണ് സരസ്വതിയമ്മയുടെ 'മധുരപലഹാരം', 'വൈവിദ്ധ്യം വേണ്ടേ?' എന്നിവ.

'സ്ത്രീയെ സംബന്ധിച്ചിടത്തോളം സ്നേഹം വല്ലാത്തൊരു മധുരപദാർത്ഥമാണ്. ആ മാധുര്യത്തിൽ മയക്കി, ഒരു മാസ്മരവിദ്യക്കാരനെപ്പോലെ നിങ്ങൾക്കവളെ എവിടെയും കൊണ്ടുപോകാം; എന്തും ചെയ്യിക്കാം. ആ വികാരമൂർച്ഛയിൽനിന്നുമവളുടെ ചേതനയെ ഉണർത്താൻ, അവളുടെ ബുദ്ധിക്കും വിവേകത്തിനും തരം കൊടുക്കാതെ നിങ്ങൾ ശ്രദ്ധിച്ചാൽ മാത്രം മതി, ആ തലകറക്കത്തിൽനിന്നും അവൾ ഒരു കാലം വിമുക്തയാകുമെന്നു പേടിക്കേ വേണ്ട.'

ഇങ്ങനെ സ്നേഹത്തിന്റെ പ്രത്യയശാസ്ത്രധർമ്മത്തെ കഥാരംഭത്തിൽത്തന്നെ സൂചിപ്പിച്ചുകൊണ്ട് സുരേന്ദ്രൻ-കാന്തിമതി ദമ്പതികളുടെ മാതൃകാകുടുംബത്തെ പശ്ചാത്തലമാക്കിയാണ് 'മധുരപലഹാരം' എന്ന കഥയുടെ അവതരണം.

അഭിപ്രായഭിന്നതകളോ അപസ്വരങ്ങളോ കലുഷമാക്കാത്ത 'മധുരപ്രേമസംഗീത'മായിരുന്നു അവരുടെ കുടുംബജീവിതം. ഭാര്യാമർദ്ദനത്തിലോ മറ്റു പീഡനമുറകളിലോ ആ ഭർത്താവു വിശ്വസിച്ചിരുന്നില്ല. പക്ഷേ, ദാമ്പത്യത്തിന്റെ ആദ്യലഹരി മാഞ്ഞപ്പോൾ, തന്റെ വ്യക്തിപരമായ അഭിരുചികൾപോലും മാറിയിരിക്കുന്നുവെന്നും ഇഷ്ടങ്ങളൊന്നും അതേപടി സാധിക്കുന്നില്ലെന്നും ആ ഭാര്യ അറിഞ്ഞുതുടങ്ങി. കുടുംബത്തിനുള്ളിൽ ഇതൊരു അപകടകരമായ തിരിച്ചറിവാണ്. അതിനാൽ സ്വന്തമായൊരു പ്രത്യയശാസ്ത്രം സൃഷ്ടിച്ച് ആ പ്രതിസന്ധിയെ അവൾ തരണം ചെയ്യുന്നു. അതായത് ഭർത്താവിന്റേത് 'മേല്ക്കോയ്മയുടേതായ അധികാരമല്ല, സ്നേഹത്തിന്റേതായ അവകാശമാണ്' എന്നു സമാശ്വസിക്കുകയായിരുന്നു അവൾ. ഒരു വ്യക്തിയെന്ന നിലയിൽ അവൾ ഒന്നുമല്ലാതായിത്തീരുകയായിരുന്നു. എങ്കിലും അതുവരെ തനിക്ക് ഭർത്താവിൽനിന്നും മർദ്ദനങ്ങളനുഭവിക്കേണ്ടിവന്നിട്ടില്ലല്ലോ എന്ന ഒരേയൊരാശ്വാസത്തിൽ അവൾ പിടിമുറുക്കി നില്ക്കുകയാണ്. അതവൾക്ക് ശുഭപ്രതീക്ഷയും സ്ഥൈര്യവും നല്കി. ഈ അവസരത്തിൽ സംഭവങ്ങൾക്ക് അവിചാരിതമായൊരു വ്യതിയാനം വന്നുചേരുന്നു.

ജോലി കഴിഞ്ഞെത്തിയ ക്ഷീണിതനായ ഭർത്താവിന് അബദ്ധവ

ശാൽ അവൾ നല്കിയത് മധുരം ചേർക്കാത്ത ചായയായിരുന്നു. ക്രുദ്ധനായ അയാൾ ചായ അവളുടെ ദേഹത്തൊഴിച്ചു. പക്ഷേ, അയാൾ ചായക്കപ്പുക്കൊണ്ടെറിഞ്ഞില്ലല്ലോ എന്നു സമാശ്വസിച്ച് ആ മാനഹാനിയെ വിസ്മരിക്കാനാണ് അവൾ ശ്രമിച്ചത്. എന്നാൽ, അവളുടെ സാന്നിദ്ധ്യത്താൽ വർദ്ധിതമായിവന്ന അയാളുടെ കോപം കടുത്ത ഭാര്യാമർദ്ദനമായി പരിണമിച്ചപ്പോൾ അവളുടെ അവശേഷിച്ച ഏകപ്രത്യാശയും തകർന്നു തരിപ്പണമായി. സംഭവഗതി ഒരു കുടംബത്തകർച്ചയുടെ മുമ്പിൽ വന്നു നില്ക്കുകയാണിപ്പോൾ. ഭാര്യയുടെ മുഖഭാവം ഒരു പൊട്ടിത്തെറിയുടെ സൂചനയായി ആ ഭർത്താവ് ദർശിക്കുന്നു. അവളുടെ ബുദ്ധിയും വിവേകവും ഉണർന്നുതുടങ്ങുന്നുവെന്നതിന്റെ ലക്ഷണമാണത്. അതിനവസരം നല്കിക്കൂടാത്തതാണെന്നറിയാവുന്ന ആ ഭർത്താവ് സർവ്വവും മറന്ന് അവളെ 'സ്നേഹ'ത്തോടെ ആശ്ലേഷിക്കുന്നു. അയാളുടെ അധികാരത്തെ പ്രച്ഛന്നമാക്കുന്ന ചിഹ്നവും അതേ അധികാരത്തിന്റെ വൈകാരിക പരിവേഷമണിഞ്ഞ പ്രയോഗവുമാണ് ആ ആശ്ലേഷം; അഥവാ 'സ്നേഹം'.

'വൈവിദ്ധ്യം വേണ്ടേ?' എന്ന കഥയിലെ സുശീല, കുടുംബജീവിതത്തിൽ ദുസ്സഹമായ അസന്തുഷ്ടിയനുഭവിക്കുന്നു. അന്യനാട്ടിൽ ഭർത്താവിനോടൊപ്പം കഴിയുന്ന അവൾ ആ അണുകുടുംബത്തിലെ ആശ്രിതയായ ഭാര്യമാത്രമാണ്. അവളുടെ ഭർത്താവിനെ സംബന്ധിച്ചിടത്തോളം വെറുമൊരു അരിവെപ്പുകാരിയും. പക്ഷേ, അയാൾ 'സ്നേഹം' കൊണ്ട് അവളെ കീഴടക്കുന്നു. അന്യസ്ത്രീബന്ധങ്ങൾ പുലർത്തുന്നതിനെ സാധൂകരിക്കാനും കുടുംബത്തിന്റെ മാന്യത കാക്കാനും അയാൾക്ക് 'സ്നേഹം' തുണയാകുന്നു. അയാൾ ഭാര്യയെ സംബോധന ചെയ്യുന്നതുപോലും 'ലവ്' എന്നാണ്. ഈ വാക്കിന്റെ നിരന്തരോപയോഗത്തിലൂടെ സ്നേഹത്തിന്റെ വ്യാജസാന്നിദ്ധ്യം സദാ സൃഷ്ടിക്കാൻ അയാൾക്കു കഴിഞ്ഞു. സുശീല ആഗ്രഹിക്കുന്നുണ്ടെങ്കിലും ഭർത്തൃസ്നേഹമെന്തെന്ന് അവൾ അനുഭവിക്കുന്നേയില്ല. അയാളാവട്ടെ, 'ലവിനോടുള്ള സ്നേഹം എന്റെ ഹൃദയത്തിൽ കരകവിഞ്ഞൊഴുകുകയാണെന്നു ഞാനെത്ര പറഞ്ഞിട്ടും വിശ്വാസമില്ലേ?' എന്നു ചോദിക്കും. *മധുരപലഹാര*ത്തിലെ കാന്തിമതിയിൽനിന്നും സുശീലയുടെ പ്രത്യേകത ഭർത്താവിന്റെ കാപട്യം അവൾക്കറിയാമെന്നതാണ്. അയൽവീട്ടിലെ മദാമ്മയുമായുള്ള രഹസ്യബന്ധത്തെയും 'സ്നേഹ'ത്തിന്റെ ഭാഷയുപയോഗിച്ചുതന്നെ നീതിമത്കരിക്കാൻ അയാൾക്കു പ്രയാസമില്ല. '...എന്റെ പരിശുദ്ധമായ സ്നേഹം മറ്റാർക്കെങ്കിലും ഞാൻ കൊടുക്കുമോ?' എന്നാണയാൾ ചോദിക്കുക.

ഭർത്താവിന്റെ ഈ കർമ്മങ്ങളെ ഭാര്യയും അനുവർത്തിക്കുകയാണെങ്കിലോ? കുടുംബം അപകടത്തിലാവുമെന്നു തീർച്ച. ഒരന്യപുരുഷനെ ചൂണ്ടി അയാളുടെ സൗന്ദര്യത്തികവിനെ സുശീല വെറുതെ പ്രകീർത്തിച്ചതേയുള്ളൂ, ആ ഭർത്താവ് സംഭീതനായിത്തീർന്നു. ഭാര്യ

യുടെ സദാചാരനിഷ്ഠയിൽ സംശയാലുവായി അവളെയും കുഞ്ഞിനെയും അയാൾ നാട്ടിലേക്കയയ്ക്കുകയാണ്. നാട്ടിലെത്തിയ സുശീല കുടുംബത്തിന്റെ സദാചാരനിയമം ലംഘിക്കാനൊരുങ്ങുന്നതാണ് നാം കാണുക. തന്റെ പണ്ടത്തെ കളിത്തോഴനായ രാജനുമായി സ്നേഹബന്ധം പുനഃസ്ഥാപിക്കാനാണ് അവളുടെ തീരുമാനമെന്ന് കഥ സൂചിപ്പിക്കുന്നുണ്ട്. സദാചാരലംഘനത്തിന്റെ പേരിലുള്ള പാപബോധമൊന്നും ഈ കഥാപാത്രത്തെ അലട്ടുന്നില്ല.

'... ഭർത്താവെന്ന നിലയിൽ ഒരു പ്രത്യേക വ്യക്തിയെയല്ല, ആ സങ്കല്പത്തെയാണ് സ്ത്രീ ആരാധിക്കുന്നത്. ആ മനുഷ്യനോടുള്ള സ്നേഹമല്ല, സ്വന്തം ആത്മമഹിമയിലുള്ള നിഷ്കർഷയാണ് സ്ത്രീയുടെ ഭക്തിക്കു നിദാനം'

ഇങ്ങനെയൊരു തിരിച്ചറിവാണ് ഈ കഥാപാത്രത്തെ പാപബോധത്തിൽനിന്നും വിമുക്തയാക്കുന്നത്. ഭാര്യയുടെ അഭാവത്തിൽ ഭർത്താവ് കൂട്ടുകാരോടു പറഞ്ഞു: 'നല്ലൊരു അരിവെപ്പുകാരനുണ്ടെങ്കിൽ പിന്നെ ഭാര്യയുടെ ആവശ്യമെന്തെന്ന് ഞാൻ പലപ്പോഴും അതിശയിക്കാറുണ്ട്.' ഒരേ സ്ഥാപനത്തിനു കീഴിൽ അവരിരുവരും രണ്ടു വിപരീത ധ്രുവങ്ങൾപോലെയായി മാറിയിരിക്കുന്നു. ഈ അപരാധം പക്ഷേ, വ്യക്തികളുടേതല്ല, അവർ ജീവിക്കുന്ന ഘടനയുടേതാണെന്നു മാത്രം.

ഉദ്യോഗമോ വരുമാനമോ വിദ്യാഭ്യാസമോ ഇല്ലെങ്കിലും 'ദ്രോഹത്തിന്റെ ഫലം ചെയ്ത സ്നേഹ'ത്തിലെ ഭർത്താവിന് അദ്ധ്യാപികയായ ഭാര്യയുടെ വരുമാനത്തിലും അദ്ധ്വാനത്തിലും പൂർണ്ണമായ അധികാരങ്ങളുണ്ട്. കാരണം കുടുംബത്തിന്റെ വ്യവസ്ഥകൾ, അയാൾക്കനുകൂലമാണെന്നതുതന്നെ. ആ ഭർത്താവിന് അതറിയുകയും ചെയ്യാം: 'ഉടമസ്ഥനാദായമുണ്ടാക്കിക്കൊടുക്കുന്നു എന്ന കാരണത്താൽ പശുവിന് ഏതു വീട്ടിലെങ്കിലും പരമാധികാരം കിട്ടാറുണ്ടോ?' ഇതാണ് അയാളുടെ ചോദ്യം. പക്ഷേ, നിർണ്ണായകപ്രാധാന്യമുള്ള ഈ പ്രമേയത്തിൽനിന്നും വ്യതിചലിക്കുകയും താരതമ്യേന അപ്രസക്തമായ ഒരു പ്രശ്നത്തിലേക്കു വഴിമാറുകയും ചെയ്തതിനാൽ ഈ കഥയുടെ ശക്തി ചോർന്നുപോയിരിക്കുന്നുവെന്നും പറയേണ്ടിയിരിക്കുന്നു.

സരസ്വതിയമ്മയുടെ 'ബഹുമാനപ്പെട്ട അമ്മ', 'പെൺബുദ്ധി', 'രത്നം വിളയുന്ന ഭൂമി', 'പകലും രാവും' തുടങ്ങിയ കഥകളിൽ കുടുംബത്താൽ തകർക്കപ്പെട്ട സ്ത്രീകളുടെ ആശയറ്റ ജീവിതങ്ങൾ നാം കാണുന്നു. ഇവർക്കാർക്കും കുടുംബം ഒരാദർശരൂപമല്ല. ദയാഹീനമായ ലോകത്ത് മറ്റാശ്രയങ്ങളേതുമില്ലാതെ ഈ സ്ത്രീകൾ സ്വന്തം വിധിയുമായി അനുരഞ്ജനത്തിൽ കഴിയുന്നു.

സ്വതന്ത്രയായി ജീവിക്കാൻ തുനിയുന്ന സ്ത്രീ, കുടുംബത്തിനും സമൂഹത്തിനുമെല്ലാം അസ്വസ്ഥജനകമായ ഒരു സാന്നിദ്ധ്യമാണ്. അവളുടെ സ്വയാധികാരം സമൂഹത്തിന്റെ ഉൽക്കണ്ഠയായി മാറുന്നു. വ്യവസ്ഥയുടെ പ്രാന്തദേശത്ത് കഴിയുന്ന ഈ അപകടകാരിയെ വ്യവസ്ഥയി

ലേക്കു കൂട്ടിച്ചേർക്കുമ്പോൾ മാത്രമേ സമൂഹത്തിന്റെ ഉൽക്കണ്ഠയ്ക്കു ശമനമാകുന്നുള്ളൂ. 'ബഹുമാനപ്പെട്ട അമ്മ'യിലെ സുഭദ്ര സ്വാശ്രയത്വ ബോധത്തോടെ വളർന്നവളും ഒരദ്ധ്യാപികയായി പുതിയ തലമുറയുടെ മാനസിക വളർച്ചയ്ക്കുവേണ്ടി യത്നിച്ച് സന്തുഷ്ടയും സംതൃപ്തയുമായി കഴിയുന്നവളുമാണ്. പ്രേമത്തെയും വിവാഹത്തെയും അപകടകരങ്ങളായ സ്ഥാപനങ്ങളായി മാത്രമേ ഈ കഥാപാത്രത്തിനു കാണാൻ കഴിയുന്നുള്ളൂ. ബാഹ്യസമ്മർദ്ദങ്ങൾ അപ്രതിരോദ്ധ്യമായിത്തീർന്നപ്പോൾ അവൾ സ്വമേധയാ ഒരാളെ വിവാഹം ചെയ്തു-പറയത്തക്ക പഠിപ്പോ പണമോ അഴകോ ഇല്ലാത്ത ഒരാളെ.

കുടുംബിനിയായതോടെ, അതുവരെ അനുഭവിച്ചുപോന്ന സന്തുഷ്ടിയും സംതൃപ്തിയും അവളിൽനിന്നും പിടിച്ചെടുക്കപ്പെടുകയായിരുന്നു.

'ശമ്പളം വാങ്ങിക്കുന്നതിന്റെ ജോലി, ഭാര്യയായതിന്റെ ജോലി, അമ്മയായതിന്റെ ജോലി, ഇങ്ങനെ ഇരിയും ശരണവുമില്ലാതെ രാപ്പകൽ ജോലിയോടു ജോലിതന്നെ. എനിക്കു കഴിയില്ല ഇതെല്ലാം കൂടെ.'

കുടുംബമെന്നാൽ ദുർവ്വഹമായ അദ്ധ്വാനഭാരം മാത്രമാണവൾക്ക്. അവളുടെ 'ബി എ' ബിരുദം പരിഹാസ്യതയുടെ ചിഹ്നമായി-ഭർത്താവിനോടും കുഞ്ഞിനോടുമുള്ള സ്നേഹം അവളിൽ നിറഞ്ഞുനിന്നിരുന്നെങ്കിലും.

'ആ കറുത്ത കണ്ണുകളിൽ, ഭൂതകാലത്തിലെ മധുരമായ സ്മരണകളുടെയും വിഫലമായിപ്പോയ നിശ്ചയങ്ങളുടെയും വിഷാദഛായ അടിഞ്ഞുകിടക്കുന്നതുപോലെ തോന്നി.'

ബുദ്ധിശാലിനിയും കർമ്മനിരതയുമായിരുന്ന സ്ത്രീക്ക് ജീവിതത്തിന്റെ സർഗ്ഗാത്മകതയാകെയും കുടുംബത്തിനു ബലിയർപ്പിക്കേണ്ടി വന്നു.

'പെൺബുദ്ധി'യിലെ വിലാസിനിയുടെ കൂട്ടുകാരി വിജയലക്ഷ്മിയും സുഭദ്രയെപ്പോലെ കുടുംബത്താൽ ഉപയോഗശൂന്യമാക്കപ്പെട്ട വ്യക്തിത്വത്തെയോർത്ത് നൊമ്പരപ്പെടുന്നവളാണ്. പരീക്ഷയിൽ ഉന്നതവിജയം നേടിയതിനു സമ്മാനമായി ലഭിച്ച സ്വർണ്ണമെഡൽ കുഞ്ഞുങ്ങൾക്കു മരുന്നരച്ചുകൊടുക്കാനേ പ്രയോജനപ്പെട്ടുള്ളൂ. അവളുടെ വാക്കുകളിൽ നഷ്ടബോധത്തിന്റെ തീരാനൊമ്പരവും കുടുംബത്തിൽ ഒരു പരോപജീവിയായിക്കഴിയുന്നതിന്റെ ആത്മനിന്ദയും തുളുമ്പി നില്ക്കുന്നു. ഭർത്താവിന്, 'രാത്രികാലങ്ങളിൽ നേരത്തെ വീട്ടിൽ വരാനും ശമ്പളം കണ്ടമാനം കളയാതിരിക്കാനും അല്ലാതെ മറ്റെന്തിനാണു ഭാര്യ?' അവൾ സ്വന്തം അവസ്ഥയെ ഓർമ്മിപ്പിച്ചുകൊണ്ട് ചോദിക്കുന്നു. സ്ത്രീയുടെ ബുദ്ധിശാലിത്വവും വ്യക്തിത്വവും മാനിക്കാത്ത സമൂഹനിയമങ്ങളെയും ഈ കഥാപാത്രം ആക്ഷേപിക്കുന്നു.

മാതാപിതാക്കളെയും കുടുംബത്തെയും ദാരിദ്ര്യത്തിൽനിന്നു കരകയറ്റാൻവേണ്ടി മാത്രം ധനികനായ ഒരാളുടെ ഭാര്യയായിത്തീർന്ന

വളാണ് ശാരദക്കുട്ടി. (*രത്നം വിളയുന്ന ഭൂമി*). ദുർവൃത്തനും വിരൂപനും വൃദ്ധനുമായ അയാൾക്കൊപ്പമുള്ള ജീവിതം ശാരദക്കുട്ടിക്ക് സ്വന്തം ശരീരം വില്ക്കൽ മാത്രമാണ്. വേശ്യാവൃത്തിയിൽനിന്നും ആ ജീവിതം വ്യത്യസ്തമാവുന്നത്, ഒരാളിനെമാത്രം തൃപ്തിപ്പെടുത്തിയാൽ മതി എന്നതിനാൽ ആപത്തും അസുഖവും കുറയുന്നു എന്നതുകൊണ്ടു മാത്രമാണ്. കുടുംബത്തിലെ മറ്റൊരു ഭീഷണി, ഭർത്താവിന്റെ പുത്രന്റെ കാമാസക്തിയാണ്. ഇതെല്ലാമായിട്ടും അവൾ തന്റെ ദുർവ്വിധിക്കു കീഴ്പ്പെട്ടു കഴിയുന്നു. അതാകട്ടെ സ്വന്തം മകൾക്കെങ്കിലും സുഖമായി ജീവിക്കാൻ കഴിയുമല്ലോ എന്ന പ്രത്യാശകൊണ്ടു മാത്രവും.

ആശ്രിതയായ സ്ത്രീ പ്രത്യുല്പാദനശേഷിയില്ലാത്തവൾ കൂടിയാണെങ്കിലോ? അവളുടെ സകല മാന്യതയും കവർന്നെടുക്കാൻ അതു മതിയാവും. പതിനാറുവർഷത്തെ ദാമ്പത്യജീവിതമുള്ള സ്ത്രീക്ക്, കൊച്ചനുജത്തിയോട് തന്റെ ഭർത്താവിനെ വിവാഹം ചെയ്യാൻ ആവശ്യപ്പെടേണ്ടിവന്നത് ഒരു വന്ധ്യയായതുകൊണ്ടു മാത്രമായിരുന്നു. (*പകലും രാവും*) അവൾക്കു ജീവിച്ചേ തീരു. പതിനാറു വർഷത്തെ കുടുംബജീവിതത്തെക്കുറിച്ച് അവൾക്കു പറയാനുള്ളത് ഇതാണ്.

'അടിമയെപ്പോലെ ഒരുത്തന്റെ ഹിതാഹിതം നോക്കി, വെച്ചുവിളമ്പി, താളത്തിനുതുള്ളി. എന്തെല്ലാം സഹിച്ചാൽ വീട്ടിനകത്തൊരു സൈ്വരം കാണും? പെണ്ണുങ്ങളിങ്ങനെ കിടന്നു കണ്ണീരുകുടിക്കുന്നത് പുണ്യം കിട്ടാനൊന്നുമല്ല, ഒരു ചാൺ വയറിനുവേണ്ടി; അവസാനംവരെ താങ്ങായൊരുത്തൻ കാണുമല്ലോന്നു വെച്ച്; ഒരുത്തന്റെ കാലുപിടിച്ചു കിടന്നാൽ പലരുമിട്ടു താറ്റുകയില്ലല്ലോ എന്നുവെച്ച്. എന്നിട്ടോ, ഇതാണു പ്രതിഫലം!'

സ്വന്തം കുടുംബാനുഭവമിതായിരുന്നിട്ടും അനുജത്തിയെയും അവൾ അതിലേക്കാനയിക്കുന്നു. എന്നാൽ, 'ദിവ്യമായ മാതൃത്വവും പരിശുദ്ധമായ പാതിവ്രത്യവും' കുടുംബജീവിതത്തിൽ പ്രതീക്ഷിച്ചിരുന്ന മറ്റൊരു സ്ത്രീയുടെ പുരുഷൻ വേശ്യാഗൃഹങ്ങളുടെ ആശ്ലേഷത്തിൽ കഴിയുന്നു. (*ചില ചിത്രങ്ങൾ*) വർഷങ്ങളേറെച്ചെന്നിട്ടും അവളുടെ മാതൃത്വസ്വപ്നങ്ങൾ സഫലീകരിക്കപ്പെട്ടില്ല.'അടിമയായ ഭാര്യക്ക് അവകാശവാദത്തിനു സ്ഥാനമെവിടെ?' എന്നു സ്വയം ചോദിക്കാനേ അവൾക്കാവൂ.

ഒരു മദ്ധ്യവർഗ്ഗ കുടുംബിനിയുടെ വിരസതാപൂർണ്ണമായ ജീവിതംകൊണ്ട് വീർപ്പുമുട്ടിക്കഴിയുന്നവളാണ് 'അവിവാഹിതന്റെ അശ്രുക്കളി'ലെ ആനന്ദലക്ഷ്മി. വിദ്യാഭ്യാസവും സാഹിത്യകൃതികളുമെല്ലാം ദാമ്പത്യത്തെക്കുറിച്ച് നിറംപിടിപ്പിച്ച സ്വപ്നങ്ങളും പ്രതീക്ഷകളുമാണ് അവൾക്കു നല്കിയിരുന്നത്. പക്ഷേ, അവ പഠിപ്പിച്ചവയൊന്നും ആനന്ദലക്ഷ്മി അനുഭവിച്ചില്ല. 'ബാച്ചലേർസ് ടിയേർസ്' എന്ന നീലപ്പൂക്കളിൽനോക്കി ജീവിതത്തിന്റെ പരിതോവസ്ഥയിൽ ചിന്താക്ലാന്തയായി നിറകണ്ണുകളുമായിരിക്കുന്ന വിഷമസന്ധിയിലാണ്, കൂട്ടുകാരിയായ ശാന്തി അവളെ സന്ദർശിക്കുന്നത്. സ്വാതന്ത്ര്യബോധവും ഊർജ്ജസ്വലതയും

വിമർശനബുദ്ധിയും നർമ്മബോധവും ഒത്തിണങ്ങിയ അവിവാഹിതയായ ഈ കഥാപാത്രം, സരസ്വതിയമ്മയുടെ പല കഥകളിലും പ്രത്യക്ഷപ്പെടുന്ന 'ശാന്തി' തന്നെയാണ്. അവൾ 'എങ്ങുംതൊടാതെ നില്ക്കുന്ന'തിൽ ആഹ്ലാദിക്കുന്നവളാണ്. സ്വാതന്ത്ര്യബോധത്തിന്റെ പ്രതീകമായ ഈ കഥാപാത്രത്തെ, ഒരു പരോപജീവിയായ ആനന്ദലക്ഷ്മിയോടു ചേർത്തു നിർത്തി ആ കുടുംബിനിയുടെ അസംബന്ധജീവിതത്തെ പരിഹാസ്യമായനുഭവപ്പെടുത്താൻ കഥ ശ്രമിക്കുന്നുണ്ട്. 'ആനന്ദലക്ഷ്മി'എന്ന പേരിലും പരിഹാസം ധ്വനിക്കുന്നു. വിവാഹത്തെയും പുരുഷാധികാരത്തെയും വിമർശിക്കുന്ന ശാന്തി, കൂട്ടുകാരിയുടെ പരിദേവനങ്ങളിൽ അല്പംപോലും അനുതാപം പ്രദർശിപ്പിച്ചില്ല.

ശാന്തിയുടെ മാദ്ധ്യസ്ഥ്യത്തിൽ ആനന്ദലക്ഷ്മിയും ഭർത്താവും അനുരഞ്ജനത്തിലെത്തുകയാണ്, കഥാന്ത്യത്തിൽ. അതൊരു താല്ക്കാലിക സന്ധിമാത്രമാണെന്ന് ശാന്തിയുടെ നർമ്മത്തിൽ പൊതിഞ്ഞ ആശംസയിൽനിന്നും അനുമാനിക്കാനാവും. വിരസവും നിരർത്ഥകവുമായി അനുഭവപ്പെട്ടുകഴിഞ്ഞ കുടുംബത്തിൽനിന്നും ആ കഥാപാത്രത്തിനു മോചനമില്ല. കാരണം, കുടുംബത്തിനു പുറത്തുള്ള ലോകം ഏതു നേരവും സ്ത്രീക്കെതിരെ അക്രമാസ്തമാകാവുന്നതും അരക്ഷിതവുമാണെന്ന് കടപ്പുറത്ത് ഒറ്റപ്പെട്ടുപോയ ആ കൂട്ടുകാരികൾ അനുഭവിച്ചറിഞ്ഞിട്ടുണ്ട്. കഥ നല്കുന്ന ഒരു മുന്നറിയിപ്പാണ് ആ സംഭവം. പുറംലോകത്തുനിന്നും രക്ഷതേടിയാണ് അവർ വീട്ടിൽ തിരിച്ചെത്തിയത്. വീട്ടിലുള്ളവർ പരിഭ്രാന്തരായി അവരെത്തേടി നാലുപാടും പോയിട്ടുമുണ്ട്. പുറംലോകത്തിന്റെ ഹിംസാത്മകതയേക്കാൾ കുടുംബത്തിന്റെ പീഡനങ്ങൾതന്നെയാണ് അഭികാമ്യമെന്നു സ്ത്രീയെക്കൊണ്ട് അംഗീകരിപ്പിക്കാൻ പര്യാപ്തമാണ് പ്രസ്തുത സംഭവം.

കുടുംബത്തിന്റെ പാരുഷ്യങ്ങളാൽ തകർക്കപ്പെട്ടവരെങ്കിലും വിധിയുമായെതിരിടാൻ സ്ഥിതപ്രജ്ഞരായി ഒരുങ്ങിയിരിക്കുന്നവരാണ് സരസ്വതിയമ്മയുടെ *വിവാഹവിദ്വേഷി, അച്ഛനെവിടെ* എന്നീ കഥകളിലെ കുടുംബിനിമാർ.

*വിവാഹവിദ്വേഷി*യിൽ ഒരു കുടുംബം തകരുകയാണ്. മാത്രവുമല്ല ചാരിത്ര്യം, പാതിവ്രത്യം, പിതൃത്വം എന്നീ വിശുദ്ധമൂല്യങ്ങളും ഈ കഥയിൽ ലംഘിക്കപ്പെടുന്നു. സ്ത്രീക്ക് ദുർവ്വഹമായ സദാചാരബാദ്ധ്യത ഏല്പിച്ചുകൊടുക്കുകയും അതു ലംഘിക്കാൻ അവളെത്തന്നെ പ്രേരിപ്പിക്കുകയും ചെയ്യുന്ന സംസ്കാരം തന്നെയാണ് ഇതെല്ലാം വരുത്തിവെച്ചതും. സ്വന്തമായൊരു തൊഴിൽ ചെയ്തു ജീവിക്കുകയായിരുന്ന ജാനകിയെ, അവളിലാകൃഷ്ടനായ ശങ്കരമേനോൻ വിവാഹം കഴിക്കുന്നു. ഭാസ്കരമേനോൻ എന്ന 'വിവാഹവിദ്വേഷി' സൗഹൃദത്തിന്റെ മറപറ്റി ആ കുടുംബത്തിൽ നുഴഞ്ഞുകയറിയത്, ജാനകിയെ ലൈംഗികചൂഷണം ചെയ്യുന്നതിനു വേണ്ടിയായിരുന്നു. 'ഭർത്തൃപരിചരണോത്സുകയും മാതൃകാപത്നിയുമായി' കഴിഞ്ഞുപോന്ന ജാനകി അയാളുടെ

ശാരീരിക സൗകുമാര്യത്തിന്റെ പ്രലോഭനത്തിനു വശംവദയായി. അവൾക്കു ജനിച്ച കുഞ്ഞിന്റെ 'പിതാവ്' അയാളാണെങ്കിലും ഭർത്താവ് അതറിഞ്ഞിരുന്നില്ല. ഒടുവിൽ, കുടുംബനാഥൻ ഭാര്യാകാമുകനെ കൊലപ്പെടുത്തി ജയിലിലായി. ജാനകി രണ്ടു പുരുഷന്മാരിൽനിന്നും മോചിതയാവുകയും ചെയ്തു.

കുടുംബത്തിന്റെ നിയമങ്ങൾ പ്രകാരം അന്യപുരുഷബന്ധങ്ങൾ സ്ത്രീക്കു നിഷിദ്ധമാണ്. കാരണം 'പിതൃത്വം' സംശയാസ്പദമായിക്കൂടാ. ജാനകിക്കുട്ടി ഇപ്പറഞ്ഞ രണ്ടു കുറ്റങ്ങളും ചെയ്തിരിക്കുന്നു. സാധാരണഗതിയിൽ ഇത്തരമൊരു കുടുംബവഞ്ചന മാപ്പർഹിക്കുന്നില്ലെങ്കിലും കാമുകനോടൊപ്പം അവളെയും 'അവിഹിതസന്തതി'യെയും കൊന്നുകളയാൻ ഈ കഥ ഭർത്താവിനെ അനുവദിക്കുന്നില്ല. പകരം കുടുംബത്തിൽനിന്നും മോചിപ്പിക്കപ്പെട്ട അവളെ കുഞ്ഞിനോടൊപ്പം ജീവിക്കാൻ വിടുകയാണ്. രണ്ടു പുരുഷൻമാരുടെ ദുരന്തത്തിന് താനാണ് കാരണമെന്നൊന്നും അവൾ കരുതുന്നില്ല; കുഞ്ഞിന്റെ 'പിതൃത്വം' അവളെ അലട്ടുന്നുമില്ല; അവൾ ആത്മഹത്യ ചെയ്യുന്നില്ല. ഇതു സ്ത്രീയുടേതായ ജീവിതവീക്ഷണവും സമാന്തര നീതിബോധവും വ്യക്തമാക്കുന്നു. അമ്മയും കുഞ്ഞുമടങ്ങിയ പുതിയൊരു കുടുംബരൂപമായി അവർ മാറുകയായിരുന്നു. പുരുഷസംരക്ഷണമില്ലാതെ, തൊഴിലെടുത്തു ജീവിക്കാനൊരുങ്ങുന്നതിലൂടെ അവൾ സ്വഭാഗധേയത്തിന് ഉടമയാകുന്നു. കുടുംബത്തിനും അനുബന്ധമൂല്യങ്ങൾക്കും കളങ്കമേല്പിച്ച ഈ കഥാപാത്രത്തെ ജീവിതത്തിലേക്കാനയിക്കുന്നതിലൂടെ ദൃഢമായ സ്ത്രീപക്ഷപാതമാണ് ഈ കഥ പ്രകടിപ്പിക്കുന്നത്.

കുടുംബജീവിതം നല്കിയ ദുരന്തങ്ങളും വ്യഥകളും ഏകയായഭിമുഖീകരിക്കുകയും സാമൂഹികപ്രതിബദ്ധതയേകിയ ആത്മധൈര്യത്താൽ അവയെ അതിജീവിക്കാൻ ശ്രമിക്കുകയും ചെയ്യുന്നു, 'അച്ഛനെവിടെ' എന്ന കഥയിലെ രുഗ്മിണി. കുടുംബഭാരങ്ങളുടെ ഫലമായുള്ള പീഡനങ്ങളും രുഗ്മിണിക്കു സഹിക്കേണ്ടി വന്നിരുന്നു. അയാളാകട്ടെ, ഒളിവിൽ കഴിയുന്നു. സ്വന്തം വീട്ടിലേക്കു തിരിച്ചുപോയ അവൾ അവിടെയും ഒരു ഭാരമായി. ആത്മനിന്ദയേകുന്ന ആ ജീവിതത്തിലും ഭർത്താവിന്റെ രാഷ്ട്രീയാദർശങ്ങളോട് അവൾ ശക്തമായ ആഭിമുഖ്യം പുലർത്തുന്നുണ്ട്. പിതൃവിരഹമേല്പിച്ച മാനസികാഘാതത്താൽ രോഗിണിയായിത്തീർന്ന കൊച്ചുമകൾ, 'അച്ഛനെവിടെ' എന്നുരുവിട്ട് അന്ത്യശ്വാസം വലിച്ചപ്പോഴും അവൾ ആത്മസ്ഥൈര്യം വിടാതെ ആ പരീക്ഷണഘട്ടത്തെ നേരിട്ടു. പ്രജ്ഞയെ ബഹിർമുഖമാക്കി അവൾ തന്റെ കുടുംബദുരന്തത്തെ അതിജീവിക്കുകയാണ്. ഒന്നു കരയാൻപോലും ആ കഥാപാത്രം തയ്യാറല്ല. എല്ലാ മരണരംഗങ്ങളിലും വാവിട്ടു നിലവിളിക്കുന്ന സ്ത്രീകളെമാത്രം ചിത്രീകരിക്കുന്ന സാഹിതീയ പ്രവണതയുടെ നിഷേധമായും ഇതിനെ കാണാവുന്നതാണ്.

കുടുംബത്തിലെ പുരുഷാധികാരം സാർവ്വത്രികമായി അംഗീകരി

ക്കപ്പെട്ടുപോരുന്ന ഒന്നാണ്. ഈ അധികാരത്തിന്റെ സ്ഥിരത കാരണമാണല്ലോ കുടുംബത്തെ മറ്റൊരു തരത്തിൽ സങ്കല്പിക്കാൻപോലും ആവാത്തത്. പുരുഷാധികാരത്തിനു കീഴ്പ്പെടാനുള്ള മൗനസമ്മതത്തോടെയാണ് സ്ത്രീ കുടുംബത്തിൽ പ്രവേശിക്കുന്നതെന്നു പറയാം. അതൊരു അപ്രഖ്യാപിത കുടുംബനിയമമാണ്. അതിനാൽ അധികാരനിഷേധത്തിനൊരുങ്ങുന്ന സ്ത്രീകളെ ഉൾക്കൊള്ളാൻ കുടുംബത്തിനാവില്ല. ഭർത്തൃപദവിയെ അംഗീകരിക്കാത്തവർ ബഹിഷ്കൃതകളായേ തീരൂ. അത്തരം സ്ത്രീകൾ കുടുംബദ്രോഹികളും നിന്ദാപാത്രങ്ങളുമായിത്തീരും. അതോടെ അവർക്കു സാമൂഹ്യമാന്യത നഷ്ടമാവുന്നു.

സരസ്വതിയമ്മയുടെ കഥകളിൽ സ്വാതന്ത്ര്യേച്ഛുക്കളും ആത്മാഭിമാനികളുമായ സ്ത്രീകൾ ഭർത്താവിന്റെ അധികാരവുമായി ഇടയുന്നതുകാണാം. അവർ കുടുംബത്തിൽ സ്ത്രീയുടെ അധീശത്വം സ്ഥാപിക്കുവാൻ ഉദ്യമിക്കുന്നു. ഈ സ്ത്രീകളാരും സ്വമേധയാ സ്വീകരിക്കുന്ന ഒന്നല്ല, ദാമ്പത്യം. ബാഹ്യസമ്മർദ്ദങ്ങളോടെതിരാടാനാവാതെ കീഴടങ്ങേണ്ടിവന്ന ഇവർ തങ്ങളുടേതല്ലാത്ത അപരാധത്തിന്റെ ശിക്ഷ സ്വയം സ്വീകരിക്കാൻ വിസമ്മതിക്കുന്നു.

'മഴയ്ക്കുമുൻപ്' എന്ന കഥയിലെ നായിക മാതാവിന്റെയും മറ്റും നിർബ്ബന്ധങ്ങൾക്കു വഴങ്ങിയാണ് വിവാഹത്തിന് തയ്യാറായത്. അക്കാര്യം ഭർത്താവിനുമറിയാം. ഒരു സാധാരണ ഭാര്യയുടെ വിധേയത്വമോ ഭർത്തൃപൂജയോ അവൾ പ്രദർശിപ്പിക്കുന്നില്ല. അവരുടെ കുടുംബത്തിൽ ഭാര്യാഭർത്തൃപദവികൾ തകിടംമറിഞ്ഞതുപോലെ തോന്നും. സുഹൃത്തുക്കളുമായുള്ള ഭാര്യയുടെ സല്ലാപം, അയാളുടെ പത്തു പ്രസവിച്ച സഹോദരിയെക്കുറിച്ചുള്ള പരിഹാസം, മാതൃത്വ നിഷേധം, അവളേക്കാൾ പ്രായം കുറഞ്ഞ ഭർത്താവിനുവേണ്ടിയുള്ള ആഗ്രഹപ്രകടനം ഇവയെല്ലാം ഭർത്താവിനെ അരിശംകൊള്ളിച്ചിരുന്നു. തന്റെ അധികാരപദം ഭാര്യക്കു മുമ്പിൽ വിലയറ്റതായി മാറുന്നതറിഞ്ഞ് അയാളുടെ ഉള്ളിൽ കോപം നിറഞ്ഞു. അവർ സഞ്ചരിച്ചിരുന്ന കാർ തട്ടി പരിക്കേറ്റ ഒരു ചെറുപ്പക്കാനുമായുള്ള അവളുടെ സംഭാഷണം ഒളിഞ്ഞുനിന്നു കേൾക്കുന്ന അയാൾ അകാരണമായി അവളെ സംശയിക്കുകയും രോഷത്താൽ പൊട്ടിത്തെറിക്കുകയും ചെയ്യുന്നു. ഭാര്യയുടെ അധികാരനിഷേധം കുടുംബത്തിനുൾക്കൊള്ളാവുന്നിടത്തോളം എത്തിക്കഴിഞ്ഞിരുന്നു. കോപാന്ധനായ അയാൾ അവളെ ഓർമ്മിപ്പിച്ചു: 'എന്റെ ചെലവിൽ താമസിക്കുമ്പോൾ എന്റെ ഇഷ്ടം അനുസരിക്കണം.'

ഒരു പരാന്നജീവിയെന്ന നിലയിലുള്ള അവളുടെ നികൃഷ്ടമായ അസ്തിത്വത്തെ ഓർമ്മിപ്പിക്കലായിരുന്നു അത്. ആത്മാഭിമാനമുള്ള സ്ത്രീക്ക് ഇത്തരമൊരു ആക്ഷേപത്തെ അവഗണിക്കാനാവില്ല. അയാളെ അമ്പരപ്പിച്ചുകൊണ്ട് അവൾ വീടുവിട്ടിറങ്ങി. ഇതൊരു പ്രതിസന്ധിഘട്ടമാണ്. സ്ത്രീ അപമാനിതയാവുകയും കുടുംബം തകർച്ചയോടടുക്കുകയും ചെയ്തിരുന്നു. ഭർത്താവിനെക്കൊണ്ട് സ്വന്തം തെറ്റ് തിരിച്ചറിയിപ്പിക്കു

കയും കണ്ണീർ പൊഴിപ്പിക്കുകയും ചെയ്തുകൊണ്ടാണ് ഈ പ്രതിസന്ധിഘട്ടത്തെ കഥ തരണം ചെയ്യുന്നത്. പുറത്തിറങ്ങിയ അവൾ തിരികെ വന്ന് ഒരു നർമ്മഭാഷണത്തിലൂടെ സംഘർഷഭരിതമായ ആ അന്തരീക്ഷത്തിന് അയവുവരുത്തുന്നു. ആ ഭർത്താവ് അവൾക്കൊപ്പം കരയുന്നു. അവൾ കുടുംബത്തിനുവേണ്ടി വിട്ടുവീഴ്ച ചെയ്യുന്നുവെങ്കിലും അത് ഏകപക്ഷീയമായിരുന്നില്ല എന്നത് പ്രധാനമാണ്.

'പാവങ്ങൾ' എന്ന കഥയിലെ സുമതി ഇത്തരമൊരു വിട്ടുവീഴ്ചയ്ക്ക് തയ്യാറായില്ല. അവൾ ചാരിത്ര്യവതിപോലുമായിരുന്നില്ല. വിവാഹത്തിനു മുമ്പ് ഒരു ലൈംഗികവഞ്ചനയ്ക്കു വിധേയയായവളാണ് സുമതി. പ്രസ്തുത സംഭവമാണ് കഥയുടെ ആദ്യഭാഗത്ത് വിവരിക്കുന്നത്. തന്നെ വഞ്ചിച്ച പുരുഷനെ കുത്തി മുറിവേല്പിച്ചുകൊണ്ട് അവൾ പകപോക്കി. ഒരഭിഭാഷകയായിരുന്ന സുമതി വിവാഹാപേക്ഷയുമായി നിർബ്ബന്ധിച്ചുകൊണ്ടിരുന്ന ഗംഗാധരൻപിള്ളയെ വിവാഹം കഴിക്കുന്നത് തന്റെ സ്വാതന്ത്ര്യത്തെയും ഇഷ്ടാനിഷ്ടങ്ങളെയും അയാൾ നിയന്ത്രിക്കില്ല എന്ന ഉറപ്പിൻമേലായിരുന്നു. പക്ഷേ, കുടുംബം സ്ഥാപിതമായതോടെ മർദ്ദകനായ ഒരു ഭർത്താവായി മാറാൻ പിള്ളയ്ക്കു പ്രയാസമുണ്ടായില്ല. വിവാഹത്തിനു മുമ്പ് അവൾക്ക് ഹിതകരമായ ഭാഷയിൽ സംസാരിച്ചിരുന്ന അയാൾക്ക്, കുടുംബത്തിലെ അധികാര പദവിയിലിരുന്നുകൊണ്ട് അധികാരത്തിന്റെ ഭാഷ മാത്രമേ വഴങ്ങുന്നുള്ളൂ. എത്രയായാലും സ്ത്രീയെ വിടാതെ പിന്തുടരുന്ന ഒന്നാണ് അവളുടെ പൂർവ്വജീവിതചരിത്രം. സുമതിയുടെ പൂർവ്വബന്ധത്തിന്റെ പേരിൽ അവളെ നിന്ദിക്കുകയും ചോദ്യം ചെയ്യുകയുമാണയാൾ.

ധീരതയോടെ ചെറുത്തുനില്ക്കുന്ന സുമതിയോട് ഒരു ഘട്ടത്തിൽ അയാൾ പറഞ്ഞു: 'ആ വീരത്വം കാണിക്കേണ്ട സ്ഥലം ഇതല്ല... ഇതിനകത്ത് ഞാൻ ഭർത്താവ്, നീ ഭാര്യ.' അധികാരത്തിന്റെ പരസ്യമായ പ്രഖ്യാപനമായിരുന്നു അത്. അയാളുടെ ആക്ഷേപങ്ങൾ അസഹ്യമായപ്പോൾ ഒരു ഭാര്യക്കു ചേരാത്ത തരത്തിൽ അവൾ ചാടിയെണീറ്റ്, കസേരയെടുത്ത് ഊക്കോടെ നിലത്തേക്കു വലിച്ചെറിഞ്ഞു. അവളുടെ മുഖം കോപാരുണിതമായി. അവൾക്കയാളോടു പുച്ഛമാണു തോന്നിയത്. പൊട്ടിത്തെറിച്ചുകൊണ്ട് അവൾ പറഞ്ഞു: 'ഇനിയിങ്ങനെ വഴിയേ പോകുന്നവന്റെ വാക്ക് കേട്ടു ശാസിക്കാൻ വന്നാൽ കൊലപാതകമാണിതിനകത്ത്'. ഇങ്ങനെ ഭീഷണിയുയർത്തിയെങ്കിലും തൊട്ടടുത്ത നിമിഷത്തിൽ അവൾ വിങ്ങിവിങ്ങി കരയുകയാണു ചെയ്തത്. ഭർത്താവിന്റെ പൗരുഷത്തെ ചോദ്യം ചെയ്യാൻ അത്തരമൊരു കരച്ചിലിന്റെ മറ അവൾക്കാവശ്യമാണ്. 'സ്നേഹവും അഭിമാനവും പൗരുഷവുമില്ലാത്ത ആൾ'. 'എനിക്കും കൂടെ എന്തവമാനം?' എന്നിങ്ങനെ ഭാര്യയുടെ മുഖത്തുനിന്നും കേൾക്കേണ്ടി വരുന്ന ഒരു ഭർത്താവ് അതോടെ 'ഭർത്താവ്' അല്ലാതാവുന്നു. അതിനാൽ ഈ കഥയിലെ ഭർത്താവിന്, അസ്തചേതനനായി, ഇതികർത്തവ്യതാമൂഢനായി നില്ക്കാനേ കഴിഞ്ഞുള്ളൂ. കഥ ഇവിടെ അവസാനി

ക്കുകയാണ്. ആ കുടുംബത്തിൽ ഇനിയുമൊരനുരഞ്ജനം സാദ്ധ്യമാണോ എന്ന പ്രശ്നത്തിൽ കഥ മൗനമവലംബിക്കുന്നു. ഭർത്താവിന്റെ അധികാരം, ഭാര്യയുടെ പദവി, ദാമ്പത്യത്തിന്റെ സംശുദ്ധി തുടങ്ങിയ നടപ്പുസമ്പ്രദായങ്ങളെ അതിലംഘിക്കുന്ന സുമതിക്ക് ആ നിഷേധവും കുടുംബവും ഒരേ സമയം നിലനിർത്താനായില്ലെന്നുവരും. എങ്കിലും, ഭർത്താവിന്റെ അധികാരത്തിനെതിരെ, തന്റെ അധീശത്വം സ്ഥാപിക്കാൻ താല്ക്കാലികമായെങ്കിലും സുമതിക്കു കഴിഞ്ഞിട്ടുണ്ട്. കസേരവലിച്ചെറിയൽ, കൊലപാതകഭീഷണി, പൗരുഷാവഹേളനം തുടങ്ങി 'സ്ത്രൈണോചി'തമല്ലാത്ത പ്രവൃത്തികൾ ആ പ്രത്യധീശത്വത്തിന്റെ ചിഹ്നങ്ങളാണ്.

സുമതിയെപ്പോലെ, പുരുഷന്റെ നിർബ്ബന്ധങ്ങൾക്കു വഴങ്ങി വിവാഹിതയാകേണ്ടിവന്നവളാണ് 'പാതിപാതിവ്രത്യ'ത്തിലെ പത്മിനിയും. തന്റെ ഉൽക്കർഷതാബോധത്തെക്കുറിച്ച് വിവാഹത്തിനുമുമ്പുതന്നെ അവൾ ഭാവിവരനെ അറിയിച്ചിരുന്നു. ഒരു സാധാരണ ഭാര്യയെപ്പോലെ പരിഗണിക്കരുതെന്ന് ഭംഗ്യന്തരേണ സൂചിപ്പിക്കുകയായിരുന്നു, അവൾ. വിവാഹരാത്രി അവൾ കൂസലെന്യേ ഭർത്താവിനെ അറിയിക്കുന്നു:

"ചില ആണുങ്ങളുടെ എഴുത്തുകളും ഫോട്ടോകളുമാണ് ഈ കിടക്കുന്നത്. എന്റെ പാതിവ്രത്യം പകുതിയും ഈ ബന്ധങ്ങൾവഴി പോയിട്ടുണ്ടെന്നാണെന്റെ വിചാരം. പാതി പാതിവ്രത്യമേ ഇപ്പഴെനിക്കുള്ളൂ. ഒരു സ്യൂഡോ-പതിവ്രത."

മാതൃകാ ഭാര്യാബിംബത്തോടുള്ള ഇതേ പരിഹാസം, "ഞാനെന്തു വിളിക്കണം? ആര്യപുത്രാ എന്നോ സ്വാമീ എന്നോ? ഏതാണിഷ്ടം?" എന്നീ ചോദ്യങ്ങളിലും പ്രതിഫലിക്കുന്നുണ്ട്. കുടുംബത്തിൽ അധീശത്വം പുലർത്താനുള്ള ഇത്തരം ഉദ്യമങ്ങൾ അനുവദിക്കാവുന്നതല്ലെന്ന്, 'അവളുടെ ചുണ്ടുകൾക്ക് അനങ്ങാനിടം കൊടുത്തിട്ടാണ് അവളിത്രവളരെ സംസാരിക്കുന്നത്' എന്നു ചിന്തിക്കുന്ന ഭർത്താവിനറിയാം. എങ്കിലും സംഘർഷരഹിതമായിരുന്നു, അവരുടെ കുടുംബജീവിതം.

ഇത്രയേറെ വ്യക്തിത്വബോധം പ്രകടിപ്പിക്കുന്ന ഈ കഥാപാത്രം ഭർത്താവ് അന്യസ്ത്രീയിൽ അനുരക്തനാണെന്നറിഞ്ഞിട്ടും, രോഷാകുലനായ പിതാവുപോലും ആവശ്യപ്പെട്ടിട്ടും ബന്ധവിച്ഛേദത്തിനു മുതിരുന്നില്ല. അവൾ കണ്ടെത്തുന്ന പോംവഴി ആത്മഹത്യയാണ്. കാമുകിയാൽ തിരസ്കരിക്കപ്പെട്ട് പശ്ചാത്താപവിവശനായി ഭർത്താവു തിരിച്ചെത്തുമ്പോൾ അവൾ അർദ്ധബോധാവസ്ഥയിലായിരുന്നു. പക്ഷേ, 'പിൽസിനു' പകരം അവൾ കഴിച്ചിരുന്നത് 'മുട്ടായി'യാണെന്നു മാത്രം. കഥയിലെ ഈ അതിനാടകീയത കഥയെ ദുർബ്ബലമാക്കിത്തീർക്കുന്നു. 'പാതിപാതിവ്രത്യത്തിന്റെ ഒടുവിൽ പഴമയുടെ ചുവ കാണുന്നു...' എന്ന്, കഥാകാരിതന്നെ വിലയിരുത്തിയതും അതുകൊണ്ടാവാം.[6]

കുടുംബത്തിലെ അധികാരബന്ധങ്ങളെ മാറ്റിത്തീർക്കേണ്ടതുണ്ടെന്ന സ്ത്രീയുടെ അഭിലാഷമാണ് ഈ കഥയുടെ ആന്തരികപ്രേരണ.

സ്ത്രീയുടെ പ്രത്യധീശത്വത്തെ കുടുംബഘടനയ്ക്ക് എത്രമാത്രം ഉൾക്കൊള്ളാനാവുമെന്നുള്ള ചില പരീക്ഷണങ്ങൾ കൂടിയാണിവ.

ഇതുവരെ കണ്ട കഥകളിൽ കുടുംബത്തിലെ പുരുഷാധികാരവുമായുള്ള വൈരുദ്ധ്യങ്ങളും നിഷേധങ്ങളുമായിരുന്നു മുഖ്യപ്രമേയം. എന്നാൽ രാജലക്ഷ്മിയുടെ 'മകൾ' (1956) വ്യത്യസ്തമായൊരു ഭാവതലത്തിൽ കുടുംബത്തിന്റെ കൂടുതൽ സങ്കീർണ്ണമായ വ്യാപാരങ്ങളുമായി എതിരിടുകയാണ്. മലയാള സ്ത്രീകഥാസാഹിത്യം സ്ത്രീയുടെ സ്വത്വാന്വേഷണങ്ങളിലേക്കും ആത്മസംഘർഷങ്ങളിലേക്കും തിരിയുന്ന കാലഘട്ടത്തെ ഈ കഥ പ്രതിനിധാനം ചെയ്യുന്നു. ജീവിക്കാൻവേണ്ടി തീവ്രമായാഗ്രഹിച്ചിട്ടും ആത്മനാശത്തിലേക്കെടുത്തെറിയപ്പെട്ട ഒരു സ്ത്രീയുടെ ദുരന്തം ഹൃദയസ്പർശിയാംവിധം ഈ കഥ ചിത്രീകരിച്ചിരിക്കുന്നു. പത്രാധികാരത്തിന്റെ അധൃശ്യതയിലും, വിട്ടുപോകാനനുവദിക്കാതെ കുടുംബത്തിലേക്കു പിടിച്ചുവലിച്ചുകൊണ്ടിരിക്കുന്ന രക്തബന്ധങ്ങളുടെ വൈകാരികതയിൽ നിലയറ്റുഴലുന്ന യുവതിയായ ഒരഭിഭാഷകയെ കേന്ദ്രീകരിച്ചാണ് കുടുംബത്തിന്റെ ഭയാശങ്കകളും വേദനകളും നല്കുന്ന ചിത്രം ഈ കഥ ആവിഷ്കരിക്കുന്നത്.

ഏഴു സഹോദരങ്ങളും മാതാപിതാക്കളുമടങ്ങിയ കുടുംബത്തിന്റെ അന്നം തേടുന്നവളാണ് ഈ കഥയിലെ ശാരദ. കുടുംബത്തിന്റെ നിലനില്പ് അവളെ ആശ്രയിച്ചായിട്ടും അവൾക്കവിടെ അധികാരങ്ങളോ സമ്മാന്യതയോ ഇല്ലാത്തത് അവളൊരു സ്ത്രീയായതുകൊണ്ടു മാത്രം. ശാരദയ്ക്ക് അഭിഭാഷകയുടെ വേഷമണിയേണ്ടിവന്നതും സ്വന്തം ആഗ്രഹങ്ങൾക്കു വിരുദ്ധമായാണ്. പുസ്തകങ്ങളെയും കവിതകളെയും ആവോളം സ്നേഹിച്ചിരുന്ന അവൾക്ക് 'ഉണങ്ങി വരണ്ട നിയമപുസ്തകങ്ങൾ' ക്കുള്ളിൽ കഴിയേണ്ടിവന്നത് പിതാവിന്റെ കല്പനയാലായിരുന്നു.

കോടതിയിൽനിന്ന് വല്ലപ്പോഴും ലഭിക്കുന്ന തുച്ഛമായ വരുമാനംകൊണ്ട് അവൾ കുടുംബം പുലർത്തുന്നു. ഇഷ്ടപ്പെട്ടൊരു പുസ്തകത്തിനുവേണ്ടിയുള്ള ആഗ്രഹംപോലും കുടംബത്തിന്റെ അതിദരിദ്രമായ ചുറ്റുപാടുകളോർത്ത് അവൾക്കുപേക്ഷിക്കേണ്ടിവന്നു. എന്തും മൂകമായി സഹിക്കുന്ന അമ്മ, ചുമതലകളിൽനിന്നും ഒഴിഞ്ഞുമാറുന്ന ശാഠ്യക്കാരനായ പിതാവ്, 'അടുക്കളയിലേക്കു തള്ളപ്പെട്ട വീട്ടുമൃഗമായ' പാറുക്കുട്ടി, രോഗാതുരരായ കൊച്ചുസഹോദരർ, താന്തോന്നിയായ അനിയൻ, സ്വാർത്ഥയായ അനുജത്തി- ഇവർക്കിടയിൽ ശാരദ, 'മാറാലപോലെ നനുത്ത നാരുകൊണ്ട് കൈകാലുകൾ കെട്ടിക്കിടക്കുകയാണ്'. അവൾക്കവ 'പൊട്ടിച്ചെറിഞ്ഞിറങ്ങാൻ വഴിയൊന്നുമില്ല.'

പുറംലോകവും അവൾക്ക് സുഖകരമായ അനുഭവമല്ല. ഓഫീസിലേക്ക് സൈക്കിളിൽ പോകേണ്ടിവരുന്ന ശാരദയെ പിള്ളേർ കൂവുന്നു; മുതിർന്നവർ 'ഭയങ്കരമായി' നോക്കുന്നു. പകലത്തെ ജോലിഭാരത്തിൽനിന്നും തന്നെ അപമാനിക്കുന്ന സമൂഹത്തിൽനിന്നും രക്ഷതേടിയെത്താ

നുള്ള ഒരിടം മാത്രമാണ് അവൾക്കു കുടുംബമെങ്കിലും, അവിടത്തെ ബന്ധങ്ങൾ അവൾക്കു സുരക്ഷിതത്വമോ വൈകാരികാശ്രയമോ സാന്ത്വനമോ നല്കുന്നില്ലെങ്കിലും ഒരു സ്ഥാപനമെന്ന നിലയിൽ അവളാ കുടുംബത്തിനു വിധേയയാണ്. മാത്രവുമല്ല, അവളുടെ അസ്തിത്വംപോലും കുടുംബമാണ്. അതുകൊണ്ടാണ്, കുടുംബത്തിനെതിരായ ഏതു പരാമർശവും അവളുടെ അഭിമാനത്തിന് ക്ഷതമേല്പിക്കുന്നത്. കാമുകനുമായി വേർപിരിയുന്നതുപോലും അത്തരമൊരു സന്ദർഭത്തിലാണല്ലോ.

യാന്ത്രികവും വിരസവുമായ കുടുംബജീവിത്തിലെ ഏകാകിതയിൽ, അവൾക്ക് ഹ്രസ്വകാലത്തേക്കെങ്കിലും ആശ്വാസമായത് ഭാസ്കരമേനോനുമായുള്ള ബന്ധം മാത്രമായിരുന്നു. അതൊരു സ്വപ്നലോകത്തെ അവൾക്കു മുമ്പിൽ തുറന്നിട്ടു. അവളുടെ ചിന്തകൾ ആ സ്വപ്ന ലോകത്തെ അത്യന്തം ഹൃദ്യമായി അനുഭവിക്കുന്നുണ്ട്. അവളുടെ ജീവിതവും അസ്തിത്വവുമായ 'യഥാർത്ഥലോക'ത്തിന്റെ പരുഷവും ദയാരഹിതവുമായ വാസ്തവികതകളാണ്, ആ സ്വപ്നലോകത്തെ അത്രയേറെ വിമോഹനവും ആദർശസുഭഗവുമായി അവളെ അനുഭവിപ്പിക്കുന്നത്. 'അവിടെ മാരിവില്ലിന് നിറപ്പകിട്ട് അധികമുണ്ട്. വിഭാത സന്ധ്യക്ക് തുടുപ്പേറും. പൂനിലാവിന് വെൺമ കൂടുതലുണ്ട്. നക്ഷത്രപ്പൊട്ടുകൾ ചിന്നിച്ചിതറിയ ശാരദാകാശത്തിനു നീലിമ ഇരട്ടിയുണ്ട്'- ഈയൊരു ലോകം നിരാശ്രയയായ ശാരദയുടെ മാത്രം സൃഷ്ടിയാണ്. അവൾ ആദർശാത്മകമായ ഒരു ലോകം സ്വയം സൃഷ്ടിക്കുകയും അതിൽ അഭയമന്വേഷിക്കുകയും ചെയ്യുന്നുവെന്നാണ് ഇതിന്റെ അർത്ഥം.

'വരണ്ടുതുടങ്ങിയ ആ പെൺകുട്ടിയുടെ ആത്മാവ് വെള്ളത്തിനു കൊതിച്ചപ്പോൾ അതിൽ ഒന്നു രണ്ടു തുള്ളി വീഴ്ത്തിയത് അയാളാണ്. സഹാനുഭൂതിക്കുവേണ്ടി ദാഹിച്ചിരുന്ന അവളിലെ സ്ത്രീ തന്നെ മനസ്സിലാക്കാൻ കഴിയുന്ന, തന്റെ വിചാരങ്ങളും വികാരങ്ങളും പങ്കിടാൻ കഴിവും മനസ്സും ഉള്ള, ഒരു തോഴനെയാണയാളിൽ കണ്ടത്. അവൾക്കങ്ങനെയൊരാൾ അത്യാവശ്യമായ സന്ദർഭമായിരുന്നു അത്.'

ഈ അയഥാർത്ഥ ലോകത്തുനിന്നും

'അധികം വഴിയില്ല ഭൂമിയിലേക്കും അതിനടിയിലേക്കും വലിച്ചു താഴ്ത്തുന്ന നഗ്ന പരമാർത്ഥങ്ങളുടേതായ അവളുടെ സ്വന്തം ലോകത്തിലെത്തുവാൻ'

എന്ന് നന്നായി തിരിച്ചറിയാനും ശാരദയ്ക്ക് കഴിയുന്നുണ്ട്.

എന്നാൽ, ഈ നൂതനലോകവും അതു നല്കിയ പ്രത്യാശകളുമാണ് പിതൃ അധികാരത്തെ ക്രമേണയെങ്കിലും നിഷേധിച്ചുതുടങ്ങാൻ ശാരദയ്ക്കു ശക്തിപകരുന്നത്. ഈ ലോകത്തിന്റെ തകർച്ചയോടെ പിതൃനിഷേധം പൂർണ്ണമാവുന്നുമുണ്ട്. ഭാസ്കരമേനോന്റെ വിവാഹഭ്യർത്ഥന ഒരു തീരുമാനമെടുക്കാൻ അവളെ നിർബ്ബന്ധിച്ചു. തന്റെ സംഘർഷങ്ങൾ ആ കുടുംബത്തിലാരുമായും പങ്കുവെക്കാൻ അവൾക്കാവില്ല. ആരോടെങ്കിലും സഹായം തേടാനും അവൾക്കു കഴിയുന്നില്ല. കാരണം അവിടത്തെ

ബന്ധങ്ങൾ അത്രയേറെ കൃത്രിമങ്ങളാണ്. ഹൃദയാഭിലാഷത്തിനും കുടുംബബന്ധത്തിനുമിടയിൽ അവൾ ഞെരിഞ്ഞമരുകയായിരുന്നു.

ശാരദയുടെ കുടുംബത്തെക്കുറിച്ച്, സംഭാഷണമദ്ധ്യേ, മേനോൻ നടത്തിയ വെറുമൊരു പരാമർശം അവൾക്ക് അപമാനകരമായി അനുഭവപ്പെട്ടു. അതോടെ ആ ബന്ധത്തെ അവൾ നിരാകരിക്കുകയായിരുന്നു. ശാരദയുടെ ഏതഭിലാഷവും സാധിച്ചുകൊടുക്കാമെന്ന അയാളുടെ വാഗ്ദാനങ്ങൾക്കും അപേക്ഷകൾക്കും പക്ഷേ, അവളുടെ തീരുമാനത്തെ മാറ്റാനായില്ല. കാരണം അവിടെ അപമാനിക്കപ്പെട്ടത് അവളുടെ അസ്തിത്വം തന്നെയാണല്ലോ.

കുടുംബത്തെയും രക്തബന്ധങ്ങളെയും നിഷേധിച്ച് അവളുടെ അനുജൻ പടിയിറങ്ങിപ്പോവുന്നത് എത്ര ലാഘവത്തോടെയാണ്! ഒരു സ്ത്രീയായ ശാരദയ്ക്ക് അങ്ങനെയൊരു മാർഗ്ഗം പിന്തുടരാനാവുമായിരുന്നില്ല. അവളുടെ പിതൃനിഷേധം പടിപടിയായി വളർന്നു. അയാളുടെ പത്രത്തിനുവേണ്ടി യാതൊന്നും ചെയ്യില്ലെന്നു ശാരദ തീരുമാനിക്കുന്നു; അയാൾ നിശ്ചയിച്ച വിവാഹാലോചന തിരസ്കരിക്കുന്നു. തന്റെ ദുരന്തങ്ങൾക്ക് ഏക കാരണം പിതാവാണെന്ന്, അയാൾ രോഗശയ്യയിലായിട്ടു പോലും അവളാരോപിക്കുന്നു; ജീവിതത്തിലാദ്യമായി ഒരു ശത്രുവിനെ കിട്ടിയപോലെ.

വാസ്തവത്തിൽ ആ മനുഷ്യൻ ഒരു നിമിത്തം മാത്രമാണ്. പക്ഷേ, ശാരദയ്ക്ക്, സ്ത്രീവിരുദ്ധമായ ഒരധികാരകേന്ദ്രത്തിന്റെ പ്രതീകമാണയാൾ. അയാളുടെ വിയോഗവേളയിൽപ്പോലും ശാരദയുടെ കണ്ണുകൾ നിറയാൻ കൂട്ടാക്കാതിരുന്നത് ആ പിതൃനിഷേധത്തിന്റെയും അയാളോടുള്ള ശത്രുതയുടെയും തീവ്രത സൂചിപ്പിക്കുന്നു. 'ശത്രു' ഇല്ലാതായിട്ടും അവൾ കുടുംബമുപേക്ഷിച്ചു പോയതായാണ് പിന്നീടു നാം കാണുന്നത്. അതുകൊണ്ടാണ് ആ പിതാവ് വെറുമൊരു നിമിത്തം മാത്രമായിരുന്നുവെന്ന് പറഞ്ഞതും.

കുടുംബത്തിൽനിന്നും സ്വയം വിമോചനം നേടുന്ന ശാരദ ഗോവാ വിമോചനസമരത്തിൽ പങ്കുചേർന്ന് ഏതോ തടവറയിൽ കഴിയുകയാണെന്ന് കഥാന്ത്യത്തിൽ വ്യക്തമാക്കപ്പെടുന്നു. സ്വന്തം ജീവിതത്തെക്കുറിച്ച് ശാരദയെടുക്കുന്ന ആദ്യ തീരുമാനമാണത്. കുടുംബത്തെക്കാൾ അവൾക്ക് അഭികാമ്യം തടവറയാണ്. അതുവരെ രാഷ്ട്രീയാഭിമുഖ്യമൊന്നും പ്രകടിപ്പിക്കാത്ത ശാരദയ്ക്ക്, എം ലീലാവതി വിശേഷിപ്പിച്ച പോലെ, അതൊരു 'ആത്മാഹുതിരംഗം'[7] മാത്രമായിരുന്നു.

ഏതുനേരവും ആത്മഹത്യ ചെയ്തേക്കാവുന്നവളെന്ന് കഥാകാരി ഭയപ്പെടുന്ന തന്റെ മുൻ അയൽക്കാരി നീരജയെക്കുറിച്ചുള്ള ഓർമ്മകളാണ് രാജലക്ഷ്മിയുടെ 'ആത്മഹത്യ' (1964) എന്ന കഥ. ഉദ്യോഗസ്ഥനായ ഭർത്താവിനോടൊപ്പം കഴിയുന്ന വിമൂകയായൊരു കുടുംബിനിയാണവൾ. 'ധനികനും പ്രതാപിയും മദ്ധ്യവയസ്കനുമായ ആ ഭർത്താവിന്റെ കൂടെയുള്ള ജീവിതം അവൾക്കു സുഖമായിരുന്നില്ല'. അവളുടെ

പകലുകൾ ഏകാന്തവും വിരസവുമായിരുന്നു. കുടുംബം അവൾക്കൊരാശ്രയസ്ഥാനമല്ല; അവൾ വിട്ടുപോവാൻ കൊതിക്കുന്ന ഒരടഞ്ഞ ലോകമാണ്. ചെറിയ ഇടവേളകളിൽപ്പോലും അവളവിടെനിന്നും രക്ഷനേടി കഥാകാരിയുടെ അടുക്കലെത്തുന്നു. പീഡാനുഭവങ്ങളുടേതായ ആ ജീവിതത്തിന് മാതൃത്വത്തിലൂടെയെങ്കിലും ആശ്വാസം പകരാൻ നീരജ മുതിരുന്നില്ല. ഗർഭിണിയായ നീരജ ദേഹരക്ഷയ്ക്കായുള്ള ഔഷധങ്ങൾ ആരുമറിയാതെ ഉപേക്ഷിക്കുന്നത് മരണത്തെക്കൊതിച്ചുതന്നെയാണ്. അതൊരു സ്വാഭാവികമരണമാണെന്നു വിശ്വസിപ്പിക്കുകയാവാം, അവളുടെ ഉദ്ദേശ്യം.

പ്രസവത്തിൽ കുഞ്ഞ് മരിച്ചുവെന്നല്ലാതെ നീരജയുടെ ആശ മാത്രം നടന്നില്ല. അവളെ വിഷാദമൂകയും നിഷ്ക്രിയയുമാക്കിത്തീർത്ത അതേ ലോകത്തേക്കുതന്നെ അവൾ പുനരാനയിക്കപ്പെട്ടു. മരണംപോലും നിഷേധിക്കപ്പെട്ട നീരജ അന്നാദ്യമായി കരയുന്നത് കഥാകാരി കാണുന്നു. കുടുംബദുഃഖങ്ങളോ ആത്മനൊമ്പരങ്ങളോ ആരോടുമുരിയാടാനാകാതെ ഭർത്താവിനോടൊപ്പം ചലിക്കാൻ മാത്രം വിധിക്കപ്പെട്ട ആ കുടുംബിനി എന്നെന്നേക്കുമായി വിട ചോദിച്ചുകൊണ്ടാണ് യാത്രയായതെന്ന ഓർമ്മ, അവൾ ഏതു നിമിഷവും ആത്മഹത്യയിലേക്കു നടന്നുചെല്ലാമെന്ന സംശയത്തെ ബലപ്പെടുത്തുന്നു. അവൾക്കുപേക്ഷിക്കുവാനുള്ള അവളുടെ ലോകം കുടുംബം മാത്രമാണ്.

ഒരു ഭാര്യയുടെ, കുടുംബിനിയുടെ, വീട്ടമ്മയുടെ സദാ ചലിച്ചുകൊണ്ടിരിക്കുന്ന രണ്ടു കൈകളാണ് ശാന്തിയും സമാധാനവും, പ്രസാദമാധുര്യങ്ങളും, താളസംഗീതങ്ങളുമെല്ലാം കുടുംബത്തിനു കനിഞ്ഞേകുന്നത്. ആ കൈകൾ തളരുമ്പോൾ സകല താളവും പിഴയ്ക്കുന്നു; ശാന്തിയും സമാധാനവും നിലയ്ക്കുന്നു. (മാധവിക്കുട്ടിയുടെ 'കോലാട്', 'നെയ്പ്പായസം' എന്നീ കഥകൾ). കുടുംബങ്ങളുടെ പ്രശാന്തത ഒരു ബാഹ്യമോടി മാത്രമാണെന്നു പറയേണ്ടിവരുന്നത് ഈ യാഥാർത്ഥ്യങ്ങളുടെ പശ്ചാത്തലത്തിലാണ്. കുടുംബസമാധാനത്തിനു പിന്നിൽ അസംഖ്യം സ്ത്രീകളുടെ തകർക്കപ്പെട്ട മോഹങ്ങളും വ്യക്തിത്വങ്ങളും വികാരങ്ങളുമാണുള്ളതെന്നും ഈ അനീതിയെ അവർ ചെറുക്കാതിരിക്കുവോളം പ്രസ്തുത സമാധാനവും പുലരുന്നുവെന്ന് ഒരു പഠനം പറയുന്നു.[8]

സ്ത്രീയുടെ വീട്ടുവേല ഒരു തൊഴിലായി അംഗീകരിക്കാൻ സമൂഹം വിസമ്മതിക്കുന്നു. കാരണം അത് സാധാരണ അർത്ഥത്തിലുള്ള മിച്ചമൂല്യമൊന്നും ഉല്പാദിപ്പിക്കുന്നില്ല. മാത്രവുമല്ല, സ്ത്രീ തന്റെ ഉറ്റവർക്കുവേണ്ടി നിർവ്വഹിക്കുന്ന സേവനമാണല്ലോ അത്. അളവും സമയവും നിശ്ചയിക്കാത്ത ഒരേയൊരു തൊഴിലും വീട്ടുവേലയാണ്. കുടുംബിനിക്ക് നിശ്ചിതമായ ഇടവേളകളില്ല. ഏറ്റവും കുറച്ചുമാത്രം വിശ്രമിച്ചും, കുറച്ചുമാത്രം ആഹരിച്ചും, അവിരാമം വേലചെയ്തും അവൾ തളർന്നുപോകുന്നു. തൂത്തുവാരിയും പാത്രം കഴുകിയും വെച്ചുവിളമ്പിയും വീണ്ടും കഴുകിയും എച്ചിൽ വാരിയും വസ്ത്രമലക്കിയും കുഞ്ഞുങ്ങളെ

ചുമന്നും പരിപാലിച്ചും ഭർത്തൃപരിചരണമേകിയും തന്റെ ജീവിതകർമ്മം ഒരേപോലെ ആവർത്തിച്ചുകൊണ്ട് കുടുംബിനി നമുക്കിടയിൽ കഴിയുന്നു. യാഥാർത്ഥത്തിൽ ഒരു കുടുംബിനിയുടെ നിർവ്വചനം ഈ പറഞ്ഞതെല്ലാമാണ്.

ഇത്തരം സേവനങ്ങൾക്കു പ്രതിഫലമായി ഉപജീവനത്തിനുള്ള വക - ആഹാരവും കിടക്കാനിടവും - മാത്രമേ ഭർത്താവ് അവൾക്കു നല്കേണ്ടതുള്ളൂവെന്ന് ഷെയ്‌ലാ ക്രോനൻ അഭിപ്രായപ്പെടുന്നു. ഭാര്യയുടെ സ്ഥാനത്ത് അയാളൊരു വേലക്കാരിയെയാണ് നിയമിക്കുന്നതെങ്കിൽ പ്രതിമാസവേതനം, സ്വന്തമായൊരു മുറി, ആഹാരം, ജോലിക്കാവശ്യമായ സാധനങ്ങൾ എന്നിവ അവൾക്കു നല്കാൻ അയാൾ നിർബ്ബന്ധിതനാണ്. കൂടാതെ അവൾക്കു വാരാന്ത്യ അവധിയും നല്കിയിരിക്കണം. ഒരു ഭാര്യ ചെയ്യുന്നത്ര ജോലിയൊന്നും അവൾ ചെയ്യേണ്ടതില്ല. മാത്രമല്ല, അവൾ അയാൾക്ക് ലൈംഗികസേവനങ്ങളും നല്കേണ്ടതില്ല.[9]

ജീവിതത്തിന്റെ സകല സർഗ്ഗാത്മകതയും സൗഭാഗ്യങ്ങളും സ്ത്രീയിൽനിന്നും കവർന്നെടുക്കാൻ വീട്ടുവേലയ്ക്കു കഴിയും. വരുമാനമൊന്നുമില്ലാത്ത കുടുംബിനിക്ക് ചെറിയൊരാവശ്യത്തിനുപോലും മറ്റുള്ളവരെ ആശ്രയിക്കേണ്ടിവരും. അവളുടെ ശബ്ദം മാർദ്ദവമറ്റതാകും; അവളാസകലം വിരൂപയായിത്തീരും. ഒന്നിൽനിന്നും മറ്റൊന്നിലേക്ക് അനന്തമായൊരു ശൃംഖലപോലെ പടരുന്ന വീട്ടുവേലകൾ അവളുടെ നൈസർഗ്ഗികതയെപ്പോലും നശിപ്പിക്കുന്നുവെന്നാണ് റോസെറ്റാ ബ്രൂക്സ് പറയുന്നത്.[10] ഇവയെല്ലാം അവളൊരു സ്ത്രീയായതുകൊണ്ടുമാത്രം അടിച്ചേല്പിക്കപ്പെടുന്ന ചുമതലകളാണ്. കാരണം പുരുഷാധിപത്യവ്യവസ്ഥയുടെ തൊഴിൽവിഭജനത്തിൽ വീട്ടുവേലകൾ സ്ത്രീക്കുള്ളതാണല്ലോ. അതിനാൽ,

'സ്ത്രീയുടെ ഗാർഹികാടിമത്തത്തിലും സാമ്പത്തികാശ്രിതത്വത്തിലും കെട്ടിയുയർത്തപ്പെട്ട ഒന്നാണ് കുടുംബം. പെണ്ണായതുകൊണ്ടുമാത്രം അനുഭവിക്കേണ്ടിവരുന്ന സവിശേഷമായ മർദ്ദിതാവസ്ഥയെ ശാശ്വതമായി നിലനിർത്തുന്നത് ഈ സ്ഥാപനമാണ്.'[11]

സ്ത്രീയുടെ ഗാർഹികാടിമത്തം കുടുംബത്തെയും, കുടുംബം ഗാർഹികാടിമത്തത്തെയും പരസ്പരം നിലനിർത്തുന്ന പ്രക്രിയയാണിത്. സ്ത്രീയുടെ ഗാർഹികാദ്ധ്വാനത്തോടുള്ള ഏതു സമീപനവും കുടുംബത്തോടുള്ള സമീപനം തന്നെയായിരിക്കുമെന്ന് ഇതു വ്യക്തമാക്കുന്നു.

വീട്ടുവേലയുടെ ഭാരം സഹിക്കുന്ന കുടുംബിനിമാരെ അന്തർജ്ജനത്തിന്റെയും സരസ്വതിയമ്മയുടെയും കഥകളിൽ പരിചയപ്പെട്ടുവെങ്കിലും ഈ പ്രമേയം വേണ്ടത്ര പ്രാധാന്യത്തോടെ അവിടെ ഉന്നയിക്കപ്പെട്ടിരുന്നില്ല. എന്നാൽ മാധവിക്കുട്ടിയുടെ കഥകൾ ഗാർഹികാദ്ധ്വാനവും സ്ത്രീ ജീവിതവും തമ്മിലുള്ള പീഡനാത്മകമായ ബന്ധങ്ങളും അവ സ്ത്രീക്കേകുന്ന സംഘർഷങ്ങളും വ്യഥകളും ചിത്രീകരിച്ചുകൊണ്ട് പുരുഷാധിപത്യ വ്യവസ്ഥയുടെ കുടുംബിനീബിംബത്തിനു പിന്നിലെ വൈകൃ

തങ്ങൾ അനാവരണം ചെയ്യുന്നു. സ്ത്രൈണാനുഭവ പ്രതിബദ്ധതയും നിരീക്ഷണപാടവവും ദൃശ്യകല്പനകളും ഒത്തിണങ്ങിയ 'കോലാട്', 'നെയ്പ്പായസം', 'കുറച്ചു മണ്ണ്', 'കുറ്റിക്കാട്ടിലെ നരി' എന്നീ കഥകൾ വീട്ടുവേലകളാൽ തകർക്കപ്പെടുന്ന സ്ത്രീജീവിതങ്ങളെക്കുറിച്ച് മലയാളത്തിലുള്ള അപൂർവ്വരചനകളാണ്. കുടുംബത്തിന്റെ പുകയേറ്റ് ഇരുണ്ടുപോയ 'ഗൃഹലക്ഷ്മി'മാരുടെ വികൃതരൂപങ്ങൾ പ്രദർശിപ്പിച്ചുകൊണ്ട് ആദർശസ്ത്രീബിംബങ്ങളാൽ സമ്പന്നമായ സംസ്കാരത്തെ ഈ കഥകൾ അപഹസിക്കുന്നു.

പ്രഭാതംമുതൽ അർദ്ധരാത്രിവരെ അവിശ്രമം വീട്ടുജോലി ചെയ്ത് രൂപപരിണാമം വന്നുപോയ അമ്മയ്ക്ക് മൂത്തമകൻ സമ്മാനിച്ച പേരാണ് 'കോലാട്'. അവളുടെ ഒട്ടിയ കവിളുകളും അവിടവിടെയായി ചില ഒടിവുകൾ പറ്റിയതെന്നു തോന്നിക്കുന്ന ശരീരവും തേഞ്ഞ പല്ലുകളും മെലിഞ്ഞ കാലുകളും ആ പേരിനെ അന്വർത്ഥമാക്കുന്ന ചിഹ്നങ്ങളാണ്. ഗാർഹികാദ്ധ്വാനത്തിന്റെ ഈ വിരൂപചിഹ്നങ്ങളുമായി കഴിയുന്ന അവളുടെ മനോഘടനപോലും അനുനിമിഷം അടുക്കളയുടെ സ്പന്ദനങ്ങൾക്കു കാതോർക്കുംവിധം പരുവപ്പെട്ടുപോയിരിക്കുന്നു. മകന്റെ ക്രൂരമായ തമാശകേട്ട് ചിരിക്കുകയും തനിച്ചാവുമ്പോൾ വേദനിച്ച മനസ്സുമായി തന്റെ ഒട്ടിയ കവിളുകളുടെ വൈരൂപ്യം കണ്ണാടിനോക്കിക്കാണുകയും ചെയ്യുന്ന ആ 'കോലാട്', അടുക്കളയിൽ പാൽ തിളയ്ക്കുന്നതറിഞ്ഞ് എല്ലാ വ്യഥകളും മറക്കുന്നു. ഒരിക്കലെങ്കിലും അവശത കാണിക്കുകയോ പരാതിപ്പെടുകയോ ചെയ്തിട്ടില്ലാത്ത അവളെ ഭർത്താവോ മുതിർന്ന മക്കളോ അല്പംപോലും സഹായിച്ചിരുന്നില്ല. അവൾ വെള്ളം നിറച്ച പാട്ടകൾ എടുത്തുപൊക്കി കുളിമുറിയിൽനിന്ന് അടുക്കളയിലേക്കും അടുക്കളയിൽനിന്ന് കുളിമുറിയിലേക്കും നടന്നു. അവളുടെ സേവനങ്ങൾക്ക് ഭർത്താവും മക്കളും നല്കിയ പ്രതിഫലം, 'വീട് അടിച്ചു തുടച്ചു വൃത്തിയാക്കുവാനും ഭക്ഷണം പാകം ചെയ്യുവാനും തുണികൾ അലക്കി ഇസ്തിരിയിടുവാനും അവൾക്കുള്ള പാടവത്തെ' പുകഴ്ത്തിപ്പറയുക എന്നതായിരുന്നു. സ്നേഹമോ പരിഗണനയോ കുടുംബം ആ സാധുസ്ത്രീക്കു നല്കുന്നില്ല. സ്കൂളിൽ നിന്നെത്തിയ ഇളയമകൻ ഒരു നെല്ലിക്ക അവൾക്കായി കൊണ്ടുവന്നപ്പോൾ 'അടുക്കളയുടെ ഇരുട്ടിൽ' നിന്നുകൊണ്ട് അവൾ സന്തോഷാശ്രുക്കൾ പൊഴിക്കുന്നത് അപൂർവ്വമായ ആ സ്നേഹാനുഭവം അവളുടെ വരണ്ട ഹൃദയത്തെ അത്രയേറെ തീവ്രമായി സ്പർശിച്ചതു കൊണ്ടാണ്. പക്ഷേ, അതേ മകനും പിന്നീടവളെ നിന്ദിക്കുന്നു: അവന്റെ കണ്ണിലും അവളൊരു 'പേക്കോല'മായിത്തീരുന്നു!

അവിശ്രമം ചലിച്ചുകൊണ്ടിരുന്ന ആ വീട്ടുയന്ത്രം ഒടുവിൽ നിശ്ചലമാവുകയാണ്. ആശുപത്രിയിലെ രോഗശയ്യയിൽ തളർന്നു കിടക്കുമ്പോഴും അവളുടെ മനസ്സ് അടുക്കളയിൽ ഉണർന്നിരിക്കുകയായിരുന്നു. 'അയ്യോ! പരിപ്പ് കരിയ്ണ്ട് തോന്ന്ണൂ!' എന്ന്, ലോകം അടുക്കള മാത്രമായ ആ കുടുംബിനി പരിഭ്രാന്തയാവുന്നു.

വീട്ടുവേല ചെയ്തുചെയ്ത് അടുക്കളയിലെ വെറും നിലത്ത് ഒരു ചൂലിനരികെ തളർന്നു വീണ് ഹൃദയം സ്തംഭിച്ച് മരണമടയുന്ന കുടുംബിനി! ഇതുപോലൊരു ദൃശ്യം മലയാളസാഹിത്യത്തിന് അത്ര പരിചിതമല്ല. ഭാര്യയുടെ ശവദാഹം 'കഴിച്ചുകൂട്ടി' മക്കളുടെ അടുത്തെത്തുന്ന ഒരു മദ്ധ്യവർഗ്ഗ ദരിദ്രകുടംബത്തിലെ ഭർത്താവിന്റെ സ്മരണയിലൂടെ അനാവൃതമാകുന്ന അസ്വസ്ഥമായ ഒരു ചിത്രമാണിത് ('നെയ്പ്പായസം'). ആ കുടുംബത്തിന്റെ മാധുര്യ (Sweet Home) ത്തിനുവേണ്ടിയുള്ള അവളുടെ അദ്ധ്വാനത്തിന്റെ അവസാന പ്രതീകമാണ്, മരണത്തിനുമുമ്പ് അവൾ തയ്യാറാക്കി വെച്ച 'നെയ്പ്പായസം.'

എല്ലാം യാന്ത്രികമായാവർത്തിക്കപ്പെടുന്ന കുടുംബരീതികൾ കാരണം അന്നു രാവിലെ നടന്ന സംഭവങ്ങൾപോലും ഓർമ്മിച്ചെടുക്കാൻ ആ ഭർത്താവ് പ്രയാസപ്പെടുന്നതു കാണാം. ജോലിസ്ഥലത്തേക്കു പോകേണ്ട തന്നെ അവൾ വിളിച്ചുണർത്തിയതും കാപ്പി തന്നതും ഉലഞ്ഞ വെള്ളസാരിയുടുത്ത് അടുക്കള ജോലി തുടങ്ങിയതും അയാൾ ഓർക്കാൻ ശ്രമിക്കുന്നു.

മരണമടയും മുമ്പ് അവളൊരുക്കിവച്ച ചപ്പാത്തി, ചോറ്, ഉരുളക്കിഴങ്ങുകൂട്ടാൻ, ഉപ്പേരി, തൈര്, നെയ്പ്പായസം എന്നിങ്ങനെ വൈവിദ്ധ്യമാർന്ന വിഭവങ്ങൾ; അടുക്കളയിലെ സ്റ്റൗവിനരികെയുള്ള അവളിരുന്നു തേഞ്ഞുപോയ പലക; അവളുടെ ശവത്തിനരികെയുള്ള ചൂല്- ഇവ യഥാക്രമം ആ കുടുംബിനിയുടെ അദ്ധ്വാനഭാരത്തിന്റെയും അസ്തിത്വത്തിന്റെയും നികൃഷ്ടമായ അന്ത്യത്തിന്റെയും ദൃശ്യപ്രതീകങ്ങളാണ്.

ഭർത്താവിന്റെ അദ്ധ്വാനശേഷിയെ അനുദിനം നവീകരിക്കുകയും അയാളുടെ കുഞ്ഞുങ്ങളെ വളർത്തിയെടുക്കുകയും ചെയ്ത് ആ കുടുംബത്തെ താങ്ങിനിർത്തിക്കൊണ്ടിരുന്ന രണ്ടു ബലിഷ്ഠകരങ്ങളെയാണ് മരണം കവർന്നെടുത്തത്. ആ നിരാലംബൻ ആലോചിച്ചുപോയതും ഈ ഭൗതിക നഷ്ടത്തെക്കുറിച്ചു തന്നെയായിരുന്നു.

'ഇനി ആരാണ് കുട്ടികളെ കുളിപ്പിക്കുക? ആരാണ് അവർക്ക് പലഹാരങ്ങൾ ഉണ്ടാക്കിക്കൊടുക്കുക? ആരാണ് ദീനം പിടിപെടുമ്പോൾ അവരെ ശുശ്രൂഷിക്കുക?'

അവൾ താക്കീതുകളൊന്നും നല്കാതെ എല്ലാ ചുമതലകളും തന്റെ തലയിൽ വെച്ച് പോയ്ക്കളഞ്ഞതിൽ അയാൾക്ക് അമർഷം തോന്നി. അമ്മയുടെ വിയോഗമറിയാത്ത ഇളയ മകന്റെ, '... അമ്മ അസ്സല് നെയ്പ്പായസാ ഉണ്ടാക്ക്യേത്...' എന്ന നിഷ്കളങ്കമായ അഭിനന്ദനം, കുടുംബത്തിനുവേണ്ടി രക്തസാക്ഷിത്വം വരിച്ച ആ കുടുംബിനിയെക്കുറിച്ചുള്ള ഓർമ്മകളെ വീണ്ടും അസ്വസ്ഥമാക്കിത്തീർക്കുന്നു.

കുടുംബപീഡനങ്ങൾ *കുറച്ചുമണ്ണ്* എന്ന കഥയിലെ ഗ്രാമീണകുടുംബിനിയെ സദാ രോഷാകുലയും ദുർമ്മുഖിയുമാക്കി തീർത്തിരിക്കുന്നു. മൂന്നു മക്കളും ഭർത്താവും അയാളുടെ വൃദ്ധപിതാവുമടങ്ങിയ ആ കുടുംബത്തിലെ ഭാരിച്ച വീട്ടുവേലയും അംഗങ്ങളുടെ പരിചരണവും മാളു

വിന്റെ ജീവിതം ദുസ്സഹമാക്കി. അവൾ ഭർത്താവിനോടു കയർക്കുന്നു:

'ഇന്നെക്കൊണ്ട് ഇതിലേറെ ജോലിയ്ക്കാൻ വയ്യ. പൊലരുമ്പഴ യ്ക്ക്ണീട്ട് പാത്രം മോറി, മിറ്റടിച്ച്, കഞ്ഞിണ്ടാക്കി, എല്ലാരേം കഴിപ്പിച്ച് ഒന്നു കുളിക്കാൻ പോവുമ്പോഴേക്കും നേരം നട്ടുച്ച്യാവും. ഈ പട്ടിണീം ഈ പണീം ഒക്ക്യായിട്ട് ഞാൻ ചത്തു.'

കുടുംബത്തിൽ മാളുവിന് ആശ്വാസമരുളുന്ന യാതൊന്നുമില്ല. കുടുംബദുരിതങ്ങൾ വിരൂപമാക്കിത്തീർത്ത സ്വന്തം ശരീരം, ആത്മനിന്ദ മാത്രമേ അവൾക്കു നല്കുന്നുള്ളൂ. തന്റെ ഭർത്താവ് അയൽപക്കത്തെ സ്ത്രീയിൽ അനുരക്തനാണെന്നു സംശയിക്കുന്നതും അവളെ കഠിന മായി വെറുക്കുന്നതും അതുകൊണ്ടാണ്. തന്റെ 'മെലിഞ്ഞു കരിവാളിച്ച' കരങ്ങളിൽനിന്നും അയാൾ ഓരോ ദിവസം ചെല്ലുന്തോറും അകന്നകന്നു പോവുകയാണെന്ന് അവൾ വിശ്വസിച്ചു.

വാർദ്ധക്യത്താൽ മതിഭ്രമം ബാധിച്ച ഭർത്തൃപിതാവ് മൂലം അയൽക്കാരിയുമായുണ്ടായ സംഘർഷം അവളുടെ അവശേഷിച്ച അഭി മാനബോധത്തെയും വ്രണപ്പെടുത്തി. സ്വന്തം ജീവിതത്തിന്റെ തിരിച്ചറി യാനാവാത്തതും അരൂപിയുമായ ശത്രുവിനോടുള്ള പ്രതികാരമെ ന്നോണം ആ വൃദ്ധന്റെ കഴുത്തു ഞെരിക്കുകയാണവൾ. നിശ്ചലമായി ക്കഴിഞ്ഞ ആ വൃദ്ധശരീരത്തോട് പശ്ചാത്താപപൂർവ്വം, 'ഇതിന്റെ കുറ്റല്ലാട്ടൊ' എന്നും ഗർഭസ്ഥശിശുവിനോട്, 'മോനിതൊന്നും അറിയണ്ട' എന്നും മാളു മന്ത്രിക്കുന്നത് അർത്ഥഗർഭമാണ്. വൃദ്ധന്റെ ജഡം കിണ റ്റിലിട്ട്, വീണ്ടും ചൂലെടുത്തു ജോലി തുടരുന്ന മാളുവിന്റെ സഹന ത്തോടും വൃദ്ധന്റെ ദുരന്തത്തോടും ഒരുപോലെ സഹതാപാർദ്രമാവാനേ നമുക്കു കഴിയൂ.

മാളുവിനെപ്പോലെ ശരീരത്തിന്റെയും മനസ്സിന്റെയും സർവ്വ നന്മ കളും നഷ്ടപ്പെട്ടവളാണ് മാർഗരറ്റ് ('കുറ്റിക്കാട്ടിലെ നരി'). കുടുംബ ജീവിതം അവളെ ഉന്മാദിനിയാക്കി മാറ്റിക്കൊണ്ടിരിക്കുന്നു. തളത്തിലെ ചെടിയുടെ മറവിലിരുന്ന് നൃത്തം വെക്കുന്ന നരി ആ ഉന്മാദത്തിന്റെ പ്രതീ കമാണ്. കുറ്റിക്കാട്ടിലെ നരിയെ കണ്ടില്ലെന്നു നടിക്കണമെന്ന് ആരോ പറഞ്ഞത് അവളോർക്കുന്നുവെങ്കിലും അവൾക്കതിനു കഴിയുന്നില്ല.

കുടുംബത്തിന്റെ സ്വകാര്യതയിൽനിന്നും പുറത്തു കടക്കാനും സ്വാതന്ത്ര്യത്തിന്റെ ആകാശച്ചുവട്ടിൽ നിമിഷനേരമെങ്കിലും ചെന്നു നില്ക്കാനും മാർഗരറ്റ് കൊതിക്കുന്നു.

"ഇന്നു പൂർണ്ണചന്ദ്രനുമുണ്ട്. ആകാശത്തിൽ വർണ്ണപ്പൊലിമയുള്ള ഒരു പൂർണ്ണചന്ദ്രൻ...എനിക്കു കുറച്ചു നേരത്തേക്കെങ്കിലും ഈ വീട്ടിനു പുറത്തിറങ്ങുവാൻ ആഗ്രഹം തോന്നുന്നു."

പ്രകൃതിയുടെ സാന്നിദ്ധ്യംപോലും വിലക്കപ്പെട്ട ഒരു കുടുംബിനി യുടെ നിർദ്ദോഷമായ ഒരാഗ്രഹം മാത്രമായിരുന്നു അത്.

കുടംബജീവിതമാണ് മാർഗരറ്റിന്റെ മനോനില തെറ്റിക്കുന്നതെന്ന് അവൾ അവിശ്രമം നിറവേറ്റുന്ന അടിമവേലയുടെ കാഠിന്യത്തിൽനിന്നും

വ്യക്തമാണ്. ഭർത്തൃപിതാവിനോട് അവൾ പറയുന്നു:

"ഞാൻ നിങ്ങൾക്കു രണ്ടുപേർക്കുംകൂടി എത്ര ജോലിയെടുക്കുന്നു! ഞാൻ നിലം അടിച്ചുവാരി തുടയ്ക്കുന്നു, തുണികൾ അലക്കി ഇസ്തിരിയിടുന്നു, പാത്രങ്ങൾ കഴുകി ഭക്ഷണം പാകം ചെയ്യുന്നു. വിശ്രമമില്ലാതെ അഹോരാത്രം ഞാൻ കടമകൾ നിർവ്വഹിക്കുന്നു."

മാർഗരറ്റിനു മതിഭ്രമം സമ്മാനിച്ച അതേ കുടുംബവുമായി അവളെ അനുരഞ്ജനപ്പെടുത്തിയെടുക്കുവാനാണ് അവൾക്ക് ഔഷധങ്ങൾ നിർദ്ദേശിക്കപ്പെട്ടിരിക്കുന്നത്. പക്ഷേ, തളത്തിലെ 'നൃത്തം വെക്കുന്ന നരി' അവൾക്കു മുന്നിൽ പ്രത്യക്ഷപ്പെട്ടുകൊണ്ടിരിക്കുന്നു. അന്യസ്ത്രീബന്ധങ്ങൾ പുലർത്തുന്ന ഭർത്താവിന് അവളെ ഉപേക്ഷിക്കുവാൻ മതനിയമങ്ങൾ മാത്രമാണു തടസ്സം. "ഒരുമാസമെങ്കിലും എനിക്കു സ്വൈരം വേണം" എന്നു പറഞ്ഞ് അവളെ വീട്ടിലേക്കയച്ച് സ്വതന്ത്രനാകാൻ അയാൾക്കു പ്രയാസമുണ്ടായില്ല. അപ്പോഴും തളത്തിലെ നരിയുടെ കണ്ണുകൾ അവൾ കാണുന്നുണ്ടായിരുന്നു എന്നത് അവൾ നിതാന്തമായ മതിഭ്രമത്തിലേക്ക് പിടിച്ചു താഴ്ത്തപ്പെട്ടിരിക്കുന്നു എന്നാണ് സൂചിപ്പിക്കുന്നത്.

ഗാർഹികാടിമത്തത്താൽ രോഗിണിയും വിരൂപയും രക്തസാക്ഷിണിയും അക്രമാസക്തയും ദുർമ്മുഖിയും ഉന്മാദിനിയുമെല്ലാമായി മാറുന്ന കുടുംബിനിയുടെ വ്യത്യസ്ത രൂപഭാവങ്ങളാണ് ഈ കഥകൾ കാണിച്ചുതരുന്നത്. മാധവിക്കുട്ടിയുടെ ഇനിയുള്ള കഥകളിൽ കൂടുതൽ സങ്കീർണ്ണസ്വഭാവമുള്ളതാണ്, സ്ത്രീയും കുടുംബവുമായുള്ള ബന്ധം. 'എപ്പോഴും ആഹ്ലാദമാണ്, ചിരിച്ചുകൊണ്ടല്ലാതെ കാണാൻ കൂടി പ്രയാസം' എന്ന് എല്ലാവരെക്കൊണ്ടും പറയിക്കുക; ഏകയാവുമ്പോൾ, 'കമ്പികൾ പൊട്ടിയ വീണയെപ്പോലെ' തകർന്നു കിടക്കുക; ഈ യാഥാർത്ഥ രൂപം ആരും കാണാതിരിക്കുക- കുടുംബിനിയുടെ അസ്തിത്വം ഈ വിധത്തിൽ പിച്ചിച്ചീന്തിയെടുക്കുകയാണ് സമൂഹം. സംതൃപ്തകളായ കുടുംബിനികളായി പ്രത്യക്ഷപ്പെടാൻ സ്ത്രീകൾ നിർബ്ബന്ധിതരായിരിക്കുന്നു. തന്റെ യാഥാർത്ഥ്യങ്ങളെന്തെന്നറിയിക്കുവാൻ കുടുംബിനിക്കനുവാദമില്ല. തന്റെ സംഘർഷങ്ങൾക്കും ഉൽക്കണ്ഠകൾക്കും താൻ തന്നെയാണുത്തരവാദിയെന്നും കുടുംബസ്ഥാപനമല്ലെന്നും അവൾ പഠിക്കേണ്ടി വരുന്നു. അവളുടെ വ്യക്തിപരമായ പോരായ്മകളുടെ ഫലം മാത്രമാണത്. അതിനാൽ കുടുംബത്തെ ഒരു സ്വാഭാവിക യാഥാർത്ഥ്യമായി സ്വീകരിച്ച് അതിന്റെ പ്രത്യയശാസ്ത്രങ്ങളിൽ ജീവിക്കുന്ന സ്ത്രീക്ക് 'പുനസ്സമാഗമ'ത്തിലെ കുടുംബിനിയെപ്പോലെ, 'ഇനി ഞാനെന്താണ് ചെയ്യേണ്ടത്? ഇനി ഞാനെന്താണ് ചെയ്യേണ്ടത്?' എന്നിങ്ങനെ ഉത്തരങ്ങൾക്കുവേണ്ടി വൃഥാ തിരക്കുവാൻ മാത്രമേ കഴിയൂ.

വളരെ വർഷങ്ങൾക്കുശേഷം സ്വന്തം ജ്യേഷ്ഠനോടൊപ്പം അല്പനേരം ചെലവഴിക്കുന്ന ഈ കഥയിലെ കുടുംബിനി, ചെറുപ്പകാലത്തെ ജീവിതവും അന്നത്തെ പ്രതീക്ഷകളും പിന്നീടു കുടുംബിനിയായതോടെ വന്നുചേർന്ന പരിവർത്തനങ്ങളും ഓർത്തുപോവുന്നു. ഒരു പ്രസംഗക

യാകാൻ കൊതിച്ച അവളുടെ പരിണാമം കുടുംബിനിയായതോടെ പൂർത്തിയായി:

'ഒരു കുടുംബിനിയുടെ എല്ലാ ദയനീയ ലക്ഷണങ്ങളും അവളിൽ തെളിഞ്ഞുവന്നു. വികൃതികളായ കുട്ടികളോട് എപ്പോഴും ഉയർത്തേണ്ടി വന്നതുകൊണ്ട് അല്പം പരുക്കനായിത്തീർന്ന സ്വരം, രാത്രിയിൽ ഇട യ്ക്കിടയ്ക്ക് ഉണരേണ്ടി വന്നതുകൊണ്ട് ചൈതന്യം നശിച്ച കണ്ണുകൾ, എന്നും മാറാത്ത ക്ഷീണം.'

അവൾ അല്പനേരം വിശ്രമിക്കുന്നതും മൂകയാകുന്നതും അസ്വാ ഭാവികതകളായേ കുടുംബത്തിന് ഉൾക്കൊള്ളാൻ കഴിഞ്ഞുള്ളൂ. അതു കൊണ്ട്:

'അവൾ ചിരിച്ചു, സംസാരിച്ചു, മൂളിപ്പാട്ടുകൾ പാടി, വിശ്രമമില്ലാതെ ഓടി നടന്നു. തന്റെ ശരിയായിട്ടുള്ള രൂപം അവരെയാരെയുംതന്നെ കാണി ക്കുവാൻ അവൾ ധൈര്യപ്പെട്ടില്ല. അവൾ കരഞ്ഞില്ല. കാരണം, കരച്ചി ലിന്റെ കാരണം അവൾക്കുതന്നെ മനസ്സിലായിരുന്നില്ല... അവൾ ഉത്തര ങ്ങൾക്കുവേണ്ടി തിരഞ്ഞു.'

യാഥാർത്ഥ്യങ്ങളുടെ വേരുകൾ എവിടെയാണ് നിലയുറപ്പിച്ചിരിക്കു ന്നതെന്ന് അനുഭവങ്ങളിലൂടെ പോലും അവളറിയുന്നില്ല. അതറിഞ്ഞാലും ആ കുടുംബിനിക്ക് പരിഹാരമാർഗ്ഗങ്ങളൊന്നുമില്ല. ജീവിതം കനിഞ്ഞ രുളിയ ഏകസമ്പാദ്യമായ തന്റെ ഉദരരോഗത്തെക്കുറിച്ച് സഹോദരനോടു പറഞ്ഞെങ്കിലും മറ്റൊന്നും വെളിപ്പെടുത്താനാവാത്തവിധം അവൾ മൂക യായിരുന്നു.

മാധവിക്കുട്ടിയുടെ 'നരിച്ചീറുകൾ പറക്കുമ്പോൾ' എന്ന കഥയിലെ ഭാര്യക്ക് മരണശയ്യയിൽ കഴിയുന്ന ഉടപ്പിറപ്പിനോട് ഹൃദയം തുറന്നു സംസാരിക്കുവാനോ താൻ ആരാണെന്ന് അയാളെ അറിയിക്കാൻപോ ലുമോ അനുവാദമില്ല. കാരണം ഭർത്താവിന്റെ മാന്യതയും കുടുംബ ത്തിന്റെ അന്തസ്സും സംരക്ഷിക്കേണ്ടത് കുടുംബിനിയുടെ ബാദ്ധ്യതയാണ്. അവളുടെ കളങ്കം അവളുടേതുമാത്രമല്ല കുടുംബത്തിന്റേതു കൂടിയാണ്. അതുകൊണ്ടാണ് അസന്മാർഗ്ഗിയും നിയമലംഘകനുമെല്ലാമായ ആ സഹോദരനുമായുള്ള ബന്ധമവസാനിപ്പിക്കാൻ ഭർത്താവ് ആവശ്യ പ്പെടുന്നത്. താൻ ഗാഢമായി സ്നേഹിക്കുന്ന കൂടപ്പിറപ്പിനോട് അനു ഭാവം പ്രദർശിപ്പിച്ച് ഭർത്തൃശാസനത്തെ ലംഘിക്കുവാനോ കുടുംബ ത്തിനു മാനഹാനി വരുത്താനോ അവൾ തയ്യാറാകുന്നില്ല. നാഗരിക ജീവി തത്തിന്റെ പൊള്ളത്തരങ്ങൾ സ്വാംശീകരിച്ചവളെന്ന് സ്വയം തിരിച്ചറിയുന്ന ഈ കഥാപാത്രം കുറ്റബോധത്തെടെയെങ്കിലും തന്റെ സ്വത്വത്തെ സഹോദരനിൽനിന്നും മറ്റുള്ളവരിൽനിന്നും മറച്ചുവെക്കാൻ നിർബ്ബന്ധി തയായിരിക്കുന്നു.

മഞ്ഞ്, രാത്രിയിൽ എന്നീ കഥകളിൽ കുടുംബത്തോടുള്ള, സ്ത്രീ യുടെ സമ്മിശ്രപ്രതികരണങ്ങൾ കാണാം. കുടുംബത്തിന്റെ നടപ്പുമര്യാ ദകളെ ലംഘിക്കുന്നവരെങ്കിലും ഈ കഥകളിലെ ഭാര്യമാർക്ക് അവിടം

വിട്ടുപോവാനാവുന്നില്ല.രണ്ടിലും ഭർത്താക്കന്മാർ വാർദ്ധക്യം ബാധിച്ച വരാണ്. 'മഞ്ഞി'ലെ ഭാര്യ തെരുവുഗായകന്റെ സ്നേഹഗാനത്തിലാകൃഷ്ടയാവുമ്പോൾ, 'രാത്രിയി'ൽ എന്ന കഥയിലെ സുമതിയെ തെരുവിലേക്കാകർഷിക്കുന്നത് കാമുകനാണ്. കുടുംബത്തിൽനിന്നും പുറത്തു കടക്കാൻ വെമ്പുന്ന ഈ കുടുംബിനികൾ സ്വയം ആശ്രയിക്കുന്ന കേവലമായ ചില പ്രത്യാശകൾ മാത്രമാണ് തെരുവുഗായകനും കാമുകനും.

'മഞ്ഞി'ലെ ഭാര്യ തെരുവുഗാനത്തിലാകൃഷ്ടയായി പുറത്തുകടക്കാനൊരുങ്ങുമ്പോഴെല്ലാം ഭർത്താവ് അവളെ കുടുംബത്തിലേക്കു പിടിച്ചു കൊണ്ടുവരാൻ ശ്രമിക്കുന്നു. അവളയാളെ വെറുക്കുന്നു. അയാളുടെ നടത്തം, പല്ലുകൾ, ഉച്ഛ്വാസം എന്നിവപോലും അവളിൽ അസ്വസ്ഥതയുണർത്തുന്നു. ദാരിദ്ര്യത്തിൽനിന്നും രക്ഷനേടാൻവേണ്ടിമാത്രം വിവാഹിതയായതാണവൾ. അയാളിൽനിന്നും ഒരു കുട്ടി ജനിക്കുന്നത് അവൾക്കോർക്കാനേ വയ്യ. കാരണം, 'അയാളോടുള്ള വെറുപ്പിന്റെ ഒരു ഭാഗത്തിന്, ഒരു ചെറിയ ഓഹരിക്ക് അവകാശിയായിരിക്കും ആ കുട്ടി.' ഭർത്താവിന്റെ കാമചേഷ്ടകൾ അവളെ കോപാകുലയാക്കുന്നു. 'ഒരു തീപ്പന്തംപോലെ കത്തുവാൻ സാധിച്ചാൽ, തന്റെ ജ്വാലകൾകൊണ്ട് ഈ വീടിനെയും ഈ കിഴവനെയും വെണ്ണീറാക്കാൻ കഴിഞ്ഞാൽ...' അവൾ തീവ്രമായാഗ്രഹിച്ചു. വാസ്തവത്തിൽ അവളിൽ അമർന്നിരിക്കുന്ന വിദ്വേഷവും പകയുമാണ് ഭർത്താവിന്റെ കാമലീലകൾക്കു മുമ്പിൽ പൊട്ടിത്തെറിക്കുന്നത്. അയാളെ തള്ളിവീഴ്ത്തി, അയാളുടെ നിസ്സഹായതകണ്ട് അവൾ പൊട്ടിച്ചിരിക്കുകയും ആ ചിരി അയാളെ ഭയപ്പെടുത്തുകയും ചെയ്യുന്നു. ഭാര്യാപദത്തിന്റെ ലംഘനവും ഭർത്താവിനുമേൽ താല്ക്കാലികമെങ്കിലുമായ അധീശത്വപ്രഖ്യാപനവുമാണത്. സരസ്വതിയമ്മയുടെ 'പാവങ്ങൾ' എന്ന കഥയിലെ സുമതിയെപ്പോലെ ഈ കുടുംബിനിയും വീണ്ടുവിചാരമില്ലാത്ത ആക്രമണവാസനയാണു പ്രകടിപ്പിക്കുന്നതെങ്കിലും അതിനു കാരണം കുടുംബം തന്നെയാണ്.

'രാത്രിയി'ൽ എന്ന കഥയിലെ സുമതിക്കു പക്ഷേ, കുടുംബത്തിന്റെ ബന്ധങ്ങളിലേക്കുതന്നെ തിരിച്ചുവരേണ്ടിവന്നു. ഭർത്താവ് ഉറങ്ങിക്കഴിഞ്ഞാൽ മുറി പുറത്തുനിന്നു പൂട്ടി വിജനമായ തെരുവിൽ വിളർത്ത നാട്ടു വെളിച്ചത്തിൽ രാജനെന്ന കാമുകനോടൊപ്പം കഴിയാൻ അവൾ മടിച്ചിരുന്നില്ല. ആ ബന്ധത്തെ സ്നേഹമെന്നും അനുരാഗമെന്നും അവൾ വിളിക്കുന്നു. 'അയാളുടെ ഈ കറുത്തു മിനുത്ത മുടിയൊക്കെ കൊഴിഞ്ഞു പോയാൽ, ആ മെലിഞ്ഞ ബലിഷ്ഠമായ ദേഹം തടിച്ചു ദുർബ്ബലമായാൽ' അവളുടെ സ്നേഹം നിലനില്ക്കുമോ എന്നവൾക്കു തീർച്ചയില്ല! 'അവൾക്കു സുഖിക്കണം! അതിനു രാജൻ വേണം' അത്ര മാത്രം. കാരണം കുടുംബജീവിതം അത്രയേറെ കയ്പുറ്റതും നികൃഷ്ടവുമാണ്.

'അവൾക്ക് അറപ്പുതോന്നും, അയാളോടും (ഭർത്താവ്) ഈ വിവാഹജീവിതത്തോടും. തല താഴ്ത്തിക്കിടന്ന അടിമത്തബോധം രാത്രിയായാൽ പടമുയർത്തും...സംതൃപ്തനായി തലചെരിച്ചുവെച്ചു കിടന്നുറ

ങ്ങുന്ന അയാളെ നോക്കുമ്പോൾ അവൾക്കു തോന്നും, മൃഗം... തനി മൃഗം! താൻ അതിന്റെ അടിമയും.'

ഇങ്ങനെ അത്യന്തം നീരസത്തോടെ, ആത്മനിന്ദയോടെ തന്റെ യാഥാർത്ഥ്യങ്ങളെ അറിയുന്ന സുമതിക്കു പക്ഷേ, ആ 'മൃഗ'ത്തെ ഉപേക്ഷിച്ച്, വഞ്ചിച്ച്, അയാളുടെ ഹൃദയം തകർത്ത് കാമുകനോടൊപ്പം ഇറങ്ങിപ്പോവാൻ സാദ്ധ്യമല്ല. കാമുകന്റെ ചൂളംവിളിയും കൊച്ചുമക്കളുടെ രോഗാവസ്ഥയും ചേർന്നു സൃഷ്ടിച്ച പ്രതിസന്ധിഘട്ടത്തിൽ പാപബോധവും ശരിതെറ്റുകളുടെ അസംബന്ധചിന്തകളും ജീവിതത്തിന്റെ ക്ഷണികതയും അവളെ അസ്വസ്ഥയാക്കുകയും മനശ്ശാന്തിക്കുവേണ്ടി ഇഷ്ടദൈവത്തോടു പ്രാർത്ഥിക്കുകയും ചെയ്യുന്നു. കാമുകബന്ധത്തിനെതിരെ വാതിൽ കൊട്ടിയടയ്ക്കുകയും തന്റെ വിധിക്കു കീഴടങ്ങുകയും ചെയ്യുക മാത്രമേ സുമതിക്കു പോംവഴിയുള്ളൂ.

'ലോകം ഒരു കവയിത്രിയെ നിർമ്മിക്കുന്നു', 'പുഴവീണ്ടും ഒഴുകി', 'അവസാനത്തെ അതിഥി', 'നീട്ടിവെച്ച മധുവിധു', 'യജമാനൻ', 'എന്റെ സ്നേഹിത അരുണ' തുടങ്ങിയ കഥകളിലും സ്ത്രീയുടെ വികാരങ്ങൾക്കോ വ്യക്തിത്വത്തിനോ അഭിലാഷങ്ങൾക്കോ സാഫല്യമേകുന്ന ഒന്നല്ല കുടുംബം. കുടുംബത്തിനു പുറത്ത് അന്യപുരുഷബന്ധങ്ങൾ കണ്ടെത്തുകയും കുടുംബിനി, ചാരിത്ര്യം, പാതിവ്രത്യം തുടങ്ങിയ പ്രത്യയശാസ്ത്രരൂപങ്ങളെ നിഷേധിക്കുകയും ചെയ്യുന്ന ഈ കഥകളിലെ ഭാര്യമാർക്ക് ആത്മപീഡനത്തോടെയെങ്കിലും കുടുംബത്തിന്റെ അനിഷേദ്ധ്യതയ്ക്കു കീഴ്പ്പെടേണ്ടിവരുന്നു; അതല്ലെങ്കിൽ ഉൻമാദത്തിലേക്കോ മരണത്തിലേക്കോ സ്വയം മോചിപ്പിക്കേണ്ടിവരുന്നു.

'അവസാനത്തെ അതിഥി'യിലെ കുലീനയും കവയിത്രിയുമായ ഭാര്യ, തന്റെ മരണത്തിനു കൊലയാളിയെ രഹസ്യമായി വാടകയ്ക്കെടുക്കുന്നു! പതിനഞ്ചു വർഷത്തെ കുടുംബജീവിതം 'നീട്ടിവെച്ച മധുവിധു'വിലെ ഭാര്യഭർത്താക്കൻമാർക്കു നല്കിയത് പരസ്പരശത്രുത മാത്രമാണ്. ഭർത്താവ് ഭാര്യയെയും ഭാര്യാകാമുകൻ ഭർത്താവിനെയും ഉൻമൂലനം ചെയ്യാൻ നിയോഗിച്ചത് ഒരേ വാടകക്കൊലയാളിയെയായിരുന്നു! കൊലയാളി ആ കൃത്യം ഭംഗിയായി നിർവ്വഹിക്കുകയും ചെയ്തു. *ചതി*യിലെ ലേഡി ഡോക്ടർ, ഭർത്താവ് അന്യസ്ത്രീയോടൊപ്പം തന്റെ കിടപ്പറയിൽ ശയിക്കുന്നത് നേരിട്ടു കണ്ടുവെങ്കിലും ഒരു ഭീരുവിനെപ്പോലെ ആ രംഗത്തുനിന്നും ഓടിപ്പോവുകയാണ്.

'നുണകളി'ലെ ഭർത്താവ് തന്റെ രഹസ്യബന്ധം ഭാര്യയിൽനിന്നും മറച്ചുവെച്ച് കുടുംബത്തിന്റെ സദാചാരശുദ്ധിയും ഭദ്രതയും കാത്തുസൂക്ഷിക്കാൻ കപടമായി ശ്രമിക്കുന്നു. അയാളുടെ രഹസ്യസംഗമത്തിനു സാക്ഷ്യം വഹിച്ച കൊച്ചുമകനെതിരെ ക്ഷോഭിച്ചും ഭീഷണിയുയർത്തിയും അവന്റെ സ്വപ്നവും യാഥാർത്ഥ്യവും തമ്മിൽ സമ്മിശ്രമാക്കിയും തന്റെ 'സദാചാര ലംഘനം' ഭാര്യയിൽനിന്നും മറച്ചുവെക്കുകയാണയാൾ.

കുടംബവും സ്ത്രീയും തമ്മിലുള്ള ബന്ധം ലളിതമായ സമവാക്യ

ങ്ങളിലോ, ആദർശവല്കൃത നിർവ്വചനങ്ങളിലോ ഒതുങ്ങിനില്ക്കുന്നില്ലെന്നും അത് അത്രമേൽ സങ്കീർണ്ണമായിരിക്കുന്നുവെന്നും ഈ കഥകൾ ധ്വനിപ്പിക്കുന്നു. നാഗരിക- ഗ്രാമീണ വ്യത്യാസമോ മത-വർഗ്ഗ വ്യത്യാസമോ അതിലില്ല. വിടുതി നേടാനനുവദിക്കാതെ അദൃശ്യമായ ബന്ധങ്ങൾ സൃഷ്ടിക്കുന്ന, അരൂപിയായൊരു സാന്നിദ്ധ്യമായി ഈ കഥകളിലെല്ലാം കുടുംബം നിലകൊള്ളുന്നു.

ഇവയിൽനിന്നെല്ലാം വ്യത്യസ്തമായ *പലായനം* എന്ന രചനയും മാധവിക്കുട്ടിയുടെ കഥകളിൽ 'ദാമ്പത്യപ്രേമത്തിന്റെ വിജയം ചിത്രീകരിച്ചിരിക്കുന്ന ഏക രചന'യെന്ന്[12] കളർകോട് വാസുദേവൻ നായർ വിശേഷിപ്പിച്ച 'അമ്മു' എന്ന കഥയും നോക്കാം.

ഭർത്താവിനോട് സാമ്പത്തികാശ്രിതത്വമുള്ള കുടുംബിനികളെയാണ് ഇതുവരെയുള്ള മിക്ക കഥകളിലും കണ്ടത്. എന്നാൽ 'പലായന'ത്തിൽ, ആശ്രിതയും ഭർത്താവിന്റെ 'കളിപ്പാട്ടവു'മായിരുന്ന കുടുംബിനി 'അന്നദാത്രി'യായി മാറുകയും കുടുംബം (ഭർത്താവ്) അവളെ ആശ്രയിക്കുകയും ചെയ്യുന്നു. ഇത്തരമൊരു പരിവർത്തനം സ്ത്രീയുടെ വ്യക്തിസത്തയെ അഭിമാനപൂരിതമാക്കുന്ന അനുഭവമായിരിക്കും. ആശ്രിതത്വത്തിന്റെ അപകർഷാവസ്ഥയാൽ മാത്രം വിധേയയാവേണ്ടി വരുന്ന അനുഭവങ്ങളിൽനിന്നും അതവളെ മോചിപ്പിച്ചേക്കാം. അതുവരെ ഒരു പരാന്നജീവിയായിക്കഴിഞ്ഞ കുടുംബിനിക്ക് അതു ആത്മോല്കർഷം നല്കും. എന്നാൽ, സ്ത്രീയുടെ ഇത്തരം വിജയങ്ങളും അഭിമാനബോധവും വിലമതിക്കാത്ത സംസ്കാരത്തിന് അവയെ ഏതുനേരവും കവർന്നെടുക്കാനും കഴിയും. വിജയിയായ സ്ത്രീ സാമാന്യവിധിയല്ല; അപവാദമാണ്. കുടുംബം അതിലെ അംഗങ്ങൾക്കായി അനുശാസിക്കുന്ന പദവികളൊന്നും ലംഘിക്കപ്പെടാവുന്നതല്ല. ഇത്തരത്തിൽ ആത്മബോധമാർജ്ജിച്ചുകഴിഞ്ഞ സ്ത്രീക്ക് പരാജയം സമ്മതിക്കേണ്ടിവന്നാൽപ്പോലും പൂർവ്വപദവിയിലേക്ക് തിരിച്ചുപോകാൻ കഴിഞ്ഞില്ലെന്നു വരാം. 'പലായന'ത്തിന്റെ പശ്ചാത്തലമിതാണ്.

കഥാകാരി നേരിട്ട് ആഖ്യാനം നിർവ്വഹിക്കുന്ന രൂപത്തിലാണ് ഈ കഥയുടെ രചന. ഭർത്താവിനു പക്ഷപാതം പിടിപെട്ട്, ഉദ്യോഗമില്ലാതായപ്പോൾ 'കുടുംബം ഭരിക്കുന്ന' ഉത്തരവാദിത്വം ഏറ്റെടുക്കേണ്ടിവന്ന ഭാര്യയാണ് കഥപറയുന്നത്. അവളൊരു 'പ്രൊഫഷണൽ ശില്പി'യായി. പഴയ പ്രതാപമെല്ലാം നഷ്ടപ്പെട്ട അയാളെ പുലർത്തുന്നതിൽ അവൾ രഹസ്യമായി ആഹ്ലാദിച്ചു.

'... അന്നദാത്രിയായി രൂപാന്തരപ്പെടുന്നതിനു മുമ്പ് ഞാൻ ഉഗ്രകാമിയായ അദ്ദേഹത്തിന്റെ വെറും കളിപ്പാട്ടമായിരുന്നു. ശരീരമെന്ന വഴിപാടു നല്കിക്കൊണ്ടു മാത്രമേ എനിക്കദ്ദേഹത്തെ സംതൃപ്തിപ്പെടുത്തുവാൻ കഴിഞ്ഞിരുന്നുള്ളൂ... ശയ്യാസംബന്ധികളായ കടമകൾ നിറവേറ്റാത്ത ഭാര്യയെ അദ്ദേഹം ഭക്ഷണം കൊടുത്തും വസ്ത്രം നല്കിയും ഒരിക്കലും താമസിപ്പിക്കുമായിരുന്നില്ല.'

ഈ പൂർവ്വചരിത്രമാണ് അവളുടെ ആഹ്ലാദത്തിനു മാറ്റു കൂട്ടുന്നത്. അലസമായ സുഖജീവിതം നയിച്ചിരുന്ന അയാൾക്ക് ഇനിയും തന്നെ വഞ്ചിക്കാനാവില്ലെന്നാണ് അവളുടെ വിശ്വാസം. ഈ വിശ്വാസം അവളുടെ ആരോഗ്യവും സൗന്ദര്യവും വർദ്ധിപ്പിച്ചു. ഭർത്താവിന്റെ സൗന്ദര്യപ്രശംസ അവളിലുണർത്തുന്ന ചിന്തകൾ അപൂർവ്വമായൊരു സ്ത്രൈണാനുഭവത്തെയാണു വെളിപ്പെടുത്തുന്നത്.

'ഒരു കളിപ്പാവയ്ക്ക് അത്തരം പ്രശംസ ആവശ്യമാണ്. തന്റെ പരാശ്രയത്വം പാടെ മറക്കുവാൻ അത്തരം വാക്കുകൾ സഹായിക്കും. പക്ഷേ, തന്റെ ഭർത്താവിനെയും ബന്ധുക്കളെയും ഭൃത്യജനങ്ങളെയും ഉത്തരവാദിത്വബോധത്തോടെ പുലർത്തുന്ന ഒരുത്തിക്ക് അത്തരം പ്രശംസകൾ ആവശ്യമാണെന്നു തോന്നുകയില്ല എന്നു ഞാൻ മെല്ലെ മെല്ലെ മനസ്സിലാക്കി. സൗന്ദര്യം ദർശിക്കുമ്പോഴത്തെ സുഖം ഞാൻ അദ്ദേഹത്തിനു കൊടുക്കേണ്ടതില്ല. ഞാൻ അഭിമാനത്തോടെ ഓർത്തു: ഞാൻ സ്വതന്ത്രയാണ്, അടിമയല്ല. പരമ്പരാഗതമായ കടമകളിൽനിന്നു ഞാൻ വിമുക്തയായിരിക്കുന്നു.'

ആശ്രിതത്വത്തിന്റെ പഴയ വ്യക്തിസത്ത ഇവിടെ പൂർണ്ണമായും നിരാകരിക്കപ്പെട്ടിരിക്കുന്നു. 'കളിപ്പാട്ടം', 'ശരീരമെന്ന വഴിപാട്', 'അടിമ', 'ശയ്യാസംബന്ധിയായ കടമകൾ', പരമ്പരാഗതമായ കടമകൾ എന്നിവ ആ സത്തയുടെ സൂചകങ്ങളാണല്ലോ.

അസ്തിത്വത്തിൽ വന്നുചേർന്ന അഭിമാനകരമായ ഈ പരിവർത്തനമാണ് ഭൂതകാലത്തെ സൂക്ഷ്മവും വിമർശനാത്മകവുമായി നിരീക്ഷിക്കാൻ അവളെ പ്രാപ്തയാക്കുന്നത്. ഭർത്താവിന്റെ നിർദ്ദോഷമെന്നു തോന്നാവുന്ന സൗന്ദര്യപ്രശംസപോലും ഭാര്യയുടെ ആശ്രിതത്വത്തെ ഉറപ്പിക്കുന്ന പുരുഷാധിപത്യധർമ്മമാണ് നിർവ്വഹിക്കുന്നതെന്ന തിരിച്ചറിവ്, ആശ്രിതത്വത്തിന്റെ പ്രത്യയശാസ്ത്രത്തിൽ ആണ്ടുമുങ്ങിക്കഴിയുന്ന ഒരു ഭാര്യക്ക് തീർത്തും അന്യമായിരിക്കുമല്ലോ. അന്നദാത്രിയെന്ന അന്തസ്സുറ്റ പദവി, പഴയ പ്രത്യയശാസ്ത്രത്തിൽനിന്നും അവളെ മോചിപ്പിച്ചിരിക്കുന്നു. ഈ വിമോചനം ഒരുതരം അധീശത്വവും അവൾക്കു നല്കുന്നു;

'അന്നദാത്രിയായതുകൊണ്ട് ഒരേ സമയംതന്നെ ഞാൻ അദ്ദേഹത്തിന്റെ പരാശ്രിതത്വത്തെ മനസ്സിൽ നിന്ദിക്കുകയും അതു തുടർന്നുപോവാൻ ആശിക്കുകയും ചെയ്തു. ഒരു മൂട്ടയെപ്പോലെ എന്റെ രക്തം കുടിച്ചു ഭാവിയെപ്പറ്റി യാതൊരു ആശങ്കയുമില്ലാതെ സുഖലോലുപനായി ജീവിക്കുമ്പോൾ മാത്രമേ അദ്ദേഹം എന്നെ വേണ്ടപ്പെട്ടവളായി കണക്കാക്കുകയുള്ളുവെന്ന് എനിക്ക് അറിയാമായിരുന്നു.'

വ്യക്തിയെന്ന നിലയിൽ അവളാർജ്ജിച്ചു കഴിഞ്ഞ ഈ അഭിമാനബോധമാണ് അവളെ പുതിയൊരു വഴിത്തിരിവിലെത്തിക്കുന്നത്. ശില്പനിർമ്മാണത്തിന് മോഡലായിരുന്ന പതിനേഴുകാരി പെൺകുട്ടിയോടൊപ്പം നാല്പത്തിമൂന്നുകാരനായ തന്റെ ഭർത്താവ് ലൈംഗികബന്ധത്തിലേർപ്പെടുന്നത് അവൾ നടുക്കത്തോടെ കാണുന്നു. കുടുംബത്തിൽ

താനൊരന്യയായിക്കഴിഞ്ഞതായി ആദ്യമായവൾക്കു ബോദ്ധ്യപ്പെടുന്നു. അയാൾ അലസമായ സുഖജീവിതം നയിച്ചിരുന്ന പഴയ കാലത്തൊന്നും ഇത്തരമൊരു അന്യതാബോധം അവൾക്കുണ്ടായിരുന്നില്ലല്ലോ. അവൾ കുടുംബജീവിതമുപേക്ഷിക്കാൻ തീരുമാനിക്കുകയാണ്. കാരണം,

'ഇതുവരെ അനുഭവിച്ച ജീവിതം ഒരു സ്വപ്നം മാത്രമായിരുന്നു. യാഥാർത്ഥ്യം ഈ പലായനം മാത്രമാണ്. ഒരിക്കൽ സ്നേഹിച്ച പുരുഷനിൽനിന്നും ദാമ്പത്യമെന്ന മാന്യകാരാഗൃഹത്തിൽനിന്നുമുള്ള ഈ പലായനം.'

ഈ യാഥാർത്ഥ്യബോധത്തോടെ അവൾ കടൽത്തീരത്തേക്കു നടക്കുന്നു. പുതിയ സ്ത്രീക്ക് ഇനിയുമൊരു തിരിച്ചുപോക്ക് സാദ്ധ്യമല്ലല്ലോ. അവളാ 'മാന്യകാരാഗൃഹ'ത്തിന്റെ തടവു ഭേദിച്ചിരിക്കുന്നു. സ്വാതന്ത്ര്യത്തിന്റെ മൂർത്തീകരണമെന്നപോലെ, കൈകൾ വീശി പറക്കാൻ തയ്യാറെടുക്കുന്ന പരുന്തിനെപ്പോലെ അവൾ കടൽത്തീരത്തുകൂടി ഓടിപ്പോവുകയാണ്. സൂര്യനുദിക്കുന്നത് വലത്തെ കൺകോണിലൂടെ കണ്ടുകൊണ്ട് വിശാലമായൊരു ലോകത്തേക്കുള്ള പലായനമായിരുന്നു അത്.

മാധവിക്കുട്ടിയുടെ 'അമ്മു' വിനെപ്പോലെ, അതിരാവിലെ എഴുന്നേറ്റ്; കുളിച്ചുമുടിയഴിച്ചിട്ട്, മഞ്ഞൾപ്പൊട്ടും തൊട്ട്, ആവിയുയരുന്ന കാപ്പിയുമായി, ചന്തത്തിൽ പ്രത്യക്ഷയാവുന്ന ഒരു മാതൃകാഭാര്യ- ഇതൊരു പുരുഷന്റെ സ്വപ്നമാണ്; സ്ത്രീയുടേതല്ല. മലയാളസാഹിത്യം ഇത്തരം കുടുംബിനീബിംബങ്ങളാൽ സമൃദ്ധമാണ്.[13] 'വിധേയ'യും 'അദ്ധ്വാനശീല'യും 'സുന്ദരി'യും 'ചാരിത്ര്യവതി'യും 'ഭർത്തൃപരിചരണവ്യഗ്ര'യുമായ ഒരു ഭാര്യയിലൂടെ പുരുഷൻ ജീവിതവിജയം കണ്ടെത്തുന്നു. മാധവിക്കുട്ടിയുടെ കുടുംബകഥകളിൽ വ്യതിരിക്തമായൊരു ഭാവപരിസരത്താൽ വേറിട്ടുനില്ക്കുന്ന 'അമ്മു' എന്ന കഥ ഇത്തരത്തിലൊരു പുരുഷന്റെ വീക്ഷണത്തിലൂടെ രചിക്കപ്പെട്ടതാണ്. മേല്പറഞ്ഞ ശീലഗുണങ്ങളെല്ലാം ഒത്തിണങ്ങിയ ഒരു 'നല്ല' ഭാര്യയിലൂടെ ഇതിലെ പുരുഷൻ വിജയിയായിത്തീരുന്നു. ഒരു വിപരീതധ്വനിയിലൂടെ, വിജയിയായ ഓരോ പുരുഷനു പിന്നിലും ഒരു സ്ത്രീയുണ്ടെന്ന പ്രമാണം അന്വർത്ഥമാണെന്നും ഈ കഥ സൂചിപ്പിക്കുന്നു.

കഥയിലെ ഭർത്താവായ ജയൻ അമ്മുവിനെ വിവാഹം കഴിക്കുന്നത് അയാളുടെ കുത്തഴിഞ്ഞ ജീവിതത്തിൽനിന്നും രക്ഷപ്പെടാൻ വേണ്ടിയായിരുന്നു. അമ്മുവിനെ കിട്ടിയതിൽ താൻ ഭാഗ്യവാനാണെന്ന് അയാൾക്കു തോന്നി. 'എത്ര നല്ല കൊച്ചു ഭാര്യ' എന്ന് അയാൾ സന്തോഷിക്കുന്ന അമ്മുവിന് ചെറിയ മുഖവും ശാന്തതയുള്ള കണ്ണുകളും കുട്ടികളുടേതുപോലെ ദുർബ്ബലങ്ങളായ കൈകളുമായിരുന്നു!

അതിരാവിലെ ഭർത്താവിനുള്ള 'ബെഡ് കോഫി'യുമായി അവൾ ചെല്ലുന്നത് മേൽ സൂചിപ്പിച്ച ചമയങ്ങളുമായാണ്. അയാളെ സംബന്ധിച്ചിടത്തോളം 'കിടക്കയിൽനിന്ന് എഴുന്നേല്ക്കാൻ കൂടി തോന്നിക്കാത്ത' കൊടും തണുപ്പിലാണ് അവൾ കുളിച്ചൊരുങ്ങി വന്നിരിക്കുന്നത്. ആദ്യം

അത്ഭുതപ്പെട്ടുവെങ്കിലും അയാളതുകണ്ട് ആഹ്ലാദിച്ചു. കാപ്പിപ്പാത്രങ്ങളുമെടുത്ത് അടുക്കളയിലേക്കു നടക്കുന്ന അമ്മുവിന്റെ 'ശ്രീത്വ'ത്തിൽ, 'അയാളുടെ അടിവയർ അഭിമാനംകൊണ്ടു വേദനിച്ചു'. കൈകൾ 'ദുർബ്ബല'ങ്ങളെങ്കിലും അദ്ധ്വാനശീലയായ ആ ഭാര്യ പണിയെടുത്തുകൊണ്ടേയിരുന്നു:

'എല്ലായ്പോഴും ആ വീട്ടിൽ അവളുടെ ഇളകുന്ന കൈകളുടെ ശബ്ദം കേട്ടു... അയാളുടെ മുണ്ടുകൾ തിരുമ്പി വെളുപ്പിച്ചു പിഴിഞ്ഞു. വലിയ മുളവടികൾ കൊണ്ടുള്ള അയക്കോലിൽ അവളിട്ടു. മുറികൾ പുൽച്ചൂലെടുത്ത് അടിച്ചുവാരി നനച്ചു തുടച്ചു. നിലം അരിച്ചാന്തെറിഞ്ഞ പോലെ കറുത്തു തിളങ്ങി.'

ഭർത്താവിനെ സംബോധന ചെയ്യുന്നതുപോലും സമ്മതമല്ലാത്ത ആ ദുർബ്ബലമനസ്കയ്ക്ക് പരാതികളോ പ്രതിഷേധങ്ങളോ ഇല്ലായിരുന്നു. അവളുടെ, എല്ലാം ഒതുക്കിവെക്കുന്ന സ്വഭാവത്തെ 'തറവാടിത്തമുള്ള മട്ട്' എന്നാണയാൾ സന്തോഷപൂർവ്വം വിശേഷിപ്പിക്കുന്നത്! ഭർത്താവിന്റെ ദീർഘായുസ്സിനുവേണ്ടി അവൾ സദാ മഞ്ഞൾക്കുറിയണിയുന്നു.

പൂർവ്വാനുഭവസമ്പന്നനായ ആ ഭർത്താവ് തന്റെ ഭാര്യയെ അവിവാഹിതരായ സുഹൃത്തുക്കൾക്കു പരിചയപ്പെടുത്തുന്നതല്ലെന്നു തീരുമാനിച്ചു. അവരെയൊന്നും അയാൾക്കു വിശ്വാസമില്ല! പക്ഷേ, ഉദ്യോഗസ്ഥനായ അയാൾ, ഒരു അലങ്കാരവസ്തുവിനെയെന്നോണം, അവളെ സൽക്കാരങ്ങളിലും മറ്റും പങ്കെടുപ്പിക്കും.

ഇത്തരമൊരു കുടുംബം പ്രശാന്തതയുടെ മോടിയണിയുമെന്നതിൽ സംശയമില്ല. ഭർത്താവിന്റെ പൂർവ്വചരിത്രം കേട്ടിട്ടുപോലും അമ്മുവിന് അസ്വാഭാവികമായൊന്നും തോന്നിയില്ല എന്നതും ആ പ്രശാന്തതയ്ക്കു മാറ്റു കൂട്ടുന്നു. ആണുങ്ങളായാൽ അങ്ങനെയൊക്കെയുണ്ടാവുമെന്ന അവളുടെ മറുപടിയോടെ ഭർത്താവിന്റെ കുറ്റബോധം പരിഹരിക്കപ്പെട്ടു.

പതിവ്രതയായ അമ്മുവിനും ഒരു രഹസ്യം അറിയിക്കാനുണ്ടായിരുന്നു. 'അതവളുടെ വിവാഹപൂർവ്വബന്ധങ്ങളുടെ കറുത്തിരുണ്ട ഒരു ഭൂതകാല'ത്തെക്കുറിച്ചായിരിക്കുമെന്നു ചിന്തിക്കാനേ അയാളുടെ സംസ്കാരം അയാളെ അനുവദിച്ചുള്ളൂ. ആ 'രഹസ്യ'മറിഞ്ഞപ്പോഴാകട്ടെ, അയാളുടെ 'അടിവയർ കിക്കിളിപ്പെട്ടു. അഭിമാനംകൊണ്ടും സന്തോഷം കൊണ്ടും.' അമ്മു ഗർഭിണിയായിരിക്കുന്നുവെന്ന ഈ വാർത്തയോടെ അയാളുടെ വിജയം പൂർണ്ണമാവുകയാണ്. കഥാന്ത്യത്തിലെ, ലജ്ജയോടെ തലയണയിൽ മുഖമമർത്തിക്കിടക്കുന്ന അമ്മുവിന്റെയും ഈശ്വരൻമാരുടെ ചിത്രങ്ങളിൽ നോക്കി പുഞ്ചിരിക്കുന്ന ഭർത്താവിന്റെയും ദൃശ്യം ഇതാണ് അഭിവ്യഞ്ജിപ്പിക്കുന്നത്. ആത്മബോധമില്ലാത്ത വിധേയകളായ 'അമ്മുമാരാ'ണ് കുടുംബത്തിന്റെ, പുരുഷന്റെ വിജയത്തിനാവശ്യമെന്ന് ഈ കഥ അർത്ഥശങ്കയില്ലാത്തവിധം വ്യക്തമാക്കുന്നു. 'ദാമ്പത്യപ്രേമത്തിന്റെ വിജയ'മെന്ന് കളർകോട് വാസുദേവൻ നായർ ഇതിനെ വിശേഷിപ്പിച്ചതും ഇതേ അർത്ഥത്തിലാകാം.

അമ്മുവിനെപ്പോലൊരു 'നല്ല ഭാര്യ'യുടെ നിർവ്വചനം 'ഡോക്ടറുടെ മരണം' എന്ന കഥയിലും കഥാകാരി നല്കുന്നുണ്ട്. 'താൻ ജീവിക്കുന്നതിന് എല്ലാവരോടും ക്ഷമായാചനം ചെയ്യുന്ന ഒരു മട്ടുണ്ടായിരുന്ന' ആ ഭാര്യയെക്കുറിച്ച് കുടുംബനാഥനായ ഡോക്ടറുടെ ആത്മഗതം ഇങ്ങനെയാണ്:

എന്നും സുന്ദരിയായിരുന്നിട്ടില്ലെങ്കിലും പഠിപ്പോ ബുദ്ധിയോ ഒന്നുമുണ്ടായിരുന്നില്ലെങ്കിലും അവൾ നല്ല ഒരു ഭാര്യയായിരുന്നിട്ടുണ്ട്.... ജോലിയെടുത്തു തളർന്നുവരുന്ന ഒരാളെ വിശ്രമിക്കാൻ അനുവദിക്കും. നല്ല ഭക്ഷണങ്ങൾ ഉണ്ടാക്കിത്തരും. ചോദിച്ചാലല്ലാതെ വായ തുറക്കില്ല, ഇതുവരെ ഒരാവലാതിയും പറഞ്ഞിട്ടില്ല. ഇതിനൊക്കെ പുറമെ എന്താണു വേണ്ടത്? അയാൾ വിശ്രമിക്കുമ്പോൾ ഭാര്യ അടുക്കളയിൽ ജോലി തുടർന്നുകൊണ്ടിരിക്കുകയായിരുന്നു.

സ്ത്രീകളെ എക്കാലവും കുടുംബത്തിൽത്തന്നെ നിയന്ത്രിച്ചു നിർത്തുമ്പോൾ, പകുതി മനുഷ്യരാശിയുടെ മുഴുവൻ അദ്ധ്വാനവും പ്രത്യുല്പാദന ശേഷിയും പുരുഷാധിപത്യവ്യവസ്ഥയ്ക്കും സമ്പദ്വ്യവസ്ഥയ്ക്കും പങ്കിട്ടെടുക്കാൻ കഴിയുന്നു എന്നാണർത്ഥം. അതുകൊണ്ടാണ് സ്ത്രീയുടെ ഗാർഹികാടിമത്തത്തെ ഈ രണ്ടു വ്യവസ്ഥകളും നിലനിർത്തുന്നത്. കുടുംബത്തിനു പുറത്തുള്ള വിശാലലോകം സ്ത്രീക്ക് അപ്രാപ്യമാക്കിത്തീർക്കുകയും സ്ത്രീയുടെ ലോകം കുടുംബമാണെന്നും കുടുംബത്തിൽ മാത്രമാണ് അവൾ സുരക്ഷിതയായിരിക്കുന്നതെന്നും വരുത്തിത്തീർക്കുകയാണ് ഈ വ്യവസ്ഥകൾ ചെയ്യുന്നത്. പുറംലോകത്തുവച്ച് സ്ത്രീ ആക്രമിക്കപ്പെടുന്നുവെങ്കിൽ അതിനുത്തരവാദി അവൾ തന്നെയാണെന്നും അവൾ 'അവളുടെ സ്ഥാനത്തു' കഴിയാത്തതുകൊണ്ടാണ് അതു സംഭവിക്കുന്നതെന്നുമെല്ലാം സമൂഹം വിധി കല്പിക്കുന്നത് ഇക്കാരണത്താലാണ്. പുറംലോകം എത്രമാത്രം ക്രൂരതരമാകുന്നുവോ, അത്രത്തോളം സ്ത്രീയുടെ ഗാർഹികാശ്രിതത്വവും അടിമത്തവും ഏറുന്നു. അതിനാൽ ബാഹ്യലോകത്തെക്കുറിച്ച് സ്ത്രീകളിൽ നിതാന്തമായൊരു ഭീതി സൃഷ്ടിക്കപ്പെടേണ്ടതുണ്ട്.

പുരുഷാധിപത്യവും മുതലാളിത്തവും ഭരണകൂടവും അധീശത്വം പുലർത്തുന്ന പുരുഷൻമാരുടെ ലോകത്തു വന്നുപെടുന്ന രണ്ടു കുടുംബിനികളുടെ അരക്ഷിതാവസ്ഥയും ആകുലതയും ദുരന്തവും ആവിഷ്കരിച്ചുകൊണ്ട് മേല്പറഞ്ഞ പ്രക്രിയ അനാവരണം ചെയ്യാനുള്ള ഉദ്യമമാണ് മാധവിക്കുട്ടിയുടെ 'പക്ഷിയുടെ മണം', 'കല്യാണി' എന്നീ കഥകളിൽ കാണുക. ആ ലോകത്തുനിന്നും വല്ലപാടും രക്ഷനേടി കുടുംബത്തിലെത്തിപ്പെടാൻ കൊതിക്കുന്ന സ്ത്രീയുടെ ദയനീയത ഈ കഥകളിൽ തുടിച്ചു നില്ക്കുന്നു.

'പക്ഷിയുടെ മണം' എന്ന കഥയിലെ കുടുംബിനി ഭർത്താവിന്റെ അഭിപ്രായം വകവെക്കാതെ നഗരത്തിലെ ഒരു ടെക്സ്റ്റൈൽ കമ്പനിയിലേക്ക് ഉദ്യോഗാർത്ഥിനിയായി പുറപ്പെട്ടതാണ്. ഇറക്കുമതിയും കയ

റ്റുമതിയും വൈൻ കച്ചവടവുമെല്ലാമായി മൂലധനത്തിന്റെയും പുരുഷന്മാരുടെയും ഒരു ലോകമായിരുന്നു അവൾ എത്തിപ്പെട്ട ആ കൂറ്റൻ കെട്ടിടം. ആ അപരിചിതലോകം അവളെ ഭയപ്പെടുത്തുന്നു: 'ഒരൊറ്റ സ്ത്രീയെയും അവൾ അവിടെയെങ്ങും കണ്ടില്ല. ധൈര്യം അപ്പോഴേക്കും വളരെ ക്ഷയിച്ചു കഴിഞ്ഞിരുന്നു.' അവിടെ മരണംപോലും ഏർപ്പെടുത്തിക്കൊടുക്കുന്ന സ്ഥാപനങ്ങളുണ്ട്. ടെക്സ്റ്റൈൽ കമ്പനിയന്വേഷിച്ചു നടന്ന് അവൾ എത്തിപ്പെട്ടത് അത്തരമൊരു സ്ഥാപനത്തിലായിരുന്നു. അവിടെ മരണത്തിന്റെ പ്രതീകമായ ശക്തങ്ങളായ കൈവിരലുകളുള്ള ഒരു പുരുഷൻ ഇരിക്കുന്നു. അവിടെനിന്നും രക്ഷപ്പെട്ട് കുടുംബമെന്ന ഏകാവലംബത്തിലേക്കു തിരിച്ചുപോകാൻ അവളുടെ മനസ്സു പിടച്ചു. 'എനിക്കു വീട്ടിലേക്കു പോവണം. എന്റെ കുട്ടികൾ കാത്തിരിക്കുന്നുണ്ടാവും', അവൾ പറഞ്ഞുനോക്കി. പക്ഷേ അവൾക്ക് സുഖകരമായ മരണം ഒരുക്കിക്കൊടുക്കാനാണ് 'അയാളുടെ'ഉദ്യമം. അവൾ വീണ്ടും അപേക്ഷിക്കുന്നു:... 'എനിക്കു മരിക്കുവാൻ സമയമായിട്ടില്ല. ഞാൻ ഒരു ഇരുപത്തേഴുകാരിയാണ്; വിവാഹിതയാണ്. അമ്മയാണ്... ഞാൻ വീട്ടിലേക്കു മടങ്ങട്ടെ'. അയാളിൽനിന്നും രക്ഷപ്പെടാൻ അവൾ ചെന്നു കയറിയത് അപകടകരമായ ഒരു 'ലിഫ്റ്റി'നകത്തായിരുന്നു. അവൾക്ക് കുടുംബത്തിലെത്താനായില്ല.

ഭാവശില്പത്തിലും ആഖ്യാനത്തിലും മേല്പറഞ്ഞ കഥയുമായി സാമ്യമുണ്ട് *കല്യാണി* എന്ന കഥയ്ക്ക്. ഇതിലും മുഖ്യകഥാപാത്രം ഒരു കുടുംബിനിയാണ്. ആഖ്യാനഘടനയിലെ യാഥാതത്ഥ്യമാണ് ഈ കഥയുടെ സവിശേഷത. ഭർത്താവിനെ ഓഫീസിൽ വിട്ടശേഷം വീട്ടിലേക്കു കാറോടിച്ചു പോകുന്ന അമ്മിണിയെ പൊലീസുകാർ ('പുരുഷന്മാർ') കൂട്ടിക്കൊണ്ടുപോകുന്നു. ഈ കഥയിൽ നിയമവ്യവസ്ഥയുടെ പിടിയിലാണ് സ്ത്രീ അകപ്പെട്ടിരിക്കുന്നത്. ഏതു സ്ത്രീയെയും വേശ്യയെന്നു മുദ്രകുത്തി പിടികൂടാൻ പാകത്തിലാണ് ആ വ്യവസ്ഥയുടെ ഘടന. അങ്ങനെ പിടികൂടപ്പെടുന്ന സ്ത്രീക്ക് തന്റെ നിരപരാധിത്വം തെളിയിക്കുക എളുപ്പമല്ല. കുടുംബത്തിനു പുറത്ത് കുടുംബിനിയും വേശ്യയും തമ്മിലുള്ള അതിർവരമ്പുകൾ യുക്തിസഹമല്ലെന്നതുകൊണ്ടാണ് താൻ കല്യാണിയല്ല, അമ്മിണിയാണ്, ഭാര്യയാണ് എന്നെല്ലാം ആവർത്തിച്ചു പറഞ്ഞിട്ടും നീതിപാലകന്മാർ വിശ്വസിക്കാതിരിക്കുന്നത്. ഇൻസ്പെക്ടർ അയാൾക്കു സുപരിചിതയായ ഏതോ കല്യാണിയോടെന്നോണം അവളോടു സംസാരിക്കുന്നു. വേശ്യയുടെ പേര് അത്ര പ്രസക്തമല്ലെന്നതാവാം കാരണം. സ്റ്റേഷനിലെത്തിയ ഭർത്താവും അവളെ കുറ്റവാളിയായിത്തന്നെ കരുതുന്നു.

കുറ്റവാളിയാണെന്നു തെളിയിക്കപ്പെടുംവരെ ഒരാൾ നിരപരാധിയാണെന്ന ഏറെ പ്രസിദ്ധമായ ആനുകൂല്യംപോലും സ്ത്രീക്കു നിഷേധിക്കപ്പെടുന്നത് കഥ വ്യക്തമാക്കിത്തരുന്നു. ഇവിടെയവൾ നിർദ്ദോഷിയാണെന്നു തെളിയിക്കപ്പെടുന്നതുവരെ കുറ്റവാളിയാണ്! സദാചാരലംഘനം

സ്ത്രീക്കെതിരെ എല്ലായ്പോഴും ഉന്നയിക്കപ്പെടുന്ന, ആളുകൾ പെട്ടെന്നു വിശ്വസിക്കുന്ന ഒരാരോപണമാണ്. 'നീ ഒരു വേശ്യയാണെന്ന് ഞാൻ ഒരിക്കലും വിശ്വസിച്ചിരുന്നില്ല....' എന്ന് ഭർത്താവിനു അത്ര ലാഘവ ത്തോടെ പറയാനാവുന്നതും അതുകൊണ്ടാണ്. രക്ഷപ്പെടുത്തി കൊണ്ടു പോകണമെന്ന അവളുടെ അപേക്ഷ അയാളും തിരസ്കരിച്ചു. ഈയവ സ്ഥയിൽ, പൊലീസുകാർ നല്കിയ ഏതോ ലഹരിദ്രാവകം കഴി ക്കുകകൂടി ചെയ്തിരുന്ന കല്യാണി/അമ്മിണിക്ക് തന്നിൽ ആരോപിത മായ പുതിയ അസ്തിത്വം സ്വീകരിക്കുകയേ വഴിയുള്ളൂ. അവൾക്കും കുടുംബത്തിലേക്കു തിരിച്ചുപോകാനാവുന്നില്ല.

സ്ത്രീയും കുടുംബവും തമ്മിലുള്ള ബന്ധം ലളിതനിർവ്വചന ങ്ങൾക്കുള്ളിലൊതുങ്ങുന്ന ഒന്നല്ലെന്നും പീഡനങ്ങളും സംഘർഷങ്ങളും ശത്രുതകളും ചേർന്നു സങ്കീർണ്ണമാണെന്നും ഈ നാലു കഥാകാരിക ളുടെയും കഥകൾ തെളിയിക്കുന്നു. പ്രത്യയശാസ്ത്രപരവും ഭൗതിക വുമായ അനേകം സമ്മർദ്ദങ്ങളാലാണ് കുടുംബത്തിന്റെ നിത്യപീഡന ങ്ങൾക്കു കീഴടങ്ങാൻ സ്ത്രീകൾ നിർബ്ബന്ധിതരായിരിക്കുന്നതെന്നും ഇവ രുടെ കഥകൾ വ്യക്തമാക്കിത്തരുന്നു. കുടുംബത്തിലെ പുരുഷാധികാ രത്തെ മഹത്തരമെന്നെണ്ണി സർവ്വാത്മനാ സ്വീകരിക്കുവാൻ ഈ കഥാകാരികൾ സന്നദ്ധരല്ലെന്ന് നിസ്സംശയം പറയാം.

മാതൃകാ ഭാര്യാബിംബത്തിന് അന്തർജ്ജനത്തിന്റെ കഥക ളിൽത്തന്നെ ഉലച്ചിൽ തട്ടിത്തുടങ്ങുന്നുണ്ട്. കുടുംബം പീഡാകരമായ അനുഭവമാണെങ്കിലും ആ കഥകൾ സ്ത്രീയുടെ വ്യക്തിമാന്യതയ്ക്കും അംഗീകാരത്തിനും വേണ്ടിയാണാഗ്രഹിക്കുന്നത്. സരസ്വതിയമ്മയുടെ കഥകളിൽ കുടുംബത്തിലെ അധികാരബന്ധങ്ങളോടുള്ള സ്ത്രീയുടെ സമരം കൂടുതൽ ഉച്ചസ്ഥായിയിലെത്തുന്നു. ഭാര്യാത്വം ഒരു പരിഹാസ്യ രൂപമായി സ്ത്രീക്കുതന്നെ തോന്നിത്തുടങ്ങുകയാണ്. കുടുംബത്തിലെ പുരുഷാധികാരത്തിനെതിരെ സ്ത്രീയുടെ അധീശത്വം സ്ഥാപിക്കുവാനും പുരുഷനെ നിസ്സാരനാക്കുവാനുമാണ് ആ കഥകൾ ഉദ്യമിക്കുന്നത്. സ്ത്രീയെ വിഷാദഭരിതയും നിഷ്ക്രിയയുമാക്കുന്ന, പലായനത്തി ലേക്കോ ആത്മഹത്യയിലേക്കോ നയിക്കുന്ന സ്ഥാപനമായി രാജലക്ഷ്മി യുടെ രണ്ടു കഥകളിലും കുടുംബം മറഞ്ഞിരിക്കുന്നു. മാധവിക്കുട്ടിയുടെ കഥകളിലെത്തുമ്പോൾ, ആദർശപത്നീ ബിംബം പൂർണ്ണമായും തകർന്നു കഴിഞ്ഞു. മറ്റനേകം ഉൽക്കണ്ഠകളോടൊപ്പം കൂടെക്കൊണ്ടുനടക്കാനാ വുന്ന ഒന്നല്ലാതായിത്തീരുകയാണവിടെ പാതിവ്രത്യം. വീട്ടുവേലക ളിൽപ്പെട്ട് വിരൂപയും ദുർമ്മുഖിയുമായി മാറുന്ന സ്ത്രീയെ കാണിച്ചു തരുന്നതും ആ കഥകളാണ്. കുടുംബത്തിലോ പുറത്തോ സ്ത്രീക്ക് ആശ്ര യങ്ങളില്ലാതാവുന്നു. ചുരുക്കിപ്പറഞ്ഞാൽ കുടുംബത്തിന്റെ സമത്വാധി ഷ്ഠിതമായ പുനഃക്രമീകരണത്തിനുവേണ്ടിയുള്ള അഭിലാഷമാണ് ഈ കഥകളുടെയെല്ലാം അന്തർദ്ധാര. നിലവിലുള്ള ഘടനയിൽനിന്നും ഈ കഥകളിലെ സ്ത്രീകൾ മോചനമാശിക്കുന്നു. ഈ അഭിലാഷമാ

കട്ടെ, സമൂഹത്തിന്റെ സമഗ്രമായ പരിവർത്തനത്തിലേക്കു വിരൽചൂണ്ടുകയും ചെയ്യുന്നു.

കുറിപ്പുകൾ

1. Michele Marrett and Mary Mc.Intosh, *The Anti-Social Family*, London: Verso, 1982) p.39.
2. Engels, The Origin of the Family, Private Property and the state, (Moscow: Progress publishers,1983) p.58.
3. Engels, op.cit., p.74.
4. Quoated in David Bouchier, *The Feminist Challenge*, op.cit. p.70.
5. Prabhati Mukherjee, *Hindu Women* (New Delhi: Orient Longman, 1978) p.17.
6. എസ് ഗുപ്തൻനായർ, *കാറ്റിൽ പറക്കാത്ത കത്തുകൾ* (കോട്ടയം: ഡി സി ബുക്സ്, 1991) പുറം. 154.
7. ആത്മഹുതികൾ, *രാജലക്ഷ്മി എന്ന എഴുത്തുകാരി* (കൊച്ചിൻ: സി ഐ സി സി ബുക്കു ഡിപ്പൊ, 1976) പുറം. 63.
8. Kamla Bhasin and Nighat Said Khan, Some Questions on Feminism and its Relevance in South Asia. (New Delhi: Kali for Women, 1986) pp.13-14.
9. Sheila Cronon, *Marriage* in Anne Koedet, et.al. (eds) Radical Feminism (New York: Quadrangle Books, 1973) p. 217.
10. Rosetta Brooks, *Woman Visible: Women Invisible*, in Rozsika Parker & Griselda Pollock (ed) Framing Feminisn (London: Pandora Press, 1987) P.139.
11. Mary-Alice Waters, *Women and the Socialist Revolution*, (New York:Pathfinder Press, 1979) p.11.
12. കളർകോട് വാസുദേവൻ നായർ, അവതാരിക, *മാധവിക്കുട്ടിയുടെ കഥകൾ* (കോട്ടയം: ഡി സി ബുക്സ്, 1981).
13. ഒരു മാതൃകയെന്ന നിലയിൽ എം ടി വാസുദേവൻ നായരുടെ 'ഒരു ദിവസം കഴിഞ്ഞു' എന്ന കഥ നോക്കുക. ഇതിലെ നായകൻ, തന്റെ 'സ്വപ്നനായിക' പ്രഭാതത്തിൽ ചൂടുള്ള കാപ്പിയുമായിവന്ന് തണുത്ത കൈവിരലുകൾകൊണ്ട് തൊട്ടുണർത്തുന്ന 'അന്തസ്സുള്ള അനുഭവം' അയവിറക്കുന്നു.
   ഓളവും തീരവും (തൃശൂർ: കറന്റ് ബുക്സ്,1988) പുറം 54-71.

4

ദാമ്പത്യത്തിന്റെ അകവും പുറവും

അതിപാവനമാം വിവാഹമേ;
ശ്രുതിമന്ദാര മനോജ്ഞ പുഷ്പമായ്
ക്ഷിതിയിൽ സുഖമേകിനിന്ന നിൻ-
ഗതി കാൺകെത്രയധഃപതിച്ചു നീ!

(ചിന്താവിഷ്ടയായ സീത)

വിവാഹസ്ഥാപനത്തിന്റെ സ്ത്രീവിരുദ്ധഭാവത്തെക്കുറിച്ചും അതിനുണ്ടായ മൂല്യച്യുതിയെക്കുറിച്ചും കുമാരനാശാൻ (സീത) വിലപിച്ചത് ഒൻപതു ദശകത്തിനു മുമ്പ് (1919) ആണെങ്കിലും ഈ ആശയത്തോട് ഇന്നും ആരും വിസംവദിക്കാനിടയില്ല. എന്നാൽ സ്ത്രീകൾക്ക് വിവാഹം അതിപാവനമോ സുഖദായകമോ ആയിരുന്നുവോ? ദൈവദത്തമോ സ്വയംഭൂവായി ഉയർന്നുവന്നതോ അല്ല വിവാഹം. സ്ത്രീയെ കൈമാറ്റം ചെയ്യുന്നതിനുവേണ്ടിയുള്ള ക്രമീകരണമെന്ന നിലയിലായിരുന്നു അതിന്റെ ഉത്ഭവം. മാനവ സംസ്കാരത്തിന്റെ ഒരു കണ്ടുപിടിത്തമാണത്. ക്ഷാത്ര (രാക്ഷസ), സ്വയംവര, പ്രജാപത്യ എന്നിങ്ങനെ മൂന്നുതരം വിവാഹങ്ങളെക്കുറിച്ച് *ഋഗ്വേദ*ത്തിൽ പറയുന്നുണ്ട്. ഇവയിൽ പുരുഷന്മാർ സ്ത്രീയെ തട്ടിക്കൊണ്ടുപോകുന്ന സമ്പ്രദായമായ 'ക്ഷാത്ര', ലോകത്തിന്റെ എല്ലാ ഭാഗങ്ങളിലും നടപ്പുണ്ടായിരുന്നു. കൂടാതെ ബഹുഭാര്യത്വം, ബഹുഭർത്തൃത്വം, സാഹോദര്യ ബഹുഭർത്തൃത്വം തുടങ്ങിയ വിവാഹസമ്പ്രദായങ്ങളും സർവ്വസാധാരണമായിരുന്നു. ഇങ്ങനെ പല വകഭേദങ്ങളും അതിനുണ്ടായിരുന്നെങ്കിലും ഇന്ന് വിവാഹം എന്നു പറയുമ്പോൾ നാം അർത്ഥമാക്കുന്നത്, 'ഏകദാമ്പത്യം' എന്നു മാത്രമാണ്. കുമാരനാശാൻ ഉദ്ദേശിച്ചതും മറ്റൊന്നല്ല.

ഈ സ്ഥാപനത്തിന്റെ സ്ത്രീവിരുദ്ധ സ്വഭാവത്തെക്കുറിച്ച് ആദ്യഘട്ടത്തിലെ സ്ത്രീവിമോചനപ്രവർത്തകയായിരുന്ന എമ്മാ ഗോൾഡ്മാൻ വിശദീകരിക്കുന്നു:

'വിവാഹസ്ഥാപനം സ്ത്രീയെ ഒരു പരോപജീവിയും തികഞ്ഞ ആശ്രിതയുമാക്കിത്തീർക്കുന്നു. അവളെ ജീവിതസമരത്തിനു കൊള്ളാത്തവളാക്കുകയും അവളുടെ സാമൂഹികബോധത്തെ നശിപ്പിക്കുകയും ഭാവനാശക്തിയെ ദുർബ്ബലമാക്കുകയും ചെയ്തശേഷം സാനുകമ്പം അതിന്റെ സംരക്ഷണം അവളിൽത്തന്നെ അടിച്ചേല്പിക്കുന്നു. അതാകട്ടെ യഥാർത്ഥത്തിൽ ഒരു കെണിയാണ്; മനുഷ്യപ്രകൃതത്തെ അപഹസിക്കലുമാണ്.'[1]

സ്ത്രീയെ പിതാവിന്റെ അധികാരത്തിൽനിന്നും ഭർത്താവിന്റെ അധികാരത്തിലേക്കാനയിക്കുക, ഗാർഹികാടിമത്തത്തിൽപെടുത്തുക, അവളുടെ അദ്ധ്വാനശേഷിയും ലൈംഗികതയും പ്രത്യുല്പാദനശേഷിയും കീഴടക്കാൻ പുരുഷനെ സഹായിക്കുക തുടങ്ങിയ സുപ്രധാന ധർമ്മങ്ങളാണ് വിവാഹം നിർവ്വഹിക്കുന്നത്. എന്നാൽ ഈ സ്വധർമ്മങ്ങളെ സ്ത്രീകളുടെ ദൃഷ്ടിയിൽനിന്നും മായ്ച്ചുകളയാനും ഒരാദർശരൂപമായവതരിക്കാനും വിവാഹത്തിനു കഴിയുന്നു. വിവാഹത്തിലൂടെയുള്ള സ്ത്രീകളുടെ അടിമത്തം അവരുടെ സമ്മതത്തോടുകൂടിത്തന്നെയാണെന്നു വരുത്തുന്നത് അത്യന്തം ക്രൂരവും മനുഷ്യത്വവിരുദ്ധവുമാണെന്നാണ് ഷെയ്‌ലാ ക്രോനന്റെ അഭിപ്രായം. വ്യവസ്ഥകളൊന്നും നിശ്ചയിക്കപ്പെടാത്ത ഏക ഉടമ്പടി വിവാഹത്തിന്റേതാണ്. പരസ്പരസംതൃപ്തിയേകുന്ന ഒരു ബന്ധത്തിനാണവർ സമ്മതിച്ചിരിക്കുന്നതെന്ന മിഥ്യാധാരണ സ്ത്രീകളിൽ സൃഷ്ടിച്ചുകൊണ്ടാണ് അവരെ വിവാഹഉടമ്പടിക്കു സമ്മതിപ്പിക്കുന്നതെന്നും യഥാർത്ഥത്തിൽ അവർ മുദ്രചാർത്തുന്നത് സ്വന്തം അടിമത്തത്തിനുള്ള ഉടമ്പടിയിലാണെന്നും ക്രോനൻ പറയുന്നു[2]. പണം കൊടുത്താണ് അടിമയെ വാങ്ങുക. എന്നാൽ സ്ത്രീയാകട്ടെ, സ്ത്രീധനരൂപത്തിൽ ഭർത്താവിനു പണം നല്കി അടിമത്തം സ്വീകരിക്കുന്നു. ഇത് അടിമത്തത്തേക്കാൾ ഭീകരമല്ലേയെന്നാണ് മല്ലാടി സുബ്ബമ്മ ചോദിക്കുന്നത്.[3]

വിവാഹത്തെ ആദർശപരിവേഷമണിയിക്കുന്നതിൽ സകല സാംസ്കാരിക രൂപങ്ങളും മാധ്യമങ്ങളും ജാഗ്രത പുലർത്തുന്നു. ഇതിൽ സുപ്രധാനമായൊരു പങ്ക് സാഹിത്യത്തിനുണ്ട്. വിവാഹത്തോടെ ആനന്ദപൂർണ്ണമായൊരു ജീവിതമാരംഭിക്കുന്നുവെന്നും (...and they lived happily ever after...) മറ്റുമുള്ള വ്യാജപ്രതീക്ഷകളും കാല്പനിക മിഥ്യകളും സാഹിത്യകൃതികൾ നിരന്തരം സൃഷ്ടിച്ചുകൊണ്ടിരിക്കുന്നു. സരസ്വതിയമ്മയുടെ, 'അവിവാഹിതന്റെ അശ്രുക്കൾ' എന്ന കഥയിലെ ആനന്ദലക്ഷ്മിയും അന്തർജ്ജനത്തിന്റെ 'വിവാഹമുഹൂർത്തത്തിലെ വിജയ'വും ഇത്തരം സാഹിത്യസ്വാധീനതകൾക്കു വശംവദരായവരാണ്. ബോണി ക്രെപ്പ്സ് പറയുന്നപോലെ, സന്തുഷ്ടമായ ഒരു ജീവിതത്തിനുവേണ്ടി

പരിശ്രമിക്കാനല്ല സ്ത്രീകൾ അനുശാസിക്കപ്പെടുന്നത്; ജീവിതസൗഭാഗ്യങ്ങളുമായി ഏതോ സുഭഗ രാജകുമാരൻ തന്നെയും തേടി വരുമെന്നു പ്രതീക്ഷിച്ച് ഒരു സിൻഡറല്ലയെപ്പോലെ കഴിയാനാണ്.[4] വിവാഹം സ്ത്രീയുടെ താല്പര്യസംരക്ഷണാർത്ഥമുള്ളതാണെന്നു വിശ്വസിപ്പിക്കാൻ ഇങ്ങനെ സാഹിത്യത്തിനു കഴിയുന്നു.

വിവാഹരഹിതമായൊരു സമൂഹത്തെക്കുറിച്ചു സങ്കല്പിക്കാൻ പോലും നമുക്കു സാദ്ധ്യമല്ലാതായിരിക്കുന്നു. സ്ത്രീക്കും പുരുഷനും ഒരുമിച്ചു കഴിയണമെങ്കിൽ വിവാഹത്തിന്റെ അംഗീകാരം കൂടിയേ തീരൂ. എന്നാൽ ആർക്കും ആരെയും വിവാഹം ചെയ്യാൻ അനുവാദമില്ലതാനും. രക്തബന്ധം, ജാതി, മതം, പ്രായം, കുലമഹിമ, ധനസ്ഥിതി, ജാതക പൊരുത്തം എന്നിങ്ങനെ നിരവധി ഘടകങ്ങളും അതിൽ പ്രസക്തമാണ്. രണ്ടു വ്യക്തികൾ തമ്മിലാണ് വിവാഹമെങ്കിലും യാഥാർത്ഥത്തിലത് രണ്ടു കുടുംബങ്ങൾ തമ്മിലുള്ള ബന്ധം കൂടിയാണ്. ആ വ്യക്തികൾ മറ്റൊരു കുടുംബമായും മാറുന്നു. അതിനാൽ കുടുംബവുമായി ബന്ധിതമായ സ്ഥാപനമാണിത്. വിവാഹബന്ധത്തിന്റെ തകർച്ച കുടുംബത്തിന്റെയും തകർച്ചയാണ്. ജന്മഗേഹവും ഹൃദയബന്ധങ്ങളും വിവാഹത്തിനുവേണ്ടി സ്ത്രീ കൈയൊഴിയുന്നു. കൂടാതെ ഭർത്താവു താമസിക്കുന്നിടത്തു താമസിക്കുക, വീട്ടുവേലകൾ ചെയ്യുക, ലൈംഗികധർമ്മം പുലർത്തുക, ഭർത്താവിനെയും കുഞ്ഞുങ്ങളെയും പരിചരിക്കുക തുടങ്ങിയ ചുമതലകളും വിവാഹം ആവശ്യപ്പെടുന്നുണ്ട്. ഇതിലൊന്നുപോലും ലംഘിക്കാൻ അവൾക്കവകാശമില്ല. നീതിന്യായ വ്യവസ്ഥകളും അതനുവദിക്കുന്നില്ല. എതെൽ ക്ലെയ്ൻ നല്കുന്ന വിശദീകരണം നോക്കുക:

'വിവാഹ നിബന്ധനകൾ അലംഘനീയങ്ങളാണ്. പുറത്തു കടക്കാനനുവദിക്കാത്തവിധം സുസ്ഥിരമായൊരു സ്ഥാപനമാണത്. കുടുംബത്തിന്റെ പരമ്പരാഗത വ്യവസ്ഥകൾ സ്വാഭാവികവും പരിവർത്തനാതീതവുമാണെന്നു വരുത്തിത്തീർക്കുന്നത് പ്രധാനമായും വിവാഹസ്ഥാപനത്തിന്റെ ഈ സുസ്ഥിരതയാണ്.'[5]

വിവാഹം സ്ത്രീക്ക് സംരക്ഷണവും സ്നേഹവും നല്കുന്നുവെന്ന് പൊതുവെ വിശ്വസിക്കപ്പെടുന്നു. വിധേയത്വവും നിത്യദ്ധ്വാനവും മാത്രം വിധിക്കപ്പെട്ട ഒരു വ്യക്തിക്കു ലഭിക്കുന്ന സംരക്ഷണവും സ്നേഹവുമാണതെന്ന് സൂക്ഷ്മമായി നോക്കിയാൽ വ്യക്തമാകും. വിവാഹത്തെ തകർച്ചയിൽനിന്നും മോചിപ്പിക്കുവാൻ മറ്റു ഘടകങ്ങളൊന്നുമില്ലെന്നു വന്നപ്പോൾ കൃത്രിമമായി കൂട്ടിച്ചേർക്കപ്പെട്ട ഒന്നായിരുന്നു കാല്പനിക പ്രണയമെന്ന് പല പഠനങ്ങളും തെളിയിച്ചിട്ടുണ്ട്. അതൊരു സമീപകാല പ്രതിഭാസം മാത്രമാണെന്നതിൽ സംശയിക്കാനില്ല. മുതലാളിത്ത വികാസം തുടങ്ങി ചരിത്രപരമായ പല കാരണങ്ങളും അതിനു പിന്നിലുണ്ട്. പ്രണയാധിഷ്ഠിത വിവാഹങ്ങൾ ഒരു നൂറ്റാണ്ടുമുമ്പുവരെ പാശ്ചാത്യനാടുകളിൽപോലും ഒരംഗീകൃതമാതൃകയായിരുന്നില്ലെന്ന് വീണാദാസ് നിരീക്ഷിക്കുന്നു.[6]

വിവാഹം താരതമ്യേന പുരോഗമനപരമായിത്തീരുന്ന ഘട്ടങ്ങളും ചരിത്രത്തിലുണ്ടായിട്ടുണ്ട്. നമ്പൂതിരി സമുദായത്തിലെ അതിക്രൂരവും മനുഷ്യത്വവിഹീനവുമായ പുരുഷാധിപത്യത്തിന്റെ ബലിയാടുകളായി, കുടുംബജീവിതമോ മാതൃത്വമോ വൈകാരികബന്ധങ്ങളോ അനുവദിക്കപ്പെടാതെ ആജീവനാന്ത വൈധവ്യത്തിലും ഏകാന്തതയിലും ജീവിതം കുഴിച്ചു മൂടേണ്ടിവന്ന അന്തർജ്ജനങ്ങൾക്ക് വിവാഹം ഒരു വിമോചനോപാധിയായിരുന്നു.

വി ടി ഭട്ടതിരിപ്പാടിന്റെ വരികൾ ഇതു വ്യക്തമാക്കുന്നു:

'മരണപ്പെട്ടത് ഭാര്യയാണെങ്കിൽ ശവത്തിന്റെ ചൂടാറും മുമ്പ് ഭർത്താവ് പുനർവിവാഹം ചെയ്യാൻ മടിക്കുകയില്ല. സമൂഹം ആ മംഗളകർമ്മത്തെ ആശീർവദിക്കുകയും ചെയ്യും. മരിച്ചതു ഭർത്താവായിപ്പോയെങ്കിലോ? നിരാലംബയായ ഭാര്യ അതിന്റെ പാപഭാരം മരണംവരെ തലയിലേറ്റണം.'[7]

വൈധവ്യത്തെക്കുറിച്ച് നിലനിന്നിരുന്ന ഇത്തരം ആശയങ്ങളെ നിരാകരിക്കാൻ വിവാഹം സഹായകരമായിരുന്നു. ഈ നിരാകരണത്തിന്റെ പ്രകാശനമാണ് അന്തർജ്ജനത്തിന്റെ ആദ്യകഥയായ 'യാത്രാവസാനം'[8] (1930).

ബംഗാളി എഴുത്തുകാരിയായ ശാന്താ ശതോപാദ്ധ്യായയുടെ 'യാത്രയുടെ അവസാനം' എന്ന കഥയുടെ ഇംഗ്ലീഷ് വിവർത്തനം വായിച്ചു കേട്ട പ്രേരണയാണ് തന്റെ കഥയ്ക്കവലംബമെന്നു കഥാകാരി വ്യക്തമാക്കിയിട്ടുണ്ട്.[9] കേരളത്തിന്റെ സ്ത്രീവിമോചനപാരമ്പര്യത്തെ സ്ത്രീസാഹിത്യത്തിലേക്കാവഹിക്കുന്ന ഒരെഴുത്തുകാരിക്ക്, പുരുഷസാഹിത്യത്തെ മാതൃകയായി സ്വീകരിക്കാനാവുമായിരുന്നില്ല എന്ന സുപ്രധാന ചരിത്രവസ്തുതയാണ് ഈ സംഭവം വെളിപ്പെടുത്തുന്നത്.[10] *യാത്രാവസാനവും, പുനർജന്മം* എന്ന നാടകവും കേരളത്തിൽ ആദ്യത്തെ വിധവാവിവാഹം നടക്കുന്നതിനു (കൊ.വ.1110 ചിങ്ങം 28) മുമ്പാണ് അന്തർജ്ജനം രചിച്ചതെന്ന വസ്തുതയും ശ്രദ്ധേയമാണ്.

തീർത്ഥാടനയാത്രയ്ക്കിടയിൽ അബദ്ധവശാൽ മദ്രാസിലെത്തിച്ചേർന്ന നിരാലംബയായ ശ്രീദേവി എന്ന യുവവിധവയും പ്രഭാകരൻ നമ്പൂതിരിപ്പാട് എന്ന വൈദ്യവിദ്യാർത്ഥിയും തമ്മിൽ, ആർപ്പും വിളിയും ആർഭാടവുമില്ലാതെ ആരോരുമറിയാതെ പരസ്പര സമ്മതത്തിന്റെ മാത്രം അടിസ്ഥാനത്തിൽ വിവാഹിതരാവുന്നതാണ് കഥാവസ്തു. വരൻ ആർപ്പും കോപ്പുമായി വന്നണയുമ്പോൾമാത്രം കന്യകമാർപോലും തങ്ങളുടെ വിവാഹക്കാര്യമറിയുന്ന ഒരു കാലത്ത്, ഒരു വിധവയുടെ വ്യക്തിമാന്യതയ്ക്കംഗീകാരം നല്കി, വൈധവ്യസ്ഥാപനത്തെ നിഷേധിക്കുന്നു ഈ കഥ. ഇതിനുള്ള ഒരുപാധിയാണ് വിവാഹം. രക്ഷകനായ പുരുഷനെ ആനയിക്കുന്നതിനു പകരം, 'രണ്ടു നാഴികയിലപ്പുറമുള്ള അമ്മാത്തിനുമപ്പുറം ഭൂമിയുണ്ടോ' എന്നുപോലും അറിഞ്ഞുകൂടാത്ത ശ്രീദേവിയെ കുടുംബത്തിന്റെ ഇരുണ്ട ഇടനാഴിയിൽനിന്നും പുറത്തുകൊണ്ടുവരുന്നു

എന്നതും ശ്രദ്ധേയമാണ്. നാട്ടിലെത്തുന്ന നവദമ്പതികളെ സ്വീകരിക്കുവാൻവേണ്ടി ഒരു സംഘം ഉല്പതിഷ്ണുക്കളെ ഒരുക്കി നിർത്തി കഥയുടെ ഉദ്യമത്തിന് സാമൂഹികാംഗീകാരം തേടുകയും ചെയ്യുന്നു.

ഈ വിധത്തിൽ ഒരു പുരോഗമനദൗത്യം വിവാഹം നിർവ്വഹിച്ചുവെങ്കിലും സ്ത്രീയുടെ അടിമത്തത്തിനു മാറ്റമൊന്നും സംഭവിച്ചില്ല. അതിനാൽ സംശയാലുതയോടെ മാത്രമേ സ്ത്രീജീവിതത്തിന് അതിനെ വീക്ഷിക്കാനാവുകയുള്ളൂ. വിവാഹിതകളായിത്തീർന്ന വിധവകൾക്കെന്തു സംഭവിച്ചുവെന്ന് സമൂഹം ഇനിയും വെളിപ്പെടുത്തിയിട്ടില്ല; ആരും അന്വേഷിച്ചുമില്ല. ചില സൂചനകൾ വി ടി ഭട്ടതിരിപ്പാട് നമുക്കു നല്കുന്നുണ്ട്. നമ്പൂതിരിമാർ 'മുഖ്യമന്ത്രിക്കളരിയിൽപ്പോലും' വിഖ്യാതി നേടിക്കഴിഞ്ഞിട്ടും സ്ത്രീ ഇന്നും സ്വതന്ത്രയാണോ എന്നു ചോദിച്ചുകൊണ്ട് വി ടി വെളിപ്പെടുത്തുന്നു:

'വൈദികമേധാവിത്വത്തിന്റെ നേർക്ക് ആരംഭിച്ച ഈ വിമോചന സമരം പുരുഷതാല്പര്യത്തിനുവേണ്ടി ചെയ്ത വഞ്ചനയായിരുന്നു. കാരണം സ്ത്രീസ്വാതന്ത്ര്യത്തെ ഈ പ്രസ്ഥാനക്കാർ ഒരിക്കലും മാനിച്ചിട്ടില്ല. നമ്പൂതിരിസ്ത്രീകളിൽനിന്നും ഒരു ഇന്ദുലേഖയെ വാർത്തെടുക്കുവാൻ യുവതലമുറ അഭിലഷിച്ചിട്ടില്ല.'[11]

സ്ത്രീജീവിതത്തെ ദുരിതങ്ങളിലേക്കു പിടിച്ചുകൊണ്ടുപോകുന്ന ഭീഷണസാന്നിദ്ധ്യമായി വിവാഹം നിലനിന്നുപോന്നു. രാഗമൃദുലമായ സ്വപ്നങ്ങളുമായി അസുലഭമായ വിവാഹമുഹൂർത്തവും പ്രതീക്ഷിച്ച് ഉൾത്തുടുപ്പോടെയിരിക്കുന്ന ഒരു യുവതി, മുഹൂർത്തത്തിന്ഏതാനും മണിക്കൂറുകൾ മാത്രമവശേഷിക്കുന്ന നിർണ്ണായകവേളയിൽ വിവാഹത്തിന്റെ ഭീകരരൂപം വിഹ്വലതയോടെ ദർശിക്കുകയാണ് അന്തർജ്ജനത്തിന്റെ 'വിവാഹമുഹൂർത്തം' (*തിരഞ്ഞെടുത്ത കഥകൾ*) എന്ന കഥയിൽ. വിജയത്തിന്, വർണ്ണനിബിഡമായൊരു സുന്ദരസ്വപ്നമാണ് വിവാഹം. നോവലിലെ നായകൻ അനേകം പ്രതിബന്ധങ്ങൾ തരണം ചെയ്ത് നായികയെ വിവാഹം കഴിക്കില്ലേയെന്ന് ഉൽക്കണ്ഠപ്പെടാറുള്ള അവൾ, ഒരു സാധാരണയുവതിയെപ്പോലെ വിവാഹത്തിന്റെ കാല്പനിക മോഹങ്ങളാൽ പരുവപ്പെട്ടവളാണ്. ഇങ്ങനെയുള്ള വിജയത്തിനു മുന്നിലേക്ക് വിവാഹത്താൽ തകർക്കപ്പെട്ട മൂന്നു സ്ത്രീജീവിതങ്ങളെ ആനയിച്ചുകൊണ്ട് അവളെ യാഥാർത്ഥ്യങ്ങളുമായി മുഖാമുഖം നിർത്തുകയാണ് കഥയുടെ ലക്ഷ്യം.

പതിമൂന്നാം വയസ്സിൽ 'ഭർത്തൃഭാഗ്യം' സിദ്ധിച്ച, തന്റെ കളിക്കൂട്ടുകാരിയായ ഭാനുവിനെ ആറു വർഷത്തിനുശേഷം വിജയം ആദ്യമായി കാണുകയാണ്. അവൾക്ക്, 'കവിൾത്തടത്തിലെ തുടുതുടുപ്പില്ല; എടുക്കവയ്യാത്ത തലമുടിയില്ല; സഹജമായ മന്ദഹാസംപോലുമില്ല....' സംസ്കാരം തന്നെ പഠിപ്പിച്ച കാര്യങ്ങളും ഭാനുവിന്റെ ജീവിതയാഥാർത്ഥ്യവും തമ്മിലെ വൈരുദ്ധ്യം വിജയത്തെ വിഷമിപ്പിക്കുന്നു. വായിച്ച പുസ്തകങ്ങളും ഉപാദ്ധ്യായരുമെല്ലാം അവളെ ധരിപ്പിച്ചിരുന്നത്

സകല മാധുര്യങ്ങളും നിറഞ്ഞ ഒരു മംഗളകർമ്മമാണ് വിവാഹമെന്നായിരുന്നു. അത്ര ശ്രേഷ്ഠമായ ആ സങ്കേതം ഇത്ര വിരസവും അസ്വതന്ത്രവുമായ കാരാഗൃഹമെന്നോ അനുഭവമുള്ളവർ പറയുന്നു?- അവൾ സംശയാലുവായി. തന്റെ ജീവിതഭാരങ്ങൾ വിജയത്തോടു പറയുവാൻ ഭാനു മടിക്കുന്നില്ല. '... ഞാൻ നേരെയൊന്ന് ഉണ്ടിട്ടും ഉറങ്ങിയിട്ടും കൊല്ലങ്ങൾ ആറു കഴിഞ്ഞിരിക്കുന്നു': ഇതായിരുന്നു വിവാഹം ഭാനുവിനു നല്കിയ ജീവിതം.

ആ വിവാഹഗൃഹത്തിലെ ശബ്ദകോലാഹലങ്ങളെയും മേളങ്ങളെയും അതിശയിച്ചുകൊണ്ട് അയൽവീട്ടിൽനിന്നും ഉയർന്ന കുടുംബകലഹങ്ങളാണ് വിജയം പിന്നീടു കേൾക്കുന്നത്. 'പൗരുഷത്തിന്റെ അധികാരമത്തമായ' ഉച്ചസ്വരം, ആജ്ഞകൾ, ശകാരങ്ങൾ- ആദർശയോഗ്യമെന്ന് സകലരും കരുതിയിരുന്ന ഒരു പ്രേമവിവാഹത്തിന്റെ പതനമായിരുന്നു അത് 'ആശ നശിച്ച ഒരബലഹൃദയത്തിൽ നിന്നുയരുന്ന വിലാപവചസ്സുകൾ-ശാപങ്ങൾ... അർത്ഥനകൾ..' ഇതെല്ലാം കേട്ട് അവൾ തൊഴുകൈയോടെ പ്രാർത്ഥിച്ചു. 'ദൈവമേ, എനിക്കിങ്ങനെ വരുത്താതിരിക്കേണമേ!"

വിജയത്തിന്റെ പ്രിയപ്പെട്ട കൂട്ടുകാരി ഗർഭസംബന്ധമായ അസുഖത്താൽ മരണമടഞ്ഞ വാർത്തകൂടി അറിഞ്ഞപ്പോൾ അവളൊരു ജീവച്ഛവം പോലെയായി. 'പ്രേമത്തിന്റെ-വിവാഹത്തിന്റെ- പരിണതമായ അവസ്ഥാന്തരത്തിലുള്ള അപകടം' മൂലമാണല്ലോ തന്റെ പ്രിയസുഹൃത്ത് അന്തരിച്ചതെന്ന് വിജയം ഓർക്കുന്നു.

വിവാഹമുഹൂർത്തം ആസന്നമായപ്പോഴേക്കും, യാഥാർത്ഥ്യത്തിന്റെ ക്രൂരതകളുമായി മുഖാമുഖം നില്ക്കുന്ന അവൾക്ക് അഞ്ചു മണിക്കൂർകൊണ്ട് അൻപതു വർഷത്തെ പരിചയങ്ങളുടെ പഴക്കം തോന്നി. ക്ലേശ സഹിഷ്ണുവായ ഒരു മുത്തശ്ശിയമ്മയുടെ കനത്തോടും ശാന്തതയോടുംകൂടി അവളവിടെ അനങ്ങാതെ ഇരുന്നു. ആ നിർണ്ണായകഘട്ടത്തിൽ അവൾക്കു പിന്മാറാനാവുമായിരുന്നില്ല. 'ഞാൻ ഒരുങ്ങിയിരിക്കയാണമ്മേ! ഇതുപോലെയുള്ള ഒരവസരത്തിൽ സ്ത്രീഹൃദയത്തിന് എത്രത്തോളമാകാമോ, അത്രത്തോളം ശരിയായിത്തന്നെ...' എന്നുപറഞ്ഞുകൊണ്ട് അവൾ നിർവ്വികാരയായി തന്റെ വിധിയെ നേരിടാനൊരുങ്ങുകയാണ്.

'ഒരു പുരുഷനെ സ്പർശിച്ചിട്ടുള്ള സ്ത്രീ മറ്റൊരാളുടെ ഭാര്യയാവുന്നതു പാപമല്ലേ? അതു പാതിവ്രത്യഭംഗമല്ലേ?... വിവാഹിതയായ സ്ത്രീ പരപുരുഷനെപ്പറ്റി ഓർക്കുന്നതു പാപമല്ലേ? അതു പാതിവ്രത്യഭംഗമല്ലേ?'- ഈ ചോദ്യങ്ങൾക്കിടയിൽപ്പെട്ട്, ഭീതിദമായ പാപബോധത്താൽ പീഡിതയായി ഹൃദയം തകർന്നു മരണമടയുകയാണ്, 'മൂടുപട'ത്തിൽ (*തിരഞ്ഞെടുത്ത കഥകൾ*) എന്ന കഥയിലെ പാപ്പി. 'വിവാഹം' വിലക്കു കല്പിക്കുന്ന ആ 'പാപങ്ങൾ' രണ്ടും അവൾ ചെയ്തിരിക്കുന്നു! ശരീരവും മനസ്സും ഒരേയൊരു പുരുഷനുവേണ്ടി ആജീവനാന്തം സമർപ്പി

ക്കുക, അന്യപുരുഷനെ സ്മരിക്കുകപോലും ചെയ്യാതിരിക്കുക- വിവാഹത്തിലെ അലിഖിതനിയമങ്ങളാണിവ. പക്ഷേ, ഇരുപത്തഞ്ചുതികയാത്ത പാപ്പിക്ക് അറുപതുകാരനായ ഭർത്താവിനെ അംഗീകരിക്കാനായില്ല. 'അയാളുടെ നോട്ടങ്ങൾ, സ്വരം, സാമീപ്യംപോലും അവൾ വെറുത്തിരുന്നു'. മറുവശത്ത് കുഞ്ഞേട്ടനെന്ന ഇഷ്ടപുരുഷനുമായുള്ള ബന്ധത്തിന്റെ ഓർമ്മകളും അവളെ വിടാതെ പിന്തുടരുന്നു.

ഒരു ഭ്രാന്തിയായഭിനയിച്ചുകൊണ്ട് അവളാ ജീവിതത്തോടു പ്രതിഷേധിച്ചു. അവളുടെയുള്ളിൽ സ്ത്രീയുടെ വികാരങ്ങളും സ്ത്രീയുടേതല്ലാത്ത നിയമങ്ങളും തമ്മിലുള്ള മഹാസംഘട്ടനങ്ങളായിരുന്നു: 'ആശകളും ആചാരങ്ങളും തമ്മിലുള്ള പോരാട്ടം.' വികാരങ്ങളും വിശ്വാസങ്ങളുമായുള്ള സംഘട്ടനം. 'സ്ത്രീഹൃദയത്തിന്റെ ചിരന്തനമായ ധർമ്മാധർമ്മ പരീക്ഷണം'. എന്നാൽ കുഞ്ഞേട്ടനെന്ന പുരുഷന് പാപചിന്തകളൊന്നുമില്ല. അയാൾ നവവധുവുമൊത്ത് 'മധുവിധു പങ്കിടുന്നു'. പാപപരിഹാരമായി അതേ സംസ്കാരത്തിന്റെ കാൽക്കീഴിൽ മാപ്പിരക്കുകയേ നിരാലംബയായ പാപ്പിക്കു മാർഗ്ഗമുണ്ടായിരുന്നുള്ളൂ. കാരണം, അതിന്റെ ധർമ്മനീതികളെയാണല്ലോ അവൾ ലംഘിച്ചത്!

സ്ത്രീക്ക് അടിമത്തം നല്കുന്നതിനു പ്രതിഫലമായി പുരുഷൻ സമ്മാനിതനാവുന്നുവെന്നത് വിവാഹം പുരുഷനുവേണ്ടി നിർവ്വഹിക്കുന്ന ഒരു സാമ്പത്തിക പ്രവർത്തനമാണ്. അതുകൊണ്ടാണ്, '...ധനാഗമമാർഗ്ഗങ്ങളിൽ നമ്പൂതിരിയുവാക്കളുടെ നല്ലൊരു വിദ്യയായ വിവാഹം' എന്ന് 'അധിവേദനം' (*ആദ്യത്തെ കഥകൾ*) എന്ന കഥ വിവാഹത്തെ വിശേഷിപ്പിക്കുന്നത്.

എല്ലാ സമുദായങ്ങളിലും വിവാഹത്തിന് ഈയൊരു ദൗത്യമുണ്ടെന്നതാണ് വാസ്തവം. സരസ്വതിയമ്മയുടെ 'വിവാഹവ്യവസായം' എന്ന കഥയിൽ മറ്റൊരു സമുദായക്കാരനാണ് സമ്മാനിതനാവുന്നതെന്നു കാണാം. പുരുഷന്റെ ഏതു താല്പര്യത്തെയും ഉൾക്കൊള്ളാൻ കഴിയുന്ന ഒന്നാണ് വിവാഹസ്ഥാപനമെന്ന് ഇതോർമ്മിപ്പിക്കും. ഒരു പുരുഷന്റെ ഇത്തരമൊരു ധനസമ്പാദനപദ്ധതിയെ 'അധിവേദന'ത്തിലെ സ്ത്രീകൾ പരാജയപ്പെടുത്തുന്നു. പുരുഷന്റെ ഈ പരാജയം, സ്ത്രീയുടെ കാല്പനികവ്യാമോഹം മാത്രമാണെന്നു വിമർശിക്കാമെങ്കിലും, അപമാനിതരായ സ്ത്രീകളുടെ സ്വാതന്ത്ര്യസ്വപ്നത്തിന്റെ പ്രകാശനമെന്ന നിലയിൽ ഇതിനു പ്രാധാന്യമുണ്ട്.

'അന്തർജ്ജനോദ്ധാരണത്തിനുവേണ്ടി അനവരതം ശ്രമിക്കുന്ന അത്യുത്പതിഷ്ണുവായ രാമൻ നമ്പൂതിരി', വേളി കഴിച്ച സാവിത്രിയെ സ്വീകരിക്കാതെ അധിവേദനത്തിനൊരുങ്ങിയതായിരുന്നു. പക്ഷേ, അന്തർജ്ജനങ്ങൾ സമർത്ഥമായൊരു പദ്ധതിയിലൂടെ അതു തകർത്തുകളഞ്ഞു. മൂടുപടത്തിന്റെ മൃദുലാങ്കികൾക്കിടയിൽ സാവിത്രിയെ നവവധുവിനു പകരം നിർത്തി അവർ ഒരു 'പുനർവിവാഹം' നടത്തിക്കുകയായിരുന്നു. '...ഈ പുരുഷൻമാർക്കു തോന്നിയതുപോലെ ആകാമെങ്കിൽ പിന്നെ

നമുക്കും അങ്ങനെ ആയാലെന്താ?' എന്ന ചോദ്യം സ്വാതന്ത്ര്യ ബോധത്തിന്റേതാണല്ലോ. ഈ കഥയിൽ വിവാഹത്തെ തന്റെ നിലനില്പിനു വേണ്ടി സ്ത്രീ ഉപയോഗപ്പെടുത്തുന്നു.

വിവാഹത്തിന്റെ പാരതന്ത്ര്യത്തിനു കീഴടങ്ങാൻ വിസമ്മതിക്കുന്ന സ്വാതന്ത്ര്യേച്ഛുവായ സ്ത്രീ വീടുവിടാൻ നിർബ്ബന്ധിതയാവാം. അത്തരക്കാരികൾക്കു സമൂഹം ആശ്രയമരുളുകയുമില്ല. അവർ സമൂഹത്തിന്റെ പ്രാന്തദേശങ്ങളിലേക്കകറ്റപ്പെടും. 'ഒപ്പിടാനുള്ള വിരലു'കളിലെ (*കണ്ണീരിന്റെ പുഞ്ചിരി*) യാചകിക്ക് മാളികമുകളിലെ സുഖസമൃദ്ധിയിൽനിന്നും തെരുവിലെ യാചകകേന്ദ്രത്തിലെത്തേണ്ടിവന്നത് വിവാഹത്തെ നിരസിച്ചതുകൊണ്ടുമാത്രമായിരുന്നു. ദരിദ്രവും രോഗാതുരവുമായ ജീവിതത്തിൽ അവൾക്കു പശ്ചാത്താപമൊന്നുമില്ല. തെരുവിലെ അനാഥരായ പെൺകുട്ടികൾക്കാശ്രയമായി അവൾ ജീവിതത്തിന് സ്വന്തമായ ഒരർത്ഥം നല്കിയിരിക്കുന്നു. സ്ത്രീസ്വാതന്ത്ര്യത്തെക്കുറിച്ച് പ്രസംഗിക്കുന്ന സ്ത്രീകൾക്കുപോലും ആൺതുണയില്ലാതെ പുറത്തിറങ്ങാനാവാത്ത സമൂഹത്തിൽ അവൾ യഥാർത്ഥ സ്വാതന്ത്ര്യവും നിർഭയത്വവും നേടിയതായി വിശ്വസിക്കുന്നു. വാസ്തവത്തിൽ ഈ നിയമനിഷേധിനി സമൂഹത്തിലല്ല; അതിന്റെ അതിർത്തികൾക്കപ്പുറത്താണ്. എങ്കിലും, ജീവിക്കുവാനും പ്രവർത്തിക്കുവാനുമുള്ള സ്വാതന്ത്ര്യത്തെയാണ് വിവാഹത്തേക്കാൾ ഈ കഥാപാത്രം വിലമതിക്കുന്നത്.

വിവാഹത്തെ അനിവാര്യമായി അംഗീകരിക്കുന്നവരെങ്കിലും അന്തർജ്ജനത്തിന്റെ *സാഫല്യ*ത്തിലെ വൃദ്ധമാതാപിതാക്കൾ-ഓമനമകളുടെ വിവാഹം കഴിഞ്ഞതേയുള്ളൂ- ഏകാന്തതയിലും ഏതോ അജ്ഞാത വ്യഥകളിലും അകപ്പെട്ടുപോകുന്നു. ഉള്ളിലെ വേദനയടക്കി അവർ പുറമെ സംതൃപ്തി കാട്ടുന്നു. 'കുട്ടികളുണ്ടായി. പഠിപ്പിച്ചുവളർത്തി. പ്രാപ്തരാക്കി വിട്ടു. ഇന്നു വീണ്ടും നാം തനിച്ചായി. പക്ഷേ, എല്ലാം നല്ലതിനാണ്'- എന്നിങ്ങനെ യുക്തിയുടെ പിൻബലം നല്കി സ്വയം സമാശ്വസിക്കാൻ പാടുപെടുന്നുണ്ടെങ്കിലും അവരുടെ ചിരിക്കുന്ന മുഖങ്ങളിൽ കണ്ണീർച്ചാലുകളായിരുന്നു:

'ഒരു യുവതി പതിനേഴിനും ഇരുപതിനും മദ്ധ്യേ വിവാഹിതയാവേണ്ടത് വീട്ടുകാരുടെ ആവശ്യമാണ്. വിവാഹക്കമ്പോളത്തിൽ ആ ചരക്കിനു വില മുന്തിനില്ക്കുന്നത് അപ്പോഴാണെന്ന് അവർക്കറിയാം. ഇരുപതിനും ഇരുപത്തഞ്ചിനും മദ്ധ്യേ പിന്നെയൊരു തരം. അതു കഴിഞ്ഞാൽ ക്രമേണ ഇടിഞ്ഞിടിഞ്ഞ് മുപ്പതാവുമ്പോഴേക്കും ആ സാധനം ആർക്കും വേണ്ടാത്തതായി തള്ളപ്പെടുന്നു.'

'ഭർത്താവിന്റെ സ്നേഹിത' (*തിരഞ്ഞെടുത്ത കഥകൾ*) എന്ന കഥയിലെ, 'മഹനീയമായ അഭിമാനബോധവും ത്യാഗശീലവും' ഒത്തിണങ്ങിയ സ്ത്രീയുടെ വാക്കുകളാണിവ. കമ്പോളത്തിന്റെയും ചരക്കിന്റെയും നിയമങ്ങളുള്ളതാണ് വിവാഹമെന്നറിയാവുന്ന ഈ കഥാപാത്രം സ്നേഹിതനുമായുള്ള വിവാഹം നടക്കില്ലെന്നായപ്പോൾ അമ്മയോടു പറഞ്ഞു:

'...അമ്മയ്ക്കിഷ്ടമുള്ള ഏതു ഫൂളിനെങ്കിലും കല്യാണം നിശ്ചയിച്ചു കൊള്ളൂ. എത്രവേഗമാകാമോ, അത്ര വേഗം'. സ്ത്രീയുടെ അടിമയാകാനൊരുക്കമല്ലാത്ത അഭിമാനിയായ ആ സ്നേഹിതനും വിവാഹിതനായി. അതു പക്ഷേ, 'ഒരു സ്ത്രീയുടെ അടിമയായല്ല, ഒരു സ്ത്രീയെ അടിമയാക്കിക്കൊണ്ടായിരുന്നു.'

അന്തർജ്ജനത്തിന്റെ, 'തിരമാലകൾക്കിടയിൽ', 'കാട്ടുപൂവ്', 'പ്രതീക്ഷകൾ' എന്നീ കഥകൾ നടക്കാതെ പോയ വിവാഹങ്ങളെക്കുറിച്ചാണ്. 'തിരമാലകൾക്കിടയിൽ' (*തിരഞ്ഞെടുത്ത കഥകൾ*) എന്ന കഥയിലെ സ്ത്രീക്ക് ഇഷ്ടപുരുഷനെ വിവാഹം കഴിക്കാനായില്ല. വീട്ടുകാർ നിശ്ചയിച്ച വിവാഹം അവളിഷ്ടപ്പെട്ടുമില്ല. രണ്ടു മാർഗ്ഗമാണവൾ മുന്നിൽ കണ്ടത്. ഒന്നുകിൽ വീട്ടുകാർക്കു വഴങ്ങുക; അല്ലെങ്കിൽ കന്യാസ്ത്രീയാവുക. തീവ്രമായ ധർമ്മസങ്കടത്തിലകപ്പെടുന്ന അവൾ തന്റെ 'ഭ്രാന്തിച്ചെറിയമ്മ'യെപ്പോലെ ഉൻമാദിനിയായിത്തീരുകയാണ്. ഈ കഥ വിവാഹത്തെ കാല്പനികമായനുഭവിക്കുന്നു. 'കാട്ടുപൂവി'ലെ (*തിരഞ്ഞെടുത്ത കഥകൾ*) കോതയ്ക്ക് ചന്ദ്രനെ വിവാഹം കഴിക്കാനായിരുന്നു ആഗ്രഹം. പക്ഷേ, അനിഷ്ടകരമായ മറ്റൊരു വിവാഹത്തിന് അവൾക്ക് വഴങ്ങേണ്ടിവന്നു. ഒടുവിൽ അവളും ഭ്രാന്തിയാവുകയാണ്.

'പ്രതീക്ഷകൾ' (*തിരഞ്ഞെടുത്ത കഥകൾ*) നർമ്മസ്പർശിയായ കഥയാണ്. പിതാവിന്റെ ഉത്തരവാദിത്വമില്ലായ്മ കാരണം അവിവാഹിതയായി കഴിയേണ്ടിവന്ന മകൾ 'നിയമവിരുദ്ധ'മായി ഗർഭിണിയാവുകയും പ്രസവിക്കുകയും ചെയ്യുന്നു. അപ്പോഴും, തന്നെ നേരാംവണ്ണം വിവാഹം ചെയ്തയയ്ക്കാത്തതിലുള്ള രോഷമായിരുന്നു അവൾക്ക്. വിവാഹത്തെ ഗൗരവപൂർവ്വം സമീപിക്കാൻ ഈ മൂന്നു കഥകൾക്കും കഴിഞ്ഞിട്ടില്ല.

സ്ത്രീപുരുഷബന്ധങ്ങളെ പുരുഷാധിപത്യവ്യവസ്ഥയുടെ സ്ഥാപനങ്ങളിൽനിന്നും വിമുക്തമാക്കി സങ്കല്പിക്കാൻ മനുഷ്യർക്കു കഴിയാതെ പോകുന്നത്, പ്രസ്തുത സ്ഥാപനങ്ങൾ സമൂഹജീവിതത്തിൽ അത്രയേറെ രൂഢമൂലമായിരിക്കുന്നതുകൊണ്ടാണ്. ഒരു സ്ത്രീയെയും പുരുഷനെയും ഒരുമിച്ചുകാണുമ്പോൾത്തന്നെ ഈ സ്ഥാപനങ്ങളുടെ പ്രത്യയശാസ്ത്രങ്ങൾ ഒരാളിൽ പ്രവർത്തിച്ചു തുടങ്ങുന്നു. അവരെ കാമുകിയും കാമുകനുമായോ ഭാര്യയും ഭർത്താവുമായോ മാതാവും പുത്രനുമായോ മാത്രമേ ആളുകൾക്കു മനസ്സിലാക്കാനാവൂ. പ്രേമം, വിവാഹം, മാതൃത്വം എന്നീ സ്ഥാപനങ്ങളുടെ പ്രത്യയശാസ്ത്രങ്ങളാണവിടെ പ്രവർത്തനക്ഷമമാവുന്നത്. ജനങ്ങളുടെ സാമാന്യബോധത്തെ ഈ സ്ഥാപനങ്ങൾ മുച്ചൂടും കീഴടക്കിയിരിക്കുന്നു. അതുകൊണ്ടാണ് പുരുഷനുമായുള്ള ബന്ധം തെറ്റായി നിർവ്വചിക്കപ്പെടുന്ന സ്ത്രീക്ക് തന്നിൽ ആരോപിതമായ പുതിയ സ്വത്വത്തെ നിശ്ശബ്ദം അംഗീകരിച്ചുകൊടുക്കേണ്ടി വരുന്നത്. ഒരു സ്ത്രീ അവിചാരിതമായി അകപ്പെട്ടുപോയ ഈ സന്ദിഗ്ദ്ധാവസ്ഥയാണ് സ്വരസ്വതിയമ്മ, 'സ്വാതന്ത്ര്യവാദക്കാരി' (*കലാമന്ദിരം*)എന്ന കഥയിൽ ചിത്രീകരിച്ചിരിക്കുന്നത്. വിവാഹമാണ് ഈ കഥയിലെ, അദ്യ

ശ്യമെങ്കിലും മുഖ്യമായ കഥാപാത്രം.

സാമ്പത്തികസ്വാതന്ത്ര്യം നേടിയാൽ സ്ത്രീയുടെ അടിമത്തവും നീങ്ങുമെന്നു വിശ്വസിച്ചിരുന്ന അവിവാഹിതയായ വിലാസിനിയുടെ തൊട്ടടുത്ത സീറ്റിലിരിക്കുന്ന ചെറുപ്പക്കാരൻ അവളുടെ ഭർത്താവാണെന്ന് സഹയാത്രികയായ മറ്റൊരു സ്ത്രീ സ്വയം തീരുമാനിക്കുകയാണ്. അവർ തമ്മിലുള്ള 'ചേർച്ച'യെ അവൾ പ്രശംസിച്ചു. വിശപ്പുകൊണ്ട് മനംമറിപ്പുണ്ടായ വിലാസിനിയുടെ മുഖലക്ഷണം ഗർഭലക്ഷണമായാണ് ആ സ്ത്രീ വിലയിരുത്തുന്നത്. വിലാസിനിയുടെ ഓരോ ചലനവും ഒരു നവവധുവിന്റെ ഭാവഹാവാദികളായി കരുതാൻ മാത്രമേ ആ സ്ത്രീക്കു കഴിയുന്നുള്ളൂ. ഫലത്തിൽ ഒരു നവവധുവിന്റെ സങ്കോചാവസ്ഥയിലേക്ക് ആ സ്വാതന്ത്ര്യവാദക്കാരിയും അകപ്പെട്ടുപോയി. ഇരിപ്പിടം മാറിയിരുന്നാൽ അത് നവവധുവിന്റെ ലജ്ജയായി വ്യാഖ്യാനിക്കപ്പെടും. അവൾക്കാകട്ടെ, സത്യം ബോദ്ധ്യപ്പെടുത്താനുമായില്ല. കാരണം വിവാഹത്തിനപ്പുറം ചിന്തിക്കുവാൻ ആ സ്ത്രീയുടെ സാമാന്യബോധം അനുവദിക്കുകയില്ല. സാമ്പത്തികകാരണങ്ങൾ മാത്രമല്ല പ്രത്യയശാസ്ത്ര കാരണങ്ങളും സ്ത്രീയുടെ അടിമത്തത്തിനു പുറകിലുണ്ടെന്ന് വിലാസിനിക്കു ബോദ്ധ്യമാവുകയാണ്: 'നാട്ടുനടപ്പനുസരിച്ച് ചിലതൂഹിച്ചതിന്' അവരെ കുറ്റപ്പെടുത്തിയിട്ടു കാര്യമില്ലെന്ന് അവൾക്കു തോന്നി. ബന്ധങ്ങളെ സ്ഥാപനവല്ക്കരിക്കുക എന്നതാണ് 'നാട്ടുനടപ്പ്'.

കലാജീവിതത്തിന്റെ ശത്രുവാണ് വിവാഹം. അവ രണ്ട് വിരുദ്ധമേഖലകളുടേതാണ്. കല സ്വാതന്ത്ര്യത്തിന്റെയും വിവാഹം പാരതന്ത്ര്യത്തിന്റെയും. വിവാഹം കലാകാരിയും കലാകാരനും തമ്മിലുള്ള സ്വതന്ത്രബന്ധത്തെ മലിനവും ശത്രുതാപരവുമാക്കിത്തീർക്കുന്നു. 'കലാമന്ദിര'ത്തിലെ (*കലാമന്ദിരം*) ഉഷാദേവി വിവാഹത്തെ നിരാകരിക്കാൻ സഹനർത്തകിയായ കോമളത്തോടാവശ്യപ്പെടുന്നത് ഈ കാരണങ്ങളാലാണ്. കോമളം നൃത്തകലാവിദഗ്ദ്ധനായ പ്രകാശനെ വിവാഹം ചെയ്ത് സ്വന്തമാക്കാനാശിക്കുന്നു. വിവാഹത്തിന്റെ കാല്പനികഭ്രമങ്ങളിൽ നിമഗ്നയായിക്കഴിയുന്ന അവളെ അവയിൽനിന്നും മോചിപ്പിക്കുവാനാണ് ഉഷാദേവിയുടെ ഉദ്യമം. വിവാഹം ബന്ധങ്ങളെ മലിനമാക്കുകയാണ് ചെയ്യുന്നതെന്ന് ഉഷാദേവി അവൾക്കു മുന്നറിയിപ്പു നല്കുന്നു:

'...സഹനർത്തകിയായ കോമളത്തെ അങ്ങേയറ്റത്തെ വാത്സല്യത്തോടെ സ്നേഹിക്കുന്ന പ്രകാശൻ, ഭാര്യയായ കോമളത്തിനെ സർവ്വശക്തിയോടെ വെറുക്കും. ഈ നിലയിൽ നീ പോയാൽ കരഞ്ഞു ചാവുന്ന പ്രകാശൻ, ഭാര്യയായ ശേഷം നീ മരിച്ചാൽ ജീവിതത്തിലെ നരകമൊഴിഞ്ഞെന്നുവച്ചാശ്വസിക്കും...'

വിവാഹവ്യാമോഹങ്ങളിൽനിന്നും വിമുക്തയാവാൻ കഴിയാതെ വ്യഥിതഹൃദയയായി കോമളം മരണമടയുന്നു. അവളുടെ വിവാഹസ്വപ്നങ്ങളുടെ തകർച്ചയിൽ കഥ അനുതാപം കാട്ടുന്നില്ല. പകരം ഒരു കലാകാരിയെന്ന നിലയിൽ അവളെ ആരാധിക്കുന്നു.

മലയാളസാഹിത്യത്തിനു അത്ര സുപരിചിതമല്ലാത്ത ഒരു വിവാഹ നിഷേധമാണ് 'വിലക്കപ്പെട്ടവഴി' (*കനത്ത മതിൽ*). കഥാശീർഷകത്തിലെ ചോദ്യചിഹ്നം, വിവാഹനിഷേധം ഒരു വിലക്കപ്പെട്ട വഴിയല്ലെന്നു സൂചിപ്പിക്കുന്നു. അന്തർജ്ജനത്തിന്റെ 'അവിവാഹിത'യിലെ ലേഡി ഡോക്ടർ മാതൃത്വാനുഭവത്തിനുവേണ്ടി വിവാഹത്തെ സ്വീകരിക്കുകയാണ്. എന്നാൽ, വിവാഹത്തിൽനിന്നും രക്ഷപ്പെട്ടത് സൗഭാഗ്യമായിക്കരുതുന്ന, കുട്ടികളെ സ്നേഹിക്കുന്ന, അവരെ സംരക്ഷിക്കുന്ന ഒരു ലേഡി ഡോക്ടറെയാണ് സരസ്വതിയമ്മയുടെ ഈ കഥ കാണിച്ചുതരുന്നത്. സ്ത്രീകളെ സ്വാശ്രയരാക്കിത്തീർക്കാൻ ബോധപൂർവ്വം പ്രവർത്തിക്കുകകൂടി ചെയ്യുന്ന ഈ കഥാപാത്രത്തിലൂടെ സ്ത്രീകൾക്ക് സമൂഹം പരമ്പരാഗതമായി നല്കിയിട്ടുള്ള പദവിയെ ഈ കഥ ലംഘിക്കുന്നു.

അവിവാഹിതയായി സ്വതന്ത്രജീവിതം നയിക്കാൻ കാരണമായിത്തീർന്ന ഗോവിന്ദൻ നായർ എന്ന ബന്ധുവിനെ വർഷങ്ങൾക്കുശേഷം വിശാലാക്ഷി സന്ദർശിക്കുന്നതാണ് കഥാസന്ദർഭം. നിശ്ചയിച്ച വിവാഹത്തിൽനിന്ന്, സ്വാർത്ഥതയാലാണെങ്കിലും, അയാൾ പിന്മാറിയതുകൊണ്ടാണ് അവിവാഹിതയായിരിക്കാനും ഒരു ഡോക്ടറായിത്തീരാനും അവൾക്കു സാധിച്ചത്. രോഗവും നിത്യദാരിദ്ര്യവുമായി കഴിയുന്ന അയാൾക്ക് ഇപ്പോൾ അഞ്ചു പെൺകുട്ടികളടക്കം എട്ടുമക്കളുണ്ട്. ഒൻപതാമത്തെ ശിശു ജനിക്കാനിരിക്കുന്നു! വിവാഹിതയായിരുന്നെങ്കിൽ ഈ ദുരിതങ്ങളെല്ലാം തന്റേതുകൂടിയാവുമായിരുന്നല്ലോ എന്നു വിശാലാക്ഷി ഓർത്തുപോയി. പെൺമക്കളുണ്ടായതിന്റെ ഭാരത്തെക്കുറിച്ചു വിലപിക്കുന്ന ആ പിതാവിന് അവൾ നല്കുന്ന മറുപടിയിൽ സ്ത്രീയെ നിന്ദിക്കുകയും പരാന്നജീവിയാക്കുകയും ചെയ്യുന്ന സംസ്കാരത്തോടുള്ള വിമർശനം അടങ്ങിയിരിക്കുന്നു:

'...പെൺമക്കളെപ്പറ്റി ഭാരമെന്നും തീരാശല്യമെന്നുമൊക്കെ അച്ഛനമ്മമാർ പറയുന്നതു കേൾക്കുമ്പോൾ എനിക്കു വല്ലാത്ത വേദന തോന്നാറുണ്ട്. അവരെ അങ്ങനെ അല്ലാതാക്കാൻ വഴിയില്ലായിരുന്നെങ്കിൽ ഞാൻ സങ്കടപ്പെടുമായിരുന്നില്ല. പക്ഷേ, ആ വഴി നിഷിദ്ധമെന്നു സമുദായം പറയുന്നു. ഒരു പെൺകുട്ടി തന്നത്താൻ ജീവിക്കാൻ ശ്രമിക്കുന്നത് ആഭിജാത്യത്തിന്റെ കണ്ണിൽ അപവാദമാണ്... തൊഴിലിനുവേണ്ടി സ്ത്രീ തെണ്ടുന്നതും ഞാനഭിമാനത്തോടെ കണ്ടു നില്ക്കാം. ഭർത്താവിനെ പറ്റിപ്പിടിച്ചു ജീവിക്കാൻ കാത്തിരിക്കുന്നതാണ് എന്റെ കണ്ണിൽ മാനക്കേട്.'

ഗോവിന്ദൻ നായരുടെ മൂത്തമകൾക്കു വിദ്യാഭ്യാസം നല്കി, ഒരു 'ഇത്തിൾക്കണ്ണി'യാവാത്ത നിലയിൽ അവളെ വളർത്തിയെടുക്കാമെന്ന് ഡോക്ടർ ഉറപ്പു നല്കുന്നു. രണ്ടു കാര്യങ്ങളാണ് ഉത്തരവാദിത്വം ഏറ്റെടുക്കാൻ അവളെ പ്രേരിപ്പിക്കുന്നത്. വിവാഹത്തിൽനിന്നും രക്ഷപ്പെടാൻ കാരണം അയാളായിരുന്നുവെന്നതാണ് അതിലൊന്ന്. സ്ത്രീവിമോചനപരമാണ് രണ്ടാമത്തെ ഘടകം:

'ഇന്ന് ഞാനും എന്നെപ്പോലുള്ളവരും പോകുന്ന വഴി സ്ത്രീക്കു

നിഷേധിക്കപ്പെട്ടതാണെന്നു പലർക്കും അഭിപ്രായമുണ്ട്. ആ അഭിപ്രായത്തെ എതിർക്കാൻ എന്റെ പക്ഷക്കാരുടെ സംഖ്യാബലം കൂടിക്കാണാൻ ഞാനാശിക്കുന്നതിൽ എന്താണതിശയം?'

വിശാലാക്ഷിയുടെ വിവാഹനിഷേധം കേവല വ്യക്തിസ്വാതന്ത്ര്യമായവസാനിക്കാതെ, സ്ത്രീസ്വാതന്ത്ര്യത്തിനുവേണ്ടിയുള്ള സംഘടിതോദ്യമമായിത്തീരുന്നു.

വിവാഹത്തെ നിഷേധിക്കുന്നതിലൂടെ ഈ കഥ നിരാകരിക്കുന്നത് പുരുഷവ്യവസ്ഥയെയാകെയാണ്. ഇവിടെ പുരുഷന്റെ ശത്രുവല്ല സ്ത്രീ; രക്ഷകയാണ്. സ്ത്രീക്ക് ആശ്രിതജീവിതം മാത്രം വിധിക്കപ്പെട്ട സമൂഹത്തിൽ അർത്ഥപൂർണ്ണമായി ജീവിക്കുന്ന അനുകരണീയമായൊരു സ്ത്രീമാതൃക ഈ കഥ അവതരിപ്പിക്കുന്നു. വിവാഹനിഷേധിനികളെ നിന്ദിക്കുകമാത്രം ചെയ്യുന്ന സംസ്കാരത്തിനെതിരെ അവിവാഹിത ജീവിതത്തിന്റെ അന്തസ്സും സ്വാതന്ത്ര്യവും ഉയർത്തിപ്പിടിച്ച്, സ്ത്രീയുടെ ബദൽ മൂല്യങ്ങളും ജീവിതവീക്ഷണവും അവതരിപ്പിക്കാൻ ഈ കഥയ്ക്കു കഴിയുന്നുണ്ട്. വിശാലാക്ഷിയെപ്പോലൊരു കഥാപാത്രം പുരുഷസാഹിത്യത്തിന് അപരിചിതയായിരിക്കും.

ഒരേ ഒരു രാത്രിയിലെ (*പൊന്നുംകുടം*) ചിത്ര എന്ന ബുദ്ധിശാലിനിയായ നാടകനടിക്ക് വിവാഹത്തെക്കുറിച്ച് മഹനീയമായൊരു സങ്കല്പമുണ്ട്. അതു വെറുമൊരാഗ്രഹചിന്ത മാത്രമാണെന്നും അവൾക്കറിയാം. പുരുഷൻമാരുമായി സൗഹൃദപൂർണ്ണമായ ബന്ധം ആഗ്രഹിക്കുന്ന ഈ കഥാപാത്രം നാടകകൃത്തായ രാമചന്ദ്രദാസിനോട് തന്റെ വിവാഹസങ്കല്പം വെളിപ്പെടുത്തുന്നു:

'.... വിവാഹം ചെയ്യാനെനിക്ക് ഇഷ്ടമായിരുന്നു, നല്ല ഒരു നാടകമെഴുത്തുകാരനെ ജീവിതസഖാവായി കിട്ടിയിരുന്നെങ്കിൽ! ജീവിതലക്ഷ്യം ഒന്നാകയാൽ പിന്നെ ഹൃദയങ്ങൾക്കൊന്നാകാനെന്തുവേണം? കലാപ്രേമം മാത്രമായിരിക്കണം ജീവിതങ്ങളെ കോർക്കാനുള്ള ചങ്ങല. എന്റെ അഭിനയവാസന കണ്ടുപഠിച്ച്, എന്റെ നിർദ്ദേശമനുസരിച്ച്, നാടകമെഴുതാനൊരാളെ കിട്ടുമെന്നു ഞാനാശിച്ചിരുന്നു.'

സമൂഹത്തിന്റെ അർത്ഥങ്ങളുമായിടയുന്ന വീക്ഷണമാണിത്. വിവാഹം സ്ത്രീയുടെ കണ്ണുകളിലൂടെ വ്യാഖ്യാനിക്കപ്പെടുകയും പുതിയൊരർത്ഥം സ്വീകരിക്കുകയും ചെയ്യുന്നു. ഇതുൾക്കൊള്ളാൻ ആ പുരുഷനു കഴിയാതാവുന്നത് സ്വാഭാവികം മാത്രമാണ്. അവളുടെ ഈ അഭിപ്രായവും തുറന്ന പെരുമാറ്റവും അയാൾ മറ്റു തരത്തിൽ വ്യാഖ്യാനിക്കുന്നു. അയാളുടെ വിവാഹാഭ്യർത്ഥന സ്നേഹപൂർവ്വം നിരാകരിക്കുകയാണ് ചിത്ര ചെയ്യുന്നത്.

ചിത്രയെപ്പോലെ പുരുഷന്മാരെ ഇഷ്ടപ്പെടുകയും വിവാഹമോ സ്ഥാപനവല്ക്കൃതപ്രേമമോ മലിനമാക്കാത്ത യഥാർത്ഥ സൗഹാർദ്ദത്തിനുവേണ്ടി ആഗ്രഹിക്കുകയും ചെയ്യുന്നവരാണ് സരസ്വതിയമ്മയുടെ 'ഇരട്ടവേഷ'[12]ത്തിലെ (*കലാമന്ദിരം*) സീതയും 'ശരച്ചന്ദ്രിക' (*സ്ത്രീജന്മം*)

യിലെ ശാരദയും.

വിവാഹാഭ്യർത്ഥന നിരസിച്ചതിന്റെ പേരിൽ അപവാദപ്രചരണങ്ങൾക്കു പാത്രമായിത്തീരുന്നു സീത. പുരുഷനു മഹത്ത്വമുള്ള സമൂഹത്തിൽ, രണ്ടാംകിടക്കാരിയായ സ്ത്രീ അയാളെ നിരാകരിക്കുന്നത് അനുവദിക്കപ്പെടുകയില്ല. വിവാഹാഭ്യർത്ഥന നിരസിക്കപ്പെടുമ്പോൾ പുരുഷന്റെ അഹംബോധ (ego) ത്തിനു ക്ഷതമേല്ക്കുന്നു. അതുകൊണ്ടാണ് അവളെ അപകീർത്തിപ്പെടുത്തുന്നതിനുള്ള മാർഗ്ഗങ്ങൾ അയാൾക്കാരായേണ്ടിവരുന്നത്. ഈ കഥയിലെ സീതയ്ക്ക് തന്റെ സഹപാഠിയും സുഹൃത്തുമായ ഒരു പുരുഷനിൽനിന്നാണ് ഇത്തരം അനുഭവങ്ങൾ ഉണ്ടായത്.

സ്ത്രീക്ക് പുരുഷനോടുള്ള ഇഷ്ടത്തെ വിവാഹാഭിലാഷമായി നിർവ്വചിക്കുന്നത് പുരുഷസംസ്കാരത്തിന്റെ ദൗർബല്യമാണ്; സ്ത്രീയുടേതല്ല. പരുഷനെ ഇഷ്ടപ്പെടാനുള്ള സ്ത്രീയുടെ സ്വാതന്ത്ര്യത്തെ പുരുഷൻ തന്നെ നിഷേധിക്കുന്നുവെന്നാണ് അതിനർത്ഥം. പുരുഷാഭിമുഖ്യത്തെ വിവാഹവുമായി ബന്ധിപ്പിക്കാൻ ആഗ്രഹിക്കാത്തവളാണ് സീത. അവൾ തന്റെ കൂട്ടുകാരികളോടു പറയുകയാണ്:

'... എനിക്ക് ഇഷ്ടമുള്ളവരെയൊക്കെ കല്യാണം കഴിക്കാനൊക്കുമോ? മരിച്ചുപോയ ഹാർഡിയെയും കീറ്റ്സിനെയും പോലെ എത്ര പേരെയാണിഷ്ടം? സാധാരണയിൽ കവിഞ്ഞ ബുദ്ധിശക്തിയോ മറ്റു കഴിവുകളോ ഉള്ളവരെയെല്ലാം എനിക്കു വലിയ ഇഷ്ടമാണ്. അതുമല്ല, പരസ്പരം മതിപ്പുള്ളവർ തമ്മിൽ വിവാഹം പാടില്ലെന്ന അഭിപ്രായക്കാരിയാണു ഞാൻ... അടുത്ത പരിചയം മതിപ്പിനെ മാറ്റിക്കളയും. ആ സ്ഥാനത്തു വെറുപ്പായിരിക്കും പിന്നീട്.'

വിവാഹസ്ഥാപനം സ്ത്രീപുരുഷബന്ധങ്ങളെ മലിനമാക്കിത്തീർക്കുന്നുവെന്ന് വിശ്വസിക്കുന്നവളാണ് സീത. 'പരസ്പരം മതിപ്പുള്ളവർ തമ്മിൽ വിവാഹം പാടില്ലെ'ന്നു പറയുമ്പോൾ, മതിപ്പില്ലാത്തവർ തമ്മിലേ അതാകാവൂ എന്നല്ല, വിവാഹമേ വേണ്ടെന്നാണല്ലോ വ്യംഗ്യം. വിവാഹസ്ഥാപനം ഒരു കെണിയും മനുഷ്യപ്രകൃതത്തെ അപഹസിക്കുന്നതും ആണെന്ന എമ്മാ ഗോൾഡ്മാന്റെ അഭിപ്രായം ഇവിടെ ഓർമ്മിക്കാവുന്നതാണ്. ഇങ്ങനെ വിശ്വസിക്കുന്ന സ്ത്രീ സംസ്കാരത്തിൽനിന്നും അന്യവല്ക്കരിക്കപ്പെടുകയേയുള്ളൂ. സീത പറയുന്നു:

'ആളുകളുടെ നല്ല അഭിപ്രായത്തിനുവേണ്ടി പാടുപെടാനെനിക്കു കഴിയില്ല. ആളുകളും ഞാനും രണ്ടു ലോകത്താണ് ജീവിക്കുന്നതെന്നുകൂടി എനിക്കു തോന്നിപ്പോകാറുണ്ട്.'

'നല്ലൊരു ഭർത്താവിനെക്കിട്ടാൻ വലിയ വിഷമമുള്ള കാലത്ത്' വിവാഹത്തെ അപ്പടി നിരാകരിക്കുന്ന ഈ കഥാപാത്രം സ്ത്രീയുടെ പരിമിതികളെക്കുറിച്ചും ബോധവതിയാണ്.

ഇതൊക്കെയാണെങ്കിലും, ലോകത്തുള്ള കാഴ്ചകൾ കൊണ്ടുനടന്നു കാണിച്ചുതരാൻ ഒരാളുണ്ടാകാൻവേണ്ടി എന്റെ ആദർശങ്ങൾ വിവാഹ

പീഠത്തിൽ ബലികഴിച്ചാലെന്തെന്ന് എനിക്കു ചില സമയം തോന്നാറുണ്ട്. ഭർത്താവിന്റെ ആവശ്യം അതിൽക്കവിഞ്ഞറിയാനും മാത്രം എന്റെ സ്ത്രീത്വം വളർന്നിട്ടില്ല; വളരുന്ന ലക്ഷണവുമില്ല.

ഇത് സ്ത്രീയുടെ പരിമിതികളെന്നതിലുപരി ആധിപത്യസംസ്കാരത്തിന്റെ ക്രൂരതയെയാണ് സൂചിപ്പിക്കുന്നത്. പുരുഷാശ്രയമില്ലാതെ, ലോകമെന്തെന്ന് സ്വയമറിയാൻ മുതിരുന്ന സ്ത്രീയെ മാനിക്കുവാനും അംഗീകരിക്കുവാനും മാത്രം ഉദാരമോ മാനുഷികമോ അല്ല ആ വ്യവസ്ഥയെന്ന് മേല്പറഞ്ഞ വരികൾ സമൂഹത്തെ ഓർമ്മിപ്പിക്കുന്നു.

നിസ്വാർത്ഥയും സ്വാതന്ത്ര്യേച്ഛുവുമായ സ്ത്രീയെക്കുറിച്ച് ഒരു പുരുഷന്റെ അനുതാപാർദ്രമായ സ്മരണങ്ങളാണ് 'ശരച്ചന്ദ്രിക' എന്ന കഥ. പുരുഷന്റെ രണ്ടു വിഭിന്ന മുഖങ്ങൾ ഈ കഥ കാണിച്ചുതരുന്നു. കഥാഖ്യാതാവായ ചന്ദ്രനെ ശാരദ ഹൃദയപൂർവ്വം സ്നേഹിച്ചിരുന്നുവെങ്കിലും അയാളുടെ വിവാഹാഭ്യർത്ഥന അവൾ നിരസിച്ചു. അവളുടെ വ്യക്തിത്വത്തെ മാനിക്കാനാണ് ചന്ദ്രൻ തയ്യാറായത്. അവർക്കിടയിൽ ഹൃദ്യമായ സൗഹൃദം വളരുകയും ചെയ്തു. 'നാണംകുണുങ്ങിയ ഒളിനോട്ടമോ കാൽവിരൽകൊണ്ടു നിലത്തു വരയ്ക്കലോ' ഇല്ലാതെ നിസ്സങ്കോചമായ പെരുമാറ്റവും 'ഹൃദയം തുറന്ന സംഭാഷണവു'മായിരുന്നു അവളുടേത്. എന്നാൽ ശാരദയുടെ നിഷ്കളങ്ക സൗഹൃദത്തെ പുരുഷനെ വലവീശിപ്പിടിക്കാനുള്ള തന്ത്രമായി വ്യാഖ്യാനിക്കാൻ മാത്രമേ സമൂഹത്തിനു കഴിഞ്ഞുള്ളൂ. പരമ്പരാഗതസ്ത്രൈണഭാവങ്ങളെയും പുരുഷാധിപത്യനിയമങ്ങളെയും തിരസ്കരിക്കുന്ന ഏതൊരു സ്ത്രീക്കും സംഭവിക്കാവുന്ന തകർച്ചയിലേക്ക് ശാരദയും എടുത്തെറിയപ്പെട്ടു. വിവാഹാഭ്യർത്ഥന തിരസ്കരിക്കപ്പെട്ട മറ്റൊരു മാന്യനായ പുരുഷൻ പ്രതികാരമായി അവൾക്കെതിരെ അപവാദപ്രചരണങ്ങളാരംഭിക്കുന്നു. വ്രണിതഹൃദയയായി ഈ കഥാപാത്രം മരണശയ്യയിൽ കഴിയുമ്പോഴും അയാൾ ദുഷ്പ്രചാരണങ്ങളിൽ മുഴുകുകയായിരുന്നു.

സ്വാർത്ഥത (*ചോലമരങ്ങൾ*)യിലെ ദരിദ്രയായ യുവതിക്കും വിവാഹാഭ്യർത്ഥന ചെയ്ത ഇഷ്ടപുരുഷനെ സ്വന്തമാക്കാമായിരുന്നു. പക്ഷേ, തന്റെ ദരിദ്രമായ ജീവിതസാഹചര്യങ്ങൾ ഭാര്യാപദവിയുമായി പൊരുത്തപ്പെടുന്നതല്ലെന്നറിഞ്ഞ് അവളയാളുടെ അഭ്യർത്ഥന വേദനയോടെയെങ്കിലും നിരസിക്കുന്നു. എന്നാൽ ഈ യാഥാർത്ഥ കാരണമോ തന്റെ ദുഃഖങ്ങളോ അവൾ അയാളുമായി പങ്കുവെക്കുന്നില്ല. താനൊരു ക്ഷയരോഗിണിയാണെന്ന വ്യാജേന അവൾ പിൻമാറുകയായിരുന്നു. വിവാഹജീവിതത്തിനുപകരം തന്റെ വൃദ്ധമാതാവിന്റെയും ഉന്മാദിയായ സഹോദരന്റെയും സംരക്ഷണഭാരം സ്വയമേറ്റെടുക്കുവാനാണ് അവളുടെ തീരുമാനം. സ്ത്രീയെ വിവാഹത്തിലേക്കെടുത്തെറിയാൻ സരസ്വതി അമ്മയുടെ ഈ കഥയും ഒരുക്കമല്ല.

'ഒരുക്കത്തിന്റെ ഒടുവിൽ' എന്ന കഥയിലും (*പെൺബുദ്ധി*) വിവാഹം സ്വീകരിക്കപ്പെടുന്നില്ല. വിവാഹം, പ്രേമം, മാതൃത്വം, ഭാര്യാപദം തുട

ങ്ങിയവയോടെല്ലാം പരിഹാസവിമർശനങ്ങൾ ചൊരിയുന്ന ശാരദയെന്ന കഥാപാത്രമാണ് കഥയുടെ പ്രത്യയശാസ്ത്രപ്രാതിനിദ്ധ്യം വഹിക്കുന്നത്. രണ്ടുനാൾക്കകം നടക്കാനിരിക്കുന്ന തന്റെ വിവാഹക്കാര്യവുമായി ഉല്ലാസവതിയായെത്തിയിരിക്കയാണ് കൂട്ടുകാരിയായ വാസന്തി. അവർ തമ്മിലുള്ള സംഭാഷണങ്ങളാണ് കഥയുടെ അധികഭാഗവും. അവിവാഹിതയും അതുകൊണ്ടുതന്നെ ഊർജ്ജസ്വലതയും സ്വാതന്ത്ര്യബോധവും നർമ്മഭാവവുമുള്ളവളായ ശാരദ, കൂട്ടുകാരിയുടെ വിവാഹവാർത്തകേട്ട് തമാശരൂപേണ പറഞ്ഞു: 'ഭർത്താവിന്റെ ചവിട്ടും ചുംബനവും സമചിത്തതയോടെ സ്വീകരിക്കുകയാണ് ഭാരതീയ ഭാര്യാധർമ്മം'. വാസന്തിയുടെ പ്രതിശ്രുതവരൻ കടന്നുകളഞ്ഞ വാർത്തയാണ് കഥാന്ത്യത്തിൽ നാം അറിയുന്നത്. നടക്കാതെ പോയ ഈ വിവാഹം ആശ്വാസകരമായി അനുഭവിപ്പിക്കാൻ കഥയ്ക്കു കഴിയുന്നുണ്ട്. വിവാഹത്തിനെതിരെ കഥയിൽ നടന്ന വിമർശനങ്ങളും, അവിവാഹിതജീവിതത്തിൽ സ്ത്രീയനുഭവിക്കുന്ന സ്വാതന്ത്ര്യവും ആണ് ഈ ആശ്വാസത്തിനു നിദാനം.

അവിവാഹിതകളും 'വിവാഹ'വും തമ്മിലുള്ള ബന്ധങ്ങളാണ് സരസ്വതിയമ്മയുടെ ഇതുവരെയുള്ള കഥകളിൽ കണ്ടത്. 'മുടക്കുമുതൽ', 'രത്നം വിളയുന്ന ഭൂമി', 'അന്തിക്കൂട്ട്', 'രൂപമിച്ചരന്തി', 'പനിനീർ പൂവ്' എന്നീ കഥകളിൽ വിവാഹിതകളാണ് നായികമാർ.

വിവാഹത്തിൽ സ്ത്രീയുടെ വിനിമയ മൂല്യം നിർണ്ണയിക്കുന്ന പ്രധാന മാനദണ്ഡങ്ങളിലൊന്ന് അവളുടെ ശരീരഭംഗിയാണ്. 'പെണ്ണുകാണൽ' എന്ന പ്രദർശനത്തിലൂടെ സ്ത്രീയുടെ ശരീരസൗഷ്ഠവം നിർണ്ണയിച്ചശേഷമേ വിവാഹപ്രക്രിയയുടെ അനന്തരനടപടികൾ ആരംഭിക്കുകയുള്ളൂ. സ്ത്രീശരീരത്തിനു വിവാഹം കല്പിക്കുന്ന പ്രാധാന്യത്തിന്റെ തെളിവാണിത്. ചിലപ്പോൾ ഇതര ഘടകങ്ങളെ അപ്രധാനീകരിച്ച് ശരീര സൗന്ദര്യത്തിനുമാത്രം പ്രാമുഖ്യം നല്കിയെന്നും വരും. അപ്പോൾ രൂപസൗഭഗമുള്ള പെൺകുട്ടി അവളുടെ രക്ഷിതാക്കൾക്ക് ഒരു മുടക്കുമുതലായിത്തീരുന്നു.

ദരിദ്രയായിട്ടുപോലും 'മുടക്കുമുതൽ' -ലെ (പ്രേമപരീക്ഷണം) ഉഷയ്ക്ക് ഒരു കൊച്ചുകുബേരനെ വരനായി കിട്ടിയത് അവളുടെ ശരീരസൗന്ദര്യംകൊണ്ടുമാത്രമായിരുന്നു. സീതാസാവിത്രിമാരെപ്പോലെ ആദർശഭാര്യാധർമ്മമനുഷ്ഠിച്ചിട്ടുപോലും ആ വിവാഹബന്ധം പരാജയപ്പെട്ടു. 'വിവാഹം ഒരു കളിയെന്നും സ്ത്രീ ഒരു കളിപ്പാട്ടമെന്നും' വിശ്വസിച്ചിരുന്ന ഭർത്താവിനോടൊപ്പമുള്ള ജീവിതം ദുസ്സഹമായപ്പോൾ അവൾ സ്വഗൃഹത്തിലേക്കു മടങ്ങി. അവളുടെ ശരീരത്തിലാസക്തരായി ഭർത്തൃമിത്രങ്ങളുടെ ഒരു ശൃംഖലതന്നെ അവളെ സമീപിച്ചുകൊണ്ടിരുന്നു. സമൂഹം അവളെ ഒരു 'വാസവദത്ത'യാക്കിത്തീർക്കുകയായിരുന്നു. ഒടുവിൽ കൂടുതൽ ആദായകരമായ വിധത്തിൽ അവളെ നിക്ഷേപിക്കാൻ മാതാപിതാക്കൾക്കു സാധിച്ചു. വിരൂപനും വൃദ്ധനുമാണെങ്കിലും അതിസമ്പന്നനായിരുന്നു അവൾക്കു ലഭിച്ച ഭർത്താവ്. 'വാസവദത്ത'യായി

ജീവിക്കുന്നതിനേക്കാൾ അഭികാമ്യമാണ് അവൾക്കു വിവാഹം. മാതാപിതാക്കളുടെ 'വ്യവസായ മനഃസ്ഥിതിയെ' പഴിക്കുന്നുവെങ്കിലും അവൾ ആ വൃദ്ധനിൽ സ്നേഹം ദർശിക്കുന്നു, അവൾക്കിന്ന് സമൂഹം മാന്യത കല്പിക്കുന്നു. തൊഴിൽ ചെയ്തു ജീവിക്കാൻപോലുമനുവദിക്കാതെ വിവാഹത്തിലൂടെ തന്നെയൊരു മുടക്കുമുതലാക്കിയതിൽ മാതാപിതാക്കളോട് അവൾക്കമർഷമുണ്ട്. വിവാഹശേഷം ആദ്യമായി സ്വഗൃഹത്തിലെത്തിയ അവൾ അന്നുതന്നെ തിരിച്ചു പോകുന്നു. കാരണം, തന്നെ നിക്ഷേപിച്ച് സമ്പന്നമായിത്തീർന്ന സ്വന്തം കുടുംബത്തെയും ബന്ധങ്ങളെയും അവിടുത്തെ പ്രകൃതിയെപ്പോലും അവൾ വെറുത്തു കഴിഞ്ഞിരുന്നു.

'രത്നം വിളയുന്ന ഭൂമി'യിലെ (*കീഴ് ജീവനക്കാരി*) ശാരദക്കുട്ടിയുടെ കഥയും ഇതുതന്നെ. തന്റെ വിവാഹം അവളുടെ കുടുംബത്തിനു രക്ഷയായി. ശരീരഭംഗിയുള്ള സ്ത്രീയെ തനിച്ചു കഴിയാനനുവദിക്കാത്ത സമൂഹത്തിൽ ഒരു പൊതുവേശ്യയായിത്തീരേണ്ടി വന്നില്ലെന്നതിനാൽ അവൾ കടപ്പെട്ടിരിക്കുന്നത് വിവാഹത്തോടുതന്നെ. വ്യഭിചാരസ്ഥാപനത്തേക്കാൾ മെച്ചപ്പെട്ടൊരു പദവി ഈ രണ്ടു കഥകളും വിവാഹത്തിനു നല്കിയിട്ടുണ്ട്. അവ തമ്മിലുള്ള വ്യത്യാസം വിവാഹത്തിൽ സ്ത്രീ ഒരാളുടെ മാത്രം സ്വത്തായാൽ മതി എന്നതുമാത്രമാണ്!

'തലമുറകളായി ആവർത്തിക്കപ്പെടുന്ന ഒരു നിസ്സാരസംഭവ'മെന്നോണം സ്ത്രീകൾ വിവാഹത്തെ സ്വീകരിക്കുകയും ജീവിതദൗത്യമെന്നോണം തലമുറകൾക്ക് കൈമാറുകയും ചെയ്യുന്നു. വിവാഹമില്ലാത്തൊരു ജീവിതം അവർക്കചിന്ത്യമായിരിക്കുന്നു. മകളുടെ വിവാഹത്തിന് സ്ത്രീധനത്തുക സമാഹരിക്കുവാൻ പണപ്പിരിവിനിറങ്ങുന്ന ദരിദ്രയായ അമ്മയ്ക്ക് 'ഒരു പാവപ്പെട്ട പെങ്കൊച്ചിന്റെ കന്നിയഴിയാനൊള്ള കർമ്മ'മായി വിവാഹത്തെ സ്വീകരിക്കേണ്ടിവരുന്നു. മർദ്ദകസ്വരൂപമാണെന്ന് അനുഭവംകൊണ്ടറിഞ്ഞിട്ടും വിവാഹത്തെ ഒരനിവാര്യതയായിക്കരുതേണ്ടിവരുന്ന സ്ത്രീയുടെ നിസ്സഹായതയെക്കുറിച്ചുള്ള അന്വേഷണമാണ് *അന്തിക്കൂട്ട്* എന്ന ഈ കഥ (*പ്രേമപരീക്ഷണം*) .

പതിനേഴുവയസ്സുമാത്രമുള്ള മകളെ, നാല്പത്തഞ്ചുകാരനായ പുരുഷന്റെ മൂന്നാമത്തെ ഭാര്യയായി വിവാഹം ചെയ്തയയ്ക്കേണ്ടിവരുന്നത് ആ പാവപ്പെട്ട മാതാവിന്റെ നിസ്സഹായതകൊണ്ടുമാത്രമാണ്. 'അവൾക്കു തുണയായിട്ടൊരാളെ കണ്ടിട്ടു കണ്ണടയ്ക്കണമെന്നാണ്' അമ്മയുടെ ആഗ്രഹം. വിവാഹം മകൾക്കു സമ്മാനിച്ചത് പീഡനങ്ങൾ മാത്രമായിരുന്നു. ഭർത്തൃവിരക്തയായ മകൾ, തന്നെ വിവാഹം ചെയ്തയച്ച മാതാവിനെ പഴിക്കുന്നു. ഒരു പെൺകുഞ്ഞിനെ മാറോടണച്ച് ദയനീയരൂപത്തിൽ കയറിവന്ന അവളെക്കണ്ട് വിവാഹത്തിന്റെ യാന്ത്രികാവർത്തനത്തെക്കുറിച്ച് കഥാകാരി ചിന്തിച്ചുപോയി. പത്തുപതിനാലുവർഷം കഴിയുമ്പോൾ അവളും, തന്റെ അമ്മയെപ്പോലെ മകളെ വീട്ടിലിരുത്തി കല്യാണപ്പിരിവിനിറങ്ങും, അവർക്കതിൽനിന്നും മോചനമില്ല. കാരണം, 'അന്ധ

വിശ്വാസങ്ങളിൽ അടിയുറച്ച ഒരു നാട്ടാചാരം നിരുത്തരവാദപരമായി നടത്തപ്പെടുന്നതിന്റെ യാന്ത്രികമായ ലഘുത്വമേ അതിനു കൊടുക്കാൻ അവർക്കറിയാവൂ.'

യാചിച്ചുകിട്ടിയ സ്ത്രീധനത്തുക നല്കി വാങ്ങിയ വിവാഹജീവിതത്തിന്റെ ഒരു ചിത്രം ഇതാണ്:

'നേരത്തെ കാലത്തേ ചത്തു തുലയുമോ?-അതില്ല.വേണ്ടെന്നുവെച്ചാൽ പോവുമോ?-അതുമില്ല. ഹോട്ടലിലെ പകുതിച്ചെലവിന് ആഹാരമായി, സുഖിപ്പിക്കാൻ മാത്രമല്ല ശുശ്രൂഷിക്കാനും ഭാര്യയുമായി. ഇതൊക്കെ സഹിക്കാം, രാത്രിയിലെ തല്ലും ചീത്തപറച്ചിലുമാണ് ഭയങ്കരം...'

മർദ്ദകനായ ഭർത്താവിനെ ഇത്രയൊക്കെയായിട്ടും അവൾക്കാവശ്യമായിരിക്കുന്നുവെന്നത് സമൂഹത്തിന്റെ ക്രൂരതയെയാണോർമ്മിപ്പിക്കുന്നത്. ആ യുവമാതാവിന്റെ ചോദ്യങ്ങൾ അതു വ്യക്തമാക്കിത്തരുന്നു:

'ഈ കൊച്ചൊന്നു തലയെടുത്ത് അവൾക്കൊരുത്തൻ വന്നുചേരണതുവരെ തന്തെ ആയുസ്സോടെ കെടക്കണം. അടിക്കാനെങ്കിലും ഒടയവനായിട്ടൊരുത്തൻ വേണ്ടേ അന്തിക്കൂട്ടിന്? പണ്ട് അമ്മ പറയുമ്പോലെ, ആണായിട്ടൊരുത്തൻ വീട്ടിലില്ലെങ്കിപ്പിന്നെ ആരോരുമില്ലാത്ത ഒരു പെണ്ണടിയെ നാട്ടുകാരിട്ടേക്കുമോ?'

അവൾ തന്റെ തലമുറയുടെ വിധിതന്നെ മകൾക്കും നല്കുന്നു. ആൺകോയ്മയുടെ ലോകത്ത് ആണിന്റെ തുണയേ ശരണമുള്ളൂ. മേലുദ്ധരിച്ച ഖണ്ഡികയിലെ 'നാട്ടുകാർ' പുരുഷൻമാരാണല്ലോ.

പുരുഷന്റെ രൂപസൗന്ദര്യത്തിൽ ഭ്രമിച്ച് വിവാഹത്തിലേർപ്പെടുന്ന ആത്മബോധമില്ലാത്ത സ്ത്രീകളോടുള്ള പരിഹാസമാണ് 'രൂപമിച്ഛന്തി'. ഭർത്താവിന്റെ രൂപഭംഗി നോക്കിനില്ക്കെ, 'ഏഴാം സ്വർഗ്ഗത്തിലെ പടികൾ കയറിക്കയറിപ്പോകുന്നതായി' അനുഭവിക്കുന്ന സ്വർണ്ണലത എന്ന കഥാപാത്രം, അയാളുടെ തലമുടിയാസകലം നരച്ചതാണെന്നു കണ്ടെത്തുമ്പോൾ അസ്തപ്രജ്ഞയായി നിലംപതിക്കുന്നു.' അതുവരെ വൈരൂപ്യം മൂടിവെച്ചിരുന്ന ഭർത്താവ്, പിടിക്കപ്പെടുമെന്നായപ്പോൾ വിവാഹം തനിക്കു നല്കിയ അധികാരസ്ഥാനത്തെക്കുറിച്ചാണു ചിന്തിച്ചത്; 'വിവാഹത്തിനു മുമ്പ് തന്റെ സൗന്ദര്യത്തെ അവൾ ആരാധിച്ചെങ്കിൽ ഇനി ഏതു നിലയിലായാലും തന്നെ സ്നേഹിക്കേണ്ട കടമ അവൾക്കുണ്ട്.' വിവാഹത്തിലടങ്ങിയിരിക്കുന്ന ഈയൊരു നിയമമാണ് ഭാര്യയെ അഭിമുഖീകരിക്കാൻ അയാൾക്കു ധൈര്യമേകുന്നത്.

'പനിനീർപ്പൂവി' (*ഇടിവെട്ടുതൈലം*)-ൽ വിവാഹം സ്ത്രീയുടെ സ്വേച്ഛാനുസൃതമായ തീരുമാനമാണ്. ഇവിടെ പ്രണയത്തിന്റെ ബന്ധങ്ങളോ വിവാഹത്തിലെ പതിവു മാനദണ്ഡങ്ങളോ ഇല്ല. സ്ത്രീ ബാഹ്യസമ്മർദ്ദങ്ങൾക്കു വഴങ്ങുകയല്ല; അവയെ പ്രതിരോധിക്കുകയാണ്. ഈ കഥയിലെ പ്രസന്ന തന്റെ കൂട്ടുകാരിയുടെ, തളർന്നവശനായിക്കിടക്കുന്ന സഹോദരനെയാണ് വിവാഹം കഴിക്കുന്നത്. കൂട്ടുകാരിപോലും

അവളുടെ തീരുമാനമറിഞ്ഞ് അമ്പരന്നുപോയി. അവളെ പിന്തിരിപ്പിക്കാനുള്ള ബന്ധുജനങ്ങളുടെ ശ്രമങ്ങൾ വിഫലമായി. 'ശാരീരിക സുഖത്തേക്കാൾ പ്രധാനം സാംസ്കാരിക വേഴ്ചയാണെന്ന' അവളുന്നയിച്ച ബദൽ മൂല്യം ആർക്കും സ്വീകാര്യമായില്ല. അവളുടെ ഇഷ്ടാനിഷ്ടങ്ങൾ വിഗണിച്ചിട്ടില്ലാത്ത പിതാവിന്റെമാത്രം പിന്തുണ അവൾക്കുണ്ടായിരുന്നു.

ഈ കഥയിലെ വിവാഹം സാധാരണ അർത്ഥത്തിലുള്ള ഒന്നല്ല. ഇതിൽ സ്ത്രീക്ക് സ്വാതന്ത്ര്യം മാത്രമല്ല, അധീശത്വം പോലുമുണ്ട്. മാത്രവുമല്ല, സ്വജീവിതം മറ്റൊരാൾക്ക് ഉപകാരപ്രദമാവണമെന്നാണ് സ്ത്രീയാഗ്രഹിക്കുന്നത്. ഭർത്തൃപരിചരണം സ്ത്രീയുടെ നിർബ്ബന്ധിത കടമയെന്ന നിലയിലല്ല, സ്വാഭിമാനമെന്ന നിലയിലാണ് അവൾ സ്വീകരിക്കുന്നത്. 'ബോൺ നഴ്സാണ് ഓരോ സ്ത്രീയും. വെറും ഭർത്താവിനെ ചുമ്മാ ശുശ്രൂഷിക്കുന്നതിനേക്കാൾ ആ ജന്മവാസനയെ തൃപ്തിപ്പെടുത്താനിതു ഉപകരിക്കും', വിവാഹത്തെ എതിർത്ത ബന്ധുജനങ്ങളോട് അവൾ പറഞ്ഞു. ദുർബ്ബലനായ ഭർത്താവ് തനിക്കു വിധേയനായിരിക്കുമെന്നും അതിനാൽ അയാളെ ജയിക്കേണ്ട ആവശ്യം വരില്ലെന്നും ഈ കഥാപാത്രത്തിനറിയാം. അവളതു ഭർത്താവിനോടുപോലും പറയുന്നുണ്ട്. വിവാഹത്തിലെ പുരുഷാധികാരത്തെ അപ്രസക്തമാക്കുകയും സ്ത്രീയുടെ മാന്യത ഉയർത്തുകയും ചെയ്യുന്നു ഈ കഥ.

'വിവാഹങ്ങൾ' (*ചുവന്നപൂക്കൾ*) ഒരു നർമ്മകഥയാണ്. ഈ കഥയിലെ മാധവി വിവാഹബന്ധം വേർപെടുത്താനുള്ള ഭർത്താവിന്റെ പദ്ധതിയെ തന്റെ ബുദ്ധിസാമർത്ഥ്യത്താൽ പരാജയപ്പെടുത്തുകയും സമൂഹത്തിന്റെ അംഗീകാരം നേടുകയും ചെയ്യുന്നു.

സ്ത്രീക്ക് മാന്യത നല്കാതെ, ഉപഭോഗത്തിനുവേണ്ടിയുള്ള ശരീരം മാത്രമായി അവളെ കരുതുന്ന പുരുഷനെയും വിവാഹയോഗ്യയാവാൻ സ്ത്രീക്കു മാത്രം കല്പിക്കപ്പെടുന്ന മാനദണ്ഡങ്ങളെയും നിശിതമായി പരിഹസിക്കുയാണ്, 'സർവ്വം തികഞ്ഞഭാര്യ' (*കലാമന്ദിരം*). സ്ത്രീയുടെ വ്യക്തിത്വത്തിനോ ബുദ്ധിശക്തിക്കോ സ്വാതന്ത്ര്യബോധത്തിനോ വില കല്പിക്കാതെ, 'സീതാദേവിയേയും ശീലാവതിയേയും പോലെ' ഭർത്താവാണ് ദൈവം എന്നു വിശ്വസിക്കുന്നവളായിരിക്കണം ഭാര്യയെന്നു ധരിച്ചുവശായിരിക്കുന്ന പുരുഷൻമാരുടെ പ്രതിനിധിയാണ് കഥയിലെ ദിവാകരൻ നായർ. 'സർവ്വം തികഞ്ഞ ഭാര്യ'യെക്കുറിച്ച് അയാൾ വെച്ചുപുലർത്തുന്ന സങ്കല്പമിതാണ്:

'പതിനാലു വയസ്സ്; പവൻ നിറം, കറുത്ത് ചുരുണ്ട് മുട്ടുവരെ നീളുന്ന തലമുടി; നിലത്തുനിന്നുയർത്താത്ത കണ്ണുകൾ; ആ അവനതാവസ്ഥയിലും പ്രേക്ഷകരെ ആകർഷിക്കുന്ന മുഖം; അഞ്ച് അടിയിൽ കുറഞ്ഞ ഉയരം; കൃശകോമളമായ ശരീര വടിവ്.'

അപമാനിതയായ സ്ത്രീയുടെ മുന്നിലേക്ക് ഈ പുരുഷനെ കൊണ്ടുവന്ന് അവഹേളിച്ചു വിടുകയാണ് കഥയുടെ ഉദ്യമം. സർവ്വം തികഞ്ഞ ഭാര്യയെത്തേടി അതിനകം മദ്ധ്യവയസ്കനും അനാരോഗ്യവാനുമായി

ക്കഴിഞ്ഞ അയാൾ വിവാഹാന്വേഷകനായി ചെല്ലുന്നത് പണ്ടു വിവാഹമാലോചിച്ച് വേണ്ടെന്നു വെച്ച കല്യാണിക്കുട്ടിയുടെ വീട്ടിലാണ്. കല്യാണിക്കുട്ടിയുടെ മകളെത്തേടിയാണ് ഇത്തവണ അയാൾ എത്തിയിരിക്കുന്നത് എന്നു മാത്രം. 'പ്രതിശ്രുതവര'നെ തിരിച്ചറിഞ്ഞ കല്യാണിക്കുട്ടി ആക്ഷേപിച്ചതു നോക്കുക:

'അമ്മയെ സംബന്ധത്തിനാലോചിച്ചവൻ മകളേയും പെണ്ണുകാണാൻ വന്നിരിക്കുന്നു...! ഏതായാലും കണ്ടതുകണ്ടു, ഇനിയുമിറങ്ങി നടന്നേച്ചാൽ മതി. ആ കാപ്പി ഇവിടുത്തെ കൊച്ചുങ്ങളു കുടിച്ചോളും, പഞ്ചസാരയും പാലുംകൂടി കിട്ടാത്ത കാലത്ത്!!!'

'ആദ്യമായിട്ടാണ് അവളുടെ ശരീരം തിരഞ്ഞെടുക്കപ്പെടേണ്ട പ്രദർശനവസ്തുവായി ഒരാളിന്റെ മുമ്പിൽ നിർത്തപ്പെട്ടത്; 'ആഗതന്റെ മുമ്പിൽ ശരീരപ്രദർശനം നടത്തിയിട്ട് മടങ്ങിച്ചെന്ന മകളുടെ അടുക്കൽനിന്നും അമ്മ പതുക്കെ മരുമകൻ സ്ഥാനാർത്ഥിയെ കാണാൻ തിരിച്ചു' (*അടിവര സ്വന്തം*). സ്ത്രീയെ നിർവ്യക്തീകരിക്കുന്ന വിവാഹത്തെയും സംസ്കാരത്തെയുമാണ് ഈ പ്രയോഗങ്ങൾ ആക്ഷേപിക്കുന്നതെന്നു വ്യക്തം. കറുത്തു സ്ഥൂലിച്ച ശരീരമുള്ള, വിധവയും അമ്മയുമായ പങ്കജാക്ഷിയെ കഥാനായകനെക്കൊണ്ടു വിവാഹം ചെയ്യിക്കുകയും തന്റെ ഭാര്യാസങ്കല്പങ്ങളെല്ലാം അവളിൽ ലയിച്ചുചേർന്നതായി വിശ്വസിപ്പിക്കുകയും ചെയ്ത് കഥയവസാനിക്കുമ്പോൾ അതു സ്ത്രീയുടെ വിജയമായും പരിണമിക്കുന്നു. പുരുഷനും അയാൾ സംരക്ഷിക്കുന്ന സംസ്കാരവും പരിഹാസ്യമായിത്തീരുകയും ചെയ്യുന്നു.

'വിവാഹത്തട്ടിപ്പ്' എന്ന് പൊതുവെ വിശേഷിപ്പിക്കപ്പെടാറുള്ളതും പുരുഷൻമാർ മാത്രം പ്രതികളാവുന്നതുമായ അതിനിന്ദ്യമായ കുറ്റകൃത്യം കേരളീയ സമൂഹത്തിൽ മാത്രമല്ല, സമ്പന്ന വികസിത രാജ്യങ്ങളിൽപ്പോലും സംഭവിച്ചുകൊണ്ടിരിക്കുന്നു. സ്ത്രീക്കും പുരുഷനുമിടയിൽ ഉച്ചനീചത്വങ്ങൾ നിലനില്ക്കുവോളം ഇത്തരം ക്രൂരതകളും ആവർത്തിച്ചുകൊണ്ടിരിക്കുമെന്നതിൽ സംശയിക്കാനില്ല. അതിനാൽ ഇവയൊന്നും ചില ഒറ്റപ്പെട്ട വ്യക്തികളുടെ മാത്രം ക്രൂരതയല്ലെന്നും, പുരുഷസംസ്കാരത്തിന്റെതന്നെ പ്രത്യക്ഷവലവ്ക്കരണങ്ങളാണെന്നും വ്യക്തമാവുന്നു. വ്യക്തികൾ അവയ്ക്കു നിമിത്തങ്ങളാവുന്നുവെന്നേയുള്ളൂ. ഇതുപോലൊരു പുരുഷനെ, അന്തർജ്ജനത്തിന്റെ 'അധിവേദന'ത്തിലെ സ്ത്രീകൾക്ക് താല്ക്കാലികമായെങ്കിലും പരാജയപ്പെടുത്താൻ കഴിഞ്ഞു. എന്നാൽ സരസ്വതിയമ്മയുടെ 'വിവാഹവ്യവസായം' (*വിവാഹസമ്മാനം*) എന്ന കഥയിലെ വാസുദേവൻ നായർ അജയ്യനായി സംതൃപ്തനായി ജൈത്രയാത്ര നടത്തുന്നതാണ് നാം കാണുന്നത്. നാലു വർഷത്തിനകം മൂന്നു വിവാഹം കഴിച്ച് ഒരു പൊലീസ് ഇൻസ്പെക്ടറുടെ ഉദ്യോഗവും വമ്പിച്ചൊരു തുകയും മറ്റാദായങ്ങളും സ്വന്തമാക്കിയ ശേഷം, 'പുരുഷന്മാർക്കെന്തൊരാദായ മാർഗ്ഗമായിട്ടാണ് ഈശ്വരൻ ഈ പെൺവർഗ്ഗത്തെ സൃഷ്ടിച്ചിരിക്കുന്നത്!' എന്ന അത്ഭുതാഹ്ലാദങ്ങളോടെ

അയാൾ വിജയിയായി കഴിയുന്നു.

'രക്ഷാദേവത' എന്ന കഥയിലെ (*പ്രേമപരീക്ഷണം*)ഗോപാലകൃഷ്ണനു തന്റെ കുടുംബത്തിന്റെ സുഖസമൃദ്ധിയിലേക്കു തിരിച്ചുചെല്ലാനുള്ള യാത്രാച്ചെലവൊരുക്കുന്നത് 'വിവാഹ'മാണ്! ദല്ലാളായ മറ്റൊരു പുരുഷൻ അയാൾക്കു സഹായിയായി. മൂന്നു തലമുറയിൽപ്പെട്ട മൂന്നു സാധുസ്ത്രീകൾ കഴിഞ്ഞുകൂടുന്ന അതിദരിദ്രമായ കുടുംബത്തിൽനിന്നും വിവാഹം കഴിച്ച്, ആ പാവങ്ങൾ 'ചങ്ക് വെള്ളമാക്കി'യും 'ഒരലിടിച്ചും' സ്വരൂപിച്ച സ്ത്രീധനത്തുകയും പറ്റി, അവിടെ ഒരു രാത്രി മാത്രം ചെലവഴിച്ച് അയാൾ കടന്നുകളയുന്നു! 'മുടക്കുമുതൽ', 'രത്നം വിളയുന്ന ഭൂമി' എന്നീ കഥകളിൽ വ്യഭിചാരത്തേക്കാൾ മെച്ചപ്പെട്ടൊരു പദവി സരസ്വതി അമ്മ വിവാഹത്തിനു നല്കിയിട്ടുണ്ട്. ഇവിടെയത് വ്യഭിചാരത്തേക്കാൾ നികൃഷ്ടമായിത്തീരുന്നു; കതിർമണ്ഡപത്തേക്കാൾ വേശ്യാത്തെരുവിനു മാന്യതയേറുന്നു! നോക്കുക:

'അസാൻമാർഗ്ഗത്തിന്റെ അങ്ങാടിയിൽനിന്ന് പുരുഷന്മാർ രഹസ്യമായി വിലയ്ക്കുവാങ്ങുന്ന സ്ത്രീത്വം, കന്യകാത്വത്തിന്റെ കതിർമണ്ഡപത്തിൽ നിന്നേറ്റുവാങ്ങുമ്പോൾ അയാൾക്കൊരു ധനാഗമമാർഗ്ഗമാകാൻ സമുദായം സമ്മതിച്ചിരിക്കുന്നു!'

സമൂഹാംഗീകാരമുള്ളതേ ചെയ്തുള്ളുവെങ്കിലും, വധുവിനോടൊപ്പം മണിയറയിൽ നില്ക്കുന്ന അയാൾക്ക് അസ്വസ്ഥത തോന്നി. നിർദ്ദോഷിയായ ആ പെൺകുട്ടിയെ, 'വേണമെങ്കിൽ ഉപയോഗിക്കാം, കിട്ടിയ സന്ദർഭം കളയണ്ട' എന്നായിരുന്നു ദല്ലാളിന്റെ ഉപദേശം. തന്റെ സഹോദരിയെ ഓർത്തുപോയ അയാൾ ആ ഉപദേശം പ്രാവർത്തികമാക്കുന്നില്ല. നവവധുവെ ഉപേക്ഷിച്ച് താൻ സ്ഥലം വിട്ടാൽ ആ സാധുസ്ത്രീകൾ സങ്കടപ്പെടുമെങ്കിലും പിന്നീടു സമാധാനിച്ചുകൊള്ളുമെന്ന്, തിരിച്ചറിഞ്ഞപ്പോൾ അയാൾ സന്തുഷ്ടനായി. '...ഭർത്താവിനെക്കൊണ്ട് ആപത്തുണ്ടായില്ലല്ലോ? അയാൾ കൂട്ടിക്കൊണ്ടുപോയി... തേവിടിശ്ശിത്തെരുവിൽ വിറ്റിരുന്നെങ്കിലോ?' എന്നെല്ലാം സ്വയം തൃപ്തിയടയാൻ വ്യവസ്ഥ അവരെ പഠിപ്പിക്കുമെന്ന് അയാൾക്കറിയാം. ആ വ്യവസ്ഥയുടെ മൂല്യങ്ങളിൽ വൃഥാ പ്രതീക്ഷകളർപ്പിച്ച് തകർന്നടിയുന്ന സ്ത്രീജീവിതങ്ങളുടെ പ്രതീകമെന്നോണം, ഒരു വിഷാദദൃശ്യത്തോടെയാണ് കഥയവസാനിക്കുന്നത്. ഭർത്തൃസുഖവ്യഗ്രയായ നവവധു ഒരുക്കിവെച്ചിരുന്ന ഉമിക്കരിയും വെള്ളവും ഈർക്കിലും കണ്ടുകൊണ്ട് ആരുമറിയാതെ കടന്നുകളയുന്ന അയാളെ, പ്രസ്തുത ദൃശ്യം, തകർക്കപ്പെട്ട സ്ത്രീജീവിതങ്ങളുടെ പ്രതീകമായി, അസ്വസ്ഥകരമായ ഒരോർമ്മയായി പിന്തുടരുന്നു:

'പല്ലുതേക്കാനുള്ള ആളിനെ കാത്തുകാത്തിരുന്ന് ആ ഉമിക്കരി അല്പാല്പമായി കാറ്റിൽ പറന്നുചേരും; ആ വെള്ളം ആദ്യം ബാലാർക്കന്റെയും ക്രമേണ മദ്ധ്യാഹ്നസൂര്യന്റെയും വെയിൽ തട്ടി ചൂടാവും. ആ ഈർക്കിൽ കൂടുവെക്കാൻവേണ്ടി കാക്ക എടുത്തു കൊണ്ടുപോകും.'

അവിവാഹിതയായി സ്വതന്ത്രജീവിതം നയിക്കാൻ 'ബഹുമാനപ്പെട്ട

അമ്മ' ('പെൺബുദ്ധി') യിലെ സുഭദ്രയെ സമൂഹം അനുവദിക്കുന്നില്ല. ആ സമൂഹത്തിന്റെ പ്രതിനിധിയാണ്, വിവാഹവുമായി സന്ധിചെയ്യാൻ അവളെ നിരന്തരം നിർബ്ബന്ധിച്ചിരുന്ന വിശാലാക്ഷി. 'വല്ലോരേയും ശുശ്രൂഷിക്കാനും ശാസനയും ശകാരവും കേൾക്കാനും എനിക്കു കഴിയില്ല. കനകം വാരിത്തന്നാലും അതിനു ഞാനില്ല...' എന്നായിരുന്നു അവളുടെ മറുപടി. സമ്മർദ്ദങ്ങളാൽ നിലയറ്റുപോയ അവൾ പ്രതികാരമെന്നോണം ഒരാളെ സ്വയം സ്വീകരിച്ചു. സുഭദ്രയ്ക്കു പുരുഷനിൽ വിശ്വാസം വന്നതിലാഹ്ലാദിച്ച കൂട്ടുകാരിയോട് അവൾ ചോദിക്കുന്നു:

"വിശ്വാസം തോന്നിയെന്നാരു പറഞ്ഞു? എന്നാൽ പിന്നെ രജിസ്ട്രാരുടെ ഉറപ്പ് വേണമായിരുന്നോ? വിശ്വാസവും പ്രേമവും മാത്രം പോരായിരുന്നോ?"

ഒരു കുടുംബിനിയായതോടെ ഉപയോഗശൂന്യമായിത്തീർന്ന അവളുടെ ജീവിതം കഴിഞ്ഞ അദ്ധ്യായത്തിൽ നാം കണ്ടു.

വിവാഹസ്ഥാപനം പുരുഷന്റെ പ്രായത്തിനു പരിധി നിശ്ചയിച്ചിട്ടില്ല. സ്ത്രീക്കാവട്ടെ പ്രായമേറുംതോറും വിലയിടിഞ്ഞുകൊണ്ടിരിക്കുന്നു. ഇക്കാലത്ത് പ്രായത്തിലെ അന്തരം താരതമ്യേന കുറഞ്ഞിട്ടുണ്ടെങ്കിലും പുരുഷന്റെ മേല്ക്കോയ്മ സംരക്ഷിക്കപ്പെട്ടിരിക്കുന്നു. പ്രായത്തിലെ വലിയ അന്തരം പിതൃപുത്രീസംഗമമെന്ന നിഷിദ്ധബന്ധത്തിനുപോലും വഴിയൊരുക്കുന്നുവെന്നത് സദാചാരവ്യവസ്ഥയഭിമുഖീകരിക്കുന്ന ഒരു ഭീഷണിയാണ്. മധുവിധുവിന്റെ പ്രഥമരാത്രിയിൽ 'വധു'വുമായി പ്രണയലീലകൾക്കൊരുങ്ങിയ പുരുഷൻ, താൻ വിവാഹം ചെയ്തത് സ്വന്തം പുത്രിയെയാണെന്നു തിരിച്ചറിയുന്ന വിപര്യയമാണ് സരസ്വതിയമ്മയുടെ 'പ്രഥമരാത്രി' (*പെൺബുദ്ധി*) എന്ന കഥ ചിത്രീകരിക്കുന്നത്.

വിവാഹം പ്രധാന പ്രമേയമല്ലെങ്കിലും സരസ്വതിയമ്മയുടെ 'മഴയ്ക്കു മുൻപ്', 'പ്രാപഞ്ചിക', 'പാതിപാതിവ്രത്യം', 'പാവങ്ങൾ' തുടങ്ങിയ കഥകളിലെ സ്വാതന്ത്ര്യവാദികളായ കുടുംബിനിമാരും ബാഹ്യസമ്മർദ്ദങ്ങൾക്കു വിധേയകളായി മാത്രം വിവാഹത്തിനു വഴങ്ങിയവരാണെന്ന വസ്തുത ശ്രദ്ധേയമാണ്. 'സ്ത്രീജന്മം', 'വിശ്രമമുറിയിൽ', 'അവിവാഹിതന്റെ അശ്രുക്കൾ', 'പ്രേമപരീക്ഷണം', 'വിവാഹസമ്മാനം' എന്നീ കഥകളിലെ ശാന്തിയെന്ന കഥാപാത്രം, പ്രേമത്തെയും വിവാഹത്തെയും നിശിതമായി വിമർശിക്കുകയും അവിവാഹിതയായി ജീവിക്കുന്നതിൽ ആഹ്ലാദിക്കുകയും ചെയ്യുന്ന സ്ത്രീ വ്യക്തിത്വമാണ്. ഊർജ്ജസ്വലതയും ബുദ്ധിപ്രാവീണ്യവും നർമ്മബോധവും സ്വാതന്ത്ര്യബോധവും കൂടിച്ചേർന്നൊരു വ്യക്തിത്വമാണവളുടേത്. 'ഇരട്ട വേഷ'ത്തിലെ സീതയും 'ഒരുക്കത്തിന്റെ ഒടുവിൽ' -ലെ ശാരദയും ഇതേ സ്വഭാവമഹിമ പുലർത്തുന്നു. ശാന്തിതന്നെ വീണ്ടും രണ്ടുപേരുകളിൽ പ്രത്യക്ഷപ്പെടുകയാണെന്നു പറയുന്നതിൽ തെറ്റില്ല.[13] ഈ കഥാപാത്രങ്ങൾ സ്ത്രീപുരുഷബന്ധങ്ങളുടെ സ്ഥാപനവല്ക്കരണത്തെയാണു തിരസ്കരിക്കുന്നത്; പുരുഷനെയല്ല. പുരുഷനെ ഇഷ്ടപ്പെടുന്നവരെങ്കിലും വിവാഹത്തിനു

തയ്യാറല്ലാത്ത 'സ്വാർത്ഥത'യിലെയും 'ശരശ്ചന്ദ്രിക'യിലെയും സ്ത്രീകളെയും ഈ കൂട്ടത്തിൽപ്പെടുത്താം.

രാജലക്ഷ്മിയുടെ, 'ചരിത്രം ആവർത്തിക്കുന്നില്ല'[14] എന്ന കഥ പുരുഷന്റെ വ്യഥകളാണ് ചിത്രീകരിക്കുന്നത്. എഞ്ചിനീയർമാരെയും ഡോക്ടർമാരെയും വിലയ്ക്കെടുത്ത് ജാമാതാക്കളാക്കുന്ന സമ്പ്രദായത്തിനെതിരെ, പ്രണയവിവാഹത്തിന്റെ അഭികാമ്യത എടുത്തുകാണിക്കുവാനാണ് സംഭാഷണപ്രധാനമായ ഈ കഥയുടെ ഉദ്യമം. കഥയിലെ എഞ്ചിനീയർ മേല്പറഞ്ഞ തരത്തിൽ വിലയ്ക്കെടുക്കപ്പെട്ട ഭർത്താവാണ്. അതിന്റെ ഫലം സർവ്വനാശമായിരുന്നു. കാമുകിയെ വിവാഹം കഴിച്ച് സേവനനിരതമായൊരു ജീവിതം നയിക്കാൻ അയാൾക്കായില്ല. എല്ലാ സൽഗുണങ്ങളും നശിച്ച് അയാളൊരു മദ്യപനും വ്യഭിചാരിയും അഴിമതിക്കാരനുമായിക്കഴിഞ്ഞിരുന്നു. അയാളുടെ ഭാര്യയും നശിച്ചു. തന്റെ മകൾക്കുവേണ്ടി ഭാര്യാപിതാവ് വിലയ്ക്കെടുക്കാനിരുന്ന ചെറുപ്പക്കാരനായ ഡോക്ടർ, തന്നെ മോചിപ്പിക്കണമെന്ന അപേക്ഷയുമായെത്തിയപ്പോൾ, എഞ്ചിനീയർ തന്റെ പൂർവ്വചരിത്രമോർത്തുപോയി. തന്റെ ചരിത്രം ആ യുവാവിലൂടെ ആവർത്തിക്കപ്പെടാനനുവദിക്കാതെ അയാൾ അവനെ സ്വതന്ത്രനാക്കുകയാണ്. എഞ്ചിനീയറുടെ ഭാര്യയുടെയോ കാമുകിയുടെയോ പക്ഷത്തുനിന്നുകൊണ്ടുള്ള ആഖ്യാനമായിരുന്നു ഈ കഥ പിന്തുടരേണ്ടിയിരുന്നതെന്ന് ഒരു വേള നാം ആശിച്ചുപോവും.

സാമൂഹികപദവിയോ സ്വാശ്രയശേഷിയോ സാമ്പത്തികാധികാരമോ ഇല്ലാത്തവരായി സ്ത്രീസമൂഹം അധഃപതിക്കുംതോറും വിവാഹസ്ഥാപനത്തിനു പ്രാധാന്യമേറുന്നു. അഥവാ ഒരു സമുദായത്തിൽ വിവാഹം, സ്ത്രീധനം എന്നീ സ്ഥാപനങ്ങൾ ശക്തി പ്രാപിക്കുന്നുവെങ്കിൽ അതിനർത്ഥം അവിടെ സ്ത്രീകളുടെ വിലയിടിയുന്നു എന്നുതന്നെയാണ്. അതിനാൽ വല്ലവിധേനയും ഒരു പുരുഷനെ കണ്ടെത്താൻ അവർ നിർബ്ബന്ധിതരാണ്. തനിച്ചു ജീവിക്കാനുള്ള ഭയം, 'വൃദ്ധകന്യക'യായി മുദ്രകുത്തപ്പെടുന്നതുകൊണ്ടുള്ള മാനക്കേട്, ധനസമ്പാദനശേഷിയില്ലായ്മ, ദീർഘകാലത്തേക്കുള്ള ജീവിതസൗകര്യങ്ങളുടെ അഭാവം തുടങ്ങിയ ഘടകങ്ങളാണ് പുരുഷനെ ലഭിക്കാനുള്ള അപരിഷ്കൃതവും അപമാനകരവുമായ ഓട്ടപ്പന്തയത്തിലേർപ്പെടാൻ സ്ത്രീകളെ നിർബ്ബന്ധിക്കുന്നതെന്ന് സൂ ബ്രൂലി വിശകലനം ചെയ്തിട്ടുണ്ട്.[15] പുരുഷനുവേണ്ടി പ്രതീക്ഷാപൂർവ്വം കാത്തിരിക്കുവാനും മത്സരിക്കുവാനും അവർ അനുശീലിപ്പിക്കപ്പെടുന്നു. കാണുന്ന ഓരോ പുരുഷനിലും ഒരു ഭർത്താവിനെയോ ജാമാതാവിനെയോ പ്രതീക്ഷിച്ചുപോകുംവിധം അവരുടെ മനോഘടനപോലും വികലമാക്കപ്പെട്ടിരിക്കുന്നു. മാത്രവുമല്ല, സ്ത്രീയെ ഏതെങ്കിലുമൊരു പുരുഷനു പിടിച്ചുകൊടുക്കുന്ന 'കാലിച്ചന്ത'യാണ് വിവാഹമെന്നറിഞ്ഞിട്ടും അപമാനകരമാംവിധം ആ കാലിച്ചന്തയുടെ വ്യാപാരതന്ത്രങ്ങൾ അനുവർത്തിക്കേണ്ടിവരിക; ആ 'കാലിച്ചന്ത' സ്ത്രീയുടെ നിലനില്പിന്റെ ഭാഗമാണെന്നും ജീവിതത്തിലെ ഒഴിച്ചുകൂടാനാവാത്ത യാഥാർത്ഥ്യമാ

ണെന്നും അംഗീകരിക്കേണ്ടിവരിക- ഒരു മുത്തശ്ശിയുടെയും പേരമകളുടെയും വിവാഹപ്രതീക്ഷകളും ഉൽക്കണ്ഠകളും പങ്കുവെക്കുന്ന മാധവിക്കുട്ടിയുടെ 'കാലിച്ചന്ത' (*എന്റെ ചെറുകഥകൾ*- ഒന്നാം ഭാഗം) എന്ന കഥയുടെ പശ്ചാത്തലം ഇതെല്ലാമാണ്.

കന്നുകാലിയെ വാങ്ങാൻ ചന്തയിൽവന്ന ഒരപരിചിതൻ രാത്രി തങ്ങാൻ ഇടംതേടി മുത്തശ്ശിയും കമലാക്ഷിയും മാത്രമുള്ള വീട്ടിലെത്തുന്നതാണ് കഥാസന്ദർഭം. ആഗതൻ സുന്ദരനാണെന്നും അയാളുടെ ധനസ്ഥിതി മോശമല്ലെന്നും അയാളുടെ ജാതിയേതെന്നുപോലും 'ഒറ്റ നോട്ടത്തിൽ'ത്തന്നെ മനസ്സിലാക്കാൻ മുത്തശ്ശി പരിശീലിച്ചുകഴിഞ്ഞിട്ടുണ്ട്. അയാൾ 'കാലിച്ചന്ത'യിൽ വന്നതാണെന്നും 'കാലി'കളെ കണ്ടിട്ടു തൃപ്തി തോന്നിയില്ലെന്നും അറിഞ്ഞതോടെ മുത്തശ്ശിക്കു സന്തോഷമായി! മുത്തശ്ശിയിൽ പ്രതീക്ഷയുണർത്തിയ ചിഹ്നങ്ങളായിരുന്നല്ലോ അവ. അയാൾ വീട്ടിലേക്കു കയറിവന്നപ്പോൾ, തന്റെ മുഷിഞ്ഞ വേഷത്തെക്കുറിച്ചോർക്കുകയും നാണിച്ചു മുഖം തിരിക്കുകയും അകത്തേക്കോടുകയും ചെയ്യുന്ന കമലാക്ഷിയിലും വിവാഹപ്രതീക്ഷകൾ ഉണർന്നു കഴിഞ്ഞിരുന്നു. മാതാപിതാക്കളില്ലാത്ത, സുന്ദരിയല്ലാത്ത കമലാക്ഷി 'വെപ്പും വെളമ്പലും ഒക്കെയായിട്ട്' അടുക്കളയിൽ കഴിയുന്ന ഒരു വിലയറ്റ ജീവിയാണ്. മുത്തശ്ശിയാവട്ടെ, അവളുടെ ഗുണഗണങ്ങളോരോന്നും വർണ്ണിച്ചുകൊണ്ട് അവൾക്കു മൂല്യമേറ്റാൻ ദയനീയമായി പരിശ്രമിക്കുകയാണ്. മകളുടെ മേന്മയറിയിക്കുന്ന മുത്തശ്ശി, തന്റേതല്ലാത്ത തനിക്കന്യമായ ബാഹ്യലോകത്തിലെ 'രാജ്യകാര്യങ്ങളെ'ക്കുറിച്ചു പറയുന്ന 'വിഡ്ഢിത്ത'ങ്ങൾ അയാളെ പൊട്ടിച്ചിരിപ്പിക്കുന്നു. കമലാക്ഷിയുടെ മുഷിഞ്ഞ വേഷം കണ്ട് മുത്തശ്ശി അവളെ അടുക്കളയിൽ ചെന്നു ശാസിച്ചു: "....പൊറമെള്ളോര് വരുമ്പൊ കൊറച്ച് കാണാൻ ശ്രീയൊക്കെ വേണം...." പ്രതീക്ഷാനിർഭരമായ മനസ്സോടെ ആഗതനെ മൃഷ്ടാന്നം സൽക്കരിച്ചുകൊണ്ട് ആ നിസ്സഹായകൾ കെട്ടിയുയർത്തിയ ആശാഗോപുരങ്ങൾ, അയാളൊരു ഗൃഹസ്ഥനാണെന്നറിയുന്നതോടെ നിലംപതിക്കുകയായിരുന്നു. കമലാക്ഷി, 'വെറുംപായയിൽ കിടന്നുകൊണ്ട് തന്റെ ജീവിതത്തിലെ നൈരാശ്യങ്ങളെപ്പറ്റി ആലോചിച്ച് കുറെനേരം തേങ്ങിക്കരഞ്ഞു.' സരസ്വതിയമ്മയുടെ 'അന്തിക്കൂട്ട്', 'രക്ഷാദേവത' എന്നീ കഥകളിലെ സ്ത്രീകൾ തങ്ങളുടെ ഒരായുസ്സിന്റെ അദ്ധ്വാനഫലം മുഴുവൻ പുരുഷനെ ലഭിക്കാൻ വേണ്ടി സമർപ്പിക്കുന്നുവെങ്കിൽ ഈ കഥയിലെ മുത്തശ്ശിയും മകളും തങ്ങളുടെ ആത്മാഭിമാനം അടിയറവെച്ച് അപമാനകരമായ മത്സരത്തിലേർപ്പെടുന്നു.

'ശിക്ഷ' (*എന്റെ ചെറുകഥകൾ*- രണ്ടാം ഭാഗം) യിലെ മുത്തശ്ശിയും കൊച്ചുമകളും അഭിമുഖീകരിക്കുന്നത് വിവാഹാനന്തര പ്രതിസന്ധികളാണ്. ഭർത്താവിനൊപ്പം കിടപ്പുമുറിയിൽ കഴിയാതെ മുത്തശ്ശിയുടെ കിടക്കയിൽ ചുരുണ്ടുകൂടിക്കിടക്കുന്ന, ശരീരവും മനസ്സും പക്വത പ്രാപിച്ചിട്ടില്ലാത്ത ആ പതിനഞ്ചുവയസ്സുകാരിക്ക് വിവാഹം ഒരു ശിക്ഷയായേ

തോന്നിയുള്ളൂ. അവളെ ഉണർത്തി കിടപ്പുമുറിയിലേക്കയയ്ക്കാൻ മുത്തശ്ശിക്കു മനസ്സുവന്നില്ലെങ്കിലും വിവാഹവിരുദ്ധമായ അവളുടെ നടപടിയിൽ ആശങ്കതോന്നി. വിളിച്ചുണർത്തപ്പെട്ട ആ പെൺകുട്ടി തന്റെ ദുർവിധിക്കു മുത്തശ്ശിയുടെ സ്ഥിരീകരണമാവശ്യപ്പെടുംപോലെ ചോദിക്കുകയാണ്: "ഞാൻ പരീക്ഷേല് ജയിച്ചിരുന്നുവെങ്കില് ആരും എന്നെ കല്യാണം കഴിപ്പിക്കുമായിരുന്നില്ല: ഉവ്വോ?" അവളോട് അനുകമ്പയുണ്ടെങ്കിലും ഭാര്യയുടെ കടമയെക്കുറിച്ചോർമ്മിപ്പിക്കാനാണ് മുത്തശ്ശിയുടെ ശ്രമം. 'എനിക്കു കുറച്ചുകൂടി മനസ്സിരുത്തി പഠിക്കാമായിരുന്നു' എന്ന് ആരെയും നൊമ്പരപ്പെടുത്തുംവിധം അമ്മു പിറുപിറുത്തുകൊണ്ടിരുന്നു. കുറ്റമെന്തെന്നറിയാതെ ആ പെൺകുട്ടി ശിക്ഷിക്കപ്പെട്ടിരിക്കുന്നു.

സ്വാതന്ത്ര്യ സേനാനിയുടെ മകൾ[16] എന്ന കഥയിലെ ഭാരതി അവിവാഹിതയായിരിക്കുന്നതുകൊണ്ടു മാത്രമാണ് കേശവൻ മാഷ് എന്ന സ്വാതന്ത്ര്യസമര സേനാനിക്ക് മകളുടെ സാന്നിദ്ധ്യവും നിതാന്ത പരിചരണവും അനുഭവിക്കാനാവുന്നത്. അതിനാൽ ഭാരതി അവിവാഹിതയായിക്കഴിയുന്നതിൽ സമൂഹത്തിന് ഉൽക്കണ്ഠയില്ല! അദ്ധ്യാപികാജോലിയും വീട്ടിലെ ജോലിയും ഒരു തരം നിസ്സംഗതയോടെ അവൾ നിറവേറ്റുന്നു. അതിരറ്റ അദ്ധ്വാനം അവളെ അവശയും രോഗിണിയുമാക്കിയിരുന്നു. പുരുഷൻമാരെ തൃപ്തിപ്പെടുത്തുന്ന വിധത്തിലുള്ള ശരീരസൗന്ദര്യമില്ലാത്തതാണ് തന്റെ അവിവാഹിതജീവിതത്തിനും പിതാവിന്റെ സുഖജീവിതത്തിനും കാരണമെന്ന് അവൾക്കറിയാം. പക്ഷേ, ഭാരതിയുടെ അസന്തുഷ്ടിയുടെയും വൈരാഗ്യത്തിന്റെയും കാരണങ്ങൾ അവളുടെ അവിവാഹിതത്വത്തിൽ ആരോപിക്കുകയാണ് ആ പിതാവു ചെയ്യുന്നത്. അവൾ നല്കുന്ന മറുപടിയിതാണ്:

"....എനിക്കു വല്ലവരെയും പിടിച്ച് കല്യാണം കഴിച്ച് കുട്ടികളെ പ്രസവിക്കാനും ലാളിക്കാനും യാതൊരു മോഹവുമില്ല. കല്യാണം കഴിഞ്ഞുപോയ ടീച്ചർമാർ പറഞ്ഞുകേട്ട് കല്യാണംതന്നെ വേണ്ട എന്നു തോന്നിത്തുടങ്ങി. രാത്രി വീട്ടിൽ മടങ്ങിയെത്തി ഭാര്യയെ തല്ലലും കെട്ടുതാലി പറിച്ചെടുത്തു പണയം വെക്കലും എല്ലാം നടക്കുന്നു. എനിക്കു ഈ ജീവിതം തുടർന്നുപോയാൽ മതി. ജോലി എടുക്കുക. വിശ്രമിക്കുക. അതുമാത്രേ എനിക്കു വേണ്ടൂ."

ജീവിതം ദുരിതമയമെങ്കിലും വിവാഹമെന്ന 'കാലിച്ചന്ത'യിൽ വിറ്റഴിക്കപ്പെടുന്നത് ഭാരതിക്ക് സമ്മതമല്ലെന്നുതന്നെ.

സത്യത്തിന്റെ 'ക്രൂരധ്വനി'യിലെ (*പലായനം*) മകൾ സ്വന്തം മാതാവിൽനിന്നും അകലുന്നതിനു കാരണം വിവാഹത്തിന്റെ പ്രത്യയശാസ്ത്രങ്ങളാണെന്നു കാണാം. സ്ത്രീയുടെ ലൈംഗികസംശുദ്ധി വിവാഹത്തിലെ അലംഘ്യനിയമമാണ്. ഈ കഥയിലെ മകൾ പ്രസ്തുത സംശുദ്ധിക്കു നിരക്കാത്ത തന്റെ വിവാഹപൂർവ്വ ചരിത്രം അമ്മയിലൂടെ ഭർത്താവറിഞ്ഞേക്കുമോ എന്നു ഭയപ്പെടുന്നു. അതിനാൽ തന്റെ വിവാഹബന്ധവും കുടുംബവും സംരക്ഷിക്കുവാൻ അവൾ കണ്ടെത്തുന്ന

പ്രതിരോധതന്ത്രമാണ് അമ്മയെ ശത്രുവെന്നോണം അകറ്റി നിർത്തുക എന്നത്. അപഥസഞ്ചാരിണിയായവൾ ഭാര്യാപദത്തിനർഹയല്ലെന്ന വിവാഹനിയമമാണ് ചുരുക്കിപ്പറഞ്ഞാൽ, അമ്മയെയും മകളെയും അകറ്റിയത്.

'ലോകം ഒരു കവയിത്രിയെ നിർമ്മിക്കുന്നു' (*എന്റെ ചെറുകഥകൾ- രണ്ടാംഭാഗം*) എന്ന കഥയിലെ 'അവൾ'ക്ക് വിവാഹത്തിൽ വിശ്വാസമുണ്ടായിരുന്നില്ല. കുടുംബത്തിലെ അസ്വാസ്ഥ്യങ്ങളും ജീവിതത്തിൽ അടിക്കടി സംഭവിച്ചുകൊണ്ടിരുന്ന പരാജയങ്ങളുമായിരുന്നു അവളെ വിവാഹത്തിലെത്തിച്ചത്. വിവാഹത്തെക്കുറിച്ച് അവൾ പുലർത്തിയിരുന്ന വിശ്വാസങ്ങളും അതിനു പ്രേരകമായി. 'സുഖത്തിലും ദുഃഖത്തിലും പങ്കുകൊള്ളുക. എടുക്കുന്നതെത്രയോ അത്രതന്നെ കൊടുക്കുക'- ഇതായിരുന്നു അവളുടെ വിവാഹസങ്കല്പം. എട്ടുവർഷത്തെ വിവാഹജീവിതശേഷവും ആ ദമ്പതികൾക്ക് പരസ്പരം മനസ്സിലായില്ല!

വിവാഹത്തോടുള്ള ആശങ്കയും സംശയാലുതയുമാണ് ഇവിടെ കണ്ട കഥകളുടെ പൊതുഭാവം. സ്ത്രീയുടെ ക്ഷേമസ്ഥാപനമായി ഇവയൊന്നും വിവാഹത്തെ സ്വീകരിക്കുന്നില്ല; വിവാഹത്തെ ആദർശവല്ക്കരിക്കുന്നുമില്ല. ജീവിതംകൊണ്ട് മറ്റു പ്രയോജനങ്ങളൊന്നുമില്ലാത്തതിനാലാണ് സ്ത്രീകൾ വിവാഹിതരാകുന്നതെന്ന് ഈ കഥകൾ അഭിവ്യഞ്ജിപ്പിക്കുന്നു. സരസ്വതിയമ്മയുടെ കഥകളാണ് വിവാഹത്തിനെതിരെ കടുത്ത പ്രതിഷേധങ്ങളുന്നയിക്കുന്നത്. അവിവാഹിതകളായി ജീവിക്കാനുള്ള അവകാശത്തിനുവേണ്ടി പ്രസ്തുത കഥകൾ നിലകൊള്ളുന്നു. സരസ്വതിയമ്മയെപ്പോലെ വിവാഹത്തെ ഇത്രയേറെ വിമർശനവിധേയമാക്കിയ മറ്റ് എഴുത്തുകാരികളോ എഴുത്തുകാരൻമാരോ നമുക്കില്ലെന്നതും എടുത്തുപറയേണ്ട വസ്തുതയാണ്. വിവാഹത്തെ, അതിന്റെ ആദർശലോകത്തുനിന്നും സ്ത്രീയുടെ യാഥാർത്ഥ്യങ്ങളുടെ മുമ്പിലേക്കു പിടിച്ചു നിർത്താൻ ആ കഥകൾ ഉദ്യമിച്ചിരിക്കുന്നു. മാധവിക്കുട്ടിയുടെ കഥകളിലും വിവാഹം അഭികാമ്യമായ സ്ഥാപനമല്ല. ചുരുക്കത്തിൽ അധീശ സംസ്കാരത്തോടുള്ള വിയോജിപ്പുകൾ രേഖപ്പെടുത്തുവാനും സ്ത്രീയുടെ വിമോചനത്തിനു പ്രതിബന്ധങ്ങൾ സൃഷ്ടിക്കുന്ന സ്ഥാപനമായി വിവാഹത്തെ ദർശിക്കുവാനും ഈ എഴുത്തുകാരികളുടെ കഥകൾക്കു സാധിച്ചിരിക്കുന്നു.

കുറിപ്പുകൾ

1. *Marriage and Love* in Miriam Schneir (ed) Feminism: The Essential Historical Writings, (New York: Random House, 1972) p.322.
2. *Marriage* in Anne Koedt. et al (eds.) Radical Feminism, New York: Quadrangle, 1973) pp.217 218.
3. Malladi Subbamma, *Women, Tradiion and Culture*, (New Delhi: Sterling Publishers, 1985)p.4.
4. Bonnie Kreps, *Radical Feminism* in Anne Koedt et.al. (eds) Radical

Feminism. op. cit. p.235

5. Ethel Klein, *Gender Politics*, (Cambridge: Harvard University Press, 1984)p.69.
6. *Marriage Among Hindus* in Devak Jain (ed.) Indain Women, (New Delhi: Publications Division, Ministry of Information and Broadcasting,1975) p.72.
7. *കർമ്മ വിപാകം*, (തൃശൂർ: ബെസ്റ്റ് ബുക്സ്, 1988) പുറം 245.
8. *തിരഞ്ഞെടുത്ത കഥകൾ* (കോട്ടയം: സാഹിത്യപ്രവർത്തക സഹകരണസംഘം, 1966) പുറം 37-50
9. *ആത്മകഥയ്ക്ക് ഒരാമുഖം* (കോട്ടയം: സാഹിത്യപ്രവർത്തക സഹകരണസംഘം 1979) പുറം 80.
10. 1925-'28 കാലങ്ങളിൽ വി ടി യുടെയും 1928-'31ൽ എം ആർ ബിയുടെയും, 1932-'34-ൽ മുത്തിരിങ്ങോട്ടിന്റെയും രചനകൾ പ്രകാശിതങ്ങളായിക്കഴിഞ്ഞിരുന്നു. വിവാഹസമ്പ്രദായ പരിഷ്കാരം, വിധവാ വിവാഹം എന്നീ പ്രമേയങ്ങൾ ആവിഷ്കരിച്ച ഈ രചനകൾ അന്നത്തെക്കാലത്ത് പുരോഗമനപരമായിരുന്നുവെന്നതിൽ സംശയമില്ല. പക്ഷേ, പുരുഷാധിപത്യപരമായ വീക്ഷണങ്ങളിൽനിന്നും ശീലങ്ങളിൽനിന്നും അവ വിമുക്തമായിരുന്നില്ല. പുരുഷന്റെ ധീരമാനിതയുടെ വിളംബരങ്ങളായിരുന്നു അവ. നിതംബ ബിംബം, കോമളാമലാംഗം, കൊണ്ടൽപുരിക്കുഴലാൾ എന്നിങ്ങനെ സ്ത്രീശരീരത്തെ വസ്തുവല്ക്കരിക്കുന്ന രൂപങ്ങൾക്ക് വി ടി യുടെ കഥകളിൽ പഞ്ഞമൊന്നുമുണ്ടായിരുന്നില്ല.
11. *കർമ്മ വിപാകം*, പുറം 248
12. *ഡബിൾ ഏക്ട്* എന്ന പേരിൽ *ചോലമരങ്ങൾ* എന്ന കഥാസമാഹാരത്തിൽ കാണുന്നതും ഇതേ കഥയാണ്.
13. സരസ്വതിയമ്മയുടെ ജീവചരിത്രമറിയുന്നവർക്ക് 'ശാന്തി' എന്ന കഥാപാത്രം കഥാകാരിതന്നെയാണെന്ന് അനുഭവപ്പെടും. *സ്ത്രീജന്മ*ത്തിലെ, 'ശാന്തി'യുടെ വീട്ടിൽനിന്നും പേട്ട റെയിൽവേസ്റ്റേഷനിൽ ചെന്നെത്താൻ പത്തുമിനിട്ടുപോലും വേണ്ടിവന്നില്ല' എന്ന പ്രസ്താവം, കഥാകാരിയുടെ വീടായ പാൽക്കുളങ്ങരയിലെ 'സിതാര'യിൽ നിന്നുള്ള ദൂരത്തെ ഓർമ്മിപ്പിക്കുന്നു.
14. *മാതൃഭൂമി ആഴ്ചപ്പതിപ്പ്*, 40.6 (22.ഏപ്രിൽ 1962) പുറം 10-13.
15. Sue Bruley, *From Women Awake, the Experience of Consciousness- Raising* in Feminist Anthology collective (ed.), *No Turning Back*. (London: The women's press 1981) p.64.
16. *ഇന്ത്യാ ടുഡേ*, 1,2 (ജനവരി 8-22, 1990) പുറം 52-54.

5

പ്രണയാനുഭൂതിയുടെ ആന്തരവൈരുദ്ധ്യങ്ങൾ

സ്നേഹം, പ്രേമം, അനുരാഗം, പ്രണയം, കാമം എന്നെല്ലാം വിവക്ഷിക്കപ്പെടുന്ന മാനുഷികഭാവം പരിച്ഛിന്നമായ അപഗ്രഥനത്തിനു വഴങ്ങുന്ന ഒന്നല്ല. മാറ്റിയും മറിച്ചും കൂട്ടിക്കലർത്തിയും ഈ പദങ്ങൾ നാം പ്രയോഗിക്കുന്നു. സകലർക്കും സ്നേഹം ആവശ്യമാണ്. പലപ്പോഴും 'സ്നേഹിക്കുക' എന്നതിനെക്കാൾ 'സ്നേഹിക്കപ്പെടുക' എന്നതാണ് എല്ലാവരുടെയും അഭിലാഷമെങ്കിലും അതെന്താണെന്നു ശരിക്കു നിർവ്വചിക്കുക പ്രയാസകരം. 'അവ്യാഖ്യേയ'മായ ഒരനുഭൂതിയാണിത്. ലോകജീവിതത്തിന്റെ ആത്യന്തികസത്തയായും ഉലകിന്നുയിരായ ഏകമതമായും സ്നേഹഗായകരായ കവികൾ സ്നേഹത്തെ വാഴ്ത്തിയിട്ടുണ്ട്. ഈ മഹദ്വചനങ്ങളൊന്നും പക്ഷേ, സ്നേഹനിർവ്വചനങ്ങളാണെന്നു പറയാനാവില്ല.

സ്നേഹം ഒരു സനാതന സത്യമാണെന്നു വിശ്വസിക്കപ്പെടുന്നുണ്ടെങ്കിലും, ദേശം, കാലം, ചരിത്രഗതി എന്നിവയ്ക്കനുസരിച്ച് അതു പരിവർത്തിതമായിരുന്നുവെന്നു കാണുന്നു. ഉദാഹരണമായി, താൻ കാമിക്കുന്ന സുന്ദരനായ ആൺകുട്ടിയോട് ഒരു പുരുഷനുള്ള ആരാധനയായിരുന്നു പ്രാചീന ഗ്രീസിലെ മാതൃകാസ്നേഹം. എന്നാൽ പതിമൂന്നാം ശതകമായപ്പോൾ ഒരു യോദ്ധാവിന് അന്യഭാര്യയോടുള്ള നിർമ്മലമായ അഭിനിവേശം ആദർശസ്നേഹമായി വാഴ്ത്തപ്പെട്ടു. പ്യൂരിട്ടൻ ഇംഗ്ലണ്ടിൽ ഭാര്യാഭർത്താക്കൾ തമ്മിലുള്ള സ്നേഹവും വിക്ടോറിയൻ കാലഘട്ടത്തിൽ മാതാവിനു സ്വന്തം കുഞ്ഞിനോടു തോന്നുന്ന സ്നേഹവുമായിരുന്നു മാതൃകാസ്നേഹം[1].

കേരളത്തിൽ നവോത്ഥാനകാലം മുതലാണ് ഇന്നു നാം കല്പിക്കുന്ന തരത്തിലുള്ള സ്നേഹത്തിന്റെ പ്രത്യയശാസ്ത്രങ്ങൾ പ്രചരിച്ചു

തുടങ്ങുന്നത്. അതുവരെ നമ്മുടെ സാഹിത്യത്തിലെ ആദർശസ്നേഹം, പുരുഷനു സ്ത്രീയോടു തോന്നുന്ന ഭോഗാഭിനിവേശം മാത്രമായിരുന്നു. പിന്നീടത് കാല്പനികപ്രേമമായി മാറുന്നു. കാല്പനിക പ്രേമം, സ്റ്റീഫൻ ഹീത്ത് വിവരിച്ചപോലെ, ലൈംഗികാനുഭവങ്ങളെ വർജ്ജിക്കുകയും മാറ്റി വെക്കുകയുമായിരുന്നു.[2]

നിഗൂഢതയുടെ പരിവേഷമുണ്ടെങ്കിലും, ചരിത്രപരമായ ഒരു പ്രതിഭാസമാണ് സ്നേഹമെന്ന് ഏതാണ്ടൊന്നു സൂചിപ്പിക്കുകയായിരുന്നു ഇതുവരെ. ഈ പ്രകൃതത്തിലെ ചർച്ചാവിഷയം, സ്ത്രീയും പുരുഷനും തമ്മിലുള്ള സ്നേഹം മാത്രമാണ്. ആശയ വ്യക്തതയ്ക്കുവേണ്ടി 'പ്രേമം' എന്നു പ്രയോഗിക്കുന്നു.

സ്ത്രീയും പുരുഷനും തമ്മിലുള്ള ബന്ധം അഥവാ പ്രേമം, സ്വതന്ത്രവും ലളിതവുമായ ഒന്നാകാവുന്നതേയുള്ളൂ. പക്ഷേ, ഒരധികാരഘടനയിൽ സ്വതന്ത്ര സ്ത്രീപുരുഷ ബന്ധങ്ങൾ പ്രായോഗികമല്ല. പുരുഷാധിപത്യത്തിൽ പുരുഷന്റെ നിയമങ്ങൾക്കും അധികാരത്തിനും വിധേയമാണത്. ഈ അധികാരഘടനയിൽനിന്നും വിമുക്തമായ ഒരസ്തിത്വം പ്രേമത്തിനില്ലെങ്കിലും ആളുകൾ അതിനെ കാല്പനികമായനുഭവിക്കുന്നു. അതിനാൽ സൂക്ഷ്മാർത്ഥത്തിൽ പ്രേമത്തെ കാല്പനികപ്രേമം എന്നു വേണം വിളിക്കാൻ. സമത്വമുള്ളിടത്തു മാത്രമേ യഥാർത്ഥ സ്നേഹം നിലനില്ക്കുന്നുള്ളൂ എന്നതിനാൽ സ്ത്രീക്കും പുരുഷനുമിടയിൽ ഉച്ചനീചത്വങ്ങളുള്ളിടത്തോളം അവർ തമ്മിൽ അത്തരമൊരു വിശുദ്ധബന്ധം അസംഭവ്യമായിരിക്കും. പുരുഷാധിപത്യവ്യവസ്ഥ സ്ത്രീപുരുഷബന്ധങ്ങളെ സങ്കീർണ്ണവും മലിനവുമാക്കിത്തീർക്കുന്നു. സ്ത്രീകൾ പുരുഷൻമാരെ ആശ്രയിച്ചു ജീവിക്കുന്ന ഈ ആധിപത്യവ്യവസ്ഥയിൽ യാതൊരു സാഹചര്യത്തിലും സ്ത്രീപുരുഷബന്ധങ്ങൾ സത്യസന്ധമോ വിശ്വസ്തമോ സ്നേഹപൂർണ്ണമോ ആയിരിക്കില്ലെന്നു മെറിലിൻ ഫ്രെഞ്ച് വ്യക്തമാക്കിയിട്ടുണ്ട്. ഭാര്യാഭർത്താക്കൻമാരായാൽപോലും അതാണു സ്ഥിതി. പരസ്പരമുള്ള ഒറ്റപ്പെടലും പരസ്പരസംശയവും പരസ്പരഭീതിയുമെല്ലാം ചേർന്ന് വഞ്ചനാപരമായൊരു ബന്ധത്തിലേക്ക് രണ്ടുകൂട്ടരെയും അതു നയിക്കുന്നു.[3] ആധിപത്യമുള്ളിടത്ത് പ്രേമബന്ധമില്ല, അധികാരവും വിധേയത്വവുമേയുള്ളൂ.

യാഥാർത്ഥ്യമിതെല്ലാമാണെങ്കിലും പ്രേമത്തിന്റെ വൈകാരികഭാവങ്ങൾ സമത്വത്തിന്റെ കൃത്രിമമായ ഒരന്തരീക്ഷം സൃഷ്ടിക്കുന്നു. ഈ സമത്വമാകട്ടെ അധികാരിയായ പുരുഷൻ അനുവദിച്ചേകുന്ന, അയാൾക്ക് ഏതു സമയവും പിൻവലിക്കാവുന്ന ഔദാര്യം മാത്രമാണ്. പ്രേമത്തിന്റെ അതിവൈകാരികത യുക്തിബോധത്തെ കീഴടക്കുന്നതിനാൽ വ്യക്തികൾക്ക് ഇതൊന്നും തിരിച്ചറിയാനാവാതെ പോകുന്നു.അതുകൊണ്ടാണ്,

'പ്രേമത്തിൽ വൈകാരികാംശം ഏറിനില്ക്കുന്നതുകൊണ്ട് വിവേചനശക്തി നേരെ പ്രവർത്തിച്ചെന്നുവരില്ല. മഞ്ചാടിക്കുരുവെയും മാണി

കൃക്കല്ലാക്കികാണിക്കുന്ന പ്രേമം അപകടകാരിയാണ്' എന്ന് കെ സര സ്വതിയമ്മ ഓർമ്മിപ്പിക്കുന്നു.[4]

പുരുഷന്റെ അധീശത്വം, സ്ത്രീയുടെ ആശ്രിതത്വം, അവരുടെ വ്യത്യ സ്തജീവിതസാഹചര്യങ്ങൾ എന്നിവ കാരണം പ്രേമത്തിന്റെ അർത്ഥ ങ്ങൾ രണ്ടു കൂട്ടർക്കും രണ്ടു തരത്തിലാണ്. ഉൽക്കടമായ പ്രണയം ചില പ്രത്യേക സന്ദർഭങ്ങളിൽ പുരുഷൻമാർക്കു സാദ്ധ്യമാണെങ്കിലും 'മഹാ നായ ഒരു പ്രണയി' എന്നു വിളിക്കാവുന്ന ആരുംതന്നെ അവർക്കിടയി ലില്ലെന്നാണ് സിമോൻ ദി ബുവ്വ പറയുന്നത്. ബുവ്വ തുടരുന്നു:

> അവരുടെ ഹിംസാത്മക പ്രയാണങ്ങൾക്കിടയിൽ യാതൊന്നും പൂർണ്ണമായി ത്യജിക്കാൻ അവർ സന്നദ്ധരല്ല. കാമിനിയുടെ മുമ്പിൽ മുട്ടുകുത്തി നില്ക്കുമ്പോൾപോലും അവളെ കീഴടക്കു കയെന്നതാണ് അവരുടെ അന്തിമലക്ഷ്യം. ജീവിതത്തിൽ അവർ സർവ്വാധികാരികളാണ്. പ്രേമഭാജനമായ സ്ത്രീ, മറ്റുപലരുടെയും കൂട്ടത്തിൽ ഒരാൾ മാത്രമാണവർക്ക്. തങ്ങളുടെ അസ്തിത്വവു മായി സ്ത്രീയെ കൂട്ടിച്ചേർക്കുകയെന്നല്ലാതെ, അസ്തിത്വം അവൾക്കുവേണ്ടി ദുർവ്യയം ചെയ്യാൻ പുരുഷൻമാർ ഒരുക്കമല്ല. മറുവശത്ത് സ്ത്രീക്കാകട്ടെ പ്രേമിക്കുകയെന്നാൽ തന്റെ യജമാ നന്റെ സൗഖ്യത്തിനുവേണ്ടി സർവ്വവും ത്യജിക്കുക എന്നാ ണർത്ഥം.[5]

പുരുഷൻമാരുടെ നിയമങ്ങൾക്കനുസൃതം പ്രവർത്തിക്കുന്നതും അവരുടെ അധീശത്വത്തെ പരിപോഷിപ്പിക്കുന്നതുമായ സ്ഥാപനമാണ് പ്രേമമെന്നും അധികാരസ്ഥാപനമാണെന്ന നാട്യംപോലുമില്ലാതെ സ്ത്രീയെ പുരുഷാധികാരത്തിന് അധീനപ്പെടുത്തുകയെന്നതാണ് പ്രേമ ത്തിന്റെ പ്രവർത്തനമെന്നും ഈ വിശകലനങ്ങളിൽനിന്നും തെളിയുന്നു. *ചിന്താവിഷ്ടയായ സീത*യിൽ കുമാരനാശാൻ ഉന്നയിക്കുന്ന വിമർശനം പ്രസക്തമായി തോന്നുന്നു:

'പെരുകും പ്രണയാനുബന്ധമാ-
മൊരുപാശം വശമാക്കിയീശ്വരാ;
കുരുതിക്കുഴിയുന്നു നാരിയെ-
പുരുഷൻമാരുടെ ധീരമാനിത!'

പുരുഷനുവേണ്ടി ആത്മസമർപ്പണം ചെയ്യുവാനാണ് പ്രേമത്തിന്റെ അലിഖിത നിയമങ്ങൾ സ്ത്രീയോടാവശ്യപ്പെടുന്നത്. പ്രേമത്തിൽനിന്നും പിന്തിരിഞ്ഞുനില്ക്കാൻ അവൾക്കവകാശമില്ല. സ്ത്രീയുടെ സമ്പൂർണ്ണ സമർപ്പണം, പുരുഷാധികാരത്തിൻ കീഴിലേക്ക് അവളെ സ്വാംശീക രിക്കുക എളുപ്പമാക്കുന്നു. പുരുഷന്റെ പ്രതീക്ഷകൾക്കനുസൃതം സഹ നശീലതയോടെ കഴിയുന്ന നിഷ്ക്രിയത്വമാണ് പ്രേമത്തിനാവശ്യം. സ്വാത ന്ത്ര്യബോധം, ധീരത, യുക്തിബോധം, വിമർശനബുദ്ധി തുടങ്ങിയ

ശ്രേഷ്ഠഗുണങ്ങളൊന്നും പ്രേമം സ്ത്രീയിൽനിന്നും ആവശ്യപ്പെടുന്നില്ല. പ്രേമത്തിന്റെ നിർവിഘ്ന പ്രവാഹം സ്ത്രീയുടെ വിധേയത്വത്തെ ആശ്രയിച്ചിരിക്കുന്നു.

പ്രേമം, അതിൽത്തന്നെ അവസാനിക്കുന്ന ഒന്നല്ല; അത് സ്ത്രീയെ വിവാഹത്തിലേക്കും അതുവഴി കുടുംബത്തിലേക്കും മാതൃത്വത്തിലേക്കും കൂട്ടിക്കൊണ്ടു പോകുന്നു. അതിനാൽ പ്രേമത്തിന്റെ സഹോദരസ്ഥാപനമാണ് വിവാഹം. വിവാഹം സ്വയം ലക്ഷ്യമല്ലാത്ത സ്വതന്ത്ര സ്ത്രീപുരുഷബന്ധങ്ങൾ സദാചാരവിരുദ്ധമാണ്. പ്രേമസാഫല്യം വിവാഹത്തിലൂടെയാണെന്ന് ഏതാണ്ടെല്ലാ പ്രണയകാവ്യങ്ങളും കഥകളും പഠിപ്പിക്കുന്നുണ്ട്. ചങ്ങമ്പുഴയുടെ *രമണ*നിൽനിന്നും ഒരു ഭാഗം ഉദ്ധരിക്കുന്നു. മദനൻ കഥാനായകനെ ആശംസിക്കുകയാണ്:

സഹകരിക്കട്ടെ സഹജ നിന്നെ-
സ്സകല സൗഭാഗ്യവും മേല്ക്കുമേലേ!
ഒരു പുഷ്പകല്യാണ മണ്ഡപത്തി-
ലൊരു ദിനം നിങ്ങളെ രണ്ടുപേരെ
ഒരുമിച്ചുകണ്ടു കൃതാർത്ഥനാകും
പരിചിലീയോമനക്കൊച്ചനുജൻ!
ദ്രുതമാ മുഹൂർത്തം പറന്നണയാൻ
സതതം ഞാൻ പ്രാർത്ഥിച്ചുകൊണ്ടിരിക്കും

ഈ വിവാഹമുഹൂർത്തം പറന്നണയാതെ പോയതാണല്ലോ രമണന്റെ ദുരന്തം! പത്തൊൻപതാം ശതകം മുതലുള്ള നോവലുകളും ഇതര സാഹിത്യരൂപങ്ങളും മുതൽ സമകാലിക 'ജനപ്രിയ' സാഹിത്യംവരെ, പൊതുവെ പറഞ്ഞാൽ, പ്രേമത്തെ വിവാഹത്തിൽനിന്നും വിമുക്തമാക്കിയിട്ടില്ല! ലൈംഗികമായ അസമത്വം പുലർത്തുന്ന സമൂഹത്തിൽ കാല്പനികപ്രേമം സ്ത്രീയുടെ താല്പര്യങ്ങൾക്കു ഭീഷണിയാണെന്ന യാഥാർത്ഥ്യത്തെ ഇവയെല്ലാം മറച്ചുവെക്കുന്നു. വിപരീതമായൊരു ധർമ്മമാണ് സ്ത്രീസാഹിത്യം നിർവ്വഹിക്കുന്നത്.

യാഥാർത്ഥ്യങ്ങളിൽനിന്നും കാല്പനികതയിലേക്ക്

പ്രേമത്തിൽ പുരുഷനേറ്റവും പ്രാമുഖ്യം നല്കുന്നത് ലൈംഗികബന്ധത്തിനാണെന്ന് പ്രസിദ്ധമായൊരു പഠനം തെളിയിച്ചിട്ടുണ്ട്. പ്രേമവാത്സല്യങ്ങളും സുരക്ഷിതത്വവുമെല്ലാമാണ് സ്ത്രീ പ്രധാനമായും ആഗ്രഹിക്കുന്നത്. ലൈംഗികതയ്ക്ക് ആറാമത്തെ സ്ഥാനമേ അവൾ നല്കുന്നുള്ളൂ[6]. പ്രേമത്തിന്റെ വൈകാരികപരിവേഷവും പ്രേമം സ്ത്രീക്കു നല്കുന്ന ശുഭപ്രതീക്ഷകളുമെല്ലാം ഈ ലൈംഗികാവശ്യത്തിന്റെ സാഫല്യത്തിന് പുരുഷനു സഹായകമാകുന്ന ഘടകങ്ങളാണ്. അതിനാൽ സ്ത്രീയെ ലൈംഗികചൂഷണം ചെയ്യുന്നതിനുള്ള സമർത്ഥമായ മാർഗ്ഗം, പ്രേമത്തിന്റെ ഭാഷയിൽ അവളോടു സംസാരിക്കുകയും

പ്രേമത്തിന്റെ ആദർശഭാവങ്ങളാൽ അവളെ കീഴ്പ്പെടുത്തുകയുമാണ്. അന്തർജ്ജനത്തിന്റെ 'സ്കൂൾപ്രണയം' (*ആദ്യത്തെ കഥകൾ- മൂന്നാം പതിപ്പ്*, 1963) ഇത്തരത്തിലൊരു പുരുഷന്റെ വഞ്ചനയാണ് ചിത്രീകരിക്കുന്നത്.

ഉയർന്ന സമുദായത്തിൽപ്പെട്ട സമ്പന്നകുടുംബാംഗമായിട്ടും രാമചന്ദ്രദാസ് കാളിയെ പ്രേമിച്ചതിലെ താല്പര്യം ലൈംഗികാസക്തി മാത്രമായിരുന്നു. അതുകൊണ്ടാണ്, അവളെ ഗർഭിണിയാക്കിയശേഷം, 'ഒട്ടും അടുക്കാൻ സാധിക്കാത്തവണ്ണം അത്രമാത്രം അകന്നതാണ് നമ്മുടെ താല്ക്കാലിക സ്ഥിതി. പിന്നെ വെറുതെ ഈ അപവാദം ശേഷിപ്പിക്കുന്നതെന്തിന്?' എന്നു പറഞ്ഞ് പിന്മാറിപ്പോകാൻ അയാൾക്കു കഴിഞ്ഞത്. അയാൾ സുരക്ഷിതനായി അവിടെ ജീവിക്കുകയും കാളി ഏതോ വിദൂരദേശത്തേക്കു പലായനം ചെയ്യുകയും ചെയ്തു. ഒരു പെണ്ണായതിനാൽ അവൾക്കേല്ക്കുന്ന കളങ്കം കുടുംബത്തിനേല്ക്കുന്ന തീരാമാനഹാനിയാണ്; പുരുഷനതല്ല. അതിനാൽ കാളി തിരിച്ചുവരുന്നില്ല. അവൾ 'തയ്യൽക്കാരി പാറുവമ്മ'യായി കഠിനാദ്ധ്വാനം ചെയ്ത് തന്റെ മകളെ വളർത്തി. കടുത്ത ജീവിതാനുഭവങ്ങൾ, ആരെയും കൂസാത്ത ഒരു ധീരവ്യക്തിത്വത്തിനുടമയായി അവളെ മാറ്റിയിരിക്കുന്നു. വർഷങ്ങൾക്കു ശേഷം, ആ സ്ഥലത്ത് ഒരദ്ധ്യാപകനായി സ്ഥലംമാറിയെത്തുന്ന അതേ രാമചന്ദ്രദാസ്-അയാൾക്കിപ്പോൾ ഭാര്യയും ആറുമക്കളുമുണ്ട്- പ്രേമത്തിന്റെ വല വീശിയത് പാറുവമ്മയുടെ മകൾ സുമതിയെയായിരുന്നു! അവളുടെ പിതാവ് താൻതന്നെയാണെന്നു അയാൾ അറിയുന്നില്ല. പെൺകുട്ടികളെ പ്രേമത്തിൽ വീഴ്ത്താൻ പുരുഷൻമാർക്കുള്ള ചതുരുപായങ്ങളത്രയും അയാളും പ്രയോഗിക്കുന്നുണ്ട്. 'കുളപ്പുരയിലും വഴിയരികിലും വെച്ചു കിട്ടുന്ന ഏകാന്തസന്ദർഭങ്ങളിൽ അവ നിർബ്ബാധം നടക്കുന്നു'വെന്നത് അയാളുടെ പിതൃസ്ഥാനത്തെപ്പോലും പരിഹാസ്യമാക്കുകയാണ്. മകളെ കാണാനെത്തിയ 'കാമുകൻ' അവളുടെ പിതാവു തന്നെയാണെന്നറിയുന്ന 'പാറുവമ്മ', ആ വിഷമസന്ധിയെ അചഞ്ചലയായഭിമുഖീകരിച്ചു. പൂർവ്വകഥകളറിഞ്ഞതോടെ ആ 'കാമുകൻ' പരിഭ്രാന്തനാവുകയും 'പ്രേമം' പിതൃപുത്രീബന്ധമായി പരിണമിക്കുകയും ചെയ്യുന്നു. സ്ത്രീയെ ലൈംഗികചൂഷണം ചെയ്യാൻ പുരുഷനു തുണയാകുന്ന 'പ്രേമ'വും പുരുഷസംസ്കാരവും അപഹാസ്യമായിത്തീരുകയാണ് ഈ കഥയിൽ.

കാമുകിയെ ഗർഭിണിയും നിരാലംബയുമാക്കിത്തീർത്തശേഷം പ്രേമത്തിൽനിന്നും മോചിതനാവാനും അവളെ നിർദ്ദയം ഉപേക്ഷിക്കുവാനും പുരുഷനു സാധിക്കുന്നുവെന്നാണ് 'സ്കൂൾപ്രണയ'ത്തിൽ കണ്ടത്. തന്റെ വഞ്ചനയിൽ അയാൾക്ക് അപരാധബോധമില്ല. പക്ഷേ, കടുത്ത പാപഭീതിയാണ് പ്രേമം സ്ത്രീക്കു നല്കുന്നത്. പ്രേമത്തിന്റെ അയുക്തികതകൾ തിരിച്ചറിഞ്ഞവളായിട്ടും 'മാംസനിബദ്ധമല്ലാത്ത രാഗം' (*പവിത്ര മോതിരം*-1987) എന്ന കഥയിലെ രാധിക പാപബോധ

ത്തിനു വശംവദയാകുന്നു. വാസ്തവത്തിൽ പ്രേമത്തെ ആദർശവല്ക്കരിക്കുന്ന, 'മാംസനിബദ്ധമല്ല രാഗം' എന്ന പ്രത്യയശാസ്ത്രവുമായാണ് അവൾ എതിരിടുന്നതെന്നും ആ പ്രത്യയശാസ്ത്രമാണ് അവളുടെ തകർച്ചയ്ക്കു നിദാനമെന്നും സൂക്ഷ്മമായി നോക്കിയാൽ മനസ്സിലാവും. ശ്രദ്ധേയമായ വ്യക്തിത്വസവിശേഷതകളുള്ളവളായാണ് രാധികയെ ചിത്രീകരിച്ചിരിക്കുന്നത്. എന്നിട്ടും അവൾ അപരാധബോധത്താൽ പീഡിപ്പിക്കപ്പെടുന്നുവെന്നത് ആ പ്രത്യയശാസ്ത്രത്തിന്റെ അധൃഷ്യതയെ ഓർമ്മിപ്പിക്കുന്നു. 'ആദ്യം കണ്ട പുരുഷന്റെ കൈയിലേക്ക് തന്റെ ജീവിതം എറിഞ്ഞുകൊടുത്ത' പുരാണത്തിലെ ശകുന്തളയെ വെറുത്തിരുന്ന രാധിക, പ്രേമാഭ്യർത്ഥനകളുമായി സമീപിച്ച കാമുകന്മാരെ മുഖംകുനിക്കാതെ, നഖം കടിക്കാതെ, കാൽവിരൽകൊണ്ടു നിലത്തു വരയ്ക്കാതെ അഭിമുഖീകരിക്കുകയും അവരെ നിലയ്ക്കു നിർത്തുകയും ചെയ്തവളാണ്. അവൾ പ്രേമത്തെയായിരുന്നില്ല, വിവാഹത്തെയായിരുന്നു നിഷേധിച്ചത്. തൊഴിൽ ചെയ്ത് അവിവാഹിതയായിക്കഴിയാൻ അവൾ തീരുമാനിച്ചു. പ്രേമത്തിനു ശരീരമാവശ്യമില്ലെന്ന, തന്റെ യൂറോപ്യൻ കാമുകന്റെ ആത്മീയതാവാദത്തിൽ അവൾ വിശ്വസിച്ചില്ല. അവൾ ശാരീരികാനന്ദത്തിനു പ്രാധാന്യം നല്കി. പിതൃ അധികാരത്തിനു വഴങ്ങി ആ ബന്ധത്തിൽനിന്നും പിന്മാറിയ രാധിക, കാമുകന്റെ ചിത്തഭ്രമത്തിനു താനാണു കാരണക്കാരിയെന്ന പാപചിന്തയാൽ അസ്വസ്ഥയാവുന്നു. അയാളുടെ അന്ത്യസമയംവരെ ശുശ്രൂഷിക്കുകയും ഭൗതികാവശിഷ്ടം പുണ്യതീർത്ഥത്തിലൊഴുക്കാൻ പുറപ്പെടുകയും ചെയ്തത് ആ പാപത്തിനു പരിഹാരമായാണ്. ഒരു സന്ന്യാസിനിയോ മനോരോഗിണിയോ ആയിത്തീരാൻ അവൾ വിധിക്കപ്പെട്ടിരിക്കുന്നു.

'അഭിഭാഷക' (*കിളിവാതിലിലൂടെ- മൂന്നാം പതിപ്പ്*, 1959)യിലേത് സാധാരണ രീതിയിലുള്ള പ്രേമമാണെന്നു പറഞ്ഞുകൂടാ. ഇതിൽ പുരുഷനിലാകൃഷ്ടയായ സ്ത്രീക്ക് സ്വാതന്ത്ര്യവും വ്യക്തിയെന്ന അന്തസ്സും സൂക്ഷിക്കാൻ കഴിയുന്നുണ്ട്. കഥയിലെ 'ജി' എന്ന അഭിഭാഷക, തന്റെ സുഹൃത്തായ പുരുഷൻ ത്യാഗസന്നദ്ധനായി മാതൃഭൂമിയുടെ മോചനത്തിനുവേണ്ടി സമരാങ്കണത്തിലേക്കു യാത്രയായശേഷമാണ് പ്രസ്തുത ബന്ധത്തിന്റെ മഹനീയത തിരിച്ചറിയുന്നത്. തീർത്തും കാര്യമാത്രപ്രസക്തമായൊരു ബന്ധമായിരുന്നു അതെങ്കിലും അയാളവൾക്കുവേണ്ടി കുറിച്ചിട്ടുപോയ കവിതാശകലം അവളെ നൊമ്പരപ്പെടുത്തി. ആരുടെ മുന്നിലും തലകുനിക്കാത്ത 'ജി'യുടെ ധീരതയായിരുന്നു അയാളെ ആകർഷിച്ചിരുന്നത്. അവൾ ഔദ്യോഗിക അഭ്യുന്നതിക്കുവേണ്ടി ആഗ്രഹിച്ചപ്പോൾ, അയാൾ രാജ്യത്തിനുവേണ്ടി പ്രവർത്തിക്കാനാണ് തീരുമാനിച്ചത്. ജീവിതവീക്ഷണത്തിലെ ഈ വിഭിന്നത രണ്ടുപേരും അംഗീകരിച്ചിരുന്നുവെന്നത്, അവർക്കിടയിൽ അധികാരമോ വിധേയത്വമോ പ്രവർത്തിച്ചിരുന്നില്ല എന്നതിന്റെ സൂചനയാണ്. 'നിങ്ങൾ' എന്നാണ് അയാളവളെ സംബോധന ചെയ്തത്. ബന്ധത്തിലെ ഇത്തരം നൈർമ്മ

ല്യങ്ങളും അയാൾ പ്രകടിപ്പിച്ച നിസ്വാർത്ഥപ്രേമവുമാണ് അവളുടെ മനസ്സംഘർഷത്തിനു കാരണം. അത്തരമൊരു പുരുഷനു മുമ്പിൽ കീഴടങ്ങുന്നതുപോലും ഒരു വിജയമാണെന്ന് 'ജി' ചിന്തിച്ചുപോയി. അയാളുടെ അഭാവം ഓർമ്മകൾക്കു തീവ്രതയേറ്റുമ്പോഴും 'മൃദുലവികാരങ്ങൾക്കു വഴിപ്പെടാതെ ഒരു സ്ത്രീജീവിതം സാദ്ധ്യമല്ലേ?' എന്നു സ്വയം ചോദിക്കാൻ അവൾക്കു കഴിയുന്നുണ്ട്. നാടിന്റെ മോചനത്തിനുവേണ്ടി നടക്കുന്ന സംഘർഷഭരിതമായ സമരരംഗത്ത് അവിചാരിതമായെത്തിപ്പെടുന്ന 'ജി', ഔദ്യോഗിക ബഹുമതികൾക്കുവേണ്ടിയുള്ള സ്വാർത്ഥസ്വപ്നങ്ങളെല്ലാമുപേക്ഷിച്ച് യാഥാർത്ഥ്യബോധമുള്ളവളായി മാറുന്നു. സമരാങ്കണത്തിൽനിന്നും തന്റെ പുരുഷമിത്രം തിരിച്ചെത്തുമോ എന്ന് സംശയമുണ്ടെങ്കിലും, അയാളെക്കുറിച്ചുള്ള ഓർമ്മകൾ അവൾക്കു നൂതനാവേശമായി. പുരുഷാധികാരമോ വിവാഹസ്വപ്നങ്ങളോ ഇല്ലാതെ ആദർശാത്മകമായൊരു സ്ത്രീപുരുഷബന്ധത്തെ എടുത്തുകാട്ടുകയാണ് ഈ കഥ. സ്ത്രീയുടെ വ്യക്തിത്വത്തിന്റെ അംഗീകാരവും സ്വാതന്ത്ര്യത്തിനുവേണ്ടി പോരാടുന്ന ത്യാഗസന്നദ്ധതയും ഇവിടെ പ്രേമത്തിനു നവീനമായ ഉള്ളടക്കം നല്കിയിരിക്കുന്നു.

പ്രേമത്തിന്റെ പ്രത്യയശാസ്ത്രത്തിൽനിന്നും മോചിതയാവാൻ സ്ത്രീക്കു കഴിയാതെ പോകുന്നത്, കൂടുതൽ അർത്ഥവത്തായി ജീവിക്കാനുള്ള ഇതരമേഖലകൾ അവൾക്കു നിരോധിക്കപ്പെടുന്നതുകൊണ്ടാണ്. അപ്പോൾ ജീവിതത്തിന്റെ പരമോന്നതലക്ഷ്യം ഭാര്യാപദം മാത്രമാണെന്നു ധരിക്കാൻ അവൾ നിർബ്ബന്ധിതയാവുന്നു. 'തീജ്ജ്വാലയ്ക്കു മുമ്പിൽ' (*കിളിവാതിലിലൂടെ*) എന്ന കഥയിലെ ജയലക്ഷ്മി എന്ന വിദ്യാർത്ഥിനിക്ക് തന്നെ ബന്ധിച്ചു നിർത്തിയിരുന്ന പ്രത്യയശാസ്ത്രങ്ങളോടു വിടപറയാൻ കഴിഞ്ഞത്, അതുവരെ അവൾക്കജ്ഞാതമായിരുന്ന പുതിയൊരു ജീവിതപന്ഥാവ് കണ്ടെത്തുന്നതുകൊണ്ടാണ്. തികച്ചും യാദൃച്ഛികമായി അവൾ സ്വാതന്ത്ര്യസമരത്തിൽ പങ്കാളിയാവുകയായിരുന്നു. അതവൾക്ക് ഒരനുഭവപാഠമായി; താൻ ജീവിച്ചുപോന്ന പ്രത്യയശാസ്ത്രങ്ങളെക്കുറിച്ച് അവളാദ്യമായി സംശയാലുവായി:

'അപ്പോൾ സ്ത്രീകൾ-യുവതികൾ-ഏതു വേഷമെടുക്കുന്നതും ഈ വിവാഹമെന്ന വലവീശലിനാണെന്ന് ആളുകൾ പറയുന്നതിൽ വാസ്തവമുണ്ടോ? അവളുടെ ഏതു പ്രവൃത്തികളുടെയും യഥാർത്ഥമായ ലക്ഷ്യം അതാണോ?'

വ്യക്തിത്വത്തെ പുനഃസൃഷ്ടിക്കുവാൻ പര്യാപ്തമായിരുന്നു ഈ ചോദ്യങ്ങൾ. ആഭരണങ്ങളുപേക്ഷിക്കുകയെന്ന ധീരമായ തീരുമാനം അതിന്റെ ഫലമായിരുന്നു. സ്വതന്ത്രമായ അവയവങ്ങളുടെ ചലനശക്തി അവളാദ്യമായനുഭവിച്ചറിഞ്ഞു. അമൂല്യനിധിയെന്നോണം സൂക്ഷിച്ചിരുന്ന പ്രേമലേഖനങ്ങൾ ഓരോന്നായി അഗ്നിക്കിരയാക്കുന്നതിലൂടെ പ്രേമത്തിന്റെ പ്രത്യയശാസ്ത്രബന്ധനത്തിൽനിന്നും സമ്പൂർണ്ണവിമുക്തി നേടുന്ന ജയലക്ഷ്മി, ആ തീജ്ജ്വാലയ്ക്കു മുമ്പിൽ നിന്നുകൊണ്ട്, നാടി

നുവേണ്ടി പോരാടുമെന്ന പ്രതിജ്ഞയെടുക്കുന്നു.

ഈ രണ്ടുകഥയും സ്വാതന്ത്ര്യസമരപ്രസ്ഥാനം സമൂഹത്തിൽ സൃഷ്ടിച്ച പുത്തൻ മൂല്യബോധത്തിന്റെയും സ്വാതന്ത്ര്യബോധത്തിന്റെയും പ്രാതിനിദ്ധ്യം വഹിക്കുന്നവയാണ്. സമൂഹം തീക്ഷ്ണമായ പരീക്ഷണഘട്ടങ്ങളിലൂടെ കടന്നുപോകുമ്പോൾ പ്രേമം,വിവാഹം, സ്ത്രീത്വം തുടങ്ങിയവയെ സംബന്ധിച്ച പരമ്പരാഗത വിശ്വാസങ്ങൾക്ക് ആഘാതമേല്ക്കുന്നു. പുതിയ മൂല്യങ്ങൾക്കു വേണ്ടിയാഗ്രഹിക്കുവാനും ബന്ധങ്ങൾ പുനഃക്രമീകരിക്കുവാനും ഇത്തരം ഘട്ടങ്ങൾ സമൂഹത്തെ നിർബ്ബന്ധിച്ചെന്നുവരും. ഈ കഥകളുടെ പശ്ചാത്തലമതാണ്.

എന്നാൽ, 'ചെമ്പകപ്പൂവിന്റെ മണം' (*ധീരേന്ദുമജുംദാരുടെ അമ്മ*) എന്ന കഥയിൽ നേർവിപരീതമായ ഒരനുഭവമാണടങ്ങിയിരിക്കുന്നത്. സമൂഹത്തിന്റെ നിശ്ചലാവസ്ഥയും ബന്ധങ്ങളുടെ യാന്ത്രികതയും ഈ കഥ ഓർമ്മിപ്പിക്കും. കാല്പനികപദാവലിയും ഭാവാന്തരീക്ഷവും നിറഞ്ഞുനില്ക്കുന്ന ഈ രചന പ്രേമത്തെ ഒരാദർശസ്വപ്നമായവതരിപ്പിച്ചിരിക്കുന്നു! അയൽവീടുകളിൽ കഴിയുന്ന അപരിചിതരായ യുവതീയുവാക്കൾക്കിടയിൽ ആദ്യാനുരാഗം വിരിയുന്നതിന്റെ അന്തരീക്ഷവർണ്ണനയാണീ കഥ. വിഭാവാനുഭാവങ്ങളാൽ ഉദ്ദീപ്തമാക്കപ്പെട്ട അവരുടെ അന്തരംഗങ്ങളിൽ പ്രേമത്തിന്റെ ഓരോ ചെമ്പകപ്പൂക്കൾ വിരിയുകയായിരുന്നു.

പ്രേമത്തിന്റെ പൂർണ്ണനിഷേധം

ചങ്ങമ്പുഴയുടെ *രമണൻ*(1936) മലയാളകാല്പനികതയുടെ ഒരു സുപ്രധാനഘട്ടത്തെ കുറിക്കുന്നു. ഇത്രയേറെ ആവേശത്തോടെ മലയാളികൾ സ്വാഗതം ചെയ്ത കൃതി വേറെയില്ലെന്നു പറയുന്നതിൽ അതിശയോക്തിയില്ല. 1945 ൽ *രമണ*ന്റെ അവതാരികയിൽ ജോസഫ് മുണ്ടശ്ശേരി ആവേശപൂർവ്വം എഴുതി:

'ബീച്ചിലും ബാൽക്കണിയിലും ബോട്ടുജെട്ടിയിലും വണ്ടിത്താവളത്തിലും മടപ്പള്ളിയിലും മാളിക മച്ചിലും കുടിലിലും വയലിലും ഫാക്ടറിയിലും പടപ്പാളയത്തിലും കുറെ നാളായിട്ടു രമണനാണ് ഒന്നാം പാഠം.'

കുടിൽതൊട്ടു കൊട്ടാരംവരെ സർവ്വജനങ്ങളെയും അതാകർഷിച്ചിരുന്നുവെന്നാണല്ലോ മുണ്ടശ്ശേരിയുടെ വാക്കുകൾ സാക്ഷ്യപ്പെടുത്തുന്നത്. ഇടയസമൂഹം ഒരു കേരളീയ യാഥാർത്ഥ്യമല്ലാതിരുന്നിട്ടും, ഈ കാവ്യത്തിന്റെ 'ഭാവമാധുര്യം' മലയാളികൾ മതിമറന്നാസ്വദിച്ചു. പക്ഷേ, ഈ കാല്പനിക ഭാവമാധുരിയിൽ ഒളിഞ്ഞിരിക്കുന്ന സ്ത്രീവിദ്വേഷത്തെ തിരിച്ചറിയാൻ ഇതിനെ പുകഴ്ത്തുന്നവർക്കും ഇകഴ്ത്തുന്നവർക്കും കഴിഞ്ഞിരുന്നില്ല. കൃതിയുടെ ആദ്യപുറങ്ങളിൽ നിസാമി, ബോദ്‌ലേർ, ഷേക്സ്പിയർ എന്നിവരുടേതായി പ്രാധാന്യത്തോടെ ഉദ്ധരിച്ചുചേർത്ത വരികൾ, രമണന്റെ ദുരന്തകാരണം വിത്തപ്രതാപമോ സമുദായമോ അല്ല ചന്ദ്രിക മാത്രമാണെന്നാക്ഷേപിക്കുന്ന മദനവിലാപം തുടങ്ങിയ പ്രത്യക്ഷചിഹ

ങ്ങളുണ്ടായിട്ടും ആ സ്ത്രീവിരോധം കേസരി ബാലകൃഷ്ണപിള്ള പോലും വകവെച്ചില്ല. കെ സരസ്വതിഅമ്മയുടെ രമണി (*പൊന്നും കുടം*-1945) എന്ന കഥ പ്രാധാന്യമർഹിക്കുന്നത് ഈ പശ്ചാത്തലത്തിലാണ്. മുണ്ടശ്ശേരി *രമണന്* അവതാരികയെഴുതിയ കാലത്തുതന്നെയാണ് ഈ കഥ പ്രസിദ്ധീകൃതമായതെന്ന വസ്തുതയും ശ്രദ്ധേയമാണ്. *രമണനി*ലൂടെ പ്രചരിക്കപ്പെട്ട സ്ത്രീവിരോധത്തെയും ആ കൃതി ഉപാസിക്കുന്ന പുരുഷാധിപത്യമൂല്യങ്ങളെയും സരസ്വതി അമ്മയുടെ കഥ ഉപരോധിക്കുന്നു. *രമണന്റെ* ഒരു ഫെമിനിസ്റ്റ് പ്രത്യാഖ്യാനമായും ഈ കഥയെ വിശേഷിപ്പിക്കുന്നതിൽ അപാകതയില്ല.

പ്രേമവുമായെതിരിടുന്ന സരസ്വതിഅമ്മയുടെ കഥകൾക്ക് ഒരാമുഖമെന്ന നിലയിൽ ഈ കഥയെ പരിഗണിക്കാവുന്നതാണ്. പ്രേമത്തെ ചൂഴ്ന്നു നില്ക്കുന്ന നിഗൂഢതകൾ, പ്രേമം പുരുഷനു നല്കുന്ന ആനുകൂല്യങ്ങൾ, സ്ത്രീയുടെ പരാജയം, പ്രേമവും ശരീരവും തമ്മിലുള്ള ബന്ധം, പ്രേമത്തെ സ്ത്രീ നിരാകരിക്കേണ്ടതിന്റെ ആവശ്യകത തുടങ്ങിയ പ്രമേയങ്ങൾ മുപ്പത്തൊൻപതു പുറങ്ങളുള്ള ഈ കഥയിൽ കാണാം. പുരുഷാധിപത്യമൂല്യങ്ങളോടുള്ള കഥയുടെ രോഷം നിയന്ത്രണം വിട്ടു പടർന്നപ്പോൾ ഒരു ചെറുകഥയ്ക്കു നിർദ്ദേശിക്കപ്പെട്ടിട്ടുള്ള സംക്ഷിപ്തതയും ഭാവൈകൃവും അവഗണിക്കപ്പെട്ടു പോയി.

കോളേജ് വിദ്യാർത്ഥിനികളായ ശാന്തിയും സുഷമയും തമ്മിൽ *രമണ*നെ അടിസ്ഥാനമാക്കി നടത്തുന്ന സംവാദങ്ങളാണ് കഥയുടെ പകുതിഭാഗവും. പുരുഷന്റെ വഞ്ചനയ്ക്കു വിധേയയായ സുഷമയുടെ അനുഭവകഥയാണു പിന്നീട്. ലീന എന്ന മറ്റൊരു പെൺകുട്ടിയുടെ ദുരന്തകഥയും അവിടെ കാണുന്നു. സുഷമ പുരുഷന്റെ വഞ്ചനയെ നേരിട്ടുവെങ്കിലും, ലീന 'രമണ'നെപ്പോലെ ആത്മഹത്യചെയ്യുകയായിരുന്നു. അതിനാൽ അവൾ 'രമണി'യാണ്. 'രമണ'നു വേണ്ടി നിലകൊള്ളുന്ന കഥാപാത്രമാണ് ശാന്തി. പക്ഷേ, സുഷമയുടെ വാദമുഖങ്ങൾക്കു മുമ്പിൽ അവൾ പരാജയപ്പെടുന്നു.

പുരുഷനും സ്ത്രീയും തമ്മിലുള്ള ബന്ധത്തിൽ അഥവാ പ്രേമത്തിൽ എല്ലാം സ്വന്തമാക്കുന്നത് പുരുഷനാണ്. 'സർവ്വതന്ത്രസ്വതന്ത്രനായ' അവനു നഷ്ടപ്പെടാനൊന്നുമില്ല. പ്രേമം, 'അനുഭവൈകവേദ്യമായ രസം' പുരുഷനു നല്കുന്നു; സ്ത്രീക്കു നഷ്ടമേയുള്ളൂ. 'അവളുടെ വിശുദ്ധി നശിച്ചു; ചാരിത്ര്യം പോയി, അവമാനപാത്രമായി; ഹൃദയം വ്രണപ്പെട്ടു'. പുരുഷനു നഷ്ടപ്പെടാൻ വിശുദ്ധിയോ ചാരിത്ര്യമോ ഇല്ല! സമൂഹം സ്ത്രീയെ മാത്രം നിന്ദിക്കുന്നു. 'രക്ഷാകർത്താക്കളുടെ ശാപം, ലോകരുടെ നിന്ദ, വെറുപ്പ്, അപവാദം, അപരാധം, ദുഷ്പേര്, ഇതിലെല്ലാം കഷ്ടതരമായി ചിലപ്പോൾ ശിശുരൂപത്തിൽ ദൈവശിക്ഷയും'- സ്വതന്ത്രനായ പുരുഷനും അടിമയായ സ്ത്രീയും തമ്മിലുള്ള ബന്ധത്തിന്റെ അനന്തരഫലങ്ങളാണിവ. 'ചന്ദ്രിക'യുടെ പിൻമാറ്റം സ്ത്രീയുടെ പക്ഷത്തുനിന്നു നോക്കുമ്പോൾ നീതിയുക്തമാകുന്നത് ഈ കാരണങ്ങളാലാ

ണെന്ന് സുഷമ വാദിക്കുന്നു. 'യുഗാന്തരങ്ങളായി പുരുഷൻ സ്ത്രീയോടു ചെയ്യുന്ന കൊടുംവഞ്ചനകൾക്കു', ചെറിയ തോതിലെങ്കിലും പകവീട്ടിയതിന് 'ചന്ദ്രിക'യെ അഭിനന്ദിക്കുകയാണു വേണ്ടതെന്ന് സുഷമ ആവശ്യപ്പെടുന്നു. 'നിസ്സാരയായ ഒരു പെണ്ണിന് ഒരു പുരുഷനെ നിത്യനിരാശയിലാഴ്ത്താൻ മാത്രമല്ല നശിപ്പിക്കാനും കഴിഞ്ഞത് സ്ത്രീകൾക്കു പൊതുവെ ഒരു മഹാവിജയമാണ്.'

സ്ത്രീ തന്റെ മാതാപിതാക്കളെയും ജീവിതസൗകര്യങ്ങളെയും കൈവെടിഞ്ഞ് അയഥാർത്ഥമായ പ്രേമവും ദാരിദ്ര്യപീഡകളും സ്വീകരിക്കേണ്ടതില്ല. അതിനാൽ, 'ചന്ദ്രിക'യുടെ തീരുമാനം പ്രായോഗികബുദ്ധിക്കു ചേർന്നതുതന്നെയാണെന്നും പ്രേമത്തിന്റെ കാല്പനിക ഭ്രമത്തെക്കാൾ ഈ പ്രായോഗികബുദ്ധിയാണ് സ്ത്രീക്കാവശ്യമെന്നും സുഷമ സൂചിപ്പിക്കുന്നു. 'നിഷ്കാമ'വും 'ദൈഹികബന്ധരഹിത'വുമാണ് പ്രേമം എന്നൊക്കെയുള്ള നിഗൂഢതാവാദങ്ങളെയും സുഷമ തിരസ്കരിക്കുന്നു. രമണന്റെ പ്രേമം അത്തരത്തിലുള്ള ഒന്നായിരുന്നെങ്കിൽ അയാൾ ആത്മഹത്യ ചെയ്യേണ്ടതില്ലല്ലോ. ശരീരത്തിൽനിന്നും നിർമുക്തമായൊരു പ്രേമം നിലനില്ക്കുന്നില്ലെന്നു വാദിക്കുന്ന സുഷമ പ്രേമത്തിന്റെ 'നിഗൂഢത'കളെയാണ് വെല്ലുവിളിക്കുന്നത്.

'കവികൾ ചായം പിടിപ്പിച്ചു കാണിക്കുന്ന ദിവ്യപ്രേമം ഈ ലോകത്തെങ്ങും ഇല്ലേയില്ല. ഒരമ്മയ്ക്കു തന്റെ കുഞ്ഞിനോടു തോന്നുന്ന സ്നേഹംപോലും ശാരീരികപരിധിക്കിപ്പുറം നില്ക്കുന്നേയുള്ളൂ. അതുകൊണ്ടല്ലേ തന്റെ കുട്ടിയെ വിട്ടുപിരിയാൻ അവർക്കു വേദന തോന്നുന്നത്? പിന്നെയാണ് ഈ താരുണ്യത്തിന്റെ തരളതയിൽ തോന്നുന്ന ആകർഷണത്തിന്റെ ദിവ്യത്വം.'

എന്നിങ്ങനെ പ്രേമത്തിന്റെ കപടപരിവേഷത്തിനെതിരെ പ്രകോപനപരമായ ഒരാക്രമണവും സുഷമ നടത്തുന്നു.

*രമണ*ന്റെ പ്രേമത്തിനു പിന്തുണയേകിയ 'മദന'നെയും ഈ കഥ വെറുതെ വിടുന്നില്ല. രമണന്റെ ആത്മഹത്യയിൽ ആത്മമിത്രമായ അയാൾക്കും പങ്കുണ്ട്. 'നിസ്സാരയായൊരു പെണ്ണുമൂലം' ജീവിതം പാഴാക്കരുതെന്ന് അയാൾക്കുപദേശിക്കാമായിരുന്നു. പക്ഷേ, ചെയ്തതെന്താണ്?

'സ്വന്തം സഹവാസസാന്ത്വനങ്ങളാൽ കർമ്മധീരനല്ലാത്ത സുഹൃത്തിനെ സാഹസങ്ങളിൽനിന്നു തടയാതെ, 'എന്തിനിശ്ശോക നാടകത്തിങ്കലെന്നെയും സാക്ഷിയാക്കി നീ' എന്നു വിധിയുടെ നേരെ ഒരു കേറ്റം കേറി, 'എന്തുചെയ്യും ഞാനെന്തു ചെയ്യും?' എന്നു വിറച്ചുകിടുങ്ങി ഒടുവിൽ പ്രാണസ്നേഹിതന്റെ അത്യാപത്തിൽ 'കാണാനരുതു മേ' എന്നു പറഞ്ഞു കണ്ണടച്ചു കളഞ്ഞു.'

'ചന്ദ്രിക'യെ ലൈംഗികചൂഷണം ചെയ്യാത്തതിനാൽ രമണൻ ആദർശനിഷ്ഠയാണ് കാണിച്ചതെന്ന് സുഷമയ്ക്കഭിപ്രായമുണ്ട്. രമണൻ അതു ചെയ്താൽപ്പോലും ചന്ദ്രികയുടെ സമ്പന്നരായ രക്ഷിതാക്കൾക്ക്

അവളെ രക്ഷിക്കാൻ കഴിയും. സുഷമയുടെ ജീവിതത്തിൽ സംഭവിച്ചത് അതായിരുന്നു. ഇവിടം മുതൽ സുഷമയുടെ അനുഭവങ്ങളിലേക്ക് കഥ വ്യതിചലിക്കുകയാണ്. ബാബു എന്നൊരു ചെറുപ്പക്കാരനാണ് അവളെ വഞ്ചിച്ചു ഗർഭിണിയാക്കിയത്. അയാളുടെ സഹോദരി മീന പുരുഷവഞ്ചനക്കിരയായി മനംനൊന്ത് ആത്മഹത്യചെയ്തതിനുള്ള പ്രതികാരമായിരുന്നു അത്. സമൂഹമറിയാതെ സുഷമ പ്രസവിച്ച കുഞ്ഞിനെ അവളുടെ 'സഹോദരി'യെന്ന വ്യാജേന വീട്ടുകാർ വളർത്തുകയാണ്. അവളുടെ പിതാവിന്റെ ധനസ്ഥിതി അതിനു സഹായകമായി. പാപചിന്തകളോ ജീവിതനിരാശതകളോ അവളെ അലട്ടുന്നില്ല. ഇനിയൊരു ഭർത്താവുണ്ടാവുകയാണെങ്കിൽ അയാളോടും അവളാ രഹസ്യം പറയും; അയാൾ വിശ്വസിച്ചാലും ഇല്ലെങ്കിലും!

*രമണ*ന്റെ വമ്പിച്ച പ്രചാരത്തിലൂടെ സാംസ്കാരിക മണ്ഡലത്തിൽ സ്വാധീനത ചെലുത്തിയ സ്ത്രീവിരുദ്ധാശയങ്ങളെ മലയാള സ്ത്രീ സാഹിത്യം *രമണി*യിലൂടെയാണ് ഉപരോധിക്കാൻ ശ്രമിച്ചത്. ഇങ്ങനെ നോക്കുമ്പോൾ കഥാഗാത്രവുമായി വേണ്ടത്ര ഇണങ്ങിച്ചേരാത്ത, സുഷമാ-ലീനമാരുടെ കഥകൾക്കും പ്രാധാന്യമുണ്ടെന്നു കാണാം. പുരുഷന്റെ കൊടുംക്രൂരതകൾ എടുത്തു കാണിച്ച് ചന്ദ്രികയെ കുറ്റവിമുക്തയാക്കുകയും അവളെ പുരുഷനോടു പ്രതികാരം ചെയ്യുന്ന സ്ത്രീയുടെ പ്രതിനിധിയായി ഉയർത്തിക്കാണിക്കുകയുമാണ് ഈ കഥകൾ ചെയ്യുന്നത്. സ്ത്രീജീവിതത്തെ തകർത്തെറിയുന്ന പുരുഷാധിപത്യമൂല്യങ്ങളെ ഈ കഥ വകവെക്കുന്നില്ല. പ്രേമലംഘനംമൂലം പാപഭീതിയനുഭവിക്കുന്ന സ്ത്രീകൾക്ക് ആശ്വാസമേകാവുന്നതും മൂല്യങ്ങളെ തകിടം മറിക്കുന്നതുമായ പുതിയൊരു ജീവിതതത്ത്വശാസ്ത്രവും ഈ കഥ ഉന്നയിക്കുന്നു:

'സത്യവും ന്യായവും നോക്കിയാൽ എല്ലാം കുന്തത്തിൽ, ലോകബോദ്ധ്യത്തിനുവേണ്ടി ഒരുമാതിരിക്കണ്ടു പ്രവർത്തിച്ചേച്ചാൽ മതി... പൂഞ്ചോലകളും വനതലങ്ങളും കോളേജുകളും സിനിമാ ഹാളുകളും നിറഞ്ഞ ഈ അഭിരാമഭൂമിയിൽ നാം ജനിക്കുന്നതു സുഖിക്കാനാണ്.'

ലൈംഗികതയിൽനിന്നു വിമുക്തമല്ല പ്രേമത്തിന്റെ അസ്തിത്വം. പ്രേമവ്യവഹാരങ്ങൾ സൂക്ഷ്മമായി വിശകലനം ചെയ്താൽ, ശാരീരികാകർഷണത്തിന്റെയും ഭോഗേച്ഛയുടെയും ലൈംഗികാസക്തിയുടെയും സാന്നിദ്ധ്യം സ്പഷ്ടമായി കാണാൻ കഴിയും.[7] 'വെറും പ്രേമ'ത്തെക്കുറിച്ചു സംസാരിക്കാൻ ആർക്കും സാദ്ധ്യമല്ല! പ്രേമത്തിന്റെ പ്രയോഗം ലൈംഗികതയിലൂടെയാണ് പൂർത്തിയാകുന്നത്. പക്ഷേ, പ്രേമത്തിന്റെ പ്രത്യയശാസ്ത്രങ്ങളും അവയിൽ ജീവിക്കുന്നവരും ഈ സുപ്രധാന ഘടകത്തെ മറച്ചുവെക്കാൻ താല്പര്യപ്പെടുന്നു. പ്രേമവും ലൈംഗികതയും തമ്മിലുള്ള ഗൂഢവും സങ്കീർണ്ണവുമായ ഈ ബന്ധത്തെ വെളിപ്പെടുത്തി, പ്രേമത്തിന്റെ ദിവ്യപരിവേഷത്തെ പരിഹസിക്കുകയാണ് 'പ്രേമത്തിന്റെ പ്രവൃത്തിമണ്ഡലം' (*എല്ലാം തികഞ്ഞ ഭാര്യ*) എന്ന കഥ.

പ്രേമത്തിന്റെ പ്രായോഗികരൂപമായ ലൈംഗികതയെയാണ് 'പ്രേമ

ത്തിന്റെ പ്രവൃത്തിമണ്ഡലം' എന്നു വിവക്ഷിച്ചിരിക്കുന്നത്. പ്രേമത്തിനു ദിവ്യപരിവേഷം നല്കേണ്ടത് സ്ത്രീയുടെ താല്പര്യമല്ല. കാരണം സ്ത്രീയുടെ കീഴാളപദവിയും പുരുഷന്റെ മേല്ക്കോയ്മയും പ്രച്ഛന്നമാക്കുന്നത് ആ ദിവ്യപരിവേഷത്തിലൂടെയാണ്. ഈ വസ്തുത തിരിച്ചറിയാൻ കഥയ്ക്കു കഴിയുന്നു. പ്രേമത്തെ ലൈംഗികബന്ധത്തിലൂടെ സാക്ഷാൽക്കരിക്കുമ്പോൾ അതിൽ സദാചാരലംഘനമുണ്ട്. ഈ നിയമലംഘനത്തെ അഭിനന്ദിക്കുന്നവളാണ് മുഖ്യകഥാപാത്രമായ ദേവകി. അവളെ സന്ദർശിക്കുന്ന കൂട്ടുകാരി മാലതി തന്റെ പ്രണയാനുഭവങ്ങൾ വിവരിക്കുകയാണ്. ദിവ്യപ്രേമത്തിന്റെ വക്താവായ മാലതി ആ പ്രേമത്തെക്കുറിച്ചു നല്കിയ വിവരങ്ങളെല്ലാം പക്ഷേ, ശരീരാധിഷ്ഠിതങ്ങളായിരുന്നു. അവൾ അതറിയുന്നില്ലെന്നു മാത്രം. 'ഞാനിത്രയൊക്കെ പറഞ്ഞിട്ടും ദേവകിക്കു പ്രേമത്തിന്റെ ശക്തിയിൽ വിശ്വാസം വന്നില്ലേ?' എന്ന് അവൾക്കു ചോദിക്കേണ്ടിവന്നത് അതുകൊണ്ടായിരുന്നു. പ്രേമം ഒരു അലൗകികാനുഭവമാണെന്നും മറ്റുമുള്ള മിഥ്യാധാരണകളിൽ ജീവിക്കുകയും അതേസമയം, ആനുഭവികതലത്തിൽ അത് ശരീരാധിഷ്ഠിതം മാത്രമാണെന്നു വരികയും ചെയ്യുന്ന വൈരുദ്ധ്യത്തെയാണിതു സൂചിപ്പിക്കുന്നത്. എന്നാൽ അത്തരം മിഥ്യകളിൽ കഴിയുന്നവർക്ക് ഈ പറഞ്ഞ വൈരുദ്ധ്യത്തെ തിരിച്ചറിയാൻ കഴിയുന്നില്ല. 'വെറും പ്രേമത്തെപ്പറ്റി നമ്മളെന്തു പറഞ്ഞു? പ്രേമത്തിന്റെ പ്രവൃത്തിമണ്ഡലത്തെക്കുറിച്ചല്ലേ മാലതി ഇതുവരെ പറഞ്ഞത്?' - ദേവകി ചോദിക്കുന്നു. അയഥാർത്ഥമായ 'വെറും പ്രേമ'ത്തെയും, യഥാർത്ഥമായ 'പ്രവൃത്തിമണ്ഡല'ത്തെയും വേർതിരിച്ചു കാണാൻ ദേവകിക്കു കഴിയുന്നത്, അവൾ പ്രേമത്തിന്റെ പ്രത്യയശാസ്ത്രങ്ങളിൽ ജീവിക്കുന്നവളല്ലാത്തതുകൊണ്ടാണ്.

പ്രേമത്തെ നിശിതമായൊന്നു പരിഹസിച്ചുകൊണ്ടാണ് കഥയവസാനിക്കുന്നത്. സമർത്ഥമായ ഒരന്തരീക്ഷ സൃഷ്ടിയിലൂടെ അതു നിർവ്വഹിച്ചിരിക്കുന്നു. കൂട്ടുകാരിയുടെ സംഭാഷണമദ്ധ്യേ, അകലെയെങ്ങോ നിന്ന്, 'പ്രേമാ നീയില്ലാമൽ ഉറങ്കതെങ്കേ?' എന്നൊരു പ്രേമഗാനം ഒഴുകിയെത്തുകയാണ്. പ്രേമലോലയായ മാലതിയോട് ദേവി പറയുന്നു:

'അതാ കേട്ടോളൂ പ്രേമത്തിന്റെ ശക്തിയെപ്പറ്റി. മാലതിയുടെ മിസ്റ്റർ കരഞ്ഞതുപോലെ തന്നെ, പ്രേമയില്ലെങ്കിൽ അയാൾക്കുറക്കം വരില്ലാപോലും. എന്താ, പ്രേമ തലയണയാണോ? അതോ അയാളിങ്ങനെ അലറിവിളിക്കുന്നത് ഒരു പെണ്ണിന്റെ പേരല്ല, വല്ല ഉറക്കുമരുന്നിന്റെയും പേരാണോ എന്തോ. പ്രേമം ഉറക്കുമരുന്നാണോ മാലതി?'

'തലയണ'യും 'ഉറക്കുമരുന്നും' പ്രേമത്തിന്റെ ദിവ്യപരിവേഷത്തെയെന്നപോലെ, പ്രേമവർണ്ണനകളിൽ സാധാരണങ്ങളായ കാല്പനിക പദാവലിയെയും രൂപങ്ങളെയും പരിഹസിക്കുന്ന ചിഹ്നങ്ങളാണ്. മേല്പറഞ്ഞ ചോദ്യങ്ങളോടെ കഥ പൊടുന്നനെ അവസാനിക്കുമ്പോൾ ഈ പരിഹാസത്തിനു മൂർച്ചയേറുന്നു. പ്രേമത്തെ പുരുഷനേത്രങ്ങളിലൂടെ കാണാൻ കഴിയാത്ത സ്ത്രീയുടെ ചോദ്യങ്ങളാണിവ. പ്രേമലോലർക്ക് പ്രകോപ

നപരമായി തോന്നാവുന്നവയാണ് ഈ ചോദ്യങ്ങൾ.

സ്ത്രീയെ ആത്മബോധമില്ലാത്തവളും അന്തസ്സാരശൂന്യയും വികാരജീവിയുമെല്ലാമായി പരിവർത്തിപ്പിക്കുകയാണ് പ്രേമം. അധികാരവ്യവസ്ഥയ്ക്ക് ഇത്തരം സ്ത്രീകളെയാണാവശ്യവും. ഇവർക്കു സ്വാതന്ത്ര്യത്തിന്റെ ഭാഷപോലുമറിയില്ല. സരസ്വതിയമ്മയുടെ 'അവരുടെ കഥയെഴുത്ത്', 'വിശ്രമമുറിയിൽ', 'സ്ത്രീജന്മം' തുടങ്ങിയ കഥകളിലെ രാധ, മാലിനി, മാധവി എന്നീ കഥാപാത്രങ്ങളും മേല്പറഞ്ഞ കഥയിലെ മാലതിയെപ്പോലെ അന്തസ്സാരശൂന്യമായ സ്ത്രീജീവിതത്തെ പ്രതിനിധാനം ചെയ്യുന്നു. പുരുഷമൂല്യങ്ങളെ അതേപടി സ്വാംശീകരിച്ചുകൊണ്ട് ജീവിക്കുന്ന ഈ സ്ത്രീകളോട് പ്രസ്തുത കഥകളൊന്നും അനുതാപം പ്രദർശിപ്പിക്കുന്നില്ല. ഇത്തരം സ്ത്രീകൾ പ്രതിനിധാനം ചെയ്യുന്ന മൂല്യങ്ങളോടും അന്തസ്സാരവിഹീനിതയോടും ലോലവികാരങ്ങളോടും ഉള്ള വിയോജിപ്പാണ് അതിനു കാരണം.

പ്രേമപരിഹാസവും നർമ്മോക്തികളും പ്രേമത്തെക്കുറിച്ചുള്ള വിവാദങ്ങളും ഇടകലർന്ന് പ്രസന്നമായ കഥയാണ് 'അവരുടെ കഥയെഴുത്ത്' (*കീഴ്ജീവനക്കാരി*). സമപ്രായക്കാരായ മൂന്നു യുവതികൾ ഒത്തുചേർന്ന് ഒരു കഥയെഴുതാനുള്ള ശ്രമമാണ്. സ്വാതന്ത്ര്യബോധവും വിമർശനബുദ്ധിയും പ്രകടിപ്പിക്കുന്ന രമയാണ് മുഖ്യകഥാപാത്രം. പ്രണയമധുരമായ ജീവിതം സ്വപ്നം കാണുന്നവളാണ് രാധ. മൂന്നാമത്തേത് രതി; അവൾ മാത്രമാണ് വിവാഹിത. എഴുതാനിരിക്കുന്ന കഥയ്ക്ക് പ്രമേയം കണ്ടെത്താനുള്ള ശ്രമത്തിൽ അവരുടെ വീക്ഷണങ്ങൾ തമ്മിലിടയുകയും നർമ്മസംവാദങ്ങളായി പരിണമിക്കുകയും ചെയ്യുന്നു.

'പ്രണയമധുരമായ ഒരു ദാമ്പത്യകഥ'യാവാം കഥാവസ്തുവെന്നഭിപ്രായപ്പെട്ട, ഒരു കാമുകികൂടിയായ രാധയോട് കൂട്ടുകാരികൾ യോജിച്ചില്ല. കുടുംബിനിയായ രതി പറയുന്നത്, 'രാധ നടപ്പില്ലാത്ത കാര്യം പറയുന്നതു കേട്ടില്ലേ? എനിക്കു ഭർത്താവുള്ള ഒരു വിധവയുടെ കഥയെഴുതണം' എന്നാണ്. ദാമ്പത്യജീവിതത്തിൽനിന്നും അവൾ പഠിച്ചത് അതായിരുന്നു.

യാഥാർത്ഥ്യത്തിന്റെ ഈ മുഖം അറിയാവുന്ന രമ, സമൂഹം ഒരു സ്ഥാപനമായി മാറ്റിയ പ്രേമത്തെ എതിർക്കുന്നു:

'പ്രണയം ഒരിക്കലും വിവാഹത്തിൽച്ചെന്നവസാനിക്കരുതെന്ന പ്രായോഗിക ബുദ്ധിക്കാരിയാണ് ഞാൻ. സമുദായത്തിന്റെ അംഗീകാരം സിദ്ധിക്കുന്ന പ്രേമബന്ധം, ഹൃദയശരീരങ്ങളുടെ സ്വാഭാവികപ്രേരണയിൽ നിന്നുണ്ടാകുന്ന ആദർശപ്രേമമല്ലെന്നാണെന്റെ വിശ്വാസം.'

'കഥ'യിലെ നായികാനായകന്മാർ എപ്പോൾ, എവിടെവച്ച് കണ്ടുമുട്ടണമെന്നു തീരുമാനിക്കുന്നതിലെ തർക്കങ്ങളും പ്രേമത്തെ പരിഹസിക്കുന്നവയാണ്. രമയുടെ യുക്തികൾ ഭദ്രമായ ഒരു പ്രേമകഥ മെനഞ്ഞെടുക്കുന്നതിനു തടസ്സമായി വളരുകയായിരുന്നു. 'കവികുലപ്രകീർത്തിതമായ ദിവ്യപ്രണയം' വികൃതമായി ചിത്രീകരിക്കപ്പെടുന്നതിൽ പ്രേമ

പക്ഷപാതിയായ രാധ കോപം പൂണ്ടു. അവൾ കെട്ടിയുയർത്തിയ പ്രേമ കഥയ്ക്ക് രമ നിർദ്ദേശിച്ച പരിണാമം അത്രയേറെ പ്രകോപനപരമായി രുന്നു. കാമുകിക്കുവേണ്ടി മരിക്കാൻപോലും തയ്യാറാണെന്നു പറയുന്ന *കഥ*യിലെ കാമുകനെ കുളത്തിൽ തള്ളിവീഴ്ത്തി മുഖം തിരിച്ചു നട ക്കുന്ന കാമുകിയെയായിരുന്നു രമ അവതരിപ്പിച്ചത്! പ്രേമത്തിന്റെ നിരർത്ഥതകളെ കടന്നാക്രമിച്ചുകൊണ്ട് പുരോഗമിക്കുന്ന കഥയെഴുത്ത് രതിയുടെ കുഞ്ഞിന്റെ കരച്ചിൽ കേട്ട് തടസ്സപ്പെട്ടു. ഒടുവിൽ രാധയുടെ പ്രണയരഹസ്യം രമ ചോർത്തിയെടുക്കുന്നതോടെ കഥയവസാനിക്കുന്നു.

സാധാരണഗതിയിലുള്ള കഥാവസ്തുവൊന്നും 'വിശ്രമമുറി'യിൽ (*ഇടിവെട്ടുതൈലം*) എന്ന കഥയിലില്ല. വിരസങ്ങളായ പാഠ്യവിഷയങ്ങ ളോടും നിരർത്ഥകമായ പ്രണയത്തോടുമെല്ലാം വിയോജിക്കുന്ന ഒരു യുവ വിദ്യാർത്ഥിനിയുടെ വ്യക്തിത്വചിത്രണമാണിത്. ഈ വ്യക്തിവൈശിഷ്ട്യ ത്തിനു കാരണം അവളൊരു കാമുകിയല്ല എന്നതാണ്. ഒരു കലാലയ മാണ് കഥാരംഗം. 'ഇന്ദുമതീസ്വയംവരം' പഠിപ്പിക്കുന്ന ക്ലാസിൽനിന്നും തലവേദനയഭിനയിച്ച് പുറത്തുകടക്കുന്ന ശാന്തി നേരെ വിശ്രമമുറിയി ലേക്കു ചെല്ലുന്നു. ആ മുറിയുടെ 'കാരാഗൃഹച്ഛായ' അവളെ ഓർമ്മിപ്പി ച്ചത് സ്ത്രീയുടെ പാരതന്ത്ര്യത്തെക്കുറിച്ചായിരുന്നു. 'ഒന്നു മുറ്റത്തിറങ്ങി ആ പച്ചപ്പുൽപ്പരപ്പിൽ ഒന്നു കിടക്കാൻ-ആ മരത്തണലിലൊന്നു നട ക്കാൻ- ഇതൊക്കെയായിരുന്നു അവൾക്കു സുഖം'. സ്ത്രീ ജനിച്ചിരി ക്കുന്നത് 'മരിച്ചു ജീവിക്കാൻ' വേണ്ടിയാണെന്നാണ് 'സംസ്കാര കേന്ദ്ര ങ്ങൾ' അനുശാസിക്കുന്നത്. സ്ത്രീയുടെ അഭിലാഷങ്ങളും സംസ്കാര ത്തിന്റെ അനുശാസനങ്ങളും തമ്മിലുള്ള വൈരുദ്ധ്യങ്ങളെ ഇതോർമ്മി പ്പിക്കുന്നു.

വിശ്രമമുറിയിൽനിന്നു കിട്ടിയ ഒരു പ്രേമലേഖനം അവൾ വായിച്ചു നോക്കുന്നതും പ്രണയലേഖനങ്ങൾ വേറെയും അവിടെയെങ്ങാൻ കിട പ്പുണ്ടോ എന്നു തിരയുന്നതും സിനിമയിലെ 'കോമിക്സീൻ' കാണുന്ന തുപോലുള്ള രസം അനുഭവിക്കാൻ വേണ്ടിയായിരുന്നു. കാമുകൻ കാലു മാറിയതറിഞ്ഞ് തകർന്ന ഹൃദയവുമായെത്തുന്ന കൂട്ടുകാരി മാലിനിയുടെ അർത്ഥശൂന്യമായ പ്രണയവിലാപത്തിൽ സഹതപിക്കാൻ ശാന്തിക്കു കഴിയുന്നില്ല. പുരുഷന്റെ വഞ്ചനയിൽ കുപിതയായ കൂട്ടുകാരി പുരുഷ വർഗ്ഗത്തെയാകെ ശകാരിക്കുന്നതു കേട്ടപ്പോൾ ശാന്തിയുടെ 'വർഗ്ഗ വിദ്വേഷ'ത്തിനു സന്തുഷ്ടി തോന്നി. '...ഈ ആണുങ്ങളെല്ലാം സ്വാർത്ഥത നിറഞ്ഞ ദ്രോഹികളല്ലേ? നമുക്കക്കാര്യം രഹസ്യമായി പറഞ്ഞുപ രത്താം'-പ്രേമത്തിന്റെ മിഥ്യകളിൽനിന്നും കൂട്ടുകാരി മോചിപ്പിക്കപ്പെട്ട തിലുള്ള ആഹ്ലാദമായിരുന്നു അത്.

പ്രേമപരിഹാസം തന്നെയാണ് 'സ്ത്രീജന്മ'വും (*സ്ത്രീജന്മം*). മുഖ്യ കഥാപാത്രവും ശാന്തിതന്നെ. പ്രേമത്തിന്റെ പ്രതിനിധിയായി കൂട്ടുകാരി മാലതിയുമുണ്ട്. മാലതിയുടെ നിർബ്ബന്ധത്തിനു വഴങ്ങി അവളുടെ വീട്ടിൽ ഒരു രാത്രി കഴിച്ചുകൂട്ടുകയാണ് ശാന്തി. അതിനിടയിലെ ചില കൊച്ചു

കൊച്ചു സംഭവങ്ങളിലൂടെയും സംഭാഷണങ്ങളിലൂടെയുമാണ് കഥയിലെ സാംസ്കാരിക വിമർശവും ശാന്തിയുടെ വ്യക്തിത്വവും പ്രകാശിതമാവുന്നത്.

മൂക്കുകുത്തിവീഴുന്ന ചെറുപ്പക്കാരനെക്കണ്ട് പൊതുസ്ഥലത്ത് പൊട്ടിച്ചിരിക്കാൻ ശാന്തിക്കു മടിയില്ല. 'സ്ത്രീകൾക്കു ചേരാത്ത', ഈ പ്രവൃത്തിയിൽ കൂട്ടുകാരിക്കുപോലും അതൃപ്തിയുണ്ട്. പക്ഷേ, ശാന്തി അതു വകവെക്കുന്നില്ല. കാരണം, ആ യുവാവ് മുൻപൊരിക്കൽ അവളോട് മോശമായി പെരുമാറിയിട്ടുണ്ട്. മറ്റൊരു കൂട്ടുകാരിയുടെ 'ഹസ്ബന്റ്' പ്രയോഗം കേട്ടപ്പോൾ, 'ഓ അസ്പണ്ടത്തിന്റടുത്ത് പോകയാണോ?' എന്നാണവളുടെ കുസൃതിച്ചോദ്യം. കൂടാതെ, ഈ രണ്ടു വർഷം തികയുന്ന മുറയ്ക്കു പ്രസവിച്ചു കൊണ്ടിരിക്കുന്ന മാലതിയുടെ ചേച്ചി, അയൽവീട്ടിലെ നാല്പത്തിയഞ്ചും ഇരുപത്തിയെട്ടും വയസ്സുള്ള നവദമ്പതികൾ, തമാശതോന്നിക്കുന്ന പുരുഷദൈവങ്ങൾ, ഒരാളെ പ്രേമിച്ച് മറ്റൊരാളെ വിവാഹം ചെയ്ത സഹപാഠിനി, പ്രേമചാപല്യം കാട്ടുന്ന വൃദ്ധനായ ഗൃഹസ്ഥൻ എന്നിങ്ങനെ വിവിധ കഥാപാത്രങ്ങൾ ശാന്തിയുടെ വിമർശപരിഹാസങ്ങൾക്കു വിധേയരാകുന്നുണ്ട്.

'വിശ്രമമുറി'യിൽ എന്ന കഥയിലെ മാലിനിയെപ്പോലെ, ഈ കഥയിലെ മാലതിക്കും പറയാനുള്ളത് പുരുഷന്റെ വഞ്ചനയെക്കുറിച്ചാണ്. ഏങ്ങിക്കരഞ്ഞുകൊണ്ട് അവൾ നല്കുന്ന പ്രണയാനുഭവങ്ങൾ, പുരുഷനിൽ ഭ്രമിച്ചു കഴിയുന്ന സാധാരണ യുവതികളുടെ അന്തസ്സാരശൂന്യതയുടെ മാതൃകകളാണ്. അതുകേട്ടു പരിഹസിക്കാൻ മാത്രമേ ശാന്തിക്കു കഴിയുന്നുള്ളൂ എന്നത് സ്വാഭാവികം മാത്രം. ഒരു മാതൃക:

ശാന്തി ചോദിച്ചു: "അവന്റെ എഴുത്തിലെ സംബോധനാരൂപങ്ങൾ എന്തെല്ലാമാണ്?"

"ഏഞ്ചൽ, സ്വീറ്റ്ഹാർട്ട്, ഡാർലിങ് എന്നെല്ലാം."

"അവന്റെ ഏഞ്ചലും പൂഞ്ചേലയും! മാലതി എന്തെഴുതും?"

"ഞാൻ ഒന്നുമെഴുതിയില്ല. ഒരു വര മാത്രമിടും"

"ഓ! ഭർത്താവിനെ പേരു പറഞ്ഞു വിളിക്കാൻ ഹിന്ദുധർമ്മം അനുവദിക്കാത്തതുകൊണ്ടോ?..."

ഇത്തരം സ്ത്രീകളെ ഗുണദോഷിച്ചിട്ടു കാര്യമില്ല. 'ഈ പെണ്ണുങ്ങൾ വാസ്തവത്തിൽ തലയില്ലാത്ത പാവകളാണോ?' എന്നു ശാന്തി സ്വയം ചോദിച്ചുപോയി.

ജീവിതത്തിന്റെ യാഥാർത്ഥ പ്രതിസന്ധികളെന്തെല്ലാമെന്നു ചിന്തിക്കാൻപോലും പ്രണയാന്ധകൾക്കു കഴിയാതെ പോകുന്നു. അവർ, 'മധുര മധുരമായ ഒരു ജീവിത'ത്തിന്റെ സ്വപ്നലോകത്തിൽ കഴിയുന്നവരാണ്. പ്രേമത്തിന്റെ പ്രത്യയശാസ്ത്രങ്ങൾ അതാണവരെ അനുശീലിപ്പിക്കുന്നത്. ഈ കഥയിലെ മാലതി സ്വയം സ്വപ്നലോകത്തിൽ ജീവിക്കുകയും കൂട്ടുകാരിയും അത്തരത്തിൽ കഴിയുന്നവളാണെന്നു വിശ്വസിക്കുകയും ചെയ്യുന്നു. ശാന്തിയും 'മധുരമധുരമായ ഒരു ജീവിതം'

സ്വപ്നം കാണുന്നവളാണെന്നാരോപിക്കുന്ന കൂട്ടുകാരിയോട് അവൾ പറഞ്ഞു:

"ഇന്നത്തെ എന്റെ ജീവിതം തിക്തമെന്നാണോ വിചാരം... എനിക്കു നീറുന്ന വികാരങ്ങളില്ല; മഥിക്കുന്ന ചിന്തകളില്ല; നടക്കാത്ത ആഗ്രഹങ്ങളില്ല; അന്നുകണ്ടപോലെ ജീവിച്ചു കഴിയുന്നു...."

അവൾ സ്വന്തം ജീവിതത്തോടു ബഹുമാനം പുലർത്തുന്നു. ഇതുപോലൊരു ബഹുമാന്യത പ്രേമം സ്ത്രീക്കു നല്കുന്നില്ല.

സ്വതന്ത്രവും ചടുലവും പ്രസന്നവുമായ സ്ത്രൈണവ്യക്തിത്വത്തെ അവതരിപ്പിച്ചുകൊണ്ട് സംസ്കാരത്തിന്റെ വൈകൃതങ്ങളോടും സ്ത്രീവിരുദ്ധതയോടും പരിഹാസപൂർവ്വം കലഹിക്കുകയാണ് സരസ്വതിയമ്മയുടെ മേലേപ്പറഞ്ഞ രണ്ടുകഥകളും. സ്ത്രീ, വിധേയയും ലജ്ജാവതിയും സഹനശീലയുമെല്ലാമായിരിക്കണമെന്ന അനുശാസനങ്ങൾ ഈ കഥകൾ വകവെക്കുന്നില്ല. പരമ്പരാഗത 'സ്ത്രീത്വ'ത്തിൽനിന്നും അവൾ മോചിതയാകണമെന്ന അഭിലാഷമാണിവ പ്രകടിപ്പിക്കുന്നത്. അതുകൊണ്ടാണ് പ്രേമം തുടങ്ങിയ സ്ഥാപനങ്ങളുമായി അനുരഞ്ജനപ്പെടാൻ അവയ്ക്കു കഴിയാത്തതും.

ഒരു സ്വതന്ത്രവ്യക്തിയായി സ്ത്രീയെ അംഗീകരിക്കാൻ പുരുഷനു കഴിയുന്നില്ല എന്നതാണ് യാഥാർത്ഥ്യം. കാരണം, സ്ത്രീവ്യക്തിത്വത്തിന്റെ നിഷേധമാണ് ആൺകോയ്മാസംസ്കാരത്തിന്റെ അന്തഃസത്ത. മാനുഷികതപോലും ആണിന്റേതാണെന്ന് വിശദീകരിച്ചുകൊണ്ട് സിമോൻ ദി ബുവ്വ പറയുന്നത്, പുരുഷൻ സ്ത്രീയെ നിർവ്വചിക്കുന്നത് അവനുമായി ബന്ധപ്പെടുത്തി മാത്രമാണ്; അവളെ അവളായിത്തന്നെ കണ്ടുകൊണ്ടല്ല എന്നാണ്.[8] സ്വയാധികാരമുള്ള ഒരു ജീവിയായി അവൾ പരിഗണിക്കപ്പെടുന്നേയില്ല. ഒരു വ്യക്തിയെന്ന നിലയിലുള്ള സ്വതന്ത്രാസ്തിത്വം നിലനിർത്തിക്കൊണ്ടുതന്നെ പുരുഷനുമായി സഹവർത്തിത്വത്തിൽ കഴിയാനാഗ്രഹിക്കുന്ന സ്ത്രീക്ക്, സംസ്കാരത്തിന്റെ ഇത്തരം പ്രവണതകളെ ഉപരോധിക്കുക എളുപ്പമല്ല. കാമുകിയാവാൻ വിസമ്മതിക്കുന്നവൾ പ്രേമ (പുരുഷ) വിരോധിയായി അപഹസിക്കപ്പെടുന്നു. സ്ത്രീയെ സഹവ്യക്തിയായി മാനിക്കാനാവാത്തത് പുരുഷന്റെ മനോബലമില്ലായ്മയായി വിശേഷിപ്പിക്കാൻ സരസ്വതിയമ്മയുടെ കഥകൾ നിർബ്ബന്ധിക്കും.

കാമുകിയാവാതെ, പുരുഷനുമായി സ്വതന്ത്രമായ മൈത്രീബന്ധമാശിക്കുന്ന സ്ത്രീക്ക്, തന്റെ പ്രസ്തുത അഭിലാഷം പുരുഷനെ അറിയിക്കാൻ വിശ്വസനീയമായ ഭാഷാപ്രയോഗങ്ങളില്ല! അവൾക്കുപയോഗിക്കേണ്ടിവരുന്ന വാക്കുകൾ അത്തരമൊരു ബന്ധത്തെ പ്രകാശിപ്പിക്കുന്നവയോ വിനിമയം ചെയ്യുന്നവയോ അല്ല. ഇഷ്ടം, സ്നേഹം തുടങ്ങിയ പദങ്ങൾപോലും, ഒരു കാമുകിയുടെ ഇഷ്ടമായോ സ്നേഹമായോ മാത്രമേ സംവേദനം ചെയ്യപ്പെടുകയുള്ളൂ. അതിനാൽ പുരുഷനുമായി സൗഹൃദം സ്ഥാപിക്കാൻ സ്ത്രീക്കു കഴിയാത്തത് ഭാഷയുടെയും

സംസ്കാരത്തിന്റെയും വൈകല്യത്തെയാണ് സൂചിപ്പിക്കുന്നത്. പുരുഷ ബന്ധത്തിൽ സ്ത്രീക്കുമാത്രം അഭിമുഖീകരിക്കേണ്ടിവരുന്ന ഇത്തരം സങ്കീർണ്ണതകൾ സരസ്വതിയമ്മയുടെ 'ഒരേ ഒരു രാത്രി' (*പൊന്നിൻകുടം*) യിൽ ചിത്രീകരിക്കപ്പെട്ടിരിക്കുന്നു.

ഈ കഥയിലെ ചിത്ര, ബുദ്ധിശാലിനിയായ നാടക നടിയാണ്. സഹ വർത്തിത്വത്തിൽ കഴിയേണ്ടിവന്ന പുരുഷന്മാരിൽനിന്നെല്ലാം, പ്രേമ ത്തിന്റെ മടുപ്പുളവാക്കുന്ന ഭീഷണിയാണ് അവൾക്കഭിമുഖീകരിക്കേണ്ടി വന്നത്. അവൾക്കൊരു കാമുകിയുടെ പദവി മാത്രമേ പുരുഷന്മാർ നല്കി യുള്ളൂ.

ചിത്ര, അവളഭിനയിച്ചുകൊണ്ടിരിക്കുന്ന നാടകത്തിന്റെ കർത്താവു മായി പരിചയപ്പെട്ടപ്പോൾ, അയാൾ വ്യത്യസ്തനായൊരു പുരുഷനായി രിക്കുമെന്നു പ്രതീക്ഷിച്ചു. പരിചയപ്പെട്ട നിമിഷംമുതൽ സങ്കോചങ്ങളൊ ന്നുമില്ലാതെ ചിരപരിചിതനോടെന്നപോലെയാണ് ചിത്ര അയാളോടു പെരുമാറുന്നത്.

'ഇന്നെന്തൊരു സുദിനമാണെന്നോ? എനിക്കു നിങ്ങളെ ഇഷ്ടമാണ്. നിങ്ങൾക്കൊരെഴുത്തയയ്ക്കണമെന്ന് ഞാനെത്രപ്രാവശ്യം വിചാരിച്ചു. പിന്നെ, അതു നമ്മുടെ സ്ത്രീമര്യാദയ്ക്കപ്പുറമല്ലേ?...'

അവൾ തന്റെ സൗഹൃദം തുറന്നറിയിക്കുകയാണ്. തന്റെ ഭാഷയും പെരുമാറ്റരീതിയും തെറ്റിദ്ധരിക്കപ്പെടാമെന്ന് അടുത്ത നിമിഷ ത്തിൽത്തന്നെ അവളോർത്തു. അതുകൊണ്ടാണ്, 'ആളുകളെന്നെ കണ്ട മാനം തെറ്റിദ്ധരിച്ചിട്ടുണ്ട്. പക്ഷേ, ഞാൻ പറയുന്നതിനപ്പുറം അർത്ഥമെ ടുക്കാതിരുന്നാൽ മതി' എന്ന് താൻ പറഞ്ഞ വാക്കുകളെ അവൾക്കു സ്വയം വിശദീകരിക്കേണ്ടിവന്നത്. അവൾ സ്വന്തം ഭാഷയെ സംശയാ ലുതയോടെ മാത്രം ഉപയോഗിക്കുന്നു. അവളുടെ സംശയം അസ്ഥാന ത്തായിരുന്നില്ലെന്നാണ് ദാസിന്റെ ആത്മഗതം വെളിപ്പെടുത്തുന്നത്.

'ആ വാക്കുകൾ ഭിത്തികൾക്കുള്ളിൽ ജീവിക്കുന്ന ഒരു കുലസ്ത്രീയു ടെയോ-അതോ-അയഞ്ഞ സാന്മാർഗ്ഗിക നിയമങ്ങളോടുകൂടിയ നാടക ക്കാരിയുടെയോ?'

അവൾ ആ നാടകകൃത്തിനെ വീട്ടിലേക്കു ക്ഷണിക്കുന്നതും രാത്രി മുഴുവനിരുന്ന് അയാളോടു സംസാരിക്കുന്നതും ഒരു കലാകാരനെന്ന നിലയിൽ അയാളെ സ്നേഹിക്കുന്നതുകൊണ്ടാണ്. ഒരു നാടകകൃത്തിനെ വിവാഹം ചെയ്യണമെന്നുപോലും അവളാഗ്രഹിച്ചിരുന്നു. അവളുടെ അഭി പ്രായങ്ങളെ, തന്നെ മയക്കിയെടുക്കാനുള്ള 'മിരട്ടുവാക്കുക'ളായി മാത്രമേ അയാളിലെ പുരുഷൻ ഗ്രഹിച്ചിരുന്നുള്ളൂ. അവളുടെ സത്യസന്ധതയിലും വാക്കുകളിലും പ്രേമത്തിന്റെ നിഗൂഹിതാർത്ഥങ്ങളന്വേഷിക്കുകയാണ യാൾ. അയാളും വ്യത്യസ്തനല്ലെന്ന് ഒടുവിൽ അവൾക്കു ബോദ്ധ്യമായി. അയാളുടെ വിവാഹാഭ്യർത്ഥനയും 'ആജീവനാന്തം പ്രണയബദ്ധരായി ജീവിക്കാ'മെന്ന വാഗ്ദാനവും അവൾ സ്നേഹപൂർവ്വം നിരസിക്കുന്നു. പുരുഷനുമായുള്ള സൗഹൃദത്തിനു താനയോഗ്യയാണെന്ന് അവൾക്കു

തീർച്ചയായി.

പെൺബുദ്ധി(പെൺബുദ്ധി)യിലെ വിലാസിനിക്ക് ടൈപ്പ് റൈറ്റിങ് ഇൻസ്റ്റിറ്റ്യൂട്ടിലെ മിടുക്കന്മാരായ ഏതാനും വിദ്യാർത്ഥികളുമായി മാത്രമേ സൗഹൃദമുള്ളൂ. പുരുഷന്മാർക്കു മുമ്പിൽ 'ലജ്ജാപ്രദർശനം' നടത്തുന്നതിനെ അവൾ വെറുക്കുന്നു. "എന്തിനാണു ലജ്ജ?... അയാളുമായി മണിയറയിൽ നില്ക്കുകയാണോ എനിക്കു ലജ്ജവരാൻ"- അവൾ നീരസത്തോടെ ചോദിക്കുന്നു. സൗഹൃദത്തെ പ്രേമമായി തെറ്റിദ്ധരിച്ച പുരുഷൻമാർ പ്രണയാഭ്യർത്ഥനകൾക്കു മുതിർന്നപ്പോൾ തന്റെ പെരുമാറ്റത്തെക്കുറിച്ച് സനിഷ്കർഷമായ ആത്മപരിശോധനയ്ക്ക് അവൾ തയ്യാറായി. 'ഒരു പുരുഷൻ മറ്റൊരു പുരുഷനോടു പെരുമാറുന്നതുപോലെ' മാത്രമേ താൻ പെരുമാറിയിട്ടുള്ളുവെന്ന് അവൾ ചിന്തിച്ചു. എന്നിട്ടും പുരുഷൻമാർ 'വഴിതിരിഞ്ഞു' പോവുന്നത്, 'പ്രകൃതിയുടെ പ്രേരണകൊണ്ടോ അതോ സമുദായനടപടിയിലെ പാരമ്പര്യം കൊണ്ടോ' എന്ന് അവൾക്ക് മനസ്സിലായില്ല.

'പ്രപഞ്ചാരംഭം മുതൽ പ്രകീർത്തിതമായ പ്രേമത്തിന്റെ പേരിൽ' ജീവിതം ഹോമിക്കാൻ തയ്യാറെടുത്തു നില്ക്കുന്ന കൂട്ടുകാരിയുടെ പ്രേമനൊമ്പരങ്ങളിൽ യാതൊരനുഭാവവും വിലാസിനിക്കില്ല. കാമുകൻ തനിക്കുവേണ്ടി ജീവൻപോലും ത്യജിക്കുമെന്ന് ആ പ്രണയവിവശ അവകാശപ്പെട്ടപ്പോൾ, "... എന്നാൽ കടലിൽച്ചാടാനൊന്നു പറഞ്ഞു നോക്കാത്തതെന്ത്?" എന്നവൾ തിരിച്ചുചോദിച്ചു. കാമുകൻ അതനുസരിക്കുന്നുവെങ്കിൽ അതിനർത്ഥം അയാൾക്കു കടലിൽ നീന്താനറിയാം എന്നുമാത്രമാണ്!

'ശാന്തവും ദിവ്യവുമായ പ്രേമത്തിന്റെ ശക്തി'യെക്കുറിച്ചു പ്രസംഗിക്കുന്ന മറ്റൊരു പ്രണയാന്ധയോട് വിലാസിനി ചോദിച്ചു:

"ശാശ്വതവും ദിവ്യവുമായ പ്രേമത്തിനു നശ്വരമായ ശരീരത്തിന്റെയും ലൗകികമായ വിവാഹത്തിന്റെയും ആവശ്യമെന്താണ്?...അത്ര വലിയ സ്നേഹത്തിന്, പ്രതിസ്നേഹംപോലുമില്ലാതെ, സ്നേഹിക്കുന്നതുമാത്രം പോരേ സംതൃപ്തിക്ക്?"

ലളിതബുദ്ധികളുടെ മഹാഭൂരിപക്ഷത്തിനിടയിൽ ഈ കഥാപാത്രം ഒറ്റപ്പെട്ടുപോകുന്നു. 'വിലാസിനിയുടെ വാക്കുകൾ ആർക്കും മനസ്സിലായില്ല; മനസ്സിലായില്ലെന്ന് അവൾ മനസ്സിലാക്കുകയും ചെയ്തു'- പ്രേമത്തെ നിരാകരിക്കുന്ന സ്ത്രീയുടെ വിപര്യയമാണിത്.

കാമുകിയുടെ വിവാഹത്തിൽ സംബന്ധിക്കാൻ യാത്രതിരിച്ച ഒരാളുടെ ആത്മോപാഖ്യാനമാണ്, സരസ്വതിയമ്മയുടെ 'പ്രേമധനം' (*കീഴ്ജീവനക്കാരി*). ശ്രീദേവിയുമായുള്ള പൂർവ്വപ്രണയത്തെ അയാൾ വിശകലനം ചെയ്തുനോക്കുകയാണ്. ചലനാത്മകപ്രപഞ്ചത്തിൽ സുസ്ഥിരമായൊരു പ്രേമത്തിനു പ്രസക്തിയില്ലെന്നും പ്രേമം വിവാഹത്തിലവസാനിക്കണമെന്നില്ലെന്നും വിശ്വസിച്ചവളായിരുന്നു ശ്രീദേവിയെന്ന് അയാൾക്കു മനസ്സിലായി. പ്രേമത്തിന്റെ അർത്ഥശൂന്യതകൾക്കു വിധേ

യയാകാതെ പ്രയോഗിക ജീവിതത്തിനു പ്രാധാന്യം നല്കിയ ഒരു സ്ത്രീയുടെ ചിത്രമാണ് അയാളുടെ സ്മരണകളിൽനിന്നും നമുക്കു ലഭിക്കുന്നത്. അവൾ തന്നെ പ്രേമിച്ചിരുന്നുവോ എന്നുപോലും ഒരുവേള ആ കാമുകൻ ചിന്തിച്ചുപോയി! പ്രേമത്തിൽ ജീവിച്ചിരുന്ന കാലത്ത് ഇതൊന്നും ചിന്തിക്കാൻ അയാൾക്കു കഴിഞ്ഞില്ല.

പ്രേമത്തിന്റെ ഒരു ദുരന്തചിത്രവും കഥ കാണിച്ചുതരുന്നു. നിർത്തിയിട്ട തീവണ്ടിക്കു പുറത്ത് യുവതിയായ ഒരു ഭ്രാന്തി. കാമുകനോടൊപ്പം ഒളിച്ചോടിയ അവളെ ഉപേക്ഷിച്ച് അയാൾ കടന്നുകളഞ്ഞു. അവൾ ഓരോ പുരുഷനിലും തന്റെ കാമുകനെ തിരയുകയാണ്. പരുഷന്മാരാകട്ടെ, അവളെ വേട്ടയാടാൻ ശ്രമിച്ചുകൊണ്ടിരുന്നു. ഇതെല്ലാം കണ്ട് രോഷാകുലനായിത്തീർന്ന കഥാനായകൻ പറയുന്നു:

'പ്രേമത്തെപ്പറ്റി സ്തുതിഗീതമെഴുതുന്ന കവികളുടെ കൈ കല്ലെറിഞ്ഞൊടിക്കണം. ഇല്ലാത്ത വസ്തുവാണത്. മനുഷ്യന്റെ വ്യാമോഹത്തിലാണതിന്റെ അസ്തിത്വം...'

കഥാനായകന്റെ ഈ രോഷപ്രകടനം പ്രേമകൃതികളോടുള്ള വിമർശനമായും പരിണമിക്കുന്നു.

പുരുഷനെ ഹൃദയത്തോടൊപ്പം സ്നേഹിക്കുകയും അയാളോടൊപ്പം ജീവിക്കാൻ വെമ്പുകയും ചെയ്ത സ്ത്രീകളുടെ കഥയും സരസ്വതിയമ്മയുടെ കഥാപ്രപഞ്ചത്തിലുണ്ട്. 'ഭാഗ്യവതി', 'ചോലമരങ്ങൾ', 'പിതൃദ്രോഹം', 'ജന്മാവകാശം' എന്നിവ ഈ വിഭാഗത്തിൽപ്പെടുന്നു. എന്നാൽ, ഇവ സാധാരണ പ്രേമകഥകളല്ല.

ആർദ്രമായൊരു ബന്ധത്തിന്റെ ദുഃഖസ്മൃതികളാണ് 'ഭാഗ്യവതി' (*സ്ത്രീജന്മം*). വിദേശപഠനം കഴിഞ്ഞെത്തിയ കാർത്തിക, അന്തരിച്ചുപോയ ശ്രീച്ചേട്ടനെ അനുസ്മരിക്കുകയാണ്. കുട്ടിക്കാലംതൊട്ടേ ഒരേ വീട്ടിൽ ഒരുമിച്ചു ജീവിച്ചവരാണവർ. അവർ തമ്മിൽ ഗാഢമായ ഒരാത്മബന്ധം വളർന്നുവന്നതും അതുകൊണ്ടായിരുന്നു. സ്വാഭാവികമായൊരു സ്ത്രീപുരുഷബന്ധത്തെ അതോർമ്മിപ്പിക്കുന്നു. 'വ്രീളാഭാരവിനമ്രയായി കാമുകസന്നിധി പൂകുന്ന കാമിനിയോ പ്രേമഭാജനകാന്തി കടക്കോൺകൊണ്ടാസ്വദിക്കുന്ന കാമുകനോ' ആയിരുന്നില്ലവർ. 'പ്രേമപ്രഖ്യാപനത്തെയും വിവാഹവാഗ്ദാനത്തെയും പറ്റി അവർ ചിന്തിച്ചതേയില്ല'.

ഇഷ്ടപുരുഷനിൽനിന്നും കാർത്തിക പ്രതീക്ഷിച്ചത് സ്നേഹവും വാത്സല്യവുമായിരുന്നു. പക്ഷേ, എല്ലാം നഷ്ടസ്മൃതികൾ മാത്രമായി. ആ സ്നേഹസമ്പന്നനെക്കുറിച്ചുള്ള ഓർമ്മകളും സങ്കല്പങ്ങളും അവളെ വിട്ടുപിരിയുന്നില്ല. ഭൗതികശാസ്ത്രങ്ങളോ യുക്തിവാദമോ അവയൊന്നു മംഗീകരിക്കില്ലെങ്കിലും ആ അനുഭവങ്ങൾ തന്റേതുമാത്രമാണെന്ന് അവൾ വിശ്വസിക്കുന്നു. ഈ ഓർമ്മകളിൽനിന്നും അവളുണരുന്നത്, ശ്രീച്ചേട്ടന്റെ സഹപാഠിയും സംസ്കാരസമ്പന്നനുമായ കേശവൻ കർത്താവ് വിവാഹാലോചനയുമായെത്തിയിരിക്കുന്നു എന്ന വാർത്തയിലേക്കാണ്. അവളുടെ അമ്മ ആ വിവാഹത്തിനു സമ്മതമറിയിച്ചു

കഴിഞ്ഞു. കാർത്തികയുടെ അന്തരംഗം വെളിപ്പെടുത്താതെ കഥയവസാനിക്കുകയാണ്.

'ചോലമരങ്ങളി'ലെ (*ചോലമരങ്ങൾ*) ലില്ലിക്കുട്ടിയും മധുവും ഇതേപോലെ ഒത്തുചേർന്നവരായിരുന്നു. മധുവിന്റെ പിതാവിന്റെ മടിയിൽക്കിടന്നാണ് ലില്ലിക്കുട്ടി വളർന്നത്. പക്ഷേ, സമൂഹനിയമങ്ങൾ അവർക്കിടയിൽ അതിർത്തികളും അകലങ്ങളും സൃഷ്ടിച്ചു. വല്ല നാട്ടിലും ചെന്ന് പണിയെടുത്തു ജീവിക്കാമെന്ന് ലില്ലിക്കുട്ടി ആവശ്യപ്പെട്ടിട്ടും ഭീരുവായ മധു പിൻമാറിക്കളഞ്ഞു; വീട്ടുകാരുടെ വിവാഹസമ്മർദ്ദങ്ങളിൽനിന്നും രക്ഷനേടുന്നതിനുവേണ്ടി അവൾ കന്യാസ്ത്രീജീവിതം സ്വീകരിച്ചു. മധുവും സന്ന്യാസിയായി. വർഷങ്ങൾക്കുശേഷം അവർ കണ്ടുമുട്ടുകയാണ്. അന്യർക്കു തണലേകുന്ന ചോലമരങ്ങൾപോലെ സേവനനിരതമാണ് ഇരുവരുടെയും ജീവിതം. നിഷ്കാമമായി സ്നേഹിക്കാൻ ലില്ലിക്കുട്ടി പഠിച്ചുകഴിഞ്ഞു. അതുകൊണ്ടാണ് അവൾക്കു പശ്ചാത്താപങ്ങളൊന്നുമില്ലാത്തത്. പഴയ പ്രണയത്തിലേക്കു തിരിച്ചു ചെല്ലാൻ ഇരുവർക്കുമാവില്ല.

'പിതൃദ്രോഹ' (*വിവാഹസമ്മാനം*)ത്തിലും ഒരു വിശുദ്ധബന്ധം തകർക്കപ്പെടുന്നു. സാധാരണ പ്രേമബന്ധമല്ല ഈ കഥയിലേതും. ഒരു കൂട്ടുകുടുംബത്തിലെ സവിശേഷസാഹചര്യങ്ങളാണ് ഈ കഥയിൽ രണ്ടു ഹൃദയങ്ങളെ ഒന്നിച്ചു ചേർത്തത്. 'അക്ഷരം കേട്ടാൽ മനസ്സിലാവുന്ന കാലം മുതൽ' അപ്പുച്ചേട്ടനെ മാനസനാഥനായി സ്വീകരിച്ച മീനാക്ഷിയമ്മയ്ക്കു പക്ഷേ, അയാൾക്കൊപ്പം ജീവിക്കാനായില്ല. അവളുടെ പിതാവായിരുന്നു ആ ബന്ധത്തിന്റെ പ്രതിയോഗി. 'പുറമെ പ്രസന്നതയും അകമേ പ്രതീക്ഷകളുമായി' അവൾ പിതാവിനെ എതിർത്തു. അയാൾ മരണശയ്യയിൽ അന്ത്യനിമിഷങ്ങളെണ്ണി കഴിയുമ്പോൾപോലും തന്റെ പകയും വിദ്വേഷവും അവൾ വെടിഞ്ഞില്ല! പിത്രാധികാരത്തിനെതിരെ ആത്മപീഡനത്തിലൂടെ പ്രതിഷേധിക്കുകയായിരുന്നു അവൾ. പിതാവിന്റെ ശവദാഹം കഴിഞ്ഞയുടൻ അവൾ കാമുകഗൃഹത്തിലേക്കു തിരിച്ചെങ്കിലും താമസിയാതെ അയാളും മരണമടഞ്ഞു. അതിനാൽ പിതാവിന്റെ ശേഷക്രിയകൾ നിരാകരിച്ച് ഒരു ഭാര്യയുടെ, വിധവയുടെ ചുമതലകൾ അവൾ സ്വീകരിക്കുന്നു. അവിവാഹിതയായ ഒരു വിധവയായി ശിഷ്ടജീവിതവും അവൾക്ക് ആത്മപീഡനത്തിന്റേതാണ്.

ഈ പറഞ്ഞ കഥകളിലേതുപോലെ പുരുഷനുമായി ജനനം മുതല്ക്കേ ആത്മബന്ധമുണ്ടായിരുന്നവളാണ് 'ജന്മാവകാശ' (*കനത്ത മതിൽ*)ത്തിലെ അമ്മിണിയും. പക്ഷേ, നീണ്ട പതിനാലുവർഷത്തിനു ശേഷം തിരിച്ചെത്തിയ പുരുഷൻ അവൾക്കു വിവാഹപ്രതീക്ഷകൾ നല്കി ഒരു രാത്രി അവൾക്കൊപ്പം കഴിഞ്ഞശേഷം കടന്നുകളയുകയാണ്! തന്റെ അഭ്യുന്നതികൾക്കെല്ലാം കാരണമായ അവൾക്കുള്ള പ്രതിഫലമെന്നോണമാണ് കുറെ രൂപയടങ്ങിയ ഒരു പെട്ടി അയാളവളെ ഏല്പിച്ചത്. ഏതെങ്കിലുമൊരു നാൾ ഉടമസ്ഥന്റെ മുമ്പിൽ വെച്ചു തുറക്കപ്പെ

ടേണ്ട ആ പെട്ടി അവൾ മുറുകെപ്പിടിക്കുകയാണ്. പുരുഷന്റെ കാപട്യം അപ്പോഴും അവളറിഞ്ഞില്ല!

ഈ നാലു കഥയിലെയും കഥാപാത്രങ്ങൾ, 'പ്രേമ'മെന്തെന്നറിയാതെ, മനുഷ്യസഹജമായ സ്നേഹത്താൽമാത്രം ഹൃദയബന്ധത്തിൽ കഴിഞ്ഞവരാണ്. നാലിലും ഈ ബന്ധം സഹജീവിതമായി പരിണമിക്കാതെ തകർന്നുപോകുന്നു. എന്നാൽ ഈ തകർച്ചയുടെ ഉത്തരവാദിത്വം സ്ത്രീക്കായിരുന്നില്ല. യഥാക്രമം മരണം, പുരുഷഭീരുത്വം, പിത്രാധികാരം, പുരുഷവഞ്ചന എന്നിവയാണു കാരണങ്ങൾ. തന്റേതല്ലാത്ത അപരാധങ്ങളുടെ പേരിൽ സ്ത്രീ ആത്മപീഡനമനുഭവിക്കുന്നു. സ്ത്രീപുരുഷബന്ധങ്ങളെ 'പ്രേമ'ത്തിൽനിന്നും വിമുക്തമാക്കി ദർശിക്കുവാനുള്ള ഉദ്യമങ്ങളാണ് ഈ കഥകൾ.

നിസ്വാർത്ഥതയും ത്യാഗവുമാണ് സംതൃപ്തിയുടെ ഉറവിടമെന്നു വിശ്വസിച്ച ഒരു സ്ത്രീയുടെ കഥയാണ് 'കർത്തവ്യത്തിന്റെ മുമ്പിൽ' (*വിവാഹസമ്മാനം*). പിതാവിനോടൊപ്പം നിസ്വാർത്ഥമായ ആതുരസേവനം ജീവിതവ്രതമായി സ്വീകരിച്ച റീനിയോട്, മാരകമായ രോഗത്തിൽനിന്നും വിമുക്തനായി ആതുരാലയം വിട്ടുപോകുന്ന യുവാവിനു പ്രേമം തോന്നുന്നു. 'എനിക്കൊരു പുതിയ ജീവിതം തന്നതിനു പകരം റീനിക്കും ഞാനൊരു പുതിയ ജീവിതം കാണിച്ചുതരാം'- ഇതായിരുന്നു ആ പ്രണയവിവശന്റെ വാഗ്ദാനം. റീനി അയാളുടെ അപേക്ഷകൾ സ്നേഹപൂർവ്വം നിരസിച്ചു. നിരാശനായി മടങ്ങിയ അയാൾ ഒരു വർഷത്തിനുശേഷം വീണ്ടുമെത്തുമ്പോഴേക്കും റീനി കഥാവശേഷയായിക്കഴിഞ്ഞിരുന്നു.

നിഷ്കളങ്കമെന്നു ഒറ്റനോട്ടത്തിൽ തോന്നാവുന്ന ആ യുവാവിന്റെ അഭിനിവേശം അഥവാ പ്രേമം, യഥാർത്ഥത്തിൽ റീനിയുടെ ശരീരത്തോടുള്ള ആസക്തിയായിരുന്നുവെന്ന് വ്യക്തമാക്കുന്ന ചില അറിവുകൾ ഈ കഥ നല്കുന്നുണ്ട്. റീനിയുടെ സേവനനിരതമായ ജീവിതപന്ഥാവിനോടോ അവളുടെ ആദർശങ്ങളോടോ അയാൾക്കാഭിമുഖ്യമില്ലെന്നുമാത്രമല്ല, പലപ്പോഴും നീരസം പ്രകടിപ്പിക്കുകപോലും ചെയ്യുന്നുണ്ട്. അപ്പോൾ അയാളുടെ പ്രേമത്തിന്റെ അടിസ്ഥാനമെന്താണ്? മറുപടി കഥയിൽത്തന്നെയുണ്ട്. തന്നെ യാത്രയാക്കാൻ വന്ന റീനിയെ കണ്ടപ്പോൾ, 'അവയവഭംഗിയുടേതായ സുഷമയും ആരോഗ്യത്തിന്റേതായ കാന്തിയും ആ മേനിയിൽ ഇണങ്ങിച്ചേർന്ന'തിനെക്കുറിച്ചാണയാൾ ചിന്തിക്കുന്നത്. ആ അതിമനോഹരമായ കാഴ്ചയോടു യാത്രപറയേണ്ടിവരുന്നത് അയാൾക്കസ്സഹനീയമായിത്തോന്നി. അയാൾ യാത്രയാവുന്നതിൽ സംതൃപ്തി പ്രകടിപ്പിക്കുകയാണ് റീനി ചെയ്യുന്നതെങ്കിലും അയാളുടെ ആവേശമടങ്ങുന്നില്ല. 'ജീവിതം മധുരമാണ്, ആസ്വദിച്ചാൽ മതിവരാത്തത്' എന്നു പറഞ്ഞ് അവളെ പ്രേമത്തിലേക്കാകർഷിക്കാനാണ് അയാളുടെ ശ്രമം. പ്രേമാഭ്യർത്ഥനകളും വിവാഹവാഗ്ദാനങ്ങളുമെല്ലാം നിരസിക്കപ്പെട്ടിട്ടും അയാൾക്ക് റീനിയോടുള്ള ശാരീരികാസക്തി ഏറുന്നതേ

യുള്ളൂ. 'അയാൾ തിരിഞ്ഞ് അവളുടെ മുഖത്തുനോക്കി. എന്തൊരാകർഷ ണീയതയാണ് ആ മുഖത്തിന്! ചുരുണ്ട മുടികൾ ഇളംകാറ്റിൽ ചലിച്ചു കൊണ്ടിരുന്നു; അധികം നടന്നിട്ടാവാം, കവിൾത്തടങ്ങൾ സാധാര ണയിലും തുടുത്തിരിക്കുന്നു; കരുണാർദ്രമായ പുഞ്ചിരി ആ ചുവന്ന ചുണ്ടുകളുടെ മധുരിമ കൂട്ടിയിരുന്നു'- എന്നിങ്ങനെ അവളുടെ മുഖം, മുടി, കവിൾ, ചുണ്ടുകൾ, തുടങ്ങിയ അവയവങ്ങൾ അയാളിൽ വീണ്ടും അഭിനിവേശമുണർത്തുന്നു. സ്ത്രീയുടെ ആദർശങ്ങളോ ബുദ്ധിശ ക്തിയോ വ്യക്തിത്വമോ അല്ല പുരുഷന്റെ 'പ്രേമ'ത്തെ നിർണ്ണയിക്കുന്ന തെന്ന് കഥയുടെ ഈ മറുപാഠം വ്യക്തമാക്കിയിരിക്കുന്നു.

പുരുഷന്റെ സ്ഥാപനമാണ് പ്രേമമെന്ന അർത്ഥശങ്കയ്ക്കിടനല്കാ ത്തവിധം തെളിയിക്കുന്നു, 'പ്രേമ പരീക്ഷണം' (*പ്രേമപരീക്ഷണം*). ഒരു കോളേജദ്ധ്യാപകന് തൊഴിൽ സുരക്ഷിതത്വവും സദാചാരബഹുമതിയും ഉറപ്പുവരുത്തുന്ന വിശ്വസ്തമായ ഒരുപകരണമായി പ്രേമം പ്രവർത്തി ക്കുന്നു. പുരുഷന് തന്റെ പൂർവ്വനിശ്ചിതപദ്ധതികൾക്കനുസൃതമായി പ്രവർത്തനക്ഷമമാക്കാൻ കഴിയുന്ന ഒന്നാണ് പ്രേമമെന്നും അതൊരു നൈസർഗ്ഗിക പ്രക്രിയയല്ലെന്നും തെളിയിക്കാൻ ഈ കഥയ്ക്കു സാധി ക്കുന്നുണ്ട്. കൂടാതെ പെൺകുട്ടികളെ പ്രേമത്തിൽ വീഴ്ത്തുന്നതിന് പുരുഷന്മാരവലംബിക്കുന്ന തന്ത്രങ്ങളും ഈ കഥയിൽ അനാവരണം ചെയ്യപ്പെടുന്നു.

കോളേജ് അദ്ധ്യാപകനായ കൃഷ്ണൻ തമ്പിക്കു തന്റെ മേലധികാ രിയായ സ്ത്രീയുടെ പ്രീതി സമ്പാദിച്ച് തൊഴിൽസ്ഥിരത നേടിയെടു ക്കണം. 'ഏറ്റവും സുന്ദരമായ പനിനീർപ്പൂവിന്റെ പ്രലോഭനങ്ങളിൽ പോലും താൻ അചഞ്ചലനാണെന്ന്' ബോദ്ധ്യപ്പെടുത്തി, തന്റെ സദാചാ രനിഷ്ഠയുടെ തീക്ഷ്ണത തെളിയിക്കുക-ഇതായിരുന്നു അതിനുവേണ്ടി അയാൾ കണ്ടെത്തിയ മാർഗ്ഗം. ഈ പദ്ധതിക്കുവേണ്ടി ഉപയോഗപ്പെടു ത്തേണ്ട ഇരയെ കണ്ടെത്താനും അയാൾക്കു പ്രയാസമുണ്ടായില്ല. അംഗ ലാവണ്യവും ലജ്ജാശീലവും ഒത്തിണങ്ങിയ പെൺകുട്ടിയെയായിരുന്നു അയാൾക്കാവശ്യം. ലജ്ജാവതികളെ കീഴടക്കുക അയത്നലളിതമാണെ ന്നറിയാവുന്ന അയാൾ, രാധ എന്ന വിദ്യാർത്ഥിനിയെ തിരഞ്ഞെടുക്കുന്നു. 'എത്രയൊക്കെ കരുതലില്ലാതെ എടുത്തുപെരുമാറിയാലും ഒരപകട ലേശംകൂടിയില്ലാത്ത, വെറും നനഞ്ഞ വെടിമരുന്ന്' എന്നാണ് നാണം കുണുങ്ങിയായ 'കാമുകി'യെ അയാൾ വിലയിരുത്തുന്നത്. പ്രേമയോ ഗ്യയാവാൻ സ്ത്രീക്കുണ്ടായിരിക്കേണ്ട പ്രാഥമിക ഗുണങ്ങൾ രണ്ടും - രൂപസൗന്ദര്യവും വിധേയത്വവും- അയാൾ ആ പെൺകുട്ടിയിൽ കണ്ടു.

ബോധപൂർവ്വമുള്ള കണ്ടുമുട്ടലുകൾ, ഇടപെടലുകൾ, ഭാവഹാവാദി കൾ, ദ്വയാർത്ഥഭാഷണങ്ങൾ എന്നിങ്ങനെ നടപ്പു പ്രേമരീതികളെല്ലാം പ്രയോഗിച്ച് രാധയുമായി അയാൾ അടുക്കുകയായിരുന്നു. ലോകത്തിന്റെ കാപട്യങ്ങളറിയാതെ ആ പെൺകുട്ടി അയാളുടെ പ്രേമത്തിൽ 'പതി ക്കുക'തന്നെ ചെയ്തു. ക്ലാസിലെ 'കാന്താരി'യായ കാന്തിമതി, അപകട

സൂചന നല്കിയിട്ടും പ്രേമാന്ധയായ രാധ കുലുങ്ങിയില്ല. കാരണം 'കാമുകന്റെ'- പ്രേമത്തിന്റെ- സ്വരവും ഭാവവും രാധയെ ആത്മവിസ്മൃതിയിലാഴ്ത്തിക്കഴിഞ്ഞിരുന്നു. പക്ഷേ, തന്റെ അന്തരംഗം അയാൾക്കു മുമ്പിൽ തുറന്നുവെക്കാൻ രാധ അധീരയായിരുന്നു. അവളുടെ രാത്രികൾ നിദ്രയറ്റവയായി. പ്രേമത്തിന്റെ പ്രവർത്തനം വിജയത്തോടടുക്കുന്നതായി കാമുകന് അറിയാമായിരുന്നു. നേരിട്ടുള്ള പ്രേമവാഗ്ദാനങ്ങളോ അഭ്യർത്ഥനകളോ നല്കാതെ അയാൾ ക്ഷമാപൂർവ്വം കാത്തിരുന്നു. പ്രേമവിഹ്വലതകൾക്കടിമയായിക്കഴിഞ്ഞ പെൺകുട്ടി ഒടുവിൽ പ്രേമത്തിലെ ഒരനിവാര്യതയായ പ്രേമലേഖനത്തെത്തന്നെ ആശ്രയിക്കാൻ തീരുമാനിച്ചു. കാമുകൻ കാത്തിരുന്ന മുഹൂർത്തവും അതായിരുന്നു. രാധ നല്കിയ പ്രേമലേഖനം മേലധികാരിണിയുടെ മുമ്പിൽ ഹാജരാക്കി, തന്റെ സാദാചാരനിഷ്ഠയും ആദർശശാലിത്വവും തെളിയിച്ച് അയാൾ വിജയകിരീടമണിഞ്ഞപ്പോൾ, പ്രേമവഞ്ചനയുടെ ആഘാതവും മാനഹാനിയും താങ്ങാനാവാതെ രാധ ഒരു രോഗിണിയാവുകയായിരുന്നു. ബുദ്ധിമതിയായിരുന്ന ആ പെൺകുട്ടിക്ക് വിദ്യാഭ്യാസമുപേക്ഷിക്കേണ്ടിവന്നു.

കൃഷ്ണൻതമ്പിയുടെ വഞ്ചനയും രാധയുടെ നിരപരാധിത്വവും കാന്തിമതി വിദ്യാർത്ഥിനികളെ അറിയിക്കുന്നത് ആ അനീതിയോടുള്ള പ്രതിഷേധമായാണ്. സദാചാരനിഷ്ഠയുടെ സാക്ഷിപത്രമുപയോഗിച്ച് അയാൾ വീണ്ടും പെൺകുട്ടികളെ വലയിൽപ്പെടുത്താൻ ശ്രമിച്ചുവെങ്കിലും, 'പ്രതിരോധ സന്നദ്ധരായ വിദ്യാർത്ഥിനികളെ'യാണ് അയാൾക്കഭിമുഖീകരിക്കേണ്ടിവന്നത്.

'പുസ്തകപ്രേമം' (*പൊന്നുംകുടം*) ഒരു കോളേജ് വിദ്യാർത്ഥിയുടെ 'പ്രേമജ്വര'ത്തെ പരിഹസിക്കുന്ന ഹാസ്യകഥയാണ്. പ്രേമത്തിന്റെ മറവിൽ ലൈംഗികവഞ്ചന നടത്തിയ പുരുഷനോടുള്ള പ്രതികാരം അവന്റെ വർഗ്ഗത്തോടുമുഴുവൻ പ്രകടിപ്പിക്കുന്ന സ്ത്രീയുടേതാണ് *ചില ചിത്രങ്ങൾ* (*സ്ത്രീജന്മം*) എന്ന കഥയിലെ ഒരു ചിത്രം. പതിനഞ്ചുവയസ്സുള്ള ബാലികയായിരുന്ന അവളെ ഒരു യുവാവ് പ്രേമത്തിലൂടെ വശീകരിച്ച് തന്റെ 'മൃഗീയവികാര'ത്തിനിരയാക്കി. അവളൊരു വ്യഭിചാരിണിയായി പുരുഷവർഗ്ഗത്തോടു പകതീർക്കുന്നു. 'മഹത്തായ പ്രണയവും മൃദുലമായ ഹൃദയവും' അവളുടെ ജീവിതത്തിനു നല്കിയ സമ്മാനമായിരുന്നു അത്. 'പ്രേമലേഖന'വും (*പെൺബുദ്ധി-1951*) വഞ്ചകനായ പുരുഷനോടുള്ള പ്രതികാരമാണ്. വർഷങ്ങളുടെ തയ്യാറെടുപ്പിനുശേഷം കരഗതമായ അവസരമുപയോഗിച്ച് അയാളെ കുത്തിക്കൊലപ്പെടുത്തുകയും സ്വയം കുത്തിമരിക്കുകയും ചെയ്ത സ്ത്രീയുടെ ദുരന്തകഥയാണത്. അതിനാടകീയതയും വൃഥാസ്ഥൂലതയും അസംഭാവ്യതയും ഈ കഥയെ ദുർബ്ബലമാക്കിയിരിക്കുന്നു. 'ദ്രോഹത്തിന്റെ ഫലം ചെയ്ത സ്നേഹ'ത്തിലെ (*ചോലമരങ്ങൾ-1958*) അദ്ധ്യാപിക പ്രേമത്തിന്റെ അർത്ഥശൂന്യതയറിഞ്ഞത് വിവാഹശേഷം മാത്രമാണ്. പ്രേമകാലഘട്ടത്തിലെ, 'നിന്നെക്കൂടാതെ എനിക്കു ജീവിക്കാൻ വയ്യ'എന്ന കാമുകവചനത്തിന്റെ അർത്ഥം,

'നിന്റെ ശമ്പളം കൂടാതെ എനിക്കു ജീവിക്കാൻ വയ്യ' എന്നായിരുന്നുവെന്ന്, ഭാര്യയായതോടെ അവർക്കു ബോദ്ധ്യമായി.

രാജലക്ഷ്മിയുടെ കഥകളിൽ പ്രേമം മുഖ്യപ്രമേയമായി വരുന്നില്ലെങ്കിലും അവ പ്രേമത്തെ അഭികാമ്യമായി കരുതുന്നു. *മകൾ* എന്ന കഥയിൽ 'ആദർശസുരഭില വർണ്ണലോക'മായി പ്രേമം ഇടയ്ക്കൊന്നു മിന്നിത്തെളിയുന്നു. പക്ഷേ, ജീവിതത്തിന്റെ പരുക്കൻ യാഥാർത്ഥ്യങ്ങളിൽ വന്നുപതിച്ച് ആ ലോകം പൊട്ടിത്തകരുകയും ചെയ്തു. 'ചരിത്രം അവസാനിക്കുന്നില്ല' എന്ന കഥ പ്രേമവും വിവാഹവും പരസ്പരബന്ധിതമായിരിക്കണമെന്ന് അഭിലഷിക്കുന്നു. സഹപ്രവർത്തകയായ സുന്ദരിയുടെ ഇല്ലാത്ത പ്രേമത്തെച്ചൊല്ലി ഒരു സർക്കാരാഫീസിലെ ജീവനക്കാർക്കിടയിൽ വളർന്നുവന്ന സംശയങ്ങളും കൊച്ചുകൊച്ചു തർക്കങ്ങളും ഹാസ്യരൂപേണ ചിത്രീകരിക്കുന്ന 'സുന്ദരിയും കൂട്ടുകാരും' (*1959*) എന്ന കഥ പ്രേമത്തെ ഗൗരവപൂർവ്വം പരിഗണിക്കുന്നില്ലെങ്കിലും വിമർശിക്കുന്നില്ല.

മാധവിക്കുട്ടിയുടെ കഥകളിൽ ആദർശസ്ഥാപനമെന്ന നിലയിലോ സ്ത്രീയെ പുരുഷാധിപത്യത്തിനടിമയാക്കുന്ന സ്ഥാപനമെന്ന നിലയിലോ പ്രേമം പ്രത്യക്ഷപ്പെടുന്നില്ല. ഒറ്റനോട്ടത്തിൽ പ്രേമവ്യവഹാരങ്ങളെന്നു തോന്നിച്ചേക്കാവുന്ന മാധവിക്കുട്ടിയുടെ കഥകൾ യഥാർത്ഥത്തിൽ പ്രേമത്തിന്റെയല്ല, ലൈംഗികതയുടെ പ്രത്യയശാസ്ത്രങ്ങളെയാണ് അഭിമുഖീകരിക്കുന്നത്. അതുകൊണ്ടാണ് അവ സദാചാരനിയമങ്ങൾക്കു ഭീഷണിയായിത്തീരുന്നതും. കാല്പനികപ്രേമം, സ്റ്റീഫൻ ഹീത്ത് വ്യക്തമാക്കിയതുപോലെ, ലൈംഗികാനുഭവങ്ങളെ വർജ്ജിക്കുകയും മാറ്റിവെക്കുകയുമാണ് ചെയ്യുന്നത്. എന്നാൽ മാധവിക്കുട്ടിയുടെ കഥകളിൽ, 'പ്രേമം' ലൈംഗികതയുടെയും ശരീരത്തിന്റെയും ഭാഷ സ്വീകരിക്കുന്നു. സ്ത്രൈണലൈംഗികതയുടെ അഭിലാഷങ്ങൾക്കും സന്ദിഗ്ദ്ധതകൾക്കും ശബ്ദമേകുന്ന സാഹസികോദ്യമങ്ങളാണവ. പ്രസ്തുത കഥകൾക്ക് പ്രേമം, സ്നേഹം തുടങ്ങിയ സാധാരണ പദങ്ങളെ ആശ്രയിക്കേണ്ടിവരുന്നു എന്നത് സ്ത്രൈണലൈംഗികതയും ഭാഷയും തമ്മിലുള്ള വൈരുദ്ധ്യങ്ങളെയാണു സൂചിപ്പിക്കുന്നത്. അതിനാൽ മാധവിക്കുട്ടിയുടെ കഥകളുടെ അപൂർവ്വവും സങ്കീർണ്ണവുമായ സവിശേഷഭാവങ്ങൾ, പ്രേമത്തിന്റെ പ്രശ്നപരിസരത്തിൽ നിന്നുകൊണ്ട് അനാവരണം ചെയ്യുക സാദ്ധ്യമല്ല.

അന്തർജ്ജനത്തിന്റെയും സരസ്വതിയമ്മയുടെയും രാജലക്ഷ്മിയുടെയും കഥകളിൽ സ്ത്രൈണലൈംഗികതയുടെ അടക്കിപ്പിടിച്ച അഭിലാഷങ്ങൾ ആവിഷ്കരിക്കപ്പെട്ടിട്ടുണ്ടെങ്കിലും അതിന്റെ കൂടുതൽ സങ്കീർണ്ണമായ അന്തർഭാവങ്ങൾക്ക് വാങ്മയം നല്കുവാൻ കഴിഞ്ഞിട്ടില്ല. പ്രേമം 'ദൈഹിക'മാണെന്നംഗീകരിക്കുമ്പോഴും സരസ്വതിയമ്മയുടെ കഥകൾ ആ 'ദൈഹികത'യെക്കുറിച്ച് മൗനമവലംബിക്കുന്നു. സ്ത്രീരചനകളുടെ ഇത്തരം പരിമിതികളെ അതിലംഘിക്കുകയാണ് മാധവിക്കു

ട്ടിയുടെ കഥകൾ. അതിനാൽ, മാധവിക്കുട്ടിയുടെ കഥകളെ അവയുടെ സ്വാഭാവിക പരിസരമയ ലൈംഗികതയുടെ മണ്ഡലത്തിൽത്തന്നെ നിർത്തി വിശകലനം ചെയ്യേണ്ടിയിരിക്കുന്നു.

സ്ത്രീയെ ചൂഷണം ചെയ്യാൻ പുരുഷൻ പ്രേമത്തെ ഉപയോഗപ്പെടുത്തുന്നതും സ്ത്രീ സ്വജീവിതത്തെയും ചുറ്റുപാടുകളെയും ഗൗരവപൂർവ്വം സമീപിക്കാൻ പ്രാപ്തയാവുമ്പോൾ പ്രേമം അപ്രസക്തമാവുന്നതും അന്തർജ്ജനത്തിന്റെ കഥകൾതൊട്ടേ വ്യക്തമാക്കപ്പെട്ടിരിക്കുന്നു. പ്രേമത്തോടുള്ള സമീപനത്തിൽ യാഥാർത്ഥ്യബോധം പുലർത്തിയിരുന്ന അന്തർജ്ജനത്തിന്റെ തൂലിക പില്ക്കാലത്ത് പ്രേമത്തെ കാല്പനികമായനുഭവിക്കുന്നു. എന്നാൽ സ്ത്രീക്കെതിരായ സ്ഥാപനമെന്ന നിലയിൽ പ്രേമത്തിനെതിരെ സുനിശ്ചിതമായൊരു നിലപാട് സ്വീകരിച്ചുകൊണ്ട് പ്രേമവും സ്ത്രീയും തമ്മിലുള്ള ബന്ധത്തിന്റെ വൈവിദ്ധ്യങ്ങളിലേക്ക് കടന്നു ചെല്ലാനും പ്രേമത്തെ ചൂഴ്ന്നു നില്ക്കുന്ന ദിവ്യപരിവേഷം കൃത്രിമമാണെന്നു തെളിയിക്കാനുമാണ് സരസ്വതിയമ്മയുടെ കഥകൾ പരിശ്രമിക്കുന്നത്. ആദർശപ്രേമത്തിന്റെ മറവിൽ മലയാളസാഹിത്യത്തിൽ ശക്തിപ്രാപിച്ച സ്ത്രീവർണ്ണനകൾക്കും സ്ത്രീവിരുദ്ധ പ്രചാരണങ്ങൾക്കുമുള്ള പ്രത്യാഖ്യാനങ്ങൾ എന്ന നിലയ്ക്കും സരസ്വതിയമ്മയുടെ കഥകൾക്കു പ്രാധാന്യമുണ്ട്. പുരുഷന് പ്രേമം മാംസനിബദ്ധമാണെന്നു വിളിച്ചുപറയുന്നു ഈ കഥകൾ.

അധീശത്വസംസ്കാരം പ്രേമത്തിനു നല്കിയിരിക്കുന്ന ദിവ്യപദത്തെ ശല്യംചെയ്യുന്ന സരസ്വതിയമ്മയുടെ കഥകൾ, പ്രസ്തുത സംസ്കാരത്തോടു വിയോജിക്കുന്ന സ്ത്രൈണബോധത്തിന്റെ പ്രകാശനങ്ങളും സംസ്കാരവിമർശനങ്ങളുമാണ്. സ്ത്രീകളും പ്രേമവും സംസ്കാരത്തിന്റെ അസ്തിവാരങ്ങളാണെന്നും അവയെന്തെന്നു പരിശോധിക്കുന്നത് സംസ്കാരഘടനയ്ക്കു ഭീഷണിയായിത്തീരുന്നുവെന്നും ഷുലമിത്ത് ഫയർസ്റ്റോൺ നിരീക്ഷിച്ചിട്ടുണ്ട്. പ്രേമം അപഗ്രഥിക്കപ്പെടാതിരിക്കുന്നതിനു കാരണമിതാണെന്നും ഫയർസ്റ്റോൺ പറയുന്നു[9]. സരസ്വതിയമ്മയുടെ കഥകളിലെ പ്രേമവിമർശനം അധീശത്വസംസ്കാരത്തിനു ഭീഷണിയാവുന്നത് പ്രസ്തുത കഥകൾ പ്രേമവും സ്ത്രീകളും തമ്മിലുള്ള ബന്ധത്തെ അപഗ്രഥിക്കുന്നു എന്നതുകൊണ്ടുതന്നെയാണ്. ഒരു പ്രേമ (പുരുഷ) വിരോധിയായി ഈ കഥാകാരി നിന്ദിക്കപ്പെട്ടതിനു കാരണവും മറ്റൊന്നല്ല.

സ്വതന്ത്രവും സമത്വപൂർണ്ണവുമായിരിക്കേണ്ട സ്ത്രീപുരുഷ ബന്ധങ്ങളെ സ്ഥാപനങ്ങളുടെ കൃത്രിമത്വത്തിലേക്കു നയിക്കുന്നതിനെയാണ് സരസ്വതിയമ്മയുടെ കഥകൾ നിരാകരിക്കുന്നതെന്ന വസ്തുത അടിവരയിട്ടു പറയേണ്ടതുണ്ട്. പുരുഷനെ സ്നേഹിക്കുവാനും അയാളുമായി സഹവർത്തിത്ത്വത്തിൽ കഴിയാനും സ്ത്രീകൾ തീവ്രമായാഗ്രഹിക്കുന്നു. പക്ഷേ, സ്ത്രീയുടെ മനസ്സെന്തെന്നു വായിക്കാനാവാതെ, പുരുഷൻ അവളെ കീഴടക്കാൻ മാത്രം യത്നിക്കുന്നുവെന്നാണ് ഈ കഥകളുടെ

പക്ഷം. വിധേയയും സഹനശീലയും ലജ്ജാവതിയുമെല്ലാമായിരിക്കണം സ്ത്രീയെന്ന അനുശാസനകൾ നിരാകരിക്കുവാനും പരമ്പരാഗത 'സ്ത്രീത്വ'ത്തിൽനിന്നും സ്ത്രീയെ വിമുക്തയാക്കുവാനും ഈ കഥകൾ അഭിലഷിക്കുന്നു.

കുറിപ്പുകൾ

1. Quoted in Francesca M Cancian, *The Feminization of Love* Signs 11, 4 (summer 1986) p.63.
2. ഗെഥെയുടെ *The Sorrows of Young Werther* എന്ന കൃതിയെ അടിസ്ഥാനമാക്കി സ്റ്റീഫൻഹീത്ത് ഈ പ്രക്രിയ വിശദീകരിച്ചിട്ടുണ്ട്. Stephen Heath, *The Sexual Fix*, (London: Macmillan, 1982) P.15.
3. Marilyn French, *Beyond Power* (London: Jonathan Cape, 1985) p.85.
4. *പുരുഷൻമാരില്ലാത്ത ലോകം*, (കോട്ടയം: എസ് പി സി എസ്, 1961) പുറം 30.
5. Simone de Beauvoir. *The Second Sex*, (Harmondsworth; Penguin, 1975) pp. 652-653.
6. ഇണയെ തിരഞ്ഞെടുക്കുന്ന കാര്യത്തിൽ സ്ത്രീയുടെയും പുരുഷന്റെയും ഉപബോധമനസ്സിൽ പ്രവർത്തിക്കുന്ന ഘടകങ്ങളെക്കുറിച്ച് Penn State University യിലെ, Clifford R Adams നടത്തിയതാണ് പ്രസ്തുത പഠനം. നാലായിരം ദമ്പതികൾക്കിടയിൽ മുപ്പതുവർഷം കൊണ്ടു പൂർത്തിയാക്കിയതാണ് ഇത്. Quoted in Seila Cronon, *Marriage* in Anne Koedt. et. al (eds) Radical Feminism (New York: Quadrangle, 1973) pp.214-215.
7. ഉദാഹരണമായി 'രമണ'നെത്തന്നെയെടുക്കാം. 'മാദകവ്യാമോഹമൊന്നു'മില്ലാത്ത രമണനെ ആത്മവിസ്മൃതിയിലാഴ്ത്തുന്നത് ചന്ദ്രികയുടെ 'പൊൻമുഖപ്പൂവും', 'കവിൾത്തടവും', 'തളിർച്ചുണ്ടും', 'മധുരസ്വര'വുമെല്ലാമാണ്.
8. Simone de Beauvoir, *Introduction, The Second Sex* (1975) p.16.
9. Shulamith Firestone, *The Dialectic of Sex*, (London: Jonathan Cape, 1971) p. 142.

6

സ്ത്രീശരീരവും ലൈംഗികതയും

"ഇതു മറ്റൊന്നു ദേവർഷേ! സ്ത്രീകൾക്കുള്ള രഹസ്യമാം
അഴകുള്ളാണിനെക്കണ്ടാൽ സ്ത്രീയോനിക്കു നുലച്ചിലാം"

– *മഹാഭാരതം*, അനുശാസനപർവ്വം 38.26

പാട്രിയാർക്കിയുടെ സ്ഥാപനങ്ങളിൽ ഏറ്റവും സ്വകാര്യതയും നിഗൂഢതയും വെച്ചുപുലർത്തുന്നത് ലൈംഗികതയാണ്. ലൈംഗിക വിഷയങ്ങൾ പരസ്യമായി സംസാരിക്കുകയോ സംവാദങ്ങൾക്കു വിധേയമാക്കുകയോ ചെയ്യാറില്ല. പക്ഷേ, അതില്ലാതെ മനുഷ്യവംശത്തിനു നിലനില്പില്ലതാനും.

ലൈംഗികപ്രക്രിയ എല്ലാ ജന്തുജാതികളുടെയും അടിസ്ഥാനപരമായ നൈസർഗ്ഗിക പ്രവർത്തനമാണ്. പ്രത്യുല്പാദനമാണ് അതിന്റെ ധർമ്മം. പക്ഷിമൃഗാദികൾക്കിടയിൽ ഇത് ആണും പെണ്ണും തമ്മിലുള്ള സ്വാഭാവികമായ ഇണചേരൽ മാത്രമാണ്. എന്നാൽ മനുഷ്യർക്കിടയിൽ അത് ഈ പറഞ്ഞവ മാത്രമല്ല. മനുഷ്യരുടെ വ്യക്തിത്വം, സാമൂഹികമാന്യത, വിശ്വാസ്യത, സദാചാരനിഷ്ഠ തുടങ്ങിയവയെല്ലാം ലൈംഗിക വിഷയങ്ങളുമായി ബന്ധപ്പെട്ടിരിക്കുന്നു. മനുഷ്യരുടെ ലൈംഗികചേഷ്ടകൾക്ക് അതിവിപുലമായ സാമൂഹികാർത്ഥങ്ങളുണ്ടെന്ന് ജെയ്ൻ റൂട്ട് പറയുന്നത് നമ്മുടെ സമൂഹത്തിനും ബാധകമാണ്.[1] അമിതമായ ലൈംഗികവാസന, ലൈംഗികമായ താല്പര്യക്കുറവ്, വിലക്കപ്പെട്ടവരുമായുള്ള ലൈംഗിക ബന്ധം, ശരിയായ കാരണങ്ങളില്ലാത്ത ലൈംഗികബന്ധം, ലൈംഗികതയോടുള്ള തെറ്റായ സമീപനം എന്നിങ്ങനെയെല്ലാം അതിനർത്ഥങ്ങളുണ്ട്. ലൈംഗികമായി എന്തുചെയ്യുന്നുവെന്നതിന്റെ പേരിൽ വ്യക്തികൾക്ക് എന്നെന്നേക്കുമായി ചില മുദ്രകൾ -അഴിഞ്ഞാട്ടക്കാരി, ലൈംഗിക വൈകൃ

തമുള്ളയാൾ, വേശ്യ, വിഷയലമ്പടൻ, സ്വവർഗ്ഗ സംഭോഗി- നല്കപ്പെടുന്നു. കുടുംബം, മാതൃത്വം, പ്രേമം, വിവാഹം എന്നിവയ്ക്കെല്ലാം ലൈംഗികതയുമായി ബന്ധമുണ്ട്.

ലൈംഗികവിഷയങ്ങൾ മനുഷ്യർക്കിടയിൽ സാമൂഹികമായി വ്യവസ്ഥ ചെയ്യപ്പെട്ടിരിക്കുന്നു എന്നാണ് ഇതെല്ലാം വ്യക്തമാക്കുന്നത്. അതിനാൽ ലൈംഗികത എന്ന സങ്കല്പനം ലൈംഗികപ്രവർത്തനങ്ങളെ മാത്രമല്ല സൂചിപ്പിക്കുക; മനുഷ്യരുടെ ലൈംഗിക പ്രവർത്തനങ്ങളെക്കുറിച്ച് ഓരോ സമൂഹവും രൂപപ്പെടുത്തി വെച്ചിട്ടുള്ള നിയമങ്ങളും സദാചാരവ്യവസ്ഥകളുമെല്ലാം അതിലടങ്ങിയിരിക്കുന്നു.[2] അവയ്ക്കു വിധേയമായി മാത്രമേ മനുഷ്യർക്ക് ലൈംഗികകാര്യങ്ങൾ അനുവദിക്കപ്പെടുകയുള്ളൂ. അഥവാ, ലൈംഗികത എന്ന സ്ഥാപനത്തിന്റെ നിയമങ്ങളും അനുശാസനങ്ങളുമെല്ലാമാണ് മനുഷ്യരുടെ ലൈംഗികചേഷ്ടകളെയും അഭിലാഷങ്ങളെയും നിയന്ത്രിക്കുന്നത്. പുരുഷാധിപത്യവ്യവസ്ഥയിൽ ലൈംഗികതാസ്ഥാപനം സ്വാഭാവികമായും പുരുഷവർഗ്ഗത്തിന്റെ താല്പര്യങ്ങൾക്കനുസൃതമായിരിക്കുകയും ചെയ്യും.

ഒരു മാനുഷികാനുഭവമെന്ന നിലയിൽ ലൈംഗികതയ്ക്ക് മനുഷ്യരോളവും ഭാഷയോളവും പഴക്കമുണ്ടെങ്കിലും, ആ അനുഭവത്തെ സൂചിപ്പിക്കുന്നതിനുവേണ്ടിയുള്ള സങ്കല്പനമെന്ന നിലയിൽ 'ലൈംഗികത'യ്ക്ക് നൂറ്റിഇരുപതു വർഷത്തെ പഴക്കമേയുള്ളൂ. ലൈംഗികത എന്നു നാം വിവക്ഷിക്കുന്ന 'sexuality' എന്ന പദം പ്രത്യക്ഷപ്പെടുന്നതുപോലും 1889 ലാണെന്ന് സ്റ്റീഫൻ ഹീത്ത് കണ്ടെത്തുന്നു.[3] എന്നാൽ ലൈംഗികതയെ സംബന്ധിച്ച വിജ്ഞാനവും പ്രയോഗരൂപങ്ങളും വിവിധ സമൂഹങ്ങളിൽ വ്യത്യസ്ത കാലഘട്ടങ്ങളിലായിരിക്കും പ്രചാരത്തിൽ വന്നിരിക്കുക. *കാമസൂത്രം* പോലുള്ള കൃതികൾ പ്രാചീനകാലത്തുതന്നെ ഭാരതത്തിലുണ്ടായിരുന്നുവല്ലോ. *കുചിമാരതന്ത്രം, അനംഗരംഗം, രതിസാഹിത്യം, രതിരത്നപ്രദീപിക* തുടങ്ങിയ കൃതികൾ കേരളത്തിലും പ്രചരിച്ചിരുന്നു. ഏതായാലും ലൈംഗികതയുടെ വിവിധവശങ്ങളെ സംബന്ധിച്ച ശാസ്ത്രീയ പഠനങ്ങൾക്കു തുടക്കം കുറിക്കുന്നത് 1930 കൾ മുതലാണ്. അന്നു മുതൽ പാശ്ചാത്യരാജ്യങ്ങളിൽ നടന്ന ചില പഠനങ്ങളെ - പ്രത്യേകിച്ചും ഹാവ്ലോക് എല്ലിസ്, എഡ്വേഡ് കാർപൻഡർ, വെസ്റ്റ മാർക്ക് എന്നിവരുടെ പഠനങ്ങളെ-ആശ്രയിച്ചുകൊണ്ട് നാലപ്പാട്ടു നാരായണമേനോൻ രചിച്ച *രതിസാമ്രാജ്യ*മാണ് ലൈംഗികതയെ സംബന്ധിച്ച് മലയാളത്തിലുള്ള ആദ്യത്തെ ആധുനികഗ്രന്ഥം. എന്നാൽ, ഈ പഠനങ്ങളൊന്നും പുരുഷാധിപത്യപരമായ വീക്ഷണങ്ങളിൽനിന്നും വിമുക്തമായിരുന്നില്ല. 1960 കൾ മുതലാണ് പ്രസ്തുത വീക്ഷണങ്ങൾ ആദ്യമായി ചോദ്യം ചെയ്യപ്പെടുന്നതും സ്ത്രൈണലൈംഗികതയെ സംബന്ധിച്ച പല യാഥാർത്ഥ്യങ്ങളും പുറത്തു വരുന്നതും.[4]

വിക്ടോറിയൻ കാലഘട്ടം മുതലാണ് ലൈംഗികത നിയന്ത്രിതവും

നിഗൂഢവുമായിത്തീരുന്നതെന്ന്, *ലൈംഗികതയുടെ ചരിത്രം* എന്ന വിഖ്യാതഗ്രന്ഥത്തിൽ മിഷേൽ ഫുക്കൊ വിശദീകരിക്കുന്നുണ്ട്. നിയന്ത്രണങ്ങൾ വന്നതോടെ ലൈംഗികത കുടുംബത്തിലേക്കു നീങ്ങിയെന്നും, പ്രത്യുല്പാദനമെന്ന ഗൗരവമേറിയ പ്രക്രിയയ്ക്കുവേണ്ടി കുടുംബം അതേറ്റെടുത്തുവെന്നും ഫുക്കൊ പറയുന്നു. തൽഫലമായി ലൈംഗികതാവിഷയത്തിൽ മൗനം നിയമമായി.[5] ലൈംഗികത കുടുംബത്തിന്റെ ഭാഗമായി പരിമിതപ്പെട്ടതോടെ സ്ത്രീകൾക്കു നേരെയുള്ള വിലക്കുകളും ശക്തിപ്രാപിച്ചു.

ഇതേ വിക്ടോറിയൻ സദാചാരമൂല്യങ്ങളാണ് മിഷനറിമാരിലൂടെയും ഇംഗ്ലീഷ് വിദ്യാഭ്യാസത്തിലൂടെയും കേരളത്തിൽ പ്രചരിച്ചത്. നവോത്ഥാനകാലം മുതൽ ഇവയ്ക്ക് സാർവ്വത്രികമായ അംഗീകാരം ലഭിച്ചുതുടങ്ങുകയും ചെയ്തു. 'അശ്ലീലത'യെ സംബന്ധിച്ച പ്രത്യയശാസ്ത്രങ്ങൾ കേരളത്തിൽ പ്രചരിച്ചു തുടങ്ങുന്നത് ഈ കാലഘട്ടത്തിലാണ്. ലൈംഗികവൃത്തിയെ പച്ചയായി ചിത്രീകരിക്കുന്ന അനുഷ്ഠാനങ്ങളും ദൃശ്യകലാരൂപങ്ങളും ഭരണിപ്പാട്ടുകളും പടയണിപ്പാട്ടുകളും 'പറ്റലൈംഗികവ്യവസ്ഥ'യുമെല്ലാം നിത്യസാധാരണങ്ങളായിരുന്ന കേരളീയർക്ക് അവയെല്ലാം 'അശ്ലീല'മായി അനുഭവപ്പെട്ടുതുടങ്ങിയതും ഇക്കാലത്തുതന്നെ.[6] ലൈംഗികതയെക്കുറിച്ചു സംസാരിക്കുവാനോ എഴുതുവാനോ ആളുകൾ, പ്രത്യേകിച്ചും സ്ത്രീകൾ, വിമുഖരായിരിക്കുന്നതിനുള്ള കാരണം സമൂഹത്തിൽ രൂഢമൂലമായിത്തീർന്ന ഈ സദാചാരവ്യവസ്ഥയാണ്.

ലൈംഗികതയിലെ അധികാരങ്ങൾ പുരുഷൻമാരിൽ നിക്ഷിപ്തമായിരിക്കുന്നു. എല്ലാ സമൂഹങ്ങളും സ്ത്രീലൈംഗികതയെ അടിച്ചമർത്തുന്നുവെന്നും പുരുഷാധിപത്യവ്യവസ്ഥയുടെ ഉദയത്തോടെയാണ് സ്ത്രീശരീരത്തിലുള്ള നിയന്ത്രണം ആരംഭിച്ചതെന്നും ഫറത് റഹ്മാൻ ചൂണ്ടിക്കാണിച്ചിട്ടുണ്ട്.[7] പുരുഷൻമാർ സ്ത്രീയുടെ ലൈംഗികതയെ കീഴടക്കുക മാത്രമല്ല, അതിനെ തങ്ങളുടെ താല്പര്യങ്ങൾക്കനുസരിച്ച് നിർവ്വചിക്കുകയും ചെയ്തു. സ്ത്രൈണ ലൈംഗികതയെ നിസ്സാരമാക്കി തരംതാഴ്ത്തുകയും, അപകടകാരിയോ പുരുഷനു ജീവാപായംപോലും വരുത്തുന്നതോ ആയി വീക്ഷിക്കുകയുമാണ് ചരിത്രത്തിലുടനീളം ചെയ്തിട്ടുള്ളതെന്ന് ഷെയ്‌ലാ കിറ്റ്സിഞ്ജർ പറയുന്നു.[8] സ്ത്രീയുടെ ലൈംഗികാവയവങ്ങൾ, ഗർഭപാത്രം, ആർത്തവം തുടങ്ങിയവ 'ആപത്കാരി'കളോ 'അശുഭകാരി'കളോ 'മലിനകാരി'കളോ ആയി ചിത്രീകരിക്കപ്പെട്ടു. സ്ത്രൈണലൈംഗികതയെ നിന്ദിക്കുന്ന മറ്റനവധി മാതൃകകളുമായി തട്ടിച്ചുനോക്കുമ്പോൾ, മുകളിൽ ഉദ്ധരിച്ചുചേർത്ത *മഹാഭാരത*ത്തിലെ വരികൾ നിരുപദ്രവകരമായേ തോന്നൂ!

എന്നാൽ വൈദ്യശാസ്ത്രംപോലും ഇത്തരം വീക്ഷണങ്ങളിൽനിന്നും വിമുക്തമായിരുന്നില്ലെന്ന വസ്തുത വിസ്മയകരമായിരിക്കുന്നു. ആപത്കാരിയും ദുർവൃത്തികൾക്കു നിദാനവുമായ അവയ

വമായാണ് സ്ത്രീയുടെ ഗർഭാശയം പാശ്ചാത്യ വൈദ്യശാസ്ത ചരിത്രത്തിലുടനീളം ചിത്രീകരിക്കപ്പെട്ടിരിക്കുന്നതെന്ന് ലിൻഡാ ബേർക്കും സാൻഡി ബെസ്റ്റും ചേർന്നെഴുതിയ പഠനത്തിൽ വ്യക്തമാക്കിയിട്ടുണ്ട്. അപകടകാരിയായ ആ അവയവത്തിനുടമകളായ സ്ത്രീകളെ വിശ്വസിക്കരുതെന്നും അവരെ അധീനപ്പെടുത്തുകയാണു വേണ്ടതെന്നുമാണ് വൈദ്യശാസ്ത്രം സൂചിപ്പിക്കുന്നത്.[9] ആർത്തവക്കാരിയുടെ സാമീപ്യം മരണം, വീര്യനഷ്ടം, കോശനാശം, പ്രേതബാധ തുടങ്ങിയ വിപത്തുകൾ പുരുഷൻമാർക്കു വരുത്തിവെക്കുമെന്ന് പലരും വിശ്വസിക്കുന്നു. കേരളത്തിലെ ആദിമനിവാസികൾക്കിടയിൽപ്പോലും ഇത്തരം വിശ്വാസങ്ങളുണ്ടായിരുന്നുവെന്ന് എൽ എ കൃഷ്ണയ്യർ വിവരിച്ചിട്ടുണ്ട്.[10]

സ്ത്രീയുടെ ലൈംഗികാനുഭവങ്ങളും അവയവങ്ങളുമെല്ലാം പുരുഷൻമാർ വിവരിച്ചു. സമൂഹത്തിൽ രൂഢമൂലമായിക്കഴിഞ്ഞ ഇത്തരം പുരുഷ നിർവ്വചനങ്ങളിൽക്കൂടി മാത്രമേ സ്ത്രീകൾക്ക് തങ്ങളുടെ ലൈംഗികതയെന്തെന്നറിയാൻ സാധിച്ചിരുന്നുള്ളൂ. തങ്ങളുടെ യഥാർത്ഥ ലൈംഗികാനുഭവങ്ങൾ മറച്ചുവെക്കാനോ തെറ്റാണെന്നു ധരിക്കാനോ അവർ നിർബ്ബന്ധിതരായി. സ്ഥാപനവല്ക്കരിക്കപ്പെട്ട ലൈംഗികതയിലൂടെയാണ് സ്ത്രീകൾ തങ്ങളുടെ ലൈംഗികാഭിലാഷത്തെ പ്രകാശിപ്പിക്കുന്നതെന്നും സ്ത്രീകളുടെ ലൈംഗികാനുഭവങ്ങളെ നിർവ്വചിക്കുന്നത് സമൂഹത്തിലെ അധീശത്വപ്രത്യയശാസ്ത്രമാണെന്നും വെൻഡി ഫോക്നറുടെ പഠനം വ്യക്തമാക്കിയിട്ടുണ്ട്.[11] ഫോക്നറുടെ ഈ നിരീക്ഷണം ലൈംഗികതയെ സംബന്ധിച്ച സ്ത്രീരചനകൾ വിശകലനം ചെയ്യുന്നതിന് വളരെയേറെ സഹായകരമാണ്.

പുരുഷനു ലൈംഗികാവേശമാണുള്ളതെന്നും പ്രസ്തുത ഉത്സാഹത്തിനു വശംവദയായി അതു പൂർത്തീകരിക്കുകയാണ് സ്ത്രീയുടെ ലൈംഗികധർമ്മമെന്നും പുരുഷന്മാർ നിർദ്ദേശിച്ചു. (*കാമസൂത്രം* പോലുള്ള ഗ്രന്ഥങ്ങൾ ഇതിനു നല്ല മാതൃകയാണ്.) ലൈംഗികാഗ്രഹ പ്രകടനമോ ആഗ്രഹപൂർത്തീകരണമോ സ്ത്രീത്വത്തിനു നിരക്കുന്നതല്ലെന്നു വന്നു.

ലൈംഗികത കുടുംബവിഷയമായിത്തീർന്നതോടെ, അതിന്റെ നിയമങ്ങൾ കൂടുതൽ കാർക്കശ്യം പൂണ്ടതായി നേരത്തെ സൂചിപ്പിച്ചു. പുരുഷന് തന്റെ യഥാർത്ഥ പിന്തുടർച്ചക്കാരെ ലഭിക്കണമെങ്കിൽ സ്ത്രീയുടെ ലൈംഗികധർമ്മങ്ങൾ കുടുംബത്തിനുവേണ്ടി മാത്രമായിരിക്കേണ്ടത് അത്യാവശ്യമാണ്. ലൈംഗികതയുടെ നിയമങ്ങൾ പ്രകാരം സ്ത്രീ തന്റെ ഭർത്താവിനു മാത്രമേ സ്വശരീരം സമർപ്പിക്കാവൂ. ഭർത്തൃസംതൃപ്തിയും പ്രത്യുല്പാദനവും മാത്രമാണ് സ്ത്രീയുടെ ലൈംഗികസാഫല്യമെന്നു വിശ്വസിപ്പിക്കാൻ പുരുഷാധിപത്യത്തിനു കഴിഞ്ഞു. ലൈംഗികത ഒരു പുരുഷാധിപത്യസ്ഥാപനമെന്ന നിലയിൽ സ്വശരീരത്തിലുള്ള സ്ത്രീയുടെ അവകാശം കവർന്നെടുക്കുകയും തൽഫലമായി അവൾ സ്വശരീര

ത്തിൽനിന്നും അന്യവല്ക്കരിക്കപ്പെടുകയും ചെയ്തു.

സ്ത്രൈണ ലൈംഗികതയെ സംബന്ധിച്ച വിജ്ഞാനങ്ങളും നിർവ്വചനങ്ങളുമെല്ലാം പുരുഷവ്യവസ്ഥയുടേതായതുകൊണ്ടും അവയ്ക്കു സമൂഹത്തിൽ അധീശത്വവും സർവ്വാംഗീകാരവും ഉള്ളതുകൊണ്ടും തന്റെ യഥാർത്ഥ ലൈംഗികാനുഭവങ്ങൾ ആവിഷ്കരിക്കുക സ്ത്രീക്കു പ്രയാസകരമായിത്തീരുന്നു. അവർക്കു തന്റെ ലൈംഗികസ്വപ്നങ്ങളും പ്രതീക്ഷകളും ഉൽക്കണ്ഠകളും മൂർത്തമായി പ്രകാശിപ്പിക്കാൻ ഭാഷയും വേണ്ടത്ര സഹായമരുളുന്നില്ല. ഇവയ്ക്കെല്ലാം പുറമെ സ്ത്രൈണാവിഷ്കാരത്തിൻമേലുള്ള നിരോധനങ്ങളും. സ്ത്രൈണലൈംഗികതയെ സദാചാരം, നിരോധനം, അശ്ലീലം, കച്ചവടം മുതലായവയുമായി ബന്ധപ്പെടുത്തി വ്യാഖ്യാനിക്കുന്നതുകൊണ്ടാണ് ലൈംഗികതയെക്കുറിച്ചു സംസാരിക്കാൻ സ്ത്രീകൾക്കു കഴിയാത്തതെന്ന് മാർഷാ റോ എഴുതുന്നു. അതിനാൽ സാങ്കേതികതയോ അവ്യക്തതയോ കാല്പനികതയോ കലരാത്ത ശരിയായ വാക്കുകളുപയോഗിക്കുവാൻ അവർക്കു കഴിയുന്നില്ല.[12] തങ്ങളുടെ ലൈംഗികതയും ശരീരാവയവങ്ങളുമെല്ലാം പുരുഷൻമാരുടെ ഉപഭോഗ സാധനങ്ങളായി ചിത്രീകരിക്കപ്പെടുന്നതിന്റെ മാതൃകകൾ കച്ചവടപ്പരസ്യങ്ങൾ മുതൽ ഗൗരവസ്വഭാവമുള്ളതെന്നു പൊതുവെ വിശ്വസിക്കപ്പെടുന്ന സാഹിത്യരംഗത്തിൽവരെ സ്ത്രീകൾക്കു കാണേണ്ടിവരുന്നു. അതിനാൽ സ്ത്രൈണലൈംഗികതയെക്കുറിച്ച് സത്യസന്ധമായി സംസാരിക്കുവാൻ തുനിയുന്ന എഴുത്തുകാരികൾക്ക് ഒരേസമയം ലൈംഗികതയിലെ പുരുഷാധികാരത്തോടും സാഹിത്യത്തിന്റെയും സംസ്കാരത്തിന്റെയും പുരുഷാധിപത്യപ്രവണതകളോടും ഭാഷയുടെ ലൈംഗിക പക്ഷപാതത്തോടും മല്ലിട്ടുകൊണ്ടു മാത്രമേ അതിനു കഴിയുകയുള്ളൂ.

മലയാള സ്ത്രീസാഹിത്യത്തിൽ സ്ത്രൈണലൈംഗികതയെ സംബന്ധിച്ച ശ്രദ്ധേയമായ ആദ്യകഥ അന്തർജ്ജനത്തിന്റെ 'പ്രതികാരദേവത'യാണ്. പുരുഷസമൂഹത്തിന്റെ രൂക്ഷമായ ഭർത്സനങ്ങൾക്ക് ഈ കഥയുടെ പേരിൽ കഥാകാരി ഇരയായി. 'താത്രി ദേവതയാണങ്കിൽ അവരെപ്പറ്റി ഒരു സ്തോത്രമെഴുതൂ, നിങ്ങൾക്കേ അതു സാധിക്കൂ'[13]- ഏതോ ഒരാൾ അന്തർജ്ജനത്തെ ആക്ഷേപിച്ചു. കുറിയേടത്തു താത്രിയെന്ന 'സാധനം' ലൈംഗിക സദാചാരം ലംഘിച്ച കുറ്റത്തിന് പുരുഷന്മാരാൽ സമൂഹത്തിൽനിന്നും ബഹിഷ്കരിക്കപ്പെട്ട പതിതയാണ്. പതിതയെ ദേവതയാക്കുന്നതാകട്ടെ, സമാനമോ അതിലേറെയോ ആയ മറ്റൊരു പാതകവുമാണ്!

ഒരു കുടുംബിനിയുടെ ബദ്ധപ്പാടുകളുമായി അർദ്ധരാത്രിയോടടുത്ത നേരം ഒരു കഥയെഴുതാൻ സാഹസപ്പെടുകയും ഒടുവിൽ സ്ത്രീയുടെ രചനാപ്രതിസന്ധികളോർത്ത് നിരുത്സാഹയാവുകയും ചെയ്ത കഥാകാരിയുടെ മുമ്പിൽ പ്രത്യക്ഷയായി, താത്രി അവളുടെ ജീവിതകഥ പറ

യുകയാണ്. സമൂഹത്തിന്റെ അർത്ഥത്തിൽ 'പിഴച്ചവളാ'യ സ്ത്രീയുടെ കഥ, സ്ത്രീയുടെ പക്ഷത്തുനിന്നുകൊണ്ട് പുനഃസൃഷ്ടിക്കപ്പെടുകയാണ്.

യുവത്വത്തിലേക്കു കടക്കുമ്പോൾത്തന്നെ ഒരു പെൺകുട്ടി തന്റെ ലൈംഗികസ്വപ്നങ്ങൾ അടക്കിയൊതുക്കിവെക്കാനും സമൂഹത്തിന്റെ ലൈംഗികസദാചാരങ്ങൾക്കനുസൃതം ജീവിക്കാനും പരിശ്രമിക്കുന്നു. അതൊക്കെ 'പുറംപൂച്ചു'മാത്രമാണെന്നും അവൾക്കറിയാം. തന്റെ അനുഭവം താത്രി അനുസ്മരിക്കുകയാണ്:

'നറുനിലാവു നിറഞ്ഞ നാലിറയത്തിരുന്നു നാമം ചൊല്ലുമ്പോൾ നെടുവീർപ്പുവന്നാലതു പുറത്തുകേൾക്കില്ല. 'പാർവ്വതീസ്വയംവര'വും 'മംഗലയാതിര'യും പാടി ചോടുവെക്കുമ്പോൾ തൊണ്ടയിടർച്ചയടയ്ക്കും. എന്നാലും പുറത്തളത്തിൽ പുരുഷന്മാരാരെങ്കിലും വന്നാൽ ചെവിയോർത്തു പോവില്ലേ? കൂവളത്തിലയർപ്പിക്കുമ്പോഴും മാമ്പൂവിന്റെ മണമാണു മനസ്സു മുഴുവൻ.'

തന്റെ പ്രത്യക്ഷദൈവമായ ഭർത്താവിന്റെ ലൈംഗികാസക്തിക്കനുയോജ്യമായി സ്വന്തം ലൈംഗികതയ്ക്കു പ്രകാശനം നല്കുകയായിരുന്നു താത്രി. 'ഭോജനസാധനങ്ങൾ തയ്യാറുചെയ്യുന്നതിനെന്നപോലെ രതിജീവിതത്തിന്റെ രുചിവൈചിത്ര്യങ്ങളിലും അദ്ദേഹത്തെ തൃപ്തിപ്പെടുത്താൻ' നിഷ്കർഷിച്ച അവൾ തന്റെ അദ്ധ്വാനശേഷിയും ലൈംഗികതയും അയാൾക്കു സമർപ്പിച്ചു. പക്ഷേ, ലൈംഗികസ്വാതന്ത്ര്യമുള്ള പുരുഷൻ അന്യസ്ത്രീകളെത്തേടി പോവുകയും താത്രി അവഗണിക്കപ്പെടുകയും ചെയ്തു. ഭർത്താവിലൂടെ മാത്രം ലൈംഗികജീവിതം അനുവദിക്കപ്പെട്ട സ്ത്രീക്ക്, ആഹാരം ലഭിച്ചതുകൊണ്ടുമാത്രം സംതൃപ്തയായിക്കഴിയാനാവില്ലെന്നു താത്രിക്കറിയാമായിരുന്നു.

'... വികാരങ്ങൾക്കുമില്ലേ ഒരുതരം വിശപ്പ്?... ആർത്തി... അന്തർദ്ദാഹം. അതുതൊട്ടുണർത്തിയാൽപ്പിന്നെ അടങ്ങുകയില്ല. ചോരയിലും ഞരമ്പിലും കിടന്ന് ഉരുകിയുരുകി അത് തിളയ്ക്കുന്നു.'

ഭർത്താവ് മറ്റൊരു സ്ത്രീയെ ഭാര്യയായി സ്വീകരിക്കുകയും പതിവ്രതയായ താത്രിയോട് "തേവിടിശ്ശികളെയാണെനിക്കിഷ്ടം, നീയൊരു തേവിടിശ്ശിയാവ്"... എന്നാവശ്യപ്പെടുകയും ചെയ്തപ്പോൾ അവളിൽ പ്രതികാരവാസനയുണർന്നു. ഭർത്താവു തിരസ്കരിച്ചെങ്കിലും സ്വശരീരത്തിൽ അഭിമാനമുള്ളവളായിരുന്നു താത്രി. 'തല ചീകി മിനുക്കി ചാന്തുപൊട്ടും തൊട്ടു പുറത്തേ അഴിവാതിലിൽക്കൂടി ഒളിഞ്ഞുനോക്കുമ്പോൾ' തന്റെ സൗന്ദര്യം ആരെങ്കിലും കണ്ടുകൊള്ളട്ടെ എന്ന് അവളാഗ്രഹിച്ചിരുന്നു. സ്ത്രീയുടെ ലൈംഗികപ്രകടനങ്ങളെന്ന നിലയിൽ ഇതെല്ലാം അപവാദങ്ങൾക്കു കാരണമായി. കുടുംബത്തിൽനിന്നും ആട്ടിപ്പുറത്താക്കുമെന്നായപ്പോൾ രണ്ടുമാർഗ്ഗമേ അവൾക്കുണ്ടായിരുന്നുള്ളൂ; ഒന്നുകിൽ ഭ്രാന്തിയാവുക. അല്ലെങ്കിൽ പതിതയാവുക. പതിതയാവുകയെന്നാൽ ലൈംഗിക സ്വാതന്ത്ര്യത്തിന്റെ പ്രഖ്യാപനമാണ്; പുരുഷനോടുള്ള പ്രതി

കാരവും. ഉപരിജീവികളായ മാന്യപുരുഷന്മാർ അവൾക്കുചുറ്റും കൂടി. തന്റെ ശരീരം വിലയേറിയ ഉപഭോഗവസ്തുവാണെന്നറിഞ്ഞപ്പോൾ താത്രി സന്തോഷിച്ചു. മാത്രവുമല്ല, 'മാംസദാഹത്തിന്റെ മദംമുറ്റിയ കാലമായിരുന്നു അത്.'

ഒടുവിൽ, ഒരേയൊരാൾകൂടി മാത്രമേ താത്രിയെത്തേടി വരേണ്ടതായുള്ളൂ. തന്നെ നിരാകരിച്ച പുരുഷൻ തന്റെ ശരീരവും തേടി വരിക എന്നതായിരുന്നു അവളുടെ ആവശ്യം. പ്രതീക്ഷിച്ചപോലെ അയാൾ വന്നെത്തുകയും താത്രി അയാളെ സംതൃപ്തനാക്കുകയും ചെയ്തു. അവൾ വേശ്യയായത് ഭർത്താവിനുവേണ്ടിയാണ്. അതിനാൽ 'തന്റെ ഭർത്താവിനെ രസിപ്പിക്കാൻവേണ്ടി വേശ്യയാവുന്ന സ്ത്രീ പതിവ്രതയാണെങ്കിൽ ഞാനുമൊരു ശീലാവതി തന്നെയാണെ'ന്ന് അവൾ വിശ്വസിക്കുന്നു. 'പതിവ്രത'യ്ക്ക് അവൾ തന്റേതായ നിർവ്വചനം നല്കുകയാണ്. അവൾ ഭർത്താവിനെ ലൈംഗികമായി കീഴടക്കിക്കഴിഞ്ഞിരിക്കുന്നു. 'വിജയസൂചകമായ ഒരു പുഞ്ചിരി' അവളുടെ ചുണ്ടിൽ വിടർന്നു. പക്ഷേ, തന്റെ ലൈംഗികപങ്കാളി താത്രിയാണെന്നറിഞ്ഞതോടെ ഞെട്ടിവിറച്ച ഭർത്താവ് നിലവിളിച്ചുകൊണ്ട് എങ്ങോ ഓടി മറഞ്ഞു. അയാൾ സംഭീതനായത് താത്രിയുടെ ലൈംഗികതയിൽതന്നെ. അവൾ സാധാരണ വേശ്യയല്ലെന്നും ലൈംഗികതയിൽ സ്വയാധികാരം പ്രഖ്യാപിച്ച സ്ത്രീയാണെന്നും അറിയുന്നതുകൊണ്ടുതന്നെയാണ് അയാൾക്ക് ഓടിപ്പോവേണ്ടി വന്നത്. അഥവാ അതറിയിച്ചശേഷം കഥ അയാളെ ഓടിച്ചുവിടുന്നു.

താത്രിയുടെ ജീവിതത്തോടു സഹഭാവം പുലർത്തുന്ന കഥാകാരി, അവളെ ഒരു വ്യക്തിയായല്ല, 'നീതിക്കുവേണ്ടി നിലവിളിക്കുന്ന നിസ്സഹായ സ്ത്രീത്വത്തിന്റെ പ്രതിനിധി'യായാണ് ദർശിക്കുന്നത്. 'താത്രിയുടെ ആത്മബലി ആളുകളുടെ ദൃഷ്ടിയിൽ ഒരു വ്യഭിചാരക്കേസിൽ കൂടുതലൊന്നുമായിരുന്നില്ല' എന്ന് കഥാകാരി നിരീക്ഷിക്കുന്നു. അതൊരു 'വ്യഭിചാരക്കേസ്' മാത്രമായി വിശ്വസിപ്പിക്കേണ്ടത് സംസ്കാരത്തിന്റെ, പുരുഷന്മാരുടെ ആവശ്യമായിരുന്നുവെന്ന് ഇതോർമ്മിപ്പിക്കുന്നു. വ്യഭിചാരത്തിലൂടെ സ്ത്രീ സ്വേച്ഛയാലാണ് ശരീരം വില്ക്കുന്നതെന്നു പ്രചരിപ്പിക്കപ്പെടുമ്പോൾ വ്യഭിചാരസ്ഥാപനത്തെ സൃഷ്ടിക്കുകയും നിലനിർത്തുകയും ചെയ്യുന്ന സംസ്കാരവും പുരുഷന്മാരുമാണല്ലോ കുറ്റവിമുക്തമാക്കപ്പെടുന്നത്. അതുകൊണ്ടാണ് 'ഒട്ടേറെ ഒച്ചപ്പാടുണ്ടാക്കിയെങ്കിലും അതൊരു നേർവഴികാട്ടിയില്ല' എന്നു കഥാകാരിക്കു പരിതപിക്കേണ്ടി വരുന്നത്.

താത്രിയുടെ നിഷിദ്ധ ജീവിതത്തോടുള്ള സഹഭാവം സംസ്കാരനിഷേധമാണെന്നറിയുന്ന കഥാകാരി, 'ആ ധീരതയേയും അഭിമാനത്തേയും അംഗീകരിച്ചുകൊണ്ടുതന്നെ നിങ്ങളെ ഞാൻ നിഷേധിക്കുന്നു' എന്നിങ്ങനെ ദുർബ്ബലമായ ഒരനുരഞ്ജനത്തിനു മുതിരുന്നതായും കാണാം. 'ഞാനൊരു പാപിയാണ്. പതിതയാണ്. പിശാചാണ്. സമു

ദായത്തിന്റെ മേൽ ഈ നിഴൽപോലും പതിക്കരുത്.' എന്ന് താത്രിയെക്കൊണ്ടും പശ്ചാത്തപിപ്പിക്കുന്നു. പുരുഷാധിപത്യത്തിന്റെ പ്രത്യയശാസ്ത്രസമ്മർദ്ദങ്ങൾക്ക് ഇവിടെ കഥാകാരി വിധേയയാകുന്നുവെന്നേ ഇതിനർത്ഥമുള്ളൂ. എന്നിട്ടും ഈ കഥ പുരുഷന്മാരെ പ്രകോപിപ്പിച്ചുവെന്നത് ലൈംഗികതാനിയമങ്ങളോടുള്ള നിഷേധം അതിലടങ്ങിയിരിക്കുന്നു എന്നതുകൊണ്ടാണല്ലോ.

താത്രിയെപ്പോലെ മറ്റൊരു നിയമനിഷേധിനിയാണ് 'കുറ്റസമ്മത'ത്തിലെ വിധവയായ 'സാധനം'. 'സ്മാർത്തന്മാർ'ക്കു മുമ്പിൽ തന്റെ നിയമലംഘനാപരാധം അവൾ സമ്മതിക്കുന്നുവെങ്കിലും അവളിലെ സ്ത്രീക്ക് കുറ്റബോധമൊന്നുമില്ല. 'അതൊരു പാപമാണെങ്കിൽ ആ പാപത്തിനുവേണ്ടി ഒരു ജീവിതം മുഴുവൻ ഞാൻ വിലയ്ക്കുകൊടുക്കും' എന്നു പറയാനും അവൾക്കു മടിയില്ല!

ഏതു സമുദായത്തിലായാലും ആൺകോയ്മയുടെ നിയമങ്ങൾ വിധവകൾക്കു ലൈംഗികജീവിതമനുവദിച്ചിട്ടില്ല. അതിനാൽ ഒരു പ്രത്യേകസമുദായത്തിലെ സ്ത്രീകളുടെ അനുഭവം മാത്രമായി ഈ കഥയെ പരിമിതപ്പെടുത്തേണ്ടതില്ല. പതിനൊന്നാം വയസ്സിൽ ഒരു വൃദ്ധന്റെ ഭാര്യയാകേണ്ടിവന്ന ഒരു യുവതിയുടെ ലൈംഗികാഭിലാഷങ്ങളും അവയുടെ സാക്ഷാൽക്കാരവും അനിവാര്യമായ ദുരന്തവും ഈ കഥ ചിത്രീകരിക്കുന്നു.

മൂന്നു വർഷത്തെ ദാമ്പത്യത്തിൽ പാപ്പിക്ക് ലൈംഗികാനുഭവങ്ങളൊന്നുമുണ്ടായിരുന്നില്ല. ഭർത്തൃമരണശേഷം മുത്തശ്ശിയിൽനിന്നും കേട്ട പഴങ്കഥകളിൽ നിന്നാണ് ശ്രീകൃഷ്ണനെന്ന പുരുഷരൂപത്തിൽ അവളാകൃഷ്ടയാവുന്നത്. അസ്വതന്ത്രയായ സ്ത്രീയുടെ ആദർശകാമുകനും ലൈംഗികസാഫല്യത്തിന്റെ സങ്കല്പമൂർത്തിയുമായ ശ്രീകൃഷ്ണനിലൂടെ അവളുടെ അഭിലാഷങ്ങൾ തൊട്ടുണർത്തപ്പെടുന്നു.

'... ദേവിയെ മാറോടടുപ്പിച്ച് പ്രേമമൂർത്തിയായ ഭഗവാൻ പുഞ്ചിരിക്കുന്നു. എന്നെ ഇക്കിളിപ്പെടുത്തുന്ന ഏതോ ഒരു ഭാവം അതിലുണ്ട്'- കൃഷ്ണവിഗ്രഹദർശനം അവൾക്കു നല്കിയ ആദ്യാനുഭവം ഇതായിരുന്നു. പുരുഷസംയോഗത്തിനായുള്ള അവളുടെ അഭിലാഷങ്ങളുടെ സ്വപ്നസാഫല്യമാണ് കൃഷ്ണനിലൂടെ അവളനുഭവിക്കുന്നത്. പ്രേമസർവ്വസ്വമായി അവളാരാധിക്കുന്ന ഈ സങ്കല്പത്തിന്റെ ലൗകികരൂപത്തെയാണ്, പുരാണപാരായണത്തിനെത്തിയ പുരുഷനിൽ അവൾ ദർശിച്ചതും.

വളരെ നാൾകൂടി അവൾ കണ്ണാടിയിൽ സ്വന്തം മുഖം കാണുന്നു. താൻ പുതുതായാർജ്ജിച്ച ആത്മബോധത്തിന്റെ പ്രതീകമായ ആ കണ്ണാടിയിൽ നോക്കി അവളോർത്തു. 'വിരഹാകുലയായ രാധയുടെ ക്ഷീണസുന്ദരമായ വദനംപോലെ ഈ വിളർച്ചയിലും വ്യാകുലതയിലും ഒരാകർഷണീയത മങ്ങിക്കിടപ്പുണ്ടോ?'- അവൾക്കാദ്യമായി സ്വത്വത്തെക്കു

റിച്ചുള്ള പ്രതീക്ഷകളുണർന്നു. അവൾ, 'പിറ്റേന്നു കുളികഴിഞ്ഞപ്പോൾ മുടി മിനുക്കാൻ മറന്നില്ല. ഭസ്മക്കുറിക്കുപകരം ഒരു നേർത്ത ചന്ദനക്കുറിയാക്കി'.

യമുനാതീരത്തെ അസുലഭരാത്രികളെ ഓർമ്മിപ്പിച്ച ഒരു രാത്രി മനസ്സുനിറയെ കൃഷ്ണസ്മൃതികളുമായി അഷ്ടപദിഗാനവുമാലപിച്ച് കുളക്കടവിലിരിക്കുകയായിരുന്ന അവൾ അവിചാരിതമായൊരു പുരുഷാശ്ലേഷത്തിലമരുന്നു. വിവേകശക്തി പ്രതിഷേധിച്ചുവെങ്കിലും, 'വികാരങ്ങളുടെ വേലിയേറ്റത്തിൽ നിരോധനശക്തി അസ്തമിച്ചു...അറിഞ്ഞനുഭവിച്ചിട്ടില്ലാത്ത അനേകമനേകം അനുഭൂതികളുടെ ഉണർച്ച-തളർച്ചയുമാകാം.... ഇതു കിനാവല്ല, നിദ്രയുമല്ല.' അവളുടെ ആദ്യ ലൈംഗികാനുഭവമായിരുന്നു അത്. ഈ നിയമലംഘനം അവൾ പലവട്ടം ആവർത്തിക്കുകയും ചെയ്തു. ലൈംഗികതയിൽ സ്വയാധികാരം പ്രഖ്യാപിച്ച അവൾ കൂസലെന്യേ സ്മാർത്തന്മാർക്കു മുമ്പിൽ നില്ക്കുന്നു. അവളിപ്പോൾ നിയമനിഷേധിനി മാത്രമല്ല വിധവയായ ഗർഭിണികൂടിയാണ്. അവൾ അപരാധം സ്വയമേല്ക്കുന്നു.

സ്ത്രീക്കു ലൈംഗികസ്വാതന്ത്ര്യം നിഷേധിക്കുന്ന സംസ്കാരത്തോട് ഈ കഥ പ്രതിഷേധിക്കുന്നു. ആ പ്രതിഷേധത്തെ സാധൂകരിക്കുന്നതിനും ലൈംഗികതയുടെ ആവിഷ്കാരത്തിനും വേണ്ടി കഥാകാരി കണ്ടെത്തുന്ന ഒരു ഉപായമാണ് കഥയിലെ ശ്രീകൃഷ്ണൻ. ശ്രീകൃഷ്ണന്റെ ദൈവികസാന്നിദ്ധ്യം പരപുരുഷഗമനമെന്ന ആരോപണത്തെ ഉപരോധിക്കുന്നു.

അന്തർജ്ജനത്തിന്റെ 'ജീവിതവും മരണവും' (തിരഞ്ഞെടുത്ത കഥകൾ) എന്ന കഥയിൽ പുരുഷവ്യവസ്ഥയോടുള്ള സ്ത്രീയുടെ പ്രതിഷേധം ഏകാന്തകലാപമായി പൊട്ടിപ്പുറപ്പെടുകയാണ്. ഈ കഥയിലെ സാവിത്രി ഭർത്തൃവിയോഗത്തോടെ, 'ഒന്നുമില്ലായ്മയിൽ ചുട്ടുപൊള്ളുന്ന ഒരു ജീവിത'ത്തിലേക്കു വലിച്ചെറിയപ്പെടുന്നു. സ്നേഹസമ്പന്നനും ഉല്പതിഷ്ണുവുമായിരുന്ന ഭർത്താവിന്റെ ആത്മഗതിക്കുവേണ്ടിയുള്ള കർമ്മങ്ങളെല്ലാം നിറവേറ്റി വീട്ടുവേലയും പുസ്തകവായനയുമായി ശിഷ്ടജീവിതം തള്ളിനീക്കുകയായിരുന്നു സാവിത്രി. പക്ഷേ, ഭർത്തൃസഹോദരനിൽ അന്തരിച്ച ഭർത്താവിന്റെ രൂപസാദൃശ്യം കണ്ട് അവളിൽ ലൈംഗികസ്മരണകളുണരുന്നു. ഭർത്താവിന്റെ ഇളയതെങ്കിലും അയാൾക്ക് അവളെക്കാൾ പ്രായമുണ്ട്. അവളുടെ അന്തരംഗം സംഘർഷഭരിതമായി; എന്തിനെല്ലാമോ ദാഹിച്ചു;

'അന്ന് ആ ജ്യേഷ്ഠൻ അവളെ വേളികഴിച്ചില്ലായിരുന്നെങ്കിൽ ഇന്നും അവൾ കന്യകയായിരിക്കുമായിരുന്നു... എങ്കിലോ?... എങ്കിൽ?...എത്ര നിരസിച്ചിട്ടും നീങ്ങാതെ ആ തേൻതുമ്പി അവളെ കുത്തിക്കുത്തി നോവിച്ചുകൊണ്ടിരുന്നു. പാപചിന്തകളുടെ കാളിമ വീശിയ തളർച്ചയോടെ ഒടുവിലത് അബോധപൂർവ്വമായ ഒരു മൂർച്ഛയിൽ അവസാനിച്ചു....'

ജീവിതം മറ്റൊരു തരത്തിലാവാമായിരുന്നു എന്ന ആശ, 'തേൻ തുമ്പി' നല്കിയ മൃദുനൊമ്പരങ്ങൾ, പാപബോധം എന്നിവ ഒരു സ്ത്രീ യായതുകൊണ്ടുമാത്രം നിശ്ശബ്ദം സഹിക്കേണ്ടിവന്ന അനുഭവങ്ങളാണ്.

ഭർത്തൃസഹോദരന്റെ മധുവിധുരാത്രിയിലെ ആർപ്പുവിളികളും വായ്ക്കുരവകളും മാദകധ്വനിപോലെയാണ് അവൾ കേൾക്കുന്നത്. അമർത്തിവെക്കപ്പെട്ട അവളുടെ അഭിലാഷങ്ങൾ നിയമലംഘനത്തോള മെത്തുന്നു:

'സാവിത്രി കിടക്കയിൽ കമിഴ്ന്നു കിടന്നു. ഹൃദയം കൈകൊണ്ട മർത്തിപ്പിടിച്ചു... ആ മുറിയിൽ അവർ ആനന്ദിക്കുകയാണ്... എന്തു കൊണ്ട് അവൾക്കുമാത്രം ആനന്ദിച്ചുകൂടാ? പഴകി മരവിച്ച ഓർമ്മക ളിൽ കെട്ടിപ്പിടിച്ചുകൊണ്ട് ഭയാനകമായ ഈ ഇരുട്ടറയിൽ എത്രനാൾ കഴിഞ്ഞുകൂടും? ...വളരെ നാളുകളായി മറക്കാനാശിച്ചതും മറന്നു കഴി ഞ്ഞതുമായ വികാരങ്ങളിൽ തട്ടി ഹൃദയം ഒന്നു ത്രസിച്ചു...'

നിയമം ലംഘിക്കുവാനോ ജീവിതം ആ നിയമത്തിനുവേണ്ടി ബലി യർപ്പിക്കുവാനോ ആവാത്ത നിസ്സഹായാവസ്ഥയിൽ അവളൊരുന്മാദിനി യെപ്പോലെയായി. ഭർത്താവെഴുതിയതും അവളഭിനയിച്ചതുമായ നാട കത്തിലെ ഒരു ഭാഗം ഓർമ്മയിൽ തെളിഞ്ഞു:

'പിശാചുക്കളേ! മാറിനില്ക്കുവിൻ ... ഞാൻ ഉയിർത്തെഴുന്നേല്ക്കു കയാണ്. അഭിമാനകരമായ ജീവിതത്തിലേക്ക് .... ആനന്ദത്തിന്റെ മണി യറയിലേക്ക്...'

ആത്മരോഷത്താൽ ഉന്മത്തയായി സകലരേയും ഞെട്ടിവിറപ്പിച്ചു കൊണ്ട് അവൾ അലറി, 'പിശാചുക്കളെ, മാറി നില്ക്കുവിൻ!' സ്ത്രീ ക്കെതിരായ ലോകത്തോടുള്ള അവളുടെ ഏകാന്തകലാപമായിരുന്നു അത്.

പുരുഷന്റെ ഇരുമുഖമുള്ള സദാചാരനീതിയെ പരിഹസിക്കുകയാണ് 'റിയലിസം' (*തിരഞ്ഞെടുത്ത കഥകൾ-1966*) സാഹിത്യകൃതികളിലൂടെ സദാചാരലംഘനം നടത്തുകയും മറുവശത്ത് സ്വന്തം ഭാര്യയിൽനിന്നും കർശനമായ സദാചാരനിഷ്ഠ ആവശ്യപ്പെടുകയും ചെയ്യുന്ന സാഹിത്യ കാരനാണ് കഥാനായകൻ. സാഹിത്യത്തിലെ 'റിയലിസ'മല്ല അയാൾക്ക് ജീവിതത്തിലെ 'റിയലിസം'. ഭാര്യയുടെ ചാരിത്ര്യത്തിൽ സംശയാലു വായ അയാൾ അവളുടെ ജാരനെന്നു കരുതി വേലക്കാരിത്തള്ളയെ പിടി കൂടുകയും സമൂഹത്തിനു മുമ്പിൽ പരിഹാസ്യനായിത്തീരുകയും ചെയ്യുന്നു. ഒടുവിൽ തന്റെ റിയലിസ്റ്റിക്ക് കൃതികളെല്ലാം തീയിലിട്ടു നശി പ്പിക്കുകയാണയാൾ.

'ഓടക്കുഴലിന്റെ നാദം' (*ധീരേന്ദുമജുംദാരുടെ അമ്മ-1973*) എന്ന കഥ യിൽ രണ്ടു പശുക്കളെ കഥാപാത്രങ്ങളാക്കിക്കൊണ്ട് സ്ത്രൈണലൈംഗി കതയുടെ നഷ്ടസ്മൃതികൾ ആവിഷ്കൃതമാവുന്നു. ഈ കഥയിലെ ദേശീയ ഡെയറിഫാം സമൂഹവും പശുക്കൾ സ്ത്രീകളും സൂക്ഷിപ്പു

കാർ പുരുഷൻമാരുമായി പ്രതീകവല്ക്കരിക്കപ്പെടുമ്പോൾ കഥയുടെ ഭാവപരിസരം മാനുഷികമായി മാറുന്നു. സ്ത്രൈണലൈംഗികാഭിലാഷങ്ങളാണ് പശുക്കളിലൂടെ പ്രകാശിതമാവുന്നത്. കഥയിലെ നാടൻപശു ഭീതിയോടെ അനുസ്മരിക്കുന്ന 'നിരോധിക്കപ്പെട്ട വിഷയ'മാണത്. സ്ത്രൈണ ലൈംഗികതയുടെ ആവിഷ്കാരത്തിലെ വിലക്കുകൾ അതിലംഘിക്കുവാനുള്ള ഒരു രചനാതന്ത്രമായി ഈ പ്രതീകവല്ക്കരണത്തെ വീക്ഷിക്കാവുന്നതാണ്.

സമൂഹത്തിൽ സ്ത്രീകളെന്നപോലെ സ്വന്തം ശരീരധർമ്മങ്ങളിൽ പോലും അധികാരമില്ലാത്തവരും പ്രത്യുല്പാദനം മാത്രം വിധിക്കപ്പെട്ടവരുമാണ് ദേശീയഫാമിലെ വിദേശി ജനുസ്സിൽപ്പെട്ട 'x402' ഉം നാടൻ പശുവും. വിരസവും യാന്ത്രികവുമായ ജീവിതത്തിൽ തനിക്കു കൈമോശം വന്നുപോയ, 'എന്തോ ഒന്ന്' വിദേശ ജനുസ്സിനെ അസ്വസ്ഥയാക്കുകയാണ്. നിരോധിക്കപ്പെട്ട വിഷയമാണ് ചർച്ചയ്ക്കുവരുന്നതെന്നറിഞ്ഞ നാടൻപശു പെട്ടെന്ന് അവളെ വിലക്കുന്നു:

'ചോദിക്കരുതാത്തതാണു കുട്ടീ, നീ ചോദിച്ചത്. നമ്മെ രക്ഷിക്കുന്നവർ നമ്മെ അറിയിക്കുന്നിടത്തോളമേ നാം അറിയാവൂ. അവർ നമുക്കു തീറ്റി തരുന്നു. നല്ല തൊഴുത്തുകളിൽ കെട്ടുന്നു. രോഗം വന്നാൽ ചികിത്സിക്കുന്നു. നമ്മുടെ എല്ലാ ചുമതലകളും അവർക്കാണ്. കൂടുതൽ എന്തിനറിയണം?'

അനുഭവസമ്പന്നയും സഹനശീലയുമായ ഒരു കുടുംബിനിയെപ്പോലെ നാടൻപശു ഇങ്ങനെ ഉപദേശിച്ചുവെങ്കിലും അവൾക്കും സ്വയം സാന്ത്വനപ്പെടാനായില്ല. തിന്നുമദിച്ചും സ്വച്ഛന്ദം കൂത്താടിയും ഇണചേർന്നും പെറ്റും കഴിഞ്ഞുപോന്ന പോയ്പ്പോയ കാലവും ഇഷ്ടകാമുകനായ ഗോപാലബാലന്റെ വേണുഗാനവും വിഷാദമധുരസ്മരണകളായി അവളിലുണർന്നു. ആ സ്മരണകൾ സശ്രദ്ധം ശ്രവിക്കുന്ന 'x402'-ഉം ഓടക്കുഴലിന്റെ നാദലഹരിയിൽ ഹർഷപുളകിതയാവുകയാണ്. ലൈംഗികതയുടെ നിരോധനങ്ങളെ സ്വപ്നത്തിലൂടെയെങ്കിലും അവർ അതിലംഘിക്കുന്നു. അപകടകരമായ ഈ തിരിച്ചറിവ് സർവ്വനാശത്തിന്റെ മുന്നോടിയായിരുന്നു. രണ്ടു പശുക്കളും ഉപയോഗശൂന്യരായിക്കഴിഞ്ഞുവെന്ന് സൂക്ഷിപ്പുകാർ അറിയിക്കുന്നു. അറവുശാലയിലേക്കു നയിക്കപ്പെടാനാണ് അവരുടെ വിധി.

ശ്രീകൃഷ്ണൻ സ്ത്രീയുടെ ആദർശസ്വപ്നലോകത്തിലെ കാമുകനും ലൈംഗികപങ്കാളിയുമാണ്. യഥാർത്ഥലോകത്തിൽ അത്തരമൊരു പുരുഷനെ അവളനുഭവിക്കുന്നില്ല. ശ്രീകൃഷ്ണൻ മർദ്ദകനായ പുരുഷമേധാവിയല്ല; പേരെടുത്തു വിളിക്കാവുന്ന, 'നീ' എന്നു സംബോധനചെയ്യാവുന്ന സുഹൃത്താണ്. പുരുഷാധികാരത്താൽ കളങ്കപ്പെടാത്തതും അതിരുകളില്ലാത്തതുമായ സ്വച്ഛന്ദലൈംഗികതയുടെ സ്വപ്നസാക്ഷാൽക്കാരമാണ് ശ്രീകൃഷ്ണനിലൂടെ അവൾ നേടുന്നത്. 'കുറ്റസ

മ്മത'ത്തിൽ അയാൾ ലൗകികരൂപം പൂണ്ട് സ്ത്രീക്ക് ലൈംഗികസായുജ്യം നല്കുകയായിരുന്നു.

കളിക്കൂട്ടുകാരനും പ്രേമസർവ്വസ്വവും നാഥനും പ്രഭുവുമായ കൃഷ്ണനെക്കുറിച്ച് വൃന്ദാവനത്തിലെ രാധയുടെ വിഷാദസ്മരണകളാണ് 'രാധയുടെ കത്ത്' (*വിശ്വരൂപം-1971*). ആദ്യസമാഗമസ്മരണകളും നഷ്ട സൗഭാഗ്യങ്ങളും അവൾ കൃഷ്ണനെ അറിയിക്കുകയാണ്. രാധയുടെ ആദ്യാനുരാഗവും ആദ്യസംയോഗവും കൃഷ്ണനുമായിട്ടായിരുന്നു. ഏകാന്തമായ ഒരു രാത്രിയിൽ തനിക്കു ലൈംഗികതയുടെ ആദ്യാനുഭവം നല്കിയ സംഭവം അവളോർക്കുന്നു. ഒരു മാന്ത്രികാനുഭൂതിയാലെന്ന വണ്ണം കൃഷ്ണന്റെ അഭിലാഷത്തിനു രാധ വഴങ്ങുകയായിരുന്നു. അതോടെ, 'രാധ ഉണർന്നു, അവൾ സ്ത്രീയായി, കാമുകിയായി'. പക്ഷേ, രാധ ഇന്നു പരിത്യക്തയായിരിക്കുന്നു; കൃഷ്ണൻ അവൾക്കന്യനായിരിക്കുന്നു!

രാധയുടെ ദുഃഖം സ്ത്രീയുടെ അവസ്ഥയെ സൂചിപ്പിക്കുന്നുവെങ്കിലും, ഈ കാലത്തുതന്നെ രചിക്കപ്പെട്ട മാധവിക്കുട്ടിയുടെ കഥകളിൽ കൃഷ്ണസങ്കല്പം സ്ത്രീയുടെ സമകാലിക പ്രതിസന്ധികളുമായി കൂടുതൽ താദാത്മ്യം പ്രാപിക്കുന്നതായി കാണുമ്പോൾ അന്തർജ്ജനത്തിന്റെ കഥ രാധയുടെ കാല്പനിക വ്യഥകൾ മാത്രമായി പരിമിതിപ്പെടുന്നില്ലേയെന്നു സംശയിക്കേണ്ടിയിരിക്കുന്നു. ഈ കഥയും 'ഓടക്കുഴലിന്റെ നാദ'വും എഴുപതുകളിലെ രചനകളിൽപ്പെടുന്നവയാണ്.

സ്വാതന്ത്ര്യത്തിനും ജനാധിപത്യത്തിനുംവേണ്ടി സമൂഹത്തിൽ നടന്നുകൊണ്ടിരുന്ന പ്രക്ഷോഭങ്ങളുടെയും സ്ത്രീവിമോചനാശയങ്ങളുടെയും പശ്ചാത്തലമാണ് അന്തർജ്ജനത്തിന്റെ ആദ്യത്തെ നാലു കഥകൾക്കുമുള്ളത്. പുരുഷാധിപത്യത്തിന്റെ ലൈംഗികമായ അടിച്ചമർത്തലിനെതിരെ അവ തീക്ഷ്ണമായി പ്രതികരിക്കുന്നു. ഒരെഴുത്തുകാരിയുടെ പരിമിതികൾ പ്രതിഫലിപ്പിക്കുന്നുണ്ടെങ്കിലും പ്രസ്തുത കഥകൾ സ്ത്രീയുടെ വിമോചനസ്വപ്നങ്ങൾ ശക്തമായുന്നയിച്ച മലയാളത്തിലെ ആദ്യകഥകളാണ്. അന്തർജ്ജനത്തിന്റെ രചനകളുടെ കൂട്ടത്തിൽ രൂക്ഷമായ ആക്രമണങ്ങൾക്കു വിധേയമായ കഥകളും ഇവയായിരുന്നു. ഈ കഥകൾ പുരുഷാധിപത്യമൂല്യങ്ങളെ ശല്യംചെയ്തിരുന്നു എന്നതിന് അതൊരു നല്ല തെളിവാണുതാനും.

പാപചിന്തകൾ

പുരുഷാധിപത്യ മൂല്യങ്ങളോട് രൂക്ഷമായി വിയോജിക്കുകയും പുരുഷാധികാരത്തെ നിഷേധിക്കുകയും ചെയ്യുന്നവരാണ് സരസ്വതിയമ്മയുടെ കഥകളിലെ സ്ത്രീകളെങ്കിലും അവരാരുംതന്നെ ലൈംഗികസദാചാരത്തെ സ്വയം ലംഘിക്കുന്നവരല്ല. 'വിവാഹവിദ്വേഷി', 'രമണി', 'പാവങ്ങൾ' എന്നീ കഥകളിലെപ്പോലെ പുരുഷൻമാർ സ്ത്രീകളെ ലൈംഗി

കമായി വഞ്ചിക്കുകയാണു ചെയ്യുന്നത്. പുരുഷനിൽനിന്നും സ്ത്രീ ആഗ്രഹിക്കുന്നത് ലൈംഗികസാഫല്യമല്ല, സൗഹൃദവും സ്നേഹവും പരസ്പരാംഗീകാരവും സുരക്ഷിതത്വവുമാണ് (ഉദാ: 'ഒരേ ഒരു രാത്രി', 'ഭാഗ്യവതി', 'ചോലമരങ്ങൾ'). സരസ്വതിയമ്മയുടെ കഥകൾ ലൈംഗികതയോടു വിമുഖതയാണു പുലർത്തുന്നത്. ലൈംഗികസദാചാരവുമായി പ്രതികരിക്കുന്ന രണ്ടു കഥകൾ മാത്രമേ സരസ്വതിയമ്മയുടെ കഥാപ്രപഞ്ചത്തിലുള്ളൂ: 'തെറ്റും ശരിയും', 'അമ്പിളി'.

അന്തർജ്ജനത്തിന്റെ 'ജീവിതവും മരണവും' എന്നകഥയിലേതുപോലെ ലൈംഗികാഭിലാഷങ്ങൾ തൊട്ടുണർത്തപ്പെട്ട ഒരു വിധവയുടെ മാനസിക സംഘർഷങ്ങളാണ് 'തെറ്റും ശരിയും'. അന്തർജ്ജനത്തിന്റെ കഥയിൽ സ്ത്രീയുടെ ലൈംഗികാഭിലാഷങ്ങൾ കുറെയൊക്കെ തുറന്നു പ്രകടിപ്പിക്കുന്നുണ്ട്. 'ഹിസ്റ്റീരിയ'യിലൂടെയാണെങ്കിലും ഒരുതരം കലാപത്തിന്റെയും നിഷേധത്തിന്റെയും സാന്നിദ്ധ്യവുമുണ്ട്. എന്നാൽ സരസ്വതിയമ്മയുടെ കഥയിലെ യുവവിധവയായ വിജയം ലൈംഗികതാസ്ഥാപനത്തിന്റെ അനുശാസനങ്ങൾക്കു വിധേയയാവുകയാണു ചെയ്യുന്നത്.

പതിനഞ്ചുദിവസത്തെ ആയുസ്സ് മാത്രമേ വിജയത്തിന്റെ ദാമ്പത്യജീവിതത്തിനുണ്ടായിരുന്നുള്ളു. 'വികാരത്തിന്റെ വേലിയേറ്റം അടങ്ങുകയോ ഭർത്താവെന്തെന്നു നേരെ അറിയുകയോ ചെയ്യുന്നതിനു മുമ്പേ.' അവൾ വിധവയായി. ആ ഹ്രസ്വകാല ദാമ്പത്യത്തിന്റെ ഫലമായ കൊച്ചുമകനോടൊപ്പം ഒരു മാതൃകാവിധവയായി അവൾ ഭർത്തൃഗൃഹത്തിൽത്തന്നെ കഴിഞ്ഞു. എന്നാൽ ഭർത്താവിന്റെ രൂപഭാവങ്ങളുള്ള പ്രഭാകരന്റെ വരവും അയാളുടെ അനുനയങ്ങളും ആ വിധവയെ മനസ്സംഘർഷങ്ങളിലേക്കു നയിച്ചു. അതോടെ, 'ഭർത്തൃമരണശേഷം യൗവനസഹജമായ വികാരങ്ങൾ നശിച്ചു ശ്മശാനശാന്തിയിൽ ലയിച്ചിരുന്ന വിജയത്തിന്റെ ഹൃദയം ഉഗ്രമായ ഒരു സമരത്തിന്റെ രംഗമായി മാറി'. അയാളെ ശത്രുവായി കാണണമെന്ന് സദാചാരനിയമങ്ങൾ അവളെ അനുശാസിച്ചുവെങ്കിലും, ആ 'ശത്രു'വിൽ അവളുടെ സ്മരണകളിലെ ഭർത്തൃരൂപമാണവൾ കണ്ടത്. അവൾ പാപചിന്തകളാൽ വേട്ടയാടപ്പെടുകയാണ്.

പ്രഭാകരനുമായുള്ള സംഭാഷണത്തിലുടനീളം അവളുടെ പാപബോധം പൊട്ടിപ്പുറപ്പെടുന്നുണ്ട്. 'ഓ! ഈശ്വരാ! ഈ മാഹാപാപം!; 'എന്നാലും, ഈശ്വരാ, അദ്ദേഹത്തിന്റെ ആത്മാവിതറിഞ്ഞാൽ–'; 'ഒടുവിൽ ഞാൻ മരിച്ചങ്ങു ചെല്ലുമ്പം'–; 'ഈശ്വരൻ ശിക്ഷിക്കും'; 'ഇങ്ങനത്തെ മഹാപാപത്തിനു നരകമാണ്!– തീനരകം...' ഭയവിഹ്വലമായ അവളുടെ ഹൃദയത്തിന്റെ തീരാസംഘർഷങ്ങളാണിവ. ഒരു നാടകപരിപാടിക്ക് അയാൾക്കൊപ്പം ചെല്ലാനുള്ള ക്ഷണമായിരുന്നു ഇതിനു നിമിത്തമായത്. 'കടിഞ്ഞാൺപൊട്ടിച്ചു പാഞ്ഞുതുടങ്ങുന്ന ഹൃദയത്തെ നിയന്ത്രിക്കാൻ വയ്യാതെ സന്മാർഗ്ഗബോധം പതറിത്തളർന്നപോലെ

അവൾക്കു തോന്നി'യെങ്കിലും ആ പ്രതിസന്ധിയിൽനിന്നും എന്നെന്നേക്കുമായി പിൻവാങ്ങാനാണ് അവൾ തീരുമാനിക്കുന്നത്. സദാചാര പ്രത്യയശാസ്ത്രവുമായുള്ള സംഘട്ടനത്തിൽ അവൾ പരാജിതയായി.

ആഖ്യാനത്തിലെ പരിമിതികാരണം ദുർബ്ബലമായിത്തീർന്നെങ്കിലും 'അമ്പിളി' (*ഇടിവെട്ടുതൈലം-1958*) എന്ന കഥയിൽ ശരീരം പീഡനമായി മാറിയ ഒരു പെൺകുട്ടിയുടെ ചിത്രമുണ്ട്. പെൺകുട്ടിയുടെ ശാരീരിക വളർച്ചയും ലൈംഗികതയുടെ പ്രത്യയശാസ്ത്രങ്ങളും തമ്മിൽ ബന്ധപ്പെട്ടിരിക്കുന്നു. അതുകൊണ്ടാണ് ലൈംഗികതയുടെ നിയമങ്ങൾ ലംഘിക്കപ്പെട്ടേക്കുമോ എന്ന ഭീതി സമൂഹവും കുടുംബവും ഒരുപോലെ പങ്കിടുന്നത്. പെൺകുട്ടിയുടെ ശരീരത്തിനേല്ക്കുന്ന കളങ്കം കുടുംബത്തിന്റെ കളങ്കം കൂടിയായതിനാൽ അവൾ കർശനമായി നിയന്ത്രിക്കപ്പെടുന്നു.

ഈ കഥയിലെ അമ്പിളി കാപട്യങ്ങളൊന്നുമറിയാതെ ബാലചാപല്യങ്ങളിൽ കഴിയുന്ന പതിനൊന്നുകാരി മാത്രമാണെങ്കിലും അവളുടെ ശരീരം വളർന്നിരുന്നു. ട്യൂഷൻ മാസ്റ്ററുടെ ചുമലിൽചാരി പുസ്തകത്തിലേക്കെത്തി നോക്കിയതും സഹപാഠിയായ ആൺകുട്ടിയെ അടിച്ചു തോല്പിച്ചതും ക്ഷമചോദിച്ചുകൊണ്ട് അവന് കത്തെഴുതിയതും ലൈംഗികതയുടെ നിയമങ്ങളുമായി ബന്ധപ്പെടുത്തി മാത്രമാണ് വ്യാഖ്യാനിക്കപ്പെട്ടത്. തൽഫലമായി ആൺകുട്ടികളോടു സംസാരിക്കുന്നതും അന്യരുടെ മുമ്പിൽ ചെല്ലുന്നതും അവൾക്കു നിഷിദ്ധമായി. അവളുടെ വിദ്യാഭ്യാസം പെൺപള്ളിക്കൂടത്തിലേക്കു മാറ്റുകയും വീട്ടിനകത്തുമാത്രം ഒതുങ്ങിക്കഴിയാൻ അവൾ നിർബ്ബന്ധിതയാകുകയും ചെയ്തു. അമ്പിളിക്ക് ഉടുപ്പുകളുമായെത്തുന്ന ഒരു പുരുഷന്റെ ഓർമ്മകളായാണ് കഥയുടെ ആഖ്യാനം. ശരീരം പീഡനമായിത്തീർന്ന ആ പെൺകുട്ടിയുടെ വീക്ഷണമായിരുന്നുവെങ്കിൽ ഈ കഥ അപൂർവ്വമായ സ്ത്രൈണ ഭാവനയുടെ ഉദാത്തമാതൃകയാവുമായിരുന്നു.

ഒറ്റപ്പെടുന്ന സ്ത്രീത്വം

രാജലക്ഷ്മിയുടെ ഏറ്റവും മികച്ച കഥകളിലൊന്നായി പൊതുവെ പ്രശംസിക്കപ്പെട്ടിട്ടുള്ള 'പരാജിത'[14] ലൈംഗികതയുടെ അധൃഷ്യകല്പനകൾക്കു മുമ്പിൽ പരാജയമടയുന്ന ഒരു കുടുംബിനിയുടെ പാപചിന്തയുടെയും നിരാലംബതയുടെയും കഥയാണ്. ഈ അദ്ധ്യായത്തിൽ ഇതുവരെ പരിചയപ്പെട്ട മിക്ക കഥകളിലും ഭീതിയുടെ നിഴൽ വിരിച്ചു നില്ക്കുന്ന ഈ പാപചിന്ത സ്ത്രീകളെ വിടാതെ പിന്തുടരുന്ന ഭീഷണ യാഥാർത്ഥ്യമാണ്. ലൈംഗികതാസ്ഥാപനത്തെ സംരക്ഷിച്ചു നിർത്തുന്ന പ്രധാനശക്തി സ്ത്രീയുടെ പാപഭീതിയാണെന്നു പറയുന്നതിൽ തെറ്റില്ല. ഈ പാപഭീതിയെ അവരിൽ നിരന്തരം സൃഷ്ടിച്ചു കൊണ്ടിരിക്കയാണ് പുരുഷാധിപത്യവ്യവസ്ഥ ചെയ്യുന്നത്. ഇത്തരം പാപചിന്തകൾ അവയുടെ സ്രഷ്ടാക്കളായ പുരുഷന്മാർക്ക് അനുഭവിക്കേണ്ടതില്ല. 'തേവിടി

ശ്ശിയെയാണെനിക്കിഷ്ടം. നീയൊരു തേവിടിശ്ശിയാവ്...' എന്നു പ്രഖ്യാപിക്കാൻ പുരുഷനു കഴിയും. (അന്തർജ്ജനത്തിന്റെ 'പ്രതികാരദേവത' എന്ന കഥ) സ്ത്രീയുടെ ഈ പ്രത്യേകാനുഭവത്തെ രാജലക്ഷ്മിയുടെ ഈ കഥ കുറെക്കൂടി സൂക്ഷ്മമായി അനാവരണം ചെയ്യുന്നു.

'പരാജിത'യിലെ നിർമ്മലയുടെ ഭർത്താവ് വിദേശത്തും ഏകമകൻ ദൂരെ ബോർഡിങ് സ്കൂളിലുമാണ്. ഏകാന്തവും വിരസവുമായ ജീവിതത്തിൽനിന്നും ഒരാശ്വാസമെന്ന നിലയിൽ ഗവേഷണപഠനത്തിനു ചേർന്നിരിക്കയാണവൾ. ഗവേഷണകേന്ദ്രത്തിന്റെ അവിവാഹിതനായ ഡയറക്ടർ, നിർമ്മലയുടെ മനസ്സിൽ ഏതോ അജ്ഞാതചലനങ്ങൾ സൃഷ്ടിച്ചുതുടങ്ങുന്നു. അദ്ദേഹവുമായി ഇടപഴകുമ്പോൾ ഒരു വിരൽസ്പർശംപോലും സംഭവിക്കാതിരിക്കാൻ അവളുടെ മനസ്സ് അതീവ ജാഗ്രതപുലർത്തുന്നു. ഡയറക്ടറുടെ മുറിയിൽ കയറിയാലുടനെ അവൾക്കു സമാധാനം നഷ്ടമാകും. 'മനുഷ്യരുടെ ഇടയിൽ നിന്നൊക്കെ വളരെ ദൂരെയാണ് താനെന്നൊരു തോന്നലാണ്' അവിടെ പ്രവേശിക്കുമ്പോൾ. പക്ഷേ, അയാളുടെ മുറിയിൽ ചെല്ലാൻ അവളാഗ്രഹിച്ചുപോവുകയും ചെയ്യുന്നു! അവളുടെ ചിന്തകൾ കറങ്ങിത്തിരിഞ്ഞ് ഒടുവിൽ വന്നുനില്ക്കുന്നതും അയാളിലായിരിക്കും.അബദ്ധവശാലൊരിക്കൽ ഇരുവരുടെയും ശിരസ്സുകൾ തമ്മിൽ പതുക്കെയൊന്നു സ്പർശിച്ചപ്പോൾ അവളുടെ മുഖത്ത് രക്തം അടിച്ചു കയറി; അയാളുടെ തല തൊട്ടേടം പൊള്ളുന്നുവെന്നു തോന്നി.

ഭാര്യയും മാതാവുമായ നിർമ്മലയിൽ അക്ഷന്തവ്യമായ അപരാധചിന്ത ജനിപ്പിക്കാൻ ഈ സംഭവങ്ങൾ ധാരാളമായിരുന്നു. ജീവിതത്തെ സ്വയം വിമർശനം ചെയ്യാൻപോലും അതവളെ പ്രേരിപ്പിക്കുന്നു. വിവേകശൂന്യമായ തന്റെ വിവാഹതീരുമാനത്തിൽ ഒരുവേള അവൾ പശ്ചാത്തപിച്ചു. എതിർത്തുനിന്ന ബന്ധുക്കളോടുള്ള വാശി മാത്രമായിരുന്നു അത്. ദാമ്പത്യജീവിതം ലൈംഗികാനുഭവങ്ങളുടേതുമായിരുന്നില്ല. 'അന്നും ഇന്നും രവിയുടെ അടുത്ത് പ്രത്യേകമായ വികാരമൊന്നും തോന്നിയിട്ടില്ല!' എന്ന് ഓർക്കുന്ന നിർമ്മല ദാമ്പത്യത്തോടുള്ള വിരക്തിയാണ് രഹസ്യമായി സൂക്ഷിക്കുന്നത്.

ഡയറക്ടറെന്ന അന്യപുരുഷനെ മനസ്സിൽ വഹിക്കുന്നത്, ഭാര്യയുടെ ലൈംഗികനിഷ്ഠയ്ക്കു ചേർന്നതല്ലെന്നറിഞ്ഞിട്ടും അവളുടെ ചിന്തകൾക്ക് അയാളിൽനിന്നും വിമുക്തിയില്ലാതായി. അയാളുടെ ചുരുണ്ടമുടി, കൂട്ടിത്തൊടണമോ എന്നു സംശയിച്ചുനില്ക്കുന്ന കനത്ത പുരികങ്ങൾക്കുതാഴെ അറ്റം തുടുത്ത വലിയകണ്ണുകൾ, ഇരുണ്ട മുഖത്തെ നനുത്തമീശ, ചടച്ചുനീണ്ട വിരലുകൾ-എന്നിങ്ങനെ അതിസൂക്ഷ്മമാണ് അവളുടെ നിരീക്ഷണങ്ങൾ. ഏതു ബഹളത്തിനിടയിലും അയാളുടെ കാറിന്റെ 'ഹോൺ' ശബ്ദം അവൾക്കു തിരിച്ചറിയാം; ആ ഡോർ അടയുന്ന ശബ്ദംപോലും. അയാൾ വരാതിരുന്ന ദിവസം അവൾ വല്ലാതെ

അസ്വസ്ഥയാവുകയും വരില്ലെന്നറിഞ്ഞിട്ടും കാത്തിരിക്കുകയും ചെയ്യുന്നു. കുറ്റബോധത്താൽ വലയം ചെയ്യപ്പെടുന്ന നിർമ്മല തന്റെ കുടുംബഫോട്ടോ എടുത്തുവെച്ചും ഭർത്താവിനു കത്തെഴുതാൻ തുനിഞ്ഞും ആശ്വാസം കണ്ടെത്താൻ ശ്രമിക്കുന്നു.

ഒരുദിവസം അവിചാരിതമായി ഡയറക്ടർ അവളുടെ കരം ഗ്രഹിക്കുകയാണ്. ഒരു നിമിഷം, 'അവൾ അറിയാതെ കൈമലർന്നു'. തന്റെ നിയന്ത്രണശേഷി നഷ്ടമാവുന്നുവെന്ന് അവൾക്കു തോന്നി. കൈ വലിച്ചെടുത്ത് അവൾ പുറത്തേക്കോടുകയായിരുന്നു. ആ പ്രതിസന്ധിയിൽനിന്നും തന്നെ രക്ഷിക്കാൻ മകനു മാത്രമേ കഴിയുകയുള്ളൂ എന്ന പ്രതീക്ഷയോടെ അവൾ അവനെ ചെന്നുകാണുന്നു. പക്ഷേ, ഒരാൺകുട്ടിയെന്ന നിലയിൽ, അമ്മയോടുള്ള ആശ്രിതത്വം തന്റെ ആണത്തത്തിനു നിരക്കുന്നതല്ലെന്ന് മകൻ പഠിച്ചുകഴിഞ്ഞിരുന്നു. മകനിലും ആശ്രയമില്ലാതെ ഹതാശയായ നിർമ്മല തന്റെ ഉൽക്കണ്ഠകളുമായി തിരിച്ചു പോരുന്നു.

പെൺലൈംഗികതയുടെ സ്വപ്നങ്ങളും ലൈംഗികതയുടെ അധീശത്വനിയമങ്ങളും തമ്മിലുള്ള സംഘർഷങ്ങളുടെ ചിത്രങ്ങളാണ് ഇതുവരെയുള്ള മിക്ക കഥകളിലും. ഈ സംഘർഷങ്ങളുടെ ഫലമായി സ്ത്രീയുടെ ജീവിതം നിതാന്തമായ പാപബോധത്താൽ പീഡിതവും ഭയവിഹ്വലവുമായിത്തീരുന്നതും ഈ കഥകൾ കാണിച്ചുതരുന്നു. ഈ പാപചിന്തയാണ് ഇവയുടെ പൊതുവായ സവിശേഷതയും. ഈ കഥകൾ പലതും ദുർബ്ബലങ്ങളോ അവയുടെ പ്രതിഷേധം സൗമ്യസ്വരത്തിലുള്ളതോ ആവാം; കഥാപാത്രങ്ങൾ പരാജിതരാവുകയും ചെയ്തിരിക്കാം. എന്നാൽ പുരുഷാധിപത്യവ്യവസ്ഥ പെൺലൈംഗികതയ്ക്കു നേരെ ഉയർത്തുന്ന നിരോധനങ്ങളും അതു സൃഷ്ടിക്കുന്ന മഹാഭീതിയും പരിഗണിക്കുമ്പോൾ അവ നിർവ്വഹിക്കുന്നത് വിമോചനധർമ്മംതന്നെയാണെന്നു പറയേണ്ടിവരുന്നു. ആധിപത്യവ്യസ്ഥയുടെ മൂല്യങ്ങൾ സ്ത്രീയുടെ സ്വാഭാവികലൈംഗികതയെ നിരോധിക്കുന്നവയാണെന്നു തെളിയിക്കുവാൻ ഈ കഥകൾക്കു കഴിയുന്നുണ്ട്. സ്ത്രൈണ ലൈംഗികതയുടെ സങ്കീർണ്ണതകൾ പാപബോധമെന്ന ഏകപ്രമേയത്തിലേക്കു പരിമിതപ്പെട്ടുപോവുന്നു എന്നത് ഈ കഥകളുടെ ഒരു പോരായ്മയാണ്. സ്ത്രീരചനകളുടെ ഈ പരിമിതി മാധവിക്കുട്ടിയുടെ കഥകളിലൂടെ ലംഘിക്കപ്പെടുന്നു. ലൈംഗികതയുടെ സങ്കീർണ്ണതകളിലേക്കു കടന്നുചെല്ലാനും അതിന്റെ സ്ഥാപനവല്കൃതപ്രവണതകളെ വെല്ലുവിളിക്കാനുമാണ് പ്രസ്തുത കഥകളുടെ ഉദ്യമം.

ശരീരം സ്ത്രീയുടെ അഭിമാനകരമായ അനുഭവമായി മാറുന്നുവെന്നതാണ് മാധവിക്കുട്ടിയുടെ കഥകളിൽ കാണുന്ന മറ്റൊരു സവിശേഷത. അന്തർജ്ജനത്തിന്റെ 'പ്രതികാരദേവത'യിലും 'കുറ്റസമ്മത'ത്തിലും ഈ അനുഭവത്തിന്റെ ചില ആദ്യപ്രകാശങ്ങൾ നാം കണ്ടുകഴിഞ്ഞു. ശരീര

വുമായുള്ള താദാത്മ്യവും അതിന്റെ ആവിഷ്കാരവും സുപ്രധാനമായ വിമോചനപ്രവർത്തനമാണ്. അധീശസംസ്കാരവും സാഹിത്യവും സ്ത്രീയെ ശരീരത്തിൽനിന്നും അന്യവല്ക്കരിക്കുകയും സ്ത്രീശരീരത്തെ പുരുഷന്റെ ഉപഭോഗവസ്തുവായി ചിത്രീകരിക്കുകയും ചെയ്യുമ്പോൾ ശരീരത്തെ സ്നേഹിക്കുവാനാണ് സ്ത്രീയുടെ ആവിഷ്കാരങ്ങൾ പഠിപ്പിക്കുക. സ്ത്രീശരീരത്തെ സംബന്ധിച്ച് അധീശവർഗ്ഗമായ പുരുഷൻമാർ സൃഷ്ടിച്ച അർത്ഥങ്ങൾക്കുപകരം സ്ത്രീയുടേതായ അർത്ഥങ്ങൾ സൃഷ്ടിക്കപ്പെടുന്നുവെന്നതാണ് അതിന്റെ മറ്റൊരു ഫലം. മോളി ഹൈറ്റിന്റെ നിരീക്ഷണം ഈ സന്ദർഭത്തിൽ ശ്രദ്ധേയമായി തോന്നുന്നു. മൂകജീവിയായി മാറ്റപ്പെട്ട സ്ത്രീ, സ്ത്രൈണാഭിലാഷങ്ങളും സ്ത്രൈണലൈംഗികതയും വൈകാരികാനുഭവങ്ങളും ബോധപൂർവ്വം ആവിഷ്കരിക്കുമ്പോൾ ശരീരത്തിന്റെ യഥാർത്ഥമായ അസ്തിത്വത്തിനു ശബ്ദം നല്കുകയാണു ചെയ്യുന്നതെന്ന് ഹൈറ്റ് പറയുന്നു. അധീശവർഗ്ഗത്തിന്റെ അർത്ഥവ്യവസ്ഥയുടെ ഉല്പന്നമായ ആ ശരീരം, സ്വയം അർത്ഥങ്ങൾ ഉല്പാദിപ്പിക്കുന്ന ഒന്നായി മാറുന്നു. ശരീരവുമായുള്ള താദാത്മ്യത്തെക്കുറിച്ച് സ്ത്രീ എഴുതുമ്പോൾ, മൂകമെന്നും നിശ്ചേഷ്ടമെന്നും നിർവ്വചിക്കപ്പെട്ട സ്ത്രീത്വം ദുഷ്കരമായൊരു വ്യവഹാരമായി പുരുഷാധിപത്യവ്യവസ്ഥയെ ശല്യംചെയ്യുകയാണ് ചെയ്യുന്നതെന്നും ഹൈറ്റ് എഴുതുന്നു.[15] 'സ്ത്രീത്വ'ത്തിന്റെ നടപ്പുനിർവ്വചനങ്ങൾ പലതും അപ്രസക്തങ്ങളായിത്തീരുന്നുവെന്നാണ് ഇതുസൂചിപ്പിക്കുന്നത്. അതിനാൽ 'സ്ത്രീത്വ'ത്തെ പുരുഷനിർവ്വചനങ്ങളിൽനിന്നും മോചിപ്പിക്കുകയും സ്ത്രീയുടേതായ അർത്ഥങ്ങളിലേക്കു സംക്രമിപ്പിക്കുകയും ചെയ്യുവാനുള്ള ഉദ്യമമാണ് ലൈംഗികതയെ സംബന്ധിച്ച സ്ത്രീരചനകളെന്നു കാണേണ്ടിയിരിക്കുന്നു.

എഴുത്തുകാരികൾ ശരീരത്തെക്കുറിച്ചെഴുതേണ്ടതിന്റെ പ്രാധാന്യം ഹെലൻ സിസു തന്റെ പ്രശസ്തമായ പഠനത്തിലും വ്യക്തമാക്കിയിട്ടുണ്ട്. തങ്ങളുടെ ശരീരങ്ങളിൽനിന്നും മുഖം തിരിഞ്ഞു നില്ക്കാനും ശരീരത്തെ അവഗണിക്കാനും അർത്ഥശൂന്യമായ ലൈംഗികസംശുദ്ധിയുപയോഗിച്ച് ശരീരത്തെ പീഡിപ്പിക്കുവാനുമാണ് സ്ത്രീകൾ അപമാനകരമാംവിധം പഠിപ്പിക്കപ്പെടുന്നതെന്ന് സിസു എഴുതുന്നു. അതിനാൽ സ്ത്രീകൾ അവരുടെ ശരീരങ്ങൾ മുഖേന എഴുതണമെന്നുപോലും സിസു പറയുന്നുണ്ട്. എല്ലാതരം വിഭാഗീയതകളെയും വർഗ്ഗങ്ങളെയും ചട്ടങ്ങളെയും തകർക്കുന്ന, എല്ലാറ്റിലും പടർന്നു കയറുന്ന അലംഘനീയമായ ഒരു ഭാഷതന്നെ അതിനുവേണ്ടി കണ്ടെത്തേണ്ടതുണ്ടെന്നും സിസു ആവശ്യപ്പെടുന്നതു കാണാം.[16] നമ്മുടെ എഴുത്തുകാരികളുടെ കഥകളിലെ, പ്രത്യേകിച്ചും മാധവിക്കുട്ടിയുടെ കഥകളിലെ, സ്ത്രൈണലൈംഗികതയുടെയും സ്ത്രീശരീരത്തിന്റെയും ആവിഷ്കാരോദ്യമങ്ങൾ അടുത്തറിയുന്നതിന് ഹൈറ്റും സിസും മറ്റും മുന്നോട്ടുവെക്കുന്ന ഇത്തരം

വീക്ഷണങ്ങൾ സഹായകമാണ്.

'ശരീരം സ്ഥാപിക്കുന്ന അടിമത്ത'ത്തെക്കുറിച്ചുള്ള കഥയാണ് 'ചതുരംഗ'മെന്ന് ഈ കഥ പ്രസിദ്ധീകരിക്കപ്പെട്ട കാലത്ത് മാധവിക്കുട്ടിതന്നെ അഭിപ്രായപ്പെട്ടിട്ടുണ്ട്[17]. ഈ 'അടിമത്തം', ശരീരത്തെ സ്നേഹിക്കുന്ന ഏതൊരു സ്ത്രീയും അധീശവ്യവസ്ഥയിൽനിന്നും ഏറ്റുവാങ്ങേണ്ട ഒരനിവാര്യതയാണ്. 'ചതുരംഗ'ത്തിലെ അചല, ഭാര്യയെന്ന നിലയിൽ ലൈംഗികസംശുദ്ധി പാലിക്കേണ്ടവളാണെന്നതിൽ സംശയമില്ല. പക്ഷേ, ഭർത്തൃസ്നേഹിതനും വൃദ്ധനുമായ സൗമ്യമൂർത്തിയുമായുള്ള ബന്ധവും അയാൾ 'തന്റെ ഉള്ളിൽ കടന്നുകൂടിയതുപോലെ'യുള്ള ചിന്തകളും ആ സംശുദ്ധിക്കു കളങ്കമേല്പിച്ചിരിക്കുന്നു. അതിനാൽ അയാളുമായുള്ള 'സ്നേഹ'മല്ല, പ്രത്യുത നിയമലംഘനമെന്ന പാപമാണ് അവൾ നേരിടുന്ന യാഥാർത്ഥ്യം. പാപബോധത്തിന്റെ പേടിപ്പിക്കുന്ന ഓർമ്മകളിലാണ് അവൾ കഴിയുന്നതും. സൗമ്യമൂർത്തിയുമായുള്ളതും അവൾ 'സ്നേഹ'മെന്നു വിശേഷിപ്പിക്കുന്നതുമായ ബന്ധത്തെക്കുറിച്ചുള്ള സ്മരണകളിൽ ശരീരവും സ്നേഹവും അഗാധമായി ലയിച്ചുചേർന്നിരിക്കുന്നു:

'... അതു എന്റെ ശരീരത്തിന്റെ എല്ലാ ഘടകങ്ങളുടെയും പ്രവർത്തനമാണ്. അദ്ദേഹത്തിന്റെ മുഖത്ത് സഞ്ചരിക്കുവാൻ, എന്റെ കണ്ണുകൾ പലപ്പോഴും ചെയ്തിട്ടുള്ളതുപോലെ ആ വിടവുകളിലും ചുളിവുകളിലും ഒരന്വേഷണത്തോടെ സഞ്ചരിക്കുവാൻ, സ്വന്തമായ ഒരു ബുദ്ധിയോടെ വെമ്പുന്ന എന്റെ തണുത്ത കൈവിരലുകളുടേയും സ്വന്തം സ്വസ്ഥതയ്ക്കു തങ്ങളേക്കാൾ പഴക്കംചെന്ന ആ കൈകാലുകളുടെ ആശ്ലേഷം ആവശ്യപ്പെടുന്ന എന്റെ പാവപ്പെട്ട കൈകാലുകളുടെയും... മറ്റെല്ലാറ്റിന്റെയും ഒന്നിച്ചുള്ള പ്രവർത്തിക്കലാണ് ഈ സ്നേഹം....'

അത്രയേറെ അഗാധമാണ് സ്നേഹമെങ്കിലും അത്രതന്നെ തീവ്രമായ ആത്മസംഘർഷവും ഭീതിയും അവളനുഭവിക്കുന്നു! ഇത്തിരിയാശ്വാസം തേടി സിനിമാശാലയിലും പാർക്കിലും അലയുന്ന അചലയ്ക്ക് ഓർമ്മകളുടെ പീഡനത്തിൽനിന്നും മുക്തിനേടാനാവുന്നില്ല. കാമുകനോടും ഭർത്താവിനോടും സത്യസന്ധത പുലർത്താനാവണമെങ്കിൽ മരണം മാത്രമേ പോംവഴിയുള്ളുവെന്നു ചിന്തിക്കുന്ന അചല ആത്മഹത്യയിൽനിന്നും പിന്തിരിയുകയാണ്. പകരം നിതാന്തമായ ഏകാന്ത ജീവിതം സ്വീകരിക്കാൻ തയ്യാറാവുന്നു.

'ഇനിമുതൽ നിന്റെ കണ്ണുകളിൽ നിന്റെ സ്വന്തം മുഖം മാത്രമേയുണ്ടാവുകയുള്ളൂ. നിന്റെ കാതുകളിൽ നിന്റെ സ്വന്തം സ്വരവും... ഈ ഏകാന്തതയോടാകട്ടെ, നിന്റെ ഇനിയത്തെ അനുരാഗം.'

അവൾ തന്റെ 'പാപഭാരം ഒരു കൊടിക്കൂറപോലെ' ഏറ്റെടുക്കുന്നു.

'തരിശുനില' (*എന്റെ ചെറുകഥകൾ*)ത്തിലെ നായിക പ്രത്യക്ഷത്തിൽ പാപചിന്തയോ കുറ്റബോധമോ പ്രകടിപ്പിക്കുന്നില്ലെങ്കിലും ഒരു കുടുംബിനിയായ അവൾക്ക് വിവാഹിതനായ കാമുകനുമായുള്ള വില

ക്കപ്പെട്ട ബന്ധം ദുഃഖവും നിരാശയും മാത്രമേ നല്കുന്നുള്ളൂ. ആ ബന്ധത്തെ, അവർ തമ്മിലുള്ള സ്നേഹത്തെ, 'വെറും ഒരു കുട്ടിക്കളി'യായി മാത്രമേ കാമുകൻ കാണുന്നുള്ളൂ. ആ 'സ്നേഹ'ത്തിൽ നിന്നും സ്വതന്ത്രനായി മറ്റൊരു വിവാഹബന്ധത്തിലേർപ്പെട്ട അയാളെ വർഷങ്ങൾക്കുശേഷം ക്ഷണിച്ചുവരുത്തിയ അവൾക്ക്, അയാളിൽനിന്നും ഗർഭം ധരിച്ച് ഒരു കുഞ്ഞിനെ പ്രസവിക്കുകയും അയാളെ കുരുക്കിൽപ്പെടുത്തുകയും ചെയ്യുക എന്നൊരു ഗൂഢപദ്ധതികൂടിയുണ്ടായിരുന്നു. 'എന്തുകൊണ്ട് തനിക്കും വിജയിച്ചുകൂടാ?'- അവൾ സ്വയം ചോദിച്ചു. സ്നേഹം മൃദുവാക്കുന്ന വാക്കുകൾക്കുവേണ്ടി ദാഹിച്ച ഫലപുഷ്ടിയില്ലാത്ത തരിശുനിലമായിരുന്നു അവളുടെ ഹൃദയം. 'രാത്രിയിൽ മാത്രം ഭംഗിവാക്കുകൾ ഉപയോഗിച്ചുകൊണ്ട് തന്നോടടുക്കുന്ന' ഒരു ഭർത്താവും അസ്വസ്ഥമായൊരു ദാമ്പത്യവും അവൾക്കുണ്ട്. അനിഷ്ടകരവും മർദ്ദകവുമായ ലൈംഗികതയുടെ പ്രതീകമാണയാൾ. കുടുംബിനിയുടെ ആശ്രിതത്വം കാരണമാണ് അവൾക്ക് ആ ലൈംഗികതയ്ക്കു വിധേയയാവേണ്ടി വരുന്നതും.

സ്ത്രീയുടെ അന്തസ്സംഘർഷവും ലൈംഗികാഭിലാഷവും പ്രതിഫലിപ്പിക്കുന്ന ദൃശ്യംപോലെയാണ്, അവരുടെ മുമ്പിൽ, 'മഴവെള്ളം വീണ് വീർത്ത കടൽ കാമവിവശയായ ഒരു സ്ത്രീയെപ്പോലെ നിശ്വസിക്കുകയും കിടന്ന് ഉരുളുകയും പതുക്കെ തേങ്ങുകയും ചെയ്തുകൊണ്ടിരിക്കുന്നത്.' അവളോടു സ്നേഹമുണ്ടെങ്കിലും അതു പ്രകടിപ്പിക്കാൻ ആ കാമുകൻ തയ്യാറാവുന്നില്ല. അയാളുടെ നിസ്സഹായതയിൽ ആർദ്രഹൃദയയാകുന്ന അവൾ തന്റെ ഗൂഢോദ്ദേശ്യം വെളിപ്പെടുത്തി ക്ഷമചോദിക്കുകയും എല്ലാം അവസാനിപ്പിച്ച് തിരിച്ചുപോരുകയും ചെയ്തപ്പോൾ, 'ചിരികളുടെയും വാക്കുകളുടെയും ചുംബനങ്ങളുടെയും സ്മരണകൾ' അവൾക്കു ചുറ്റും അലയടിച്ചിരുന്നു.

ലൈംഗികതയിലെ അധീശത്വനിയമങ്ങളെ ലംഘിക്കുന്ന സദാചാര നിഷേധിനികളെയാണ് ഇനിയുള്ള കഥകളിലും കാണുക. പക്ഷേ, അവരാരുംതന്നെ അപരാധചിന്തയ്ക്കു വശംവദരാകുന്നില്ല. അവരെല്ലാം സന്തുഷ്ടകളാണെന്ന് ഇതിനർത്ഥമില്ല. സമൂഹത്തിലെ അധീശത്വ മൂല്യങ്ങൾ ലംഘിക്കുന്ന സ്ത്രീകൾക്ക് സന്തുഷ്ടകളായി കഴിയാനാവില്ലല്ലോ. ആ മൂല്യനിരാസത്തിന്റെ ഭീഷണികൾ എപ്പോഴും അവർക്കുചുറ്റുമുണ്ടുതാനും. സ്ത്രീയെ ലൈംഗികമായി അടിച്ചമർത്തുന്ന സമൂഹത്തിൽ പതിവ്രതയോ ചാരിത്ര്യവതിയോ ആയി ജീവിച്ചുകൊണ്ട് ലൈംഗികതയുടെ നിയമങ്ങളെ പരിപാലിക്കുവാൻ സ്ത്രീ ബാദ്ധ്യസ്ഥയല്ലെന്ന് ഓർമ്മിപ്പിക്കുകയാണ് ഈ കഥകളെല്ലാം. സ്ത്രീ, തന്റേതായ യാഥാർത്ഥ്യങ്ങളും സ്വപ്നങ്ങളും ഉൽക്കണ്ഠകളും പ്രകാശിപ്പിക്കുമ്പോൾ അവ ഉൾക്കൊള്ളുവാൻ പുരുഷാധിപത്യവ്യവസ്ഥയ്ക്കു കഴിയാത്തതുകൊണ്ടും അതിന്റെ നിയമങ്ങൾ സ്ത്രീയുടെ അനുഭവങ്ങൾക്കു നിരക്കാത്തവയാ

യതുകൊണ്ടും മൂല്യലംഘനങ്ങൾ സ്വാഭാവികമാണ്. അവ എത്ര ദുർബ്ബലങ്ങളായാൽപ്പോലും പ്രാധാന്യമർഹിക്കുന്നുവെന്നും ശബ്ദം അടിച്ചമർത്തപ്പെട്ടേടത്ത് ഒരു മൃദുനിസ്വനമെങ്കിലും പുറപ്പെടുവിക്കാനാവുന്നത് വിമോചനസൂചകമാണെന്നും ഈ കഥകളിലൂടെ നമുക്ക് അംഗീകരിക്കേണ്ടി വരുന്നു.

ശരീരത്തെ സ്നേഹിക്കുകയും അതിന്റെ അഭിലാഷങ്ങൾ വിലമതിക്കുകയും ചെയ്യുന്ന സ്ത്രീയുടെ വിഷാദങ്ങളാണ് 'തണുപ്പ്' (*എന്റെ ചെറുകഥകൾ- ഭാഗം ഒന്ന്*). ദാമ്പത്യത്തിൽ ലൈംഗികതയുടെ പൂർത്തീകരണമനുഭവിച്ചിട്ടില്ലാത്ത അവൾ, സ്നേഹം സ്ഥിതിചെയ്യുന്നത് ശരീരത്തിലല്ലെന്നും അദൃശ്യമായ ഏതോ കേന്ദ്രത്തിലാണെന്നും മറ്റുമുള്ള ഭർത്താവിന്റെ അജ്ഞേയവാദത്തിൽ വിശ്വാസമർപ്പിക്കുന്നില്ല.

'അദ്ദേഹത്തിനു ആവശ്യമില്ലാത്ത എന്റെ ഈ ശരീരത്തെ മെത്തയിൽ പുതപ്പുകൾക്കിടയിൽ കിടത്തി വിശ്രമിക്കുമ്പോൾ ഞാൻ അപരാധബോധത്തോടെ തേങ്ങും. കാരണം ഞാൻ ഈ പാവപ്പെട്ട ശരീരത്തെ സ്നേഹിക്കുന്നു. ഇതിന്റെ അഭിനിവേശങ്ങൾ എനിക്കറിയാം. ഒരിക്കലും സാധിക്കാൻ കഴിയാത്ത ചില മോഹങ്ങൾ, ആ വിരലുകളുടെ ലാളനകൾ, ആ രക്തവുമായുള്ള സംഗമം.'

അവഗണിക്കപ്പെടുന്ന ശരീരത്തെക്കുറിച്ച് മാത്രമാണ് അവളുടെ അപരാധബോധം. ഭർത്താവിന്റെ സ്നേഹസാന്ത്വനങ്ങളനുഭവിക്കുന്നവളെങ്കിലും, ശരീരത്തിന്റെ ആവിഷ്കാരവും സാക്ഷാൽക്കാരവും അവൾക്കാവശ്യമായിരിക്കുന്നു. 'ആത്മാവിന്റെ വേരുകൾ ശരീരത്തിലേക്കിറങ്ങി വളരുന്നു'വെന്നു വിശ്വസിക്കുന്ന ഇന്ദ്രജിത്തിലൂടെ അവൾ അതിനുവേണ്ടി ശ്രമിക്കുന്നു. 'ഈ ശരീരമാണ് മണ്ണ്. ഈ മണ്ണിൽ മാത്രമേ നമുക്കു നിലകിട്ടുകയുള്ളു. ഇതിൽ മാത്രമേ ജീവൻ വളരുകയുള്ളൂ'- അയാൾ പറയുമായിരുന്നു. ജീവിതത്തെപ്പറ്റിമാത്രം ഓർമ്മിപ്പിക്കുന്നതുകൊണ്ടും ശരീരത്തെ അഭിമാനപൂർവ്വം അംഗീകരിക്കുന്നതുകൊണ്ടുമാണ് കാമുകനുമായുള്ള ലൈംഗികവേളകൾ അവളെ അത്രയേറെ ആഹ്ലാദിപ്പിക്കുന്നത്. 'നീ എന്റെ ആകാശവും ഭൂമിയും നാലുദിക്കുകളും നിറഞ്ഞു നില്ക്കുകയാണ്. ഞാൻ സ്നേഹത്തെക്കൂടി മറക്കാം... എന്റെ ശരീരം നിന്റെ ഗൃഹമാകട്ടെ. ഒരു സ്ത്രീയുടെ വിചാരങ്ങളുമായി, നിന്റെ കീഴിൽ കിടന്നുകൊണ്ട് ഞാൻ ഈ നിമിഷത്തിൽ മരിക്കട്ടെ....'

ഈ ബന്ധത്തിലും 'ആത്മാവി'ന്റെയോ 'സ്നേഹ'ത്തിന്റെയോ സാന്നിദ്ധ്യം, അവ സാങ്കല്പികമായതുകൊണ്ടുതന്നെ, അവളനുഭവിക്കുന്നില്ല. അയാളുടെ അഭാവത്തിൽ എല്ലാം അയഥാർത്ഥങ്ങളായിത്തീർന്നു. ഒരു ഭാര്യയായ അവളുടെ യാഥാർത്ഥ്യങ്ങൾ വാർദ്ധക്യം ബാധിച്ച ഭർത്താവും തണുപ്പു ബാധിച്ച കുടുംബവുമാണ്. ഈ യാഥാർത്ഥ്യങ്ങൾക്കു പുറത്ത് സ്വാഭീഷ്ടപ്രകാരമെങ്കിലും നിയമവിരുദ്ധമായി സഫലീകരിക്കപ്പെട്ട അവളുടെ അഭിനിവേശങ്ങൾ മറ്റൊരു യാഥാർത്ഥ്യത്തെക്കൂടി

അവൾക്കു നല്കിയിരിക്കുന്നു. അവളുടെ ശരീരത്തിന്റെ ഉർവ്വരതയിൽ ഒരു പുതുജീവൻ വളരുകയാണ്. അവൾക്കതിൽ അസ്വസ്ഥചിന്തകളോ പാപബോധമോ ഇല്ല. ഭർത്താവു തിരിച്ചെത്തുമ്പോൾ ആ രഹസ്യം അവളറിയിക്കും. അവൾ ശരീരത്തോടും ലൈംഗികതയോടും മാതൃത്വത്തോടും സത്യസന്ധത പുലർത്തുന്നു.

താരതമ്യേന പ്രസന്നമായ ഒരന്തരീക്ഷമുള്ള 'രാജാവിന്റെ പ്രേമഭാജനം' (*എന്റെ ചെറുകഥകൾ- ഭാഗം ഒന്ന്*) എന്ന കഥയിലും, സ്ത്രീക്ക് അനുശാസിക്കപ്പെട്ടിരിക്കുന്ന ലൈംഗികപദവിയും സന്മാർഗ്ഗ ബാദ്ധ്യതകളുമെല്ലാം കീഴ്മേൽ മറിയുന്നു. കഥാകാരി നേരിട്ടു പറയുന്ന രീതിയിലാണ് കഥയുടെ ആഖ്യാനം. കവയിത്രിയും ഭർത്തൃമതിയുമായ അവൾ വാർദ്ധക്യം ബാധിച്ചുതുടങ്ങിയ, തന്റെ പ്രേമഭാജനമായ രാജാവിനെത്തേടി ഹോട്ടൽ മുറിയിലെത്തിയിരിക്കയാണ്. അടിപ്പാവാടയും ജാക്കറ്റും മാത്രമണിഞ്ഞ് അവൾ തന്റെ ആദർശപുരുഷനായ രാജാവിനോടൊപ്പം ശയിക്കുന്നു. സുന്ദരനും യുവാവും വിദേശിയുമായ 'ജീനോ'എന്ന ബാല്യകാലകാമുകന്റെ കിടപ്പറയിൽനിന്നാണ് അവൾ വരുന്നതെന്ന സത്യം അവൾ മറച്ചുവെക്കുന്നില്ല. അവൾ 'ഒരു പതിവ്രതയുടെ ഹൃദയഭാരവും പേറിക്കൊണ്ട്' ജീനോയുടെ കിടപ്പറയിൽ പ്രവേശിച്ചതിനു കാരണമുണ്ട്. അവളുടെ പതിനഞ്ചാം വയസ്സിൽ ജീനോ അവളുമായി ലൈംഗികബന്ധത്തിലേർപ്പെട്ടിരുന്നു.' അവരവിടെ ഒരു 'പഴയ വികാരം' കൈമാറി. അതു പ്രേമമാണോ? അവൾക്കറിയില്ല. ജീനോവുമായുള്ള ബന്ധത്തിൽ അസൂയാലുവാകുന്ന രാജാവിനോട് അവൾ പറയുന്നത്, ജീനോവിന്റെ കരവലയത്തിൽ കിടക്കുമ്പോഴും അവളുടെ വിചാരങ്ങൾ രാജാവിനെക്കുറിച്ചായിരുന്നുവെന്നാണ്.

പൗരുഷത്തിന്റെ ആദർശമാതൃകയാണ് ഈ കഥയിലെ രാജാവ്. പുരുഷനിൽനിന്നും സ്ത്രീ പ്രതീക്ഷിക്കുന്നതെന്തെല്ലാമോ അവയൊക്കെ രാജാവിൽനിന്നും അവളനുഭവിക്കുന്നുണ്ട്. മറയ്ക്കാൻ ആഗ്രഹിക്കുന്ന ഭാഗങ്ങളിൽ ചുംബിക്കുന്ന, ലജ്ജയും അപകർഷതയും ചുംബിച്ചുനീക്കുന്ന പുരുഷനാണയാൾ. മുഖത്തു ചുടുനിശ്വാസമേല്പിക്കുകയും കാതിൽ അർത്ഥമില്ലാത്ത ഓമനവാക്കുകൾ മന്ത്രിക്കുകയും നക്കുകയും കടിക്കുകയും മുറിവേല്പിക്കുകയും ചെയ്യുന്ന വീരപുരുഷൻ; എല്ലാ ഗുണങ്ങളുടെയും പ്രതീകം. അത്തരമൊരു പുരുഷനെയായിരുന്നു അവൾക്കാവശ്യമെന്നതിനാൽ അവളാ രാജാവിന്റെ അടിമയും പോറ്റമ്മയും വെപ്പാട്ടിയുമായി. അയാളുടെ 'അവയവാന്തരങ്ങളിലോരോന്നിലും' സഞ്ചരിക്കുവാൻ അവളുടെ വരളുന്ന നാവ് വെമ്പി.

പൗരുഷത്തിന്റെ മറ്റൊരു മാതൃകയാണ് ജീനോ. ലിംഗോപാസനാപരമായ ബന്ധത്തിന്റെ പ്രതീകം; സംഭോഗത്തിന്റെ ആദ്യാനുഭവങ്ങൾ പങ്കിട്ട പുരുഷൻ. ജീനോയുമായി ആ 'പഴയ വികാരം' അവൾ കൈമാറുന്നുവെങ്കിലും രാജാവിന്റെ ആദർശരൂപത്തിനുമുമ്പിൽ അയാൾ നിഷ്പ്ര

ഭനാണ്. അവളുടെ കവിതകളിലെ പ്രേമവിവരണങ്ങൾ വായിച്ച് ഉത്തേജിതരായി അവളെ സഹശയനത്തിനു ക്ഷണിക്കുന്ന മാന്യന്മാരും പൗരുഷത്തിന്റെ പ്രതീകങ്ങൾതന്നെ.

തന്നെ വിട്ടുപോവരുതെന്ന് വാർദ്ധക്യം ബാധിച്ച സ്വരത്തിൽ അപേക്ഷിക്കുന്ന രാജാവ്, ആ അപേക്ഷയിലൂടെ അവൾക്കു കീഴടങ്ങുകയാണ് ചെയ്യുന്നത്. അതവളാഗ്രഹിക്കുന്നില്ല, കാരണം വിധേയനായ പുരുഷനെയല്ല, വീരപുരുഷനെയാണ് അവൾക്കാവശ്യം. രാജാവിനെ വീരപുരുഷനായി നിലനിർത്തുവാൻ വേണ്ടിയാണ് അയാളെ ഉപേക്ഷിച്ചുപോവാൻ അവൾ തീരുമാനിക്കുന്നത്. വീരപുരുഷസങ്കല്പം കാത്തുസൂക്ഷിക്കാൻ അവളാഗ്രഹിക്കുന്നു.

'ഗ്യാൻചന്ദി'ലെ (*എന്റെ ചെറുകഥകൾ- ഭാഗം ഒന്ന്*) രാജി പരപുരുഷബന്ധം അതിലാഘവത്തോടെ സ്വീകരിക്കുന്നവളാണ്. പ്രേമവും സദാചാരവും ഈ കഥയിലും തിരസ്കരിക്കപ്പെടുന്നു. ഭർത്താവിനോടൊപ്പം സുഖവാസകേന്ദ്രത്തിലെത്തിയ രാജി, അയാളറിയാതെ, പണ്ടു തന്റെ ആരാദ്ധ്യകവിയായിരുന്ന ഗ്യാൻചന്ദുമായി ലൈംഗികബന്ധം പുലർത്തുന്നു. ഗ്യാൻചന്ദിന്റെ കവിതകളിലെ പ്രേമവർണ്ണനകളിൽ അവളാകൃഷ്ടയായിരുന്നുവെങ്കിലും, പ്രേമം വിഡ്ഢിത്തമാണെന്നും ശാരീരികസുഖമാണ് അതിന്റെ താല്പര്യമെന്നും അഴകുള്ള പേരുവിളിച്ച് കവികൾ അതിന്റെ മാനം കാക്കുകയാണെന്നും അവൾ പഠിച്ചുകഴിഞ്ഞിരിക്കുന്നു. പക്ഷേ, പേരെന്തായാലും 'ആ നശിച്ച വികാര'ത്തിന് ആരെയും കീഴടക്കാൻ കഴിയുമെന്നാണ് അവളുടെ വിശ്വാസം. ലൈംഗിക വേഴ്ചയ്ക്കുശേഷം ലൈംഗിക സദാചാരത്തോടുള്ള പരിഹാസമെന്നോണം ചിരിച്ചുകൊണ്ട് അവൾ ഗ്യാൻചന്ദിനോടു പറഞ്ഞു: 'ഞാനും ആദ്യമാണ് പാതിവ്രത്യം കളയുന്നത്' കുറ്റബോധത്തിനു പകരം അവൾക്ക് വിശപ്പാണ് തോന്നുന്നത്. വിശപ്പിന്റെ കാര്യം സൂചിപ്പിച്ച ഭർത്താവിനോട് അവൾ അർത്ഥഗർഭമായി പറഞ്ഞു,'അതു നല്ല ലക്ഷണമാണ്.'

പുരുഷനെ കീഴടക്കാനുള്ള അഭിവാഞ്ഛ ഏതൊരു സ്ത്രീക്കും ഉണ്ടാവും. അവൾ കീഴടക്കപ്പെട്ടിരിക്കുന്നു എന്നതാണ് അതിനു കാരണം. എന്നാൽ പുരുഷനു അധീശത്വമുള്ള അധികാരവ്യവസ്ഥ നിലനില്ക്കുവോളം അവനെ കീഴടക്കുക പ്രായോഗികമല്ല. കാരണം, വ്യവസ്ഥയുടെ അധികാരബന്ധങ്ങൾക്കുള്ളിൽ അവൻ സർവ്വാധികാരിയാണ്. എന്നാൽ പ്രസ്തുത അധികാരബന്ധങ്ങൾക്കകത്തു മാത്രമേ പുരുഷൻ സർവ്വാധികാരിയാവുന്നുള്ളൂ എന്നും ഇതിനർത്ഥമുണ്ട്. പ്രസ്തുത അധികാരഘടനയിൽനിന്നും മാറ്റിനിർത്തിയാൽ അവൻ നിസ്സാരനോ ദുർബ്ബലനോ ഭീരുവോ ആയി മാറാം. ചില പ്രത്യേക സാമ്പത്തിക ബന്ധങ്ങൾക്കുള്ളിൽ മാത്രമാണല്ലോ സ്വർണ്ണം മൂല്യമേറിയ ഒരു ലോഹമായിത്തീരുന്നത്. പ്രസ്തുത ബന്ധങ്ങൾ ഇല്ലാതായാൽ സ്വർണ്ണം ഒരു സാധാരണ ലോഹം മാത്രമാണ്. അതിനാൽ അധികാരഘടനയിൽനിന്നും പുരുഷനെ

വേർപെടുത്തിയെടുക്കുക എന്നതാണ് അവനെ കീഴടക്കാനുള്ള ഒരു മാർഗ്ഗം.

താല്ക്കാലികമായെങ്കിലും പുരുഷനെ കീഴടക്കാൻ സ്ത്രീയെ തുണയ്ക്കുന്നത് അവളുടെ ലൈംഗികതയാണ്. ലൈംഗികാഭിനിവേശം വ്യഞ്ജിപ്പിക്കുന്ന ഭാവങ്ങളും വാക്കുകളും ഇതര വ്യവഹാരങ്ങളും ഉപയോഗിച്ച് പുരുഷനെ അവന്റെ അധികാരപദത്തിൽനിന്നും ഇറക്കികൊണ്ടുവരാൻ കഴിഞ്ഞേക്കും. 'കണ്ണിണകൊണ്ടു കടുകു വറുക്കുന്ന പെണ്ണിനെ'ക്കുറിച്ചു പറയുമ്പോൾ കുഞ്ചൻ നമ്പ്യാർ ഓർമ്മിപ്പിക്കുന്നത് സ്ത്രൈണലൈംഗികതയുടെ പ്രകടനത്തിൽ നിലതെറ്റുന്ന പൗരുഷത്തെക്കുറിച്ചാണല്ലോ. മാധവിക്കുട്ടിയുടെ കഥകളിലെ സ്ത്രീകൾ പെൺലൈംഗികതയുടെ ഈ വിശിഷ്ട ശക്തിയിലൂടെ പുരുഷന്മാരെ കീഴടക്കുകയോ അസ്വസ്ഥരാക്കുകയോ അവരുമായി താദാത്മ്യം പ്രാപിക്കുകയോ ചെയ്യാൻ പരിശ്രമിക്കുന്നു.

ഇത്തരമൊരു കീഴടങ്ങൽ, 'ആകൃതിയിലും പ്രകൃതിയിലും കാട്ടുപോത്തും' സ്ത്രീവിദ്വേഷിയും കോടീശ്വരനുമായ പുരുഷനെയാവുമ്പോൾ സ്ത്രീയുടെ വിജയത്തിനു മാറ്റുകൂടുന്നു. യാഥാർത്ഥ്യങ്ങളിലേക്കും അയാഥാർത്ഥ്യങ്ങളിലേക്കും ചുവടുമാറ്റം നടത്തുന്ന ഒരു ഭാവശില്പത്തിൽ നിബന്ധിതമായ 'ഡോക്ടർ ജവഹറുടെ പ്രേമം' (*എന്റെ ചെറുകഥകൾ*) എന്ന കഥയിൽ മേല്പറഞ്ഞ വിശേഷങ്ങളോടുകൂടിയ പുരുഷൻ സ്ത്രീയുടെ കരവലയത്തിൽ തളർന്നുവീഴുകയാണ്. 'കാട്ടുപോത്ത്' എന്ന വിശേഷണം പുരുഷന്റെ ഹിംസാത്മകമായ അധികാരത്തെ സൂചിപ്പിക്കുന്നു. കുടുംബിനിയും കവയിത്രിയുമായ കഥാനായിക രോഗിണിയാണ്. അവൾ തന്റെ ചികിത്സകനായ ആ 'കാട്ടുപോത്തി'നോട്, അയാളെ സ്നേഹിക്കുന്നുവെന്നു പറഞ്ഞപ്പോൾ അതൊരു പരിഹാസമായേ അയാൾക്കു തോന്നിയുള്ളൂ. പക്ഷേ, അവൾ അയാളുടെ കൈവിരലുകൾ ഓരോന്നായെടുത്തു ചുംബിച്ചപ്പോൾ, പൗരുഷം നഷ്ടപ്പെട്ടവനെപ്പോലെ അയാൾ ലജ്ജിച്ചു, മുഖം തിരിച്ചുകളയുന്നു. ഒരു സന്ധ്യക്ക് അവൾ ആ കാട്ടുപോത്തിന്റെ 'സൂര്യകാന്തിപോലെ തന്റെ നേർക്കു തിരിഞ്ഞ' മുഖത്ത് തുരുതുരെ ചുംബിക്കുന്നു. സ്ത്രീയുടെ ലൈംഗികാവേശത്തിൽ സംഭീതനായെന്ന മട്ടിൽ 'കാട്ടുപോത്ത് ദീനനായി പറയുകയാണ്; "എന്നെ കഷ്ടപ്പെടുത്തരുത്.... എനിക്ക് എന്നെത്തന്നെ നിയന്ത്രിക്കാൻ വയ്യാതാവും" അവളുടെ പ്രലോഭനങ്ങൾക്ക് മുമ്പിൽ നിസ്സഹായനായി മറ്റൊരുനാൾ അയാൾ പറഞ്ഞു: "ഞാൻ ആണാണ്. വെറുമൊരു മനുഷ്യനാണ്. എന്നെ പരീക്ഷിക്കരുത്" അയാൾ ഒഴിഞ്ഞുമാറുന്നതുകണ്ട് അവൾ മുഖംപൊത്തിക്കരയുന്നു. ദൈവത്തെ പ്രലോഭിപ്പിക്കാനാവാതെ വന്നപ്പോൾ ഹവ്വയും അതുപോലെ കരഞ്ഞിരിക്കാമെന്ന് അവളോർത്തു. ഒടുവിൽ കാട്ടുപോത്ത് അവളിലേക്കു തിരിച്ചുവരിക തന്നെ ചെയ്തു. "എന്നെ വിട്ടുപോവരുത്..." എന്നു വിലപിച്ചുകൊണ്ട്

അയാളവളുടെ കരവലയത്തിൽ തളർന്നു വീഴുകയായിരുന്നു.

എന്നാൽ പൗരുഷത്തിന്റെ മഹാഭീകരരൂപമായ മറ്റൊരു കാട്ടുപോത്തിനെ തന്റെ ഭോഗതന്ത്രവുമായി കീഴടക്കാൻ ചെന്ന *മെറിൻഡ്രൈവ്* എന്ന കഥയിലെ അനസൂയയ്ക്ക് ദയനീയമായി പരാജയം സമ്മതിക്കേണ്ടി വരുന്നു. 'വനമഹിഷം'എന്ന പുരുഷൻ തന്റെ അധികാരമേഖലയിൽ അജയ്യനായി വാണരുളുകയാണ്. 'കോടീശ്വരൻമാരുടെ കോടീശ്വരനും രാജാക്കൻമാരുടെ രാജാവും മൃഗങ്ങളിൽ വെട്ടുപോത്തുമായ' ഈ പുരുഷൻ, ലോകത്തിന്റെ ഒരു പരിച്ഛേദമെന്നു വിശേഷിപ്പിക്കാവുന്ന ആ മഹാനഗരിയെ അടക്കിവാഴുന്നു. പൂച്ചെണ്ടുകളും പൂമാലകളും മുഖസ്തുതിയും നിർലോപം സമർപ്പിക്കപ്പെടുന്ന, ദാവണഗിരി ദോത്തിയും വെളുത്ത ഖാദിജുബ്ബയും ഇളംനീല ജഹവർ ജാക്കറ്റും ധരിച്ച ജനസമ്മതൻ കൂടിയാണയാൾ. വിലാസിനികളായ വെപ്പാട്ടികളോടൊപ്പം രമിച്ചു കഴിയുന്ന ഹിംസാത്മകമായ ഈ അധികാരരൂപത്തെ കീഴടക്കുവാൻ, ഭോഗചാതുരി മാത്രമാണ് അനസൂയയുടെ ആയുധം. അവരെ പരസ്പരമാകർഷിച്ച ഏക ഘടകവും ഭോഗാസക്തിയായിരുന്നു.

ധനികകളും മദാലസകളുമായ വേശ്യകളുടെ കണ്ണിലുണ്ണിയായിരുന്ന വനമഹിഷവുമായുള്ള വേഴ്ചയിൽ, കാമവും ക്രോധവും ബീഭത്സവും മറ്റും കടന്ന് ശാന്തം എന്ന മുഖത്തോട് അടുക്കുമ്പോഴേക്കും അനസൂയ തളർന്നു കഴിഞ്ഞിരിക്കും. അയാളെ സ്നേഹംകൊണ്ടോ കാമമുറകൾകൊണ്ടോ ബന്ധിക്കാൻ സാദ്ധ്യമല്ലെന്ന് അനസൂയയ്ക്കു ബോദ്ധ്യമായി. എങ്കിലും, 'ആഴ്ചയിൽ രണ്ടോ മൂന്നോ ദിവസം ഓരോ മണിക്കൂർ നേരം അയാളെ തന്റെ കരവലയത്തിൽ ഒതുക്കിക്കിടത്തുമ്പോൾ അവൾക്കെന്തെന്നില്ലാത്ത ചാരിതാർത്ഥ്യം തോന്നിയിരുന്നു.' അനസൂയ അയാളുടെ അധികാരത്തിന്റെ ദുഷ്ടഹസ്തങ്ങളിലേക്ക് അനുദിനം നീങ്ങുകയായിരുന്നു. രാഷ്ട്രീയത്തിലും വ്യവസായത്തിലും അനുരാഗത്തിലും കാപട്യം അത്യാവശ്യമാണെന്ന് അവൾ പഠിച്ചു.

അനസൂയ ഗർഭിണിയായിരിക്കുന്നുവെന്നറിഞ്ഞ വനമഹിഷം, തന്നെ കീഴടക്കാനുള്ള ശ്രമമാണതെന്നു കരുതി അവളുടെ ഗർഭം നിർബ്ബന്ധപൂർവ്വം നശിപ്പിക്കുന്നു. അനസൂയയുടെ ലൈംഗികചാതുരി അപ്രസക്തമായി വരികയാണ്. 'അവളുടെ വിശപ്പുകളുടെ ജ്വാലകൾ മങ്ങിക്കൊണ്ടിരുന്നു.' വനമഹിഷത്തിന്റെ അധികാരത്തിൻ കീഴിൽനിന്നും രക്ഷപ്പെട്ട അവളെ അതേ അധികാരംതന്നെ പിടിച്ചുകെട്ടി തിരികെ കൊണ്ടുവന്നു. അവളെ കൊന്നുകളയുന്നതിനു മുമ്പും വനമഹിഷം അവൾക്കൊപ്പം ശയിക്കുന്നു! 'ഞാൻ സത്യമായും നിന്നെ സ്നേഹിക്കുന്നു'വെന്ന അയാളുടെ പ്രസ്താവത്തെ അംഗീകരിക്കുക മാത്രമേ അനസൂയയ്ക്കു മാർഗ്ഗമുള്ളു. പുരുഷാധികാരത്താൽ തകർക്കപ്പെടുമ്പോഴും ആ അധികാരത്തെ 'സ്നേഹി'ക്കാൻ സ്ത്രീ നിർബ്ബന്ധിതയാവുന്ന വൈപരീത്യമാണിത്.

ഇതുപോലൊരു വൈപരീത്യമാണ് സ്ത്രീയുടെ ശ്രീകൃഷ്ണ സങ്ക

ല്പത്തിലും അടങ്ങിയിരിക്കുന്നത്. മർദ്ദകനായ പുരുഷനെ അയാളുടെ അധികാര വ്യവസ്ഥയിൽനിന്നും കാല്പനികമായി വേർപെടുത്തി, പരസ്പരസമത്വവും സ്വാതന്ത്ര്യവും സ്വച്ഛന്ദ ലൈംഗികതയും പുലരുന്ന സങ്കല്പലോകത്തെ സഖാവായി സ്വയം പ്രതിഷ്ഠിച്ച്, അയാളെ സ്നേഹിക്കുകയോ ആരാധിക്കുകയോ ചെയ്യേണ്ടിവരുന്ന വിപര്യയമാണല്ലോ കൃഷ്ണസങ്കല്പത്തിലുള്ളത്. അധികാരവ്യവസ്ഥയും സ്ത്രൈണ ലൈംഗികതയ്ക്കുമേലുള്ള നിരോധനങ്ങളും സങ്കീർണ്ണഭാവം കൈക്കൊള്ളുമ്പോഴാണ് അവയെ സാങ്കല്പികമായെങ്കിലും അതിലംഘിക്കാനുള്ള പ്രവണതയും ത്വരിതപ്പെടുക. പുരുഷനെ സ്നേഹിക്കാനാകാത്ത യഥാർത്ഥ സാഹചര്യങ്ങളാണ് ഈ കാല്പനികലോകത്തെ സൃഷ്ടിക്കുന്നത്.

മാധവിക്കുട്ടിയുടെ കഥകൾ കൃഷ്ണസങ്കല്പത്തെ അതിഭൗതികതയിൽനിന്നും ഭൗതികജീവിതത്തിലേക്കാനയിച്ചുകൊണ്ട് ആ സങ്കല്പത്തെ കീഴ്മേൽ മറിക്കുകയാണ് ചെയ്യുന്നത്. ആദർശപുരുഷനായി ശ്രീകൃഷ്ണനെ സങ്കല്പിക്കുന്നതിനു പകരം യഥാർത്ഥ പുരുഷന്മാരിൽത്തന്നെ ശ്രീകൃഷ്ണനെ കണ്ടെത്താനാണ് ആ കഥകളുടെ ഉദ്യമം. അന്തർജ്ജനത്തിന്റെ 'കുറ്റസമ്മത'ത്തിൽ യഥാർത്ഥ ശ്രീകൃഷ്ണൻ പുരുഷനായി ലൗകികരൂപത്തിൽ പ്രത്യക്ഷപ്പെടുകയാണ് ചെയ്യുന്നത്.

മധുരയിലേക്കുപോയ കൃഷ്ണനെ അഭിസംബോധനചെയ്തുകൊണ്ട് ഭൂമിയിലെ രാധയുടെ തീരാവേദനകൾ നിവേദനം ചെയ്യുകയാണ് മാധവിക്കുട്ടിയുടെ 'രാധയുടെ കത്ത്'. സ്നേഹത്തെക്കുറിച്ചു ചോദിക്കുമ്പോഴൊക്കെ കാമാർത്തികൊണ്ട് അവളെ മൂകയാക്കിയിരുന്ന ആ കാമുകൻ പോയതോടെ രാധ വീണ്ടും ഭർത്താവിന്റെ വ്യഭിചാരിണിയായിരിക്കുന്നു. 'വസ്ത്രങ്ങൾക്കും ഭക്ഷണത്തിനുംവേണ്ടി ഒരാൾക്കു കീഴടങ്ങുന്നവളാണല്ലോ യഥാർത്ഥ വ്യഭിചാരിണി?', അവൾ ചോദിക്കുന്നു. അവൾ ചാരിത്ര്യവതിയും നിർമ്മലയുമാവുന്നത് 'കാമുക'സന്നിധിയിൽ മാത്രമാണ്. കൃഷ്ണനുമൊത്തുള്ള തന്റെ സംഭോഗാനുഭവങ്ങൾ ഭർത്താവിന്റെ ആശ്ലേഷത്തിൽ കിടന്നുകൊണ്ടാണ് അവളയവിറക്കുന്നത്:

'നീ(കൃഷ്ണൻ) എന്റെ മീതെ കിടക്കുമ്പോൾ, നീലിമയും ചാരുതയുമുള്ള നിന്റെ ശരീരംതന്നെ ആകാശമായിത്തീരുന്നു. അതിനു കീഴിൽ ഞാൻ കൂടുതൽ അക്ഷമയും ശക്തയുമായിത്തീരുന്നു. ഈ ഭൂമിയുടെ കൊടിയ, വന്യമായ വിശപ്പ് ഞാനും അപ്പോൾ അനുഭവിക്കുന്നു. രണ്ടു മേഖലകൾക്കുമിടയിൽ അച്ചുതണ്ടെന്നപോലെയുള്ള നിന്റെ പൗരുഷം കുറച്ചു നിമിഷങ്ങൾക്കു ഭൂമിയുടെ ഭ്രമണംതന്നെ നിർത്തുന്നു....'

സംഭോഗനിർവൃതിയെ പ്രകാശിപ്പിക്കുന്ന ഇതുപോലൊരു വിവരണം സ്ത്രീകളുടെ എഴുത്തിൽ മാധവിക്കുട്ടിക്കു മുൻപോ പിൻപോ ഉണ്ടാവാതെ പോയി.

കാമുകന്റെ ധീരോദാത്തമായ പൗരുഷത്തിലൂടെ ശരീരത്തിന്റെയും

ഹൃദയത്തിന്റെയും സാഫല്യം കണ്ടെത്തിയ രാധയെ, ആ ബന്ധവും ശാശ്വതമല്ലെന്ന യാഥാർത്ഥ്യം അലട്ടുന്നുണ്ടെങ്കിലും ലൈംഗികതയിലൂടെ തന്റെ പുരുഷനെ കീഴടക്കിയതിൽ അവൾ ആനന്ദിക്കുന്നു: 'നിന്റെ ശരീരത്തെ പല തവണയും കീഴടക്കിക്കഴിഞ്ഞുവെന്നതുകൊണ്ട് ഞാൻ ഒരു വിജയിയായിരിക്കുന്നു'. പക്ഷേ, ഈ പുരുഷൻ ഏതു നിമിഷവും ലൗകികബന്ധങ്ങളിലെ പുരുഷനായി മാറാമെന്ന് അവൾക്കു ബോദ്ധ്യമാവുക തന്നെ ചെയ്തു. മധുരയിലേക്കുപോയ കൃഷ്ണൻ ഇനി തിരിച്ചെത്തുകില്ലെന്ന് അവൾ വിഷാദത്തോടെ ഓർക്കുന്നു.

'ഘനശ്യാം,' 'രാധ...അനുരാധ' എന്നീ കഥകളിലും ലൗകിക ജീവിതത്തിലെ കാമുകൻമാരിൽ ശ്രീകൃഷ്ണനെ കണ്ടെത്തുന്ന സ്ത്രീകളുടെ തീരാവ്യഥകൾ തന്നെ. 'ഘനശ്യാം' അസ്വസ്ഥ ദാമ്പത്യത്തിൽ കഴിയുന്ന കുടുംബിനിയുടെ കാമുകസ്മരണകളാണ്. തിക്തമായ ജീവിതത്തിൽ അവൾക്കാശ്വാസമേകുന്നത് ആ സ്മരണകൾ മാത്രമായിരുന്നു. *രാധ... അനുരാധ*യിലെ സ്ത്രീ തന്റെ കാമുകനിൽ കാണുന്നത് മഥുരയുടെ രാജാവിന്റെ മുഖമാണ്. രാധയ്ക്ക് കൃഷ്ണന്റെ ശരീരത്തെ അറിയുവാൻ ഭാഗ്യമുണ്ടായി. എന്നാൽ ഭൂമിയിലെ രാധമാർക്കോ? കൃഷ്ണൻ മറ്റു ശരീരങ്ങൾ വഴി അവരിൽ പ്രവേശിക്കുകയായിരുന്നു. അവർ ഇഷ്ടപുരുഷൻമാരിൽ കൃഷ്ണനെ ദർശിക്കുന്നുവെങ്കിലും അതു നല്കുന്ന സംതൃപ്തി നൈമിഷികം മാത്രമാണ്.

രൂപശില്പത്തിലും വൈകാരികഭാവത്തിലും 'രാധയുടെ കത്ത്' എന്ന കഥയുമായി ഉറ്റ സാദൃശ്യമുണ്ട് 'സൂര്യൻ' എന്ന കഥയ്ക്ക്. ഈ കഥയിലെ അമൃതയുടെ അനുഭവം രാധയുടേതുതന്നെയാണ്. പക്ഷേ, 'സൂര്യ'നിൽ ലൈംഗികാസക്തിയുടെ പൂർത്തീകരണത്തിനുവേണ്ടി മാത്രം സ്ത്രീയെ ഉപയോഗപ്പെടുത്തുന്ന വികൃതപൗരുഷത്തിന്റെ ചിത്രം കൂടിയുണ്ട്. വിശ്വാസവഞ്ചകനും തന്റെ ലൈംഗികതയെ നിന്ദിക്കുന്നവനും 'മൃഗീയാഭിലാഷങ്ങൾ'ക്കുവേണ്ടി മാത്രം തന്നെ പ്രാപിക്കുന്നവനുമായിട്ടും അമൃത, ഉണ്ണികൃഷ്ണനെ സ്നേഹിക്കുകയും അയാളുടെ അഭാവത്തിൽ ഹൃദയവേദന അനുഭവിക്കുകയും ചെയ്യുന്നു. കാരണം, അവൾക്കയാളെ ആവശ്യമായിരുന്നു.

ഭർത്താവിന്റെ ആശ്ലേഷത്തിൽ വേദനകൊണ്ടും കുറ്റബോധംകൊണ്ടും പുളയുന്ന അമൃത, ഉണ്ണികൃഷ്ണന്റെ കൂടെ കഴിയുമ്പോൾ പരിപൂർണ്ണത ലഭിച്ചവളായിത്തീരുമായിരുന്നു. കണ്ണും കാതും കരവും ഹൃദയവുമെല്ലാം ചേർന്ന അവളുടെ ലൈംഗികതയെ അയാളിലൂടെ മാത്രമേ അവൾക്കു സഫലീകരിക്കാൻ കഴിഞ്ഞുള്ളൂ. കാമുകനാവട്ടെ, അവളുടെ ലൈംഗികതയെ ഭർത്താവിന്റെ ശേഷിയില്ലായ്മ സൂചിപ്പിച്ചുകൊണ്ട് നിന്ദിക്കുകയാണ് ചെയ്യുന്നത്. സ്ത്രൈണലൈംഗികതയ്ക്ക് സ്ത്രീയും പുരുഷനും കല്പിക്കുന്ന അർത്ഥഭേദങ്ങളെ ഇതോർമ്മിപ്പിക്കുന്നു. അമൃതയ്ക്കും അതറിയാം. അതുകൊണ്ടാണ് കാമുകന്റെ വാക്കു

കളുടെ വൈരൂപ്യത്തെക്കുറിച്ച് അവൾ ചിന്തിച്ചുപോയത്. പുരുഷൻ അവഗണിച്ചിട്ടും ഭ്രാന്തമായെന്നോണം അയാളെ സ്നേഹിച്ചുകൊണ്ടേയിരിക്കുന്ന ദുർഗ്രഹമായൊരു മാനസികാവസ്ഥയ്ക്കുടമയായിരിക്കുന്നു, ഈ കഥയിലെ അമൃത.

പുരുഷന്റെ ഉപബോധമനസ്സിൽ പെൺലൈംഗികതയോടുള്ള ഭീതി എപ്പോഴുമുണ്ട്. അതുകൊണ്ടാവും അവൻ സ്ത്രീയുടെ ലൈംഗികാവിഷ്കാരത്തിനുനേരെ നിരോധനങ്ങളുയർത്തുന്നത്; അവളെ തന്റെ ലൈംഗികാസക്തിക്കിരയാക്കുന്നത്; അവളെ ലൈംഗികമായി അടിച്ചമർത്തുന്നത്. ലൈംഗികാഗ്രഹങ്ങൾ പ്രകടിപ്പിക്കുന്ന സ്ത്രീകളെ 'പുംശ്ചലി'യായി അവൻ നിന്ദിക്കുന്നു. സ്ത്രീയെ നിന്ദിക്കാനുള്ള ഭാഷ പോലും അവൻ ലൈംഗികതയുമായി ബന്ധിപ്പിച്ചിരിക്കുന്നു.

സ്ത്രൈണലൈംഗികതയോട് പുരുഷ സംസ്കാരം പുലർത്തുന്ന നിന്ദയുടെയും ഭീതിയുടെയും ചിത്രങ്ങൾ മാധവിക്കുട്ടിയുടെ കഥകളിൽ കണാൻ കഴിയും. 'സൂര്യൻ' എന്ന കഥയിലെ ഉണ്ണികൃഷ്ണൻ, 'നിന്നെ തൃപ്തിപ്പെടുത്താൻ നിന്റെ പാവം ഭർത്താവിനു കഴിവില്ല' എന്നും, 'നീ ഇങ്ങനെ ഒരു സ്ത്രീയാണെന്നു പണ്ടൊന്നും വിചാരിച്ചിരുന്നില്ല' എന്നും അമൃതയോടു പറയുമ്പോൾ അവളുടെ ലൈംഗികതയിൽ അയാൾക്കുള്ള അവജ്ഞയാണ് പുറത്തുവരുന്നത്. 'സ്വതന്ത്രജീവി'കളിലെ ധനശാസ്ത്രജ്ഞൻ പറയുന്നു: 'നീ ഇത്ര സീരിയസാവുമ്പോൾ എനിക്കു നിന്നെ പേടിയാണ്....നീ കുട്ടിയായിരുന്നാൽ മതി, ചിരിച്ചാൽ മതി....' സ്ത്രീയുടെ ലൈംഗികാഭിലാഷത്തെ ഭർത്താവുപോലും ഭയപ്പെടുന്നതാണ് 'കവിയുടെ ഭാര്യ'യിൽ കാണുക. 'സ്ത്രീശരീരത്തിന്റെ ദാഹവും ആ പരിപൂർണ്ണമായ കീഴടങ്ങലും എന്നെ ഭയപ്പെടുത്തുന്നു. നിന്റെ ശരീരം എന്നെ വിഴുങ്ങിക്കളയും. ഞാനെന്ന വസ്തുതന്നെ ഇല്ലാതാവും'. അയാൾ പറഞ്ഞു: 'അരുണാചലത്തിന്റെ കഥ'യിലെ മദ്ധ്യവയസ്കൻ അപർണ്ണയുടെ വികാരാവേശത്തെ ബുദ്ധിഭ്രമമായും ഹിസ്റ്റീരിയയുമായി കാണാൻ ശ്രമിക്കുന്നു. അയാൾ പറയുന്നു: 'സദാചരനിയമങ്ങളെ അനുസരിക്കാതിരിക്കാൻ പറ്റുമോ? ഈ ബുദ്ധിയില്ലാത്തവൾ തന്റെ ജീവിതത്തെ തകരാറിലാക്കാൻ ശ്രമിക്കുകയാണ്'. 'സനാതൻ ചൗധരിയുടെ ഭാര്യ'യിലെ ഭർത്താവ്, ഭാര്യയുടെ ഉറക്കപ്പിച്ചു കേട്ട് ശങ്കാകുലനാകുന്നതും അയാളുടെ ഉപബോധത്തിൽ ഉറങ്ങിക്കിടക്കുന്ന ഇതേ ഭീതി കൊണ്ടുതന്നെ.

സ്ത്രൈണലൈംഗികതയിലുള്ള സംശയാലുതയും ഭീതിയും മനോവിഭ്രാന്തിയോളം വളർന്ന ഒരു ഭർത്താവിന്റെ ഹാസ്യാത്മക ചിത്രണമാണ് 'സനാതൻ ചൗധരിയുടെ ഭാര്യ'. ഭാവബന്ധുരമായ ഈ കഥ ഒരു ഭ്രമാത്മക ലോകത്ത് പുരുഷനെ നിക്ഷേപിച്ച്, അയാളെ പരിഹാസ്യനും ഒപ്പം സഹതാപാർഹനുമാക്കിത്തീർക്കുന്നു. ഉറക്കപ്പിച്ചിലായാലും ശരി, ഭാര്യ അന്യപുരുഷന്റെ പേരുച്ചരിക്കുന്നത് പല വിധത്തിൽ വ്യാഖ്യാനിക്കപ്പെടാം. അവളുടെ അസംതൃപ്തമായ ലൈംഗികത, അന്യപുരുഷാ

സക്തി, ഭർത്താവിന്റെ ലൈംഗികക്ഷയം, ഭർത്താവിനോടുള്ള വിരക്തി മുതലായവയുടെ സൂചനയാവാമത്. അതിനാൽ, ഉറങ്ങിക്കിടക്കുന്ന ഭാര്യ, 'എന്റെ' 'സനാതൻ' എന്നു മന്ത്രിക്കുന്നതു കേട്ട് ഗോപിമേനോന് അസ്വസ്ഥത തോന്നുന്നതും ഉറക്കം നഷ്ടപ്പെടുന്നതും സ്വാഭാവികമാണ്. അവളെ വിളിച്ചുണർത്തി സനാതൻ ആരെന്നു ചോദിക്കാൻ ഭർത്താവെന്ന നിലയിലുള്ള അഭിമാനബോധം അയാളെ അനുവദിക്കുന്നില്ല. അവളെ രഹസ്യമായി പരീക്ഷണവിധേയയാക്കാൻ തീരുമാനിച്ച് അയാൾ ജോലിക്കു ചെല്ലാതെ തിരിച്ചുപോരുന്നു. സഞ്ചിയും തൂക്കി വീട്ടിൽ നിന്നിറങ്ങി വരുന്ന ഭാര്യയെക്കണ്ട് അയാൾ പതുങ്ങിയിരുന്നു. ഇവിടെ മുതൽ ആ ഭർത്താവിന് യാഥാർത്ഥ്യങ്ങളെക്കുറിച്ചുള്ള പരസ്പരബന്ധം നഷ്ടമാവുകയാണ്. ടാക്സിയിൽ നിന്നിറങ്ങി നിത്യപരിചിതയെപ്പോലെ അവൾ ഏതോ ഒരു വീട്ടിലേക്കു കയറിപ്പോകുന്നതും ഏതോ പുരുഷനോടൊപ്പം പ്രാതൽ കഴിക്കുന്നതും അയാളെ ചുംബിക്കുന്നതും പിന്തുടർന്നെത്തിയ അയാൾ കണ്ടു നില്ക്കുന്നു. ശങ്ക ദൂരികരിക്കാനായി അവിടെ കയറിച്ചെന്ന അയാൾ, തന്റെ ഭാര്യ ആ വീട്ടുടമസ്ഥനായ സനാതൻ ചൗധരിയുടെ മൃണാളിനി എന്നുപേരുള്ള 'ഭാര്യ'യാണെന്നു ബോദ്ധ്യപ്പെട്ട്, നിർവ്വികാരനായി തിരിച്ചുപോരുന്നു!

'മെറിൻ ഡ്രൈവ് കൂടാതെ', 'അരുണാചലത്തിന്റെ കഥ', 'സ്വതന്ത്രജീവികൾ', 'പരീക്ഷ' എന്നീ കഥകളിലാണ് അവിവാഹിതകൾ നായികമാരാവുന്നത്. പ്രേമത്തെക്കുറിച്ചുള്ള പതിവു സങ്കല്പങ്ങളോ കാമുകസങ്കല്പങ്ങളോ ലൈംഗികസദാചാരത്തിന്റെ വിലക്കുകളോ ഈ കഥാപാത്രങ്ങൾ വകവെക്കുന്നില്ല. 'മെറിൻ ഡ്രൈവ്' ഒഴിച്ചുള്ള കഥകളിലെ പുരുഷന്മാർ അധികാരരൂപങ്ങളോ മർദ്ദകന്മാരോ അല്ല. പുരുഷനെത്തന്നെ ഉപയോഗിച്ച് അയാളുടെ സദാചാരനിയമങ്ങളെ പ്രകോപിപ്പിക്കുകയാണ് ഈ കഥകളുടെ ഉന്നം. മൂന്നു കഥകളും അവതരിപ്പിക്കുന്നത് സദാചാരനിരതന്മാരായ പുരുഷന്മാരെയാണെന്നതും ശ്രദ്ധേയമാണ്.

അരുണാചലം എന്നുപേരുള്ള മദ്ധ്യവയസ്കനും ഗൃഹസ്ഥനും ഉന്നതോദ്യോഗസ്ഥനുമായ ഒരു സാത്വികനെ ജീവിതത്തിന്റെ അന്ത്യനിമിഷങ്ങളിൽവെച്ച് പശ്ചാത്തപിപ്പിക്കുകയാണ് 'അരുണാചലത്തിന്റെ കഥ'. ലൈംഗികത പ്രകാശിപ്പിക്കാൻ മടിക്കാത്ത സദാചാരലംഘകയാണ് അപർണാറോയ് എന്ന യുവതി. അരുണാചലമാകട്ടെ ആ സദാചാരത്തിന്റെ നേരായ പ്രതിനിധിയും. അയാളുടെ മുഖത്ത് ക്രൂരതയുടെ ചിഹ്നമായി വർത്തിക്കുന്ന അല്പം മേല്പോട്ടു വളർന്ന ചുണ്ടുകളായിരുന്നു അപർണയ്ക്ക് അയാളോടു തോന്നിയ ആവേശത്തിന്റെ അടിസ്ഥാനം. ആ ക്രൂരമായ വളച്ചിൽ കണ്ട് അവളുടെ, 'അടക്കി നിർത്തിയിരുന്ന ഒരു വികാരം' നിയന്ത്രണം വിട്ട് കുതിക്കുകയായിരുന്നു! അവളുടെ വൈകാരികാവേശം അയാളെ സംഭീതനാക്കി. മരണശയ്യയിൽ കിടന്നുകൊണ്ട് തന്റെ സദാചാരനിരതജീവിതത്തിന്റെ ഭോഷത്തത്തിൽ അയാൾക്കു

പശ്ചാത്തപിക്കേണ്ടി വരുന്നു. അതാകട്ടെ മരണത്തിന് ഒരു നിമിഷം മുമ്പു മാത്രമായിരുന്നുവെന്നത് ആ സദാചാരപ്രേമിയുടെ പരിഹാസ്യാവസ്ഥയെയാണ് ധ്വനിപ്പിക്കുന്നത്. അയാൾ ഓർക്കുന്നതാവട്ടെ, അപർണയുടെ മനോഹര ശരീരവും ആശ്ലേഷവും! 'അടുത്തു ചാമ്പലാവാൻ പോവുന്ന തന്റെ ശരീരത്തോട് ആ അവസാന നിമിഷത്തിൽ കലശലായ അനുകമ്പ തോന്നി'യെന്നതും സദാചാരനിയമങ്ങളുടെ അർത്ഥശൂന്യത ഓർമ്മിപ്പിക്കും.

'സ്വതന്ത്രജീവികളി'ലെ ധനശാസ്ത്രജ്ഞനും സദാചാരനിരതൻ തന്നെ. കാമുകിയെ സന്ദർശിക്കാനെത്തുന്ന അയാളുടെ കറുത്ത കണ്ണട, അവളിൽനിന്നും ഒരു വാര അകലം സൂക്ഷിച്ച് അപരിചിതനെപ്പോലെയുള്ള നടത്തം, അച്ഛനും മകളുമെന്ന വ്യാജേന ഹോട്ടലിൽ മുറിയെടുക്കൽ, പൊലീസുകാരെപ്പോലെ റോന്തുചുറ്റുന്ന കണ്ണുകൾ, ഒഴിഞ്ഞ കസേരയുടെ അപ്പുറവും ഇപ്പുറവുമായുള്ള ഇരുത്തം എന്നിവ അയാളിൽ സദാ ഉണർന്നിരിക്കുന്ന സദാചാരബോധത്തിന്റെ സൂചകങ്ങളാണ്. ഈ സദാചാരത്തെ പക്ഷേ, സ്ത്രീ വകവെക്കുന്നില്ല. അവൾക്ക് 'ആ കണ്ണട എടുത്തു വലിച്ചെറിയാനും ആളുകളുടെ മുമ്പിൽ വെച്ചുതന്നെ അയാളുടെ കൈപിടിച്ച് പുറത്തുനിറുത്തിയിരുന്ന തന്റെ കാറിൽ കയറ്റുവാനു'മാണ് തോന്നുന്നത്. ഒരു സന്ദർഭത്തിൽ അർത്ഥഗർഭമായി അവൾ പറഞ്ഞു: 'ഞാനൊരിക്കലും ഒരു കറുത്ത കണ്ണട ധരിക്കില്ല.'

ഹ്രസ്വദർശനത്തിനായി പറന്നെത്തിയ അയാൾക്കൊപ്പം അവൾ ശയിക്കുന്നു. വാക്കുകൾകൊണ്ടുമാത്രമേ അയാൾക്കു തന്നെ വഞ്ചിക്കാനാവുകയുള്ളൂ എന്നും ശരീരംകൊണ്ടാവില്ലെന്നും അവൾക്കു നന്നായറിയാം. ഗൃഹസ്ഥനും പിതാവുമാണയാളെങ്കിലും അയാളിലെ പുരുഷനെ അവൾക്കാവശ്യമായിരുന്നു. കാരണം.

'...അവളെ ഒരു കണ്ണാടിയിലെന്നപോലെ പ്രതിഫലിപ്പിക്കുവാൻ അവളുടെ ദേഹത്തിന്റെ മിനുസവും മണവും വലുപ്പച്ചെറുപ്പങ്ങളും മറ്റും അവളെ മനസ്സിലാക്കിക്കൊടുക്കുവാൻ മറ്റാർക്കാണു കഴിയുക?'

അതൊരു സ്വതന്ത്രബന്ധമാണെന്നാണ് അവൾ വിശ്വസിക്കുന്നത്. ലൈംഗികതയുടെ നിയമങ്ങളെ താല്ക്കാലികമായി ലംഘിക്കാനാവുമെങ്കിലും ഇത്തരമൊരു ബന്ധം വ്യവസ്ഥയുടെ ക്രമീകരണങ്ങൾക്കു നിരക്കുന്നതല്ലല്ലോ. യഥാർത്ഥത്തിൽ, ഹോട്ടൽമുറിയിൽ അവരിരുവരും ചേർന്നു സൃഷ്ടിക്കുന്ന നൈമിഷിക ലോകത്തിൽ മാത്രമേ അവർ സ്വതന്ത്രജീവികളാകുന്നുള്ളൂ. 'എങ്ങനെയാണ് ഇത് അവസാനിക്കുക?' എന്ന അവളുടെ ചോദ്യം പ്രസ്തുത സ്വാതന്ത്ര്യത്തിന്റെ പരിമിതിയെയാണ് ഓർമ്മിപ്പിക്കുന്നത്. മാതൃത്വവും ഈ വിലക്കപ്പെട്ട ബന്ധത്തിൽ അനുവദനീയമല്ല. അയാളിൽനിന്നും ജനിക്കാനിടയില്ലാത്ത കുഞ്ഞുങ്ങളെക്കുറിച്ചും അവൾ ചിന്തിച്ചുപോകുന്നുണ്ടല്ലോ. സദാചാരവ്യവസ്ഥയ്ക്ക് ഇതുപോലൊരു ബന്ധത്തെ അനുവദിക്കാനാവില്ല; ആ വ്യവസ്ഥയെ

അവൾ അംഗീകരിച്ചാലും ഇല്ലെങ്കിലും. അതുകൊണ്ടാണ്, അയാൾ തിരിച്ചുപോയതോടെ അവൾ മനസ്സംഘർഷത്തിന്നടിമയാകുന്നതും. തനിക്കെതിരായ ലോകത്തുനിന്നും താല്ക്കാലിക മോചനമെന്ന നിലയിൽ അവൾ ഉറക്കഗുളികയിൽ ശാന്തി തേടുന്നു.

'പരീക്ഷ'യിലെ ഷീബ എന്ന വൈദ്യവിദ്യാർത്ഥിനി, ബോധപൂർവ്വമെന്നോണം ലൈംഗികതയുടെയും സ്ത്രീത്വത്തിന്റെയും മൂല്യങ്ങളെ പ്രകോപിപ്പിക്കുന്നു. പെണ്ണിനു നിരക്കാത്ത വിധം, തന്റെ കാമുകന്റെ വാർദ്ധക്യപീഡകളിൽ കഴിയുന്ന പിതാവിനോടാണ് അവൾ പ്രേമാഭ്യർത്ഥന നടത്തുന്നത്! മാത്രമല്ല അയാളുടെ ഭാര്യയാവാൻ അഭിലഷിക്കുകയും ചെയ്യുന്നു. ആ വയോധികനെ സദാചാരഭീതിയുടെ കടുത്ത അങ്കലാപ്പിൽപ്പെടുത്തി അസ്വസ്ഥതയുടെ പാരമ്യത്തിലേക്കു വലിച്ചെറിയുകയാണ് കഥ ചെയ്തിരിക്കുന്നത്.

പരീക്ഷയിൽ ജയിക്കുന്നതിനുവേണ്ടി ശുപാർശ ചെയ്യണമെന്ന ഷീബയുടെ ആവശ്യം ഡോക്ടർ മുഖർജി നിരസിക്കുന്നതോടെയാണ് പിതൃതുല്യനായ അദ്ദേഹത്തോട് അവൾ പ്രേമാഭ്യർത്ഥന നടത്തുന്നത്! സാമാന്യയുക്തിക്കുനിരക്കാത്ത അവളുടെ പെരുമാറ്റം അയാളോടുള്ള ഭ്രാന്തമായ ആവേശമായി വളരുന്നു. അവളുടെ വിചിത്രമായ അഭിനിവേശവും അയാളുടെ പരിഭ്രാന്തിയും തമ്മിലുള്ള സംഘർഷമായിരുന്നു അത്. രണ്ടു വിരുദ്ധ യുക്തികൾ തമ്മിലായിരുന്നു ആ സംഘർഷം എന്നതുകൊണ്ടുതന്നെ അതെങ്ങുമെത്താതെ പോകുന്നുവെങ്കിലും കഥ ബോധപൂർവ്വം സൃഷ്ടിച്ച സദാചാരലംഘനം ബാക്കി നില്ക്കുന്നു.

യുവതിയായ അമ്മയും പതിനാറുകാരിയായ മകളും തമ്മിലുള്ള അനിഷ്ടകരമായ ബന്ധം ലൈംഗികതയുടെ പ്രശ്നപരിസരത്തിൽവെച്ച്, പരസ്പരം മുറിവേല്പിക്കുന്ന രുദ്രവൈരമായി പരിണമിക്കുകയും ദയനീയമായ ഒരന്ത്യത്തിലെത്തുകയും ചെയ്യുന്നു. 'പരുന്തുകൾ' എന്ന കഥയിൽ പുരുഷനുവേണ്ടിയുള്ള മത്സരത്തിൽ ഭാര്യാധർമ്മവും ചാരിത്ര്യനിഷ്ഠയും മറ്റനുശാസനകളും അപ്രസക്തങ്ങളായിത്തീരുന്നു ഈ കഥയിൽ. സ്വാതന്ത്ര്യത്തെക്കുറിച്ചുള്ള ഉൽക്കണ്ഠകൾ കാരണം ഹൃദ്രോഗവും മനോവിഭ്രാന്തിയും പിടിപെട്ട ഇന്ദിരയാണ് കഥയിലെ അമ്മ. ഹ്രസ്വകാല സന്ദർശനത്തിനെത്തിയ ഗുൽട്ടിയാനോ എന്ന വിദേശിയുമായുള്ള ബന്ധം അവൾക്കു സ്വസ്ഥതയേകുന്നു. മകൾ ലീല അമ്മയുടെ കാമുകബന്ധത്തിനെതിരെ കലഹിക്കുന്നവളെങ്കിലും അതേ കാമുകനെ സ്വന്തമാക്കാൻ ശ്രമിക്കുന്നവളാണ്. ഗുൽട്ടിയാനോവിനെ കേന്ദ്രീകരിച്ചുകൊണ്ട് അവർക്കിടയിൽ ശത്രുത വളർന്നു.

ഭർത്താവിരിക്കെ അന്യപുരുഷബന്ധം സൂക്ഷിക്കുന്നത് അപരാധമാണെന്ന് ഇന്ദിരയ്ക്കറിയാഞ്ഞല്ല. പക്ഷേ, അയാളിലൂടെയായിരുന്നു അവളാദ്യമായി സ്നേഹത്തെ അഭിമുഖീകരിച്ചത്. ആ സ്നേഹം അവളനുഭവിച്ചത് ഇങ്ങനെയാണ്.

'നീ എന്നെ നോക്കിക്കൊണ്ട് അമാനുഷികമായ ഒരു തേങ്ങലോടെ എന്നെ ആശ്ലേഷിക്കുമ്പോൾ ഞാൻ എന്റെ ആത്മാഭിമാനത്തെ മറക്കുന്നു. എന്റെ സകല നാണങ്ങളേയും മറക്കുന്നു. ലജ്ജയുടെ ഒരു അത്തിയില പോലും എന്റെ ശരീരത്തിൽ ബാക്കി നില്ക്കുന്നില്ല. അനുഗൃഹീതനായ ഒരു ഗായകന്റെ കൈയിൽപ്പെട്ട ഒരു വീണയ്ക്ക് ഒരുപക്ഷേ, എന്റെ അനുഭവങ്ങൾ മനസ്സിലാക്കാം.'

ബന്ധങ്ങളെ സംബന്ധിച്ച സകല ധാരണകളും പിഴച്ചുപോകുന്നു ഈ കഥയിൽ. അമ്മയെ ഭ്രാന്തമായാഗ്രഹിക്കുന്ന ഗുൽട്ടിയാനോ മകളുമൊന്നിച്ചും ശയിക്കുന്നു; കാമുകനെ സ്വന്തമാക്കാൻ തുനിയുന്ന മകളെ അമ്മ വെറുക്കുന്നു; അമ്മയെ നിശ്ശേഷം തകർത്തുകളയുന്നതിനു മകൾ കൊതിക്കുന്നു; അമ്മയുടെ ദയനീയാന്ത്യം മകൾ സംതൃപ്തിയോടെ കണ്ടുനില്ക്കുന്നു! അമ്മ മരിച്ചിട്ടും കാമുകനെ സ്വന്തമാക്കാൻ കഴിയാതെ ഹതാശയായ മകൾ, തന്റേതെന്നു കരുതാവുന്ന ഒരു മൂല ലോകത്തെ വിടെയെങ്കിലും കണ്ടെത്തിയേക്കാമെന്ന പ്രതീക്ഷയോടെ നടന്നുമറയുമ്പോൾ രണ്ടു സ്ത്രീകളുടെയും പരാജയം പൂർത്തിയാവുകയാണ്.

മരണമടഞ്ഞ ഭർത്താവുമായി രൂപസാദൃശ്യമുള്ള മറ്റൊരു പുരുഷന്റെ സാന്നിദ്ധ്യം സ്ത്രീയെ മനസ്സംഘർഷത്തിലേക്കും പാപചിന്തകളിലേക്കും വലിച്ചിഴയ്ക്കുന്നത് അന്തർജ്ജനത്തിന്റെ 'ജീവിതവും മരണവും' സരസ്വതിയമ്മയുടെ 'തെറ്റും ശരിയും' എന്നീ കഥകളിൽ കണ്ടു. പക്ഷേ, ലൈംഗികതയുടെ നിയമങ്ങളെ പാടെ ലംഘിക്കുവാൻ ഈ കഥകൾ മുതിർന്നിട്ടില്ല. അന്തർജ്ജനത്തിന്റെ 'മൂടുപട'ത്തിൽ എന്ന കഥയിലെ പാപ്പി, കാമുകനെക്കുറിച്ചുള്ള സ്മരണപോലും പാപമായി കരുതി ആത്മപീഡനമനുഭവിക്കുന്നു. മാധവിക്കുട്ടിയുടെ, 'രവിയുടെ കഥ'യുടെയും പ്രത്യയശാസ്ത്രപരിസരം മേല്പറഞ്ഞ കഥകളുടേതു തന്നെയാണ്. എന്നാൽ ഈ കഥ സ്ത്രീവിരുദ്ധമായൊരു വ്യവസ്ഥയുടെ സദാചാരാനുശാസനങ്ങൾ തള്ളിക്കളയുവാൻ ഒട്ടും മടിക്കുന്നില്ല. സ്ത്രീയുടേതുമാത്രമായ ഹൃദയവ്യഥകൾക്കു മുമ്പിൽ സദാചാരകല്പനകൾ അപ്രസ്കതങ്ങളായിത്തീരുകയാണ്, ഈ കഥയിൽ.

അന്തർജ്ജനത്തിന്റെയും സരസ്വതിയമ്മയുടെയും കഥകളിലെ സ്ത്രീകളിൽനിന്നും വ്യത്യസ്തമായി 'രവിയുടെ കഥ'യിലെ ലില്ലി, ഭർത്തൃമതിയായശേഷവും കാമുകനെയോർത്തു കഴിയുന്നു; കാമുകന്റെ മരണശേഷം അയാളുമായി രൂപസാദൃശ്യമുള്ള മറ്റൊരു യുവാവിൽ അനുരക്തയാകുന്നു; അയാളിൽനിന്നും നിയമവിരുദ്ധമായി ഗർഭം ധരിക്കുന്നു; കുഞ്ഞു പിറക്കാൻ ആശിക്കുന്നു! കൂടാതെ പ്രായപ്പൊരുത്തം, മതം തുടങ്ങിയ വിശ്വാസങ്ങൾക്കും അവൾ വെല്ലുവിളിയാകുന്നു.

അന്തർജ്ജനത്തിന്റ 'ജീവിതവും മരണവും' എന്ന കഥ പുരുഷന് സ്ത്രീയെക്കാൾ പ്രായം നല്കാൻ പ്രത്യേകം ശ്രദ്ധിച്ചിട്ടുണ്ട്. പക്ഷേ, മാധവിക്കുട്ടിയുടെ കഥയിലെ ലില്ലി ഗർഭം ധരിക്കുന്നത് അവളെക്കാൾ

പത്തുവയസ്സിനിളയതായ ഖാലിദ് എന്ന അന്യമതസ്ഥനായ കാമുകനിൽനിന്നാണ്. ഭർത്താവുപേക്ഷിച്ചിട്ടും, പതിനെട്ടുകാരനായ മകനടക്കം എതിർത്തിട്ടും അവൾ അചഞ്ചലയായി നിന്നു. മകനോടൊപ്പമുള്ള ഒരു യാത്രയ്ക്കിടയിൽ അവൾ എവിടെയോ അപ്രത്യക്ഷയാവുകയാണ്. അമ്മയുടെ അവിഹിതബന്ധത്തിൽ നീരസം പ്രകടിപ്പിച്ചിരുന്ന അതേ മകനെക്കൊണ്ട് പശ്ചാത്തപിപ്പിക്കുകകൂടി ചെയ്തശേഷമാണ് കഥയവസാനിക്കുന്നത്. 'ഈ ലോകത്തിൽ പാപം എത്രമാത്രം പ്രാധാന്യം കുറഞ്ഞ ഒരു വസ്തുവാണെന്ന്' അമ്മയുടെ തിരോധാനത്തോടെ അവനും ബോദ്ധ്യമാവുന്നു.

കാമവെറിയുമായി സ്ത്രീയെ സമീപിക്കുന്ന സമൂഹംതന്നെ നിർദ്ദോഷിയായ അവളെ കാമഭ്രാന്തുള്ളവളായി മുദ്രകുത്തുന്നു! സ്ത്രീയുടെ ലൈംഗികതയോടുള്ള നീരസംതന്നെയാണതും. മാധവിക്കുട്ടിയുടെ 'കാമഭ്രാന്ത്' എന്ന കഥ ഈ കാപട്യത്തെ വെളിപ്പെടുത്തുന്നു. ആദ്യാനുരാഗം പരാജയപ്പെട്ടതോടെ കഥയിലെ സ്ത്രീ, പുരുഷന്മാരുടെ സ്നേഹത്തിൽ വിശ്വസിക്കാതായെങ്കിലും പുരുഷനെന്ന യാഥാർത്ഥ്യത്തെ അംഗീകരിച്ചിരുന്നു. 'ഉറപ്പുള്ള മാംസപേശികളുള്ള ശരീരങ്ങൾ, ചുംബിക്കുമ്പോൾ ഇക്കിളിപ്പെടുത്തിയേക്കാവുന്ന നനുത്ത മീശകൾ, കനത്ത സ്വരങ്ങൾ....' എന്നിങ്ങനെ അവളെ ആകർഷിച്ച ഘടകങ്ങൾ ലൈംഗികമായിരുന്നെങ്കിലും അവൾ ലൈംഗികാനുഭവമറിഞ്ഞിരുന്നില്ല. എന്നിട്ടും സമൂഹം അവളെ ദുശ്ചരിതയെന്നു വിധിക്കുകയും പുരുഷന്മാർ വ്യഭിചാരത്തിനു നിർബ്ബന്ധിക്കുകയും ചെയ്തു. അവളുടെ കുഞ്ഞിന്റെ പിതൃത്വംപോലും തെറ്റിദ്ധരിക്കപ്പെടുന്നു. പുതിയ ഭർത്താവിൽനിന്നും അവൾക്കു ലഭിച്ച സ്നേഹം സമൂഹത്തിന്റെ ആക്ഷേപങ്ങളവഗണിക്കാൻ അവൾക്കു കരുത്തേകുന്നുവെന്നത് പുരുഷലോകത്ത് ആൺതുണയുടെ അനിവാര്യതയെ സൂചിപ്പിക്കുന്നു.

ഇതുവരെ കണ്ട മാധവിക്കുട്ടിയുടെ കഥകളിൽ ദാമ്പത്യത്തിനു പുറത്താണ് നൈമിഷികമായെങ്കിലും ലൈംഗികസംതൃപ്തി കണ്ടെത്താൻ സ്ത്രീകൾക്കു കഴിയുന്നത്. അവർ ലൈംഗികതയെ കുടുംബത്തിന്റെ സ്വകാര്യതയിൽനിന്നും പുറത്തേക്കു കൊണ്ടുപോകുന്നവരും ലൈംഗികതയുടെ സ്ഥാപനവല്ക്കരണത്തെ നിസ്സംശയം നിരാകരിക്കുന്നവരുമാണ്. കുടുംബത്തിലെ ലൈംഗികതയെ അവർ പലരും ജുഗുപ്സയോടെ അനുസ്മരിക്കുന്നതു കാണാം. 'രാധയുടെ കത്തി'ൽ അനുസ്മരിക്കപ്പെടുന്നതുപോലെ, 'വസ്ത്രങ്ങൾക്കും ഭക്ഷണത്തിനും വേണ്ടി' മാത്രം അധികാരിയായ പുരുഷനു കീഴടങ്ങേണ്ടിവരുന്ന കുടുംബിനികളായ വ്യഭിചാരിണികളാണ് തങ്ങളെന്ന അപമാനബോധവും അവർക്കുണ്ട്.

സ്ത്രീയുടെ താല്പര്യത്തിനു വിരുദ്ധമായി ബലപ്രയോഗത്തിലൂടെയുള്ള ലൈംഗികബന്ധം, 'ബലാത്സംഗ'മെന്ന കുറ്റകൃത്യമാണെങ്കിലും ദാമ്പത്യബന്ധത്തിൽ അതനുവദനീയമായിരിക്കുന്നു! ദാമ്പത്യത്തിലെ

ഈ ബലാത്സംഗ(Marital rape)ത്തിന് നിയമവ്യവസ്ഥയുടെയും മതാനുശാസനങ്ങളുടെയുമെല്ലാം പിൻബലമുള്ളതായും കാണാം. ഇന്ത്യൻ ശിക്ഷാനിയമമനുസരിച്ച് ഭാര്യയുടെ പ്രായം പതിനഞ്ചുവയസ്സിൽ കുറവാണെങ്കിൽ മാത്രമേ അതു ബലാത്സംഗമാവുകയുള്ളൂ (സെക്ഷൻ 375). 'ഭർത്താ തു ദേവതാ സ്ത്രീണാം' (സ്ത്രീക്ക് ഭർത്താവ് ദൈവം) എന്ന തത്ത്വം പൊതുവെ എല്ലാ മതങ്ങൾക്കും സ്വീകാര്യമായിരിക്കുന്നു. ഇത്തരം മഹത്തായ അനുശാസനങ്ങൾക്കെതിരെ ശബ്ദിക്കാനാകാതെ ഏറ്റവും നികൃഷ്ടവും ജുഗുപ്സാവഹവുമായ ലൈംഗികക്രിയകൾക്കുപോലും അവൾ ആത്മനിന്ദയോടെ വഴങ്ങുന്നു.

ഇതുപോലൊരു നിർബ്ബന്ധിത ലൈംഗികബന്ധത്തിനു വിധേയയാകേണ്ടിവന്ന സ്ത്രീയുടെ അറപ്പുളവാക്കുന്ന അനുഭവവും നിശ്ശബ്ദയാക്കപ്പെട്ട അവളുടെ ദൈന്യാവസ്ഥയുമാണ്, 'പാതിവ്രത്യമെന്ന സമസ്യ'. കുടുംബിനിമാർ പുറത്തറിയിക്കാൻ മടിക്കുന്ന അപമാനകരമായ ഒരനുഭവത്തിനു വാഗ്രൂപം നല്കുകയും പുരുഷന്റെ ആധിപത്യലൈംഗികതയെ അവജ്ഞയോടെ ദർശിക്കുകയും ചെയ്യുന്നു, ഈ കഥ.

ഈ കഥയിലെ ഭാര്യ, ഭർത്താവിന്റെ സ്നേഹത്തെ അഥവാ അധികാരത്തെ അനുഭവിക്കുന്നതിങ്ങനെയാണ്:

'അയാളുടെ സ്നേഹത്തിനും പഴകിയ വിയർപ്പിന്റെയും ശുക്ലത്തിന്റെയും മണമാണ്. ചലവും ശുക്ലവും മദ്യവും കൂട്ടിച്ചേർത്തുണ്ടാക്കിയ ഒരു രാസവസ്തുവാണ് അയാളുടെ സ്നേഹം. അതിൽനിന്നുമാത്രമേ അവൾക്കു രക്ഷപ്പെടേണ്ടതുള്ളൂ. പക്ഷേ, അതിൽനിന്നു മാത്രമേ അവൾക്ക് രക്ഷപ്പെടാൻ സാധിക്കാതെ വരികയുള്ളൂ.'

ബന്ധം ഇത്രയേറെ ഹീനമായിത്തീർന്നിട്ടും ഭർത്താവിനെ ഉപേക്ഷിക്കാൻ അവൾക്കാവില്ല. കാരണം സ്ത്രീയുടെ പീഡനങ്ങളിൽ ഉൽക്കണ്ഠ കാണിക്കാത്ത സമൂഹം അപ്പോൾ മാത്രം ഉണർന്നുതുടങ്ങുകയും അവളെ 'മഹാപാപി'യെന്നും 'കുലട'യെന്നും മുദ്രകുത്തുകയും ചെയ്യും. ഭർത്തൃസ്നേഹത്തെക്കുറിച്ച് അവളോടു പറയുന്ന സമൂഹത്തിനു പക്ഷേ, ആ 'സ്നേഹ'ത്തിന്റെ, അവളുടേതായ അർത്ഥങ്ങൾ സ്വീകാര്യമാവില്ല. നിശ്ശബ്ദയായി കഴിയാനാണ് അവളുടെ വിധിയെന്നു വന്നിരിക്കുന്നു.

അതിനാൽ,'ലൈംഗികബന്ധത്തിനു ശേഷമാണ് അവളുടെ യഥാർത്ഥ ലൈംഗികപ്രതികരണങ്ങൾ'. കീഴ്പ്പെട്ടതിന്റെ ആത്മനിന്ദയും പുരുഷന്റെ ലൈംഗികാധിപത്യത്തോടുള്ള അറപ്പും സഹനവുമെല്ലാം വെളിപ്പെടുത്തുന്ന ഇതുപോലൊരു തുറന്ന പ്രതികരണം നമ്മുടെ കഥാസാഹിത്യത്തിന് അത്ര പരിചിതമല്ല:

'അർദ്ധരാത്രിയിൽ അയാൾ ഉറങ്ങിക്കഴിഞ്ഞയുടനെ അവൾ എഴുന്നേറ്റു കുളിമുറിയിൽ കടക്കുന്നു. അയാളുടെ ചീഞ്ഞ മോണയിൽനിന്ന് ചുംബനവേളയിൽ ഒഴുകുന്ന ചലം തന്റെ വായിൽനിന്നും നിശ്ശേഷം കഴുകിമാറ്റുവാനായി ബ്രഷിൽ പേസ്റ്റ് തേച്ച് പല്ലുകളിൽ ശക്തിയായി ഉര

സുന്നു. ദേഹത്തിൽ അയാളുടെ കൈനഖങ്ങൾ വരുത്തിവെച്ച നഖക്ഷതങ്ങൾ വെള്ളം തട്ടുമ്പോൾ നീറിപ്പുകയുന്നു. എന്നിട്ടും ക്ഷമയോടെ ഷവറിന്റെ കീഴിൽ അവൾ എത്രയോ നേരം കണ്ണുകളടച്ചു നിലകൊള്ളുന്നു. കൊടുംതപസ്സു നടത്തുന്ന നഗ്നയായ യോഗിനിയെപ്പോലെ അവൾക്കുമുണ്ടാവില്ലേ, ന്യായാനുസൃതമായ ഒരു മോക്ഷം!'

ഭർത്താവിന്റെ സ്നേഹവും ലൈംഗികതയും വിസർജ്ജ്യവസ്തുക്കളെന്നപോലെ അവളനുഭവിക്കുന്നു! അവൾ ആ വിസർജ്ജ്യങ്ങളെ ക്ഷമാപൂർവ്വം കഴുകി മാറ്റുന്നു. സംഭോഗം പുരുഷനു നല്കുന്ന ആനന്ദാനുഭൂതി, സമാനമായൊരു സ്ത്രൈണപ്രതികരണം ഉറപ്പുവരുത്തുന്നില്ലെന്നും അകന്നുനിന്നു വീക്ഷിക്കുമ്പോൾ സ്ത്രീയുടെ ശരീരത്തിൽ വിസർജ്ജനം നടത്തുന്നതിനു തുല്യമായ ഒന്നാണ് പുരുഷന്റെ വികാരമൂർച്ഛയെന്നുമുള്ള മോളി ഹൈറ്റിന്റെ നിരീക്ഷണത്തെ[18] നന്നായി സാധൂകരിക്കുന്നുണ്ട്, അവളുടെ പ്രതികരണങ്ങൾ. പുരുഷന്റെ അധികാരത്തോടും അയാളുടെ ലൈംഗികതയോടുമുള്ള ജുഗുപ്സ അവളെ വിട്ടുമാറുന്നില്ല. തന്നെ കീഴടക്കുന്ന അയാളുടെ അധികാരചിഹ്നം കണ്ട് അവളുടെ പ്രതികരണം:

'തന്റെ ഇരുണ്ട നഗ്നതയെ, കുഴിച്ചെടുക്കുന്ന ഒരു നിക്ഷേപത്തെയെന്നപോലെ വെളിപ്പെടുത്തിക്കൊണ്ട് അയാൾ ഉറങ്ങിക്കിടക്കുമ്പോൾ അവൾ വല്ലാത്തൊരസുഖത്തോടെ മുഖം തിരിക്കുന്നു.'

ലൈംഗികതയുടെ അഭാവം ദമ്പതികൾ തമ്മിലുള്ള കടുത്ത വൈരമായി പരിണമിക്കുന്നതും ദാമ്പത്യബന്ധത്തിൽ യഥാർത്ഥ ലൈംഗികത അപ്രായോഗികമാവുന്നതുമാണ് 'കവിയുടെ ഭാര്യ' എന്ന കഥ ചിത്രീകരിക്കുന്നത്. സ്ത്രീപുരുഷബന്ധം ഒരു 'ലഹരിക്കൂത്താ'ണെന്നു വിശ്വസിച്ചിരുന്ന ഭാര്യക്ക് തന്റെ വിദേശിയായ ഭർത്താവിൽനിന്നും ലൈംഗികത നിഷേധിക്കപ്പെട്ടു. പരിത്യക്തയായ അവൾക്ക് അപേക്ഷിക്കേണ്ടിവന്നു: 'എന്നോടു ഒരു ഭർത്താവിനെപ്പോലെ പെരുമാറുക. എന്റെ പാവം ശരീരത്തെ ഉപയോഗപ്പെടുത്തുക.' അവളുടെ ശരീരത്തിന്റെ ദാഹം കണ്ട് സംഭീതനായി, 'ശരീരത്തിന്റെ അടിമയായിരിക്കരുത് ആത്മാവ്' എന്നുപദേശിക്കുന്ന ഭർത്താവ് പക്ഷേ, തന്റെ വിദ്യാർത്ഥിനികളുമായി ലൈംഗികബന്ധം പുലർത്തുന്നു!

തന്റെ ശരീരത്തോടുള്ള അവഗണനയിൽ അപമാനിതയായ അവൾ അയാളുടെ കാപട്യത്തെയും കവിതകളെയും നിന്ദിക്കുന്നു; അയാൾ അവളുടെ കറുത്ത തൊലിയെയും. പരസ്പരം വ്രണപ്പെടുത്തിക്കഴിഞ്ഞിരിക്കെ സ്നേഹിക്കുന്നതായി നടിക്കാൻപോലും ഇനിയൊരിക്കലുമാവില്ലെന്ന് അവൾ സംശയിച്ചു. വാക്തർക്കത്തിനുശേഷം ഒരു കൊച്ചുകുട്ടിയെപ്പോലെ കരയുന്ന ഭർത്താവിനെ അവൾ സാന്ത്വനിപ്പിക്കുന്നതോടെ അവരുടെ ബന്ധം, മാതൃപുത്രബന്ധമായി വ്യാവർത്തിക്കപ്പെടുകയാണ്. മറ്റൊരു ബന്ധവും അവർക്കിടയിൽ ഇനിയും സാദ്ധ്യമല്ലെന്നാണ് അതി

ന്റെയർത്ഥം. അതുവരെ ഏതോ വിചിത്രബന്ധമായിരുന്നു തങ്ങളുടേതെന്നു ബോദ്ധ്യമായ അവൾ മാതൃഭാവത്തിലൂടെ ലൈംഗികതയ്ക്കു പുതിയൊരു മാനം നല്കുകയാണ്. അയാളുടെ നീലക്കണ്ണുകളിൽ അവൾ നല്കുന്ന ചുംബനവും, 'ഇല്ല കുട്ടീ, ഇനി ഞാൻ നിന്നെ വിട്ട് എങ്ങോട്ടും പോവുകയില്ല' എന്നീ വാക്കുകളും അതു സൂചിപ്പിക്കുന്നു. ദാമ്പത്യത്തിൽ ലൈംഗികത തേടുന്ന സ്ത്രീയാണ് ഈ കഥയിൽ പരാജിതയാവുന്നത്.

വിവാഹത്തിന്റെ പ്രഥമരാത്രിയെ നിർവൃതികരമായ ഒരനുഭൂതിയായി സ്ത്രീ അനുസ്മരിക്കുന്നു. ലൈംഗിക സാഫല്യത്തിന്റേതായി അതുമാത്രമേ അവൾക്കനുസ്മരിക്കാനുള്ളൂ എന്നതാവാം ഒരുപക്ഷേ, അതിനു കാരണം. വാസ്തവത്തിൽ മംഗല്യരാത്രിയെ സംബന്ധിച്ച കാല്പനിക വർണ്ണസങ്കല്പങ്ങൾ, ആ രാത്രിയുടെ അസുലഭപ്രാധാന്യം, നിഗൂഢത, ബന്ധത്തിന്റെ പുതുമ തുടങ്ങിയ ഘടകങ്ങളാണ് പലപ്പോഴും ആ അപൂർവ്വാനുഭൂതിക്കു നിദാനം. മാധവിക്കുട്ടിയുടെ ആദ്യകാല രചനയായ 'സ്മരണകൾ' *(1953)* എന്ന കഥ, മകളെ മണിയറയിലേക്കയച്ച ശേഷം തന്റെ ആദ്യരാത്രിയുടെ ആനന്ദാനുഭൂതികളയവിറക്കുന്ന വിധവയായ ഒരമ്മയെ ചിത്രീകരിക്കുന്നു. അവൾ തന്റെ ആദ്യരാത്രിയെ അതേപടി പുനഃസൃഷ്ടിക്കുകയാണ്. മരിച്ചുപോയ ഭർത്താവിനെക്കുറിച്ചുള്ള വിയോഗസ്മരണകളല്ല, അയാളുമായുള്ള സംയോഗ സ്മരണകളാണവളുടേത്. ഒടുവിൽ അയാളുടെ മുഖം അടുത്തു കാണുകയും അയാളുടെ ശ്വാസോച്ഛ്വാസം കവിളിൽ തട്ടുന്നതായനുഭവിക്കുകയും ചെയ്തുകൊണ്ട് അവൾ ആനന്ദലഹരിയിൽ മയങ്ങുന്നു. പിറ്റേദിവസം അമ്മയും മകളെപ്പോലെ നവോഢയായി. ലൈംഗികത നിഷേധിക്കപ്പെട്ട ഒരു വിധവയുടെ ദൈന്യത ഈ കഥ അഭിവ്യഞ്ജിപ്പിക്കുന്നു. ലൈംഗികാനുഭവങ്ങളില്ലാത്ത അവളുടെ ശൂന്യജീവിതമാണ് വാസ്തവത്തിൽ പ്രഥമരാത്രിയെക്കുറിച്ചുള്ള സ്മരണകൾക്ക് ഇത്രയേറെ ആനന്ദാനുഭൂതി പകരുന്നത്. ആ രാത്രിയെ പുനഃസൃഷ്ടിച്ചുകൊണ്ട് അവൾ തന്റെ ലൈംഗികതയ്ക്ക് സ്വപ്നസാക്ഷാൽക്കാരം നല്കുകയാണ്.

ഇതുവരെയുള്ള കഥകളിൽനിന്നും വ്യത്യസ്തമായി കുടുംബിനിയോ കാമിനിയോ അല്ലാത്തവളും പുരുഷന്റെ ലൈംഗികാസക്തിയുടെ സൃഷ്ടിയെങ്കിലും പുരുഷസംസ്കാരത്തിൽനിന്നും നികൃഷ്ടജീവിയെപ്പോലെ അകറ്റിനിർത്തപ്പെടുന്നവളുമായ ഒരു വേശ്യയിലൂടെ, സ്ത്രീശരീരത്തിന്റെ ഔൽകൃഷ്ട്യത്തെ അഭിമാനപൂർവ്വം അവതരിപ്പിക്കുന്ന ഉദ്യമമാണ് 'പത്മാവതി എന്ന വേശ്യ'. വേശ്യയെ സ്ത്രൈണ വിശുദ്ധിയുടെ പ്രതീകമായുയർത്തിക്കൊണ്ട് അവളെ സൃഷ്ടിച്ച സംസ്കാരത്തെയാണ് ഈ കഥ തിരസ്കരിക്കുന്നതെങ്കിലും, ആ സംസ്കാരത്തിൽനിന്നും വിമുക്തമാക്കപ്പെട്ട ഉദാത്തമായൊരു പുരുഷസങ്കല്പത്തെ ഈ കഥ കാത്തുസൂക്ഷിക്കുന്നുണ്ട്. പത്മാവതി എന്ന വേശ്യ സ്വയം സമർപ്പിക്കുന്നത് പ്രസ്തുത

സങ്കല്പമായ ദൈവത്തിന്റെ സന്നിധിയിലാണ്. പുരുഷന്മാരുടെ അസഭ്യവർഷങ്ങളും സഹിച്ച് അവൾ മലമുകളിലെ ക്ഷേത്രസന്നിധിയിലെത്തിയപ്പോഴേക്കും ക്ഷേത്രവാതിലുകൾ അടച്ചുകഴിഞ്ഞിരുന്നുവെങ്കിലും തന്റെ ശരീരം സമർപ്പിച്ചുകൊണ്ടവൾ വിളിച്ചുപറഞ്ഞു:

'പക്ഷേ, ഈ ശരീരം ബാക്കിയുണ്ട്. എത്രപേർ മുങ്ങിക്കുളിച്ചാലും എത്ര വഞ്ചികൾ ഒഴുകിക്കഴിഞ്ഞാലും ക്ഷയിക്കാത്ത നദിയെന്നപോലെ, അവസാനമില്ലാത്ത ഈ സ്ത്രീശരീരം. ഇത് സ്വീകരിക്കണം.'

തന്റെ പുരുഷനു സമർപ്പിക്കാൻ അവൾക്ക് ആ പഴകിത്തുടങ്ങിയ ശരീരം മാത്രമേയുള്ളൂ.

പത്മാവതിക്കു മുമ്പിൽ ദൈവം വാതിൽ തുറന്നു. അവൾ പല രാത്രികളിലും സ്വപ്നം കണ്ട അതിപ്രതാപമാർന്ന പൗരുഷമായിരുന്നു അത്. പക്ഷേ, അയാൾ ലജ്ജാലുവായ പുരുഷനാണ്. അയാളുടെ ലജ്ജകലർന്ന പുഞ്ചിരി കണ്ട് അവൾ തലതാഴ്ത്തി. അവളെ ആശ്ലേഷിച്ചുകൊണ്ട് അവളുടെ പുരുഷൻ പറഞ്ഞു: '... ഞാൻ എന്നെന്നേക്കും നിന്റേതാവുകയാണ്.' അവളിപ്പോൾ ആരാദ്ധ്യയായ സ്ത്രീയായിരിക്കുന്നു. അതുകൊണ്ടാണ് അവളുടെ ഉറക്കച്ചടവുള്ള മുഖവും കീറിപ്പോയ വസ്ത്രങ്ങൾ വെളിപ്പെടുത്തുന്ന ഉയർന്ന മാറിടവും കാൽവണ്ണകളും കണ്ടിട്ടുപോലും പുരുഷന്മാർക്ക് 'അമ്മേ, ഞങ്ങളെ അനുഗ്രഹിക്കണ'മെന്നു മാത്രം പറയുവാൻ തോന്നിയതും.

'ചതി' (*എന്റെ ചെറുകഥകൾ*) എന്ന കഥയിൽ, സ്ത്രീക്കു സ്ത്രീയോടു തോന്നുന്ന ഉല്ക്കടമായ അഭിനിവേശത്തിന്റെ ഹ്രസ്വമായൊരു വിവരണം കാണാം. മലയാളത്തിലെ എഴുത്തുകാരികൾ അവഗണിക്കുന്ന പ്രമേയമാണിത്. സ്ത്രീയും പുരുഷനും തമ്മിലുള്ളതു മാത്രമാണ് സ്വാഭാവികവും യഥാർത്ഥവുമായ ലൈംഗികബന്ധമെന്നും മറ്റെല്ലാം പ്രകൃതിവിരുദ്ധമായ ലൈംഗികവൈകൃതങ്ങളാണെന്നും നമ്മുടെ സമൂഹം കർശനമായി അനുശാസിക്കുന്നതുകൊണ്ടാവാം, എഴുത്തുകാരികൾ ഈ വിഷയത്തിൽ സങ്കോചം പുലർത്തുന്നത്. എന്നാൽ, സത്രീയുടെ സ്വവർഗ്ഗപ്രേമബന്ധങ്ങൾ സ്നേഹത്തിന്റെ മറ്റൊരു വശത്തെയാണ് വെളിപ്പെടുത്തുന്നതെന്നും അത്തരം ബന്ധങ്ങളിലൂടെ ആനന്ദവും സംതൃപ്തിയും പങ്കുവെക്കാൻ അവർക്കു കഴിയുന്നുവെന്നും ഷെയ്ലാ കിറ്റ്സിഞ്ജർ എന്ന സ്ത്രീലൈംഗികതാവിദഗ്ദ്ധ വിശദീകരിക്കുന്നു. പുരുഷന്മാരുടെ താല്പര്യത്തിനനുസൃതം ക്രമീകരിക്കപ്പെട്ട സമൂഹത്തോടുള്ള ശക്തമായ വിമർശനമാണതെന്നും സ്ത്രീകൾ തമ്മിലുള്ള ഉല്ക്കടമായ സൗഹൃദം സ്നേഹമെന്തെന്ന് കൂടുതൽ നന്നായി മനസ്സിലാക്കാൻ അവരെ സഹായിക്കുകയാണ് ചെയ്യുന്നതെന്നും കിറ്റ്സിഞ്ജർ അഭിപ്രായപ്പെടുന്നുണ്ട്.[19]

'ചതി'യിലെ നായികയായ ലേഡിഡോക്ടറോട്, പുതുതായി വന്ന നെഴ്സിന് സ്നേഹം തോന്നുന്നു. അവളുടെ മനസ്സിൽ കുറ്റബോധമെ

ന്നപോലെ കിടക്കുകയായിരുന്ന ആ സ്നേഹം അവളോടു പറഞ്ഞു: 'നീ സാധാരണ സ്ത്രീയല്ല... നീ ഒരു സ്ത്രീയെ സ്നേഹിക്കുന്നു.' സ്ത്രീക്ക് പുരുഷബന്ധം മാത്രമേ പാടുള്ളൂ എന്നതുകൊണ്ടാണ് അവൾക്ക് തന്റെ ആ യഥാർത്ഥസ്നേഹത്തെ കുറ്റബോധത്തോടെ കാണേണ്ടിവരുന്നത്. അവളുടെ കൂട്ടുകാരിപോലും ചോദിച്ചു: 'ഇതെന്തു സ്നേഹമാണ്? പെണ്ണുങ്ങൾക്ക് പെണ്ണുങ്ങളോട് സ്നേഹമോ?...' പെണ്ണ് പെണ്ണിനെ സ്നേഹിക്കുന്നത് അസ്വാഭാവികമായി കരുതുന്ന കൂട്ടുകാരി അവളെ കല്യാണക്കാര്യമോർമ്മിപ്പിക്കുകയും ചെയ്യുന്നു. എന്നാൽ അവ ളാകട്ടെ, ഡോക്ടറെ എപ്പോഴും കണ്ടുകൊണ്ടിരിക്കാനും തൊടാനും ഉമ്മ വെക്കാനും കൊതിക്കുന്നു. അവൾ സ്നേഹത്താൽ ആർദ്രയായി. ഡോക്ടറുടെ,

'കണ്ണുകൾക്കിടയിൽ കണ്ട കറുത്ത നിഴലുകളും ഞരമ്പുകൾ പൊങ്ങിനില്ക്കുന്ന കൈപ്പടങ്ങളും അവളുടെ കണ്ണുകൾ നനയിപ്പിച്ചു.... സ്നേഹം... പരിശുദ്ധമായ ഈ സ്നേഹം? തന്റെ ഹൃദയംതന്നെ നന ഞ്ഞുവീർത്ത് ഒരു സൂര്യനെപ്പോലെ വികസിച്ചുവരുന്നതായി നെഴ്സിനു തോന്നി.'

സ്ത്രീക്കു സ്ത്രീയോടു തോന്നുന്നു ഉല്ക്കടമായ അഭിനിവേശത്തെ ക്കുറിച്ചുള്ള ഹ്രസ്വമെങ്കിലും അനുഭാവപൂർണ്ണമായ ഈ വിവരണംകൂടി പരിഗണിക്കുമ്പോൾ സ്ത്രീയും ലൈംഗികതയും തമ്മിലുള്ള ബന്ധ ത്തിന്റെ പ്രധാനപ്രമേയങ്ങളെല്ലാം ഈ എഴുത്തുകാരികൾ ആവിഷ്ക രിച്ചതായി തെളിയുന്നു. ലൈംഗികതയുടെ അദൃശ്യനിയമങ്ങളുടെ പീഡ നങ്ങളിൽനിന്നും പുരുഷാധികാരത്തിൽനിന്നും മോചനമാശിക്കുന്ന സ്ത്രീചിത്തത്തിന്റെയും ശരീരത്തിന്റെയും തേങ്ങലുകൾ നാലു കഥാ കാരികളുടെ കഥകളിലും വീർപ്പുമുട്ടി കഴിയുന്നത് നമുക്കു വ്യക്തമായി അനുഭവിക്കാൻ കഴിയുന്നു. സ്ത്രീയുടെ ലൈംഗികത കേവലം ഭോഗാധി ഷ്ഠിതമല്ലെന്നും പുരുഷനുമായി അവൾ അഗാധമായാഗ്രഹിക്കുന്നത് ശാരീരികവും മാനസികവും സമത്വാധിഷ്ഠിതവുമായ സമ്പൂർണ്ണ വിനി മയമാണെന്നും ഈ കഥകൾ നിസ്സംശയം തെളിയിച്ചിട്ടുണ്ട്. സ്നേഹ ത്തിന്റെയും പരിഗണനയുടെയും ബഹുമാന്യതയുടെയും പരസ്പരവി നിമയം സാധിക്കുന്ന ഏതു പുരുഷനുമായും ലയിച്ചുചേരാൻ സ്ത്രീ ആശിക്കുന്നു. അത്തരമൊരു ബന്ധം എല്ലാ അവയവങ്ങളുടെയും പ്രവർത്തനമാണവൾക്ക്.

അന്തർജ്ജനം, സരസ്വതിയമ്മ, രാജലക്ഷ്മി എന്നിവരുടെ കഥക ളിൽ സ്ത്രീകൾ പരിഭ്രാന്തിയോടെ അനുഭവിക്കുന്ന പാപബോധവും അവർ മുറുകെപ്പിടിക്കാൻ പാടുപെടുന്ന പത്നീനിഷ്ഠയും ചാരിത്ര്യവു മെല്ലാം മാധവിക്കുട്ടിയുടെ കഥകൾ നിസ്സാരമായി തള്ളിക്കളയുകയും അപ്രസക്തഭാരങ്ങളായി വിസ്മരിക്കുകയും ചെയ്യുന്നു. സ്ഥാപനവല്ക്ക രിക്കപ്പെട്ട ലൈംഗികതയുമായി എല്ലാ കഥാകാരികളും ഇടയുന്നു.

അന്തർജ്ജനത്തിന്റെയും സരസ്വതിയമ്മയുടെയും രാജലക്ഷ്മിയുടെയും കഥകളിലെ സ്ത്രീകൾ കടുത്ത ഭീതിയോടും പാപചിന്തയോടുംകൂടിയാണെങ്കിലും ദാമ്പത്യത്തിനു പുറത്തുള്ള ബന്ധങ്ങൾക്കുവേണ്ടി അഭിലഷിക്കുന്നുണ്ട്. പക്ഷേ, അവർ തങ്ങളുടെ അഭിലാഷങ്ങൾ അമർത്തിപ്പിടിക്കാൻ നിർബ്ബന്ധിതരായിരിക്കുന്നു.

ദാമ്പത്യത്തിലൂടെ ലൈംഗികസാഫല്യം നേടാൻ സ്ത്രീകൾക്കു കഴിയുന്നതായി ഈ കഥകളിൽ കാണുന്നില്ല. കാരണം ദാമ്പത്യത്തിൽ ലൈംഗികത യാന്ത്രികമോ നിർബ്ബന്ധിതമോ ആണ്; ദാമ്പത്യത്തിൽ അധികാരിയായ പുരുഷനെയാണ് സ്ത്രീ അഭിമുഖീകരിക്കുന്നത്. മാധവിക്കുട്ടിയുടെ കഥകൾ ലൈംഗിക സ്നേഹാന്വേഷണം ദാമ്പത്യത്തിനു പുറത്തേക്കു കൊണ്ടുപോകുന്നത് ഇക്കാരണത്താലാണ്. കുടുംബത്തിലെ ലൈംഗികാടിമത്തം വ്യഭിചാരമായും കുടുംബത്തിനു പുറത്തെ ബന്ധങ്ങൾ സ്നേഹാനുഭവമായും ദർശിക്കുന്നതിലൂടെ, വ്യഭിചാരത്തിനും കുടുംബത്തിനും സംസ്കാരം നല്കിയ നിർവ്വചനങ്ങളെയാണ് പ്രസ്തുത കഥകൾ ചോദ്യം ചെയ്യുന്നത്. ദാമ്പത്യേതര ബന്ധങ്ങൾ സ്ഥാപിക്കാൻ മാത്രമല്ല, അത്തരം ബന്ധങ്ങളിലൂടെ ഗർഭം ധരിക്കാനും പ്രസവിക്കാനും മാധവിക്കുട്ടിയുടെ സ്ത്രീകൾ സന്നദ്ധരാണ്. പുരുഷവ്യവസ്ഥയുടെ ധർമ്മാനുശാസനങ്ങളും സ്ത്രീയുടെ യാഥാർത്ഥ്യങ്ങളും പരസ്പരവിരുദ്ധമായ ചേരികളിൽ നിലകൊള്ളുന്നുവെന്നാണ് നാലു കഥാകാരികളും തെളിയിക്കുന്നത്.

എന്നാൽ, പുരുഷന്റെ ലൈംഗികാധിപത്യത്തെയും സംസ്കാരത്തെയും നിരാകരിക്കുന്നതോടൊപ്പംതന്നെ, മർദ്ദകനല്ലാത്ത ഒരു ഉദാത്ത പുരുഷനെ ഇവരുടെ കഥകൾ വിഭാവനം ചെയ്യുന്നുണ്ട്. പുരുഷനെന്ന യാഥാർത്ഥ്യത്തെ അവ ഒരു തലത്തിലും നിരാകരിക്കുന്നില്ല. മാധവിക്കുട്ടിയുടെ കഥകളിൽ ഈ പുരുഷൻ അതിപ്രതാപവാനായ ദൈവംപോലുമായി അവതരിക്കുന്നു. സമ്പൂർണ്ണ സമർപ്പണവും സ്വച്ഛന്ദമായ ലൈംഗികതയും സൗമ്യമായ ബന്ധങ്ങളും ഈ പുരുഷനിൽനിന്നാണ് സ്ത്രീ പ്രതീക്ഷിക്കുന്നത്. അതുപക്ഷേ, അധികാരബന്ധങ്ങളിൽനിന്നും സാങ്കല്പികമായി മോചിപ്പിച്ചെടുത്ത പുരുഷനായതുകൊണ്ടുതന്നെ സ്ത്രീയുടെ പ്രതീക്ഷകൾ തകർന്നുപോവുകയും ചെയ്യുന്നു.

സ്ത്രൈണലൈംഗികതയുടെ യാഥാർത്ഥ്യങ്ങളാവിഷ്കരിക്കുന്നതിൽ എഴുത്തുകാരികൾ പുലർത്തുന്ന അധീരതയും സങ്കോചവും മാധവിക്കുട്ടി തിരിച്ചറിഞ്ഞിട്ടുണ്ട്. കഥാകാരി ഉന്നയിക്കുന്ന വിമർശനം നോക്കുക:

> ഇന്ത്യാക്കാരിയായ ഒരെഴുത്തുകാരിക്ക് പല വൈഷമ്യങ്ങളും നേരിടേണ്ടിവരും. ഒരു സാഹിത്യപാരമ്പര്യം ഭാരതസ്ത്രീകൾക്കില്ല. മറ്റുള്ളവർ ഉണ്ടാക്കിവച്ച പാതകളിൽക്കൂടി പോവാൻ നമുക്കു സാധി

ക്കില്ല. പാതകൾ അവർ നമുക്കായി ഒരുക്കിയിട്ടുമില്ല.... ചുരുക്കം സ്ത്രീകൾക്കേ വായ് തുറക്കുവാനും അഭിപ്രായം പ്രകടിപ്പിക്കുവാനും ധൈര്യമുണ്ടായുള്ളൂ. പുരുഷയജമാനത്വം പുലർത്തിപ്പോന്ന ഒരു സമൂഹത്തിന് കേൾക്കാൻ രുചിക്കുന്ന കഥകൾ മാത്രമേ സാഹിത്യകാരികൾ വെച്ചു വിളമ്പിയിരുന്നുള്ളൂ. ത്യാഗശീലകളും പതിവ്രതകളും സദാദുഃഖിതകളും രതിവിരോധികളുമായ കഥാപാത്രങ്ങളെ മാത്രമേ സാഹിത്യകാരികൾ അവതരിപ്പിക്കാൻ ധൈര്യപ്പെട്ടുള്ളൂ. യാഥാർത്ഥ്യങ്ങൾ മറച്ചുവെക്കാനായിരുന്നു ആ സാഹിത്യരചന. അവർ മറച്ചുവെക്കുന്നതിൽ മാന്യത കണ്ടെത്തി.[20]'

ഈ തിരിച്ചറിവാണ് എഴുത്തുകാരി എന്ന നിലയിൽ തന്റെ വർഗ്ഗത്തിന്റെ പരിമിതികളെ അതിലംഘിക്കുവാൻ മാധവിക്കുട്ടിയെ പ്രാപ്തയാക്കിയത്. മേലുദ്ധരിച്ച വരികളിൽ സൂചിപ്പിക്കുന്നപോലെ എഴുത്തുകാരികൾ അഭിമുഖീകരിക്കുന്ന പ്രതിസന്ധികൾ, സ്ത്രീസാഹിത്യ പാരമ്പര്യമില്ലായ്മ, പുരുഷവീക്ഷണങ്ങൾ പിന്തുടരാനാവില്ലെന്ന തിരിച്ചറിവ്, സ്വവർഗ്ഗത്തോടുള്ള വിമർശനം എന്നിവയെക്കുറിച്ച് ജാഗ്രത പുലർത്തുന്ന ഒരെഴുത്തുകാരിക്കു മാത്രമേ അതു സാധിക്കുകയുള്ളൂ. അതിനാൽ സ്ത്രീയുടെ യാഥാർത്ഥ്യങ്ങൾക്കു ജിഹ്വ നല്കുവാനും സാഹിത്യത്തിൽ സ്ത്രീയുടെ പാരമ്പര്യം പ്രകാശമാനമാക്കുവാനും വേണ്ടിയുള്ള ഉദ്യമങ്ങളെന്ന നിലയിൽ ഈ കഥകളെ നാം സമീപിക്കേണ്ടിയിരിക്കുന്നുവെന്നാണ് മാധവിക്കുട്ടിയുടെ വരികൾ ഓർമ്മിപ്പിക്കുന്നത്.

ലൈംഗികതാസ്ഥാപനത്തിന്റെ സദാചാരനിയമങ്ങളെ മറയില്ലാതെ ലംഘിക്കുകയാണല്ലോ മാധവിക്കുട്ടിയുടെ കഥകൾ. സദാചാരവ്യവസ്ഥയുടെ അധൃഷ്യതയും അതു ലംഘിക്കുന്നതിലുള്ള ഭയാശങ്കകളുമാവാം 'യാഥാർത്ഥ്യങ്ങൾ മറച്ചുവെക്കാൻ' മറ്റുള്ള എഴുത്തുകാരികളെ നിർബ്ബന്ധിച്ചിരിക്കുക. എന്നാൽ മാധവിക്കുട്ടിക്ക് എന്തുകൊണ്ടിതു സാധിച്ചു?

ആദ്യഘടകം ചരിത്രപരമാണ്. സ്ത്രൈണലൈംഗികതയെ സംബന്ധിച്ച് മലയാള സ്ത്രീരചനകളിൽ നിലനിന്നുപോന്ന പോരായ്മകൾ പരിഹരിക്കുന്ന ഒരെഴുത്തുകാരിയെ കാലഘട്ടം ആവശ്യപ്പെടുന്നുണ്ടായിരുന്നു. നേരത്തെ സൂചിപ്പിച്ചപോലെ ഈ പരിമിതികൾ തിരിച്ചറിഞ്ഞുകൊണ്ട് ഒരു സാഹിത്യ-സാംസ്കാരിക ദൗത്യം നിർവ്വഹിക്കുകയായിരുന്നു മാധവിക്കുട്ടി എന്ന എഴുത്തുകാരി. രണ്ടാമത്തെ ഘടകം ഈ എഴുത്തുകാരിയുടെ സവിശേഷ ജീവിതസാഹചര്യങ്ങൾ നല്കിയ ആനുകൂല്യങ്ങളാണ്. കേരളീയ സമൂഹത്തിലെ കർക്കശമായ സദാചാരാനുഭവങ്ങളെ ഭയപ്പെടേണ്ടതില്ലാത്ത തരത്തിൽ കഥാകാരി ഈ കാലഘട്ടങ്ങളിൽ അന്യനാടുകളിൽ കഴിയുകയായിരുന്നുവല്ലോ. കേരളീയ സമൂഹത്തിൽ ജീവിതം നയിച്ചുകൊണ്ട് ഇത്തരം കഥകൾ രചിക്കുവാൻ കഥാ

കാരിക്കു സാധിക്കുമായിരുന്നില്ല. ഈ നാല് എഴുത്തുകാരികളിൽ മാധവിക്കുട്ടി മാത്രമാണ് കേരളത്തിനു പുറത്തു ജീവിച്ചുകൊണ്ട് രചനകളിലേർപ്പെട്ടതെന്ന വസ്തുതയും ശ്രദ്ധേയമാണ്. കേരളത്തിൽ തിരിച്ചെത്തിയ ശേഷം സദാചാരനിയമങ്ങളെ വെല്ലുവിളിക്കുന്നതരത്തിൽ രചന സൃഷ്ട്യുന്മുഖമാക്കുവാൻ കഥാകാരി പ്രയാസപ്പെട്ടതും നാം കണ്ടു. കേരളത്തിൽ താനൊരു 'ഈജിപ്ഷ്യൻ മമ്മി'യെ പോലെ ചുറ്റി വരിഞ്ഞു കെട്ടിയിടപ്പെട്ടിരിക്കുകയാണ് എന്ന് മാധവിക്കുട്ടി നിസ്സഹായതയോടെ അറിയിക്കുകയും ചെയ്യുന്നു.[21]

കുറിപ്പുകൾ

1. Jane Root. *Pictures of Women*, (London:Pandora press,1984) p.10.
2. ഇവിടെ ഭാഷാപരമായ ഒരു പ്രതിസന്ധി സ്വാഭാവികമായും അഭിമുഖീകരിക്കുന്നുണ്ട്. മനുഷ്യരുടെ ലൈംഗികപ്രവർത്തനങ്ങൾ എന്ന അർത്ഥത്തിലും അവയുടെ വ്യവസ്ഥാപനം എന്ന അർത്ഥത്തിലും 'ലൈംഗികത' എന്നുതന്നെ ഉപയോഗിക്കുകയേ നിർവ്വാഹമുള്ളൂ. ഈ അർത്ഥവ്യത്യാസം മനസ്സിലാകും വിധത്തിലാണ് അതാതു സന്ദർഭങ്ങളിൽ ഈ പദം ഉപയോഗിച്ചിരിക്കുന്നത്.
3. Stephen Heath, *The Sexual Fix*, (London: Macmiiian,1982) p.11.
4. വില്യം എച്ച് മാസ്റ്റേർസും വിർജിനിയ ഇ ജോൺസനും ചേർന്നു നടത്തിയ ഗവേഷണങ്ങളാണ് (1966) പെൺലൈംഗികതയെക്കുറിച്ചു നിലനിന്നുപോന്ന ഫ്രോയിഡിയൻ സങ്കല്പങ്ങളെ തിരുത്തുന്നത്. സ്ത്രീയുടെ പ്രാഥമിക ലൈംഗികാവയവം ഫ്രോയിഡ് കരുതിയ പോലെ, യോനി (Vagina)യല്ലെന്നും ഭഗശിശ്ന (Clitoris) മാണെന്നും അവർ തെളിയിച്ചു. തുടർന്ന്, ആനി കോഡ്റ്റ്നെപ്പോലുള്ള ഫെമിനിസ്റ്റു ചിന്തകർ നടത്തിയ പഠനങ്ങൾ ഫ്രോയിഡിന്റെ നിഗമനങ്ങളെ തള്ളിക്കളയുകയും പെൺ ലൈംഗികതയെ സംബന്ധിച്ച് പല പുതിയ വസ്തുതകളും പുറത്തുകൊണ്ടുവരികയും ചെയ്തു. 14 നും 78 നും ഇടയിൽ പ്രായമുള്ള മൂവായിരം സ്ത്രീകൾക്കിടയിൽ നാലു വർഷംകൊണ്ട് ഷെറിഹൈറ്റ് നടത്തിയ പ്രശസ്തമായ പഠനം (The Hite Report-1976) പെൺലൈംഗികതയെ സംബന്ധിച്ച ഫെമിനിസ്റ്റ് നിഗമനങ്ങളെ സാധൂകരിക്കുന്നു.
5. Michel Foucault, *The History of Sexuality*. Vol.I. (Harmondsworth: Penguin, 1948) p.3
6. ബംഗാളി സമൂഹത്തിലും ഇതേ കാലത്തുതന്നെയാണ് അശ്ലീല സങ്കല്പം രൂപപ്പെടുന്നതെന്ന് സുമന്താ ബാനർജി അഭിപ്രായപ്പെട്ടിട്ടുണ്ട്. പത്തൊൻപതാം ശതകത്തിലെ ബംഗാളി സാഹിത്യത്തിൽ അശ്ലീലസങ്കല്പം സൃഷ്ടിച്ച പരിവർത്തനങ്ങളെക്കുറിച്ച് ബാനർജി നടത്തുന്ന നിരീക്ഷണങ്ങൾ ശ്രദ്ധേയമാണ്. കാണുക:

Sumanta Banerjee *"Bogey and the Bawdy. Changing Concept of Obscenity in 19th Century Bengali Literature"* in Economic and Political Weekly, 22, 29 (July18, 1987) pp.1197-1206.

7. Farhat Rahman, *Female Sexuality and Islam* Dossier 5,6 (December 1988-may 1990) pp. 30.31.
8. Sheila Kitzinger, *Woman's Experience of Sex* (New York: G P Putnam's Sons, 1983) p.17
9. Lynda Bike & Sandy Best, *The Tyrannical Womb: Menstruation Menopause* in, the Brighton Women and Science Group, Alice Through the Microscope (London: Virago, 1980) p.89.
10. L A Krishna Iyer, *The Social History of Kerala* Vol. I Madras: Book Centre Publications, 1968) pp. 103-108.
11. Wendy Faulkner, *The Obsessive Orgasm: Science, Sex and Female Sexuality'* in,The Brighton Women and Science Group, op. cit. p.151.
12. Marsha Rowe, *Sexuality in Marsha Rowe (ed) Spare Rib* Reader, (Penguin 1982) p.305.
13. *ആത്മകഥയ്ക്ക് ഒരാമുഖം* (1979) പുറം 97.
14. *മാതൃഭൂമി ആഴ്ചപ്പതിപ്പ്,* 40,9 (1962 മെയ് 13).
15. Molly Hite, *Writing-and Reading-The Body: Female Sexuality and Recent Feminist Fiction.*
    Feminist studies, 14.1 (Spring 1988) pp.121-142.
16. Helene Cixous, *The Laugh of the Medusa* in, Elain Marks & Isabelle de Courtivron (eds), New French Feminisms (Sessex: The Harvester Press, 1981) PP. 246-264.
17. തിലകം 1, 7 (ഒക്ടോബർ 1962) പുറം 61.
18. Male enjoyment does not guarantee female response; from a detached perspective, the male orgasm is rather like having someone go to the bathroom on you.
    Molly Hite, op cit. p. 127.
19. Sheila Kitzinger, op.cit. p.98.
20. *വെറും ഡയറിക്കുറിപ്പുകൾ. കലാകൗമുദി.* ന.698 (29 ജനവരി 1989) പുറം 26.
21. എൻ കെ രവീന്ദ്രൻ, *സ്ത്രീയുടെ അഭിമാനങ്ങൾ* (മാധവിക്കുട്ടിയുമായുള്ള അഭിമുഖം). *മാതൃഭൂമി ആഴ്ചപ്പതിപ്പ്,* ലക്കം 14 (2009 ജൂൺ 14) പുറം 20-23.

7

മാതൃത്വം എന്ന അനുഭവവും പീഡനവും

അമ്മയ്ക്കു കേൾപ്പാനച്ചെഞ്ചുണ്ടിൽ നിന്നതാ
ധർമ്മസംഗീതമൊന്നുദ്ഗളിച്ചു;
ഹാ കഷ്ട, മദ്ദിവ്യഭാഷയറിവീല
ലോകത്തിലിന്നേതു ബുദ്ധിമാനും!

(ബാലാമണിയമ്മ)

മാതൃത്വം ഒരനുഭവമെന്ന നിലയിൽ സ്ത്രീയുടേതു മാത്രമാണ്. അസാമാന്യമായ വികാരക്ഷമതയും മനക്കരുത്തും ത്യാഗസന്നദ്ധതയും നിഷ്കളങ്കമായ സ്നേഹവാത്സല്യഭാവങ്ങളും അമ്മയാകുന്നതിലൂടെ സ്ത്രീക്കു സിദ്ധമാകുന്നു. മനുഷ്യശിശുവിന്റേതുമാത്രമായ ദീർഘകാലാശ്രിതത്വം അമ്മയ്ക്കും കുഞ്ഞിനുമിടയിൽ സൃഷ്ടിക്കുന്ന വൈകാരികബന്ധം അത്രയേറെ ഗാഢമാണ്. അതിനാൽ മനുഷ്യർക്കിടയിലെ ഏറ്റവും നിർമ്മലവും നിസ്വാർത്ഥവും തീവ്രവുമായ ബന്ധം മാതൃശിശുബന്ധമാണെന്നു പറയുന്നതിൽ അതിശയോക്തിയില്ല. കുഞ്ഞിന്റെ ഏതു ചലനവും ഭാവവും ആവശ്യവും അസ്വസ്ഥതയുമെല്ലാം പെട്ടെന്നു കണ്ടറിയാൻ ഈ ബന്ധം അവളെ പ്രാപ്തയാക്കുന്നു. ബാലാമണിയമ്മയുടെ *അമ്മ* എന്ന കവിതയിൽനിന്നും മേലുദ്ധരിച്ച വരികൾ അഭിവ്യഞ്ജിപ്പിക്കുന്നപോലെ ആ ചെഞ്ചുണ്ടിൽനിന്നുയരുന്ന ധർമ്മസംഗീതം അവളുടെ കർണ്ണങ്ങളിൽ മാത്രമേ പ്രതിദ്ധ്വനിക്കുകയുള്ളൂ; ബുദ്ധിമാന്മാരായ പുരുഷന്മാർക്കുപോലും ആ സംഗീതത്തിന്റെ ഭാഷയറിയില്ല.

മാതാവിനെ ദൈവമാക്കി ആരാധിക്കുന്ന സമ്പ്രദായം എല്ലാ സമൂഹങ്ങളിലുമുണ്ട്. സൃഷ്ടി സ്ഥിതി സംഹാരരൂപിണിയായും വരദയായും

ചാരിത്ര്യദേവതയായും കാമരൂപിണിയായും അഭയദയായും നാനാഭാവങ്ങളിൽ മാതൃത്വം ആരാധിക്കപ്പെടുന്നതായി കാണാം. കേരളത്തിലാവട്ടെ ഭദ്രകാളി, ദുർഗ്ഗ, ഭഗവതി, കാവിലമ്മ, തമ്പുരാട്ടി, കടലമ്മ, ഭരദേവത, ചാമുണ്ഡി, പരമേശ്വരി, അന്നപൂർണ്ണേശ്വരി, അമ്മത്തതിരുവടി എന്നിങ്ങനെയുള്ള വിവിധ രൂപങ്ങളിൽ മാതാവ് കുടികൊള്ളുന്നു. 'മാ' ശബ്ദത്തിന് ലോകത്തിലെ ഏതാണ്ടെല്ലാ ഭാഷകളിലും അമ്മ എന്നാണർത്ഥമെന്നത് മാതൃത്വത്തിന്റെ സാർവ്വലൗകികമായ ഏകീഭാവത്തെയാണല്ലോ സൂചിപ്പിക്കുന്നത്. ഭൂമിയും സാഗരവും പ്രകൃതിയും രാജ്യവും മാതാവു തന്നെ. ജനനിയും ജന്മഭൂമിയും സ്വർഗ്ഗത്തേക്കാൾ മഹത്തരമെന്ന് ജനങ്ങൾ ആത്മാർത്ഥമായി വിശ്വസിക്കുന്നു. ഏറ്റവും ക്രൂരഹൃദയനും സ്ത്രീവിരോധിയുമായ പുരുഷൻപോലും മാതൃസ്മരണയാൽ തരളിതചിത്തനായി മാറുന്നു.[1]

മാതൃത്വത്തിന്റെ പ്രസാദമൂറുന്ന ചിത്രമാണ് ഇവയെല്ലാം നമുക്ക് നല്കുന്നതെങ്കിലും പ്രസവിക്കുന്നു എന്നതുകൊണ്ടുമാത്രം സ്ത്രീ അമ്മയാകുന്നില്ല; അഥവാ അവളെ അമ്മയായി നാം അംഗീകരിക്കുന്നില്ല എന്നൊരു മറുവശംകൂടിയുണ്ട്. അവൾ പ്രസവിച്ചാൽ മാത്രം പോരാ, ശിശുവിന്റെ സംരക്ഷണഭാരം മുഴുവൻ നിർവ്വഹിച്ചിരിക്കയും വേണം. മുലയൂട്ടുക, താരാട്ടുപാടിയുറക്കുക, രാപ്പകൽ പേറിനടക്കുക, വൈകാരികവും ശാരീരികവുമായ ആശ്രയമരുളുക, ആവശ്യങ്ങൾ കണ്ടറിഞ്ഞു നിറവേറ്റുക, സമൂഹനിയമങ്ങൾക്കും പ്രത്യയശാസ്ത്രങ്ങൾക്കും അനുസൃതമായി കുഞ്ഞിനെ വളർത്തിയെടുക്കുക, ഇവയ്ക്കെല്ലാം പുറമെ വീട്ടുവേലകൾ കൂടി ചെയ്യുക- ഇങ്ങനെ നാനാചുമതലകളും ചേർന്നെങ്കിൽ മാത്രമേ അമ്മയാകൽ പൂർത്തിയാവുകയുള്ളൂ. ഇവയെല്ലാം സ്ത്രീയുടെ 'പ്രകൃതിധർമ്മങ്ങളാ'ണെന്ന സമൂഹാനുശാസനങ്ങളെ അവൾക്കു നിഷേധിക്കാനാവില്ല. ഈ ചുമതലകൾ പുരുഷന്മാർകൂടി പങ്കുവെക്കണമെന്ന് സ്ത്രീകൾ ആഗ്രഹിക്കാറുണ്ടെങ്കിലും അത്തരം 'സ്ത്രൈണധർമ്മങ്ങൾ ഏറ്റെടുക്കുവാൻ അവർ ബാദ്ധ്യസ്ഥരല്ല. അടിച്ചേല്പിക്കപ്പെട്ട മാതൃത്വത്തോടുള്ള അമർഷം അവൾ പ്രകടിപ്പിക്കുന്നത് ചിലപ്പോൾ നിരപരാധിയായ സ്വന്തം കുഞ്ഞിനോടായിരിക്കും. സിമോൻ ദി ബുവ്വയുടെ വാക്കുകളിൽ പറഞ്ഞാൽ,

"തന്റെ കുഞ്ഞിനെ ശിക്ഷിക്കുന്ന ഒരമ്മ ആ കുഞ്ഞിനെ മാത്രമല്ല തല്ലുന്നത്; ഒരർത്ഥത്തിൽ അവളതിനെ തല്ലുന്നേയില്ല. അവൾ പുരുഷനോടും ലോകത്തോടും തന്നോടുതന്നെയും പക തീർക്കുകയാണ്. ഇങ്ങനെയുള്ള ഒരമ്മ എപ്പോഴും പശ്ചാത്താപവിവശയായിരിക്കുമെന്നതിനാൽ ആ കുഞ്ഞിന് പക്ഷേ, തല്ലുകിട്ടിയതിന്റെ വേദനയല്ലാതെ, അമ്മയോടു നീരസമൊന്നും തോന്നുകയില്ല."[2]

ഇത്തരം മനസ്സംഘർഷങ്ങളുടെയും അദ്ധ്വാനഭാരത്തിന്റെയും ഇടയിൽപ്പെട്ട്, 'അമ്മയാകു'ന്നതിലൂടെ അവളുടെ സർഗ്ഗാത്മകതയും ഭാവ

നാശേഷിയും ചിന്താശീലവുമെല്ലാം തകർന്നടിയുന്നു. മാതൃത്വത്തിന്റെ അത്ര സുഖകരമല്ലാത്ത ചിത്രമാണിത്.

കുഞ്ഞുങ്ങളുടെ സംരക്ഷണം പണ്ടുകാലത്തും സ്ത്രീകൾതന്നെയാണ് നിർവ്വഹിച്ചിരുന്നതെങ്കിലും അന്നൊക്കെ അത് സ്ത്രീകളുടെ കൂട്ടായ ചുമതലയായിരുന്നു. ജന്മം നല്കിയ അമ്മതന്നെ വേണമായിരുന്നില്ല, കുഞ്ഞിനെ മുലയൂട്ടാനും പരിചരിക്കാനും. കേരളത്തിലെ തറവാട്ടു വ്യവസ്ഥയിൽപ്പോലും പെറ്റമ്മമാരായിരുന്നില്ല കുഞ്ഞുങ്ങളുടെ സംരക്ഷകരെന്ന് അനുഭവസ്ഥരായ പുരുഷന്മാർതന്നെ വ്യക്തമാക്കിയിട്ടുണ്ട്.[3] പ്രസവിച്ചു എന്നതുകൊണ്ട് മാത്രം ശിശുപരിപാലനം സ്ത്രീയുടെ ചുമതലയാകുന്നില്ലെന്നു കാണാൻ കേരളത്തിന്റെ സമീപകാലചരിത്രത്തിലേക്കു നോക്കിയാൽ മതിയാകും. ശിശുപരിപാലനം സ്ത്രീകളുടെ ജൈവധർമ്മമൊന്നുമല്ലെന്നും സാമൂഹികമായ ക്രമീകരണങ്ങളുടെ ഫലമായി അവരിൽ നിക്ഷിപ്തമാക്കപ്പെട്ട ചുമതലയാണെന്നുമാണ് ഇതിന്റെയർത്ഥം.

പ്രസവിക്കണോ വേണ്ടയോ, എത്ര കുഞ്ഞുങ്ങളെ പ്രസവിക്കണം എന്നൊന്നും തീരുമാനിക്കാനുള്ള അവകാശം സ്ത്രീകൾക്കില്ല. സമൂഹത്തിന്റെ ആവശ്യങ്ങൾക്കനുസരിച്ച് സ്ത്രീയുടെ പ്രത്യുല്പാദനശേഷിയെ പ്രോത്സാഹിപ്പിക്കുകയോ നിയന്ത്രിക്കുകയോ ചെയ്യുന്നു! ജർമ്മനിയിൽ ഹിറ്റ്ലറുടെയും റഷ്യയിൽ സ്റ്റാലിന്റെയും വാഴ്ചക്കാലത്ത് പരമാവധി ശിശുക്കളെ (ആൺപ്രജകൾ) പ്രസവിക്കാൻ സ്ത്രീകൾ നിർബ്ബന്ധിക്കപ്പെട്ടിരുന്നുവെന്നത് ചരിത്രസത്യമാണ്. കൂടുതൽ പ്രസവിക്കുന്ന അമ്മമാർക്ക് പ്രത്യേകബഹുമതികളും സാമ്പത്തികാനുകൂല്യങ്ങളും മറ്റും നല്കി ഭരണാധികാരികൾ മാതൃത്വമഹിമയെ വാനോളമുയർത്തി. നമ്മുടെ ഭരണകൂടമാകട്ടെ, സ്ത്രീയുടെ പ്രത്യുല്പാദനശേഷി നിയന്ത്രിക്കുകയും ഒന്നോ രണ്ടോ കുഞ്ഞുങ്ങൾ മാത്രമുള്ള അമ്മയെ സന്തുഷ്ട മാതൃത്വത്തിന്റെ ആദർശമാതൃകയായി വാഴ്ത്തുകയും ചെയ്യുന്നു. ഈയിടെ ഒരു മതസംഘടന തങ്ങളുടെ സഭയിൽ പ്രജകളുടെ എണ്ണം കൂട്ടാനായി കൂടുതൽ കുട്ടികളെ ഉല്പാദിപ്പിക്കാൻ ആവശ്യപ്പെടുകയുണ്ടായി.

സ്ത്രീയുടെ പ്രത്യുല്പാദനശേഷി പുരുഷന്റെ അധികാരത്തിനു കീഴിലായിരുന്നുവെന്ന് തെളിയിക്കുന്ന നിരവധി ഉദാഹരണങ്ങൾ ഋഗ്വേദകാലം മുതല്ക്കുതന്നെ ലഭ്യമാണ്. ആൺസന്തതികളെ നല്കുന്ന മാതൃത്വമായിരുന്നു അക്കാലത്തും പുരുഷന്മാർക്കാവശ്യം. അതിനാൽ സ്ത്രീയുടെ പ്രത്യുല്പാദനശേഷിയല്ല, അവളുടെ അടിമത്തത്തിനു കാരണം. പ്രത്യുത, ആ പ്രത്യുല്പാദനശേഷിയെ കീഴടക്കുകയും അതവളുടെ നിർബ്ബന്ധിത കടമയാക്കി മാറ്റുകയും ചെയ്യുന്ന പുരുഷാധിപത്യമാണ്.

മാതൃത്വത്തെ കീഴടക്കിയശേഷം അതു സ്ത്രീയുടെ പരമോന്നത

ജീവിതധർമ്മമാണെന്നും സ്ത്രീയുടെ ജീവിതസാഫല്യം മാതൃത്വത്തിലൂടെയാണെന്നും പുരുഷാധിപത്യസംസ്കാരം സ്ത്രീകളെ പഠിപ്പിക്കുന്നു. നീഷെ (1844-1900) യെപ്പോലുള്ള തത്ത്വചിന്തകന്മാർപോലും അതാണ് ചെയ്തത്. സ്ത്രീകളെ സംബന്ധിച്ചതെല്ലാം ഒരു പ്രഹേളികയായി കരുതുന്ന നീഷെ, ആ പ്രഹേളികയ്ക്കു പരിഹാരം ഗർഭം മാത്രമാണെന്ന് നിസ്സംശയം വിധി കല്പിക്കുന്നു![4] സമൂഹമാകട്ടെ, മാതൃത്വത്തിലൂടെ 'ജീവിതസാഫല്യം' നേടാനുള്ള സ്വാതന്ത്ര്യം സ്ത്രീക്കു നല്കുന്നുമില്ല.

നിയമേനയുള്ള വിവാഹബന്ധത്തിലൂടെ മാത്രമേ മാതൃത്വം അനുവദിക്കപ്പെടുകയുള്ളൂ! വിവാഹത്തിന്റെ ബന്ധനങ്ങളിൽ കഴിയാനിഷ്ടപ്പെടാത്ത സ്ത്രീക്ക് മാതൃത്വം നിഷേധിക്കപ്പെടുന്നു. മാതൃത്വത്തെ ആദർശവല്ക്കരിക്കുകയും അതേസമയം നിഷേധിക്കുകയും ചെയ്യുന്ന കാപട്യത്തെയാണല്ലോ ഇതു വെളിപ്പെടുത്തുന്നത്. ഏതായാലും മാതാവാകാൻ കഴിയാത്ത സ്ത്രീ നിന്ദ്യയും അപമാനിതയുമായിത്തീരുന്നുവെന്നതാണ് യാഥാർത്ഥ്യം. അതിനാൽ മാതൃത്വാനുഭവങ്ങൾക്കുവേണ്ടി ദാഹിക്കുന്ന സ്ത്രീക്ക്, അവൾ സ്വാതന്ത്ര്യേച്ഛുവായാലും ശരി, വിവാഹത്തിനു കീഴടങ്ങേണ്ടിവരുന്നു. (സരസ്വതിയമ്മയുടെ അവിവാഹിത എന്ന കഥ) ഗർഭധാരണശേഷിയില്ലാത്ത സ്ത്രീയുടെ അവസ്ഥ കൂടുതൽ പരിതാപകരമായിരിക്കും. ഒരു വന്ധ്യയിൽനിന്നും ഭിക്ഷ സ്വീകരിക്കാൻ യാചകന്മാർപോലും വിസമ്മതിച്ചിരുന്നതായി എം എൻ ശ്രീനിവാസ് എഴുതിയിട്ടുണ്ട്.[5]

സ്ത്രീയുടേതുമാത്രമായ അനുഭവമെന്ന നിലയിലും പുരുഷാധിപത്യത്തിന്റെ ഒരു മർദ്ദനോപാധിയെന്ന നിലയിലും മാതൃത്വത്തിനു രണ്ടു രൂപങ്ങളുണ്ടെന്ന് വ്യക്തമാവുന്നു. ഇതിൽ രണ്ടാമത് പറഞ്ഞതാണ് മാതൃത്വമെന്ന സ്ഥാപനം. ഏഡ്രിയൻ റിച്ച് തന്റെ പ്രശസ്തമായ ഗ്രന്ഥത്തിൽ ഈ വസ്തുത വിശദമായി ചർച്ചചെയ്യുന്നുണ്ട്. മാതൃത്വത്തിന് രണ്ടർത്ഥങ്ങളുണ്ടെന്നും അവ ഒന്നു മറ്റൊന്നിനുമേൽ കൂട്ടിച്ചേർത്തു വെച്ചിരിക്കയാണെന്നും റിച്ച് പറയുന്നു. ഏതൊരു സ്ത്രീക്കും തന്റെ പ്രത്യുല്പാദനശേഷിയോടും കുഞ്ഞുങ്ങളോടുമുള്ള അതിഗാഢമായ ബന്ധമാണ് ആദ്യത്തേത്. രണ്ടാമത്തേതാകട്ടെ, പ്രസ്തുതബന്ധത്തെയും സ്ത്രീകളെയാകെയും പുരുഷാധികാരത്തിനു കീഴിൽ നിലനിർത്തുന്ന സ്ഥാപനമാണ്.[6] മാതൃത്വമെന്ന സ്ഥാപനത്തെയാണ് ഫെമിനിസ്റ്റ് ചിന്തകർ വിമർശിക്കുന്നത്. കാരണം, പ്രത്യുല്പാദനശേഷിയിലും കുഞ്ഞുങ്ങളിലും സ്ത്രീകൾക്കുള്ള അവകാശങ്ങൾ കവർന്നെടുക്കുകയും സ്ത്രീയുടെ സ്വതന്ത്രമായ തീരുമാനങ്ങൾക്കോ അഭിലാഷങ്ങൾക്കോ ഭാവനകൾക്കോ അനുഭവങ്ങൾക്കോ സ്ഥാനം നല്കാതെ പീഡനങ്ങൾ അടിച്ചേല്പിക്കുകയും ചെയ്യുന്നത് ഈ സ്ഥാപനമാണ്. കൂടാതെ ജെയ്ൻ മർഫി അഭിപ്രായപ്പെട്ടതുപോലെ, ജീവിതത്തിന്റെ സർഗ്ഗാത്മകതയുടെ

വിവിധവശങ്ങൾ ഉപയോഗപ്പെടുത്തുന്നതിൽനിന്നും സ്ത്രീകളെ തടഞ്ഞുനിർത്തുന്നതിനു വേണ്ടിയും പുരുഷാധിപത്യസമൂഹം മാതൃത്വ സ്ഥാപനത്തെ ഉപയോഗിച്ചുകൊണ്ടിരിക്കും.[7]

ഈ സന്ദർഭത്തിൽ നാം അംഗീകരിക്കേണ്ട മറ്റൊരു സുപ്രധാന വസ്തുത കൂടിയുണ്ട്. പുരുഷാധിപത്യത്തിന്റെ മാതൃത്വസ്ഥാപനം സ്ത്രീയുടെ സ്വച്ഛന്ദമാതൃത്വാനുഭവങ്ങൾ തകർത്തുകൊണ്ടിരിക്കുകയാണെങ്കിലും അവയെ പൂർണ്ണമായും നശിപ്പിക്കാൻ ആ സ്ഥാപനത്തിനു കഴിഞ്ഞിട്ടില്ല എന്നതാണത്. പുരുഷാധികാരത്തിനെതിരെ ഉപരോധമുയർത്തി പ്രസ്തുത അനുഭവങ്ങൾ തങ്ങളുടേതു മാത്രമായി കാത്തുസൂക്ഷിക്കാൻ സ്ത്രീകൾ പരിശ്രമിക്കുന്നു.

മാതൃത്വത്തെ അനുഭവമായും പീഡനമായും അറിയുന്നതിന്റെ വൈവിദ്ധ്യമാർന്ന ചിത്രങ്ങൾ നമ്മുടെ കഥാകാരികളുടെ രചനകളിൽനിന്നും വേർതിരിച്ചെടുക്കാൻ കഴിയും. ഈ പറഞ്ഞ രണ്ടു ഭാവങ്ങളും പ്രത്യക്ഷപ്പെടുന്നത് പ്രധാനമായും അന്തർജ്ജനത്തിന്റെയും മാധവിക്കുട്ടിയുടെയും സരസ്വതിയമ്മയുടെയും കഥകളിലാണ്. അന്തർജ്ജനത്തിന്റെ 'പഞ്ചാരയുമ്മ', 'വയൽവക്കിൽ', 'മുലപ്പാലിന്റെ മണം', 'സ്നേഹയാചകി', 'കറുത്തവാവിന്റെ നറും ചന്ദ്രിക', 'അവിവാഹിത' എന്നീ കഥകൾ അനുഭവങ്ങളുടെ വിഭാഗത്തിൽ ഉൾപ്പെടുത്താവുന്നവയാണ്. ഒരു എഴുത്തുകാരിക്കുമാത്രം സൃഷ്ടിക്കാൻ കഴിയുന്നവയാണ് ഈ കഥകൾ.

മാതൃത്വത്തിന്റെ ആഴമനുഭവിച്ച ഒരമ്മയുടെ നിരീക്ഷണപടുതയും കുഞ്ഞുമായുള്ള ആത്മബന്ധവും പ്രകാശിപ്പിക്കുന്ന മഹത്തായ രചനയാണ് അന്തർജ്ജനത്തിന്റെ *പഞ്ചാരയുമ്മ* (*തിരഞ്ഞെടുത്ത കഥകൾ*). പ്രസന്നമായ ആ സവിശേഷ വർണ്ണമയചിത്രം കഥയുടെ ഭാവനൈർമ്മല്യത്തെ പ്രത്യക്ഷപ്പെടുത്തുന്നു. ഉറക്കമുണർന്നുകഴിഞ്ഞ ഒരാൺകുഞ്ഞിന്റെ ചേഷ്ടകളും ചുറ്റുപാടുകളോടുള്ള പ്രതികരണങ്ങളും സ്വയം മാറാൻ വേണ്ടി അവൻ നടത്തുന്ന ഉദ്യമങ്ങളും ഒരമ്മയുടെ കണ്ണുകളിലൂടെ ആവിഷ്കരിക്കപ്പെടുകയാണ്.

അവൻ ഉറക്കമുണരുകയാണ്. 'കുഞ്ഞിക്കണ്ണുകൾ തെല്ലു തുറന്നു. വെളിച്ചത്തിൽ പുളിച്ചതുപോലെ പെട്ടെന്നതടച്ചുകളഞ്ഞു.' അവൻ പ്രതീക്ഷിച്ചിരുന്ന ചിരിപ്പിക്കുന്ന മുഖവും മാധുര്യമൂറുന്ന സ്പർശനവും മൃദുലമായ താരാട്ടും സ്വപ്നാനുഭൂതിയേക്കാൾ സുഖകരമായ അനുഭവങ്ങളുമെല്ലാമായ മാതൃരൂപം- ഉമ്മ നിറഞ്ഞ ആ മുഖവും ഓമനിക്കുന്ന കൈകളും- അവിടെയുണ്ടായിരുന്നില്ല. അമ്മയെ കാണാഞ്ഞിട്ടും അവൻ കരയാഞ്ഞത്, 'ധാരാളം പുഞ്ചിരികൾ വിരിഞ്ഞ' ഒരുറക്കത്തിനു ശേഷം അങ്ങനെ ചെയ്യുന്നതിൽ രസം തോന്നാത്തതുകൊണ്ടാണ്.

ഒരുതരം നിസ്സഹായതയോടെ അവൻ ചുറ്റുപാടുകളെ നോക്കിക്കിടന്നു. നാഴികമണിയും ചുവപ്പു സാരിയും പൊൻതുമ്പിയും പൂച്ചയും

തകരപ്പാത്രവും മഷിക്കുപ്പിയും അവന്റെ ദൃശ്യങ്ങളിൽ കഥാപാത്രങ്ങളാവുന്നു. ഇതിനിടെ, അവന്റെ അരഭാഗം 'എങ്ങനെയോ' നനഞ്ഞുകഴിഞ്ഞിരുന്നു. വളരെ ശ്രമം ചെയ്ത് കമിഴ്ന്നു കിടക്കുകയാണിപ്പോൾ. 'മൂക്കു നിലത്തു മുട്ടാതെ കഴുത്തു ചായാതെ ഒരു പൂവൻകോഴിയെപ്പോലെ'യാണ് അവൻ തലയുയർത്തിപ്പിടിക്കുന്നത്. കവിൾ നിലത്തമരുമാറ് തലചെരിച്ച് ക്ഷീണിച്ച മട്ടിൽ കിടക്കുമ്പോഴും, കുറച്ചുദൂരെ ഒരു മഷിക്കുപ്പി കണ്ടപ്പോൾ, കൈയെത്താത്ത ഒന്നിനെ കീഴടക്കാനുള്ള അഭിനിവേശം അവനുണ്ടാവുന്നു. മുന്നോട്ടു നീങ്ങാനുള്ള ശ്രമത്തിൽ വട്ടം കറങ്ങി, അവൻ മഷിക്കുപ്പിയും തകരപ്പാത്രവും കളിപ്പാട്ടവുമെല്ലാം മാറിമാറിക്കണ്ടു; ഒരോന്നും കൈക്കലാക്കാൻ ശ്രമിച്ചു. ഇപ്പോഴവൻ വയറും നെഞ്ചും നിലത്തമരാത്ത പുതിയ ഒരു നിലയിലാണ്. ഇങ്ങനെ ഒന്നിൽനിന്നും മറ്റൊന്നിലേക്ക് അവൻ മാറിക്കൊണ്ടിരിക്കുന്നു. ഒടുവിൽ, 'പേടിച്ചു പേടിച്ചു നിവർന്ന്, ആടിയാടി പുറകോട്ടു ചാഞ്ഞ്, പൃഷ്ഠഭാഗം നിലത്തൂന്നി കുണ്ടൻ മാക്രിയെപ്പോലെ'ഒരു തരം ഇരുപ്പിന്റെ പ്രാരംഭരൂപത്തിലെത്തി. വിജയോന്മാദവും തൊട്ടുപുറകെ വീഴ്ചയും അവനനുഭവിച്ചു. അപ്പോഴേക്കും തന്റെ 'സർവ്വാശ്രയമായ പ്രിയരൂപം' എത്തിക്കഴിഞ്ഞു. 'വിഷാദവും സന്തോഷവും പരാതിയും പരിഭവവും ലോകത്തുള്ള സമസ്ത വികാരങ്ങളും' അടങ്ങിയ ആ സാർവ്വലൗകിക ശബ്ദം 'മ്മാ' – അവന്റെ ചെഞ്ചുണ്ടിൽനിന്നും ധർമ്മസംഗീതമായുയരുമ്പോൾ സ്നേഹമയിയായ ഒരു മാതൃത്വം ഈ കഥയിലും കഥയ്ക്കു പിന്നിലും സർവ്വ വാത്സല്യങ്ങളോടുംകൂടി പുഞ്ചിരിതൂകി നില്ക്കുന്നതായി നാമോരോരുത്തരും അനുഭവിക്കുന്നു.

ശിശുപരിപാലനം സ്വയം നിർവ്വഹിക്കുന്നതിലൂടെയും ശിശുവുമായി ആത്മബന്ധം പുലർത്തുന്നതിലൂടെയും മാതൃത്വാനുഭവങ്ങൾ പലതും പുരുഷന്മാർക്കും ലഭ്യമാവുമെങ്കിലും പ്രസവാനുഭവം പൂർണ്ണമായും സ്ത്രീയുടേതാണ്. പുതുജീവനെ ഭൂമിയിലേക്കാനയിക്കുന്ന ഈ മഹത്തായ കർമ്മം അസുലഭനിർവൃതിയേകുന്ന അഭിമാനകരമായ അനുഭവമായിരിക്കുമവൾക്ക്. ഈറ്റില്ലത്തിൽ തന്റെ പ്രിയജനങ്ങളായ സ്ത്രീകളുടെ സാന്നിദ്ധ്യവും സ്നേഹപൂർണ്ണമായ പരിചരണങ്ങളും അനുഭവിച്ചുകൊണ്ട് പ്രസവാനുഭവം ലളിതവും ആഹ്ലാദകരവുമാക്കാൻ ഗർഭിണിക്കു കഴിഞ്ഞിരുന്ന ഒരു കാലമുണ്ടായിരുന്നു. എന്നാൽ ആധുനിക പാട്രിയാർക്കൽ വൈദ്യശാസ്ത്രം ഗർഭിണിയെ ഏതാണ്ടൊരു രോഗിണിയെപ്പോലെയും ഗർഭത്തെ രോഗമെന്നപോലെയുമാണ് കൈകാര്യം ചെയ്യുന്നത്. പ്രസവമുറിയിലെ ഭയാനകമായ അന്തരീക്ഷത്തിൽ, നിസ്സംഗരായ അപരിചിതർക്കിടയിൽ, പ്രസവവിദഗ്ദ്ധന്റെ സൗകര്യാർത്ഥം തയ്യാറാക്കിയ ഇടുങ്ങിയ പ്രസവമേശയുടെ പരുപരുത്ത പ്രതലത്തിൽ, ഉൽക്കണ്ഠാകുലമായ നിമിഷങ്ങളെണ്ണി കാലുകളുയർത്തിവെച്ചു കിടക്കേണ്ടിവരുന്ന ഇന്നത്തെ ഗർഭിണിക്ക് പ്രസവം നിർവൃതിദായകമായ അനുഭവ

മാവില്ല. സ്ത്രീയുടെ ഒരു ജൈവാനുഭവംപോലും അപമാനകരമായ പീഡനമായി മാറുന്നതിന്റെ സമകാലിക മാതൃകയാണിത്. പ്രസവത്തെ സ്ത്രീയുടെ സ്വച്ഛന്ദവും അഭിമാനകരവുമായ അനുഭവമാക്കി മാറ്റുന്ന അന്തർജ്ജനത്തിന്റെ 'വയൽവക്കിൽ' (*കിളിവാതിലിലൂടെ*)എന്ന കഥയിൽ, പ്രസവത്തെ പീഡാനുഭവമാക്കിയ സമകാലിക സമൂഹത്തോടുള്ള നിശ്ശബ്ദവിമർശനംകൂടി അടങ്ങിയിരിക്കുന്നു.

ഈ കഥയിലെ തേവയ്ക്ക് ഗർഭം ഒരു രോഗമോ ആലസ്യമോ അല്ല. 'പത്തും തികഞ്ഞ വയർ തൂക്കിയിട്ട് പത്തുനാഴിക പകൽവരെ കൊയ്ത ശേഷം' മാത്രമേ അവൾ പരവശയായുള്ളൂ. അവൾ ഈറ്റുനോവനുഭവിക്കുമ്പോൾ, 'വയറ്റിൽക്കിടക്കുന്ന കുസൃതി കൈകാലിട്ടടിക്കുകയായിരുന്നു.' ഗർഭിണി തനിയെ പ്രസവിക്കുന്നെങ്കിലാവട്ടെ എന്ന മട്ടിൽ അവളെ വെറുതെ കിടക്കാൻ വിടുകയും അവൾ പ്രസവിക്കാൻ തുടങ്ങുമ്പോൾ പ്രത്യക്ഷനായി, അവളെ ബോധം കെടുത്തിയശേഷം ഒരു കൊടിലുകൊണ്ട് തൊപ്പിക്കുള്ളിൽനിന്നും മുയലിനെയെന്നപോലെ കുഞ്ഞിനെ വലിച്ചെടുക്കുന്ന പ്രസവവിദഗ്ദ്ധനോ,[8] പ്രസവമേശയോ ഇല്ലാതെ തേവ തന്റെ കുഞ്ഞിനു ജന്മം നല്കുന്നു. വയൽവക്കത്തെ വള്ളിക്കുടിലാണ് അവളുടെ പ്രസവമുറി; പരുപരുത്ത പാറക്കല്ലാണ് പ്രസവമേശ, കൂടെ പണിയെടുക്കുന്ന തൊഴിലാളി സ്ത്രീ പ്രസവവിദഗ്ദ്ധയും! തേവ പ്രസവിക്കുകയാണ്;

"ജീവിതത്തിനും മരണത്തിനുമിടയ്ക്ക് യാതനയുടെ ഒരു സ്വപ്നമണ്ഡലം. അവൾക്ക് തന്നെപ്പറ്റിയും ഒന്നിനെപ്പറ്റിയും ഒരറിവില്ല. അടുത്ത പാടത്തിൽ നിന്നുള്ള കൂക്കുവിളികൾ അതിദൂരമായ ഏതോ സ്ഥലത്തു മാറ്റൊലിക്കുന്ന ഭീകരശബ്ദങ്ങളായി തോന്നി. നിഴലുകൾ അനങ്ങുന്നു. അതു രാക്ഷസാകൃതിയാണ്. പ്രജ്ഞാകേന്ദ്രങ്ങളാകെ മരവിപ്പിക്കുന്ന പരമമായ അനുഭവമുഹൂർത്തം. എന്താണു സംഭവിക്കുന്നതെന്നും അതെങ്ങനെയെന്നും അവൾക്കറിവില്ല. എന്തോ സംഭവിക്കുന്നു! അതു സംഭവിച്ചുകഴിഞ്ഞു."

സ്ത്രൈണാനുഭവങ്ങളുടെ മൂർത്തവും സുതാര്യവുമായ ആവിഷ്കാരത്തിനുപകരിക്കാത്ത പുരുഷാധിപത്യപരമായ ഒരു ഭാഷയുടെ പരിമിതികളെ ഉല്ലംഘിക്കുവാനും ശിശുജനനഘട്ടത്തിലെ സ്ത്രൈണവിഭ്രമങ്ങൾക്കു ശബ്ദം നല്കുവാനുമുള്ള കഠിനവും ദയനീയവുമായ സാഹസമാണ് മുകളിലെ വാങ്മയ ദൃശ്യം. ഇതുപോലൊരു സാഹസത്തിന് നമ്മുടെ മറ്റു മൂന്ന് എഴുത്തുകാരികളും മുതിർന്നിട്ടില്ല. സാറാജോസഫ് 1987 ൽ എഴുതിയ 'പാപത്തറ' മാത്രമാണ് അനേകം വർഷങ്ങൾക്കു ശേഷം ശിശുജനനത്തിലെ സ്ത്രൈണവിഭ്രമങ്ങളെയും ഉൽക്കണ്ഠകളെയും സാന്ദർഭികമായെങ്കിലും ചിത്രീകരിക്കുന്ന മറ്റൊരു സ്ത്രീരചനയെന്നുകൂടി അറിയുമ്പോൾ അന്തർജ്ജനത്തിന്റെ ഈ കഥയ്ക്ക് നമ്മുടെ ചെറുകഥാസാഹിത്യത്തിൽ സുപ്രധാനമായൊരു സ്ഥാനം കൈവരുന്നു.

മുലപ്പാൽ നിസ്വാർത്ഥ മാതൃത്വത്തിന്റെയും നിർമ്മലസ്നേഹത്തിന്റെയും മധുര പ്രതീകമാണ്. 'മുലപ്പാലിന്റെ മണം'എന്ന കഥയിലെ അമ്മിഞ്ഞിയമ്മ മാതൃകേന്ദ്രിത കാലത്തെ ആദിമാതാക്കളെപ്പോലെ സകലർക്കും അമ്മയായിത്തീരുന്നു. മാതൃത്വത്തിന്റെ കരുത്തും സ്നേഹവായ്പും ലോകത്തെ ഭിന്നിപ്പിക്കുകയല്ല, ഏകോദരസോദരരെപ്പോലെ ഒന്നിപ്പിക്കുകയാണു ചെയ്യുന്നതെന്ന് ഈ കഥ കാണിച്ചു തരുന്നു.

പന്ത്രണ്ടു പ്രസവിച്ചിട്ടും കുഞ്ഞുങ്ങളില്ലാതെ കഴിയേണ്ടിവന്ന അമ്മിഞ്ഞിയമ്മ ചുരന്ന മുലയുമായി നാട്ടിലെ കുഞ്ഞുങ്ങളെയെല്ലാം ഊട്ടുന്നു. ധനികദരിദ്രഭേദമോ ജാതിമതവിവേചനമോ ഇല്ലാത്ത അമ്മിഞ്ഞിയമ്മ നാടിന്റെയാകെ അമ്മയായി. പന്ത്രണ്ടുപെറ്റതിന്റെ മുലപ്പാൽകൊണ്ട് ഒരു തലമുറയെ മുഴുവൻ അമ്മിഞ്ഞിയമ്മ ഊട്ടിവളർത്തി. തന്റെ 'മക്കളെ' യോർക്കുമ്പോൾ 'കടിഞ്ഞൂൽപെറ്റ പെണ്ണിനെപ്പോലെ കരുത്താ'ണവർക്ക്. പുതിയ തലമുറ ചേരിതിരിഞ്ഞ് തമ്മിലടിക്കുകയാണ്. മക്കൾ തമ്മിൽത്തല്ലി മരിക്കുന്ന കലാപരംഗത്ത് അമ്മിഞ്ഞിയമ്മ കടന്നുചെല്ലുന്നു. ഇരുഭാഗക്കാരുടെയും വെട്ടുംകുത്തുമേറ്റ് ആ ഉണങ്ങിയ ശരീരം തളർന്നു വീണു; ആയിരമായിരം മുറിവുകളിൽനിന്നും ചോരയൊഴുകി. പക്ഷേ, ആ ചോരമുഴുവനും മുലപ്പാലായിരുന്നു. അമ്മിഞ്ഞിയമ്മയും മുലപ്പാലായി മാറി. തമ്മിൽ തല്ലുന്ന ആ തലമുറ ഒരാദിസ്മൃതിയാലെന്നപോലെ മുലപ്പാലിന്റെ 'സ്നിഗ്ദ്ധവും മധുരവും ജീവദായകവുമായ' മണമേറ്റ് പശ്ചാത്തപവിവശരാവുന്നു. ലോകത്തെ സംഘർഷങ്ങളിൽനിന്നും വിമുക്തമാക്കുകയായിരുന്നു ആ മാതൃത്വം.

സംസ്കാരമാണ് സ്ത്രീകളെ സുന്ദരികളും വിരൂപകളുമാക്കി ഭിന്നിപ്പിക്കുന്നത്. പുരുഷന്റെ സൗന്ദര്യമാനദണ്ഡങ്ങളെ തൃപ്തിപ്പെടുത്തുന്ന ശരീരവിശേഷങ്ങളുള്ളവൾ സുന്ദരിയാകുന്നു. ഈ പുരുഷ സൗന്ദര്യ സംസ്കാരത്തെയാണല്ലോ 'സ്ത്രീത്വം' എന്ന ലേഖനത്തിൽ സരോജിനി പരിഹസിച്ചുവിട്ടത്. 'അഴകില്ലാത്ത പെൺകുട്ടികളെ ഞെക്കിക്കൊന്നാൽ പോലും അതൊരു സുകൃതമാണ്' എന്ന് 'കറുത്തവാവിന്റെ നറുചന്ദ്രിക'യിലെ (*തിരഞ്ഞെടുത്ത കഥകൾ*) സൗന്ദര്യറാണിയായ മിസ്സിസ് കെ. (അവൾക്കു സ്വന്തമായൊരു പേരുപോലുമില്ല!)യെക്കൊണ്ടു പറയിക്കുന്നതും ഇതേ സംസ്കാരംതന്നെ. വൈരൂപ്യത്തിന്റെ പേരിൽ ഒരു സാധു സ്ത്രീക്ക് മാതൃത്വം നിഷേധിക്കുന്ന സംസ്കാരവും മറ്റൊന്നല്ല. ഈ കഥയിലെ കാർത്തു തനിക്കു നിഷേധിക്കപ്പെട്ട മാതൃത്വാനുഭവം സ്വയം പിടിച്ചുപറ്റുന്നു. തന്റെ 'വൈരൂപ്യ'ത്തിനെതിരെ മാതൃത്വത്തിലൂടെ മറുപടി നല്കുന്നു.

ഒരു ഹോസ്റ്റലിലെ അടുക്കളക്കാരിയായ കാർത്തു വൈരൂപ്യത്തിന്റെ പേരിൽ സകലരാലും അപമാനിക്കപ്പെടുന്നവളാണ്. ബുദ്ധിമതിയായിരുന്ന അവൾക്കു പഠനം നിർത്തേണ്ടിവന്നതും അക്കാരണത്താലായിരുന്നു. 'നല്ല ഹൃദയവും നല്ലവികാരങ്ങളുമാണ് സൗന്ദര്യത്തെ നിർണ്ണയി

ക്കുന്നതെങ്കിൽ' അവൾ മറ്റാരെക്കാളും മേലെയായിരിക്കും. സമൂഹത്തിന്റെ സൗന്ദര്യസങ്കല്പത്തിനിണങ്ങുന്ന ഒരു കുഞ്ഞിനു ജന്മം നല്കി തന്റെ വൈരൂപ്യത്തോടും 'തന്നെ അധിക്ഷേപിച്ച പുരുഷവർഗ്ഗത്തോടാകെയും' പകവീട്ടുകയാണവൾ.

സുന്ദരനായ ഏതോ യുവാവുമായി ഇരുട്ടിൽ ആളറിയാത്ത ഒരു രഹസ്യലൈംഗികബന്ധത്തിലൂടെ അവൾ നിയമവിരുദ്ധമായി ഗർഭം ധരിക്കുകയും 'തങ്കക്കുടംപോലെയുള്ള ഒരു പെൺകുഞ്ഞിനെ' പ്രസവിക്കുകയും ചെയ്യുന്നു. സമൂഹം നികൃഷ്ടയായിക്കരുതുന്നുവെങ്കിലും അവൾ തന്റെ കുഞ്ഞിനെ സന്തോഷപൂർവ്വം വളർത്തുന്നു. സമൂഹത്താലവമതിക്കപ്പെട്ട തന്റെ സ്ത്രീശരീരത്തെ ഒരു ഖനിയാക്കി മാറ്റി മാതൃത്വാവകാശം സാക്ഷാൽക്കരിക്കുകയായിരുന്നു അവൾ.

മാതൃത്വസാഫല്യത്തിനുവേണ്ടി മാത്രം ഒരു സ്ത്രീക്കു തന്റെ നാല്പത്തിയഞ്ചാമത്തെ വയസ്സിൽ വിവാഹത്തിനു വിധേയയാവേണ്ടി വരുന്നുവെന്നതും സംസ്കാരത്തിന്റെ മറ്റൊരു ക്രൂരതയാണ്. ആശുപത്രിയിൽ പ്രസവത്തിനെത്തുന്ന ഗർഭിണികളുടെ നരകയാതനകൾ കണ്ട് മനം മടുത്തിട്ടാണ് 'അവിവാഹിത' (*തിരഞ്ഞെടുത്ത കഥകൾ*)യിലെ മിസ്സിയമ്മ എന്ന ലേഡി ഡോക്ടർ സ്വതന്ത്രയായി ജീവിക്കാൻ തീരുമാനിച്ചത്. പക്ഷേ, മരണശയ്യയിൽ വെച്ച് ഏതോ സ്ത്രീ ഏല്പിച്ച പിഞ്ചുകുഞ്ഞിന്റെ രക്ഷാകർത്രിയാകേണ്ടിവന്നതോടെ ആ കുഞ്ഞുമായി നിഷ്കളങ്കമായൊരു വൈകാരികബന്ധത്തിൽ അവളകപ്പെട്ടുപോയി. പുരുഷാധികാരസാന്നിദ്ധ്യമില്ലാത്ത സ്വച്ഛമായ മാതൃത്വാനുഭവമായിരുന്നു അത്. 'പറിച്ചു മാറ്റുവാൻ വയ്യാത്തവണ്ണ'മുള്ള വാത്സല്യം അവൾക്ക് ആ കുഞ്ഞിനോടുണ്ടായിരുന്നു.

ആഹ്ലാദകരമായ ഈ അനുഭവങ്ങൾ നൈമിഷികമായിരുന്നു. കുഞ്ഞിന്റെ 'യഥാർത്ഥാവകാശി'യായ പിതാവു വന്നെത്തുകയും അവനെ കൊണ്ടുപോവുകയും ചെയ്യുന്നു. അതോടെ മിസ്സിയമ്മ നിർവ്വികാരയായി. 'ഇത്രമാത്രം അടിമത്തവും കഷ്ടാനുഭവങ്ങളും സഹിച്ചിട്ടും ഒരു സ്ത്രീ വിവാഹത്തെയും പ്രസവത്തെയും സ്വയം വരിക്കുന്നത്' മാതൃത്വാനുഭവത്തിനുവേണ്ടി മാത്രമാണെന്ന് അവളറിഞ്ഞു. കുഞ്ഞുമായുണ്ടായിരുന്ന ആത്മബന്ധത്തിന്റെ സ്മരണകൾ അവളെ പീഡിപ്പിച്ചുകൊണ്ടിരുന്നു. കുഞ്ഞിനെ തിരിച്ചുകിട്ടാൻവേണ്ടി ജീവിതത്തിലെ സകല സമ്പാദ്യങ്ങളും സമർപ്പിക്കാമെന്നുപോലും ആ മാതൃഹൃദയം അവന്റെ പിതാവിനോടു കെഞ്ചിനോക്കിയെങ്കിലും അയാൾ വഴങ്ങിയില്ല. അതിനാൽ അയാളെ വിവാഹം ചെയ്യുക മാത്രമേ മിസ്സിയമ്മയ്ക്കു പോംവഴിയുണ്ടായിരുന്നുള്ളൂ. അയാളോട് മിസ്സിയമ്മ അപേക്ഷിച്ചു: 'ഞാൻ കൂടി ഇവിടെ താമസിക്കട്ടെ... ബേബിയെക്കൂടാതെ എനിക്കു ജീവിക്കാൻ വയ്യ.'

അതിഭാവുകത്വവും അതിനാടകീയതയുമെല്ലാമുണ്ടെങ്കിലും മാതൃത്വത്തോടുള്ള അനുതാപാർദ്രതയാൽ ശ്രദ്ധേയമാണ് 'സ്നേഹയാചകി'

(*ഇരുപതു വർഷത്തിനുശേഷം*)സമൂഹത്തിന്റെയാകെ ഭർത്സനങ്ങളും നിയമപാലകരുടെ നിഷ്ഠുരമർദ്ദനങ്ങളും സഹിച്ച് ഭിക്ഷതെണ്ടുന്ന ബീഭത്സരൂപിണിയായ ഒരു വൃദ്ധയാചകിയുടെ സ്നേഹമയമായ ഹൃദയത്തെ കണ്ടെത്തുകയാണ് ഈ കഥ.

വർഷങ്ങൾക്കു മുമ്പ്, തന്റെ കൊച്ചുമകന്റെ ദേഹവിയോഗത്തോടെ, ഭ്രാന്തിയെപ്പോലെയായിത്തീർന്ന ഒരമ്മയാണവർ. പതിവുപോലെ ആട്ടും തുപ്പും സഹിച്ച് തെണ്ടിനടക്കുകയായിരുന്ന ദിവസം അപ്രതീക്ഷിതമായി 'അമ്മൂമ്മേ'എന്ന് ഒരു പിഞ്ചുബാലൻ വിളിച്ചപ്പോൾ ആ കാരുണ്യത്തിന്റെ ആഘാതത്തിൽ തലതാങ്ങി റോഡിലിരുന്നുപോവുകയായിരുന്നു ആ മാതാവ്. ആ കാരുണ്യത്താൽ മാതൃഭാവമുണർത്തപ്പെട്ട യാചകി ആളാകെ മാറി. മജിസ്ട്രേട്ടിന്റെ മകനായ ആ ബാലനും 'അമ്മൂമ്മ'യും തമ്മിൽ നിർമ്മലമായ ഹൃദയബന്ധം വളരുകയായിരുന്നു. പക്ഷേ, തന്റെ ഓമനമകൻ ഏതോ തെണ്ടിക്കിഴവിയുമായി സംസർഗ്ഗത്തിൽ കഴിയുന്നതിഷ്ടപ്പെടാത്ത ആ നീതിനിർവ്വാഹകൻ യാചകിയെ നിഷ്കരുണം തല്ലിയോടിച്ചു. 'അമ്മൂമ്മ'യെ കാണാനാകാതെ ബാലൻ ദീനശയ്യയിലാവുകയും മരണമടയുകയും ചെയ്യുന്നു. അവന്റെ ശവകുടീരത്തിൽ തന്റെ സമ്പാദ്യങ്ങളായ ഏതാനും ചെമ്പുതുട്ടുകളും പഴന്തുണിക്കെട്ടുമായി ആ വൃദ്ധമാതാവും ഹൃദയം തകർന്നു മരിച്ചു വീഴുകയായിരുന്നു.

അന്തർജ്ജനത്തിന്റെ ഇനിയുള്ള കഥകളിൽ പീഡിതമാതൃത്വത്തിന്റെ ദീനമുഖങ്ങളാണു കാണുക. വാത്സല്യത്തിന്റെ അമൃതധാരയൊഴുക്കുന്ന മാതൃത്വം വ്യവസ്ഥയുടെ ക്രൂരതകളിൽപ്പെട്ട് തകർന്നുപോകുന്നു.

'തകർന്ന ജീവിതം' (*തകർന്ന തലമുറ*)തകർന്ന മാതൃത്വം തന്നെയാണ്. ഈ കഥയിലെ അമ്മയായ അന്ന ഭർത്തൃമരണശേഷം കുടുംബഭാരം മുഴുവൻ തനിച്ചു ചുമലേറ്റുകയും ഒരു ചായക്കടക്കാരിയായും 'ഇറച്ചിക്കച്ചവട'ക്കാരിയായും തെണ്ടിയായും ജീവിച്ച് ഒടുവിൽ ആത്മഹത്യയിലഭയം തേടുന്നു. സമൂഹമോ അധികാരികളോ അമ്മയോടു കരുണ കാണിക്കുന്നില്ല. ഏക ഉപജീവനമാർഗ്ഗമായിരുന്ന ചായക്കട (വീട്)യ്ക്ക് തീകൊടുത്ത അധികാരികളോട് ആ മാതാവ് കെഞ്ചി, '...എന്നെയും ഈ കൊച്ചുങ്ങളേയും കൂടി അതിനകത്തിട്ടു ചുടണേ!' കുഞ്ഞുങ്ങളുടെ ജീവൻ രക്ഷിക്കാൻവേണ്ടി ആ മാതാവിന് സ്ത്രീയുടെ 'ആദ്യത്തെ തൊഴിൽ' തന്നെ സ്വീകരിക്കേണ്ടിവന്നു. മറ്റൊരു തൊഴിലും സമൂഹമനുവദിച്ചില്ല. പകരം 'പിതാവ്' ആരെന്നറിയാത്ത ഒരു സന്തതിയെക്കൂടി അവൾക്കു നല്കുകയായിരുന്നു! അധികാരികളെ ഭയന്നുമാത്രമാണ് ആ മാതാവ് കുഞ്ഞിനെ കൊന്നുകളയാതിരുന്നത്! മാതൃത്വത്തിന്റെ ആ 'ബീഭത്സസത്വം' ഒടുവിൽ സ്വയം ജീവനൊടുക്കുകയാണ്. ചത്തുമലർന്നു കിടക്കുന്ന ആ ജഡത്തോടുപോലും അനുതാപം കാട്ടാൻ സമൂഹം തയ്യാറായില്ല.

നിയമവിധേയമായ മാതൃത്വം മാത്രമേ സമൂഹത്തിനാവശ്യമുള്ളൂ. സ്ത്രീവർഗ്ഗത്തിന്റെ അഭിമാനത്തിനുവേണ്ടി ജീവിതമുഴിഞ്ഞുവെച്ച ഭാനുമതി എന്ന സ്ത്രീയുടെ ദയനീയമായ പതനത്തെ അനുഭാവപൂർവ്വം ദർശിക്കുന്ന 'തിരികെ വരൂ' (*തിരഞ്ഞെടുത്ത കഥകൾ*) എന്ന കഥ നോക്കുക. പൊതുപ്രവർത്തനത്തിനുവേണ്ടി പുറംനാട്ടിലേക്കു തിരിച്ച ഭാനുമതി യാത്രയ്ക്കിടയിൽ കണ്ടുമുട്ടിയ സഹപ്രവർത്തകനിൽനിന്നും ഗർഭിണിയായി. ആ മാതൃത്വം നിയമവിധേയമല്ലാത്തതിനാൽ, ആ അമ്മ നിഷ്കാസിതയായിരിക്കുന്നു. വിദൂരദേശത്തെങ്ങോ ഏതോ ആശുപത്രി വരാന്തയിൽ, 'തൂണും ചാരി ഒരു നരുന്തു കുഞ്ഞിനെയും മാറത്തടുക്കിപ്പിടിച്ചുകൊണ്ട് മെലിഞ്ഞുണങ്ങിയ' ആ മാതൃരൂപമിരിക്കുന്നു. തന്റെ മാതൃത്വം സ്വീകാര്യമല്ലാത്ത സമൂഹത്തിലേക്കു തിരിച്ചുവരാൻ അവർക്കാവില്ല. സഹപ്രവർത്തകരും ഉറ്റ അനുയായിനിയായ രാധപോലും അവരെ തിരസ്കരിക്കുന്നത് ആ മാതൃത്വം സദാചാരവിരുദ്ധമായതുകൊണ്ടുമാത്രമാണ്. എന്നിട്ടും ദുർബ്ബലസ്വരത്തിലെങ്കിലും ആ മാതാവിനോടു തിരികെ വരാൻ ഈ കഥ ആവശ്യപ്പെടുന്നു.

സമൂഹം ചില പരീക്ഷണഘട്ടങ്ങളെ അഭിമുഖീകരിക്കുമ്പോൾ ഇത്തരം, 'അവിഹിതമാതൃത്വ'ങ്ങൾ സ്വീകാര്യങ്ങളായിത്തീരുന്നുവെന്ന് ചരിത്രം തെളിയിച്ചിട്ടുണ്ട്. അപ്പോൾ പുതിയ പ്രത്യയശാസ്ത്രങ്ങൾ സൃഷ്ടിച്ച് അവയെ സാധൂകരിക്കുന്നു; സ്വാഗതം ചെയ്യുന്നു; മാതൃത്വം 'വിഹിത'മോ 'അവിഹിത'മോ ആയിത്തീരുന്നത് പ്രത്യയശാസ്ത്രപരമായ കാരണങ്ങളാലാണെന്നാണ് ഇതിനർത്ഥം. ദേശീയസ്വാതന്ത്ര്യവുമായി ബന്ധപ്പെട്ട ചില നിർണ്ണായകസന്ദർഭങ്ങളിൽ മാത്രമേ 'അവിഹിതസന്തതി'കളെയും, 'പതിതമാതൃത്വ'ത്തെയും സ്വാഗതം ചെയ്യാൻ നമ്മുടെ സമൂഹം സന്നദ്ധമായിട്ടുള്ളൂ. ബലാൽക്കാരത്തിനു വിധേയകളായ സ്ത്രീകൾ അപവിത്രകളോ സദാചാരവിരുദ്ധരോ അല്ലെന്ന് 1942-48 കാലങ്ങളിൽ ഗാന്ധിജി ആവർത്തിച്ചു പ്രഖ്യാപിക്കുന്നതുകാണാം. അത്തരം സ്ത്രീകൾ പ്രസവിക്കുന്ന കുഞ്ഞുങ്ങളെ മറ്റു കുഞ്ഞുങ്ങളെയെന്നപോലെ സ്വാഗതം ചെയ്യണമെന്നും ഗാന്ധിജി ആവശ്യപ്പെടുകയുണ്ടായി[9]. 'കൊടുങ്കാറ്റിൽപ്പെട്ട ഒരില'യിലെ സിഖു യുവതിയുടെ മാതൃത്വം സ്വീകാര്യമാവുന്നത് ഈ പശ്ചാത്തലത്തിലാണ്. 1948 ൽ രചിക്കപ്പെട്ടതാണ് ഈ കഥ എന്നോർക്കുക.

ഇന്ത്യാവിഭജനകാലത്തെ വർഗ്ഗീയലഹളകൾക്കിടയിൽ ക്രൂരമായ ബലാത്സംഗത്തിനു വിധേയയായി ഗർഭിണിയായിത്തീർന്ന ഹതഭാഗ്യയാണ് ജ്യോതി. (കലാപങ്ങളിലും യുദ്ധങ്ങളിലും പുരുഷൻ പുരുഷനെ ശാരീരികമായും, സ്ത്രീയെ ലൈംഗികമായും ആക്രമിക്കുന്നു!) അടിച്ചേല്പിക്കപ്പെട്ട മാതൃത്വത്തെ ആത്മരോഷത്തോടെ കാണുന്ന ജ്യോതി, തന്റെ ഗർഭം നശിപ്പിക്കാൻ അഭയാർത്ഥികേന്ദ്രത്തിലെ ഡോക്ടറോട് വൃഥാ കേണപേക്ഷിച്ചു. 'അപഹൃതകളായ സ്ത്രീകളെ സ്വന്തം മാതാ

ക്കളായും സോദരിമാരായും ഭാര്യമാരായിക്കൂടിയും സ്വീകരിക്കാൻ യുവാക്കൾ തയ്യാറാകണ'മെന്നും ആ സ്ത്രീകളുടെ കുഞ്ഞുങ്ങൾ 'സ്വതന്ത്ര ഭാരതത്തിന്റെ പ്രഥമപൗരന്മാരാണെ'ന്നും ഗാന്ധിജി ആഹ്വാനം ചെയ്തതറിഞ്ഞ് ജ്യോതി അമ്പരക്കുന്നു.

ആരോരുമറിയാതെ പ്രസവിച്ച മറ്റൊരു മാതാവ് ആ ചോരക്കുഞ്ഞിനെ കക്കൂസിൽകൊണ്ടുചെന്നു തള്ളി; ജ്യോതിയും അതുപോലെ രഹസ്യമായി പ്രസവിച്ചു. ആ കുഞ്ഞിനെ മരച്ചുവട്ടിൽ കുഴിച്ചിടാനും പച്ചപ്പുല്ലുകൾക്കിടയിൽ ഉപേക്ഷിക്കുവാനും അവളൊരുങ്ങിയെങ്കിലും അവളുടെ ആർദ്രഹൃദയം അതനുവദിച്ചില്ല. തന്റെ മാതൃത്വത്തിന് സാമൂഹികാംഗീകാരമുണ്ടെന്ന് അവൾക്കറിയാമല്ലോ. അതുകൊണ്ടാണ് ആ നവമാതാവ് മകനെ കോരിയെടുത്താശ്ലേഷിച്ചത്; അവന്റെ തണുത്തു മരവിച്ച നെറ്റിയിൽ 'ഉമ്മവെച്ചുമ്മവെച്ച്' ചൂടുപിടിപ്പിച്ചത്. അവളുടെ 'ഹൃദയരക്തം നറുംപാലായി, നിറം പകർന്നൊഴുകി.' പക്ഷേ, 'തിരികെ വരൂ' എന്ന കഥയിലെ മാതാവിന് ഈയനുഭവം അപ്രാപ്യമായിരിക്കുന്നു.

'വിവാഹമുഹൂർത്തം' (*തിരഞ്ഞെടുത്ത കഥകൾ*) എന്ന കഥയിൽ നിർബ്ബന്ധിത മാതൃത്വത്തിന്റെ ദയനീയമായൊരു ചിത്രമുണ്ട്. വിവാഹമുഹൂർത്തമണയുന്നതും കാത്തിരിക്കുന്ന വിജയത്തിന്റെ മുമ്പിൽ ആദ്യമായി പ്രത്യക്ഷമാവുന്ന ദീനരൂപമാണത്; അവളുടെ കൂട്ടുകാരി ഭാനു. നാലു കുട്ടികളുടെ അമ്മയായതോടെ ഭാനു ഒരു മുത്തശ്ശിയെപ്പോലെയായിരിക്കുന്നു. അവൾക്കു മാതൃത്വത്തിന്റെ ഊഷ്മളമായ അനുഭവങ്ങളില്ല. അവൾ പറയുകയാണ്: '.... ഒന്നിന്റെ മാറിയാൽ മറ്റൊന്നിന്റെ കരച്ചില് തുടങ്ങുകയായി. ഞാൻ നേരെയൊന്നു ഉണ്ടിട്ടും ഉറങ്ങീട്ടും കൊല്ലങ്ങൾ ആറു കഴിഞ്ഞിരിക്കുന്നു.' ഇതുകേട്ട് വിജയം ഭയപ്പെട്ടു. 'ദൈവമേ! ഒരമ്മയായാലുള്ള വിഷമങ്ങൾ! താനും ഒരമ്മയാവുമോ?....'

ജീവിതത്തിന്റെ മുഴുവൻ സർഗ്ഗാത്മകതയും ഊർജ്ജസ്വലതയും കുഞ്ഞുങ്ങൾക്കുവേണ്ടി ബലിയർപ്പിച്ചിട്ടും, പരിത്യക്തരും നിരാലംബരുമാക്കപ്പെട്ട വൃദ്ധമാതാക്കളുടെ അമർത്തിപ്പിടിച്ച തേങ്ങലുകളാണ് അന്തർജ്ജനത്തിന്റെ ഇനിയുള്ള കഥകളിൽ നാം കേൾക്കുക. മാധവിക്കുട്ടിയുടെ ഒരു പ്രയോഗം കടമെടുത്താൽ, 'കീറിപ്പൊളിഞ്ഞ ചകലാസു'കൾ മാത്രമായ ഈ മാതൃരൂപങ്ങൾ, പുരുഷാധിപത്യസമൂഹത്തിൽ മാതൃത്വം എത്രമാത്രം ദയനീയവും അർത്ഥരഹിതവുമായിത്തീരുന്നുവെന്ന് കാണിച്ചുതരുന്നു. കൂടാതെ അമ്മമാരുടെ ജീവിതസായാഹ്നം ഏകാന്തവും വിഷാദമൂകവുമാക്കിത്തീർക്കുന്നത് അക്ഷന്തവ്യമായ അധാർമ്മികതയാണെന്നും ഈ കഥകൾ സമൂഹത്തെ ഓർമ്മിപ്പിക്കുന്നു. അന്തർജ്ജനത്തിന്റെ ഇനിയുള്ള കഥകളിൽ 'വിധിബലം' (*1932*) ഒഴികെയുള്ളവയെല്ലാം അറുപതിനുശേഷവും എഴുപതുകളിലുമായി രചിക്കപ്പെട്ടവയാണ്.

പത്തുവയസ്സുവരെ പോറ്റിവളർത്തിയ സ്വന്തം മകനിൽനിന്നും ഒരു

വിരൽസ്പർശം മാത്രമാണ് 'വിധിബല' *(തിരഞ്ഞെടുത്ത കഥകൾ)* ത്തിലെ വൃദ്ധമാതാവിന്റെ അന്ത്യാഭിലാഷം. ചെയ്യാത്ത കുറ്റത്തിനു ജാതിഭ്രഷ്ടയാക്കപ്പെടുകയും അന്യമതക്കാരന്റെ ഭാര്യയാകേണ്ടിവരികയും ചെയ്ത അമ്മാത്തലിനു പെറ്റ കുഞ്ഞിനെപ്പോലും നല്കാൻ മേലാളന്മാർ തയ്യാറാവാഞ്ഞത് കുഞ്ഞിന്റെ യഥാർത്ഥ അവകാശി പെറ്റമ്മയല്ല എന്നതുകൊണ്ടുതന്നെ. 'മ്ലേച്ഛന്റെ' കൂടെ ജീവിക്കാൻ നിർബ്ബന്ധിതയായ അമ്മാത്തലിന് രണ്ടു കുട്ടികൾ വേറെയും പിറന്നു. അവളെ കൈകൊട്ടിപ്പുറത്താക്കിയതിന്റെ ആണ്ടുബലി മുടക്കം കൂടാതെ നടത്തുന്നു, അവളുടെ വേണ്ടപ്പെട്ടവർ. ആ മാതൃത്വത്തെ പിച്ചിച്ചീന്തിയെറിയാൻ സമൂഹനീതിക്ക് എത്ര ലാഘവത്തോടെ സാധിച്ചിരിക്കുന്നു!

അമ്മാത്തലിന്റെ മകൾ പാത്തുമ്മയുടെ സാമർത്ഥ്യം, വലിയ നമ്പൂതിരിപ്പാടിനെ അവളുടെ കൂരയിലെത്തിക്കാൻ സഹായിച്ചു. ആ 'ചണ്ഡാളത്തി'തന്റെ മാതാവാണെന്നറിഞ്ഞയുടൻ അയാൾ ഓടിപ്പോവുകയായിരുന്നു! പക്ഷേ, ഏതോ ഹൃദയപ്രചോദനത്താൽ അയാൾ തിരികെ വരികയും മാതാവിനെ മടിയിൽക്കിടത്തി അന്ത്യോപചാരമർപ്പിക്കുകയും ചെയ്യുന്നു. മകനെക്കൊണ്ട് പ്രായശ്ചിത്തം ചെയ്യിച്ച് മാതൃത്വത്തോട് സഹതപിപ്പിക്കുകയാണ് കഥയുടെ ലക്ഷ്യം. സദാചാരനിയമങ്ങൾക്കനുസൃതമായി മാത്രമേ മാതൃത്വം പവിത്രമാകുന്നുള്ളൂ എന്നും ഈ കഥ അഭിവ്യഞ്ജിപ്പിക്കുന്നു.

'സ്ത്രീയേ! നീ നൊന്തുപ്രസവിച്ച മക്കൾ നിന്നെ വിട്ടുപോകും; അന്യസ്ത്രീകളെ പ്രാപിക്കും. അവരും നീയുമായി യാതൊരു ബന്ധവുമില്ല...' അമ്മമാരുടെ നിരാലംബത്വത്തിന് സംസ്കാരത്തോളം പഴക്കമുണ്ടെന്നാണ് ഈ ബൈബിൾവചനം സാക്ഷ്യപ്പെടുത്തുന്നത്[10]. ഈ ബൈബിൾവചനം സാക്ഷി നിർത്തി ആദിമാതാവിന്റെ അതേ ദുർവിധി വൃദ്ധമാതാക്കളിലും അനന്തമായി ആവർത്തിച്ചുകൊണ്ടിരിക്കുന്നുവെന്ന് അന്തർജ്ജനത്തിന്റെ 'ആദിമാതാവിനു കിട്ടിയ ശാപം' എന്ന കഥ ഓർമ്മിപ്പിക്കുന്നു.

ഈ കഥയിലെ മാതാവായ അന്നമ്മ ടീച്ചറുടെ അവസാനാശ്രയം ആറുവയസ്സുതികയാത്ത പേരമകൾ മാത്രമാണ്! അമ്മയുടെ ഏകമകൻ ഭാര്യാസമേതം വിദേശത്തു കഴിയുന്നു. പേരക്കുട്ടിയെ ഒരു 'സൂക്ഷിപ്പുമുതൽ' പോലെ സംരക്ഷിച്ച് തിരിച്ചേല്പിക്കേണ്ട ചുമതല മാത്രമേ ആ വൃദ്ധമാതാവിനുള്ളുവെങ്കിലും കുഞ്ഞുമായി അഗാധമായൊരു ഹൃദയബന്ധത്തിൽ അവരകപ്പെട്ടുപോയി. അവളും വിട്ടുപോകുമെന്ന അനിവാര്യതയോർത്ത് ആ ഹൃദയം വിതുമ്പുന്നു: '...ഇവൾകൂടി പോയാൽ ഞാൻ എങ്ങനെ ജീവിക്കും? എങ്ങനെ ജീവിക്കും?' ആ അനിവാര്യതയെ അംഗീകരിക്കുവാൻ സ്വയം പാകപ്പെടുത്തുകയായിരുന്നു, അവർ. ഒടുവിൽ തന്റെ കൈകൾകൊണ്ടുതന്നെ കൊച്ചുമകളെ അണിയിച്ചൊരുക്കി യാത്രയാക്കുന്നു. ജീവിതം തകർന്നു വീഴാറായെന്ന് അമ്മയ്ക്കു ബോദ്ധ്യമായി.

ഇനിയൊന്നുംതന്നെ ആ മാതൃത്വത്തിനു പ്രതീക്ഷിക്കാനില്ല. ബൈബിളെടുത്ത് ആദിമാതാവിനു കിട്ടിയ ശാപവചനം ഉരുവിട്ടുകൊണ്ട് അമ്മ തന്റെ നിരാലംബതയ്ക്ക് ആശ്വാസം പകരുകയാണ്.

ദുഃഖപരവശകളായ സ്ത്രീകളെ സംബന്ധിച്ച ഒരു പഠനത്തിൽ വൃദ്ധമാതാക്കളുടെ മനോഘടന വിശകലനം ചെയ്തുകൊണ്ട് ഇങ്ങനെ പറഞ്ഞിരിക്കുന്നു:

'കുഞ്ഞുങ്ങൾ വിട്ടുപോവുന്നതോടെ തന്റെ ജീവിതത്തിന്റെ സുപ്രധാനവും ഉപയോഗപ്രദവുമായ ഘട്ടം അവസാനിച്ചുകഴിഞ്ഞതായി അമ്മയ്ക്കു ബോദ്ധ്യമാവുന്നു. ആ ശൂന്യത അമ്മയ്ക്കു സഹിക്കാനാവില്ല. പേരക്കുട്ടികൾ മാത്രമാണ് പിന്നീടുള്ള പ്രതീക്ഷ. അവരുമില്ലെങ്കിൽ അഗാധമായ നിരാശതയിൽ ആ മാതാവ് ആണ്ടുപോവുന്നു.'[11]

അന്തർജ്ജനത്തിന്റെ കഥ ഈ നിഗമനത്തെയും ഈ നിഗമനം അന്തർജ്ജനത്തിന്റെ കഥയെയും പരസ്പരം സാധൂകരിക്കുന്നു.

'ആദിമാതാവിനു കിട്ടിയ ശാപ'ത്തിന്റെ തുടർച്ചയെന്നോണം വായിക്കാവുന്നതാണ് 'ഭാഗ്യം' (വിശ്വരൂപം) എന്ന കഥ. മകനും കുടുംബവും വിദേശത്തുനിന്നും അമ്മയുടെ അടുക്കൽ തിരിച്ചെത്തിയിരിക്കയാണ്. അമ്മ അവർക്കുവേണ്ടി ഇഷ്ടവിഭവങ്ങളെല്ലാമൊരുക്കി. പക്ഷേ, അവരുടെ അഭിരുചികളൊക്കെ മാറിപ്പോയിരുന്നു. വെറുമൊരു ചടങ്ങെന്നപോലെ സ്വന്തം മാതാവിനെ സന്ദർശിച്ച് അന്നുതന്നെ ഭാര്യാഗൃഹത്തിലേക്കു മടങ്ങുകയാണ് മകൻ ചെയ്യുന്നത്. അവർക്കാവശ്യമായ സൗകര്യങ്ങളൊന്നും തന്റെ വീട്ടിലില്ലല്ലോയെന്നു സ്വയമൊരു കാരണം കണ്ടെത്തി മകനെയും കുടുംബത്തെയും യാത്രയാക്കിയപ്പോൾ എല്ലാം സ്വപ്നംപോലെയേ അമ്മയ്ക്കു തോന്നിയുള്ളൂ.

അയൽക്കാർ അമ്മയുടെ 'ഭാഗ്യ'ത്തെ പുകഴ്ത്തുമ്പോൾ, 'വിശന്ന വയറോടെ അഭിമാനപൂർവ്വം ചിരിച്ചുകൊണ്ട്' താൻ സംതൃപ്തയാണെന്നറിയിക്കാൻ അമ്മ പാടുപെടുന്നു. 'എന്തുകൊണ്ട് താൻ ഭാഗ്യവതിയല്ല? അവർ വന്നല്ലോ; കണ്ടല്ലോ. അവർക്കു സുഖമാണെന്നറിഞ്ഞല്ലോ. അതു മതി'. ആ മാതൃഹൃദയം സമാശ്വസിക്കുന്നു. സകല സ്നേഹവാത്സല്യങ്ങളും നല്കി വളർത്തിയെടുത്ത മകൻ ഒരു രാത്രിപോലും തന്നോടൊപ്പം കഴിയാൻ കൂട്ടാക്കാതെ പോയിട്ടും ആ മാതാവ് സംതൃപ്തിയുടെ മുഖമണിയുന്നത് നിസ്സഹായത ഒന്നുകൊണ്ടുമാത്രമാണ്. മകനും കുടുംബത്തിനും വേണ്ടി ഒരുക്കിയ വിഭവങ്ങൾ അഗതികൾക്കു കൊടുക്കാനാവശ്യപ്പെടുന്ന അമ്മ, 'അവർക്കു രുചികാണും' എന്നു കൂടി കൂട്ടിച്ചേർത്തപ്പോൾ അറിയാതെ തുളുമ്പിയത് മകന്റെ നീതികേടോർത്തുള്ള ആത്മനൊമ്പരമായിരുന്നു. എങ്കിൽപ്പോലും, ഒരു കുടംബനാഥനായിക്കഴിഞ്ഞ മകന്റെ യാഥാർത്ഥ്യങ്ങളും അമ്മ അംഗീകരിക്കുന്നു.

ഇനി, മകനോടൊപ്പം കഴിയാൻ 'ഭാഗ്യ'മുണ്ടായ ഒരമ്മയുടെ അനുഭവം നോക്കുക. 'വ്യാകുലസങ്കേത'ത്തിലെ മറിയാമ്മച്ചേട്ടത്തിയെ, 'ആറ്റു

നോറ്റുപെറ്റുകിട്ടിയ' ഒരേയൊരു മകനാണ് കൂട്ടിക്കൊണ്ടുപോകുന്നത്. അമ്മയോടുള്ള വൈകാരികബന്ധമോ മാതൃത്വത്തോടുള്ള ഭയഭക്ത്യാദികളോ അല്ല മകനെ അതിനു പ്രേരിപ്പിച്ചത്. തറവാട് വിറ്റ് പണം വാങ്ങുക എന്നൊരു താല്പര്യം മാത്രമേ മകനുണ്ടായിരുന്നുള്ളൂ. നഗരത്തിലാണെങ്കിലും മകനോടും പേരക്കുട്ടികളോടുമൊപ്പം കഴിയാൻ വൃദ്ധമാതാവിനു കൊതിയായിരുന്നു. അപ്പോഴും മകനിൽ പൂർണ്ണവിശ്വാസമർപ്പിക്കാനോ അവന്റെ ഉദ്ദേശ്യശുദ്ധിയിൽ സംശയാലുവാകാതിരിക്കാനോ അമ്മയ്ക്കു കഴിയുന്നില്ല. യാത്രാമദ്ധ്യേ അമ്മ മകനോടപേക്ഷിച്ചു: 'ഞാൻ നിന്നെ കരുതിയാണെടാ കുട്ടപ്പാ എല്ലാം സഹിക്കുന്നത്... എനിക്കു നീ മാത്രമേയുള്ളു സമ്പാദ്യമായിട്ട്. എന്നെ കഷ്ടപ്പെടുത്തല്ലേ...'

മകന്റെ കുടുംബത്തോടൊപ്പമുള്ള ജീവിതം അനേകം വിലക്കുകൾ നിറഞ്ഞ ഒന്നായിരുന്നു അമ്മയ്ക്ക്. അവരവിടെ അധികബാദ്ധ്യതയായിത്തീരുന്നു. മകനും മരുമകളും അമ്മയ്ക്കു മനസ്സിലാവാത്ത ഭാഷയിൽ സംസാരിക്കുന്നു. അമ്മയ്ക്കവിടെ ഏക ആശ്വാസമായിരുന്ന ഒരു സൗഹൃദബന്ധംപോലും വിലക്കപ്പെട്ടു. മറ്റൊരു വൃദ്ധമാതാവുമായുള്ള ആ സൗഹൃദം, 'ശമ്പളത്തിന്റെ കണക്കുനോക്കി മനുഷ്യരെ സ്നേഹിക്കുന്ന' സംസ്കാരത്തിനു നിഷിദ്ധമായിത്തോന്നി. അതോടെ മറിയാമ്മച്ചേടത്തി ആകെ തളർന്നുപോയി. തന്റെ നൊമ്പരങ്ങളൊന്നും മകനെയറിയിക്കാതെ ആ മാതാവ് സ്വദേശത്തേക്കു തിരിച്ചുപോരുകയാണ്. എന്നിട്ടും, അമ്മ ആരേയും പഴിക്കുന്നില്ല. പകരം, മകന്റെ നന്മയ്ക്കുവേണ്ടി പ്രാർത്ഥിക്കുന്നു.

അമ്മമാരെ സംരക്ഷിക്കാൻ മകൾക്കോ മക്കളിൽ വിശ്വാസമർപ്പിക്കാൻ അമ്മമാർക്കോ കഴിയാതാവുന്ന യാഥാർത്ഥ്യമാണ് 'മാലയോഗം' *(പവിത്രമോതിരം)* എന്ന കഥയ്ക്കു പിന്നിലുള്ളത്. മക്കൾ എട്ടുപേർ അതാതിടങ്ങളിൽ സമ്പന്നജീവിതം നയിക്കുമ്പോൾ, മാധവിവാരസ്യാർ തകർന്നുകൊണ്ടിരിക്കുന്ന ഒരു ക്ഷേത്രത്തിൽ കഴകവൃത്തിയെടുത്ത് കഷ്ടിച്ചു കഴിഞ്ഞുകൂടുന്നു. അവിടെ പൂപറിച്ചും മാലകെട്ടിയുമാണ് അവർ എട്ടുപേരെയും പോറ്റിയെടുത്തത്. ആ ക്ഷേത്രമാണ് തന്റെ കർമ്മമണ്ഡലമെന്ന് മാധവിവാരസ്യാർ വിശ്വസിക്കുന്നു. 'നശിച്ച അമ്പല'മെന്ന് വലിയ നമ്പൂതിരിപോലും വിശേഷിപ്പിക്കുന്ന ആ ക്ഷേത്രത്തിൽ മാലകെട്ടിക്കെട്ടി, അവിടെ കിടന്നുതന്നെ ജീവൻ വെടിയണമെന്നാശിക്കുന്ന ഈ മാതാവിനെ ഭരിക്കുന്നത്,'. ദൈവവിശ്വാസത്തെക്കാളുപരി മക്കളിലുള്ള വിശ്വാസരാഹിത്യമാണ്. അഥവാ ഈ വിശ്വാസരാഹിത്യമാണ് ആ മാതാവിന്റെ ക്ഷേത്രവിശ്വാസത്തിന് തീവ്രതയേറ്റുന്നത്. അവർക്കു മറ്റെങ്ങും ആശ്രയമില്ലല്ലോ.

ഒരമ്മയ്ക്ക് തന്റെ കുഞ്ഞുങ്ങളെ, പ്രത്യേകിച്ചും ആൺകുഞ്ഞുങ്ങളെ, സ്വാഭീഷ്ടപ്രകാരം വളർത്തിയെടുക്കാനാകുമോ? കഴിഞ്ഞെങ്കിൽത്തന്നെ അതെത്രകാലം? കുടുംബത്തിൽ എത്രമാത്രം അധികാര

ങ്ങളുണ്ടായാലും ശരി, പുരുഷാധിപത്യ സമൂഹത്തിൽ മാതാവിന്റെ പരാജയം അനിവാര്യമാകുന്നു. 'വരം' *(ധീരേന്ദുമജുംദാരുടെ അമ്മ)* എന്ന കഥയിലെ മീനാമാമി ഇത്തരമൊരു സാഹസത്തിലേർപ്പെട്ട് പരാജയമടയുന്ന മാതാവാണ്. വിട്ടുപോകാൻ പ്രാപ്തരാകുംവരെ കുഞ്ഞുങ്ങളെ വളർത്തുക എന്നതുമാത്രമാണ് പുരുഷാധിപത്യ സമൂഹത്തിൽ 'മാതൃത്വ'ത്തിന്റെ കടമയെന്നറിയാതെ അതിശുഷ്കാന്തിയോടും അത്യാവേശത്തോടുംകൂടി ആൺകുട്ടികളെ നിയന്ത്രിച്ചുവളർത്താൻ വൃഥാ ശ്രമിച്ച ആ മാതാവിന് ഒരു യോഗിനീമാതാവായി സന്ന്യാസിനീജീവിതത്തിൽ അഭയം പ്രാപിക്കേണ്ടി വന്നിരിക്കുന്നു!

സന്താനലബ്ധിക്കുവേണ്ടി അനുഗ്രഹം തേടി 'മാതാജി'യെ ദർശിക്കാനെത്തിയ മുകുന്ദമേനോൻ, ആ യോഗിനി തന്റെ അയൽവാസിനിയായിരുന്ന മീനാമാമിയാണെന്നറിയുകയും അവരുടെ പൂർവ്വകഥകൾ തന്റെ ഭാര്യയെ അറിയിക്കുകയും ചെയ്യുകയാണ്. മീനാമാമിയുടെ കഥ, കുട്ടികൾക്കുവേണ്ടി അഭിലഷിക്കുവാൻ അയാളെ പ്രേരിപ്പിക്കുന്നില്ല. '...കുട്ടികളെ തരരുതെന്നാണ് ഞാൻ പ്രാർത്ഥിച്ചത്'- അയാൾ ഭാര്യയോടു പറഞ്ഞു. 'ദുഃഖിതരായ അമ്മമാർക്കെല്ലാം ശാന്തിയരുളിയാലും'- ഇതാണ് അയാളുടെ പ്രാർത്ഥന.

സർവ്വസൗഭാഗ്യങ്ങളും മക്കൾക്കുവേണ്ടി പരിത്യജിച്ചിട്ടും ഏകാന്തകളും ദുഃഖിതകളും നിരാലംബകളുമായി കഴിയുന്നവരാണ് ഈ കഥകളിലെ അമ്മമാർ. എന്നാൽ ഇവരിൽനിന്നും വ്യത്യസ്തയായി *വിശ്വരൂപ (വിശ്വരൂപ)*ത്തിലെ അമ്മ, തന്റെ ഏകാന്തതയ്ക്കും വിഷാദത്തിനുമെല്ലാമുള്ള കാരണങ്ങൾ തന്നിൽത്തന്നെ ആരോപിക്കുകയും കുറ്റബോധമനുഭവിക്കുകയും ചെയ്യുന്നു! എത്രതന്നെ സ്നേഹലാളനകൾ നല്കി വളർത്തിയാലും മക്കൾ അമ്മമാരെ വിട്ടുപോവുകയാണെന്ന ലോകഗതി ഈ കഥയിലെ മാതാവറിയുന്നില്ല. പകരം, അവർ അപരാധബോധത്തിന്റെ പ്രത്യയശാസ്ത്രലോകം സ്വയം സൃഷ്ടിക്കുകയും അതിൽ ജീവിക്കുകയും ചെയ്യുന്നു. യഥാർത്ഥത്തിൽ സമൂഹവ്യവസ്ഥയാണ് അമ്മമാരുടെ നിരാലംബജീവിതത്തിനു കാരണമെങ്കിലും, ആ നിരാലംബതയെ 'സ്വയംകൃതാനർത്ഥ'മായി മനസ്സിലാക്കാനാണ് ഈ പറഞ്ഞ അപരാധബോധത്തിന്റെ പ്രത്യയശാസ്ത്രങ്ങൾ പഠിപ്പിക്കുക. 'മാതൃത്വ'ത്തെ സ്ഥാപനമാക്കിത്തീർത്ത വ്യവസ്ഥ അങ്ങനെ കുറ്റവിമുക്തമാക്കപ്പെടുകയും ചെയ്തു.

പേരക്കുട്ടിയെ പള്ളിക്കൂടത്തിൽ ചേർത്തുകിട്ടിയാൽ ഉച്ചക്കഞ്ഞിയെങ്കിലുമായല്ലോ എന്ന പ്രതീക്ഷയോടെ, പണ്ട് തന്റെ ഔദാര്യത്തിലും വാത്സല്യത്തിലും കഴിഞ്ഞിരുന്ന ഗോവിന്ദൻകുട്ടിയെന്ന തിരക്കേറിയ രാഷ്ട്രീയനേതാവിനെ കാണാനെത്തുന്ന കുഞ്ഞാത്തലമ്മയുടെ ചിത്രം ആരെയും നൊമ്പരപ്പെടുത്തും (മനുഷ്യപുത്രി). ആ വൃദ്ധമാതാവിന്റെ മൂടിപ്പുതച്ച മുണ്ടും മുഷിഞ്ഞ കുടയും ഊഞ്ഞാലാടുന്ന കാതുകളും

ദൈന്യതയുടെ ചിഹ്നങ്ങളാണ്. ദാരിദ്ര്യാർത്തിയിൽ നിലകിട്ടാതെ വലയുന്ന ഈ മനുഷ്യപുത്രി, തകർന്നടിഞ്ഞ സമ്പദ്‌വ്യവസ്ഥയുടെ ബാക്കിപത്രവും പ്രതീകവുമായി വന്നു നില്ക്കുന്നു. മാതൃത്വത്തിന്റെ സകല ഉൽക്കണ്ഠകളും ആ അമ്മയ്ക്കുണ്ട്. ഒരു മകൻ എട്ടു വർഷമായി രോഗശയ്യയിൽ കഴിയുന്നു; മറ്റൊരാൾ തൊഴിലിനു തെണ്ടുന്നു; മകൾ 'പുര നിറഞ്ഞു' നില്ക്കുന്നു. കുഞ്ഞാത്തലമ്മയുടെ ദൈന്യം കണ്ട് തപ്തഹൃദയനായിത്തീർന്ന ഗോവിന്ദൻകുട്ടി സകലർക്കും ആശ്രയസ്ഥാനമായിരുന്ന ആ അമ്മയുടെ മുൻപിൽ തലകുനിക്കുന്നു; രാഷ്ട്രീയാധികാരം മാതൃത്വത്തിനു മുമ്പിലെന്നപോലെ.[12]

'ധീരേന്ദുമജുംദാരുടെ അമ്മ', രക്തസാക്ഷികളുടെ അമ്മയാണ്. ഒൻപതു പുത്രന്മാരെ നാടിന്റെ സ്വാതന്ത്ര്യത്തിനുവേണ്ടി ബലിയർപ്പിച്ചിട്ടും അചഞ്ചലയായി കഴിയുന്ന ഒരു ധീരമാതൃത്വത്തെ പുനഃസൃഷ്ടിക്കുകയാണ് കഥയുടെ ലക്ഷ്യം. അമ്മയുടെ ഓർമ്മകളിലൂടെ ത്യാഗനിർഭരമായ ആ കാലഘട്ടത്തിന്റെ ചുരുളഴിയുന്നു. സ്വാതന്ത്ര്യ സമരത്തിന്റെയും ബംഗാൾ വിഭജനത്തിന്റെയും പ്രതിസന്ധിഘട്ടങ്ങളിൽ ജീവിച്ചവളും ജമീന്ദാരി കുടുംബാംഗവുമായ അമ്മ, തന്റെ മക്കളുടെ കഥ ദേശത്തിന്റെ കഥയായി ദർശിക്കുന്നു. വിഭജനത്തിന്റെ ഫലമായി ഇന്ത്യയിലെത്തിപ്പെട്ട അവർ ഒരഭയാർത്ഥിയായറിയപ്പെടാൻ വിസമ്മതിക്കുന്നു. വ്യക്തിജീവിതത്തിലേറ്റ ദുരന്തങ്ങളെ രാഷ്ട്രീയബോധംകൊണ്ട് അതിവർത്തിക്കുന്ന ഒരമ്മയെയാണ് ഈ കഥ അവതരിപ്പിക്കുന്നത്.

മാതൃത്വത്തിന്റെ നൈർമ്മല്യവും ആർദ്രതയുമൂറുന്ന ഒരു കൂട്ടം കഥകളിലൂടെയാണ് കടന്നുപോന്നത്. നിരാലംബരാക്കപ്പെടുമ്പോഴും അതിനൂത്തരവാദികളായവർക്കുവേണ്ടി പ്രാർത്ഥിക്കുവാനും സ്നേഹവാത്സല്യങ്ങളുടെ അമൃതധാര ചുരത്തുവാനും മാത്രമേ ഈ അമ്മമാർക്കു കഴിയുന്നുള്ളൂ. (മൃദുലമാണ് ഈ കഥാകാരിയുടെ തൂലിക. മാർദ്ദവമറ്റ യാതൊന്നും അവരുടെ കഥകളിലില്ല. ഓരോ എഴുത്തുകാരിയുടെ ഉള്ളിലും 'മുലപ്പാലിന്റെ മണം'പോലെ, മനുഷ്യരെ ഒന്നിപ്പിക്കുകമാത്രം ചെയ്യുന്ന സ്നേഹത്തിന്റെ നിലയ്ക്കാത്ത ഉറവയാണുള്ളത്.) ഹെലൻ സിസു തന്റെ പ്രശസ്തമായ പഠനത്തിൽ പറയുന്നതും ഇതുതന്നെ. എഴുത്തുകാരിയുടെ ഉള്ളിലെപ്പോഴും നന്മനിറഞ്ഞ ഒരു മാതാവിന്റെ മുലപ്പാൽ കുടിയിരിക്കുന്നുവെന്നും ആ വെളുത്ത മഷികൊണ്ടാണ് അവളെഴുതുന്നതെന്നും സിസു പറയുന്നു.[13] ആ വെളുത്ത മഷിയിൽ ചാലിച്ച മൃദുതൂലികയ്ക്കു മാത്രമേ 'പഞ്ചാരയുമ്മ', 'മുലപ്പാലിന്റെ മണം' തുടങ്ങിയ കഥകൾക്കു ജന്മം നല്കാനാവുകയുള്ളു. ഒരെഴുത്തുകാരിയുടെ തൂലികയ്ക്കുമാത്രമേ ഈ കഥകൾ സൃഷ്ടിക്കാനാവുകയുള്ളൂ എന്നു നേരത്തെ സൂചിപ്പിച്ചത് ഈയർത്ഥത്തിലാണ്.

മാതൃത്വാനുഭവം കൊതിക്കുന്നവരെങ്കിലും സരസ്വതിയമ്മയുടെ കഥകളിലെ ആദർശശാലിനികളും സ്നേഹമയികളുമായ സ്ത്രീകൾ ആ

അനുഭവത്തിനുവേണ്ടി മാത്രം, സ്ഥാപനവല്ക്കരിക്കപ്പെട്ട മാതൃത്വത്തെ സ്വീകരിക്കാൻ തയ്യാറാകുന്നില്ല. അന്തർജ്ജനത്തിന്റെ കഥകളിലെ നിരാലംബമാതാക്കൾ മക്കൾ വിട്ടുപോയിട്ടും അവരെ മാറോടണച്ചുകഴിയുമ്പോൾ, സരസ്വതിയമ്മയുടെ സ്ത്രീകൾ മാതൃത്വത്തിന്റെ പീഡനങ്ങളെക്കുറിച്ചാണോർമ്മിപ്പിക്കുക. സ്വതന്ത്രമായും അർത്ഥപൂർണ്ണമായും ജീവിക്കുന്നതിനു പ്രതിബന്ധമായി നില്ക്കുന്നതും സ്ത്രീയിൽ നിർബ്ബന്ധപൂർവ്വം അടിച്ചേല്പിക്കപ്പെടുന്നതുമായ സ്ഥാപനമായി സരസ്വതിയമ്മയുടെ കഥകൾ മാതൃത്വത്തെ ദർശിക്കുന്നു.

സരസ്വതിയമ്മയുടെ പല കഥകളിലും പ്രത്യക്ഷപ്പെടുന്ന, അവിവാഹിതയും ഊർജ്ജസ്വലയും ആദർശശാലിനിയുമായ ശാന്തി എന്ന കഥാപാത്രം കുഞ്ഞുങ്ങളെ ആത്മാർത്ഥമായി സ്നേഹിക്കുന്നതിലൂടെ യഥാർത്ഥത്തിൽ ആഗ്രഹിക്കുന്നത് മാതൃത്വാനുഭവങ്ങളാണ്. 'സ്ത്രീജന്മം' എന്ന കഥ നോക്കുക. ഈ കഥയിലെ ശാന്തി തന്റെ കൂട്ടുകാരിയുടെ വീട്ടിലെ, ചെമ്മണ്ണും പൊടിയും പുരണ്ട വൃത്തികെട്ടുനടക്കുന്ന കുഞ്ഞുങ്ങളെ, അപരിചിതയായിട്ടുപോലും ഒരമ്മയുടെ സ്നേഹവാത്സല്യങ്ങളോടെയാണ് സാന്ത്വനിപ്പിക്കുകയും അണിയിച്ചൊരുക്കുകയും ചെയ്യുന്നത്:

'ശാന്തി സ്യൂട്ട്കേസ് തുറന്നു ചീർപ്പെടുത്തു ശ്യാമളയുടെ തല ചീകി; മുഖത്തു പൗഡറിട്ടു; ചുവപ്പു കല്ലുവെച്ച രണ്ടു നീണ്ട കുണുക്കുകൾ കാതിൽ തൂക്കിയിട്ടു സ്വന്തം നെറ്റി ശ്യാമളയുടെ നെറ്റിയിൽ ചേർത്തുപിടിച്ചു പൊട്ടും ഇടിയിച്ചു. വളകൾകൂടി ഇട്ടപ്പോൾ ശ്യാമള ആനന്ദം കൊണ്ടു തുള്ളിച്ചാടി.'

കരഞ്ഞുകൊണ്ടിരുന്ന മറ്റൊരുത്തനെ അവൾ ആശ്വസിപ്പിക്കുന്നു:

'കണ്ണുതിരുമ്മിക്കരഞ്ഞുകൊണ്ടിരുന്ന ശിവനെ അവൾ എടുത്തു മടിയിലിരുത്തി. അവന്റെ കരച്ചിലെങ്ങനെ നീക്കാൻ? അവൾ വേഗം അവന്റെ കൈ തുടച്ചു. റിസ്റ്റുവാച്ചഴിച്ചു വലതുകൈയിൽ കെട്ടിക്കൊടുത്തു. ഒരു ചെമന്ന ഉറുമാൽ തലയിൽ കെട്ടുകകൂടെ ചെയ്തപ്പോൾ അവൻ ശാന്തിയുടെ കഴുത്തിനു കെട്ടിപ്പിടിച്ച് ഉമ്മ വെച്ചു.'

ശാന്തിയുടെ ഉള്ളിൽ തുടിച്ചു നില്ക്കുന്ന മാതൃഭാവത്തിന്റെ നിർവ്യാജമായ പ്രകാശനമാണിത്. ആ ദരിദ്രകുടുംബത്തിലെ കുഞ്ഞുങ്ങളുടെ നിഷ്കളങ്കമായ ആഹ്ലാദം അവൾ ഒരമ്മയെപ്പോലെ പങ്കിടുന്നു.

'അവിവാഹിതന്റെ അശ്രു'ക്കളിലെ ശാന്തി തന്റെ കൂട്ടുകാരിയുടെ വീട്ടിൽ ചെല്ലുന്നത് അവളെ കാണാനല്ല, അവളുടെ കൊച്ചുമകന്റെ സാമീപ്യമനുഭവിക്കാനാണ്. കുഞ്ഞവിടെയില്ലെന്നറിഞ്ഞയുടൻ തിരിച്ചുപോകാനൊരുങ്ങുകയായിരുന്നു ശാന്തി. കുഞ്ഞുങ്ങളെ സ്നേഹിക്കുന്നവരെങ്കിലും ഈ സ്ത്രീകളാരും മാതൃത്വത്തെ ആദർശവല്ക്കരിക്കുന്നില്ല.

'മാതൃത്വമഹിമ'യെക്കുറിച്ച് ഉൽക്കണ്ഠാകുലരും വാചാലരുമാകുന്നത് പുരുഷന്മാരാണ്. വിവാഹത്തെയും മാതൃത്വത്തെയും ഏകാർത്ഥ

പദങ്ങളായുപയോഗിക്കുന്ന പുരുഷന്മാരുടെ ഗൂഢതാല്പര്യത്തെ സരസ്വതിയമ്മയുടെ പല കഥകളും തുറന്നു കാട്ടുന്നു. 'ഒരേ ഒരു രാത്രി'യിലെ ചിത്രയോടു വിവാഹാഭ്യർത്ഥന നടത്തുന്ന രാമചന്ദ്രദാസ്, മാതൃത്വമഹിമയോർമ്മിപ്പിച്ച് അവളെ കീഴടക്കാനാണ് ശ്രമിക്കുന്നത്. 'മാതൃത്വമാണ് സ്ത്രീയുടെ സ്വർഗ്ഗം', അയാൾ പറഞ്ഞു. ആ 'സ്വർഗ്ഗം' പ്രാപിക്കാൻ വിവാഹം മാത്രമേ പോംവഴിയുള്ളുവെന്നാണ് സൂചന. ചിത്രയുടെ ദൃഢസ്വരത്തിലുള്ള മറുപടി: 'സാരമില്ല. പാവപ്പെട്ട കുറെ ജീവികളെ സ്വർഗ്ഗത്തിൽനിന്ന് ഈ നരകത്തിലേക്കു കൊണ്ടുവന്നിട്ട്, സ്വർഗ്ഗം അനുഭവിക്കണമെന്നെനിക്കാശയേയില്ല.' ജീവിതം അനുദിനം ദുരിതമയമായിരിക്കെ, പുതുജീവിതങ്ങൾക്കു ജന്മം നല്കുന്നത് അക്ഷന്തവ്യമായ കുറ്റകൃത്യമായി കാണുന്നതുകൊണ്ടുകൂടിയാണ് അവൾ മാതൃത്വത്തെ നിരാകരിക്കുന്നത്.

കുഞ്ഞിനു മുലകൊടുത്തുകൊണ്ടിരുന്ന ദരിദ്രമാതാവിനെ ചൂണ്ടിക്കാണിച്ച് മാതൃത്വമഹത്ത്വം, റീനി എന്ന യുവതിയെ ബോദ്ധ്യപ്പെടുത്താൻ ശ്രമിക്കുന്ന, 'കർത്തവ്യത്തിന്റെ മുമ്പിൽ' എന്ന കഥയിലെ യുവാവിന്റെ താല്പര്യവും വിവാഹം തന്നെ. റീനിയുടെ മറുപടി നോക്കുക:

'... ഇങ്ങനെയൊരു കാഴ്ചകാണിച്ച് ഒരു സ്ത്രീയെ ദുർബ്ബലപ്പെടുത്തുന്നുവെങ്കിൽ അത് നിങ്ങളോടും ലോകത്തോടും നിങ്ങൾ ചെയ്യുന്ന ഒരു ദ്രോഹമാണ്...'

റീനിയും വിവാഹത്തെ തിരസ്കരിക്കുന്നു; മാതൃത്വത്തെയും.

മാതൃത്വത്തിന്റെ ദയനീയരൂപങ്ങൾ മാത്രമേ സരസ്വതിയമ്മയുടെ കഥകളിൽ കാണാനാവൂ. മാതൃത്വപീഡനങ്ങളോടൊപ്പം നിത്യദാരിദ്ര്യത്തെയും ഈ അമ്മമാർക്കഭിമുഖീകരിക്കേണ്ടിവരുന്നു. ബ്രാഹ്മണസംബന്ധത്തിന്റെ ഇരയായ 'കുലമഹിമ'യിലെ ഗൗരിയമ്മയ്ക്ക് തീരാദാരിദ്ര്യത്തിലും പത്തുകുട്ടികൾക്കു ജന്മം നല്കേണ്ടിവന്നിരിക്കുന്നു! കറുത്തു മെലിഞ്ഞ്, കണപിടിച്ച്, മഞ്ഞച്ചകണ്ണുകളോടുകൂടിയ ഒരു ബാലനെ കഥ നമുക്കു കാണിച്ചുതരുന്നുണ്ട്. അവൻ ശേഷിച്ചവരുടെയും പ്രതിനിധി തന്നെ. ഒടുവിലത്തെ ഇരട്ടസന്തതികളുടെ പിതാവാരെന്ന് ഗൗരിയമ്മയ്ക്കും നല്ല നിശ്ചയമില്ല! പതിനൊന്നാമത്തെ പ്രസവത്തിനായി ഗുരുതരാവസ്ഥയിൽ അവരെ താങ്ങിയെടുത്തു കൊണ്ടുപോകുമ്പോഴും 'എന്റെ പിള്ളേരെ'- എന്നു വിതുമ്പുകയാണ് ആ മാതൃഹൃദയം. ബ്രാഹ്മണസംബന്ധത്തിന്റെ പ്രത്യയശാസ്ത്രത്തിൽ ജീവിക്കുന്ന അവർക്ക് തന്റെ ശത്രുക്കളെ തിരിച്ചറിയാനാവുന്നില്ല. ഭർത്താവായ പോറ്റി അവരെ മറ്റൊരു സംബന്ധക്കാരനെയേല്പിച്ച് സ്ഥലം വിടുന്നതിൽ അസ്വാഭാവികമായി യാതൊന്നും ഗൗരിയമ്മയ്ക്കു തോന്നുന്നില്ല.

'ചില ചിത്രങ്ങൾ' എന്ന കഥയിലെ ആദ്യചിത്രവും ഇതുപോലൊരു മാതൃത്വത്തിന്റേതാണ്. നാലുകുഞ്ഞുങ്ങളുമായി തെണ്ടിനടക്കുന്ന ആ

യാചകമാതാവിനെ സകലരും ഭർത്സിക്കുന്നു. 'ദുരിതം പിടിച്ച ജീവിതത്തിലേക്ക് നിരപരാധ ജീവികളെക്കൂടെ കടത്തിവിടുന്ന പ്രവൃത്തിയിൽ' ഭാഗഭാക്കാകേണ്ടിവരുന്നതിൽ അവർക്കു പശ്ചാത്താപമുണ്ട്. പത്താം മാസമാവുമ്പോൾ അപ്രത്യക്ഷനാവുകയും കുഞ്ഞുങ്ങളെ നല്കാൻ വേണ്ടി മാത്രം തിരിച്ചെത്തുകയും ചെയ്യുന്നു, ആ അമ്മയുടെ ഭർത്താവ്.

ഈ കഥയിലെ രണ്ടാമത്തെ ചിത്രത്തിൽ, വിവാഹിതയായിട്ടും മാതൃത്വാഭിലാഷങ്ങൾ നിറവേറപ്പെടാത്ത ഒരു സ്ത്രീയുടെ വേദനകൾ ചിത്രീകരിച്ചിരിക്കുന്നു. ഭാര്യയോടുള്ള കടമകൾ നിർവ്വഹിക്കാത്ത ഭർത്താവ് അന്യസ്ത്രീകൾക്കൊപ്പം കഴിയുന്നു. കളിപ്പാട്ടങ്ങളിലൂടെയും മറ്റുമായി അഞ്ചുവയസ്സു മുതൽതന്നെ, അമ്മയാവാൻ അനുശീലിപ്പിക്കപ്പെട്ടവളാണവൾ. പക്ഷേ, വയസ്സു മുപ്പതായിട്ടും, 'പാടുപെട്ടു പെറ്റ ഒരോമനക്കുഞ്ഞിന്റെ സ്പർശനം ആ കൈകളെ കുളുർപ്പിച്ചിട്ടില്ല; ലാലാസ്രവം ആ ചുണ്ടുകളെ നനച്ചിട്ടില്ല...'

ജീവിതം അതികഠിനമായൊരു സഹനസമരമായിരുന്നു, 'വൈസ്രോയി സന്ദർശന' (*പെൺബുദ്ധി-1951*)ത്തിലെ യാചകമാതാവിന്. അവശനായ ഭർത്താവിനെയും മൂന്നു മക്കളെയും സംരക്ഷിക്കാൻവേണ്ടി അവർ ചെയ്യാത്ത ജോലികളില്ല. തൂപ്പുവേല, പാത്രം കഴുകൽ, നെല്ലു കുത്തൽ, മില്ലിൽ യന്ത്രച്ചക്രം തിരിക്കൽ, മാവരയ്ക്കൽ, അരിവില്പന എന്നുവേണ്ട പൊരിവെയിലിൽ മൂടിപ്പുതച്ചു കിടന്നുകൊണ്ടുള്ള യാചകവൃത്തിപോലും ആ മാതാവു സ്വീകരിച്ചു. വൈസ്രോയിസന്ദർശനം പ്രമാണിച്ച് അധികാരികൾ ചുട്ടെരിച്ചുകളഞ്ഞ കൂരയ്ക്കരികെ, കൊടുംമഴയത്തു കിടന്നു പിടയുന്ന ഭർത്താവിനെ ആശ്വസിപ്പിച്ചും ഒപ്പം പ്രസവവേദനയാൽ പിടഞ്ഞും തളർന്നുവീഴുന്ന ആ മാതാവിന്റെ ദൃശ്യം ആരെയും അസ്വസ്ഥരാക്കും.

പെറ്റകുഞ്ഞിനോടു മാത്രമുള്ള സ്നേഹം, പെറ്റമ്മ-പോറ്റമ്മ വിഭജനം എന്നിവയൊന്നും മാതൃകേന്ദ്രിതസംസ്കാരത്തിൽ അത്ര പ്രസക്തങ്ങളല്ല. എന്നാൽ, ആൺകോയ്മയ്ക്കു കീഴിലെ മാതൃത്വം ഒരോ സ്ത്രീയെയും സ്വന്തം കുഞ്ഞിനെമാത്രം സ്നേഹിക്കാൻ അനുശീലിപ്പിക്കുന്നു. മാതൃവാത്സല്യത്തിന്റെ ഉറവ് സ്വാർത്ഥം മാത്രമായിത്തീർന്നു എന്നതാണ് അതിന്റെഫലം. സരസ്വതിയമ്മയുടെ, 'വാത്സല്യത്തിന്റെ ഉറവ്' ഈ സ്വാർത്ഥതയെക്കുറിച്ചാണ്. കഥയിലെ സംഭവബാഹുല്യം പ്രമേയത്തിന്റെ ഏകാഗ്രതയ്ക്കു ഭംഗമേല്പിക്കുന്നുവെങ്കിലും നമ്മുടെ കഥാകാരികളിൽ മറ്റാരും സങ്കീർണ്ണമായ ഈ വിഷയത്തെ സ്പർശിച്ചിട്ടില്ലാത്തതിനാൽ ഈ കഥ പ്രാധാന്യമർഹിക്കുന്നു.

പത്തിരുപതു വർഷത്തെ പ്രാർത്ഥനയും ശുശ്രൂഷയുമെല്ലാം കഴിഞ്ഞശേഷമാണ് കല്യാണിക്ക് ഒരു കുഞ്ഞിനു ജന്മം നല്കാനായത്. പക്ഷേ, അതിനെ ജീവനോടെ കിട്ടിയതുമില്ല. കല്യാണിയുടെ ജീവൻ രക്ഷിക്കാൻവേണ്ടി അവളുടെ ഭർത്താവും ഡോക്ടറും ചേർന്ന് ഒരുപായം

കണ്ടെത്തുന്നു. ദേവകിയെന്ന നിരാശ്രയയായ ഒരമ്മയുടെ കുഞ്ഞിനെ കല്യാണിയറിയാതെ അവളുടെയരികിൽ കിടത്തി. ദേവകിയെ 'പോറ്റമ്മ' യെന്ന വ്യാജേന കൂടെത്താമസിപ്പിക്കുകയും ചെയ്തു. 'പെറ്റമ്മ'യും 'പോറ്റമ്മ'യും തമ്മിൽ വളർന്നുവന്ന സംഘർഷങ്ങൾക്കിടയിൽ 'പോറ്റമ്മ'യായ ദേവകി കിണറ്റിൽച്ചാടി ആത്മഹത്യചെയ്യുന്നു. സംഭവങ്ങളുടെ ചുരുളഴിയുമ്പോൾ, ദേവകിയുടെ ആ 'തന്തയില്ലാക്കുഞ്ഞി'ന്റെ പിതാവ് കല്യാണിയുടെ സഹോദരനാണെന്ന് മനസ്സിലാവുന്നു.

കുഞ്ഞുമരിച്ചതിന്റെ ആഘാതത്താൽ വീണ്ടും രോഗശയ്യയിലായ കല്യാണിയെ ഈ രഹസ്യങ്ങളെല്ലാമറിയിച്ച് ആഘാതത്തിൽനിന്ന് മോചിപ്പിക്കുകയാണ് അവളുടെ ഭർത്താവ്. അവളുടെ മാതൃവാത്സല്യങ്ങളെല്ലാം അതോടെ അപ്രത്യക്ഷമായി. യജമാനത്തിയുടെ ഭാവത്തിൽ അവൾ പറയുകയാണ്: 'ആ കൊച്ചിനെ അവൾക്കു വിട്ടുകളയാമായിരുന്നു.... ഇതുപോലെയുണ്ടാവുന്ന കൊച്ചുങ്ങളെ ഏതെല്ലാം വീട്ടിൽ വേലയ്ക്കു നിർത്തി വളർത്തുന്നു? പ്രായമായാലൊരു ശിപായിപ്പണിയെങ്കിലും കൊടുക്കൂല്ലായിരുന്നോ?' മാതൃസ്നേഹത്തിനു പിന്നിലെ 'സ്വാർത്ഥ'തയെക്കുറിച്ച് നന്നായറിയുന്ന പുരുഷന്മാർ - ഭർത്താവും ഡോക്ടറും- അതു നോക്കി പരസ്പരം കേട്ട് അർത്ഥഗർഭമായെന്നോണം മന്ദഹസിക്കുന്നു.

ഒരു മാതാവിന് പുത്രിയെ വെട്ടിക്കൊലപ്പെടുത്തേണ്ടിവന്ന ക്രൂരമായ വൈപരീത്യത്തിന്റെ കഥയാണ് 'കീഴ്ജീവനക്കാരി'. ഈ കഥയിലെ പാറുവമ്മ 'ഒരു തന്തയില്ലാത്തപെണ്ണി'ന്റെ മാതാവാണ്. അതുകൊണ്ടുതന്നെ അവരുടെ മാതൃത്വവും ആ പെണ്ണും സമൂഹദൃഷ്ടിയിൽ നികൃഷ്ടങ്ങളായിരിക്കുന്നു. 'തന്തയില്ലാത്ത' പെണ്ണാണെങ്കിലും അവളെ തന്റെ ഭോഗാസക്തിക്കിരയാക്കാൻ ഏറ്റവും ആദരണീയനും മാന്യനുമായ പുരുഷനു പോലും മടിയില്ല! ഒരടിച്ചുതളിക്കാരി മാത്രമായ പാറുവമ്മയുടെ മകളെ നോട്ടമിട്ടിരുന്നത് ദേവസ്വം കമ്മീഷണറാണ്. അയാളുടെ സഹായിയാകട്ടെ, ക്ഷേത്രത്തിലെ 'ശ്രീകാര്യക്കാർ' ആയ മറ്റൊരു മാന്യനും! കമ്മീഷണറെ തൃപ്തിപ്പെടുത്തിയില്ലെങ്കിൽ നിയമപാലകർ ആ അമ്മയെ വിടില്ല. ഇങ്ങനെ എല്ലാ അധികാരകേന്ദ്രങ്ങളും ആരോരുമില്ലാത്ത ഒരമ്മയ്ക്കെതിരെ നില്ക്കുന്നു. സ്വന്തം മകളെ അന്യപുരുഷനു കാഴ്ച വെക്കാൻ ഒരമ്മയ്ക്കുമാവില്ല. പക്ഷേ, പുരുഷൻ അതാവശ്യപ്പെട്ടുകൊണ്ടിരിക്കുന്നു!

ദേവവിഗ്രഹത്തിനുമുമ്പിൽ പൂജാവിധികളുമായി നില്ക്കുകയായിരുന്ന മകളെ, 'മാതൃത്വത്തിന്റെ മൃദുലത്വ'ത്തിനു ചേരാത്തവിധം ആ മാതാവ് നിസ്സംഗം വെട്ടിക്കൊല്ലുന്നു! ചെല്ലുന്നിടത്തെല്ലാം സ്ത്രീകളെ ലൈംഗികചൂഷണം ചെയ്യുന്ന കമ്മീഷണർ, തന്റെ പൂർവ്വ കാമുകനും മകളുടെ പിതാവുമാണെന്നറിഞ്ഞിട്ടും പാറുവമ്മ അസാമാന്യമായ നിസ്സംഗത പുലർത്തുന്നു. മാതൃത്വത്തെ വിലമതിക്കാത്ത സംസ്കാരത്തെയാണ് ഈ കഥ കടന്നാക്രമിക്കുന്നതെങ്കിലും യഥാർത്ഥത്തിൽ

ഇവിടെ സംരക്ഷിക്കപ്പെടുന്നത് പിതൃത്വത്തിന്റെ 'സംശുദ്ധി'യാണെന്നു കൂടി ഓർക്കുക.

ദുർവ്വഹമായ പീഡനമായി തങ്ങൾ മാത്രമനുഭവിക്കുന്ന ഒരു യാഥാർത്ഥ്യത്തെ, ഉദാത്തമായൊരാദർശമായി പുരുഷൻമാർ വാഴ്ത്തുന്നത് അസംബന്ധമായി സ്ത്രീകൾക്കു തോന്നാം. സരസ്വതിയമ്മയുടെ ചില കഥകൾ മാതൃത്വത്തെ പരിഹസിക്കുന്നതിനു കാരണവും ഇതുതന്നെയാണ്. കുടുംബസമ്മർദ്ദങ്ങൾ കാരണം വിവാഹത്തിനു സമ്മതിക്കേണ്ടിവരുന്ന 'മഴയ്ക്കുമുമ്പ്' (*പൊന്നുംകുടം*)എന്ന കഥയിലെ മുഖ്യകഥാപാത്രം പറയുകയാണ്: '... ഞങ്ങൾ രണ്ടുപേരുംകൂടെച്ചേർന്ന് ജനസംഖ്യവർദ്ധിപ്പിച്ചാൽ അമ്മയ്ക്കതു മതിയല്ലോ. പക്ഷേ, കറുത്ത കുഞ്ഞുങ്ങളെ ഞാൻ തൊടുകയില്ല.' ഭാവിവരന്റെ കറുത്ത രൂപത്തോടുള്ള അതൃപ്തിയും ഈ വാക്കുകളിലുണ്ട്. അനേകം കുഞ്ഞുങ്ങളെ പ്രസവിച്ച ഭർത്തൃസഹോദരിയെക്കുറിച്ച് അവൾ പറയുന്നത്, അടുത്ത ജന്മം ആ സ്ത്രീ ഒരു പട്ടുനൂൽശലഭമായിരിക്കുമെന്നാണ്. കാരണം പട്ടുനൂൽശലഭത്തിനു മുട്ടയിടുകമാത്രമാണു ജോലി. മാതൃത്വഭാരമേല്ക്കാൻ വിധിക്കപ്പെട്ട സ്ത്രീയുടെ അവസ്ഥ ക്രൂരമായൊരു ഫലിതമായാണ് അവൾക്കു തോന്നുന്നത്. അവൾ പരിഹാസത്തോടെ പറയുന്നു:

'ടാഗോർ പറഞ്ഞിട്ടുണ്ട്, മാതൃത്വമാണ് സ്ത്രീയുടെ പ്രധാന ധർമ്മം...'

'പ്രേമത്തിന്റെ പ്രവൃത്തിമണ്ഡല'ത്തിലെ (*എല്ലാം തികഞ്ഞ ഭാര്യ*) ദേവകി, ഗർഭിണിയായ കൂട്ടുകാരിയുടെ വയറുനോക്കി, ചിരിച്ചുകൊണ്ട് ചോദിക്കുന്നു, 'പണിമുഴുവൻ തീർന്ന് പുറത്തിറങ്ങാറായ ഇത് എത്രാമത്തെ വാർഷികപ്പതിപ്പാണ്?' ഗർഭം ദൈവനിശ്ചയമാണെന്നവകാശപ്പെടുന്ന കൂട്ടുകാരിയോട് അവൾ പറഞ്ഞു: "അങ്ങനെയാണോ? ദൈവമുണ്ടെന്നുപോലും അത്ര വിശ്വാസമില്ലാത്ത എനിക്ക് ആ ദൈവത്തിന്റെ ഉദ്ദേശ്യങ്ങളെപ്പറ്റി ഒരു പിടിയുമില്ല. നിങ്ങളെപ്പോലെ കൃത്യനിഷ്ഠയോടെ സൃഷ്ടികർത്താവിനെ സഹായിക്കുന്നവരുള്ളതുകൊണ്ട് അതു സാരമില്ലതാനും."

മാതാപിതാക്കളിരുവരും ഒരേപോലെ നിർവ്വഹിക്കുന്ന ശിശുപരിചരണമാണ് മാനുഷികവും ഉദാത്തവുമെന്ന് ഫെമിനിസം നിർദ്ദേശിക്കുന്നു. നിർവ്യാജമായ സ്നേഹാനുഭൂതിയെന്തെന്നറിയാനും ആ സ്നേഹം പ്രയോഗത്തിൽ വരുത്താനും ശിശുപരിപാലനം പുരുഷന്മാരെ പ്രാപ്തരാക്കും. മാതൃത്വമെന്തെന്നറിയാൻ അപ്പോൾ മാത്രമേ അവർക്കു കഴിയുകയുള്ളൂ. ദുർവ്വഹമായ ശിശുസംരക്ഷണഭാരം സ്ത്രീകൾ സ്വമേധയാ ഏറ്റെടുക്കുന്ന ഒന്നല്ലാത്തതിനാൽ ഈ ഭാരം പുരുഷന്മാർകൂടി പങ്കുവെക്കണമെന്നാശിക്കാത്ത അമ്മമാർ ലോകത്തെവിടെയുമുണ്ടാവാനിടയില്ല. ഏതൊരു മാതൃഹൃദയവും അടക്കിവെക്കുന്ന ഈ അഭിലാഷമാണ് അവരുടെ 'കഥയെഴുത്ത്' (*കീഴ്ജീവനക്കാരി*)എന്ന കഥയിലെ രതിയിലൂടെ

വിങ്ങിപ്പുറപ്പെടുന്നത്. രതിയുടെ കുഞ്ഞ് ഉറക്കമുണർന്ന് കരയാൻ തുടങ്ങിയതോടെ അവരുടെ കഥയെഴുത്തിന് വിഘ്നം നേരിടുന്നതാണ് സന്ദർഭം. കുഞ്ഞിനു മുലപ്പാലിനു പകരം കൃത്രിമാഹാരമാണ് നല്കുന്നതെന്നു രതി പറഞ്ഞപ്പോൾ മുഖ്യകഥാപാത്രമായ രമയുടെ പരിഹാസം:

"കഷ്ടം! നിങ്ങൾക്കു മാതൃത്വത്തിന്റെ മഹത്ത്വം തീരെയറിഞ്ഞുകൂടാ... അല്ലെങ്കിൽ കൃത്രിമാഹാരം കൊടുക്കാൻ തോന്നുമോ?.... ദിവസവും കുറെ പരുത്തിക്കുരുവും ഉഴുന്നും കൂടെ ആട്ടിക്കൊടുക്കാത്തതെന്ത്?"

ഇതുകേട്ട് ദീർഘശ്വാസമുതിർത്തുകൊണ്ട് രതി പറഞ്ഞു:

"പത്തുമാസം ചുമക്കുന്നതും പ്രസവിക്കുന്നതും സ്ത്രീയായതുകൊണ്ട്, ന്യായമായി പിന്നീടുള്ള ശുശ്രൂഷകൾ ചെയ്യേണ്ടത് പുരുഷന്മാരാണെന്നു ഞാൻ പറയാറുണ്ട്. പക്ഷേ, ആരു കേൾക്കാൻ?"

രാജലക്ഷ്മിയുടെ കഥകളിലും ദുഃഖിതകളായ മാതാക്കളേയുള്ളൂ. 'മകൾ'[14] എന്ന കഥയ്ക്ക് ശോകച്ഛായ പകരുന്ന ഒരു ഘടകം ആ കഥയിലെ സർവ്വംസഹയായ അമ്മയുടെ വിമൂകരൂപമാണ്. മകളുടെ ദുഃഖങ്ങൾ നിശ്ശബ്ദം കണ്ടറിയുന്ന ആ മാതാവിന് ഒന്നു ശബ്ദമുയർത്തി സംസാരിക്കാൻപോലും അറിഞ്ഞുകൂടാ.

'പരാജിത'യിലെ[15] വിമല അപരാധബോധമനുഭവിക്കുന്നത് അവളൊരു മാതാവുകൂടിയായതുകൊണ്ടാണ്. പൗരുഷഗുണങ്ങളുമായി താദാത്മ്യം പ്രാപിച്ചുതുടങ്ങിയ മകനും അവളെയാവശ്യമില്ലാതായി, ഹൃദയനൊമ്പരത്തോടെ വിമല തേങ്ങിപ്പോവുന്നു:

'എന്റെ കണ്ണുംപുരികവുമുള്ള എന്റെ കുഞ്ഞേ, നീ വലുതായി വിധി പറയാൻ ഇരിക്കുമ്പോൾ ഓർക്കണേ, നിന്റെ അമ്മ നിന്റെ മുമ്പിൽ വന്നു കൈക്കുമ്പിൾ കാട്ടി മുട്ടുകുത്തി നിന്ന ഈ നിമിഷം.'

അവന്റെ പൗരുഷം മാതൃത്വത്തെ വിചാരണചെയ്യുമെന്ന് അവളിലെ മാതാവ് ദീർഘദർശനംചെയ്യുന്നു.

'ആത്മഹത്യ'യിലെ നീരജ, മാതൃത്വം ആഗ്രഹിക്കുന്നേയില്ല. 'രണ്ടുപേരുംകൂടെ ഒന്നിച്ചുപോകണ'മെന്നാശിച്ച് ഗർഭരക്ഷയ്ക്കുള്ള ഔഷധങ്ങൾ ഉപേക്ഷിക്കുകയായിരുന്നല്ലോ, അവൾ.

വഞ്ചിക്കപ്പെടുന്ന മാതൃത്വം

"കുട്ട്യോളെ കാശ് കൊടുത്ത് വാങ്ങാൻ കിട്ട്വേങ്കി ഞാന് അപ്പൊത്തന്നെ വാങ്ങും; കറത്ത് ഉരുണ്ട് ചുരുണ്ട മൂടീള്ള ഒരാൺകുട്ടി, കള്ളകൃഷ്ണന്റെ ശായേല്, എന്നിട്ട് ഞാൻ അതിനെ കൃഷ്ൺകുട്ടീന്നാ വിളിക്ക്യാ. അരേല് സൊർണ്ണം കൊണ്ട് കിങ്ങിണീം കെട്ടിക്കും."

പുരുഷന്റെ അടിമയായിക്കഴിയാൻ വിസമ്മതിക്കുന്ന വെറുമൊരു വീട്ടുവേലക്കാരി മാത്രമായ വൃദ്ധയുടെ അദമ്യമായ മാതൃത്വ ദാഹമാണ് ഈ വരികളിൽ തുളുമ്പുന്നത്. ('ജാനുവമ്മയ്ക്ക് ഒരു വീട്') വിവാഹ

ത്തിലൂടെ മാത്രം മാതൃത്വമനുവദിക്കുന്ന സമൂഹത്തോട് ഈ വീട്ടുവേലക്കാരി വിയോജിക്കുന്നതു നോക്കുക:

“ഒരു കുട്ട്യേ കിട്ടാൻ മാത്രം കല്യാണം കഴിക്യാച്ചാ... അതു ഒരു പോഴത്തല്ലേ? പിന്നെം അയാടെ ചവിട്ടും കുത്തും അന്പവിക്കേണ്ടി വരില്ലേ?”

പുരുഷാധികാരത്തിന്റെ പീഡനങ്ങളില്ലാത്ത സ്വച്ഛന്ദമാതൃത്വമാണ് ജാനുവമ്മ ആഗ്രഹിക്കുന്നത്. കല്യാണം കഴിക്കാതെ പ്രസവിക്കുന്ന ‘പൊല്യാടിച്ച്യോള്’ അശ്രീകരങ്ങളാണെന്നു വിശ്വസിക്കുന്ന ജാനുവമ്മയ്ക്കു പക്ഷേ, അവർപോലും ഭാഗ്യവതികളാണെന്ന് അഭിപ്രായമുണ്ട്. കാരണം, ‘ഒരു കുട്ട്യേ കിട്ടീലോ. മടീല് വെക്കാനും കെടത്തി ഒറക്കാനും’. ഈ സൗഭാഗ്യം ജാനുവമ്മയ്ക്ക് നിഷേധിക്കപ്പെട്ടിരിക്കുന്നു.

നിഷേധിക്കപ്പെട്ട മാതൃത്വാനുഭവങ്ങളോർത്തു ജാനുവമ്മ ദുഃഖിക്കുമ്പോൾ മറ്റൊരു വീട്ടുവേലക്കാരിക്ക് സ്വന്തം കുഞ്ഞിനോടൊപ്പം കഴിയാനാകാതെ തന്റെ മാതൃത്വം യജമാനന്റെ കുഞ്ഞുങ്ങൾക്കായി മാറ്റിവെക്കേണ്ടി വന്നിരിക്കുന്നു. (മാധവിയുടെ മകൾ) ഒരു ദിവസത്തെ അവധിയെടുത്ത് കൊച്ചുമകൾക്കു കരിവളകളും വാങ്ങി ആ മാതാവ് ഓടിയെത്തിയത് ഒരു രാത്രിയെങ്കിലും മകളുടെകൂടെ കഴിച്ചുകൂട്ടാനുള്ള അടങ്ങാത്ത ആശകൊണ്ടാണ്. രോഗബാധിതയായി അർദ്ധബോധാവസ്ഥയിൽ കഴിയുന്ന തന്റെ കുഞ്ഞിന്റെ കൂടെ കിടന്നുറങ്ങാൻ ഇനിയൊരിക്കലും സാധിച്ചില്ലെങ്കിലോ എന്ന് ആ മാതാവ് ഭയപ്പെടുന്നു. അതിരാവിലെ അവൾക്കു തിരിച്ചുപോയേ തീരൂ. കാരണം, അവളെ കണ്ടില്ലെങ്കിൽ യജമാനന്റെ കുട്ടി പാലുകുടിക്കുകയില്ല! മരണത്തോടടുത്തു കഴിഞ്ഞ കൊച്ചുകുഞ്ഞിന്റെ കരിവളയിട്ട കൈകൾ നോക്കി,

“മോളടെ കൈയിനു കരിവള എന്തുചേർച്ചയാ... നോക്കൂ അമ്മേ, ഇന്റെ കുഞ്ഞിമോളുടെ ഒരു ഭംഗി”

എന്നു പിറുപിറുക്കുന്ന ആ ദരിദ്രമാതാവ് തന്റെ നിസ്സഹായതയെയും വിഫലമാതൃത്വത്തെയും സ്വയം പരിഹസിക്കുകയാണ്.

‘മനുഷ്യൻ പാവമാണ്’, ‘565-ാം നമ്പർ മുറിയിലെ രോഗിണി’ എന്നീ കഥകളിൽ, പുത്രസാമീപ്യത്തിനായി തുടിക്കുന്ന രോഗാതുരരായ രണ്ടു മാതാക്കളുടെ വിഭ്രമങ്ങൾ ചിത്രീകരിച്ചിരിക്കുന്നു. മരണത്തെ മുഖാമുഖം കാണുമ്പോഴും മാതൃഹൃദയം പ്രതീക്ഷാനിർഭരമാവുന്നു. ആദ്യകഥയിലെ അമ്മ തന്റെ മകനെ കാണണമെന്ന് ആവശ്യപ്പെട്ടുകൊണ്ടിരിക്കുന്നു. മയക്കവും സ്വപ്നവും മറവിയും പ്രതീക്ഷകളുമെല്ലാം ചേർത്ത് സമ്മിശ്രകലുഷമാണ് അവളുടെ ഉൾത്തടം. അവൻ ജനാലപ്പടിമേൽ കയറിയിരുന്ന് കൈയുയർത്തിച്ചിരിക്കുന്നത് അവൾ കാണുന്നുണ്ടെങ്കിലും എത്ര ശ്രമിച്ചിട്ടും അവന്റെ പേര് ഓർമ്മ വരുന്നില്ല. ഒടുവിൽ ഒരത്ഭുതംപോലെ ആ പേര് അവൾക്ക് കിട്ടി. അപ്പോഴാണ് അവൻ പണ്ടുതന്നെ തന്റെ മടിയിൽക്കിടന്നു മരിച്ചുപോയതാണല്ലോ എന്ന് അവളറിയുന്നത്.

രണ്ടാമത്തെ കഥയിലെ മാതാവിനെയും നോക്കി മരണം വാതിൽക്കൽ വന്നുനില്പുണ്ട്. കുട്ടിയെ കാണാനുള്ള തന്റെ 'വല്ലാത്ത ഒരാർത്തി' അവൾ ഭർത്താവിനെ അറിയിച്ചെങ്കിലും അയാളതനുവദിക്കുന്നില്ല. കാരണം രോഗാതുരയായ അമ്മയെക്കണ്ടാൽ മകൻ ഭയപ്പെടും. നിർദ്ദോഷമായ ആ അഭിലാഷം അവളുപേക്ഷിച്ചു. മരണം പുറത്തുകാത്തുനില്ക്കവെ, മകനെ കൊണ്ടുവരേണ്ടതില്ലെന്ന് അവളറിയിക്കുന്നു. മാതൃത്വവ്യഥകളറിയാത്ത അവളുടെ പുരുഷനാവട്ടെ, ധാരാളം നഗ്നചിത്രങ്ങളുള്ള അമേരിക്കൻ വാരിക വായിച്ചുകൊണ്ടിരിക്കുകയായിരുന്നു അപ്പോഴും!

'കോലാട്' മാതൃത്വത്തിന്റെ വൈരൂപ്യം കൂടി ഓർമ്മിപ്പിക്കുന്നു. അമ്മയെ 'കോലാട്' എന്നു നാമകരണം ചെയ്യുന്നത് മകൻ തന്നെയാണല്ലോ. മാതൃത്വാനുഭവത്തിന്റെ ഒരസുലഭനിമിഷത്തിൽ ഈ അമ്മ അവിചാരിതമായകപ്പെടുന്നത് കഥ കാണിച്ചുതരുന്നുണ്ട്. ഇളയമകൻ ഒരു നെല്ലിക്ക അവൾക്കായി കൊണ്ടുവന്നപ്പോഴായിരുന്നു അത്. ആ നിർവൃതിയിൽ അടുക്കളയിലെ ഇരുട്ടിൽ നിന്നുകൊണ്ട് അവൾ സന്തോഷാശ്രുക്കൾ പൊഴിക്കുകയായിരുന്നല്ലോ.

ഉപയോഗശൂന്യരും അധികബാദ്ധ്യതകളുമായിത്തീർന്ന മാതൃത്വങ്ങളുടെ ദയനീയചിത്രങ്ങളാണ് ഇനിയുള്ള കഥകളിൽ കാണുക. പുത്രന്മാരുടെ മാതൃവഞ്ചനയ്ക്കും അമ്മമാരുടെ നിരാലംബത്വത്തിനും ഒരവസാനവുമില്ലാത്തപോലെ. 'കീറിപ്പറിഞ്ഞ ചകലാസ്' സ്വയം വ്യക്തമാക്കുന്നതുപോലെ ഉപയോഗരഹിതവും അതിനാൽ ഉപേക്ഷിക്കപ്പെടേണ്ടതുമായ മാതൃത്വത്തിന്റെ പ്രതീകമാണ്. ജരാജന്യമായ മതിഭ്രമങ്ങൾക്കിടയിലും മകനെക്കുറിച്ചുള്ള ഉൽക്കണ്ഠകളുമായി കഴിയുന്ന ഒരമ്മയുടെ അസ്വസ്ഥകരമായ ചിത്രം ഈ കഥ അവതരിപ്പിക്കുന്നു.

വിധവയായ മൂത്തമകൾ മാത്രമാണ് ഈ കഥയിലെ അമ്മയ്ക്ക് ആശ്രയം. ഉയർന്ന സർക്കാരുദ്യോഗമുള്ള മകൻ വർഷങ്ങൾക്കുശേഷം കയറിവരികയാണ്. പക്ഷേ, അമ്മയ്ക്ക് മകനെ തിരിച്ചറിയാനാവുന്നില്ല. ഏതോ അപരിചിതനോടെന്നപോലെ സംസാരിക്കുന്ന അമ്മ 'അയാളോട്' തന്റെ 'മകന്റെ' ക്ഷേമമന്വേഷിക്കുന്നു. തന്റെ മുന്നിലിരിക്കുന്നത് സ്വന്തം മകനാണെന്നറിയാൻ കഴിയുന്നില്ലെങ്കിലും അയാളെക്കുറിച്ചുള്ള എല്ലാ വിവരങ്ങളും അയാളുടെ ശമ്പളത്തുകപോലും, അമ്മ ഓർത്തുവെച്ചിട്ടുണ്ട്! 'മകനു'മായുള്ള സംഭാഷണത്തിനിടയിൽ, 'മകന്റെ' കത്തു വന്നോ എന്ന് അമ്മ മകളോടന്വേഷിക്കുന്നു. 'അവന്റെ കത്ത് വന്നില്ലെങ്കിൽ എന്റെ വയറ്റിൽ തീയാണ്.' അമ്മ അയാളെ അറിയിക്കുന്നു. ആ മകൻ ഒരുവർഷമായി എഴുത്തുകൾപോലുമയക്കാറില്ലെന്ന ക്രൂരമായ സത്യം അമ്മയ്ക്കറിയില്ല. അവശത തോന്നി അകത്തേക്കു നടക്കുമ്പോൾ തന്റെ ഒരേയൊരാവശ്യം അമ്മ അയാളെ പറഞ്ഞേല്പിക്കുകയാണ്:

'അവനോടു പറയൂ, എനിക്ക് ഒരു ചകലാസ് കൊടുത്തയയ്ക്കാൻ...

എന്റെ കൈല് ഉണ്ടായിരുന്നു ഒന്ന്... അതപ്പടി കീറി. ഇപ്പൊ അത് ഉപയോഗിക്കാൻ വയ്യ, ഒരു നൂലാമാലയാ. ഗോപിയോട് അയയ്ക്കാൻ പറയ്യോ. ഒരു ചോന്ന ചകലാസ്...'

'നൂലാമാല'യായ ആ ജീവിതത്തിന് മതിഭ്രമം ഒരനുഗ്രഹം തന്നെയാണ്. മാതൃത്വത്തോടുള്ള അവഗണനയും യാഥാർത്ഥ്യത്തിന്റെ വൈകൃതങ്ങളും അറിയാതിരിക്കാൻ ഈ മതിഭ്രമം അമ്മയ്ക്കാവശ്യമായിരിക്കുന്നു. മകൻ വന്നെത്തിയതുപോലും മാതൃദർശനത്തിനല്ല; സ്വത്തവകാശത്തിനാണ്. 'കുറച്ചൊരു അന്തസ്സിൽ ജീവിക്കുവാൻ' അയാൾക്കു പണം വേണം. അന്ത്യമടുത്തിരിക്കുന്ന മാതാവിനെ അവഗണിച്ചതിൽ അയാൾക്ക് പരിതാപലേശം പോലുമില്ല. 'അമ്മയ്ക്കു എന്നെ ഓർമ്മയില്ലല്ലോ' എന്ന് ആശ്വസിക്കുകയാണയാൾ. 'നിനക്ക് അമ്മയെ ഓർമ്മയുണ്ടോ ഗോപി?' എന്ന സഹോദരിയുടെ ചോദ്യം ഉത്തരമില്ലാത്തതായ വശേഷിച്ചു.

മാധവിക്കുട്ടിയുടെ 'തിമിരം' എന്ന കഥയിലും ഇതുപോലൊരു പുത്രനെയാണ് നാം കണ്ടുമുട്ടുന്നത്. രാഷ്ട്രീയാധികാരത്തിന്റെ പ്രതീകമെന്നോണം അയാളൊരു കേന്ദ്രമന്ത്രിയാണ്. രാജ്യകാര്യവ്യഗ്രനായി നഗരത്തിലെത്തിയതാണയാൾ. ജഡ്ജിയുടെ അത്താഴവിരുന്നിനു ചെല്ലും മുമ്പ്, പുറമെ കപടമായ മാതൃസ്നേഹവും ഉള്ളിൽ മാതാവിനോട് അറപ്പും പുലർത്തുന്ന ഈ മകൻ അമ്മയെ സന്ദർശിക്കുന്നു. അമ്മയുടെ ഏതാഗ്രഹവും നിറവേറ്റുമെന്ന പ്രതിജ്ഞയോടെ മാതൃശിരസ്സിൽ കൈവെക്കുന്ന മകൻ മാതൃസ്പർശനമേറ്റ് 'വല്ലായ്മ'യനുഭവിക്കുകയും 'താൻ ഛർദ്ദിക്കുവാൻ പോവുകയാണെന്ന്' ഭയപ്പെടുകയും ചെയ്യുന്നു!

അമ്മ തന്റെ ഏകാന്തതയുടെ കാഠിന്യവും ഭയാശങ്കകളും മകനെ അറിയിച്ചിട്ടുപോലും അയാൾ മാതൃത്വത്തോടു കരുണ കാട്ടുന്നില്ല. അയാളുടെ വാഗ്ദാനത്തിൽ വിശ്വസിച്ച് അമ്മ ആവശ്യപ്പെടുന്നത് ഒരു ടെലിവിഷൻ സെറ്റാണ്. സാങ്കേതിക വികാസത്തിന്റെ ഈ ആധുനിക മാധ്യമം എൺപത്തിമൂന്നു വയസ്സുള്ള ആ മാതാവ് ആവശ്യപ്പെടുന്നത് അതിനോടുള്ള ഭ്രമം കൊണ്ടൊന്നുമല്ല. അമ്മയുടെ സുരക്ഷിതത്വത്തിൽ ഉൽക്കണ്ഠയുള്ളവനെന്നപോലെ, അമ്മയുടെ നേത്രരോഗത്തെക്കുറിച്ചോർമ്മിപ്പിച്ചുകൊണ്ട് ആ ആവശ്യം അയാൾ നിരാകരിച്ചു. മകനു നല്കുന്ന മറുപടിയിൽ തന്റെ ഏകാന്തവും നിരാലംബവുമായ ജീവിതത്തെക്കുറിച്ചാണ് അമ്മ വേദനാപൂർവ്വം ഓർമ്മിപ്പിക്കുന്നത്.

'എനിക്കു കാണാൻ മോഹല്യ കുട്ടാ. പക്ഷേ, ഒരു ടി വി ഇവിടെ കൊണ്ടന്നുവെച്ചാ സന്ധ്യാമ്പൊ അതുകാണാൻ കുട്ട്യോളും അവര്ടെ തള്ളാരും ഒക്കെ വരുല്യേ്യാ? അപ്പൊ എനിക്ക് ഇവടെ ആളായി. ആരുല്യാണ്ടെ കുത്തിയിരിക്കുമ്പോ എനിക്ക് പേടിയാവാണ് കുട്ടാ.'

എന്നിട്ടും മാതൃദുഃഖത്തെയവഗണിച്ച്, അപരാധചിന്തയില്ലാതെ അയാൾ അമ്മയെ വിട്ടുപോവുന്നു. അമ്മ ഭാഗ്യവതിയാണെന്നു വിശ്വ

സിച്ചുകൊണ്ട് അയാൾ തന്റെ കാപട്യം മറച്ചുവെക്കാൻ ശ്രമിക്കുന്നു.

നിഷ്കരുണം ഉപേക്ഷിക്കപ്പെടുന്ന മാതൃത്വത്തെക്കുറിച്ചുള്ള പ്രതീകാത്മകമായൊരു കഥയാണ് 'രോമക്കുപ്പായം'. ജോലിസ്ഥലത്തേക്കു പോകുന്ന മകൻ ആറുമാസത്തിനുശേഷം തിരിച്ചെത്തുമ്പോൾ അവനോടൊപ്പം ചെന്ന് താമസിക്കാമെന്ന നിറഞ്ഞ പ്രതീക്ഷയാണ് ഈ കഥയിലെ വൃദ്ധമാതാവിനുള്ളത്. യാത്രയ്ക്കിടയിൽ ധരിക്കാൻ ഒരു രോമക്കുപ്പായവും അമ്മ അവനു നല്കി. മകനു പാകത്തിൽ അമ്മ സ്വന്തമായി തുന്നിയുണ്ടാക്കിയ ആ കുപ്പായം, അമ്മ അവനിലർപ്പിച്ച പ്രതീക്ഷയുടെയും സ്നേഹവാത്സല്യങ്ങളുടെയും പ്രതീകമാണ്. വിദേശത്തെ ജീവിതസൗഖ്യങ്ങൾ മാതൃത്വത്തിനുവേണ്ടി ഉപേക്ഷിക്കാൻ സന്നദ്ധനല്ലാത്ത ആ മകനറിയാം, താനിനി തിരിച്ചുവരില്ലെന്ന കാര്യം. അതിനാൽ, വിമാനത്തിൽ കയറും മുമ്പ് രോമക്കുപ്പായം ധരിക്കാമെന്ന് അമ്മയ്ക്കു വാക്കു നല്കിയ മകൻ അതു പാലിക്കുന്നില്ല. പകരം, താൻ രോമക്കുപ്പായം ധരിച്ചതായി അമ്മയെ അറിയിക്കണമെന്ന് അയാൾ കൂട്ടുകാരനോട് ഉറക്കെ വിളിച്ചുപറയുന്നു; മാതൃതിരസ്കാരത്തിന്റെ പരസ്യപ്രഖ്യാപനം പോലെ.

മുകളിൽ പറഞ്ഞ മൂന്നു കഥയിലും പുത്രന്മാരുടെ മാതൃവഞ്ചന പ്രത്യക്ഷമായിത്തന്നെ ചിത്രീകരിച്ചിരിക്കുന്നു: മാതൃത്വം സംരക്ഷിക്കപ്പെടുകയല്ല, മറിച്ച് വഞ്ചിക്കപ്പെടുകയാണ് ചെയ്യുന്നതെന്ന അസുഖകരമായ യാഥാർത്ഥ്യമാണ് ഈ കഥകളിലും അടങ്ങിയിരിക്കുന്നത്. മക്കൾക്കുവേണ്ടി ആത്മസമർപ്പണം ചെയ്തതിന്റെ വ്യർത്ഥതാബോധമോ, മക്കളുടെ മാതൃവഞ്ചനയോ ഈ കഥകളിലെ അമ്മമാർ അറിയുന്നില്ല. ഇവരിൽനിന്നു വ്യത്യസ്തയായ ഒരമ്മയുടെ കഥയാണ് 'അമ്മ'. ദൃശ്യസമ്പന്നമായ ഈ കഥയിലെ അമ്മ തന്റെ മാതൃത്വത്തിന്റെയും അദ്ധ്വാനത്തിന്റെയും ജീവിതത്തിന്റെയാകെയും വ്യർത്ഥതയറിയുന്നു.

പച്ചക്കറിവാങ്ങി വീട്ടിലേക്കു മടങ്ങുന്ന വൃദ്ധമാതാവിനെ റോഡിൽ ഇടിച്ചിട്ട് ഒരു കറുത്ത കാർ ധൃതിയിൽ ഓടിച്ചുപോവുന്നു. നാവുയർത്താൻ വയ്യാതെ റോഡിൽ വീണുകിടക്കുന്ന അമ്മയ്ക്ക് അതുവഴി വന്ന പാൽക്കാരന്റെ 'എന്തുപറ്റി അമ്മേ?' എന്ന വിളികേട്ട് കുറച്ചു ശക്തി കിട്ടിയപോലെ തോന്നുന്നു. അങ്ങനെയൊരു വിളികേട്ടിട്ട് വർഷങ്ങളായിരിക്കുന്നു! റോഡിൽക്കിടന്നുകൊണ്ടു തന്നെ അമ്മ ഓർക്കുന്നു;

'അഞ്ചോ ആറോ കൊല്ലങ്ങൾക്ക് മുമ്പ്, തന്റെ മക്കൾ അമ്മേ അമ്മേ എന്നു എത്രതവണ വിളിച്ചിരുന്നു! അന്ന് അവർ തന്നെ ഉപേക്ഷിച്ചു പുറംരാജ്യങ്ങളിലേക്കു പോയ്ക്കഴിഞ്ഞിരുന്നില്ല. അന്ന് ഞാനും സ്നേഹിക്കപ്പെട്ടവളായിരുന്നു....'

അമ്മയെ ആശുപത്രിയിലെത്തിക്കുന്ന പാൽക്കാരനും ടാക്സിഡ്രൈവറും ചികിത്സിക്കുന്ന ഡോക്ടറും മാതൃത്വത്തോടനുതാപം പുലർത്തുന്ന സുമനസ്സുകളാണ്. 'അമ്മയ്ക്കു വേദനിക്കുന്നുണ്ടോ?' എന്ന ഡോക്ട

റുടെ ചോദ്യവും ആ വരണ്ട ഹൃദയത്തിൽ ഭൂതകാലസ്മരണകളു യർത്തുന്നു. പണ്ടൊരിക്കൽ തന്റെ മകനും ഇതുപോലെ ചോദിച്ചിരുന്നു. ഇപ്പോൾ അവനെ കണ്ടിട്ടുതന്നെ വർഷങ്ങളായിരിക്കുന്നു! ഈ ദുഃഖങ്ങ ളൊന്നും മറ്റുള്ളവരെ അറിയിക്കാൻ അമ്മ ഇഷ്ടപ്പെടുന്നില്ല.

ആശുപത്രിയിൽനിന്നും വീട്ടിലെത്തി, വെറും നിലത്ത് അവശയായി കിടക്കുന്ന അമ്മ, ഭയവും വേദനയും ഒന്നിച്ചുണർത്തുന്ന ഒരു ദൃശ്യമായി രൂപാന്തരപ്പെടുന്നു:

'കരിഞ്ഞ മരങ്ങളുടെ വേരുകൾ, മണ്ണിൽനിന്നു പിടിവിടുവിച്ചു മേല്പ്പോട്ട് ഉയരുന്നതുപോലെ, ആ കൈവിരലുകൾ നിശ്ചലതയോടെ മേല്പ്പോട്ടു വളഞ്ഞു കിടന്നു. കണ്ണുകളിൽനിന്നു കണ്ണീർ കലർന്ന ഒരു കൊഴുത്ത വെള്ളം ഒലിച്ചുകൊണ്ടിരുന്നു.'

അതേ കിടപ്പിൽ കിടന്നുകൊണ്ട് വ്യർത്ഥമായിത്തീർന്ന അദ്ധ്വാന ത്തെയും കവർന്നെടുക്കപ്പെട്ട ജീവിതത്തെയും കുറിച്ച് അമ്മ ഓർക്കുക യാണ്:

'എത്ര തുണികൾ അലക്കിക്കഴിഞ്ഞു! എത്ര ഊണുകൾ ഉണ്ടാക്കി ഊട്ടി. എത്ര തവണ ഉറക്കൊഴിച്ചു കുട്ടികളെ ശുശ്രൂഷിച്ചു! ഇപ്പോൾ അവരെല്ലാം വളർന്ന് അച്ഛന്മാരായി. ഇപ്പോൾ തന്നെക്കൊണ്ട് ആർക്കും ആവശ്യമില്ലാതായി. കറുത്തകാറിന് അതറിയാമായിരുന്നു.'

അസംബന്ധമായിത്തീർന്ന തന്റെ മാതൃത്വത്തെക്കുറിച്ചുള്ള ഈ ചിന്തകളാണ് അമ്മയെ ചിരിപ്പിക്കുന്നത്. 'കാരണം കിട്ടാത്ത ഒരാനന്ദം' അമ്മയ്ക്കുണ്ടാവുന്നു.

മാതൃത്വത്തോടുള്ള ക്രൂരത അതിന്റെ പാരമ്യത്തിലെത്തുകയാണ്. സംസ്കാരത്തിന്റെ ഹിംസാത്മകത ബീഭത്സവും ജുഗുപ്സാവഹവുമായ രൂപത്തിൽ മാതൃത്വത്തിനുമുമ്പിലവതരിക്കുന്നു. മൂന്നു പുരുഷന്മാർ ചേർന്ന് ഒരു വൃദ്ധമാതാവിനെ–നരച്ചമുടിയും മൊളിവന്ന് ശുഷ്കിച്ച കാലു കളും ചുക്കിച്ചുളിഞ്ഞ മുലകളുമുള്ള ഒരു മനോരോഗിയെ- ബലാത്സംഗം ചെയ്തു കൊന്നുകളയുന്നു! ('സ്വയംവരം'). ബലാത്സംഗത്തെ സംബ ന്ധിച്ച ശാസ്ത്രീയവിശകലനങ്ങളിലേക്കു വിരൽ ചൂണ്ടുകകൂടി ചെയ്യുന്ന രൂക്ഷമായൊരു സാംസ്കാരികവിമർശനമാണ് മാധവിക്കുട്ടിയുടെ ഈ കഥ.

മകന്റെ ഭാര്യ നല്കുന്ന പൊതിച്ചോറുമായി പകൽ മുഴുവൻ ഒരു പാർക്കിൽ വന്നിരിക്കുകയാണ് ഈ കഥയിലെ അമ്മയുടെ പതിവ്. കുടും ബത്തിൽ അധികഭാരമായിക്കഴിഞ്ഞ ഒരു മാതൃത്വത്തെ ഇതോർമ്മിപ്പി ക്കുന്നു. അവന്തി രാജകുമാരിയാണെന്ന് മനോവിഭ്രമത്താൽ വിശ്വസി ക്കുന്നുവെന്നല്ലാതെ അവരാർക്കും ഉപദ്രവമാകുന്നില്ല. മുടിയിഴകൾ വിര ലിൽ ചുറ്റിയും ഇടയ്ക്കിടെ ആകാശത്തേക്കുനോക്കി, 'വായിന്റെ വല ത്തുവശം കോട്ടിക്കൊണ്ട് ഒരു പ്രത്യേക ചിരി' ചിരിച്ചും ഒരു വേപ്പുമര ത്തിന്റെ ചോട്ടിൽ ആ വൃദ്ധയിരിക്കുന്നു.

തങ്ങൾ കേരളമടക്കമുള്ള ദേശങ്ങളിൽനിന്നു വരുന്ന ചക്രവർത്തിമാരാണെന്നും പറഞ്ഞെത്തിയ ചെറുപ്പക്കാരായ മൂന്നു 'തെമ്മാടികൾ' വൃദ്ധയുമായി പരിചയത്തിലാവുകയാണ്. സന്ധ്യക്ക് തങ്ങൾ സ്വയംവരത്തിനെത്തുമെന്നും അതിനാൽ വീട്ടിലേക്കു മടങ്ങരുതെന്നും അവരറിയിച്ചു. തങ്ങളുടെ പദ്ധതി പ്രകാരം അവരാ ശുഷ്കിച്ച ശരീരത്തെ താങ്ങിയെടുത്ത് കൊണ്ടുപോയി വസ്ത്രമുരിയുകയും അക്രമാസക്തരാവുകയും ചെയ്യുന്നു. അപ്പോഴെല്ലാം അവർ ആ വൃദ്ധയോട് വൃത്തികെട്ട ഭാഷയിൽ സംസാരിക്കുന്നുമുണ്ടായിരുന്നു. ജീവനുവേണ്ടി കേണപേക്ഷിച്ചുകൊണ്ടിരുന്ന ആ വൃദ്ധയെ ഒടുവിലവർ തീർത്തും നിശ്ശബ്ദയാക്കി.

'മിണ്ടരുതു പട്ടീ! ഒരുത്തൻ കിതച്ചുംകൊണ്ടു ഗർജ്ജിച്ചു. മറ്റൊരുത്തൻ ആ ഭ്രാന്തിയുടെ മൂക്കും വായും കൈകൊണ്ടു പൊത്തിപ്പിടിച്ചു. അവളുടെ ശ്വാസഗതിയെ തടഞ്ഞുനിർത്തി.'

പുരുഷൻമാർ മുൻകൂട്ടി ആസൂത്രണം ചെയ്യുന്ന ഒന്നാണ് ബലാത്സംഗമെന്നും ലൈംഗികാസക്തിയല്ല അതിനു പ്രേരകമെന്നും ബലാത്സംഗകരായ പുരുഷന്മാർ ഭൂരിഭാഗവും ഏതെങ്കിലും തരത്തിൽ സ്ത്രീയുടെ പരിചിതവൃത്തത്തിൽ പെട്ടവരാണെന്നും സ്ത്രീയുടെ അവയവഭംഗിയോ 'പ്രകോപനപരമായ' വേഷവിധാനങ്ങളോ ബലാത്സംഗ കാരണങ്ങളല്ലെന്നും ബാലികമാർമുതൽ പടുവൃദ്ധകൾവരെ ബലാത്സംഗത്തിന്നിരകകളാകുന്നുവെന്നും പഠനങ്ങൾ തെളിയിച്ചിട്ടുണ്ട്. ഈ നിഗമനങ്ങളെ 'സ്വയംവരം' എന്ന കഥ സാധൂകരിക്കുന്നു. ആൺലൈംഗികതയെക്കുറിച്ച് ഷെറിഹൈറ്റ് നടത്തിയ പ്രശസ്തമായ ഗവേഷണ പഠനത്തിൽ ബലാത്സംഗത്തിന്റെ കാരണങ്ങൾ വിശകലനം ചെയ്യുന്നുണ്ട്. സ്ത്രീയോടുള്ള വെറുപ്പ്, പുരുഷന്റെ ആത്മാഭിമാനമില്ലായ്മ, പൗരുഷമോ പുരുഷാധിപത്യമോ പ്രകടിപ്പിക്കാനുള്ള അഭിനിവേശം, സ്ത്രീയെ 'അവളുടെ സ്ഥാനത്തുതന്നെ നിലനിർത്താനുള്ള താല്പര്യം' എന്നിവയാണതിനു കാരണങ്ങളെന്നും 'ലൈംഗികാസക്തി'യല്ലെന്നും ഹൈറ്റ് തെളിയിക്കുന്നു.[16]

'സ്വയംവര'ത്തിലെ ചെറുപ്പക്കാർ ഒറ്റപ്പെട്ട ചില തെമ്മാടികളല്ലെന്നും അവരിലൂടെ പ്രകടിപ്പിക്കപ്പെട്ടത് പുരുഷാധിപത്യസംസ്കാരത്തിന്റെ ഹിംസാത്മകതയാണെന്നും മുകളിൽ സൂചിപ്പിച്ച വസ്തുതകൾ സാക്ഷ്യപ്പെടുത്തുന്നു. ഈ സംസ്കാരത്തിന്റെ ആധിപത്യവും സാർവ്വത്രികതയും സൂചിപ്പിക്കുന്നതിനുവേണ്ടി കഥയവലംബിക്കുന്ന ചിഹ്നങ്ങളാണ് ആ തെമ്മാടികളുടെ ചക്രവർത്തിപദവും വിവിധ ദേശനാമങ്ങളും. അസാധാരണ സാഹചര്യങ്ങളിൽ ചില സ്ത്രീകൾക്കുമാത്രം നേരിടേണ്ടിവരുന്ന ഒറ്റപ്പെട്ട സംഭവമായി ബലാത്സംഗത്തെ ചിലർ വിലയിരുത്താറുണ്ട്. അങ്ങനെ ചെയ്യുമ്പോൾ സ്ത്രീയെ ചൂഷണം ചെയ്യുന്ന സംസ്കാരവും ബലാത്സംഗവും തമ്മിലുള്ള ബന്ധം മൂടിവെക്കപ്പെടുകയാണ് ചെയ്യുകയെന്ന് മറ്റൊരു പ്രധാനപഠനവും വ്യക്തമാക്കിയിട്ടുണ്ട്.[17]

ബലാത്സംഗവും സംസ്കാരവും തമ്മിലുള്ള ഈ ബന്ധത്തിലേക്കു തന്നെയാണ് 'സ്വയംവര'വും വിരൽചൂണ്ടുന്നത്. പക്ഷേ, 'സ്വയംവര'ത്തിൽ ഇതൊരു സാധാരണ ബലാത്സംഗത്തിനപ്പുറം, അമ്മയ്ക്കു നേരെയുള്ള ലൈംഗികാക്രമണവും മാതൃഹത്യയുമായി പരിണമിച്ചിരിക്കുന്നുവെന്നത് പ്രസ്തുത സംസ്കാരത്തെ അത്യന്തം നിന്ദ്യമാക്കിത്തീർത്തിരിക്കുന്നു.

മാതൃത്വത്തെ സംബന്ധിച്ച രചനകളിൽ ഉൽക്കണ്ഠാപൂർവ്വം ചിത്രീകരിക്കപ്പെട്ടുകാണുന്നത് പുത്രന്മാരുടെ മാതൃനിഷേധം, വഞ്ചന എന്നിവയാണ്. പുത്രിമാരുമായുള്ള ബന്ധങ്ങൾ പൊതുവെ അവഗണിക്കപ്പെട്ടിരിക്കുന്നു. മാതൃസംരക്ഷണം പുത്രന്മാരുടെ കടമയാണെന്ന പ്രത്യയശാസ്ത്രത്തിന്റെ (ഉദാ: 'പുത്രോ രക്ഷതി വാർദ്ധക്യേ') സ്വാധീനതകൊണ്ടാവാം, മാതാക്കളും പുത്രിമാരും തമ്മിലുള്ള ബന്ധം പൊതുവെ സംഘർഷരഹിതമായിരിക്കുന്നത്. മാതാക്കളാരും തങ്ങളുടെ സംരക്ഷണം പുത്രിമാരിൽനിന്നും പ്രതീക്ഷിക്കുന്നതായി ഈ എഴുത്തുകാരികളുടെ കഥകളിൽ കാണുന്നില്ല.

എന്നാൽ, പുരുഷാധിപത്യസമൂഹത്തിൽ സ്ത്രീകൾ തമ്മിലുള്ള ശത്രുതയും സംഘർഷങ്ങളുമെല്ലാം അനിവാര്യവും സ്വാഭാവികവുമാണ്. പ്രജകളെ ഭിന്നിപ്പിക്കുകയും പരസ്പരവൈരികളാക്കുകയും ചെയ്യുക ഏതൊരു അധീശത്വവ്യവസ്ഥയും അനുവർത്തിക്കുന്ന തന്ത്രമാണല്ലോ. ഇതുതന്നെയാണ് പുരുഷാധിപത്യത്തിനു കീഴിലെ പ്രജകളായ സ്ത്രീകൾക്കിടയിലും സംഭവിക്കുന്നത്. സ്ത്രീകൾ തമ്മിലുള്ള ഐക്യത്തെ തകർക്കുന്നതിലൂടെയാണ് പാട്രിയാർക്കിയുടെ അതിജീവനം. അതിനാൽ പുരുഷവ്യവസ്ഥയിൽ സ്ത്രീകൾ പരസ്പരവൈരികളായിത്തീരുന്നതിനുത്തരവാദികൾ അവരല്ല. സ്ത്രീകൾക്കെതിരെ പുരുഷന്മാർ ചെയ്ത ഏറ്റവും വലിയ കുറ്റകൃത്യം ഇതാണെന്നുപോലും ഹെലൻ സിസു ആരോപിക്കുന്നുണ്ട്. പുരുഷന്മാർ വഞ്ചനയും ഹിംസയും പ്രയോഗിച്ച് സ്ത്രീകളെ പരസ്പരം വെറുക്കുന്നവരും അവരുടെതന്നെ ശത്രുക്കളും അവരുടെ വമ്പിച്ച ശക്തിമുഴുവൻ അവരവർക്കുതന്നെ എതിരായി ഉപയോഗിക്കുന്നവരും, തങ്ങളുടെ ആവശ്യങ്ങൾ നിവർത്തിച്ചു തരുന്നവരുമായി മാറ്റിയിരിക്കുകയാണെന്ന സിസുവിന്റെ വിശകലനം[18] സ്ത്രീകൾ തമ്മിലുള്ള സംഘർഷങ്ങളുടെ സങ്കീർണ്ണതയിലേക്കു വെളിച്ചം വീശുന്നു. സ്ത്രീകൾ തമ്മിലുള്ള സംഘർഷങ്ങളെ പുരുഷാധിപത്യവ്യവസ്ഥയിൽനിന്നും വേർപ്പെടുത്തിക്കാണാനാവില്ലെന്നാണ് ഇതു തെളിയിക്കുന്നത്.

മാധവിക്കുട്ടിയുടെ 'പരുന്തുകൾ', 'സത്യത്തിന്റെ ക്രൂരദ്ധ്വനി' എന്നീ കഥകളിലാണ് അമ്മയും മകളും തമ്മിലുള്ള വൈരവും സംഘർഷങ്ങളും ചിത്രീകരിച്ചു കാണുന്നത്.

'പരുന്തു'കളിൽ അമ്മയും മകളും തമ്മിലെ മത്സരം പ്രത്യക്ഷത്തിൽതന്നെ പുരുഷനെ കേന്ദ്രീകരിച്ചാണ്. ചെറുപ്പം മുതല്ക്കേ അമ്മയെ

നിരാകരിച്ചുതുടങ്ങിയിരുന്ന മകൾ, ഗുൽട്ടിയാനോയുടെ രംഗപ്രവേശത്തോടെ അമ്മയുടെ കടുത്ത വൈരിയായിത്തീരുന്നു. മകളുടെ മാതൃനിഷേധത്തിൽ മനംനൊന്തവളെങ്കിലും മാതൃത്വത്തിന്റെ സംശുദ്ധിക്കുവേണ്ടി കാമുകനായ ഗുൽട്ടിയാനോവിനെ കൈയൊഴിയാൻ 'പരുന്തുകളി'ലെ അമ്മ തയ്യാറാവുന്നില്ല. അതിനാൽ മാതൃത്വമല്ല, ലൈംഗികതയാണ് ഈ കഥയുടെ പരിസരം.

'സത്യത്തിന്റെ ക്രൂരദ്ധ്വനി'യിൽ പുരുഷന്റെയോ വ്യവസ്ഥയുടെയോ പ്രത്യക്ഷ സാന്നിദ്ധ്യം അമ്മയ്ക്കും മകൾക്കുമിടയിലില്ല. 'പരുന്തു'കളിൽ അമ്മ മകൾക്കെതിരെയും അസഹിഷ്ണുവാണ്. 'സത്യത്തിന്റെ ക്രൂരദ്ധ്വനി'യിൽ ശത്രുത ഏകപക്ഷീയമായിരിക്കുന്നു. മകൾ തിരസ്കരിച്ചിട്ടും അവളെ സ്നേഹിക്കുന്നവളാണ് ഈ കഥയിലെ അമ്മ. മകളുടെ ക്രൂരതയ്ക്കു പിന്നിൽ മാതൃപുത്രീബന്ധംപോലും ശത്രുതാപരമാക്കിത്തീർക്കുന്ന വ്യവസ്ഥയും സംസ്കാരവും ഒളിഞ്ഞിരിക്കുന്നുവെന്ന് കഥ സൂചിപ്പിക്കുന്നു.

'വിവാഹിതയായ മകൾ തന്നിൽനിന്നും ക്രമേണ അകന്നു തുടങ്ങിയപ്പോൾ അമ്മ ജീവിതത്തിൽ ആദ്യമായി ഏകാന്തതയുടെ കയ്പുള്ള ഫലങ്ങൾ തിന്നുതുടങ്ങി.'

കഥയിലെ ഈ ആദ്യവാചകത്തിൽതന്നെ അമ്മയും മകളും തമ്മിലുള്ള അകല്ചയുടെ കാരണമടങ്ങിയിക്കുന്നു. 'വിവാഹിതയായ മകളാ'ണല്ലോ അകന്നുതുടങ്ങിയത്. വിവാഹിതയാവുക എന്നാൽ പുരുഷന്റെ സ്വത്തായിത്തീരുക എന്നാണർത്ഥം. ഭാര്യയുടെ കടമ ഭർത്താവിനോടു മാത്രമാണ്; അമ്മയോടല്ല. വ്യവസ്ഥയുടെ അനുശാസനങ്ങൾക്കനുസൃതം ഭാര്യാധർമ്മം നിർവ്വഹിക്കുവാൻ സ്ത്രീ ബാദ്ധ്യസ്ഥയാണ്. പുരുഷാധിപത്യസദാചാരനിയമങ്ങൾക്കു നിരക്കാത്ത ഒരു വിവാഹപൂർവ്വചരിത്രംകൂടിയുള്ളവളാണ് ഈ മകളെന്ന് കഥ വ്യക്തമാക്കിത്തരുന്നുണ്ട്. കുടുംബിനിയാവാൻ സ്ത്രീക്കുണ്ടായിരിക്കേണ്ട 'സംശുദ്ധി' അവൾ കളഞ്ഞുകുളിച്ചിരിക്കുന്നു. രഹസ്യമായ ഈ കുറ്റം അതേപടി മറച്ചുവെക്കേണ്ടത് അവളുടെയും സംസ്കാരത്തിന്റെയും സ്വച്ഛഗതിക്കാവശ്യമാണ്. ഈ രഹസ്യം അമ്മയിലൂടെ തന്റെ രക്ഷകനായ ഭർത്താവറിഞ്ഞേക്കുമോ എന്ന ഭയാശങ്കകളാണ് ആ മകൾക്ക്. മകളുടെ വിവാഹപൂർവ്വചരിത്രം വ്യവസ്ഥയുടെ നിയമങ്ങൾക്കു വിരുദ്ധമാകുന്നില്ലെങ്കിൽ അവൾ അമ്മയോട് ശത്രുത പുലർത്തേണ്ടതില്ല. കുടുംബത്തെയും താൻ ലംഘിച്ച സംസ്കാരത്തെയും സംരക്ഷിക്കുന്നതിനുവേണ്ടി മകൾ കണ്ടെത്തുന്ന പ്രതിരോധതന്ത്രമാണ് അമ്മയെ അകറ്റി നിർത്തുക എന്നത്.

മകളുടെ തിരസ്കാരം മാതാവിനെ തീവ്രമായി നൊമ്പരപ്പെടുത്തുന്നുവെന്ന യാഥാർത്ഥ്യം ബാക്കി നില്ക്കുന്നു. തന്റെ മാതൃത്വം വ്യർത്ഥമായിത്തീർന്നുവെന്ന് അമ്മയ്ക്ക് ബോദ്ധ്യമായി. മകളെ സന്ദർശിക്കാനെത്തിയ അമ്മയോട് അല്പംപോലും കരുണ കാട്ടാതെ, അമ്മയുടെ അന്വേ

ഷണങ്ങൾക്കും പരിദേവനങ്ങൾക്കും മുമ്പിൽ അവളവലംബിക്കുന്ന മൗനം അർത്ഥഗർഭമാണ്. ഹതാശയായി തിരിച്ചുപോരുന്ന അമ്മയ്ക്ക് പൊട്ടിക്കരയാൻ മാത്രമേ കഴിയുമായിരുന്നുള്ളൂ. അമ്മ രോഗിണിയായി ക്കഴിഞ്ഞിട്ടും മകൾ തിരിഞ്ഞുനോക്കിയില്ല. തന്നെ മകൾ ശത്രുവായി ക്കരുതുന്നത് അവളുടെ ജീവിതഭദ്രത ഉറപ്പിക്കുന്നതിനുവേണ്ടിയാണെന്ന 'സത്യത്തിന്റെ ക്രൂരദ്ധ്വനി' അമ്മ കേട്ടു.

ജീവിതകാലമുടനീളം മാതൃത്വാനുഭവങ്ങളും പുത്രസാമീപ്യവും കൊതിക്കുന്ന അമ്മമാരെയാണ് ഈ കഥകളിൽ കണ്ടുമുട്ടുന്നത്. മാതൃ ത്വാനുഭവങ്ങൾ ഹ്രസ്വമായ ഒരു കാലഘട്ടത്തോടെ അമ്മമാർക്കു നഷ്ട മാവുന്നു. അമ്മമാർ വഞ്ചിക്കപ്പെടുന്നുവെന്നതാണ് ഈ കഥകളിൽ കാണുന്ന പൊതുവായ സവിശേഷത. വാർദ്ധക്യകാലത്ത് പുത്രന്മാരാൽ സംരക്ഷിക്കപ്പെടുന്നുവെന്നും മറ്റുമുള്ള മഹദ്വചനങ്ങൾ ഈ കഥകളിൽ തിരസ്കരിക്കപ്പെട്ടിരിക്കുന്നു. പുത്രന്മാർ അമ്മമാരെ സംരക്ഷിക്കുന്നില്ല എന്നുമാത്രമല്ല, അവഗണിക്കുകകൂടി ചെയ്യുന്നുവെന്ന അറിവാണ് ഈ കഥകൾ നല്കുന്നത്. ഇതാകട്ടെ, പുത്രന്മാർ ബോധപൂർവ്വം ചെയ്യുന്ന തുമല്ല. അവരുടെ ജീവിതയാഥാർത്ഥ്യങ്ങൾ അവരെ അതിനു നിർബ്ബന്ധി ക്കുകയാണ്.

അന്തർജ്ജനത്തിന്റെ കഥകളിലെ അമ്മമാർ പുത്രകാപട്യം അറി യുന്നവരാണ്. എന്നിട്ടും അവർ പുത്രന്മാരോടു പൊറുക്കുന്നു; അവരുടെ ക്ഷേമത്തിനായി പ്രാർത്ഥിക്കുന്നു. മാധവിക്കുട്ടിയുടെ കഥകളിലാകട്ടെ, പുത്രന്മാരുടെ വഞ്ചനയും കാപട്യവും കൂടുതൽ ഉച്ചത്തിലാണ്. എന്നിട്ടും അമ്മമാർ അതറിയുന്നില്ല. അന്തർജ്ജനത്തിന്റെ കഥകളിലെ പുത്രന്മാർ അമ്മയെക്കൂടി ഉൾക്കൊള്ളാൻ ശ്രമിക്കുന്നുവെങ്കിലും പരാജയമടയുന്നു. മറുവശത്ത് മാധവിക്കുട്ടിയുടെ കഥകളിൽ അവരതിനു മുതിരുന്നേയില്ല.

സരസ്വതിയമ്മയുടെ കഥകൾ മാതൃത്വത്തിന്റെ കപടമായ ആദർശവ ല്ക്കരണത്തെ പരിഹസിക്കുകയാണ്. സ്വതന്ത്രമാതൃത്വത്തിനുവേണ്ടി യുള്ള അഭിലാഷമാണ് ആ കഥകളുടെ അന്തർദ്ധാര. അവ നിഷേധി ക്കുന്നത് സ്വതന്ത്രമായ അനുഭവമെന്ന നിലയിലുള്ള മാതൃത്വത്തെയല്ല മറിച്ച് മാതൃത്വത്തെ സ്ഥാപനമാക്കുന്ന ദുർനീതിയെയാണ്.

അധീശത്വസംസ്കാരവും സാഹിത്യവും നിരന്തരം പ്രചരിപ്പിക്കുന്ന തരത്തിൽ സ്ത്രീയുടെ ജീവിതസാക്ഷാല്ക്കാരമോ ജീവിതലക്ഷ്യമോ ആയി ഈ എഴുത്തുകാരികളാരും മാതൃത്വത്തെ വാഴ്ത്തുന്നില്ല. മാതൃ ത്വമെന്ന അനുഭവത്തെ സ്ത്രീയിൽനിന്നും കവർന്നെടുക്കുക, സ്വതന്ത്ര മാതൃത്വം നിഷേധിക്കുക, നിർബ്ബന്ധിത മാതൃത്വവും പീഡനങ്ങളും നല്കുക, മാതാക്കളെ നിരാലംബരാക്കി അവഗണിക്കുക, വഞ്ചിക്കുക, ആക്രമിക്കുക-പുരുഷാധിപത്യത്തിനു കീഴിലെ മാതൃത്വം ഇവയെല്ലാം ചേർന്നതാണ് എന്ന് ചൂണ്ടിക്കാട്ടുകയാണ് ഈ കഥകൾ ചെയ്യുന്നത്. മാതൃവ്യഥയ്ക്ക്, വർഗ്ഗപരമോ മതപരമോ ആയ വ്യത്യാസങ്ങളില്ല.

തെണ്ടികൾ മുതൽ സകലമാതാക്കളും നിരാലംബരായിത്തീരുന്നു. ഭൗതികജീവിതത്തിൽ മാതാക്കൾ അവഗണിക്കപ്പെടുമ്പോൾ ആദർശ ലോകത്ത് മാതൃത്വം ആരാധിക്കപ്പെടുന്നു. യാഥാർത്ഥ്യവും ആദർശവും തമ്മിലുള്ള ഈ വൈരുദ്ധ്യത്തോടുള്ള വിമർശനങ്ങളാണ് ഈ കഥകൾ.

കുറിപ്പുകൾ

1. സ്ത്രീകളെ അതിക്രൂരമായി അടിച്ചമർത്തുകയും മാതൃത്വം നിർബ്ബന്ധമാക്കുകയും ചെയ്ത ഭരണാധികാരിയായിരുന്നു അഡോൾഫ് ഹിറ്റ്ലർ. പക്ഷേ, തന്റെ മാതാവിനെ അനുസ്മരിക്കുമ്പോൾ അദ്ദേഹം തരളഹൃദയനും വികാരാധീനനുമാകുമായിരുന്നു. ജീവിതത്തിലൊരിക്കൽ മാത്രമേ താൻ വിലപിച്ചിട്ടുള്ളുവെന്നും അത് മാതൃവിയോഗവേളയിലായിരുന്നുവെന്നും ഹിറ്റ്ലർ ഉറപ്പിച്ചു പറഞ്ഞതായി വിൽഹെം റീഹ് വെളിപ്പെടുത്തിയിട്ടുണ്ട്. കാണുക:
   Wilhelm Reich, *The Mass Psychology of Fascism*, Harmondsworth: Penguin, 1983.p.71.
2. Simone de Beauvoir. *The Second Sex*. Harmondsworth: Penguin, 1975, p. 529.
3. കുന്നത്തു ജനാർദ്ദന മേനോൻ തന്റെ കുട്ടിക്കാലം അനുസ്മരിച്ചുകൊണ്ട് ഈ വസ്തുത വിവരിച്ചിട്ടുണ്ട്. 1931ൽ ഇതെഴുതുമ്പോൾ അദ്ദേഹത്തിനു തൊണ്ണൂറു വയസ്സു പ്രായമുണ്ടായിരുന്നു. അതിനാൽ കഴിഞ്ഞ നൂറ്റാണ്ടിന്റെ പകുതിയോടടുത്ത കാലത്തെക്കുറിച്ചാണ് മേനോൻ പറയുന്നതെന്നു വ്യക്തം. അദേഹം എഴുതുന്നു:
   '.... പെറ്റമ്മമാർക്ക് മക്കളെ എടുത്ത് കൊഞ്ചിക്കുഴഞ്ഞുകൊണ്ട് അങ്ങനെ നാൾ പോക്കുവാൻ കഴികയില്ല.... പ്രസവചികിത്സ കഴിഞ്ഞ് വിശുദ്ധയായാൽ അന്നു നാലുകെട്ടുകാര്യത്തിൽ തനിക്കുള്ള ജോലിയിലായി അമ്മയുടെ കണ്ണും കൈയും. വലിയ മുത്തിയുടെ നിയോഗച്ഛായയിലാണ് കുട്ടികളുടെ കിടപ്പ്. കുട്ടി കരയുമ്പോഴെല്ലാം, തനിക്കു തോന്നുമ്പോഴെല്ലാം മുലകൊടുത്ത് അപത്ഥ്യാന്നത്താൽ ശരീരത്തേയും അനപേക്ഷിതകാമത്താൽ മനസ്സിനേയും ദുഷിപ്പിച്ചുവിടുക അന്ന് ആവാത്തതാണ്... ആഹാരത്തിൽ മാത്രമല്ല അലംകൃതിയിലും പെറ്റമ്മമാർക്ക് മക്കളെ സംബന്ധിച്ചു വിശേഷാധികാരം തെല്ലുമില്ല. എല്ലാ കുട്ടികൾക്കും തറവാട്ടിൽ ഒരേ നില തന്നെ... ഈ സമ്പ്രദായത്തിലാണ് എന്റെ ശൈശവഗതി.
   ഒരു പിൻനോട്ടം ദീപം മാസിക 2,5 (ധനു 1106) പുറം 165-169.
4. Nitzshe, *Thus spoke Zarathustra*, Harmondsworth: Penguin, 1984, p.91.
5. M N Srinivas, *Some Reflections on Dowry*, New Delhi: Centre for women's Development Studies. 1984, p.23.

6. Adrienne Rich, *Of Women Born: Motherhood as Experience and Institution*, New Yord: W.W. Norton, 1976, p.13.
7. Jane Murphy *From mice to men? Implications of progress in cloning research*. in Rita Arditti et-al. (ed) Test-Tube Women, London: Pardora Press, 1984. p.88.
8. Sheila Kitzinger, *Women's Experience of Sex*. New York: G P Putnam's Sons, 1983, p.211
9. M K, Gandhi, *Women and Social Injustice*, Ahmedabad: Navajivan Publishing House, 1958, pp.190-201.
10. അന്തർജ്ജനത്തിന്റെ ഈ വരികൾ ബൈബിളിലേതിൽനിന്നും വ്യത്യസ്തമാണ്. യഹോവയായ ദൈവം സ്ത്രീക്കു നല്കിയ ശാപം ബൈബിളിൽ ഇങ്ങനെയാണ്.
'ഞാൻ നിനക്കു കഷ്ടവും ഗർഭധാരണവും ഏറ്റവും വർദ്ധിപ്പിക്കും; നീ വേദനയോടെ മക്കളെ പ്രസവിക്കും; നിന്റെ ആഗ്രഹം നിന്റെ ഭർത്താവിനോടാകും; അവൻ നിന്നെ ഭരിക്കും.' (ഉല്പത്തി 3.16.)ഈ ബൈബിൾ വചനത്തെ കഥാനുസൃതം അന്തർജ്ജനം പരിഷ്കരിച്ചതാവാനിട.
11. Pamela Ashurst and Saida Hall, *Understanding Women in Distress*, London & Newyork: Tavistock/Routledge,1989, p.162.
12. ഈ കഥയെക്കുറിച്ചുള്ള വിശദമായ പഠനത്തിന് കാണുക: എം ലീലാവതി, നവരംഗം, കോട്ടയം: സാഹിത്യപ്രവർത്തക സഹകരണ സംഘം, 1976, പുറം-103-113
13. Helene Cixous, *The laugh of Medusa*. In Elaine Marks& Isabelle Courtivron (ed) New French Feminisms, Sussex: The Harvester Press, 1981, p.251.
14. *മാതൃഭൂമി ആഴ്ചപ്പതിപ്പ്* (ജൂൺ 17,24,1956).
15. ടി (മെയ് 13,1962)
16. Shere Hite, *The Hite Report on Male sexuality*, New York: Ballantine books. 1988, p.769.
17. Carol Smart and Barry Smart, *Accounting for rape. Reality and myth in press reporting* in Carol Smart and Barry Smart (ed) Women, Sexuality and Social Control London:Routledge& Kegan Paul, 1978, p95
18. Helene Cixous, op. cit. 248

8

സമത്വമെന്ന സ്വപ്നഭൂമി

സ്ത്രീവിമോചനവാദത്തിന്റെ ആവിർഭാവവും വികാസപരിണാമങ്ങളും മനുഷ്യചരിത്രത്തിലുണ്ടായ ചില സുപ്രധാന പരിവർത്തനങ്ങളുമായി ബന്ധപ്പെട്ടിരിക്കുന്നു. മനുഷ്യരാശിയുടെ പകുതിഭാഗത്തിന്റെ അഭൂതപൂർവ്വമായ ഈ ഉയിർത്തെഴുന്നേല്പ് ചരിത്രപരമായ ഒരനിവാര്യതയായിരുന്നു. ദൂരവ്യാപകവും നിർണ്ണായകവുമായ അനേകം പരിവർത്തനങ്ങൾക്ക് അത് തുടക്കം കുറിച്ചു. ഫെമിനിസത്തിന്റെ രണ്ടുഘട്ടത്തിലെ ചരിത്രത്തിന്റെ അവലോകനം ഈ വസ്തുതകൾ തെളിയിക്കുന്നു.

പത്തൊൻപതാംശതകത്തിന്റെ ഉത്തരാർദ്ധത്തിലാണ് കേരളത്തിൽ സ്ത്രീവിമോചനവാദത്തിന്റെ ആവിർഭാവം. സ്വാഭാവികമായും ചരിത്രസാഹചര്യങ്ങൾതന്നെയാണ് അതിനു വഴിയൊരുക്കിയതും. ജനാധിപത്യത്തിന്റെയും സമത്വത്തിന്റെയും സ്വാതന്ത്ര്യത്തിന്റെയുമെല്ലാം നവീനാശയങ്ങൾ സമൂഹത്തിന്റെ പ്രത്യയശാസ്ത്രമണ്ഡലത്തെ സ്വാധീനിക്കുകയും മറുവശത്ത് സമൂഹഘടനയിലുണ്ടായ പരിവർത്തനങ്ങൾ സ്ത്രീപുരുഷ വർഗ്ഗങ്ങൾക്കിടയിൽ പദവിയിലും അവകാശങ്ങളിലും മുമ്പെങ്ങുമില്ലാതിരുന്ന ചില വൈരുദ്ധ്യങ്ങൾ സൃഷ്ടിക്കുകയും ചെയ്തു. വീട്ടടിമത്തത്തിലും അപരിഷ്കൃതത്വത്തിലും കഴിഞ്ഞുപോന്ന സ്ത്രീകൾ വിദ്യാഭ്യാസത്തിനും സ്വാതന്ത്ര്യത്തിനുംവേണ്ടി ശബ്ദമുയർത്താൻ തുടങ്ങി. കേരളത്തിന്റെ ജനാധിപത്യപ്രക്രിയയ്ക്ക് ഒരു പുതിയ മാനം നല്കുകയായിരുന്നു അത്. അതുകൊണ്ടാണ് 1887 ൽ തന്നെ സ്ത്രീകളുടെ പ്രശ്നം ഒരു ജനാധിപത്യവിഷയമെന്ന നിലയിൽ കേരളത്തിലെ ജനാധിപത്യവാദികൾ ഉന്നയിച്ചതും. കേരളീയസമൂഹത്തിന്റെ ജനാധിപത്യബോധവും സ്ത്രീവിമോചനബോധവും ഒരേ കാല

ഘട്ടത്തിന്റെ സൃഷ്ടികളാണെന്ന് ഇതു വ്യക്തമാക്കുന്നു.

നവോത്ഥാനകാലംമുതൽ കേരളീയസമൂഹത്തിന് ശ്രദ്ധേയമായൊരു സ്ത്രീവിമോചനപാരമ്പര്യമുണ്ട്. കേരളത്തിലെ നിരവധി ആദ്യകാല സ്ത്രീമാസികകൾ, നിരവധി എഴുത്തുകാരികൾ, കേരളത്തിലുട നീളം പ്രവർത്തിച്ചിരുന്ന അനേകം സ്ത്രീസമാജങ്ങൾ എന്നിവ ഈ പാരമ്പര്യത്തിന്റെ സൂചകങ്ങളാണ്. വീട്ടടിമത്തം, അടുക്കളവേല, സ്ത്രീവിദ്യാഭ്യാസം, സ്ത്രീപുരുഷസമത്വം, സ്ത്രീകളുടെ രചനാപ്രതിസന്ധികൾ, പുരുഷന്മാരുടെ സ്ത്രീദൂഷണം, സ്ത്രീസ്വാതന്ത്ര്യനിഷേധം, ആദർശസ്ത്രീബിംബങ്ങൾ, പുരുഷകാപട്യം, വ്യഭിചാരം എന്നിങ്ങനെ സ്ത്രീജീവിതവുമായി ബന്ധപ്പെട്ട് കേരളത്തിലെ ആദ്യകാല എഴുത്തുകാരികൾ ഉയർത്തിയ വിവാദങ്ങൾ പുരുഷാധിപത്യത്തിനും അധീശത്വമൂല്യങ്ങൾക്കും നേരേയുള്ള പ്രതിഷേധങ്ങളായിരുന്നു. എന്നാൽ ചരിത്രപരവും രാഷ്ട്രീയവുമായ കാരണങ്ങളാൽ മുപ്പതുകൾമുതൽ കേരളീയസമൂഹത്തിൽ സ്ത്രീവിമോചനാശയങ്ങൾക്ക് ശക്തിയും തീവ്രതയും നഷ്ടമായിത്തുടങ്ങി. അതേ സമയം ഈ വിമോചനാശയങ്ങൾ സാഹിത്യത്തിന്റെ മണ്ഡലത്തിൽ ശക്തിയായി ഉയർന്നുവരികയും ചെയ്തു. മലയാള സാഹിത്യത്തിലെ സ്ത്രീവിമോചനവ്യവഹാരങ്ങൾ മൂർത്തമായൊരു ചരിത്രപശ്ചാത്തലത്തിൽ അധിഷ്ഠിതമാണെന്ന് ഇതു തെളിയിക്കുന്നു. മലയാളസാഹിത്യത്തിലെ സ്ത്രീവിമോചനപ്രശ്നങ്ങളും കേരളീയസമൂഹത്തിന്റെ സ്ത്രീവിമോചന പാരമ്പര്യവും തമ്മിലുള്ള സ്വാഭാവിക ബന്ധമാണ് ഇതു വ്യക്തമാക്കുന്നത്.

കേരളീയസംസ്കാരത്തിൽ അന്തർലീനമായ ഈ സ്ത്രീവിമോചനപാരമ്പര്യത്തെ ഇതുവരെയുള്ള ചരിത്രപഠനങ്ങളെല്ലാം അവഗണിക്കുകയോ അതിനെക്കുറിച്ച് മൗനമവലംബിക്കുകയോ ചെയ്തിരിക്കുന്നുവെന്ന ഗുരുതരമായ യാഥാർത്ഥ്യം ഈ പശ്ചാത്തലത്തിൽ നമ്മുടെ ശ്രദ്ധയാകർഷിക്കുന്നു. കേരളീയസ്ത്രീവിമോചനപാരമ്പര്യത്തിന്റെ രേഖകളെ ചരിത്രപഠനങ്ങൾ ഇത്തരത്തിൽ മറച്ചുവെക്കുന്നതു കൊണ്ടാണ്, സ്ത്രീവിമോചനവാദം പാശ്ചാത്യനാടുകളിൽനിന്നും ഇറക്കുമതിചെയ്യപ്പെട്ട ഒന്നാണെന്നും നമ്മുടെ സംസ്കാരത്തിന്റെ ഭാഗമല്ലെന്നും മറ്റുമുള്ള വാദങ്ങൾ ഇന്നും പ്രബലമായി നിലനില്ക്കുന്നത്. അടിസ്ഥാനങ്ങളൊന്നുമില്ലാത്ത കേവലവിശ്വാസം മാത്രമാണ് അതെന്ന് വ്യക്തമായിക്കഴിഞ്ഞു. വാസ്തവത്തിൽ രാഷ്ട്രമീമാംസ, ദർശനം, സാഹിത്യം തുടങ്ങിയ മേഖലകളിൽ കാണുന്നത്രപോലും പാശ്ചാത്യപ്രചോദനം ഈ രംഗത്തുണ്ടായിട്ടില്ല. മാത്രവുമല്ല ഏതു ദേശത്തായാലും സ്ത്രീകളുടെ അടിമത്തത്തിന് വംശ-വർണ്ണ-വർഗ്ഗ വ്യത്യാസങ്ങളൊന്നുമില്ലെന്നും സ്ത്രീകൾ ആഗോളം ചൂഷണത്തിനിരകളാണെന്നും അസന്ദിഗ്ധമായി തെളിഞ്ഞിട്ടുണ്ട്. വാസ്തവത്തിൽ സ്ത്രീ വിമോചനാശയങ്ങളുടെ ജനാധിപത്യസാംഗത്യം, ചരിത്രപശ്ചാത്തലം, സാമൂഹികഫലങ്ങൾ തുടങ്ങിയവ സംബന്ധിച്ച അന്വേഷണങ്ങളെ ഇത്തരം 'ഇറക്കുമതിവാദ'ങ്ങൾ തടസ്സ

പ്പെടുത്തുകയാണ് ചെയ്യുക.

ഒരു സമൂഹം അതിന്റെ പാരമ്പര്യത്തെ നിഷേധിക്കുന്നതും തമസ്കരിക്കുന്നതും ഒരർത്ഥത്തിലും സാധൂകരിക്കാവുന്നതല്ല. ഇവിടെ അത് സമൂഹത്തിന്റെ അർദ്ധഭാഗത്തോടുള്ള അവഗണനയും അധാർമ്മികതയുമായിത്തീർന്നു. കേരളത്തിന്റെ സാംസ്കാരിക - ചരിത്ര പഠനങ്ങളുടെ അപൂർണ്ണതയും അവ അനുവർത്തിക്കുന്ന ചരിത്രരചനാരീതിയുടെ പുരുഷപക്ഷപാതവും വൈകല്യവുമാണ് ഇതിലൂടെ വ്യക്തമാകുന്നത്. അതിനാൽ പത്തൊൻപതാംശതകം മുതൽ കേരളത്തിലാവിർഭവിച്ച സ്ത്രീവിമോചനചിന്തകളെ സംബന്ധിച്ചും നവോത്ഥാനകാല പ്രസ്ഥാനങ്ങൾക്കൊപ്പം പ്രാധാന്യമർഹിക്കുന്ന സ്ത്രീപ്രസ്ഥാനങ്ങളെ സംബന്ധിച്ചും സമഗ്രഗവേഷണങ്ങൾ ആവശ്യമാണെന്നും സ്ത്രീവിമോചനവാദം കേരളത്തിന്റെ സാംസ്കാരിക പാരമ്പര്യത്തിന്റെ ഭാഗമായംഗീകരിച്ചുകൊണ്ട് സംസ്കാരചരിത്രം പുനർരചിക്കപ്പെടേണ്ടതുണ്ടെന്നുമാണ് ഇതിന്റെയർത്ഥം.

അധികാരവ്യവസ്ഥകൾ ജനാധിപത്യസങ്കല്പങ്ങൾക്കു നിരക്കുന്നവയല്ല. പുരുഷാധികാരം തികച്ചും സ്വാഭാവികമാണെന്നു വിശ്വസിപ്പിക്കുന്ന പ്രത്യയശാസ്ത്രങ്ങളിലൂടെയും പ്രത്യയശാസ്ത്രസ്ഥാപനങ്ങളിലൂടെയും സ്ത്രീയെ രണ്ടാംകിടക്കാരിയായി നിലനിർത്തുകയും അവളുടെ അദ്ധ്വാനശക്തിയും ലൈംഗികതയുമെല്ലാം കീഴടക്കുകയും ചെയ്യുന്ന പുരുഷാധിപത്യവ്യവസ്ഥ അതിനാൽ ജനാധിപത്യവിരുദ്ധമാണെന്നു വരുന്നു. മനുഷ്യജീവിതത്തിന്റെ സകല മണ്ഡലങ്ങളിലും ആധിപത്യം വഹിക്കുന്ന ഒന്നാണ് ഈ അധികാരവ്യവസ്ഥ. നവോത്ഥാനകാലം മുതൽ കേരളത്തിലെ ഈ പുരുഷാധിപത്യവ്യവസ്ഥയ്ക്കെതിരെയാണ് സ്ത്രീകൾ പ്രതിഷേധമുയർത്തിയത്. ഇതേ പ്രതിഷേധത്തിന്റെ വിവിധ ഭാവങ്ങളാണ് ഇവിടെ പഠനവിധേയരായ എഴുത്തുകാരികളുടെ കഥകളിൽ അടങ്ങിയിരിക്കുന്നതും.

സമൂഹത്തിലെന്നപോലെ സാഹിത്യലോകത്തെയും അധീശത്വപ്രത്യയശാസ്ത്രങ്ങളുമായി സ്ത്രീകൾക്ക് സംഘർഷത്തിൽ കഴിയേണ്ടി വരുന്നു. എങ്കിലും അവർ ആ മേഖലയിലേക്ക് അതിക്രമിച്ചു കയറി. സ്ത്രീകളെ സംബന്ധിച്ചേടത്തോളം എഴുതുക എന്ന പ്രക്രിയപോലും തങ്ങളുടെ നിശ്ശബ്ദമാക്കപ്പെട്ട അവസ്ഥയിൽനിന്നുള്ള മോചനമാണ്. അതുകൊണ്ടാണ് സ്ത്രീയുടെ സാഹിത്യം, വിമോചനത്തിന്റെ സാഹിത്യമാവുന്നത്. മാത്രവുമല്ല, അവളുടെ ഭൗതികജീവിത സാഹചര്യങ്ങളും രചനാവൃത്തിയും തമ്മിൽ മല്ലിടുന്നു. അവളുടെ സാഹിത്യത്തിന്, ഭാവനയ്ക്ക് പുരുഷന്മാരുടേതിനെപ്പോലെ പ്രശാന്തതയുടെ ആനുകൂല്യങ്ങളില്ല. ലളിതാംബിക അന്തർജ്ജനം ഹൃദയസ്പർശിയാംവിധം അനുസ്മരിപ്പിച്ചതുപോലെ, ചെറുകുഞ്ഞുങ്ങളെ തൊട്ടിലാട്ടിക്കൊണ്ട് താഴെ കുനിഞ്ഞിരുന്ന് എഴുതുകയായിരുന്നു അവൾ. എഴുത്തുകാരികൾക്ക് സ്വവർഗ്ഗത്തിന്റേതായി അവകാശപ്പെടുവാനോ ആവേശം കൊള്ളുവാനോ

ആശ്രയിക്കാനോ ഒരു സാഹിത്യപാരമ്പര്യമില്ല. അവൾക്ക്, പുരുഷാധിപത്യത്തിന്റെ കണ്ണാടിയിൽ സ്വരൂപം ദർശിക്കേണ്ടി വരുന്നു. സാഹിത്യത്തിൽ സ്ത്രീ എന്നും ഭോഗത്തിനുള്ള ഉപകരണം മാത്രമായിരുന്നുവെന്നാണ് അവൾ അറിയുന്നത്. എന്നാൽ സ്ത്രീയുടെ അനുഭവങ്ങളും യാഥാർത്ഥ്യങ്ങളും സ്വപ്നങ്ങളും സ്ത്രീയുടെ വീക്ഷണത്തിലുടെ ആവിഷ്കരിക്കുക എന്നതും എഴുത്തുകാരികളെ സംബന്ധിച്ചിടത്തോളം എളുപ്പമല്ല. അവളുന്നയിക്കുന്ന സ്ത്രൈണസത്യങ്ങൾ സമൂഹത്തിന്റെ മൂല്യങ്ങളോടും അർത്ഥങ്ങളോടും ഇടയുന്നു. അതിനാൽ അന്തർജ്ജനം, സരസ്വതിയമ്മ, രാജലക്ഷ്മി, മാധവിക്കുട്ടി എന്നിവരെപ്പോലെ അധീശത്വസംസ്കാരത്തിന്റെ ഭർത്സനങ്ങൾക്കും നിന്ദകൾക്കും പീഡനങ്ങൾക്കും എഴുത്തുകാരികൾ വിധേയരാകുന്നു. ഇത്തരം നിരോധനങ്ങളെയെല്ലാം അതിലംഘിക്കാൻ എഴുത്തുകാരികൾക്കു സാധിച്ചാൽപോലും, ഭാഷ സൃഷ്ടിക്കുന്ന അതിസൂക്ഷ്മങ്ങളായ വിനിമയ പ്രതിസന്ധികളെയും വിടവുകളെയും തരണം ചെയ്യുക അത്ര സുഖകരമല്ല. ഏഡ്രിയൻ റിച്ച് പ്രസ്താവിച്ചപോലെ മർദ്ദകന്റെ ഭാഷയിലൂടെ അവൾക്ക് സംസാരിക്കേണ്ടിവരുന്നു. ഭാഷ എഴുത്തുകാരികളെ ഉപയോഗിക്കുകയോ, അവളറിയാതെ വിപരീതമായൊരു ദൗത്യം നിർവ്വഹിക്കുകയോ, അവൾക്കുമേൽ ആധിപത്യം പുലർത്തുകയോ ചെയ്തേക്കാം. സ്ത്രീകളുടെ സാഹിത്യം പുരുഷന്മാരുടേതിൽനിന്നും വ്യത്യസ്തമായ ഒന്നാണെന്ന് വ്യക്തമാക്കുന്ന ചില യാഥാർത്ഥ്യങ്ങളാണ് ഇവയെല്ലാം. പുരുഷരചനകളോടൊപ്പം സ്ത്രീരചനകളെയും വിശകലനം ചെയ്യുന്ന ചിരകാലപരിചിതമായ സമ്പ്രദായങ്ങളുടെ അശാസ്ത്രീയതയും, സ്ത്രീസാഹിത്യം വ്യത്യസ്തമായൊരു സമീപന രീതി ആവശ്യപ്പെടുന്നുവെന്ന വസ്തുതയുമാണ് ഇതിൽനിന്നും തെളിയുന്നത്.

ആവിഷ്കാരസ്വാതന്ത്ര്യം തടയപ്പെട്ടതിനാൽ ജീവനൊടുക്കേണ്ടി വന്ന മലയാളത്തിലെ ഒരേയൊരു എഴുത്തുകാരിയാണ് രാജലക്ഷ്മി. പക്ഷേ, രാജലക്ഷ്മി ആത്മഹത്യാവാസനയുള്ള എഴുത്തുകാരിയാണെന്ന് വിശ്വസിപ്പിക്കുവാനും അതിനാവശ്യമായ 'തെളിവുകൾ' അവരുടെ കഥകളിൽനിന്നും കണ്ടെത്തുവാനുമാണ് പല നിരൂപകന്മാരും പരിശ്രമിച്ചുകൊണ്ടിരുന്നത്. തീവ്രമായ ജീവിതാസക്തി പ്രകടിപ്പിക്കുന്നവയാണ് രാജലക്ഷ്മിയുടെ കഥകളെന്നും പുരുഷാധിപത്യ വ്യവസ്ഥയുടെ അദൃശ്യനിയമങ്ങൾക്കും അധൃഷ്യതകൾക്കും ഇടയിൽപ്പെട്ട് ശിഥിലഹൃദയകളും പരാജിതകളുമായിത്തീർന്ന സ്ത്രീവർഗ്ഗത്തിന്റെ നിസ്സഹായതകളാണ് ഈ എഴുത്തുകാരിയുടെ കഥകൾ അനാവരണം ചെയ്യുന്നതെന്നും ഈ പഠനത്തിൽനിന്നും വ്യക്തമാകുന്നു. അതിനാൽ, എഴുത്തുകാരികളുടെ വ്യക്തിജീവിത രഹസ്യങ്ങൾ കൃതികളിൽനിന്നും 'കണ്ടെത്തുന്ന' സമ്പ്രദായങ്ങൾ വിമർശനരംഗത്തെ ഭരിക്കുന്ന പുരുഷപക്ഷപാതിത്വത്തിന്റെ ഉല്പന്നങ്ങൾ മാത്രമാണെന്ന് മനസ്സിലാവുന്നു.

കേരളത്തിലെ ആദ്യകഥാകാരി ആരാണെന്ന് ഇന്നും വ്യക്തമായി

തെളിയിക്കപ്പെട്ടിട്ടില്ല. ഒരു യഥാർത്ഥ സ്ത്രീയുടെ പേരിലുള്ള ആദ്യകഥ 1904 ലും ഒരു സ്ത്രീ രചിച്ച ആദ്യത്തെ സ്വതന്ത്രകഥ 1911 ലുമാണ് പ്രസിദ്ധീകരിക്കപ്പെട്ടതെന്ന് പ്രബലമായ ഒരഭിപ്രായമുണ്ട്. എന്നാൽ 1901 നവംബർ മാസത്തിലെ 'വിദ്യാവിനോദിനി'യിൽ 'രാജപങ്കജം' എന്ന കഥയെഴുതിയ ടി സി കല്യാണിയമ്മയാണ് മലയാളത്തിലെ ആദ്യ കഥാകാരിയെന്ന് ഈ പഠനം നിരീക്ഷിക്കുന്നു. വിപുലമായ അന്വേഷണങ്ങൾ ഇനിയും ആവശ്യമാണെന്ന് ലഭ്യമായ തെളിവുകൾ വ്യക്തമാക്കുന്നു.

സംസ്കാരികചരിത്രമെന്നപോലെ മലയാള സാഹിത്യചരിത്രവും എഴുത്തുകാരികളെ അവഗണിച്ചിരിക്കുന്നു. സാഹിത്യചരിത്രത്തിൽ നിന്നും നിഷ്കാസിതകളായ ഒട്ടനവധി കഥാകാരികളും കവയിത്രികളും പ്രബന്ധകാരികളും വിമർശകകളും അവരുടെ സൃഷ്ടികളും ആദ്യകാല സ്ത്രീമാസികകളിലും മറ്റുമായി ചിന്നിച്ചിതറി ഒറ്റപ്പെട്ടു കഴിയുകയാണ്. ഈ എഴുത്തുകാരികളെയും അവരുടെ സംഭാവനകളെയും ചരിത്രത്തിൽ നിന്നും പുറന്തള്ളിനിർത്തുന്നതിലൂടെ ആധുനിക മലയാള സാഹിത്യത്തിന്റെ സ്രഷ്ടാക്കളും വക്താക്കളുമെല്ലാം പുരുഷന്മാർ മാത്രമാണെന്നു വിശ്വസിപ്പിക്കുന്ന വ്യാജമായ ഒരു 'സാഹിത്യപൈതൃകം'സൃഷ്ടിക്കപ്പെടുകയാണു ചെയ്യുന്നത്. നമ്മുടെ സാഹിത്യപാരമ്പര്യത്തെ സമ്പന്നമാക്കുന്ന വിപുലമായ ഒരു രചനാസഞ്ചയം ഇങ്ങനെ മറച്ചുവെക്കപ്പെടുകയും ചെയ്യുന്നു. അതിനാൽ മലയാളത്തിലെ ആദ്യകാല എഴുത്തുകാരികളെയും അവരുടെ കൃതികളെയും കണ്ടെത്തുന്ന മലയാള സ്ത്രീസാഹിത്യത്തിന്റെ സമഗ്രമായ ചരിത്രം രചിക്കപ്പെടേണ്ടതുണ്ട്.

പുരുഷാധികാരത്തിനു സാധൂകരണം നല്കുകയും പുരുഷനിലൂടെ മാത്രം ജീവിതസാഫല്യം തേടുന്നവരായി സ്ത്രീകളെ ചിത്രീകരിക്കുകയുമാണ് സാഹിത്യത്തിലെ മുഖ്യധാരയായ പുരുഷരചനകൾ ചെയ്യുന്നത്. പുരുഷാധിപത്യവ്യവസ്ഥ ഒരു സ്വാഭാവിക യാഥാർത്ഥ്യമാണെന്നു വിശ്വസിപ്പിക്കുകയും സ്ത്രീയുടെ രണ്ടാംകിട പദവിയെ സുസ്ഥിരമാക്കുകയും ചെയ്യുക എന്നതാണ് അവ നിർവ്വഹിക്കുന്ന ധർമ്മം. നമ്മുടെ സമൂഹത്തിന്റെ പുരുഷാധിപത്യ പാരമ്പര്യത്തെയാണ് പ്രസ്തുത സാഹിത്യരചനകൾ പിന്തുടരുന്നതെന്നു സാരം. എന്നാൽ, ലളിതാംബിക അന്തർജ്ജനം, കെ സരസ്വതിയമ്മ, രാജലക്ഷ്മി, മാധവിക്കുട്ടി എന്നിവരുടെ കഥകൾ പുരുഷാധികാരത്തെ സാധൂകരിക്കുകയോ, മഹത്ത്വീകരിക്കുകയോ ആദർശവല്ക്കരിക്കുകയോ ചെയ്യുന്നില്ല. പകരം, പുരുഷാധികാരത്തിനു കീഴിൽ സ്ത്രീജീവിതം അഭിമുഖീകരിക്കുന്ന പീഡനങ്ങളും ഉൽക്കണ്ഠകളും അപമാനങ്ങളുമെല്ലാം ശക്തമായി ആവിഷ്കരിച്ചുകൊണ്ട് പ്രസ്തുത അധികാരവ്യവസ്ഥയുടെ മർദ്ദകസ്വഭാവം വെളിപ്പെടുത്തുകയാണ് ചെയ്തത്.

സ്ത്രീയുടെ ലോകവും അവലംബസ്ഥാനവും കുടുംബം മാത്രമായി പരിമിതപ്പെട്ടിരിക്കുന്നുവെന്ന യാഥാർത്ഥ്യത്തെ അംഗീകരിക്കുമ്പോഴും, ഇവിടെ പഠനവിധേയമായ സ്ത്രീരചനകൾ കുടുംബഘടനയിലെ പുരു

ഷാധീശത്വത്തെ സ്വയം അംഗീകരിക്കുകയോ അഭിലഷണീയമായി കരുതുകയോ ചെയ്യുന്നില്ല. മറ്റു രക്ഷാമാർഗ്ഗങ്ങളേതും ഇല്ലാത്തതുകൊണ്ടു മാത്രം സ്ത്രീക്ക് അനുരഞ്ജനത്തിൽ കഴിയേണ്ടിവരുന്ന ഒരു സ്ഥാപനമായി അവ കുടുംബത്തെ ദർശിക്കുന്നു. കുടുംബത്തിൽ ബന്ധിതകളായിത്തീർന്ന നിരാലംബകളുടെ ദൈന്യതകളാണ് അന്തർജ്ജനത്തിന്റെ കഥകളിൽ കാണുന്നത്. അഭിപ്രായസ്വാതന്ത്ര്യമോ രചനാവേളകളോ പരിഗണനകളോ ലഭിക്കാത്ത പ്രസ്തുത കഥകളിലെ കുടുംബിനിമാർ അമർഷം അടക്കിവെച്ചുകൊണ്ടാണെങ്കിലും തങ്ങളുടെ വിധിക്കു കീഴടങ്ങാൻ നിർബ്ബന്ധിതരായിത്തീരുന്നു. കുടുംബിനിമാരുടെ സഹനങ്ങളും പീഡനങ്ങളും ചിത്രീകരിച്ചുകൊണ്ട് കുടുംബത്തിലെ അധികാരബന്ധങ്ങളെ മാറ്റിത്തീർക്കണമെന്ന അഭിലാഷമാണ് സരസ്വതിയമ്മയുടെ കഥകൾ പ്രകടിപ്പിക്കുന്നത്. അവ കുടുംബത്തിലെ പുരുഷാധികാരത്തോടു മല്ലിടുകയും കുടുംബത്തിൽ സ്ത്രീയുടെ പ്രത്യധീശത്വം സ്ഥാപിക്കാൻ ശ്രമിക്കുകയും ചെയ്യുന്നു. രാജലക്ഷ്മിയുടെ കഥകളിലെ നിരാലംബരായ സ്ത്രീകൾ ആത്മാഹുതി മാത്രമേ രക്ഷാമാർഗ്ഗമായി കാണുന്നുള്ളൂ. കുടുംബിനിയെന്ന ആദർശരൂപത്തിനു പിന്നിലെ വെറുമൊരടുക്കളക്കാരിമാത്രമായ സ്ത്രീയുടെ നിതാന്തമായ അദ്ധ്വാനഭാരവും മനോവിഭ്രാന്തികളും വൈരൂപ്യങ്ങളും അവളുടെ വ്യർത്ഥവും പരിഹാസ്യവുമായ ജീവിതാവസ്ഥയും അസ്വസ്ഥതയുണർത്തുംവിധം വെളിപ്പെടുത്തുന്നത് മാധവിക്കുട്ടിയുടെ കഥകളാണ്. കുടുംബത്തിലെ തൊഴിൽവിഭജനത്തിനും സ്ത്രീയുടെ ഗാർഹികാദ്ധ്വാനത്തിനും എതിരെയുള്ള വിമർശനങ്ങളാണ് മാധവിക്കുട്ടിയുടെ കഥകൾ. പുരുഷാധികാരത്തെ പ്രസ്തുത കഥകൾ പലപ്പോഴും അവജ്ഞയോടെ ദർശിക്കുന്നു. അതിനാൽ സ്വാതന്ത്ര്യബോധമാർജ്ജിച്ച സ്ത്രീക്ക് കുടുംബത്തിൽനിന്നും പലായനം ചെയ്യേണ്ടിവരുന്നു. ഭർത്താവിനും കുടുംബത്തിനും വിധേയയായി കഴിയുന്നവളാണ് പതിവ്രത. പക്ഷേ, പതിവ്രതാബിംബത്തിന് അന്തർജ്ജനത്തിന്റെ കഥകൾ തൊട്ടേ ചലനം സംഭവിച്ചുതുടങ്ങുന്നതും മാധവിക്കുട്ടിയുടെ കഥകളിലെത്തുന്നതോടെ അതിന്റെ തകർച്ച പൂർത്തിയാവുന്നതുമാണ് നാം കാണുക. സ്ത്രീയും കുടുംബവും തമ്മിലുള്ള ബന്ധങ്ങൾ ലളിതനിർവ്വചനങ്ങളിലോ ആദർശരൂപങ്ങളിലോ പരിമിതപ്പെടുത്താനാവാത്തവിധം സങ്കീർണ്ണങ്ങളും സമ്മിശ്രങ്ങളുമാണെന്നും കുടുംബിനിമാരുടെ നിശ്ശബ്ദസഹനത്തിലും അദ്ധ്വാനഭാരത്തിലും പടുത്തുയർത്തപ്പെട്ടതാണ് കുടുംബത്തിന്റെ ഭദ്രതയും സന്തുഷ്ടിയുമെല്ലാമെന്നും ഈ കഥകൾ തെളിയിക്കുന്നു.

കുടുംബവും വിവാഹവും പരസ്പരബന്ധിതമാണ്. കുടുംബത്തിലെ പുരുഷാധികാരത്തോടുള്ള ഭയാശങ്കകളാണ് വിവാഹത്തോട് സംശയാലുക്കളാകുവാൻ സ്ത്രീകളെ പ്രേരിപ്പിക്കുന്നത്. വിവാഹത്തോടുള്ള ഇത്തരം ആശങ്കകളും സംശയാലുതയും അന്തർജ്ജനത്തിന്റെ കഥകൾതൊട്ടേ പ്രകടിപ്പിക്കപ്പെട്ടിരുന്നു. ചരിത്രപരമായ കാരണത്താൽ

താരതമ്യേന പുരോഗമനപരമായ ഒരു ധർമ്മം വിവാഹം നിർവ്വഹിച്ചിട്ടുണ്ടെങ്കിലും പുരുഷാധിപത്യസ്ഥാപനമെന്ന നിലയിൽ അതു സ്ത്രീക്കു സ്വാതന്ത്ര്യം നല്കുന്നില്ല. പക്ഷേ, ജീവിതത്തിൽ സ്വയാധികാരങ്ങളില്ലാത്ത സ്ത്രീക്ക് വിവാഹത്തിനു കീഴടങ്ങുകയേ നിർവ്വാഹമുള്ളൂ. വിവാഹിതയാവാൻ വിസമ്മതിക്കുന്ന സ്ത്രീ ബഹിഷ്കൃതയായിത്തീരുകയാണ് ചെയ്യുന്നത്. അതിനാൽ കുടുംബത്തോടെന്നപോലെ വിവാഹത്തോടും അന്തർജ്ജനത്തിന്റെ കഥകളിലെ സ്ത്രീകൾക്ക് അനുരഞ്ജനത്തിൽ കഴിയേണ്ടിവരുന്നു.

വിവാഹം ഒരു സ്ത്രീവിരുദ്ധ സ്ഥാപനമാണെന്ന് നിസ്സംശയം വിളിച്ചു പറയുകയാണ് സരസ്വതിയമ്മയുടെ കഥകൾ. വിവാഹത്തെ അവിശ്വസിക്കുകയും നിരാകരിക്കുകയും ചെയ്യുന്ന പ്രസ്തുത കഥകൾ, വിവാഹത്തെ ചൂഴ്ന്നു നില്ക്കുന്ന പ്രത്യയശാസ്ത്ര മിഥ്യകളെ തുറന്നു കാട്ടുകയാണ് ചെയ്യുന്നത്. സ്വതന്ത്രവും അർത്ഥപൂർണവുമായ സ്ത്രീജീവിതമാണ് അവ വിഭാവനം ചെയ്യുന്നത്. രാജലക്ഷ്മിയുടെ കഥ വിവാഹത്തിലെ പിത്രാധികാരത്തെ നിഷേധിക്കുകയും സ്ത്രീപുരുഷ പ്രണയത്തിലധിഷ്ഠിതമായ വിവാഹത്തിനുവേണ്ടി അഭിലഷിക്കുകയും ചെയ്യുന്നു. വല്ല വിധേനയും ഒരു പുരുഷനെ കണ്ടെത്താനുള്ള അപമാനകരമായ മത്സരത്തിലേക്ക് സ്ത്രീയെ നയിക്കുന്ന വിവാഹത്തെ ഒരു കാലിച്ചന്തയായി മാധവിക്കുട്ടി വിശേഷിപ്പിക്കുന്നു. അതേ സമയം സ്ത്രീക്കു ലഭിക്കുന്ന ഒരു ശിക്ഷയാണ് വിവാഹം. മാതൃപുത്രീ ബന്ധത്തെപ്പോലും അതു ശത്രുതയാൽ വിഷലിപ്തമാക്കിത്തീർക്കുന്നു.

സ്ത്രീയെ ലൈംഗികമായി ചൂഷണം ചെയ്യാൻ പുരുഷനെ സഹായിക്കുന്ന സ്ഥാപനമെന്ന നിലയിൽ പ്രേമത്തോട് അവിശ്വാസ്യത പുലർത്തുകയും പ്രേമവും സ്ത്രീയും തമ്മിലുള്ള യഥാർത്ഥ ബന്ധങ്ങൾ അന്വേഷിക്കുകയും ചെയ്യുന്നു അന്തർജ്ജനത്തിന്റെ കഥകൾ. അർത്ഥപൂർണ്ണമായൊരു ജീവിതത്തെക്കുറിച്ച് സ്ത്രീ ബോധവതിയാകുമ്പോൾ, പ്രേമത്തിന്റെ കാല്പനിക മിഥ്യകളോടു വിടപറയാൻ അവൾക്കു കഴിയുന്നുവെന്നും പ്രേമം അപ്രസക്തമായിത്തീരുന്നുവെന്നും ആ കഥകൾ സൂചിപ്പിക്കുന്നുണ്ട്. പക്ഷേ, പില്ക്കാലത്ത് ഈ കഥാകാരി പ്രേമത്തിന്റെ കാല്പനികഭാവങ്ങളിൽ ആകൃഷ്ടയായിട്ടുണ്ട്.

സരസ്വതിയമ്മയുടെ കഥകളാവട്ടെ, വിവാഹത്തെയെന്നപോലെ പ്രേമത്തെയും നിഷേധിക്കുകയാണ് ചെയ്യുന്നത്. സ്ത്രീയെ പുരുഷാധികാരത്തിനു കീഴിലേക്കു പിടിച്ചുകൊണ്ടുപോകുന്ന സ്ഥാപനമായി ഈ കഥകൾ പ്രേമത്തെ നിരീക്ഷിക്കുകയും പ്രേമത്തെ ചൂഴ്ന്നു നില്ക്കുന്ന കൃത്രിമ പരിവേഷങ്ങളെ തുറന്നു കാട്ടുകയും പരിഹസിക്കുകയും ചെയ്യുന്നു. പ്രേമവും വിവാഹവും തമ്മിലും, പ്രേമവും സ്ത്രീയും തമ്മിലും ഉള്ള ബന്ധത്തെ അപഗ്രഥിക്കുവാൻ ശ്രമിക്കുന്ന സംസ്കാര വിമർശനങ്ങളാണ് സരസ്വതിയമ്മയുടെ കഥകൾ. സ്ത്രീയും പുരുഷനും തമ്മിലുള്ള സ്വതന്ത്രവും സമത്വപൂർണ്ണവും സ്ഥാപനനിരപേക്ഷവുമായ

മൈത്രീബന്ധങ്ങൾക്കുവേണ്ടിയാണ് പ്രസ്തുത കഥകൾ അഭിലഷിക്കുന്നത്. പക്ഷേ, സ്ത്രീയുടെ ഈ അഭിലാഷത്തെ സ്വാഗതം ചെയ്യാൻ പുരുഷനു കഴിയാതെ പോകുന്നു എന്നാണ് സരസ്വതിയമ്മയുടെ കഥകളുടെ വിമർശനം. പ്രേമത്തിലൂടെ പുരുഷൻ സ്ത്രീയെ ലൈംഗിക ചൂഷണം ചെയ്യുന്നതും പുരുഷന്റെ താല്പര്യങ്ങൾ നിറവേറ്റുന്ന ഉപകരണമായി പ്രേമം പ്രവർത്തിക്കുന്നതും പ്രസ്തുത കഥകൾ കാണിച്ചുതരുന്നു. അതേ സമയം അധീശത്വഭാവമില്ലാത്ത പുരുഷമിത്രത്തെ ഹൃദയപൂർവ്വം സ്വീകരിക്കുവാനും ഈ കഥകൾ സന്നദ്ധമാണ്. എന്നാൽ അത്തരം ബന്ധങ്ങളെപ്പോലും സ്ഥാപനങ്ങളുടെ തടവറയിലേക്ക് നയിക്കാൻ അവ സന്നദ്ധമല്ല. പ്രേമമെന്ന മാനുഷികവികാരത്തെ അവ നിഷേധിക്കുന്നുമില്ല.

രാജലക്ഷ്മിയുടെ കഥകളിൽനിന്നും പ്രേമത്തെ സംബന്ധിച്ചു ലഭിക്കുന്ന ചിത്രം ഒരു ആദർശലോകത്തിന്റേതാണ്. ഈ മൂന്നു എഴുത്തുകാരികളുടെ കഥകളിൽനിന്നും വ്യത്യസ്തമായി മാധവിക്കുട്ടിയുടെ കഥകൾ പ്രേമവ്യവഹാരങ്ങൾക്കപ്പുറം കടക്കുകയും ലൈംഗികതയുടെ നിയമങ്ങളെ വെല്ലുവിളിക്കുകയുമാണ് ചെയ്യുന്നത്. പ്രേമത്തിന്റെ പ്രത്യയശാസ്ത്രപരിസരത്തിൽ വെച്ച് മാധവിക്കുട്ടിയുടെ കഥകൾ മൂർത്തമായി വിശകലനം ചെയ്യാനാവില്ല.

സ്ത്രീപുരുഷബന്ധങ്ങളുടെ സ്ഥാപനവല്ക്കരണത്തെയാണ് സരസ്വതിയമ്മയുടെ കഥകൾ നിരാകരിക്കുന്നത്. ആത്മബോധവും സമത്വബോധവും പുലർത്തുന്ന പുരുഷനെയാണ് പ്രസ്തുത കഥകളിലെ സ്ത്രീകൾ പ്രതീക്ഷിക്കുന്നത്. സ്ത്രീയുടെ സ്നേഹാഭിലാഷം ഉൾക്കൊള്ളാൻ ആവാത്തവരും സ്ത്രീയെ വഞ്ചിക്കുന്നവരുമായ പുരുഷന്മാരെയാണ് ഈ കഥകൾ നിഷേധിക്കുന്നതെന്ന വസ്തുത പ്രാധാന്യമർഹിക്കുന്നു. അധികാര രൂപമല്ലാത്ത ഒരു പുരുഷസങ്കല്പം കാത്തുസൂക്ഷിക്കുന്ന ഈ കഥകൾ നിലനില്ക്കുന്ന സ്ത്രീപുരുഷബന്ധങ്ങളോടു വിയോജിക്കുന്ന സ്ത്രൈണചിന്തകളാണ്. അതിനാൽ സരസ്വതിയമ്മ എന്ന എഴുത്തുകാരി ഒരു പുരുഷവിദ്വേഷിയാണെന്ന ആരോപണം അടിസ്ഥാനരഹിതമാണെന്നു തെളിയുന്നു.

അദൃശ്യവും നിഗൂഢവുമായ അനേകം നിയമങ്ങളാൽ മനുഷ്യരുടെ ലൈംഗികകാര്യങ്ങൾ വ്യവസ്ഥ ചെയ്യപ്പെട്ടിരിക്കുന്നു. പ്രസ്തുത നിയമങ്ങൾക്കു വിധേയമായി മാത്രമേ ലൈംഗികാഭിലാഷങ്ങൾ അനുവദിക്കപ്പെടുകയുള്ളൂ. സാദാചാരവ്യവസ്ഥ എന്നത് ലൈംഗികതയുടെ വ്യവസ്ഥയാണ്. ഈ വ്യവസ്ഥയുടെ വക്താക്കളെന്ന നിലയിൽ പുരുഷന്മാരുടെ നിയമങ്ങളാണ് ലൈംഗികതയെ നിയന്ത്രിക്കുന്നത്. ഈ നിയമങ്ങൾ സ്ത്രൈണലൈംഗികതയുടെ സ്വതന്ത്രമായ ആവിഷ്കാരങ്ങൾ തടയുന്നു. മാത്രവുമല്ല സ്ത്രൈണ ലൈംഗികത എന്താണെന്നും എങ്ങനെയായിരിക്കണമെന്നുമെല്ലാം നിർവ്വചിച്ചത് പുരുഷന്മാരായതിനാൽ സ്ത്രീകൾക്ക് തങ്ങളുടെ യഥാർത്ഥ ലൈംഗികാനുഭവങ്ങളുടെ

സ്വതന്ത്രമായ പ്രകാശനം പലപ്പോഴും പ്രയാസകരമായിത്തീരുന്നു. പുരുഷാധികാരം സംരക്ഷിക്കപ്പെടുന്നത് സ്ത്രീയുടെ ലൈംഗികതയെ കീഴടക്കുന്നതിലൂടെയായതിനാൽ, സ്ത്രൈണ ലൈംഗികതയും അധികാരവ്യവസ്ഥയും തമ്മിൽ ഗാഢമായി ബന്ധപ്പെട്ടിരിക്കുന്നു. എന്നാൽ ഇത്തരം നിരോധനങ്ങളെ അതിലംഘിക്കുവാനും സ്ത്രൈണലൈംഗികതയുടെ അഭിലാഷങ്ങളും സന്ദിഗ്ദ്ധതകളും ആവിഷ്കരിക്കുവാനുമുള്ള ഉദ്യമങ്ങൾ അന്തർജ്ജനത്തിന്റെ കഥകളിൽനിന്നും ആരംഭിക്കുന്നു. അന്തർജ്ജനവും മാധവിക്കുട്ടിയും നിന്ദ്യമായ ആക്രമണങ്ങൾക്കു വിധേയരായതും ഈ വിഭാഗത്തിൽപ്പെട്ട കഥകളുടെ പേരിലായിരുന്നുവെന്നത്, അതിനാൽ യാദൃച്ഛികമല്ല. സ്ത്രൈണലൈംഗികതയുടെ അമർത്തിപ്പിടിച്ച ദാഹങ്ങളും പൊട്ടിത്തെറിയായുയരുന്ന കലാപവാസനകളും അന്തർജ്ജനത്തിന്റെ കഥകൾ വെളിപ്പടുത്തുന്നുണ്ട്. ലൈംഗികതയിൽ സ്വയാധികാരം പ്രഖ്യാപിച്ചതിന്റെ പേരിൽ പതിതയായിത്തീർന്ന സ്ത്രീയും, പുരുഷസംയോഗത്തിനായുള്ള അഭിലാഷങ്ങൾക്ക് ദൈവിക സാന്നിദ്ധ്യം പകരുന്ന കൃഷ്ണസങ്കല്പവും, സ്ത്രൈണസ്വപ്നങ്ങൾ ഉണർത്തപ്പെട്ട വളർത്തുമൃഗങ്ങളും അന്തർജ്ജനത്തിന്റെ കഥകളിൽ സ്ത്രൈണലൈംഗികതയുടെ ആവിഷ്കാരത്തിനായുള്ള പ്രതീകങ്ങളായി മാറുന്നു. സ്ത്രൈണ ലൈംഗികതയുടെ പ്രകാശനത്തിനായി എഴുത്തുകാരി അവലംബിക്കുന്ന ഒരു രചനാതന്ത്രമാണത്.

വിവാഹത്തെയും പ്രേമത്തെയും നിരാകരിക്കുന്നുവെങ്കിലും സരസ്വതിയമ്മയുടെ കഥകൾ ലൈംഗികതയുടെ നിയമങ്ങളെ ലംഘിക്കുന്നില്ല. സദാചാരനിയമങ്ങൾ ലംഘിക്കാനാവാതെ പാപബോധത്താൽ പീഡിപ്പിക്കപ്പെടുന്ന സ്ത്രീയുടെ മനസ്സംഘർഷങ്ങൾ ഈ കഥാകാരി ഹൃദയസ്പർശിയാംവിധം ചിത്രീകരിച്ചിരിക്കുന്നു. രാജലക്ഷ്മിയുടെ പ്രമേയവും പാപചിന്തതന്നെ. പാപചിന്തകളാൽ വേട്ടയാടപ്പെടുന്ന സ്ത്രീ എങ്ങും ആശ്രയമില്ലാത്തവളായിത്തീരുകയാണ്.

സദാചാരനിയമങ്ങളെ പലപ്പോഴും നിർഭയം ലംഘിക്കുകയും അവയ്ക്കെതിരെ വെല്ലുവിളിയുയർത്തുകയും ചെയ്യുന്നത് മാധവിക്കുട്ടിയുടെ കഥകളാണ്. പ്രായമോ പദവിയോ വർണ്ണ-വർഗ്ഗ വ്യത്യാസങ്ങളോ വകവെക്കാതെ പുരുഷനെ അയാളുടെ അധികാരബന്ധങ്ങളിൽനിന്നും വേർപെടുത്തി അയാളുമായി സ്വതന്ത്രബന്ധങ്ങൾ സ്ഥാപിക്കുന്ന സ്ത്രൈണാഭിലാഷങ്ങളാണ് മാധവിക്കുട്ടിയുടെ കഥകൾ പ്രകടിപ്പിക്കുന്നത്. കുടുംബത്തിലേത് അധികാരരൂപമായ പുരുഷനായതിനാൽ അയാളുമായി ഇഴുകിച്ചേരാൻ സ്ത്രീക്കു സാധിക്കുന്നില്ല. അവിടെയവൾ ആഹാരത്തിനും വസ്ത്രത്തിനുംവേണ്ടി കീഴടങ്ങുന്ന വ്യഭിചാരിണിയാണെന്ന് ഈ കഥകൾ ആരോപിക്കുന്നു. ലൈംഗികതയിൽ സ്വയാധികാരമുറപ്പിക്കാൻ സന്നദ്ധകളാകുന്ന ഈ കഥകളിലെ സ്ത്രീകൾ പാപചിന്തയ്ക്കു വശംവദരാകുന്നില്ലെന്നു മാത്രമല്ല, നിയമവിരുദ്ധമായി ഗർഭം ധരിക്കാനും പ്രസവിക്കാനും കുഞ്ഞുങ്ങളെ വളർത്താനും ആഗ്രഹിക്കുകകൂടി

ചെയ്യുന്നു.

സ്ത്രീയുടെ ലൈംഗികത കേവലം ഭോഗാധിഷ്ഠിതമല്ലെന്നും പുരുഷനുമായി അവൾ അഗാധമായി അഭിലഷിക്കുന്ന ശാരീരികവും മാനസികവുമായ പരസ്പരവിനിമയത്തിന്റെ സമ്പൂർണ്ണതയാണെന്നുമാണ് ഈ എഴുത്തുകാരികളുടെ കഥകൾ തെളിയിക്കുന്നത്. അധികാരരൂപമായ പുരുഷനെയല്ല, സ്നേഹവും പരിഗണനയും ബഹുമാന്യതയും പങ്കുവെക്കുന്ന ഉത്തമനായ പുരുഷനെയാണ് സ്ത്രീ തന്റെ ലൈംഗിക മിത്രവും പങ്കാളിയുമായി വിഭാവനം ചെയ്യുന്നത്. സാഹിത്യത്തിന്റെ മുഖ്യധാരയിലെ ഭോഗവസ്തുവെന്ന നിർജ്ജീവാവസ്ഥയിൽനിന്നും വ്യത്യസ്തമായി ശരീരം സ്ത്രീയുടെ അഭിമാനകരമായ അനുഭവമായി മാറുന്നതും അവൾ ശരീരത്തെ സ്നേഹിക്കുന്നതുമാണ്, അന്തർജ്ജനത്തിന്റെയും പ്രത്യേകിച്ച് മാധവിക്കുട്ടിയുടെയും കഥകൾ കാണിച്ചുതരുന്നത്.

മാധവിക്കുട്ടിയുടെ കഥകളെ സ്നേഹദാഹത്തിന്റെ കഥകളായാണ് നിരൂപണരംഗം പൊതുവെ വിശേഷിപ്പിച്ചിട്ടുള്ളത്. ഏത് എഴുത്തുകാരിയുടെയും എഴുത്തുകാരന്റെയും രചനകൾക്ക് നല്കാവുന്നതും അനുയോജ്യമായി വരാവുന്നതുമായ തികച്ചും അമൂർത്തമായൊരു വിശേഷണമാണത്. സ്ത്രീരചനകളെ അവയുടെ യഥാർത്ഥപരിസരങ്ങളിൽനിന്നും വിച്ഛേദിക്കുകയും അവയിൽ വ്യവസ്ഥാവിരുദ്ധമായി യാതൊന്നുമില്ലെന്നു വരുത്തുകയും ചെയ്യുക എന്നതാണ് ഇത്തരം നാമകരണങ്ങളുടെ ധർമ്മം. എന്നാൽ, മാധവിക്കുട്ടിയുടെ കഥകൾ ലൈംഗികതയുടെ നിയമങ്ങളുമായി എതിരിടുന്ന ശരീരത്തിന്റെ ഭാഷയാണ് സ്വീകരിക്കുന്നത്. സ്ത്രീയുടെ ലൈംഗികാന്വേഷണങ്ങൾ കുടുംബത്തിനു പുറത്തേക്കു കൊണ്ടുപോകുന്നതിലൂടെ സദാചാരവ്യവസ്ഥയെയും പാതിവ്രത്യം, ചാരിത്ര്യം തുടങ്ങിയ പുരുഷനിർമ്മിതമായ മൂല്യസംഹിതകളെയും മാധവിക്കുട്ടിയുടെ കഥകൾ നിസ്സാരമാക്കുകയാണ്. സ്ത്രീരചനകൾ ലൈംഗികതയോടു പുലർത്തുന്ന വൈമുഖ്യം സ്വയം തരിച്ചറിഞ്ഞ എഴുത്തുകാരിയാണ് മാധവിക്കുട്ടി.

പുരുഷന്മാരുടെ രചനകളിലെന്നപോലെ മാതൃത്വത്തെ ആദർശവല്ക്കരിക്കുകയല്ല ഈ കഥാകാരികൾ ചെയ്യുന്നത്. മറിച്ച് സ്ത്രീയുടേതു മാത്രമായ അനുഭവമെന്ന നിലയിൽ മാതൃത്വത്തെ സ്വാഗതം ചെയ്യുകയും അതിനുവേണ്ടി അഭിലഷിക്കുകയുമാണ്. മാതൃത്വാനുഭവത്തിന്റെ നിഷ്കളങ്കഭാവങ്ങൾ അന്തർജ്ജനത്തിന്റെയും സരസ്വതിയമ്മയുടെയും മാധവിക്കുട്ടിയുടെയും കഥകൾ സംവേദനം ചെയ്യുന്നു. അവിവാഹിതകൾപോലും മാതൃത്വാനുഭവം കൊതിക്കുന്നു. വിവാഹിതയാവാൻ വിസമ്മതിക്കുന്ന സ്ത്രീക്ക് മാതൃത്വം നിഷേധിക്കപ്പെടുന്നുവെന്നാണ് അന്തർജ്ജനത്തിന്റെയും മാധവിക്കുട്ടിയുടെയും കഥകൾ ഓർമ്മിപ്പിക്കുന്നത്. മാതൃത്വം വിഹിതമോ അവിഹിതമോ ആവുന്നത് പ്രത്യയശാസ്ത്രപരമായ കാരണങ്ങളാലാണെന്നും അന്തർജ്ജനത്തിന്റെ കഥകൾ തെളിയിക്കുന്നു. മാതൃത്വത്തിന്റെ നാനാവിധ പീഡനങ്ങളാണ് സരസ്വതിയ

മ്മയുടെ കഥകളിൽ. കൂടാതെ 'മാതൃത്വ മഹിമ'യെക്കുറിച്ച് വാചാലരാകുന്ന പുരുഷന്മാരുടെ കാപട്യത്തെയും പ്രസ്തുത കഥകൾ തുറന്നു കാട്ടുകയും പരിഹസിക്കുകയും ചെയ്യുന്നു. നിർമ്മലമായ ഒരനുഭവമെന്ന നിലയിൽ ഈ കഥാകാരി മാതൃത്വത്തെ സ്വാഗതം ചെയ്യുന്നു. രാജലക്ഷ്മിയുടെ കഥകളിൽ പ്രത്യക്ഷരാവുന്നതും നിരാലംബരായ മാതാക്കൾതന്നെ.

വൃദ്ധമാതാക്കളുടെ ദയനീയതകളെക്കുറിച്ചുള്ള അസുഖകരമായ യാഥാർത്ഥ്യങ്ങളിലേക്കു സമൂഹമനസ്സാക്ഷിയെ വിളിച്ചുണർത്തുന്ന ശക്തമായ വിമർശനങ്ങളാണ് അന്തർജ്ജനത്തിന്റെയും മാധവിക്കുട്ടിയുടെയും കഥകൾ. മക്കൾ അവരുടെ കർമ്മരംഗങ്ങൾ കണ്ടെത്തുന്നതോടെ അമ്മമാർ ഉപയോഗശൂന്യരോ തിരസ്കൃതകളോ ആവുകയാണ്. ആലംബഹീനരും ഏകാകികളുമായ അമ്മമാരുടെ ഹൃദയവ്യഥകളും ഭഗ്നമോഹങ്ങളും അരക്ഷിതത്വവും അനുതാപപൂർവ്വം അനാവരണം ചെയ്യുന്ന ഈ കഥാകാരികളുടെ രചനകൾ, വൃദ്ധമാതാക്കളുടെ മനോഘടനയെ സംബന്ധിച്ച അന്വേഷണങ്ങളായും പരിണമിക്കുന്നു. മാതൃത്വം സ്ത്രീയുടെ അനുപേക്ഷണീയമായ കടമയാണെന്നു വിധിക്കുകയും മക്കളെ വളർത്തിയെടുപ്പിക്കുകയുമാണ് സമൂഹം ചെയ്യുന്നതെന്നും അദ്ധ്വാനശക്തികളായി മാറുന്നതോടെ മക്കൾ തങ്ങളെ ഉപേക്ഷിച്ചുപോവുമെന്നുമുള്ള യാഥാർത്ഥ്യങ്ങൾ ഈ അമ്മമാർ അറിയുന്നില്ല. അതിനാൽ അവർ പുത്രൻമാരിൽ പ്രതീക്ഷകളർപ്പിച്ച് കഴിയുന്നു. പുത്രന്മാരാകട്ടെ, അവർ ആഗ്രഹിച്ചിട്ടുപോലും വൃദ്ധമാതാക്കളെക്കൂടി ഉൾക്കൊള്ളാനാവാതെ നിസ്സഹായരായിത്തീരുകയാണ്. ഈ നിസ്സഹായതയാണ് അമ്മമാരോടു കാപട്യം കാണിക്കാൻ അവരെ നിർബ്ബന്ധിതരാക്കുന്നത്. പുത്രന്മാരുടെ ഈ നിസ്സഹായാവസ്ഥയും കാപട്യവുമെല്ലാം അന്തർജ്ജനത്തിന്റെ കഥകളിലെ അമ്മമാർക്കറിയാം. അവർ മക്കളെ പഴിക്കുന്നില്ല. എന്നാൽ, പുത്രന്മാരുടെ കാപട്യം കൂടുതൽ പ്രകടമായിരുന്നിട്ടും അതൊന്നുമറിയാതെ പ്രതീക്ഷകളുമായി കഴിയുന്ന ശുദ്ധാത്മാക്കളാണ് മാധവിക്കുട്ടിയുടെ കഥകളിലെ വൃദ്ധമാതാക്കൾ. സ്ത്രീ, വാർദ്ധക്യകാലത്ത് പുത്രന്മാരാൽ സംരക്ഷിക്കപ്പെടുന്നുവെന്നും മറ്റുമുള്ള സൂക്തങ്ങൾ സമകാലിക യാഥാർത്ഥ്യങ്ങൾക്കു നിരക്കുന്നവയല്ലെന്ന് അന്തർജ്ജനത്തിന്റെയും മാധവിക്കുട്ടിയുടെയും കഥകൾ നിസ്സംശയം തെളിയിക്കുന്നു. മാധവിക്കുട്ടിയെ സംബന്ധിച്ചിടത്തോളം അർത്ഥശൂന്യങ്ങളായ മുദ്രാവാക്യങ്ങൾ മാത്രമാണവ.

പ്രേമം, ലൈംഗികത, മാതൃത്വം എന്നിവയെ മാനുഷികാനുഭവങ്ങളായും പുരുഷാധികാരത്തിന്റെ സ്ഥാപനങ്ങളായും വേർതിരിച്ചുകാണുവാനും അനുഭവങ്ങളുടെ മാനുഷികവും സ്വതന്ത്രവും നിർമ്മലവുമായ തലങ്ങളെ സ്ഥാപനങ്ങളുടെ അധീശനിയമങ്ങൾ മലിനവും പീഡനങ്ങൾ നിറഞ്ഞവയുമാക്കിത്തീർക്കുകയാണെന്ന് തെളിയിക്കുവാനും നമ്മുടെ എഴുത്തുകാരികൾക്കു സാധിച്ചിരിക്കുന്നു. മാനുഷികതയുടെ സ്വത

ന്ത്രവും ലളിതവുമായ അനുഭവങ്ങളാണ് സ്ത്രീജീവിതം അഭിലഷിക്കുന്നതെന്ന അപൂർവ്വമായ അറിവാണ് ഈ എഴുത്തുകാരികളുടെ കഥകൾ വിനിമയം ചെയ്യുന്നത്.

മാനുഷികാനുഭവങ്ങളോടുള്ള ഈ ആഭിമുഖ്യമാണ്, പുരുഷനെന്ന യാഥാർത്ഥ്യത്തെ അംഗീകരിക്കുവാനും അയാളുടെ അധികാരവ്യവസ്ഥയെ നിരാകരിക്കുവാനും ഈ എഴുത്തുകാരികളെ പ്രേരിപ്പിക്കുന്നത്. അതിനാൽ പുരുഷന്മാർക്കെതിരായ വിമർശനങ്ങൾ സമൂഹത്തിലെ സകല പരുഷന്മാരെയും ഉദ്ദേശിച്ചുള്ളതല്ല. ആധിപത്യസംസ്കാരത്തോടുള്ള നിഷേധങ്ങളാണവ. അധികാരവ്യവസ്ഥയുടെ പ്രതിനിധികളും മർദ്ദകരൂപങ്ങളുമായ പുരുഷന്മാർ മാത്രമേ സ്ത്രീയുടെ പ്രതിയോഗികളാവുന്നുള്ളൂ.

അന്തർജ്ജനത്തിന്റെയും സരസ്വതിയമ്മയുടെയും രാജലക്ഷ്മിയുടെയും മാധവിക്കുട്ടിയുടെയും കഥകളിൽ ഉദാത്തമായൊരു പുരുഷസങ്കല്പം അന്തർലീനമായിരിക്കുന്നുണ്ട്. അധികാരബന്ധങ്ങളിൽനിന്ന് വിമുക്തനും സ്നേഹസമ്പന്നനും ആത്മമിത്രവും സഹയാത്രികനുമെല്ലാമായ പുരുഷനെക്കുറിച്ച് സ്ത്രീയുടെ സ്വാതന്ത്ര്യബോധം സൂക്ഷിക്കുന്ന സങ്കല്പമാണത്. പ്രേമത്തിന്റെയും ലൈംഗികതയുടെയും മാതൃത്വത്തിന്റെയുമെല്ലാം സ്വച്ഛന്ദാനുഭവങ്ങൾക്കുവേണ്ടി അഭിലഷിക്കുകയും അവ സാക്ഷാൽക്കരിക്കുവാൻ ശ്രമിക്കുകയും ചെയ്യുന്ന സ്ത്രീക്ക് സ്ഥാപനങ്ങളുടെ നിരോധനങ്ങളോടേറ്റുമുട്ടി പരാജയം ഏറ്റുവാങ്ങേണ്ടി വരുന്നു. പുരുഷാധിപത്യവ്യവസ്ഥ നിലനില്ക്കുവോളം ഇത്തരം പരാജയങ്ങൾ അനിവാര്യമാണ്.

പുരുഷാധിപത്യമെന്ന, അസമത്വങ്ങളും അനീതികളും പുലരുന്ന അധികാരവ്യവസ്ഥയുടെ സ്ഥാപനങ്ങളെയും അവയുടെ മൂല്യാനുശാസനങ്ങളെയുമാണ് മലയാളത്തിലെ പ്രമുഖരായ നാല് എഴുത്തുകാരികളുടെയും രചനകൾ അഭിമുഖീകരിക്കുന്നത്. സ്ത്രീയുടെ മർദ്ദിതാവസ്ഥയുടെയും വിമോചനത്തിന്റെയും അത്ര സുപരിചിതല്ലാത്തതും സങ്കീർണ്ണങ്ങളുമായ ഭാവങ്ങൾ തീവ്രതയോടും വൈവിദ്ധ്യത്തോടുംകൂടി ഉന്നയിച്ചുകൊണ്ട് പ്രസ്തുത അധികാരവ്യവസ്ഥയെ ഈ കഥാകാരികളുടെ രചനകൾ നിരാകരിക്കുന്നു. ജാതിമതവർഗ്ഗഭേദങ്ങൾക്കതീതമായി, ഈ അധികാരവ്യവസ്ഥയുടെ സ്ഥാപനങ്ങളാൽ പീഡിപ്പിക്കപ്പെടുന്ന സ്ത്രീജീവിതത്തിന്റെ വിമോചനാഭിലാഷങ്ങളാണ് ഈ കഥകൾ സമൂഹത്തെ അറിയിക്കുന്നത്. പുരുഷനെ അംഗീകരിക്കുകയും പുരുഷാധിപത്യവ്യവസ്ഥയെ തിരസ്കരിക്കുകയും ചെയ്യുന്നതിലൂടെ, സ്ത്രീപുരുഷബന്ധങ്ങൾ സമത്വാധിഷ്ഠിതമായി പുനഃസംഘടിപ്പിക്കപ്പെടേണ്ടതുണ്ടെന്ന മഹനീയവും ഉദാത്തവുമായ ജനാധിപത്യ സങ്കല്പമാണ് ഈ എഴുത്തുകാരികൾ മുന്നോട്ടുവെക്കുന്നത്. ഈ ജനാധിപത്യ സങ്കല്പമാണ് മലയാളത്തിലെ സ്ത്രീവിമോചന സാഹിത്യത്തിന്റെ അടിസ്ഥാനതത്ത്വവും പ്രഭവകേന്ദ്രവും.

www.ingramcontent.com/pod-product-compliance
Lightning Source LLC
LaVergne TN
LVHW101415051026
849519LV00005BC/1766
* 9 7 8 9 3 8 6 6 3 7 1 7 8 *